முதற்கனல்

கிழக்கு பதிப்பக வெளியீடுகளாக ஜெயமோகனின் புத்தகங்கள்

நாவல் (கோட்பாடு)

வாழ்விலே ஒரு முறை

உலோகம்

ஏழாம் உலகம்

பேய்க்கதைகளும் தேவதைக்கதைகளும் (நிழல்வெளிக் கதைகள்)

இந்து ஞான மரபில் ஆறு தரிசனங்கள்

விசும்பு (அறிவியல் புனைகதைகள்)

அண்ணா ஹசாரே: ஊழலுக்கு எதிரான காந்திய போராட்டம்

நவீன தமிழ் இலக்கிய அறிமுகம்

The Forest *(காடு நாவலின் ஆங்கில மொழிபெயர்ப்பு)*

முதற்கனல்

ஜெயமோகன்

கிழக்கு

முதற்கனல்
Mutharkanal
by *Jeyamohan* ©

First Edition: February 2015
Kizhakku First Edition: March 2015
496 Pages
Printed in India.

ISBN : 978-93-84149-09-3
Kizhakku - 801

Kizhakku Pathippagam
177/103, First Floor,
Ambal's Building, Lloyds Road,
Royapettah, Chennai 600 014.
Ph: +91-44-4200-9603

Email : support@nhm.in
Website : www.nhm.in

Author's Email: jeyamohan.writer@gmail.com
Author's Website: www.jeyamohan.in | venmurasu.in

Kizhakku Pathippagam is an imprint of New Horizon Media Private Limited.

இளையராஜா

அவர்களுக்கு...

எரி எழல்

வெண்முரசு எழுதத்தொடங்கி ஓராண்டுதான் கடந்து சென்றிருக்கிறது. ஆனால் முதற்கனலை மீண்டும் வாசிக்கும்போது நெடுந்தூரம் கடந்து வந்ததுபோலிருக்கிறது. மகாபாரதத்தின் வான்தோய் உருவம் அச்சத்தை உருவாக்குகிறது. மாபெரும் கோபுரத்தில் ஏற ஏற பேருருவம்கொண்ட அடித்தளச் சிற்பங்கள் சிறிய பாவைகளாக மாறுவதைக் காண்பது போல.

முதற்கனல் மகாபாரதத்தின் அறச்சிக்கல்களைத் தொடங்கிவைத்த தொடக்கப்புள்ளியின் கதை. வள்ளுவர் மொழியில்

> அல்லற்பட்டு ஆற்றாது அழுத கண்ணீர் அற்றே
> செல்வத்தைத் தேய்க்கும் படை

முகில்தொட்டு நின்ற மாடங்கள்கொண்ட அஸ்தினபுரியின் மாளிகை முற்றத்தில் விழுந்த முதல் கண்ணீர்த்துளியின் கதை இது. மகாபாரதத்தை ஆக்கிய அடிப்படை வன்மங்கள் முளைவிட்டெழுகின்றன. அநீதியிழைக்கப் பட்டவர்களின் கண்ணீர் காய்ந்து மறைவதேயில்லை. கண்ணீர்த்துளி ரத்தப்பெருக்காக மாறியதன் கதையே மகாபாரதம் எனலாம்.

ஆனால் அது அநீதியா என்பது மிகமிகச் சிக்கலான வினா. அது மகத்தான அறச்சிக்கலின் தருணம் என்று மட்டுமே சொல்லமுடியும். ஆகவேதான் மகாபாரதம் முடிவடையாத அறப்புதிர்களின் களமாக இன்றும் உள்ளது. அந்த களத்தைத் தொடங்கிவைக்கும் நாவல் இது.

வடிவ அளவில் இது ஒரு முழுமையான தனிப்படைப்பு. இதன் மொழியும் கட்டமைப்பும் இதற்குள்ளேயே நிறைவை அடைகின்றன. ஆனால் வெண்முரசு என்ற பெயரில் மகாபாரதத்தை நான் விரிவாக எழுதிவரும் நாவல்தொடரின் தொடக்கநாவலும்கூட.

இதிலுள்ள ஓவியங்கள் நண்பர் ஷண்முகவேல் வரைந்தவை. உதவியவர் ஏ.வி. மணிகண்டன். அவர்கள் இதன் இணை ஆசிரியர்கள் என்பதுபோல

ஒரு தனியுலகை உருவாக்குவதைக் காணலாம். அவர்களுக்கு என் நன்றி.

இதன் ஆக்கத்தில் எப்போதும் துணைநின்றவர்களை நன்றியுடன் நினைக்க வேண்டியிருக்கிறது.

நண்பர் சீனிவாசன் மற்றும் சுதா சீனிவாசன் இருவரும் இதை பிழைநோக்கி இணையத்தில் ஏற்றுவதை அர்ப்பண உணர்வுடன் செய்துவருகிறார்கள். நண்பர் ராமச்சந்திர ஷர்மா இணையதளத்தை சீராக நிர்வகிக்கிறார். எம்.ஏ.சுசீலா பிழைதிருத்தத்தில் உதவுகிறார். நண்பர் ஹரீஷ் வெண்முரசுக்கான இணையதள விவாதக்குழுமம் ஒன்றை நிர்வகிக்கிறார்.

தொடர்ந்து இந்நாவலை வாசித்து எனக்கு ஊக்கமாக இருந்துவரும் விஷ்ணுபுரம் அமைப்பின் நண்பர்களை நன்றியுடன் நினைத்துக்கொள்கிறேன். தொடர்ந்து இதை வாசித்துவரும் வாசகர்களுக்கும் என் நன்றி.

இதன் முதற்பதிப்பை செம்மையாக வெளியிட்ட நற்றிணை பதிப்பாளர் யுகன் அவர்களுக்கும், இப்போது பிரதிசெம்மை செய்த ஹரன்பிரசன்னாவுக்கும், பதிப்பாளர் பத்ரி சேஷாத்ரிக்கும் நன்றி.

இந்நாவலை எனக்கு குருவின் இடத்தில் இருந்து அருளும் இளையராஜா அவர்களுக்கு சமர்ப்பணம் செய்திருக்கிறேன். குருநாதர்கள் என்பவர்கள் பலராகத் தெரியும் ஒருவரே. குருவருள் துணைநிற்கட்டும்.

ஜெயமோகன்
93, சாரதா நகர், பார்வதிபுரம்,
நாகர்கோவில் 629003.

சில முக்கிய வார்த்தைகளுக்கான பொருள்
பின்னிணைப்பாக இணைக்கப்பட்டுள்ளது...

பகுதி ஒன்று

வேள்விமுகம்

1

வேசரதேசத்தில் கருநீல நதியோடும் கிருஷ்ணை நதிக்கரையில் புஷ்கரவனத்தில் நாகர்குலத் தலைவியான மானசாதேவி அந்தியில் குடில்முன்பு மண் அகலை ஏற்றிவைத்து, தனக்கு ஜரத்காரு ரிஷியில் பிறந்த ஒரேமகன் ஆஸ்திகனை மடியில் அமரச்செய்து கதை சொல்ல ஆரம்பித்தாள். நாகர்குலத்தவர் வாழும் சின்னஞ்சிறு மலைக்கிராமத்தை சுற்றிலுமிருந்த காட்டிலிருந்து வந்த கடும்குளிர் வளைத்துக்கொள்ள ஆரம்பித்திருந்த நேரம். இரவுலாவிகளான மிருகங்களும் பறவைகளும் எழுப்பும் ஒலிகள் இணைந்து இருட்டை நிறைத்திருந்தன. பெரிய கண்கள் கொண்ட சிறுவன் தன் அன்னையின் மடியின் அணைப்பையும் தன் தலைமேல் படும் அவள் மூச்சின் வருடலையும் உணர்ந்தபடி முற்றம் வரை சென்று விழுந்து அங்கு நின்ற செண்பகத்தின் அடிமரத்தை தூண்போலக் காட்டிய அகல்விளக்கின் செவ்வொளிக்கு அப்பால் தெரிந்த இருட்டை பார்த்துக்கொண்டிருந்தான்.

மானசாதேவி இருளைப்பற்றித்தான் சொல்ல ஆரம்பித்தாள். இருள் முதல்முடிவற்றது. ஆதியில் அதுமட்டும்தான் இருந்தது. வானகங்கள் அனைத்தும் அந்த இருளுக்குள்தான் இருந்தன. அந்த இருள் ஒரு மாபெரும் நாகப்பாம்பின் வடிவிலிருந்தது. கற்பனையும் கனவும் தியானமும் எட்டமுடியாத அளவுக்கு நீளம்கொண்ட அந்த நாகம் கண்களற்றது. ஏனென்றால் அது பார்ப்பதற்கென அதுவன்றி ஏதுமிருக்கவில்லை. அது தன் வாலை வாயால் கவ்வி விழுங்கி ஒரு பெரிய வளையமாக ஆகி அங்கே கிடந்தது. அந்த ஆதிநாகத்துக்கு பெயர் இருக்கவில்லை. ஏனென்றால் அதை அழைக்க எவரும் இருக்கவில்லை. ஆகவே அது தன்னை நாகம் என்று அழைத்துக்கொண்டது. நான் இல்லை என அதற்குப்பொருள்.

அதன்பிறகு அதன் அகத்தில் ஓர் இச்சை பிறந்தது. அந்த இச்சை இரண்டு கண்களாக அதன் முகத்தில் திறந்தது. அந்தக் கண்களில் ஒன்று எரிந்து சுடர்விடும் செந்நிறமான ஆதித்யனாகவும் இன்னொன்று வெண்ணிற ஒளிவிடும் குளிர்ந்த சந்திரனாகவும் இருந்தன. அந்த விழிகளால் அந்த நாகம் தன்னைத்தானே பார்த்துக்கொண்டது. 'இது நான்' என சொல்லிக்கொண்டது. 'இருக்கிறேன்' என்று அறிந்தது. 'இனி?' என்று கேட்டுக்கொண்டது. அந்தச் சொற்கள் அதனுள் அகங்காரமாக மலர்ந்தபோது அதன் தலையில் படம் விரிய ஆரம்பித்தது. பின்பு பல்லாயிரம் கோடி தலைகள் முளைத்தெழுந்து படம்விரித்தன. அவற்றில் பலகோடி கண்கள் முளைத்தன. அவையெல்லாம் ஆதித்யர்களும் சந்திரர்களுமாக ஆகி இருளெங்கும் மின்ன ஆரம்பித்தன. அந்தத் தலைகளில் இருந்து நீண்டு பறந்த செந்நிறமான நாக்குகள் தழல்களாயின.

குழந்தை குளிர்கொண்டவன் போல தன் உடலைச் சுருக்கி கைகளை காலிடுக்கில் செருகிக்கொண்டான். அவன் அன்னை அவனுடைய மென்மயிர் பரவிய தலையை தன் கைகளால் வருடிக்கொண்டு சொல்ல ஆரம்பித்தாள்.

அந்த முதல்நாகத்தின் உடல் என்றென்றும் அசைவே இல்லாமல்தான் கிடந்தது. ஏனென்றால் வானத்திலிருந்த இடத்தை முழுக்க அதுதான் நிறைத்திருந்தது. பலகோடி யுகங்களுக்குப்பின்னால் அது தனக்குள்ளேயே முதல் அசைவை நிகழ்த்திக்கொண்டது. அதற்காக தன்னை அது இரண்டாகப் பிரித்துக்கொண்டது. தன்னுடைய உடலின் மேல்பகுதியை கருமையாகவும் கீழ்ப்பகுதியை வெண்மையாகவும் ஆக்கியது. முடிவில்லாமல் சுருண்டு கிடந்த தன் உடலுக்குள்ளே அது ஊர்ந்துகொள்ள ஆரம்பித்தது. கருமை வேகம் மிக்கதாக இருந்தது. அதை ராஜஸ குணம் என்று அது அறிந்தது. வெண்மை நிதானமானதாக இருந்தது. அதை சத்வகுணம் என்று அது அறிந்தது. மீண்டும் கோடானுகோடி ஆண்டுகளானபோது அந்த இரு குணங்களும் நாகத்திலிருந்து தோலாக உரிந்து தனியாகப் பிரிந்தன. ஆதிநாகம் அவற்றை தன் குழந்தைகள் என அறிந்தது. அவற்றை அது 'நீங்கள் வளருங்கள். உங்கள் குலம் அழிவற்றதாக அமைவதாக!' என்று வாழ்த்தியது.

கரியநிறமான நாகத்தின் பெயர் தட்ச பிரஜாபதி. இமையாத கண்கள் கொண்டவன் என்று பொருள். வெண்ணிறமான நாகத்தின் பெயர் மரீசி பிரஜாபதி. வெண்ணிற ஒளி என்று அவனுக்குப் பெயர். அவர்கள் இருவரும் ஒருவரை ஒருவர் தழுவிக்கொண்டு பலகோடி ஆண்டுகள் வானத்தை நிறைத்து விரிந்துகிடந்தார்கள். அவர்களால்தான் திசைகள் உருவாகி வந்தன. தட்சனின் தலை கிடந்த எல்லை மேற்கு என்றும் மரீசியின்

தலை கிடந்த எல்லை கிழக்கு என்றும் அறியப்படலாயிற்று. கிழக்குக்கும் மேற்குக்கும் காவலாக வடக்கும் தெற்கும் உருவாகிவந்தன.

தழுவித்தழுவி இறுகியபின் மேலும் தழுவும்பொருட்டு அவர்களின் தழுவல் சற்றே தளர்ந்தபோது இருவருக்கும் நடுவே காலம் புகுந்து கொண்டது. மரீசி காலத்தை ஆறுவேளைகளாக உணர ஆரம்பித்தான். ஒவ்வொரு காலத்துக்கும் ஒன்று என தன்னிலிருந்து ஆறு உடன்பிறந்தவர்களை உருவாக்கிக் கொண்டான். அங்கிரஸ், அத்ரி, புலஸ்தியன், வசிஷ்டன், புலஹன், கிருது என்ற அறுவருடன் இணைந்து ஏழாக ஆனான். அவர்கள் எழுவரும் வானத்தில் ஏழு விண்மீன்களாக அமர்ந்து கனவுகண்டார்கள். வானத்தை முழுக்க நிறைத்துவிடவேண்டுமென விரும்பினார்கள். அவர்களின் விருப்பம் கோடானுகோடி ஆண்டுகளாக நீடித்து தியானமாகி தவமாகி முதிர்ந்தபோது அது வீரணி என்ற ஒளிமிக்க வெண்ணிற நாகமாக ஆகியது. அவளை அவர்கள் அஸிக்னி என்று பெயர்சூட்டி மகளாக வளர்த்தனர். அவள் வளர்ந்ததும் அவளை தட்ச பிரஜாபதிக்கு மணம்செய்து கொடுத்தனர்.

விண்ணிலும் மண்ணிலும் விரிந்துள்ள அனைத்தும் தட்சனுக்கும் அஸிக்னிக்கும் பிறந்தவையே என்றாள் மானசாதேவி. முடிவில்லாத காமமே தட்ச பிரஜாபதி. அஸிக்னியோ முடிவில்லாத வளம். 'கொள்' என்ற இச்சையே தட்சன். 'அளி' என்ற இச்சையே அஸிக்னி. எழுவதன் வீரியமே தட்சன். விரிவதன் வல்லமையே அஸிக்னி. அவர்களில் இருந்துதான் தேவகுலங்கள் அனைத்தும் பிறந்தன. அசுரகணங்கள் பிறந்தன. நடுவே மனிதர்களும் மிருகங்களும் பறவைகளும் புழு பூச்சிகளும் தாவரங்களும் பிறந்தன. அவர்கள் வாழ்வதற்காக ஏழு விண்ணகங்களும் ஏழு பாதாளங்களும் உருவாகிவந்தன.

தட்ச பிரஜாபதிக்கு பிறந்த அறுபது மகள்களில் ஒருத்தியின் பெயர் கத்ரு. அவளை மரீசியின் மைந்தனான கஸ்யபன் மணம் புரிந்துகொண்டான். அவள்தான் நாகர்குலத்தின் ஆதியன்னை என்றாள் மானசாதேவி. கத்ரு பதினான்கு மடிப்புகளாகச் சுருண்டு அனைத்துலகங்களையும் வளைத்துக் கிடந்தாள். அவளுடைய தலை ஏழாம் விண்ணிலும் வால்நுனி ஏழாம் பாதாளத்திலுமிருந்தன. அவளுடைய கரிய உடலெங்கும் கோடானுகோடி விண்மீன்கள் மின்னிக்கொண்டிருந்தன. அவளுடைய கண்கள் இரு செந்நிற ஆதித்யர்களாக கிழக்கிலும் மேற்கிலுமாக சுடர்விட்டன. அவளுடைய பிளவுண்ட செந்நாக்கு கோடானுகோடி யோசனை தொலைவுள்ள நெருப்பாறாக வானில் பெருக்கெடுத்து அலைபாய்ந்தது.

நமது கிராமங்களில் ஆலமரத்தின் அடியில் கல்விழிகளுடன் கல்படம் எடுத்து கோயில்கொண்டிருப்பவள் நம்முடைய ஆதியன்னை கத்ருவே

என்று மானசாதேவி சொன்னாள். கிழக்கே ஒளிமிக்க சிறகுகளுடன் எழுந்த கஸ்யபன் கத்ருதேவியிடம் 'உனக்கு நான் மைந்தர்களை அளிக்கிறேன். வெல்லமுடியாத அறிவுத்திறன், நிகரற்ற வீரம், பேரழகு ஆகியவற்றில் ஏதேனும் ஒரு குணத்தை மட்டும் நீ உன் மைந்தர்களுக்காக தேர்வுசெய்யலாம்' என்றார். கத்ருதேவி 'இவையனைத்தும் அழியக் கூடியவை. அழியாதது ஒன்றே. முடிவில்லாமல் பெருகிக்கொண்டிருக்கும் வல்லமை. அழிவில்லாமல் இருந்துகொண்டிருக்கும் இச்சை. அந்த குணமுள்ள குழந்தைகளை எனக்கு அளியுங்கள்' என்று சொன்னாள். 'ஆம் அவ்வாறே ஆகுக' என்று கஸ்யபனும் வாக்களித்தான். அவ்வாறாக கத்ருதேவி நீலநிறமான ஒரு முட்டையை ஈன்றாள். அதை அவள் முத்தமிட்டு உடைத்தபோது கன்னங்கரிய ஆயிரம் நாகப்பாம்புகள் வெளிவந்து நெளிந்தன. அவர்களிலிருந்து நாகக்குலம் உருவாகியது.

விண்ணிலும் மண்ணிலும் பாதாளத்திலும் கத்ருவின் மைந்தர்களான நாகர்களே ஆள்கிறார்கள் என்றாள் மானசாதேவி. விண்ணை ஆள்பவன் சேஷன். பாதாளத்தை ஆள்பவன் வாசுகி. மண்ணை ஆள்பவன் தட்சகன். தட்சகனின் ஆயிரம் மனைவிகளிலிருந்துதான் மண்ணிலுள்ள அத்தனை நாகங்களும் உருவாயின. அந்த நாகங்கள் மனிதர்களுடன் புணர்ந்து நாகர்குல மக்கள் உருவானார்கள். பாரதவர்ஷத்தின் எல்லா மூலைமுடுக்குகளிலும் நாகர்கள் பெருகி நிறைந்தனர். குன்றாத பிறப்புவீரியமே அவர்களின் வல்லமையாக இருந்தது.

தட்சகனின் குலத்தில் வந்த காலகனின் மகளாகிய என்பெயர் மானசாதேவி. எனக்கு ஜகல்கௌரி, சித்தயோகினி, நாகபாகினி என்றெல்லாம் பெயருண்டு. இளமையிலேயே நான் காட்டுக்குச் சென்று சிவனை எண்ணி கடுந்தவம் செய்தேன். நாகப்படம் சூடிய சிவன் தோன்றி 'உனக்கு என்ன வரம் தேவை?' என்றான். 'முழுமைநிலையன்றி ஏதும் எனக்குத் தேவையில்லை' என்று சொன்னேன். 'நீ பெண்ணானதனால் கருவுறாமல் உனக்கு முழுமைநிலை கைகூடுவதில்லை. பாசிமணிகளுக்குள் பட்டுச்சரடுபோல மனிதர்களுக்குள் விதியின் நோக்கம் ஊடுருவிச் செல்கிறது. உன் கருப்பையின் நிறைவை உணர்ந்தபின் மீண்டும் வருக' என்று சொல்லி நஞ்சின் அதிபன் மறைந்தான்.

வேசரவனத்தில் குகையொன்றுக்குள் ஜரத்காரு என்ற முனிவர் அதன் மேல்குவட்டில் இருந்து சொட்டும் மலைத்தேனை மட்டுமே உண்டு தவம் செய்துவந்தார். வழிதவறி உள்ளே சென்ற மின்மினி ஒன்றின் ஒளி வழியாக கனத்த இருள் மண்டிய அந்தக்குகை பாதாளத்துக்கான நுழைவாயில் என்று அறிந்து ஒருநாள் அவர் அதற்குள் நடந்து சென்றார். நூறுமடிப்புகளைக்கொண்ட அந்தப்பாதையின் முடிவில் அதலமெனும் முதற்கீழுலகு இருந்தது. அங்கே நெளியும் கருநாகங்களில் புல்நுனிகளில்

புழுக்களைப்போல அள்ளிப்பற்றி தொங்கிக்கிடந்த ஆயிரம் சிறிய மனித உருவங்களை கண்டார். அவையெல்லாம் தன்னுடைய மூதாதையர் என்பதை உணர்ந்தார். 'உன் உதிரம் முளைத்தெழவில்லை. எங்களுக்கு அன்னமும் நீரும் அளிக்கப்படவில்லை. ஆகவே இந்த உலகில் வாழ்கிறோம்' என்று அவர்கள் சொன்னார்கள்.

ஒளிக்கு மீண்டு வந்த ஜரத்காரு முனிவர் தன்னுள் இருந்து தன் மூதாதையரின் குலத்தை உருவாக்க எண்ணிய நேரத்தில் நான் அவரை சந்தித்தேன். மண்ணுலகை ஆளும் அரசநாகமான தட்சகன் என்னைத் தேடிவந்து அளித்த ஆணையின்படி அங்கே சென்றேன். கன்னங்கரிய ஆலமரம்போல ஆயிரம் தலைகளுடன் என்முன் எழுந்து நின்ற தட்சகன் 'தேவி, நீ பிறந்ததன் நோக்கம் நிறைவேறவிருக்கிறது' என்று சொல்லியிருந்தார். நான் குகைவாயிலுக்குச் சென்று என் காதலனைத்தையும் கொண்டு மாயாவடிவமெடுத்து நின்று முனிவரின் மனம் கவர்ந்தேன். என்னை அவர் ஓடும் நீரை சாட்சியாக்கி மணம்புரிந்துகொண்டார். அவருக்கு என்னில் பிறந்த மகன் நீ என்றாள் மானசாதேவி.

நீ பிறப்பதற்குள்ளேயே என்னை உன் தந்தை விட்டுச் சென்றுவிட்டார். அகத்திலும் புறத்திலும் அவரை நான் என்னுடைய காதலின் மாயத்தில் வைத்திருந்தேன். அவரது பகலும் இரவும் காலையும் அந்தியும் நான் உருவாக்கியவை. அவர் கண்ட மண்ணும் விண்ணும் காடும் நதிகளும் என் கற்பனையில் உருவானவை. ஒருகணம்கூட அவர் அந்த மாயையில் இருந்து விடுபடக்கூடாதென்பதனால் நான் இரவும் பகலும் தூங்காமலிருந்தேன். ஆனால் ஒருநாள் அவர் ஆலமரத்தடியில் துயில்கையில் நானும் சற்று கண்ணயர்ந்துவிட்டேன். விழித்துக்கொண்ட அவர் தூங்கும்போது மட்டுமே என்னில் வெளிப்படும் என் நாகவடிவத்தைக் கண்டார். அக்கணமே மாயைகள் அனைத்தும் கலைந்து முன்னும் பின்னும் காலத்தைக் கண்டு திகைத்து நின்றார். அதலத்தில் அவர் கண்ட மூதாதையர் பாதாளமூர்த்திகளான கருநாகங்களே என்று உணர்ந்தார். அருகே இருந்த ஓடைநீரை அள்ளி என்னை சபிப்பதற்காக ஓங்கினார்.

'உங்கள் சாபத்தை என் வயிற்றில் வளரும் உங்கள் மைந்தனும் பெறவேண்டுமா?' என்று அவரிடம் கேட்டேன். 'ஆம், வேறுவழியில்லை. இக்கணத்தில் எண்ணியவற்றை நான் திரும்பப்பெற முடியாது' என்றார். 'உன் மைந்தன் ஆயுள் முழுமை பெறமாட்டான். நீ புத்திரசோகத்தில் இறப்பாய்' என்றபின் மனமுடைந்து அழ ஆரம்பித்தார். நான் அவர் அருகே அமர்ந்து 'இதில் வருந்துவதற்கேதுமில்லை. நீங்களும் நானும் நாம் ஒருபோதும் அறியமுடியாத காலநாடகத்தின் இரு சிறு துளிகள் மட்டுமே' என்றேன். 'ஆம், உன் மாயையால் என்னைச் சூழ்ந்துகொண்டாய். அந்த மாயையால் எனக்கு ஒரு வரம் கொடு. உன்னையும் இக்குழந்தையையும்

முற்றாக மறந்து நான் செல்லவேண்டும்' என்று அவர் என்னிடம் கோரினார். 'அவ்வாறே ஆகுக!' என நான் வரமளித்தேன். அந்த ஓடையைத் தாண்டியதுமே அவர் உன்னையும் என்னையும் முழுமையாக மறந்தவராக ஆனார்.

உன்னை உன் மாமன் வாசுகியின் உதவியுடன் வளர்த்தேன். ஞானத்தின் விதைகளை உன்னுள் ஊன்றிவிட்டேன். நீ கற்கும் கல்வி உன்னை முழுமையாக்கும். உனக்கு முதுமை இல்லை. உன் தந்தை உனக்களித்த வரமாகவே அதைக்கொள். உன்னை முதியவனாக பார்க்கும் நிலை எனக்கும் இல்லை. அது என் காதலுக்கு அவர் அளித்த கொடை என்றே எண்ணுகிறேன். உன்னுடைய சின்னஞ்சிறு உடலுக்குள் விதைக்குள் பெருமரம்போல இப்புடவியின் பெருநிகழ்வொன்று குடியிருக்கிறது.

குழந்தை பெருமூச்சு விட்டது. பெரிய கனவுகள் சிறிய உடலை அலைக்கழித்தன போலும், தன் தோள்களை குறுக்கிக்கொண்டு அன்னையின் ஆடைநுனியை எடுத்து கட்டைவிரலில் சுற்றி கடித்துக்கொண்டு அண்ணாந்து நோக்கியது.

"மகனே, நீ பிறந்ததற்கான தருணம் இப்போது வந்துவிட்டது. நீ நாளையே கிளம்பு" என்று மானசாதேவி தன் மகனை மெல்ல அணைத்து அவன் காதுகளில் மெதுவாகச் சொன்னாள்.

2

வேசரதேசத்தில் புஷ்கரவனத்தில் அதிகாலையில் நாகர்குலத்தின் அரசியான மானசாதேவி தன் மகன் ஆஸ்திகனை எழுப்பி நீராடச்செய்து மரவுரியாடையணிவித்து, மான்தோல்மூட்டையில் உணவுக்கான வறுத்த புல்லரிசியும் மாற்று உடையும் எடுத்துவைத்துக்கட்டி, சுரைக்காய் கமண்டலத்தில் நீர் நிறைத்துவைத்து, நெற்றியில் குலதெய்வங்களின் மஞ்சள் குறியை அணிவித்து "நீண்ட ஆயுளுடன் இரு. உன் வழிகளெல்லாம் சென்றுசேர்வதாக!" என்று வாழ்த்தி விடைகொடுத்தனுப்பினாள். அப்போது அவளுடைய குலத்தின் அத்தனை பெண்களும் அவள் வீட்டின்முன் கூடியிருந்தனர். ஆலமரத்தடியில் அவர்களின் குலதெய்வங்களான நாகங்கள் கல்லாலான பத்திகளை விரித்து, கல்லுடல் பின்னி, கல்விழிகளால் பார்த்துக்கொண்டிருந்தன.

ஆறு வயதான ஆஸ்திகன் குனிந்து தன் அன்னையின் கால்களைத் தொட்டு வணங்கிவிட்டு தன் சிறுகால்களை எடுத்து வைத்து பசும்சாணி பூசிய படிகளில் இறங்கி நீலச்செண்பகமலர்கள் விழிவிரித்து பார்த்துக்கிடந்த முற்றத்தைத் தாண்டி நடந்து ஊர்முனையில் மறைந்தபோது விம்மும் நெஞ்சுடன் அவள் பின்னால் ஓடிவந்து ஊர்மன்றின் அரசமரத்தடியில் நின்று கண்ணெட்டும் தூரம் வரை பார்த்திருந்தாள். மண்நிறமான மரவுரியும், கரிய குடுமியும் கண்ணிலிருந்து மறைந்த பின்புதான் அவள் அறிந்தாள், அவன் ஒருகணம்கூட திரும்பிப்பார்க்கவேயில்லை என்று.

ஆஸ்திகன் கிருஷ்ணையின் நீர்ப்பெருக்கை படகில் கடந்து சென்றான். அன்றிரவு கிருஷ்ணநகரத்தில் ஒரு சத்திரத்தில் தங்கினான். அங்கிருந்து மறுநாள் கிளம்பி வடக்குநோக்கிச் செல்ல ஆரம்பித்தான். பாரதத்தின் ஒவ்வொரு ஊரிலிருந்தும் அஸ்தினபுரிக்குச் செல்லும் ஒரு பாதை இருந்தது. இரவுகளில் மரத்தடிகளிலும், மழைபெய்யும்போது கோயில்

மண்டபங்களிலும் கழித்தபடி கால்களில் புழுதிபடிய, சிவந்த சருமம் வெந்து கருக அவன் நடந்து சென்றுகொண்டே இருந்தான். மரவுரியணிந்த முனிகுமாரனை ஒவ்வொரு ஊரிலும் குடும்பத்தவர்கள் வந்து வணங்கி உணவும் நீரும் இடமும் அளித்து வழியனுப்பிவைத்தனர்.

அன்னை அவனுக்களித்தவை எல்லாம் வெறும் சொற்களாக இருந்தன. நதிகள், மலைகள், நகரங்கள், ஜனபதங்கள். ஒவ்வொன்றும் அவன்முன் சொல்லில் இருந்து இறங்கி விரிந்து பருவடிவம் கொண்டன. கிருஷ்ணையும் நர்மதையும் விந்தியமும் அங்கமும் மாகதமும் எல்லாம் அவனுக்குள் அறிதல்களாக மாறிக்கொண்டே இருந்தன. காளைகள் இழுக்கும் உப்புவண்டிகள் சேற்றில் சகடம் சிக்கி ஓசையிட்டு நகரும் பெருவணிகப்பாதைகள், இருபக்கமும் முட்புதர்கள் அரணிட்ட கானகப்பாதைகள், செந்நிற மழைநீர் சுழித்தோடும் காட்டாறுகள், கருமேகம்போல் திரண்டெழுந்த பாறைக்கட்டுக்கள், கால்நடைகள் கூடிய பட்டிகள், ஆலமரங்கள் எழுந்த ஊர்மன்றுகள், விழாக்கொண்டாடிய ஆலயமுற்றங்கள் அனைத்தையும் கடந்து சென்றுகொண்டிருந்தான்.

இருநூற்றெழுபது நாட்களுக்குப்பின் அவன் அஸ்தினபுரியின் பெருமதில்வளைவை சிறிய செம்மண்குன்று ஒன்றின்மேல்நின்று பார்த்தான். அவன் நடந்துவந்த தேர்ச்சாலை கீழே செந்நிறமாகச் சுழித்து காட்டை ஊடுருவிச் சென்றுகொண்டிருந்தது. புராணங்கள் வழியாக பாரதவர்ஷத்தின் ஒவ்வொரு குழந்தையும் மொழியறியும் நாளிலேயே அறிந்துகொண்ட அஸ்தினபுரியை அவன் கண்டான். இக்ஷ்வாகு குலத்தின் மூதாதையான குருவில் இருந்து உருவாகிவந்த குருகுலத்தின் தலைநகரம். நூற்றாண்டுகளுக்கு முன்னால் மாமன்னர் ஹஸ்தியால் மயன் வழிவந்த சிற்பிகளைக்கொண்டு அமைக்கப்பட்டது.

சிலகணங்கள் பார்த்துவிட்டு கீழே இறங்கி தேர்ச்சாலை வழியாக நடந்து கோட்டைவாசலை அடைந்தான். மேலே எழுந்து அத்திசையை முற்றாகவே மறைத்துக்கொண்டது சுவர். அவன் கண்ட நகரங்களில் எதிலும் அதற்கிணையான கோட்டை இருந்ததில்லை. பாதாளநாகம் போன்ற கரிய உடல் மீது புதுமழையில் முளைத்த பசும்புற்கள் காற்றில் சிலுசிலுக்க வளைந்து ஓங்கிக் கிடந்தது கோட்டை. கோட்டைக்கு முன்னாலிருந்த அகழிக்குள் முளைத்தெழுந்த நீர்மரங்கள் பசும்கிளைகளை கோத்துக் கொண்டு பச்சைத்தழைப்பு செறிந்து நின்றன. பாதை சற்றே எழுந்து விரியத் திறந்துகிடந்த கோட்டைவாயிலுக்குள் சென்றது. இருபக்கமும் இருபது ஆள் உயரமான கோட்டைக்கதவுகள் திறந்து மண்ணில் புதைந் திருந்தன. கதவின் மரத்தடிகளை இணைத்த இரும்புப்பட்டைகள் துருவேறியிருந்தன. மரச்சிற்பங்கள்மேல்பச்சோந்திக்கால்கள் போல வேர் பதித்து படர்ந்து ஏறி பச்சை இலைகளை விரித்து காற்றிலாடி நின்ற கொடிகளுக்குள் கதவை

மோதும் பகையானை மத்தகங்களைத் தடுக்கும் பித்தளைக்குமிழ்கள் களிம்புப்பச்சை நிறத்தில் காய்கள்போலத் தெரிந்தன.

கோட்டைவாசலிலும் உள்ளே தேர்த்தெருவிலும் எங்கும் காவல் இருக்கவில்லை. காலைவெயிலில் இளமழை பொழிந்துகொண்டிருக்க அவன் புறச்சாலையில் நடந்தபோது நகரமே அமைதியாக இருக்கக் கேட்டு பிரம்மசாபத்தால் தூங்கிக்கொண்டிருக்கும் பெருநகரமோ அது என ஐயம் கொண்டான். மழைப்பிசிர்கள் நின்று, நனைந்த கல்பரப்புகளும் இலைகளும் ஒளி விட்டுக்கொண்டிருப்பதைக் கண்டபடி அவன் நகரத்தெருக்கள் வழியாகச் சென்றான். சுண்ணம் சேர்த்துக்கட்டிய சுவர்களும் செவ்வரக்கு பூசிய மரப்பட்டைக் கூரைகளும் கொண்ட மூன்றடுக்கு மாளிகைகள் இருபக்கமும் அணிவகுத்த அகன்ற தெருக்களில் குழந்தைகள் நீரில் நீந்தும் பரல்மீன்கள் போல பெரிய கண்களுடன் ஓசையே இல்லாமல் விளையாடின. வீட்டுத் திண்ணைகளில் யாழ்களுடன் இருந்தவர்கள், தயிர்கொண்டுசென்ற ஆய்ச்சியர் அனைவரும் கனவுருக்கள் போல அமைதியாக அசைந்துகொண்டிருந்தனர்.

அஸ்தினபுரியில் மாமன்னன் ஜனமேஜயன் பலகட்டங்களாக ஐந்து மாதங்களாக நடத்திவந்த மாபெரும் பூதயாகம் ஒன்று அன்று முடிவுக்கு வந்துகொண்டிருந்தது. நகரமெங்கும் பாரதவர்ஷத்தின் அனைத்துப் பகுதிகளிலிருந்தும் வந்திருந்த வைதிகர்களும் முனிவர்களும் நிறைந்திருந்தனர். அவர்கள் தங்குவதற்காக நகருக்கு வெளியே உபவனத்தில் குடில்கள் கட்டப்பட்டிருந்தன.

ஆஸ்திகன் அங்கே தன்னை வரவேற்றுச் சென்ற சிற்றமைச்சனிடம் "யாயாவர வைதிக குலத்தில் உதித்தவரும் கஸ்யப கோத்திரத்தைச் சேர்ந்தவருமாகிய ஜரத்காரு ரிஷியின் மைந்தன் நான். நைஷ்டிக பிரம்மசாரி. என் பெயர் ஆஸ்திகன்" என்று அறிமுகம் செய்துகொண்டான். அவர் அவனை வணங்கி அழைத்துச்சென்று, ஈச்சை ஓலைகளால் கூரை வேய்ந்து மரப்பட்டைகளால் சுவரமைக்கப்பட்ட அழகிய சிறுகுடில்களில் ஒன்றில் தங்கச்செய்தார். அங்கேயே ஓடிய சிறுநதியில் நீராடி புத்தாடை அணிந்து வழிபாடுகளை முடித்துக்கொண்டு ஆஸ்திகன் ஜனமேஜயனின் வேள்விச்சாலைக்குச் சென்றான்.

அன்று வேள்வியின் இறுதிநாள் என்பதனால் நகரமே வேள்விச்சாலை நோக்கிச் சென்றுகொண்டிருந்தது. பொன்னூல் பின்னல்கள் கொண்ட வண்ண ஆடைகள் அணிந்து பொன்னணிகளாலும் மலர்களாலும் அலங்கரித்துக்கொண்ட பெண்கள். குடுமியில் மயிற்பீலிவைத்து மலர்சுற்றிக்கட்டி பீதாம்பரம் அணிந்த குழந்தைகள். கச்சை வேட்டிகட்டி சரிகை அந்தரீயத்தை வலப்பக்கமாகச் சுற்றி குடுமியில் மலர்க்கொத்துக்கள் அணிந்த ஆண்கள். மெல்ல கனைத்து வழிகேட்ட மாந்தளிர்நிறமான

குதிரைகள் சாமரவாலைச் சுழற்றியபடி இறுகி அசையும் தசைகளுடன் குளம்புகள் தடதடக்க கடந்துசென்றன.

விதவிதமான சிறிய வண்டிகளில் ஏதேதோ பொருட்கள் சென்று கொண்டிருந்ததை ஆஸ்திகன் கண்டான். தாமிர உருளி திறந்த கவந்த வாயுடன் கணகணத்து ஒரு கைவண்டியில் இழுபட்டுச் சென்றது. பெரிய நிலவாய் நிறைய நெய் மூடியிலிருந்த சிறிய ஓட்டைவழியாக அவ்வப்போது சற்று கொப்பளித்துத் துப்பியபடி ஒற்றை மாட்டுவண்டியில் சென்றது. இன்னொரு பெரிய பாத்திரத்தின் இரு காதுகள் வழியாகவும் மூங்கிலைச் செலுத்தி இருவர் தூக்கிக்கொண்டு சென்றனர். தலைச்சுமையாக ஐந்துபேர் தாமரை மலர்களைக் கட்டி எடுத்துக்கொண்டு சென்றனர். அவர்களின் தோள்களில் தாமரைநீர் சொட்டிக்கொண்டிருந்தது.

வானத்தில் எழுந்ததுபோல ஜனமேஜயனின் அரண்மனைமுகடு தெரிந்தது. மரப்பலகையால் செய்யப்பட்டு வெண்சுண்ணமும் அரக்கும் கலந்து பூசப்பட்ட கவிழ்ந்த தாமரை வடிவமான கூரைக்குவை, மண்ணிலிறங்கிய மேகக்குமிழ்போல. அதன்மேல் குருகுலத்தின் அமுதகலசச் சின்னத்தைத் தாங்கிய பெரிய பொன்னிறக்கொடி துவண்டு அசைந்தது. அதைச்சுற்றி தாமரைக்கூட்டங்கள் போல வெண்ணிறமான சிறியமுகடுகள். அரண்மனையின் உள்கோட்டை செம்மண் நிறத்தில் வட்டமாக சுற்றிவளைத்திருக்க அதன் நுழைவாசலின் மரத்தாலான தோரண வளைவுக்குமேல் தொங்கிய காவல்மணியாகிய காஞ்சனம் தாலிச்சின்னம்போல பொன்னிறமாக சுடர்விட்டுக்கொண்டிருந்தது.

அரண்மனைக்குச் செல்லும் பாதையில் இருந்து பிரிந்து வலப்பக்கமாகச் சென்ற பாதை இருபக்கமும் மூங்கில்காடுகள் கொண்டதாக இருந்தது. மூங்கில்செறிவுக்கு அப்பால் பேச்சொலிகளும் உலோகச்சத்தங்களும் கலந்து முழங்க வண்ண அசைவுகள் அலையடித்தன. வேள்விப்புகையின் வாசனை எழ ஆரம்பித்தது. ஈச்சை ஓலைகளை முடைந்து செய்த தட்டிகளாலும் கோரைப்புல் பாய்களாலும் மரப்பட்டைநார் நெய்து செய்யப்பட்ட திரைகளாலும் கட்டப்பட்டிருந்த வேள்விக்கூடத்தின் வட்டவடிவமான மைய அரங்கை ஒட்டி இருபக்கமும் துணைப்பந்தல்கள் இணைக்கப்பட்டிருந்தன. பந்தல்களைத் தாங்கிய வண்ணம்பூசப்பட்ட மூங்கில்தூண்கள் ஈச்சங்குலைகளாலும் தளிரோலைகளாலும் அலங்கரிக்கப்பட்டு பசுங்காடுபோல செறிந்திருந்தன.

பந்தலின் மறுபக்கத்தில் கார்மிகர்கள் வரும் பாதை. அதன் வழியாக மூங்கில்களில் தொங்கிய கூடைகளில் மலர்களும் இலைகளும் நெய்யும் தூபங்களும் வந்துகொண்டிருந்தன. அரசகுலத்தவர் வரும் பாதை எதிரே இருந்தது. வலப்பக்கம் வாழைப்பூ போல செந்நிற மரவுரியாடை அணிந்த முனிவர்கள். இடப்பக்கம் சங்குக்குவியல்கள் போல வெண்ணிற

ஆடையணிந்த வைதிகர்கள். நடுவே சென்று மேலும் இரண்டாகப் பிரிந்த பந்தல்களில் ஒருபக்கம் செந்நிறத் தலைப்பாகைகள் அணிந்த ஷத்ரியர். மறுபக்கம் பொன்னிறத் தலைப்பாகைகள் அணிந்த வைசியர். அப்பால் நீலநிறத் தலைப்பாகைகள் அணிந்த சூத்திரர். ஒவ்வொரு பகுதியிலும் பெண்களுக்கான இடம் தனியாக பகுக்கப்பட்டிருந்தது.

வேள்வி அதிபரான வைசம்பாயனர் வேள்விக்குளத்தின் வலப்பக்கம் மணைமேல் விரிக்கப்பட்ட தர்ப்பைப்பரப்புமேல்அமர்ந்திருந்தார். ஆஸ்திகன் அருகே சென்று அவரை வணங்கினான். தன் குலத்தையும் தந்தையின் பெயரையும் சொன்னபின்பு முனிவர்களின் இடத்துக்குச் சென்று அமர்ந்துகொண்டான். நாற்பதுநாட்களுக்கு முன்பு அரணிக்கட்டையைக் கடைந்து உருவாக்கப்பட்ட நெருப்பு, வேள்விக்குளத்தில் ஹோதாக்களால் ஒவ்வொரு கணமும் ஊட்டப்பட்டு பொன்னிறத்தில் எழுந்தாடிக்கொண்டிருந்தது.

வெளியே மங்கல வாத்தியங்கள் முழங்கின. பல்லியமும் கொம்பும் பெருமுழவும் மணியும் சேர்ந்து கலந்த ஒலியுடன் வேதபண்டிதர்களின் வேதகோஷம் இணைந்து ஒலித்தது. முதலில் கட்டியம் சொல்லும் கோல்காரன் உள்ளே வந்தான். கையில் பெரிய பொன்னாலான தலைக் கோலை வைத்திருந்தான். மிடுக்குடன் உள்ளே வந்து அவைமேடைமேல்ஏறி நின்று தலைக்கோலை மேலே தூக்கி உரக்கக் கூவினான். 'ஜெயவிஜயீபவ! அஸ்தினபுரத்தை ஆளும் வேந்தர், அத்திரி முனிவரின் கொடிவழிவந்தவர், குருகுலத்தோன்றல் பரீட்சித் மாமன்னரின் புதல்வர், மண்ணுக்கும் விண்ணுக்கும் இனியவர், பாரதவர்ஷத்தின் தலைவர் ஜனமேஜய மகாசக்ரவர்த்தி எழுந்தருள்கிறார்!'

மங்கலவாத்தியக்குழு முதலில் உள்ளே வந்தது. அதைத்தொடர்ந்து பூரணக் கும்பம் ஏந்திய வைதிகர் நீர்தெளித்துக்கொண்டு வந்தனர். பின்னர் காவல்வீரர்கள் கவச உடை அணிந்து ஆயுதங்களுடன் வந்தனர். தம்பியரான சுதசேனரும் உக்ரசேனரும் பீமசேனரும் உருவிய வாட்களுடன் சூழ்ந்து வர, முன்னால் புரோகிதர்கள் வேதகோஷமிட்டு அட்சதை வீசி வாழ்த்த, அரங்கிலிருந்த முனிவர்கள் மலர்வீசி ஆசியளிக்க, ஆரங்களிலும் காதுகளின் குண்டலங்களிலும் புஜகீர்த்திகளிலும் கங்கணங்களிலும் கச்சைமணியிலும் செம்மணிகள் சுடர்விட அக்னிதேவன் எழுந்தருளியது போல் ஜனமேஜய சக்ரவர்த்தி பட்டத்தரசி வபுஷ்டையுடன் உள்ளே வந்தார்.

3

குருகுலத்தின் ஐம்பத்திரண்டாவது தலைமுறையைச்சேர்ந்த ஜனமேஜயன் தன் பதின்மூன்றாவது வயதில் மன்னனானபோது அவன் வெல்வதற்கு நாடுகள் ஏதும் இருக்கவில்லை. அவன் தீர்ப்பதற்குரிய சிக்கல்களேதும் எஞ்சவில்லை. அவன் சித்தமோ எரிதழல் காற்றை உணர்வதுபோல காலத்தை ஒவ்வொரு கணமும் அறிந்துகொண்டிருந்தது. ஆகவே அவன் பகடையாட்டத்தில் ஈடுபாடு கொண்டவனாக ஆனான். ஏணியும் பாம்பும் கொண்ட வரைபடத்தின் கட்டங்களில் மானுட வாழ்க்கையின் அனைத்து விந்தைகளும் உறைந்திருப்பதை சிறிது சிறிதாக அவன் காண ஆரம்பித்தான். ஒரு பகடையைப் புரளவைத்து பன்னிரண்டாகவோ சுழியாகவோ ஆகச்செய்யும் விசையின் மர்மங்களே அவன் சிந்தனையை நிறைத்திருந்தன. இரவில் மென்மையான துவர்ப்பும் கசப்பும் கலந்த இனிய மதுவின் போதையில் தூங்கும்போதுகூட அவன் பகடைகளை மனதுக்குள் உருட்டிக்கொண்டிருந்தான். கனவுக்குள் ஏணிகளில் ஏறி பாம்புகளால் கவ்வப்பட்டு சரிந்து மீண்டுவந்தான்.

ஆட்டத்தின் தருணத்தில் ஒருநாள் சேவகன் வந்து உஜ்ஜாலகத்தில் வசிக்கும் தவமுனிவரான உத்தங்கர் வந்திருப்பதாக சேதி சொன்னபோது அவரை விருந்தினருக்கான ஆசிரமத்தில் தங்கவைத்து வேண்டிய காணிக்கைகளைக் கொடுத்து அனுப்பும்படி திரும்பிப் பாராமலேயே ஆணையிட்டான். சேவகன் சென்ற சற்றுநேரத்தில் மரவுரியணிந்த கரிய உடலும், நீண்ட தாடியும் சடைக்கற்றைமுடிகளுமாக உத்தங்கர் வந்து அவன்முன் நின்றார். உரக்கச்சிரித்தபடி "பகடை ஆடுகிறாயா? ஆடு ஆடு... உன் குலத்தை ஒருநாளும் நாகத்தின் நாக்கு விட்டுவிடப்போவதில்லை... உன் தந்தையைக் கடித்த நாகம்தான் அந்த ஆடுகளத்திலும் இருக்கிறது" என்றார்.

அதிர்ச்சியுடன் எழுந்து "என்ன சொன்னீர்கள்? என் தந்தையை நாகம் கடித்ததா?" என்றான் ஜனமேஜயன். உத்தங்கர் உரக்கச் சிரித்து "நினைத்தேன். ஒவ்வொரு கணமும் நிகழும் விதியின் ஆட்டத்தைப்பற்றிய முழுமையான அறியாமை கொண்டவர் அல்லாமல் பிறர் இந்த போலி ஆடுகளத்தின்முன் குனிந்து அமரமுடியாது" என்றார். "ஆடு, ஆடு, உன்னைத்தேடி உனக்கான நஞ்சு வந்துசேரும்" என்றபின் திரும்பிச்சென்றார். "மாமுனிவரே... என்ன சொல்கிறீர்கள்?" என்றபடி ஜனமேஜயன் அவர் பின்னால் சென்றான். ஆனால் அவர் வேகமாக திரும்பிச்சென்று அரண்மனையைவிட்டு நீங்கிவிட்டார்.

அன்றிரவெல்லாம் தூக்கமின்றித் தவித்தபடி அவன் தன் தந்தையைப்பற்றியே எண்ணிக்கொண்டிருந்தான். குளிர்கால இரவொன்றில் படுக்கையில் தூங்கிக்கொண்டிருந்த அவனைக் குனிந்து நோக்கி கால்களை முத்தமிட்டபின்னர் அன்னையின் குழலை வருடிவிட்டு விடைபெற்றுச்சென்ற பரீட்சித்தின் கண்களில் இருந்த அச்சத்தையும் தவிப்பையும், கண்முன் எழுதித் தொங்கவிடப்பட்ட ஓவியத்திரைச்சீலை என அவன் கண்டான். மறுநாள் காலை கருக்கிருட்டில் தேரில் ஏறி, வாசனையாக மட்டுமே புழுதி தெரிந்த தெருக்களின் வழியாகச் சென்று, புறநகர் குறுங்காட்டைத் தாண்டி, உத்தங்கரின் வனக்குடிலை அடைந்தான். இரவெல்லாம் நீண்ட யோகசாதனைக்குப் பின்பு நீராடி சடைமுடியை இளவெயிலில் உலர்த்திக்கொண்டிருந்த அவரது மண்படிந்த மெலிந்த கரிய காலடிகளில் விழுந்து தன் அறியாமையை போக்கும்படிக் கோரினான். சாலமரம் நிழல்விரித்து நின்ற தடாகத்தின் கரையில் அவனை அமரச்செய்து உத்தங்கர் அந்தக் கதையைச் சொன்னார்.

குருகுல மாவீரன் அர்ஜுனனின் மைந்தன் அபிமன்யு தன் பதினாறாவது வயதில் குருஷேத்ரப் போர்க்களத்தில் மடிந்தான். அவன் மனைவி உத்தரைக்கு அப்போது பதினாறு வயது. அரண்மனைக்கு அப்பால் என்ன நடக்கிறதென்பதே அறியாத பேதைப்பெண்ணாக இருந்தாள். ஒவ்வொருநாளும் இறப்புச்செய்திகள் வருவதைக்கொண்டுதான் அவள் குருஷேத்ரப் போரையே அறிந்தாள். அவள் இரவுகள்தோறும் அஞ்சிக்கொண்டிருந்த செய்தி ஒருநாள் வந்தது. அவள் சிலநாட்கள் மட்டுமே அறிந்திருந்த இளம்கணவன், இன்னமும் முழுமையாக அவள் பார்த்திராத முகத்தைக்கொண்ட சிறுவன், மீளமுடியாத படைவளையத்தில் சிக்கி களத்தில் உயிரிழந்தான்.

செய்திகேட்டு மயங்கி விழுந்த அவளுடைய நாடியைப்பிடித்து சோதனைசெய்த அரண்மனை மருத்துவச்சிதான் அவள் கருவுற்றிருப்பதை சொன்னாள். கண்விழித்தெழுந்து உடன்கட்டை ஏறவிரும்பி கதறிய அவளை மூத்தவர்கள் கட்டுப்படுத்தினர். குருகுலத்தின் விதை வயிற்றில்

வளர்கையில் அவள் சிதையேறுவது நூல்நெறியல்ல என்றனர். விதவைகள் நிறைந்த அந்தப்புரத்தின் குளிர்ந்த அமைதியில் தன்னை பூமியுடன் பிணைக்கும் வயிற்றை தொட்டுத்தொட்டு சபித்தபடி அவள் ஒவ்வொரு நாளாக வாழ்ந்தாள். நாற்பத்தோராம் நாள் அவளை நதிக்கரைக்குக் கொண்டுசென்று வண்ண ஆடைகளையும் அணிகளையும் கூந்தலையும் நீக்கி விதவைக்கோலம் கொள்ளச்செய்தனர். அங்கிருந்து மருத்துவச்சிகள் சூழ்ந்த அரண்மனை உள்ளறையின் ஆழத்துக்கு அவள் சென்றாள்.

அதன்பின் அவள் அதுவரையிலான வாழ்க்கையை முற்றிலும் மறக்க முயன்றுகொண்டிருந்தாள். உத்தரநாட்டின் பனிபடிந்த இமயமுகடுகள் வெண்பந்தலாகத் தெரியும் வடதிசையையும், பூவனம் நோக்கி திறக்கும் சாளரங்கள் கொண்ட அரண்மனையில் கழித்த தன் இளமைப் பருவத்தையும், அங்கிருந்து வெம்மை தகிக்கும் சமவெளியையும் அசைவில்லாததுபோலத் தோன்றும் நீலநதிகளையும் கொண்ட இந்த தேசத்துக்கு வந்ததையும், விளையாட்டுத் தோழனாகிய கணவனை அடைந்ததையும் எல்லாம் சித்தத்தால் தேய்த்து தேய்த்து அழிக்கப்பார்த்தாள். சிந்தை தீப்பற்றி எரியும்போது அவளுடைய உடல் நடுநடுங்கி கைவிரல்களெல்லாம் முறுக்கிக்கொள்ளும். பற்கள் கிட்டித்து உதடுகள் கடிபடும். அப்போது அவளுடன் உத்தரதேசத்தில் இருந்து வந்த செவிலி அவள் நாசியில் மயக்கதூபத்தைக் காட்டி தூங்கவைத்தாள்.

வெளிறி மெலிந்து, கன்னங்கள் வறண்டு, வாய் புண்ணாகி, கண்கள் குழிந்து, புதைகுழியிலிருந்து தோண்டி எடுக்கப்பட்ட சடலம் போலிருந்த உத்தரை ஆறுமாதத்திலேயே குழந்தையை பெற்றெடுத்தாள். அக்குழந்தை வெளிவந்த குருதியேகூட செந்நிறமிழந்து மஞ்சளாக இருந்தது என்றனர் மருத்துவச்சிகள். குளிர்ந்த கைகளுடன் நடுங்கும் உதடுகளன்றி உயிரசைவே இல்லாமல் கிடந்த அவளைப்போலவே குழந்தையும் அசைவில்லாமல் கண்மூடிக் கிடந்தது. மருத்துவச்சி அதை மெல்லத்தூக்கி அது உயிருடனிருக்கிறதா என்று பார்த்தாள். அதன் உடலுக்குள் எங்கோ மெல்லிய இதயத்துடிப்பை உணர்ந்தது உண்மையா தன் கற்பனையா என அவள் ஐயம் கொண்டாள்.

குருகுலத்தின் அத்தனை வழித்தோன்றல்களும் குருஷேத்ரக் களத்தில் இறந்தபின் எஞ்சிய ஒரே ஒரு குழந்தை என்பதனால் அதன் வருகையை நாடே எதிர்பார்த்திருந்தது. மாமன்னர் யுதிஷ்டிரர் அஸ்வமேத வேள்வி ஒன்றை தொடங்கவிருந்த நேரம். ஐம்பத்தைந்துநாட்டு மன்னர்களும் அரண்மனை வளாகத்தில் வந்து தங்கியிருந்தனர். செய்திகேட்டு யுதிஷ்டிரர் சோர்ந்து முகம்பொத்தி அரியணையில் சரிந்துவிட்டார். அரண்மனையெங்கும் அழுகுரல்கள் ஒலிக்க ஆரம்பித்தன. வீரகுடி வழக்கப்படி குழந்தையை வாளால் போழ்ந்து வடதிசை மயானத்தில் அடக்கம் செய்யவேண்டுமென்று நிமித்திகர் சொன்னார்கள்.

பட்டத்தரசி திரௌபதி கண்ணீர் மார்பில் சொட்ட ஓடிச்சென்று நதிக்கரை அரண்மனையில் தங்கியிருந்த யாதவ மன்னன் கிருஷ்ணனின் முன்னால் நின்றாள். ஞானியான அவனே தன் குலத்தை அழியாமல் காப்பாற்றவேண்டுமெனக் கோரினாள்.

ஈற்றறைக்கு வந்து குழந்தையைக் கண்டதுமே கிருஷ்ணன் புரிந்து கொண்டான். அதன் அன்னையின் துயரமெல்லாம் தேங்கிய சிமிழ் போலிருந்தது குழந்தை. இக்கணமே இதை இதன் அன்னையிடமிருந்து பிரிக்கவேண்டும், ஒரு துளி தாய்ப்பால்கூட இது அருந்தக்கூடாது என கிருஷ்ணன் சொன்னான். யாதவகுல மருத்துவர்கள் பேருருவமான கடற்சிப்பி ஒன்றைத் திறந்து அந்த உயிருள்ள மாமிசத்தின் வெம்மைக்குள் குழந்தையை வைத்து மூடி எடுத்துக்கொண்டு துவாரகைக்குக் கொண்டுசென்றார்கள். துவாரகையில் மேலும் நான்குமாதம் உயிருள்ள சிப்பிக்குள் இருந்து அது வளர்ந்தது. அக்குழந்தைதான் உன் தந்தை பரீட்சித் என்றார் உத்தங்கர்.

உன் பாட்டி உத்தரை அதன்பின் உயிர்தரிக்கவில்லை. தன் உடல் நீங்கி வெளியே வந்துகிடந்த குழந்தையை உடைந்த கட்டியிலிருந்து வெளிவந்த சீழைப் பார்க்கும் நிம்மதியுடன் பார்த்தபின் கண்களை மூடி மெல்ல விலகிப் படுத்துக்கொண்டாள். தன்னிலை மீளாமலேயே நான்காம் நாள் அவள் இறந்துபோனாள். சிப்பிகளுக்குள் வளர்ந்த சோதனையாலேயே அவனை அனைவரும் பரீட்சித் என்று அழைத்தனர். தாயின் இதயத்துடிப்புகள் கேளாமால், முலைச்சுவை அறியாமல் பரீட்சித் வளர்ந்தான். அவன் அறிந்ததெல்லாம் உப்பு சுவைக்கும் கடல்மணத்தை மட்டும்தான். எஞ்சிய வாழ்நாளெல்லாம் அவன் மண்ணில் கால்நிலைக்காதவனானான்.

மண்ணிலிறங்கியதும் உயிர்வெறியுடன் உண்டும் குடித்தும் பரீட்சித் வளர்ந்தான். நூல்களும் நெறிகளும் வித்தைகளும் கற்றுக் கொடுக்கப்பட்டாலும் அவனுக்கு அவன் குலக்கதைகள் ஏதும் சொல்லப்படவேயில்லை. ஒருமுறைகூட அவன் அஸ்தினபுரிக்கு அனுப்பப்படவுமில்லை. எனவே அஸ்தினபுரியை கண்ணுக்குத்தெரியாத இருள்போல நிறைத்திருந்த மாபெரும் போரின் நினைவுகள் எதையும் அவனறியவில்லை. வேட்டையில் விருப்பம்கொண்டவனாகவும், நேற்றும் நாளையும் இல்லாத துடுக்கு கொண்ட இளைஞனாகவும் அவன் வளர்ந்தான். பாட்டிவழி உறவான மாத்ரதேசத்தில் இருந்து மாத்ரிதேவியை மணம்செய்துகொண்டான்.

பரீட்சித்துக்கு பதினெட்டு வயதிருக்கையில் சக்ரவர்த்தி யுதிஷ்டிரர் அவனை இந்திரப்பிரஸ்தத்தின் இளவரசனாக பட்டம்சூட்டி ஆட்சியதிகாரத்தை யுயுத்சுவிடம் கையளித்துவிட்டு தன் உடன் பிறந்தவர்களுடன் மகாபிரஸ்தானம் சென்றார். ஆனால் இருபத்தெட்டு

வயதுவரை பரீட்சித் அரசபதவி ஏற்காமல் காட்டில் வேட்டையாடி அலைந்தான். ஜனமேஜயன், சுருதசேனன், உக்ரசேனன், பீமசேனன் என்னும் மைந்தர்கள் பிறந்தபின்னரும் அவன் செங்கோல் ஏந்த சித்தமாகவில்லை.

ஆனால் குருகுலத்து மன்னர்களின் வாழ்க்கை என்பது அவர்களை நிழலெனத்தொடரும் நாகங்களுடன் அவர்கள் ஆடும் ஒரு பகடை யாட்டம் மட்டுமே. வேட்டைக்காகக் காட்டுக்குச்சென்ற பரீட்சித் அங்கே மரத்தடியில் தவம்செய்துகொண்டிருந்த சமீகர் என்ற முனிவரைக் கண்டான். பேசாநெறி கொண்ட அவரிடம் இந்தப்பாதை எங்குசெல்கிறது என்று கேட்டான். அவர் பதில் சொல்லாததைக் கண்டு சினம்கொண்டு சட்டென்று திரும்பி அங்கே புதரில் நெளிந்த பச்சைப்பாம்பொன்றைப் பிடித்து மரத்திலறைந்து கொன்று அவர் கழுத்தில் போட்டுவிட்டு திரும்பிவிட்டான்.

“ஜனமேஜயா, அந்தப்பாம்பின் பெயர் ஆனகன்” என்றார் உத்தங்கர். மண்ணுலகை நிறைத்திருக்கும் நாகர்களின் உலகைச்சேர்ந்தவன் அவன். குருகுல மன்னர்களை ஒவ்வொரு கணமும் நாகங்கள் பின்தொடர்ந்துகொண்டிருந்தன. அன்றைய பணியை ஆனகன் செய்துகொண்டிருந்தான். ஒவ்வொரு கணமும் ஒரு விதியின் தருணத்தை எதிர்நோக்கியிருந்த நாகங்கள் அந்தக் கணத்திலிருந்து இன்னொரு கதையை தொடங்கின. ஏழு நாகங்கள் ஏழு முனிகுமாரர்களாக உருவம்கொண்டு சமீகரின் மகன் கவிஜாதனை தேடிச்சென்றன. வடக்கு மலைகளில் குரங்குமனிதர்களின் வழிவந்த குலங்களில் ஒன்றைச்சேர்ந்த பெண்ணுக்கும் சமீகருக்கும் பிறந்தவன் அவன். வனத்தில் கனிகள் தேடச்சென்ற கவிஜாதனை விளையாட அழைத்த நாகங்கள் அவனை எள்ளி நகையாடின. ‘செத்த பாம்பை அணிந்த உன் தந்தை சிவனுக்கு நிகரானான்’ என்றன.

சினம்கொண்ட கவிஜாதன் பரீட்சித்தைத்தேடி வந்தான். இரவில் தன் அரண்மனை லதாமண்டபத்தில் மதுக்கோப்பையுடன் தனித்திருக்கையில் மரங்களின் வழியாக குரங்குபோல ஒருவன் தாவித்தாவி வருவதைக் கண்டு எழுந்து திகைத்து நின்றான் பரீட்சித். அருகே வந்து இறங்கிய கவிஜாதன் குரங்குமுகத்தில் கடும்சினத்தால் சிரிப்பு போல விரிந்த பற்களைக் காட்டி “நான் உன்னால் அவமதிக்கப்பட்ட சமீகரின் மைந்தன். என் பெயர் கவிஜாதன். உன்னிடம் உன் விதியை சொல்லி விட்டுச் செல்வதற்காக வந்தேன்” என்றான். “நீ யாரென்று நீ அறிய வில்லை, நீ என்னவாகப்போகிறாய் என்றும் நீ அறியவில்லை. பிறக்கும்போது தன் விதியை எதிர்காலமாகக் கொண்டு பிறப்பவனே மனிதன். நீ இறந்தகாலத்தையே விதியாகக் கொண்டு பிறந்திருக்கும் சபிக்கப்பட்டவன்.”

பிரமித்து நின்ற பரீட்சித்திடம் கவிஜாதன் சொன்னான், “உன் குலவரலாறு முழுக்க உன் குருதியில் இருக்கிறது. அவற்றின்மீது ஒரு மெல்லிய பட்டாடையைப்போட்டு மூடிவிட்டுச் சென்றிருக்கிறான் யாதவகிருஷ்ணன். அதை நான் இதோ கிழிக்கப்போகிறேன். நீ குருதிமழையில் பிறந்த எளிய காளான். அதற்குமேல் ஒன்றுமில்லை... என்னுடன் வா. உனக்கு நீ பார்த்தேயாகவேண்டிய காட்சியொன்றைக் காட்டுகிறேன்.”

மொத்த அறிவும் அதை விலக்கியபோதிலும் பரீட்சித்தால் செல்லாமலிருக்க முடியவில்லை. கவிஜாதன் அவனைத் தூக்கி மரக்கிளைகள் வழியாகவே கொண்டு சென்றான். காடுகளின்மீது பரவிய இலைப்பரப்புகளுக்குமேல் நீரில் நீந்துவதுபோல சென்றுகொண்டிருந்தான். அது வளர்நிலவு பதின்மூன்றாவது நாள். வானத்தில் முழுநிலவு நிறைந்திருந்தது. பின்னிரவில் கவிஜாதன் பரீட்சித்தை ஒரு பெரிய வெட்டவெளிக்குக் கொண்டுசென்று இறக்கினான். அது எந்த இடம் என்று பரீட்சித் வினவினான். அஸ்தினபுரியின் ஒவ்வொரு மனமும் அறிந்த இடம், முப்பதாண்டுகளாக எவருமே வந்திராத இடம் என்றான் கவிஜாதன். இங்கே வருவதற்கு மானுடப்பாதைகள் இல்லை, நரிகளின் தடம் மட்டுமே உள்ளது. இந்த மண்ணின் பெயர்தான் குருஷேத்ரம்.

நிலவின் ஒளியில் கண்ணுக்கு எட்டிய தொலைவுவரை விரிந்திருந்த செம்மண் பொட்டலில் சிறிய கோபுரங்கள் போல சிதல்புற்றுகளும் ஆங்காங்கே ஒரு சிலமுள்மரங்களும் நின்றன. பித்தெழுந்த கனவில் நிற்பவன் போல பரீட்சித் அந்த மண்ணில் நின்றான். அக்கணமே அவன் அனைத்தையும் தனக்குள் கண்டுவிட்டான். நிலையழிந்தவனாக அந்த மண்ணில் ஓடி ஓடிச் சுழன்றுவந்தான். ஒரு புற்றை அவன் உடைத்தபோது உள்ளே ஓர் யானையின் எலும்புக்கூடு அதன் மத்தகத்தைப் பிளந்த வேலுடன் இருக்கக் கண்டான். பின்பு வெறிகிளம்பி ஒவ்வொரு புற்றாக உடைத்து உடைத்துத் திறந்தான். ஒவ்வொன்றுக்குள்ளும் வெள்ளெலும்புக் குவியல்களைக் கண்டான். ஒரு தருணத்தில் திகைத்து நின்று பின்பு தளர்ந்து விழுந்தபோது அந்த மண் ஒரு குடல்போல செரித்துக்கொண்டிருப்பதன் ஒலியைக் கேட்டான்.

அங்கே ஆடும் நிழல்களை நோக்கும்படி கவிஜாதன் சொன்னான். ஒளியைக் கண்ட கண்களை நிழலைக் காணும்படி பழக்கியபோது பரீட்சித் நாகங்களைக் கண்டான். இருண்ட மெல்லிய நிழலாட்டங்களாக நாகங்கள் அங்கே நிறைந்திருந்தன. கண் தெளியும்தோறும் நாகங்கள் பெருகிக்கொண்டே சென்று ஒரு கட்டத்தில் கருநாகங்களாலான மாபெரும் வலையொன்றைக் காணமுடிந்தது. நெளிந்துகொண்டிருந்த அந்த வலையில் அந்தப் படுகளம் சிக்கி அசைந்துகொண்டிருப்பதாகத்

தோன்றியது. அச்சத்துடன் அவன் கவிஜாதனை நெருங்கி அவன் கைகளைப் பற்றிக்கொண்டான். "நான் காட்ட விரும்பியது இதைத்தான் மன்னனே! நீ நாகங்களின் விளையாட்டுப் பாவை அன்றி வேறல்ல... அதோ சுடர்விடும் அந்த இரு செவ்விழிகளும் நாகங்களின் அரசனான தட்சனுடையவை. இன்றில் இருந்து ஏழாம் நாள், மார்கழி மாதம் சப்தரிஷி விண்மீன்கள் ஏழும் ஒரே ராசியில் வந்து சேரும்போது நீ அவன் நச்சுக்கடியை ஏற்று உயிர்விடுவாய்" என்றான் கவிஜாதன்.

காலையில் பரீட்சித்தைத் தேடிவந்த சேவகர்கள் அவனைக் காணாமல் திகைத்தனர். நந்தவனத்தின் வாயில்களேதும் திறக்கப்பட்டிருக்கவுமில்லை. அமைச்சர்களும் பிறரும் சேர்ந்து தேடியபோது லதாமண்டபத்திலிருந்த புதர் ஒன்றுக்குள் உடல் நடுங்கி ஒடுங்கியிருந்த மன்னனைக் கண்டு பிடித்தனர். காலடியோசை கேட்டதும் அவன் அதிர்ந்தான். தொடுகையில் அவன் உடல் துள்ளித்துள்ளி விழுந்தது. கண்கள் கலங்கி வழிய பார்வை நிலையற்று அலைபாய்ந்தது. அவனால் ஒரு சொல்லும் பேசமுடியவில்லை. அவனை அள்ளிக் கொண்டுசென்று படுக்கவைத்தனர். வேகம் மிகுந்த மதுவும் சித்தத்தை அமைதிசெய்யும் மருந்துகளும் கொடுத்து மெல்லமெல்ல அவனை மீட்டெடுத்தனர்.

பரீட்சித் அன்றே தேரேறி கிளம்பிச்சென்று தன் குலகுருவான வைசம்பாயன மகரிஷியைக் கண்டு என்னசெய்வதென்று கேட்டான். "நாகங்கள் காமம் அகங்காரம் என்னும் ஆதி இச்சைகளின் பருவடிவங்கள். ஆதி இச்சைகளை வென்றவனை நாகங்கள் அண்டமுடியாது" என்று நெறிநூல்களை ஆராய்ந்து வைசம்பாயனர் பதிலுரைத்தார். அத்தனை இச்சைகளையும் அணைத்துவிட்டு தனக்குள் தானே நிறைந்து தனித்திருந்தால் நாகங்கள் தீண்டவே முடியாதென்று வழிசொன்னார். "ஆனால் அது மனிதர்களுக்கு எளியதல்ல. ஐந்தும் அடக்கி அகத்தையும் வென்ற முனிவர்களே தோற்றுவிடுவார்கள்."

"எனக்கு வேறு வழியில்லை குருநாதரே" என்றான் பரீட்சித். தன் அவைச்சிற்பிகளை அழைத்து அன்று மாலைக்குள் ஒரு தவச்சாலையை அமைத்தான். அஸ்தினபுரிக்கு கிழக்கே இருந்த ஏரிக்குள் எட்டு தூண்களின் மீது அந்தச் சாலை அமைந்தது. அரச உடைகளைக் களைந்து, துறவுக்குரிய மரவுரி அணிந்து, தன் நாட்டை அமைச்சர்களிடம் ஒப்படைத்துவிட்டு, தன் உடைமைகள் அனைத்தையும் அறிஞர்களுக்கும் எளியவர்களுக்கும் கொடையளித்துவிட்டு பரீட்சித் அதற்குள் தஞ்சம் புகுந்தான். அறவோர் வகுத்த கடும் நோன்புகள் வழியாக தன் காமத்தையும் அகங்காரத்தையும் முழுமையாகவே தன்னிலிருந்து இறக்கி வைத்தான். அச்சத்தால் நடுங்கும் உடலுடன் தன் நிழலைத் தானே பார்த்துக்கொண்டு அந்தச் சாலைக்குள் அவன் தனித்திருந்தான்.

விதியின் தூதனாக வந்த தட்சன் அந்த நீரரணுக்கு வெளியே ஆறுநாட்கள் பரீட்சித்தின் நோன்பின் ஒவ்வொரு கணத்தையும் நோக்கியபடி இமையா விழிகளுடன் காத்திருந்தான். விதியின் திட்டத்தை பரீட்சித் தன் நெறியால் வென்றுவிட்டானென்று அவன்கூட நினைத்தான். ஏழாம்நாள் இரவில் நடுச்சாமம் முடிவதற்கு ஒருநாழிகைக்கு முன்னால் தன்னைக் காணவந்த வைதிகன் ஒருவனிடம் பரீட்சித் "எனக்கு இனி சோதனைகளேதுமில்லை. நான் காமத்தையும் அகங்காரத்தையும் முற்றிலும் வென்றுவிட்டேன்" என்று சொன்னபோது அந்த அகங்காரத்தையே காரணமாகக் கொண்டு தட்சன் ஒரு சிறுபுழுவின் வடிவில் பரீட்சித்தின் தவச்சாலைக்குள் நுழைந்தான். அன்றிரவு பரீட்சித் தன் நோன்புணவுக்காக மாதுளம்பழமொன்றை எடுத்தபோது தட்சன் அதற்குள்ளிருந்து சிறிய சிவந்த புழுவாகக் கிளம்பி பரீட்சித்தின் உதடுகளில் நச்சுமுத்தமிட்டான். குருகுலத்தின் ஐம்பத்தோராவது மன்னனும் நாகங்களின் விளையாடலுக்கு இரையானான்.

உத்தங்கர் சொன்ன கதையைக்கேட்டு ஜனமேஜயன் கண்ணீர் வடித்தான். திரும்பி வந்தவன் சூதர்கள் அனைவரையும் வரவழைத்து தன் குலக்கதைகள் அனைத்தையும் ஒன்றுகூட மிச்சமில்லாமல் பாடக் கேட்டான். நாகங்களின் வலையில் சிக்கிய சிறு பூச்சிகளே தானும் தன்குலத்து மூதாதையர் அனைவரும் என உணர்ந்தபின்பு தன் குலகுருவான வைசம்பாயனரை அழைத்து ஆலோசனை கேட்டான். "சர்ப்பசாந்தி வேள்விகள் வழியாக நாகங்களை நிறைவுசெய்யலாம். அது ஒன்றே வழி" என்றார் வைசம்பாயனர். "அந்த வேள்விகளால் நாகங்களை முழுமையாகவே தடுத்துவிடமுடியுமா?" என்று கேட்டான் ஜனமேஜயன். "ஒருபோதும் முடியாது. நாகங்கள் தங்கள் நிழல்களில் இருந்தே மீண்டும் முளைத்தெழக்கூடியவை. ஒவ்வொரு உடலிலும் நாகங்கள் உள்ளன. மிருகங்களில் வாலாகவும் நாவாகவும் இருப்பவை நாகங்களே. மனிதர்களின் கைநகங்களெல்லாம் நாகத்தின் பற்களே" என்றார் வைசம்பாயனர்.

"குருநாதரே, இனி இந்த மண்ணில் குருஷேத்ரங்கள் நிகழக்கூடாது. இனிமேல் மானுடக்குருதி மண்ணில் விழக்கூடாது. அதற்கான வழி உண்டா? அதை மட்டும் சொல்லுங்கள்" என்றான் ஜனமேஜயன். நூல்களை ஆராய்ந்து வைசம்பாயனர் "ஆம் உண்டு" என்று சொன்னார். "அது தேவர்களும் அசுரர்களும்கூட நினைக்கமுடியாத வழி. காமமும் அகங்காரமுமாக ஈரேழு உலகையும் நிறைத்திருக்கும் நாகர்களை இந்த மண்ணிலிருந்தும் விண்ணிலிருந்தும் பாதாளத்திலிருந்தும் முழுமை யாகவே அழிக்கவேண்டும். அதற்குரிய பூதயாகம் ஒன்றை அதர்வவேதம் சொல்கிறது. அதன் பெயர் சர்ப்பசத்ர வேள்வி. அந்த வேள்வியை முழுமையாக நாம் நடத்திமுடித்தால் மனிதகுலத்தின் உள்ளங்களுக்குள்

உறைந்து கிடக்கும் மொத்த இருட்டையும் அந்த வேள்வித்தீயில் எரித்து அழிக்கமுடியும். கடைசி பாம்பும் எரிந்து அழியும்போது மனிதகுலத்தின் உள்ளங்கள் முழுக்க தூய வெளிச்சம் மட்டும்தான் மிச்சமிருக்கும். அங்கே போட்டியும் பொறாமையும் இருக்காது. காமமும் வெறுப்பும் இருக்காது... அதற்குப்பின் உலகத்தில் தீமையே இருக்காது... மனிதகுலத்தில் போரே நடக்காது...”

“அதைச் செய்கிறேன் குருநாதரே” என ஜனமேஜயன் தன் ஆசிரியரின் கால்களைப் பற்றிக்கொண்டான். “என் அரசு செல்வம் அனைத்தையும் அதன்பொருட்டுச் செலவிடுகிறேன். அதற்காகவே வாழ்கிறேன்... அதற்காக எதற்கும் சித்தமாக இருக்கிறேன்.” கண்ணீருடன் அவன் சொன்னான். “குருஷேத்ர மண்ணில் செத்து விழுந்த ஐந்துலட்சம் மனிதர்களிடம் நான் சொல்லவிரும்புகிறேன் குருநாதரே, எங்கள் மூதாதையர்களே நீங்கள் நிம்மதியாக உறங்குங்கள். இனிமேல் நாங்கள் போர் செய்ய மாட்டோம். இனிமேல் நாங்கள் சகமனிதனை வெறுக்க மாட்டோம். நீங்கள் உங்கள் உயிரைக்கொடுத்து கற்றுத்தந்த பாடத்தை நாங்கள் கற்றுக்கொண்டோம்... அப்படியொரு சொல்லை என்னால் சொல்லமுடிந்தால் நான் குருகுலத்தின் வாழ்க்கையை நிறைவுசெய்தவன் ஆவேன். களத்தில்பட்ட அத்தனை குருகுலத்தினருக்கும் என் கடனை செய்தவனாவேன்.”

ஜனமேஜயனின் ஆணைப்படி இருபதாண்டுகாலம் முயன்று வைசம்பாயனர் சர்ப்பசத்ர வேள்வியை ஒருங்கிணைத்தார். நான்கு மாதங்கள் எட்டுத்திசைகளிலும் நடந்த உபவேள்விகள் வழியாக சமித்துகளை சேர்த்தார். அதற்காக பாரதவர்ஷமெங்கணும் இருந்து முனிவர்களையும் வைதிகர்களையும் பண்டிதர்களையும் வரவழைத்தார். பாரதவர்ஷத்தின் ஐம்பத்தாறு தேசங்களிலிருந்தும் வேள்விநெருப்புக்குரிய ஆயிரத்து எட்டு அவிப்பொருட்களைச் சேர்த்தார். பங்குனி மாதம் தேய்நிலவு முதல்நாளில் அரண்மனை அருகே எழுப்பப்பட்ட வேள்விக்கூடத்தில் மகாசர்ப்பசத்ர வேள்வி தொடங்கியது. முப்பத்துமுக்கோடி வானவரும், மும்மூர்த்திகளும், மூதாதையரும் அவியளித்து நிறைவுசெய்யப்பட்டனர். திசைத்தேவர்களும் விண்ணக முனிவர்களும் வேதமூர்த்திகளும் மகிழ்விக்கப்பட்டனர். காவல்பூதங்களும் கானக தேவதைகளும் கனியச்செய்யப்பட்டனர். வேள்விமங்கலம் நிறைவடைந்தபின் நாற்பதுநாட்களுக்குப்பின்பு பூர்ணாகுதி நிகழவேண்டிய இறுதி நாள் அன்று. ஆடிமாதம் வளர்பிறை ஐந்தாம்நாள்.

4

சர்ப்பசத்ர வேள்விப்பந்தலில் பெருமுரசம் தொலைதூர இடியோசை போல முழங்க, மணிமுடி சூடி உள்ளே நுழைந்தபோது ஜனமேஜயன் தன் இளமைக்கால நினைவொன்றில் அலைந்து கொண்டிருந்தார். அவரும் தம்பியர் உக்ரசேனனும் சுருதசேனனும் பீமசேனனும் சிறுவர்களாக வனலீலைக்குச் சென்றபோது நடந்தது அது. யமுனை நதிக்கரையில் அவர்கள் சிறுவேட்டையாடியும் மரங்களிலாடியும் நீரில் துழாவியும் விளையாடினர். ஜனமேஜயன் தன் தம்பி சுருதசேனனிடம் வேள்விசெய்து விளையாடலாமென சொன்னான். ஷத்ரியர்கள் செய்யவேண்டிய வேள்விச்சடங்குகள் அவர்களுக்கு அப்போதுதான் கற்பிக்கப்பட்டிருந்தன. நதிக்கரையில் கல்லடுக்கி வேள்விக்குளம் அமைத்து, சமித்துகள் பொறுக்கிச் சேர்த்து, அரணிக்கட்டை உரசி நெருப்பாக்கி அவர்கள் வேள்வியைத் தொடங்கினர். வேட்டையாடிக் கொண்டுவந்திருந்த மாமிசத்தையும் காட்டுமலர்களையும் காய்களின் நெய்யையும் ஆகுதியாக வைத்தனர்.

வேள்விக்குதிரை இல்லையே என்று சுருதசேனன் கேட்டான். காட்டிலிருந்து ஏதாவது ஒரு மிருகத்தைக் கொண்டுவா என்று ஜனமேஜயன் சொன்னான். தம்பியர் மூவரும் புதர்களைத் துழாவுகையில் குழிக்குள் கிடந்த ஒரு நாய்க்குட்டியைக் கண்டனர். எட்டு நாட்களுக்குமுன் காட்டுநாய் ஒன்று பெற்றிட்டது அந்தக்குட்டி. அதை அதன் அன்னை ஷிப்ரதேஜஸ் என அழைத்தது. வேட்டைக்குச் சென்ற அன்னை கொண்டுவரும் உணவுக்காகப் பசியுடன் காத்திருந்து சலித்து மெல்ல புதருக்குள் இருந்து வெளிவந்து அது முந்தையநாள் திறந்த புத்தம்புதிய கண்களால் உலகத்தைப் பார்த்தபோதுதான் அவர்கள் அதைக் கண்டடைந்தனர். அதை சுருதசேனன் தூக்கிக்கொண்டு வந்தான். அதையே வேள்விக் குதிரையாக உருவகித்து அதற்கு காட்டுக்கொடிகளால்

சேணமும் கடிவாளமும் இட்டு வேள்வித்தூணில் கட்டினர். அதர்வவேத மந்திரங்களை முழக்கி வேள்வியைத் தொடங்கினர்.

பசித்த நாய்க்குட்டி நான்கு கால்களையும் ஊன்றி திமிறி கழுத்தை கட்டில் இருந்து உருவி ஓடிவந்து தன் இயற்கையால் மாமிச வாசனையை வாங்கிக்கொண்டு சிறியவாலை ஆனந்தமாகச் சுழற்றியபடி வேள்விப்பொருளாக வைக்கப்பட்டிருந்த மானிறைச்சியை நக்கி உண்ண ஆரம்பித்தது. திரும்பி அதைப்பார்த்த ஜனமேஜயன் தன் கையிலிருந்த தர்ப்பையால் அதன் முகத்தில் ஓங்கியறைந்தான். தர்ப்பை முட்கள் கண்ணில் குத்த நாய்க்குட்டி விழிகளை இழந்து ஓலமிட்டழுதபடி செடிகளில் முட்டியும், கற்களில் தடுக்கியும், கொடிகளில் சிக்கியும் காட்டுக்குள் ஓடியது. அந்த ஓலம் விண்ணகத்தில் இருக்கும் நாய்களின் தெய்வமாகிய சரமையின் செவிகளில் விழுந்தது. அந்தச் சிறுநாயில் குடிகொண்டு எழுந்து, பொன்னிற உடலும், நீண்ட வாலும், அர்க்கியமிடக் குவிந்த கைகள் போன்ற செவிகளுமாக ஜனமேஜயன் முன்னால் சரமை வந்து நின்றது.

“ஒவ்வொரு உயிருக்கும் அதற்கான மனமும் உடலும் படைப்பு சக்தியால் அளிக்கப்பட்டிருக்கின்றன. அவை ஒவ்வொன்றையும் உணர்ந்து அவையனைத்தும் தங்களுக்கு உகந்தபடி வாழ்வதற்கு வழிசெய்வதே மன்னனின் கடமை. நக்குவது நாயின் இச்சையாகவும் தர்மமாகவும் உள்ளது. அதைச் செய்தமைக்காக நீ அதன் மெல்லிய சிறுகழுத்தையும் மலர்ச்செவிகளையும் வருடி ஆசியளித்திருக்கவேண்டும். உன் மனம் அதைக்கண்டு தாயின் கனிவை அடைந்திருக்கவேண்டும். ஆனால் நீ நெறிவழுவினாய்” என்றது சரமை. தவறை உணர்ந்த ஜனமேஜயன் எழுந்து கண்ணீருடன் கைகூப்பி நின்றான். “தவறுக்கான தண்டனையை நீ அனுபவித்தாகவேண்டும். இந்த விழியிழந்த நாய்போலவே நீ வாழ்நாள் முழுக்க இருப்பாய்” என்று சொல்லி சரமை மறைந்தது.

கண்ணிழந்த நாயின் பதைப்பை அதன்பின் தன்னுள் என்றும் உணர்ந்துகொண்டே இருந்தார் ஜனமேஜயன். தெரியாதவற்றிலும் அறியாதவற்றிலும் முட்டி மோதிச் சரிவதையே தன் வாழ்க்கையாகக் கொண்டிருந்தார். புரியாதவை எல்லாம் அகத்தில் எத்தனை பெரிதாகின்றன என்று அவர் அறிந்தார். தன்னை அறிந்துகொள்ள முடியாதவனின் தனிமையை தெய்வங்களும் நீக்கமுடியாதென்று உணர்ந்தார். அந்த இறுதிநாளில் வேள்விக்கூடத்தினுள் நுழைந்தபோது அங்கிருந்த நூற்றுக்கணக்கான பந்தற்கால்களில் அவருடைய சித்தம் நிலையழிந்து முட்டிமுட்டி தத்தளித்தது.

வேள்விச்சாலைக்குள் புகுந்த மாமன்னனையும் பட்டத்தரசியையும் வைசம்பாயனர் அழைத்துச்சென்று செம்மணிக் கண்கள் விழித்த

பொற்சிம்மங்கள் வாய்திறந்து நின்ற ஆசனத்தில் அமரச்செய்தார். யுதிஷ்டிரர் அமர்ந்த அரியணை என்பதனால் தர்மபதம் என்று அழைக்கப்பட்ட அது அறம் வழுவியவர்களை எரித்தழிப்பது என்றனர் சூதர்கள். குடிமக்களின் வாழ்த்தொலிகளும் வேதகோஷமும் கலந்து அருவியொலிபோல எழுந்தன. முனிவர்களின் மலர்களும் வைதிகரின் மங்கல அரிசியும் அவர் மீது மழையெனப் பொழிந்தன.

யக்ஞ எஜமானராகிய வைசம்பாயனர் கைகூப்பி “சக்கரவர்த்திக்கு வணக்கம். இன்று இந்த வேள்வியின் இறுதிநாள். இன்றும் தாங்களே வேள்விக் காவலனாக அமர்ந்து இதை முழுமை செய்யவேண்டும்” என்று கேட்டுக்கொண்டார். ஜனமேஜயன் “அவ்வாறே ஆகட்டும்” என்றபடி கைகூப்பியபடி சிம்மாசனத்தில் அமர்ந்தார். அமைச்சர் ஒருவர் ஜனமேஜயன் கையில் பட்டில் சுற்றப்பட்ட நாரத சுருதியின் ஓர் ஏட்டுப்பிரதியை அளிக்க, தலைமை தளகர்த்தர் மணிகள் ஜொலித்த பொன் உறையுடன் கூடிய சிறிய உடைவாளை அளித்தார். நால்வருணத்து குடித்தலைவர் நால்வர் சேர்ந்து ஜனமேஜயனின் செங்கோலைக் கொண்டுவந்து அவரிடம் அளித்தனர். மேலே விரிந்த தாமரைமீது அமுதகலசச் சின்னம் கொண்ட பொற்செங்கோலை ஜனமேஜயன் வலக்கையில் ஏந்திக்கொண்டார்.

வைசம்பாயனர் அவருக்கான பீடத்தில் அமர்ந்துகொண்டதும் முதன்மை ஹோதாவான சண்டபார்க்கவர் எழுந்து வணங்கி தர்ப்பையை அவர் கையில் கொடுத்து வேள்வியை முடிக்கும்படிக் கோரினார். கடலோர தென்னகத்தின் சேர நாட்டிலிருந்து வந்திருந்த சண்டபார்க்கவர் பிருகுவின் மைந்தரான சியவன முனிவரின் குருகுலத்தைச் சேர்ந்தவர். நால்வகை வேதங்களில் அதர்வத்தை முதன்மையாக்கி, பூதயாகங்களை முதல்முறைமையாகக் கொண்டு, யோகானுஷ்டானங்கள் வழியாக பிரம்மத்தை அணுகும் சியவன முறை தென்மேற்கு திராவிடத்திலும் வங்கத்திலும் மட்டுமே தழைத்திருந்தது. சண்டபார்க்கவர் தர்ப்பையை நாகவிரலில் கட்டுவதைக் கண்டதுமே ஆஸ்திகன் அவர் தான் கற்ற சியவன குருகுலத்தவர் என்பதைக் கண்டுகொண்டான்.

முரசுகள் மீண்டும் முழங்கியதும் அதுவரை இருந்த ரித்விக்குகள் எழுந்து புதியவர்கள் அமர்ந்துகொண்டனர். அனைவரும் கரடித்தோலைப் போர்த்தியிருந்தனர். ஒவ்வொருவரின் பின்னாலும் உபஹோதாக்கள் அமர்ந்து சமித்துக்களை எடுத்துக்கொடுக்க அவர்கள் கடைசிகட்ட ஆகுதிகளை ஆரம்பித்தனர். எளியவையும் அரியவையுமான நீரும், இலைகளும், மலர்களும் முதல்கட்டத்தில் நெருப்புக்கு அளிக்கப்பட்டன. அரியவையும் இன்றியமையாதவையுமான நெய்யும், உணவும், ஆடைகளும் அதன்பின்னர் அவியாகப் பொழியப்பட்டன. அதன்பின் அரியவையும், அற்பமானவையும், மாமன்னர்கள் படைதிரட்டி

ஒருவரையொருவர் கொன்றுகுவிக்கக் காரணமாக அமைந்தவையுமான நவமணிகள் அவியிடப்பட்டன. வேள்விச்சாலையில் ஒவ்வொருவர் கண்களும் அவற்றிலேயே பதிந்திருந்தன. கண்ணீர்த்துளிகள் போல, குருதித்திவலைகள் போல, விந்துச்சொட்டுகள் போல அவை நெருப்பில் விழுந்தபோது அரங்கெங்கும் நெடுமூச்சுகள் எழுந்தன.

பூதயாகத்திற்கென நவத்துவாரங்களையும் மூடி முறைப்படி கொல்லப் பட்ட மானின் இறைச்சியும், பன்றியின் இறைச்சியும், பசுங்கன்றின் இறைச்சியும் அவியாக்கப்பட்டன. சத்வ, தமோ, ரஜோ குணம் கொண்ட அவை விண்ணாளும் தேவர்களுக்கு உணவாயின. பாதாளமூர்த்திகளுக்கு காகங்களும், நீர்த்தவளைகளும், தேரட்டைகளும், மீன்களும் அவியாக்கப் பட்டன. பறப்பவையும் தாவுபவையும் ஊர்பவையும் நீந்துபவையுமான அத்தெய்வங்களெல்லாம் அவிபெற்று பசியடங்கின. கடைசியாக சண்டபார்க்கவரும் அவருடன் வந்த பதினெட்டு ஹோதாக்களும் தம் வலக்கைகளைக் கிழித்து சொட்டிய குருதியை அவியாக்கினர்.

யாகநெருப்பு பலாச விறகையும் ஆலமர விழுதையும் உண்ணும் அதே பாவனையில் அவற்றை எல்லாம் உண்டு நின்றாடியதை ஆஸ்திகன் கண்டான். அதர்வ வேத சூக்தங்கள் வானிலிருந்து இழியும் அருவியின் ஓசையில், துதிக்கை தூக்கிப் பிளிறும் மதகரியின் குரலில், நிலத்தை அறைந்து கர்ஜிக்கும் சிம்மத்தின் ஒலியில் கேட்டுக்கொண்டிருந்தன. பின்பு வைசம்பாயனர் எழுந்து கை கூப்பினார். "இன்று சிராவண மாதம் சுக்லபஞ்சமி. இதோ வேள்விநெருப்புக்கு அன்னத்தை அவியாக அளிப்பது முழுமையாகிவிட்டது வைதிகர்களே... ஐம்பூதங்களும் வேள்வியால் இப்போது தூய்மையாகிவிட்டன. நாம் நம் அகங்காரத்தின் அடையாளமாக நம்மிடமிருக்கும் அனைத்துப் பொருட்களையும் இந்தத் தழலுக்கு உணவாக்கி விட்டோம்... இனி நம் மனங்களில் உள்ள காமத்தையும் குரோதத்தையும் மோகத்தையும் இந்த நெருப்பிலே அவிஸாக்குவோம்!" என்றார்.

ரித்விக்குகளுடனும் ஹோதாக்களுடனும் இணைந்து அங்கிருந்த அனைவரும் தங்கள் நெஞ்சிலிருந்து எண்ணங்களை கையால் அள்ளி தீயில் போடுவது போல சைகை காட்ட அவற்றையெல்லாம் ஏற்றுக்கொண்டதுபோல தீ பின்வாங்கி கருகி பின்னர் மேலே எழுந்து படபடத்தது. ஆஸ்திகன் நெளியும் பல்லாயிரம் சர்ப்பங்களைப்போல அந்தக் கைகளை உணர்ந்தான். தன்னிலிருந்து தன்னை விலக்கும் கைகள் ஒரு கட்டத்தில் வெளியிலிருந்து தனக்குள் எதையோ அள்ளி நிரப்புபவையாகத் தோன்றின. அந்தச் சைகைகள் ஒருவகையான ஒத்திசைவை அடைந்த ஒரு கணத்தில் நீலத்தழல்பீடம் மீது ஏறிய செந்தழல் எழுந்து பறந்து கைநீட்டி வேள்விமண்டபத்தின் கூரைவிளிம்பைப் பற்றிக்கொண்டு

மேலேறியது. வேள்விமண்டபத்தின் ஈச்சையோலைக்கூரை தீப்பற்றி செந்நெருப்புத்தழலாட எரியத்தொடங்கியது.

தீ வேள்விக்கூடத்தின் கூரையெங்கும் படர்ந்து அவர்கள் தலைக்குமேல் செந்நிறக் கூரைபோல நின்று எரிந்தது. அவர்கள் அனைவரும் மெல்ல உடல்தொய்ந்து அமைய கைகள் தளர்ந்து மடிமீது விழுந்தன. மூச்சொலிகள் மட்டும் வேள்விக்கூடத்தில் நிறைந்திருந்தன. வைசம்பாயனர். "நாம் அனைவரும் தூயவர்களானோம் என்பது உண்மை என்றால் இந்த வேள்விமண்டபத்தில் வருணனே வந்து எங்களுக்கு சான்று சொல்லட்டும்!" என உரக்கக் கூவினார். வைதிகர்கள் "ஓம்! அவ்வாறே ஆகட்டும்!" என சேர்ந்து முழங்கினர். மழை பல்லாயிரம்கோடி முள்ரோமக் காலடிகளுடன் நெருங்கிவந்து வேள்விச்சாலையைத் தழுவி அப்பால் செல்ல, கூரை அதிர்ந்தது. தீநாக்குகள் குன்றி கருகல்முனைகளுக்குள் புகுந்துகொண்டன.

வைசம்பாயனர் "ரிஷிகளே! ரித்விக்குகளே! மகா வைதிகர்களே! இதோ வருணனே வந்து நம்மை அங்கீகரித்துவிட்டான்! இனி நம் ஆன்ம சக்தியை முழுக்கத் திரட்டுவோம். மனிதகுலத்தின் மொத்தத் தீங்கையும் திரட்டி இந்த வேள்விச்சாலைக்குக் கொண்டுவருவோம்! அவற்றை இந்த அக்கினிக்கு அவிஸாக ஏற்றுவோம்!" என்றார். "ஓம் அவ்வாறே ஆகுக!" என அவை முழங்கியது.

ஆவாஹன வேள்வி தொடங்கியது. அதர்வ மந்திரங்கள் பதினாறு கைகளும் எட்டு முகங்களும் கொண்ட உக்கிர ரூபிகளான பாதாளமூர்த்திகள் போல எழுந்து வந்து நின்றன. மண்ணிலிறங்கிய விண்ணக மின்னல்கள் போல வெட்டிவெட்டி அதிர்ந்தடங்கின. அக்கணம் ஓர் அச்சம் நிறைந்த கூச்சல் எழுந்தது. சில வைதிகர் பதறி எழுந்து விலகினார்கள். அங்கே ஒரு பெரிய கருநாகம் முதல்மழையின் ஓடைநீர் போல தயங்கி நெளிந்து வருவதை ஆஸ்திகன் கண்டான். நிலைக்காத வேத ஒலிக்கேற்ப பாம்பு மண்ணில் நீந்திச்சென்று வேள்விக்குளத்தை அணுகி வில்லென வளைந்து தன்னையே அம்பாகச் செலுத்தி தீயில் விழுந்து துடித்து துடித்து எரிந்ததைக்கண்டு ஜனமேஜயன் கைகூப்பினார்.

வேள்விக்கூடமெங்கும் பல நாகங்கள் தோன்றி ஊர்ந்து வந்து வேள்வித்தீயில் ஏறிக்கொண்டன. துண்டிக்கப்பட்ட குரங்கு வால்கள் போன்ற சிறிய பாம்புகள். இருட்டின் தும்பிக்கை நீள்வதுபோல வந்த பெரும்பாம்புகள். அவர்கள் ஒவ்வொருவர் நடுவிலிருந்த இருட்டும் பாம்புகளாகியது. அவர்களின் மடியின் மடிப்புகளுக்குள் இருந்த நிழல்கள் பாம்புகளாக மாறின. அவர்களின் அக்குளுக்குள் இருந்த துளியிருள் பாம்பாயிற்று. பின் அவர்களின் வாய்களுக்குள்ளும் நாசிகளுக்குள்ளும் இருந்த நிழல்கள்கூட பாம்புகளாக மாறி மண்ணில் நெளிந்துசெல்லக்

கண்டனர். அன்னை மடியில் தாவி ஏறும் குழந்தைகள் போல, ஆற்றில் கலக்கும் சிற்றோடைகள் போல நெருப்பை அணுகி அதில் இணைந்து கொண்டன.

அத்தனை பாம்புகளும் வேள்விநெருப்பில் மறைந்ததும் அப்பகுதியெங்கும் எரிதலற்ற ஒளி நிறைந்திருப்பதை அவர்கள் கண்டனர். ஓவியப்பரப்பு போல அவர்களனைவரும் ஒன்றாகிவிட்டதாக உணர்ந்தனர். நிழல்களெல்லாம் அகன்றுவிட்டதே அதற்குக் காரணம் என்று அவர்களில் சிலரே அறிந்தனர். குளத்தின் எஞ்சிய நீர் வெளிமடைநோக்கிச் செல்வதுபோல நாகப்பாம்புகள் வேள்விக்குளத்துக்குள் புகுந்து மறைந்தன. முதுமையாலோ மயக்கத்தாலோ ஆங்காங்கே தேங்கி வளைந்து கிடந்த சில நாகங்களை ஹோதாக்கள் தர்ப்பைப்புல் நுனியால் மெல்ல தீண்ட அவை சிலிர்த்து எழுந்து வளைந்து வேள்விப்பீடத்தில் தொற்றி ஏறி நெருப்பை அடைந்தன.

வைசம்பாயனர் வணங்கி "மாமன்னரின் விருப்பம் இதோ முழுமை கொண்டது. இவ்வுலகத்தின் அழுக்குகள் எல்லாம் பொசுங்கி விட்டன... நாளை உதித்து எழும் சூரியன் புத்தம்புதிய பூமியை பார்க்கப்போகிறான்!" என்றார். அவை அவரது சொற்களை ஏற்று ஆரவாரம் செய்தது. ஆனால் கூட்டத்தை தயங்கும் விழிகளால் பார்த்துவிட்டு கைகூப்பி எழுந்த ஜனமேஜயன் "வைசம்பாயனரே... இன்னும் தட்சனும் தட்சகியும் வரவில்லையே..." என்றார்.

வைசம்பாயனர் அதை அப்போதுதான் உணர்ந்து திகைத்தார். ஜனமேஜயன் "தட்சன் அரசநாகம். குன்றாத வீரியத்தின் சின்னம். அவன் ஒருவன் மிஞ்சினாலே போதும், மீதி அனைத்து நாகங்களையும் பாம்புகளையும் அவன் ஒருவனே உருவாக்கிவிடுவான்..." என்றார். மீண்டும் ஆகுதிகள் தொடங்கின. மீண்டும் குடம்குடமாக நெய்யும் சமித்துகளும் கொட்டப்பட்டன. தங்கள் அனைத்து நல்வினைகளையும் ஆகுதியாக்கினர். தங்கள் மூதாதையருக்கென அகக்கையில் எஞ்சியிருக்கும் கடைசி பலியுணவையும் ஆகுதியாக்கினர். தங்கள் மரணக்கணத்தில் நாவில் சொட்டவேண்டிய இறுதி நீர்த்துளியையும் அளித்தனர். அப்போதும் தட்சன் வரவில்லை.

வைசம்பாயனர் முதன்மை நிமித்திகனை அழைத்து தட்சன் எங்கே என்று குறிகள் நோக்கிச் சொல்லும்படி ஆணையிட்டார். எட்டு திசைமுனைகளில் குருதிச்சொட்டு வீழ்த்தி ஏழு சோழிகளை உருட்டி அவற்றின் நடுவே ஓடும் சரடுகளைக் கணக்கிட்டு நிமித்திகன் சொன்னான், "குருநாதரே, தட்சன் நேராக இந்திரனின் அவைக்குச் சென்று அவன் காலடியில் விழுந்து அடைக்கலம் கோரி பெற்றிருக்கிறான்." ஜனமேஜயன் "அப்படியென்றால் அந்த இந்திரனையே இங்கே வரவழையுங்கள்" என்று கூவினார். வைசம்பாயனர் திகைத்து ஏதோ சொல்லவருகையில் கைநீட்டித்தடுத்து

“நீங்கள் செய்யும் வேள்விக்கு ஆற்றலிருந்தால் இந்திரனைக் கொண்டு வாருங்கள்” என்று ஜனமேஜயன் கூச்சலிட்டார்.

வைசம்பாயனர் “சக்ரவர்த்தி... இந்திரன் தேவருலகுக்கே தலைவன்” என்றார். ஜனமேஜயன் “யாராக இருந்தாலும் சரி... நான் இந்த வேள்வியை முடிக்காமல் விட்டால் இதுவரை வாழ்ந்ததற்கே பொருள் இல்லை... முடியாது... இந்த வேள்வி முடிந்தாகவேண்டும்... கட்டி வாருங்கள் இந்திரனை” என்றார். “இங்கே இப்போது இந்த வேள்வி முழுமை யாகவேண்டும். மும்மூர்த்திகளையே சிறையிட்டாலும் சரி” என்றார்.

எரிந்து எழுந்த வேள்விச்சுடரில் அவர்கள் தங்கள் இறுதி ஆகுதியை செலுத்தினர். ‘தலைமுறைகள் உறங்கும் தங்கள் விந்துக்களின் வீரியங்கள் அனைத்தும் அவியாகுக!’ என்றனர். ‘அந்த மதலைகளைப் பற்றிய தங்கள் கனவுகளும் எரிந்தழிக!’ என்றனர். வைசம்பாயனர் இரு கைகளையும் விரித்து “இந்திரனே, எங்கள் வேள்வி முழுமையடைந்தது என்றால் இங்கே வேள்வித்தூணாக நடப்பட்டிருக்கும் அத்திமரக்கிளையில் வந்து நில்!” எனக் கூவினார். அப்போது வானம் இடியொலியுடன் பிளக்க மின்னலின் பாதை ஒன்று மண்ணுக்கிறங்கியது. அந்த மின்னல் தீண்டிய அத்திமரம் எரிய ஆரம்பித்தது. வைசம்பாயனர் “இதோ இந்திரன் அத்திமரத்திலே கட்டப்பட்டு நிற்கிறான்” என்றார்.

“இனி கூப்பிடுங்கள் தட்சனை... எங்கே போகிறான் என்று பார்ப்போம்... கூப்பிடுங்கள்” என எக்களிப்புடன் கூவியபடி ஜனமேஜயன் வேள்விச்சாலையின் நடுவே நிமித்திகனின் பீடத்தில் வந்து நின்றார். மண்ணை விலக்கி முளைத்தெழும் வாழைக்கன்றுபோல தலைநீட்டி தட்சன் மேலெழுந்து வந்தான். கரும்பனையின் தடி போன்ற உடலை மெதுவாக நெளித்து வேள்விச்சாலையில் தவழ்ந்து வேள்வித்தீ நோக்கிச் சென்றான். அவனுக்குப்பின்னால் அவனைப்போன்றே தெரிந்த தட்சகியும் எழுந்து வந்தாள். வேள்விக்கூடமே மரணமுனையில் பதுங்கியிருக்கும் வனமிருகம் போல விரைத்து அமர்ந்திருக்க நடுங்கும் கைகளுடன் அவியளித்து ரித்விக்குகள் வேதக்குரலெழுப்ப பாம்புகள் ஒன்றை ஒன்று தழுவி முறுகியபடி மெல்ல முன்னகர்ந்தன.

அப்போது ஆஸ்திகன் எழுந்து கை நீட்டி “நில்லுங்கள்... நில்லுங்கள் வைதிகர்களே” என்று குரலெழுப்பினான். வேள்விக்கூடமே அவனை நோக்கித்திரும்பியது. ஜனமேஜயன் திகைப்புடன் திரும்பி “யார் நீங்கள்? என்ன வேண்டும்?” என்றார்.

“என் பெயர் ஆஸ்திகன்... நான் ஜரத்காரு ரிஷியின் மகன்... நைஷ்டிக பிரம்மசாரி... எனக்கு இன்னும் வேள்விக்காணிக்கை தரப்படவில்லை. என் அனுமதி இல்லாமல் இந்த வேள்வியை நீங்கள் முடிக்கமுடியாது” என்று ஆஸ்திகன் சொன்னான்.

ஜனமேஜயன் அக்கணத்தில் வேள்விச்சாலையைக் கட்டிய சிற்பி விஸ்வசேனன் நிமித்தம்பார்த்து அந்த வேள்விக்கு ஒரு பிராமணனால் தடைவரக்கூடும் என்று சொன்ன சொற்களைத்தான் நினைவுகூர்ந்தார். "என்ன காணிக்கை வேண்டும்? எதுவானாலும் இதோ இப்போதே பெற்றுக்கொள்ளுங்கள்!" என்று பதற்றத்துடன் சொன்னார்.

ஆஸ்திகன் "தட்சன் உயிரை எனக்கு தட்சிணையாகக் கொடுங்கள்" என்று கேட்டான். அதிர்ந்து கலங்கிய ஜனமேஜயன் "என்ன கேட்கிறீர் உத்தமரே...? இந்த தேசத்தைக் கேளுங்கள். என் உயிரைக் கேளுங்கள். என் மூதாதையர் எனக்களித்த நல்லூழ்கள் அனைத்தையும் கேளுங்கள். இதை மட்டும் கேட்காதீர்கள். இது என் வாழ்க்கையின் இலக்கு. நான் அடையப்போகும் முழுமை... இதை மட்டும் கேட்காதீர்!" என்று கெஞ்சினார். ஆனால் ஆஸ்திகன் "மாமன்னரே, நாநூறு காதம் நடந்து நான் வந்ததே இதற்காகத்தான். இதுவன்றி வேறெந்த காணிக்கையும் எனக்குத் தேவையில்லை" என்றான். "எனக்கு காணிக்கை கிடைக்கவில்லையென்றால் தர்ப்பையை கையில் வைத்தபடி இந்த வேள்வி முடிவடையக்கூடாது என்று அவச்சொல்லிடுவேன்... ரிஷியாகிய நான் சொல்லாமல் இந்த வேள்வியை முடிக்கமுடியாது."

கடும்சினத்துடன் "யார் நீங்கள்? எதற்காக இதைச்செய்கிறீர்கள்?" என்று ஜனமேஜயன் கேட்டார். ஆஸ்திகன் "நான் வேசரத்தின் நாகர்குலத் தலைவியான மானசாதேவியின் மைந்தன். தட்சன் என் குலமூதாதை" என்றான். ஜனமேஜயன் "நீங்கள் செய்தது நம்பிக்கை துரோகம்... உங்களை பிராமணன் என்று சொன்னீர்கள்!" என்றார். "மாமன்னரே, நெறிநூல்களின்படி மண்ணாளும் குலமே தாய்வழி வருவது. வேதவிதிகளுக்கான குலம் தந்தையின் வழியாக வருவதே. நான் வேத அதிகாரம் கொண்ட பிராமண ரிஷியின் மைந்தன்" என்றான் ஆஸ்திகன். மன்னன் வைசம்பாயனரை நோக்க "ஆம், அவர் சொல்வது சரிதான்" என்றார் அவர்.

குருதி தீயாக மாறி எரியும் உடலுடன் நின்ற ஜனமேஜயன் பின்பு தோள்தளர்ந்து கண்ணீர் வடித்தபடி திரும்பி தன் சேவகர்களிடம் தாரைநீர் கொண்டுவரச்சொன்னார். தர்ப்பையும் நீருமாக நின்று நீர்வார்த்து தட்சனின் உயிரைக் காணிக்கையாகக் கொடுத்தார். அதைப் பெற்றுக்கொண்டு "உங்களுக்கும் உங்கள் மண்ணுக்கும் அனைத்து நலன்களும் உருவாகட்டும்..." என்று ஆஸ்திகன் வாழ்த்தினான்.

ஜனமேஜயன் கையை உதறி நீரைத் தெறித்தபின் வெறுப்பில் விரிந்த பற்கள் வெளுத்துத் தெரிய "முனிகுமாரரே, நீங்கள் இப்போது செய்தது மாபெரும் துரோகம்... இனி நீங்கள் இந்த மண்ணில் இருக்கக்கூடாது... கிளம்புங்கள்!" என்றார். பின்பு கண்களில் வெறுப்புடன் "ஆஸ்திகரே, வேள்விக் காவலனாகிய நான் இவ்வேள்வியிலே பங்குபெற்ற முனிவரை

வாழ்த்தி நன்றிசொல்லி அவர்களுக்கு மலரும் பொன்னும் அளித்து விடைகொடுக்கவேண்டும்... அதுதான் மரபு இல்லையா?" என்றார். ஆஸ்திகன் அவர் சொல்லப்போவதை ஊகித்து நின்றுவிட்டான்.

ஜனமேஜயன் "அதை நான் செய்யமாட்டேன்... உங்களுக்கு மரியாதை கொடுத்து அனுப்ப மாட்டேன்" என்றார். வைசம்பாயனர் "அரசே, ஒரு முனிவரை அவமதிக்க உங்களுக்கு உரிமை இல்லை... அது தவறு" என்றார். உத்தங்க முனிவர் "அவர் நைஷ்டிக பிரம்மசாரி... அவர் சாபமிட்டால் எதுவும் நடக்கும்" என்றார்.

ஜனமேஜயன் வெறி மிகுந்த குரலில் "என்ன சாபம் வேண்டுமானாலும் இடட்டும். இனி எனக்கு எதுவும் மிச்சமில்லை. அஸ்தினபுரியின் மன்னன் ஒரு முனிவரை அவமதித்தான் என்று வரலாறு சொல்லட்டும்... இந்த இளைஞர் செய்த துரோகம் என் குலக்கவிஞர்களாலும் முனிவர்களாலும் என்றென்றும் நினைவுகூரப்படட்டும்" என்றார்.

ஆஸ்திகன் அமைதியான குரலில் "ஜனமேஜய மன்னரே! நான் செய்ததன் பொருள் இப்போது உங்களுக்குப் புரியாது. ஒருநாள் உங்கள் தலைமுறைகள் இதை புரிந்துகொள்வார்கள்... நான் உங்களுக்காக, உங்கள் மக்களுக்காக, இந்த உலகத்தின் நன்மைக்காகவே இதைச் செய்தேன். இது என் தன்னறம்" என்றான்.

"தர்மத்தை மீறிய நீங்கள் அறம் பேசக்கூடாது!" என்று ஜனமேஜயன் கூவினார். ஆஸ்திகன் "அறத்தைப்பற்றி உங்களுக்கு என்ன தெரியும் அரசே?" என்று புன்னகை செய்தான். "அறம் என்ற சொல்லை அறியாத எவருமில்லை. அறமென்றால் எதுவென்று முழுதறிந்தவரும் இல்லை. அறத்தை முற்றிலுமறிவதற்காக ஒருவர் ஏழு தலைமுறைக்காலமாக தவமியற்றிக்கொண்டிருக்கிறார். உங்கள் முதுபெரும்தந்தை வியாசர். அவர் இங்கே வரட்டும்... நான் செய்தது பிழை என அவர் சொல்லட்டும்..."

ஜனமேஜயன் அப்போதுதான் அவரை நினைவுகூர்ந்தார். "அவர் இங்கு வரும் நிலையில் இல்லை" என்றார். "அப்படியென்றால் எனக்கு காணிக்கை அளித்து விடைகொடுங்கள்!" என்றான் ஆஸ்திகன். "ஒருபோதும் இல்லை... சூதில் வென்ற உங்களை என் குருவாக நான் எண்ணமுடியாது. தர்மபதம் என்னை அங்கீகரிக்காது" என்று ஜனமேஜயன் கூவினார்.

"அப்படியென்றால் கொண்டுவாருங்கள் வியாசரை. நான் செய்தது அறமா பிழையா என வியாசர் சொல்லட்டும். அதுவரை நான் இங்கிருந்து அசையப்போவதில்லை" என்று ஆஸ்திகன் சொன்னான். அவனுடைய அழகிய சிறு செந்நிற வாய் முலைக்கண் உருவி எடுக்கப்பட்ட கைக்குழந்தையின் இதழ்க்குவைபோல் இருந்தது.

5

குருஷேத்ரத்தின் அருகே இருந்த குறுங்காடு வியாசவனம் என்றழைக்கப்பட்டது. மூன்று தலைமுறைக்காலத்துக்கு முன்பு ஒரு தேய்நிலவு இரவில் கிருஷ்ணதுவைபாயனமகாவியாசர், சமுத்திரத்தின் எல்லை தேடி, குட்டியைப் பெறச் செல்லும் திமிங்கிலம்போல, தன்னந்தனியாக இருளில் நீந்தி அங்கே வந்தார். குறுங்காட்டின் நடுவே ஓங்கி நின்றிருந்த கல்லால மரத்தின் விழுதுகளுக்குள் ஓர் உறிக்குடிலைக் கட்டி அவர் குடியேறி பல ஆண்டுகள் கழித்துத்தான் மக்கள் அதை அறிந்தனர். வியாசரின் மாணவர்களான வைசம்பாயனரும் பைலரும் ஜைமினியும் சூததேவரும் அவரைத் தேடிவந்து அங்கே குடிலமைத்து தங்க ஆரம்பித்த பின்னர் மன்னனின் ஆணைப்படி அப்பகுதியில் வேட்டையும் விறகெடுத்தலும் தடைசெய்யப்பட்டது. அந்தக் காடு வியாசவனம் என பெயர்கொண்டது.

அங்கே அவர் தன் குருதியில் பிறந்து காடாகத் தழைத்து பின்பு குருஷேத்ர ரணபூமியில் இறந்து அழிந்த அனைவரையும் உயிர்த்தெழச் செய்வற்கான மாபெரும் தவமொன்றில் ஈடுபட்டிருப்பதாக சூதர்கள் நாடெங்கும் பாடித்திரிந்தனர். வெண்கலை அணிந்த படைப்புத்தெய்வமே வந்து வியாசரிடம் அவரது விருப்பம் புடவியின் விதிகளுக்கு முரணானது என்று வாதிட்டதாகவும், அப்படியென்றால் எனக்கென ஒரு புடவியையே உருவாக்கிக் கொள்கிறேன், உனக்கென அதிலொரு கலைவனத்தையும் அளிப்பேன் என அவர் பதில் சொன்னதாகவும் பாணர்கள் பாடினார்கள். அவரைக் கண்ட நினைவிருந்த தலைமுறையெல்லாம் மறைந்தபின்பு உயிருடனிருக்கையிலேயே அவர் ஒரு புராணமாக ஆனார்.

சூதர்களின் கதைப்பாடல்கள் இவ்வாறு பாடின. போர்முடிந்து வீர மரணமடைந்தவர்களுக்கெல்லாம் நீர்க்கடன்களும் முடிந்தபின்னர்

வியாசர் குருக்ஷேத்ரக் களத்துக்குச் சென்றார். காலை வெளிச்சத்தில் செம்மண்பூமி கருமைகொள்ளும்படி நாய்களும் நரிகளும் கழுதைப்புலிகளும் நெரிந்துபரவி கூச்சலிட்டு பூசலிடுவதைக் கண்டு திகைத்து நின்றார். வானத்தை கரிய காடொன்றின் இலையடர்வு போல சிறகுகளால் மூடியபடி கழுகுகளும் பருந்துகளும் காக்கைகளும் பறந்து சுழன்றன. அங்கே நடந்துகொண்டிருந்தது மானுடத்தின் மீதான மாபெரும் வெற்றியின் உண்டாட்டு என உணர்ந்து கால்கள் தளர்ந்து அமர்ந்துகொண்டார்.

அதன்பின் வியாசர் குருக்ஷேத்திரத்தை விட்டு விலகிச்செல்வதையே தன் இலக்காகக் கொண்டு பாரதவர்ஷமெங்கும் அலைந்தார். பனிமுடிகள் சூழ்ந்த இமயத்தின் சரிவுகளிலும் மழையும் வெயிலும் பொழிந்துகிடந்த தென்னகச் சமவெளிகளிலும் வாழ்ந்தார். கற்கக்கூடிய நூல்களையெல்லாம் கற்றார். மறக்கமுடிந்தவற்றையெல்லாம் மறந்தார். அத்தனைக்குப் பின்னரும் குருக்ஷேத்திரத்தின் கனவுருத்தோற்றம் அவருக்குள் அப்படியேதான் இருந்தது. அவருக்குள்ளும் வெளியிலும் வீசிய எந்தக் கொடுங்காற்றும் அந்த ஓவியத் திரையை அசைக்கவில்லை.

மூன்று கடல்களின் அலைகளும் இணைந்து நுரைத்த குமரிமுனையில் நெடுந்தவ அன்னையின் ஒற்றைக்காலடி படிந்த பாறையுச்சியில் அமர்ந்து அலைகளை நோக்கி அமர்ந்திருந்தபோது அவர் தன்னுள் மோதும் மூன்று கடல்களைக் கண்டுகொண்டார். நூறுநூறாயிரம் சொற்களுக்கு அப்பாலும் அவருடலில் எஞ்சியிருந்த மீன்மணம் கண்டு கீழே நீலநீரலைகளில் மீன்கணங்கள் விழித்த கண்களுடன் வந்து நின்று அலைமோதின. கண்களை மூடி அவர் யோகத்திலமர்ந்தபோது மீன்கள் ஒவ்வொன்றாக விலக, அவருக்குள்ளிருந்து மறைந்த அத்தனை சொற்களும் சென்ற வெளியில் நிறைந்த 'மா' என்ற முதற்சொல்லை கண்டடைந்தார்.

அங்கிருந்து கிளம்பி தண்டகாரண்யம் சென்று அடர்கானகத்தில் மனிதக்கண்கள் படாமல் பொழிந்துகொண்டிருந்த பாலருவிக்கரையில் குடிலமைத்து அந்தப் பேரொலியில் இருந்து அடுத்த சொல்லை அடையமுயன்றார். அதைத்துறந்து கங்கைச்சமவெளியில் சீறும் மழையிலும், இமயத்தின் பனிச்சரிவுகளிலும், பாஞ்சாலத்துக்கு அப்பால் விரிந்த மணல்வெளியின் வெங்காற்றிலும் அச்சொல்லைத்தேடி அலைந்தார்.

நூறாண்டுகாலம் அந்த ஒற்றைச்சொல்லுக்காக தேடிய பின்னர் மனம்சோர்ந்து காளிந்தி நதிக்கரையில் தன்னுடைய அன்னையின் குலத்தவர் வாழும் கிராமத்தை சென்று சேர்ந்தார் மகாவியாசர். அங்கே அவரை எவரும் அறிந்திருக்கவில்லை. அவரது உடலில்

எழுந்த மீன்வாசனையை முகர்ந்த குலமூத்தார் அவரை தங்களவர் என அடையாளம் கண்டனர். அவர் பிறந்த யமுனைத்தீவு என்னும் மணல்மேட்டிலேயே ஒரு குடிலமைத்து மீனவர்கள் படகில் கொண்டுவந்து கொடுத்த ஊனுணவை உண்டு அங்கே வாழ்ந்தார். அன்னை என்ற ஒற்றைச்சொல்லால் மட்டுமே ஆனதாக இருந்தது அவரது அகம். அச்சொல்லே அனைத்தையும் அடக்கி அதுமட்டுமேயாகி குன்றாமல் கூடாமல் அப்படியே அவருள் கிடந்தது.

ஒரு தலைமுறை காலத்துக்குப்பின் யமுனையின் ஆழத்திலிருந்து ஒரு வெள்ளிமீன் வானத்திலிருந்து மின்னல் இறங்குவதுபோல மேலெழுந்து வந்தது. அந்த மீனின் பெயர் ஸித்தி. அதன் மகளாகிய அத்ரிகையின் வயிற்றில்தான் வியாசனின் அன்னையாகிய மச்சகந்தி பிறந்தாள். யமுனையின் ஆழத்தில் வாழும் மரணமற்ற அந்தத் தாய்மீனின் கருவறைக்குள்ளிருந்துதான் கோடானுகோடி மீன்கள் பெருகி யமுனையை நிறைத்துக்கொண்டிருந்தன.

மேலே வந்த அன்னை இளஞ்சூரிய ஒளியில் நீர்ப்பரப்பிலிருந்து எழுந்து பறந்து மீண்டும் நீரில் விழுந்துமறைந்தாள். அந்த ஒளியின் கணத்தில் கிருஷ்ணதுவைபாயன மகாவியாசரின் அகத்திலிருந்த ஒற்றைச்சொல்லில் இருந்து மீதி அத்தனை சொற்களும் பிறந்து வந்து அவர் சித்தத்தை நிறைத்தன. அந்தச் சொற்களஞ்சியத்துடன் அவர் மீண்டும் குருஷேத்ரம் நோக்கி வந்தார். மீண்டும் அந்த ரணபூமி மீது நின்றார். சடலங்கள்மீதும் உடைந்த தேர்கள்மீதும் துருவேறிய ஆயுதங்கள்மீதும் மண்மூடியிருந்தது. முந்தைய இளமழையில் அந்த மண்பரப்பின்மீது பசும்புல் முளைத்து மெல்லிய காற்றில் அலைபாய்ந்தது.

ஆயிரம் கதைகளின் வழியாக சூதர்களின் பாடலில் வாழ்ந்த வியாசர் அன்றுகாலை தன் பெருங்காவியத்தின் கடைசிச் சொற்களை எழுதிமுடித்தார். அவர் வியாசவனத்தில் குடியேறிய அன்று தன்னுள் எழுந்த சொல்லலைகளுடன் அமர்ந்திருக்கையில் புதர்களை விலக்கி வந்த மதகளிறு ஒன்று தலைகுலுக்கி, காதுகளை விசிறி, துதிக்கை சுழற்றி, ஓங்காரமெனப் பிளிறி, அவர் இருந்த கல்லாலமரத்தைக் குத்தியது. திரும்பி தலையை எடுத்து மேலும் இருமுறை ஓங்காரமெழுப்பி அது பின்வாங்கியபோது அதன் தந்தங்களில் ஒன்று ஒடிந்து மரத்தில் பதிந்திருப்பதைக் கண்டார் மகாவியாசர். அதை எடுத்து சிவந்த மென்மணல் விரிந்த கதுப்பில் ஓம் என எழுதினார். அதுவே அவருடைய காவியத்தின் முதல்சொல்லாக அமைந்தது.

ஒற்றைக்கொம்புள்ள கணபதியை தன்முன் நிறுவி அவர் எழுதிய காவியத்தின் கடைசிச் சொல்லாகவும் ஓங்காரமே அமைந்தது. அந்த ஒலி அவருள் மட்டுமே ஒலித்தது. முழுமையிலிருந்து முழுமைநோக்கி வழிந்த

காவியத்தை எழுதி நிறுத்திய தாழை மடலை மதகளிற்று முகத்தானின் மண்சிலைக்கு முன்னால் வைத்துவிட்டு மெலிந்த கைகளைக் கூப்பியபடி கண்களிலிருந்து கண்ணீர் சொட்ட அமர்ந்திருந்தார் வியாசர். விடிந்துவிட்டதைச் சொல்ல அவரது மாணவர் பைலர் குடிலுக்குள் வந்தபோது குறுகிய உடலுடன் அவர் ஒடுங்கி அமர்ந்து மெல்ல நடுங்கிக் கொண்டிருப்பதைக் கண்டார். பைலர் மெல்ல வந்து தாழை மடலை கையிலெடுத்து வாசித்தார். அவரது கண்களிலிருந்து கண்ணீர் சொட்ட ஆரம்பித்தது. வெளியே காத்திருந்த ஜைமினியும் உள்ளே வந்து, பைலரின் உணர்ச்சியிலிருந்தே ஊகித்துக்கொண்டு அவரும் கண்ணீர்விட ஆரம்பித்தார்.

அன்று வியாசவனத்தில் ஒரு திருவிழா கூடியது. மூன்று சீடர்களும் அவர்களின் மாணவர்களும் சேர்ந்து வியாசவனத்தின் அத்தனை குடில்களையும் ஈச்சங்குருத்துக்களாலும் தளிரிலைகளாலும் மலர்களாலும் அலங்கரித்தனர். மையக்குடிலில் பட்டுமணல் விரித்து நடுவே கணபதியை நிறுவி அவர் காலடியில் வைத்த செம்பட்டுப் பீடத்தில் அடுக்கடுக்காக காவியச் சுவடிகளைக் குவித்துவைத்து அருகே அகல்விளக்கை ஏற்றி வைத்தனர். அது சித்திரை மாத முழுநிலவு நாள். இனி என்றென்றும் ஞானம் விளையும் தருணமாகவே அது எண்ணப்படும் என்றார் பைலர். இந்த நாளில் குருநாதரின் பாதங்களைப் பணிந்து அவரளித்த ஞானத்திற்குக் கைமாறாக சுயத்தை அர்ப்பணம் செய்யவேண்டும் என்று அவர்கள் முடிவெடுத்தனர்.

அப்போது அஸ்தினபுரியிலிருந்து நான்கு குதிரைகள் பூட்டப்பட்ட தேரில் வைசம்பாயனரும் அமைச்சர் பத்மபாதரும் வந்து வியாசவனத்தில் இறங்கினர். பத்மபாதருக்கு வைசம்பாயனர் வியாசரின் வரலாற்றையும் அவரைப் பற்றிய சூதர்களின் கதைகளையும் சொல்லிக்கொண்டு வந்தார். பாரதத்தில் வாழும் ஏழு சிரஞ்சீவிகளில் ஒருவர் வியாசர் என்றார் வைசம்பாயனர். மாபலி, அனுமன், விபீஷணன், பரசுராமன், கிருபர், அஸ்வத்தாமா, வியாசர் என அவர்களை சூதர்களின் பாடல்கள் பட்டியலிடுகின்றன. கொடையால், பணிவால், நம்பிக்கையால், சினத்தால், குரோதத்தால், பழியால் அழிவின்மைகொண்ட அவர்கள் நடுவே கற்பனையால் காலத்தை வென்றவர் கிருஷ்ணதுவைபாயன மகாவியாசர்.

வியாசவனத்துக்குள் நுழைந்ததும் பைலரும் ஜைமினியும் அவரை நோக்கி ஓடிச்சென்று கண்ணீருடன் ஆரத் தழுவிக்கொண்டனர். காவியம் முடிவுற்ற செய்தியைக் கேட்டதும் “இது விதிமுகூர்த்தம்போலும். அங்கே குருநாதரின் ஞானத்தை சோதிக்க ஒருவன் தென்திசையிலிருந்து வந்து நிற்கிறான்” என்றார் வைசம்பாயனர். வியாசரை அவ்வளவு தொலைவுக்கு தேரில் கொண்டுசெல்லமுடியுமா என்று பைலரும் ஜைமினியும் ஐயம்

தெரிவித்தனர். "வேறு வழியில்லை. இன்றைய நாளில் அவரது குரல் அங்கே ஒலித்தாகவேண்டும்" என்றார் வைசம்பாயனர். "தேரின் அசைவை அவர் உடல் அறியாதிருக்க தூளியில் அவரை கொண்டுசெல்லலாம். அன்னத்தூவிகள் செறிந்த மெத்தையும் உள்ளது."

குடிலுக்கு வெளியே பின்திண்ணையில் வியாசர் அமர்ந்திருப்பதைக் கண்டு வைசம்பாயனர் மௌனமாக வணங்கி நின்றார். மரணத்தை வென்றாலும் மூப்பை வெல்லமுடியாத உடல் தசை வற்றி காட்டுத்தீயில் எரிந்து எஞ்சிய சுள்ளி போலிருந்தது. ஒருகாலத்தில் தாடியாகவும் தலைமயிராகவும் விழுதுவிட்டிருந்த கனத்த சடைக்கற்றைகள் முழுமையாகவே உதிர்ந்துபோய், தேமல்கள் பரவிச் சுருங்கிய தோல்மூடிய மண்டைஓடு தெரிந்தது. ஒன்றுடன் ஒன்று ஏறிப்பின்னிய விரல்களில் நகங்கள் உள்நோக்கி சுருண்டிருக்க, கைகளிலும் கழுத்திலும் நரம்புகள் தளர்ந்த கொடிகள்போல் ஓடின. உள்ளடங்கிய வாயும் தொங்கிய நாசியும், சிப்பிகள்போன்று மூடிய கண்களுமாக அங்கே இருந்த அவருக்குள் அவர் வெகுதொலைவில் இருந்துகொண்டிருந்தார். வைசம்பாயனர் குருநாதரின் பாதங்களை வணங்கியபோது அவரது கண்கள் அதிர்ந்து பின்பு திறந்தன. கரிய உதடுகள் மெல்ல அசைந்தன.

வைசம்பாயனர் வியாசரிடம் அவரை அவைக்குக் கொண்டுசெல்ல அழைப்பு வந்திருப்பதை சொன்னார். "ஜரத்காருவின் மைந்தன் ஆஸ்திகன் வந்திருக்கிறானா?" என்றார் வியாசர். அது வைசம்பாயனருக்கு வியப்பளிக்கவில்லை. "ஆமாம் குருநாதரே... தங்கள் சொல்லுக்காக அங்கே அவை காத்திருக்கிறது" என்றார். செல்வோம் என வியாசர் கையசைத்தார்.

பத்மபாதரும் பைலரும் சேர்ந்து வியாசரை அவர் இருந்த கம்பளத்தோடு தூக்கி தேரில் இருந்த பெரிய தூளிக்குள் வைத்தனர். அதற்குள் பரப்பப்பட்டிருந்த மெத்தைக்குள் சிறிய குழந்தைபோல அவர் சுருண்டு படுத்துக்கொண்டார். பைலரும் ஜைமினியும் தேரின் பின்பக்கத்தில் ஏறிக்கொண்டனர். சாரதி மெதுவாக குதிரைகளைத் தட்டி அவற்றின் புட்டத்தில் கால்களால் உரசி சேதி சொன்னான். அவை பெருநடையாக செல்ல ஆரம்பித்தன. வியாசவனத்தைத் தாண்டியதும் வைசம்பாயனர் திரும்பிப்பார்த்தபோது வியாசர் வலதுகையின் கட்டைவிரலை வாய்க்குள் போட்டு சப்பியபடி இடதுகையால் துணியை அள்ளி மார்போடு சேர்த்துக்கொண்டு கருக்குழந்தை போல தூங்கிக்கொண்டிருந்ததைக் கண்டார். தாய்மையின் கனிவுடன் வைசம்பாயனர் போர்வையை மெல்ல இழுத்து நன்றாக போர்த்திவிட்டார்.

ஜனமேஜயனின் வேள்விமண்டப முற்றத்தில் அமைச்சர்களும் தளகர்த்தர்களும் காத்து நின்றனர். வியாசரின் தேர் அணுகியதும்

ஜனமேஜயன் வெளியே வந்து கைகூப்பியபடி நிற்க, ஜைமினியும் பைலரும் சேர்ந்து வியாசரை கைகளில் தூக்கிக்கொண்டு வந்தனர். வியாசர் கண்மூடி கைகூப்பியபடி அவர்களின் கையில் குறுகி அமர்ந்திருந்தார். அவர்கள் உள்ளே வந்ததும் நிமித்திகன் செங்கோலைத் தூக்கி வாழ்த்தி குரல் கொடுத்தான். "பராசர முனிவரின் மைந்தர், குருகுலத்து பிதாமகர், காவியஞானி, மகாவியாசர், கிருஷ்ணதுவைபாயனர் வருகிறார்..." வேள்விமண்டபமும் வாழ்த்தி குரல் எழுப்பியது. முனிவர்களும் வைதிகரும் அவர்மேல் மலர்களையும் அட்சதையையும் தூவினார்கள். மலர்மழையில் அவர் நனைந்தபடி கண்மூடியவராக அமர்ந்திருந்தார்.

ஜனமேஜயன் "பிதாமகரின் பாதங்களில் என் மணிமுடியை வைக்கிறேன்" என்றார். "இங்கே ஒரு விவாதம் நடந்தது..." என்றார். ஆஸ்திகனை சுட்டிக்காட்டி மேலே அவர் பேசுவதற்குள் வியாசர் கையை மெதுவாகத் தூக்கி அவரை நிறுத்திவிட்டு சைகையால் ஆஸ்திகனை அருகே அழைத்தார். ஆஸ்திகன் அவர் அருகே சென்று அவர் பாதங்களை வணங்கினான். நடுங்கும் கைகளை அவன் தலைமீது வைத்து "புகழுடன் இரு" என்று வியாசர் ஆசியளித்தார். பின்பு திரும்பி ஜனமேஜயனிடம் "இவன் பெருந்தவத்தாளான மானசாதேவிக்கு ஞானியான ஜரத்காருவில் பிறந்தவன். இவன் சொல்வதெல்லாமே உண்மை" என்றார்.

ஜனமேஜயன் திகைத்தவராக பின்னகர்ந்து தன் சிம்மாசனத்தின் மீது அமர்ந்துகொண்டார். ஆஸ்திகன் அவரை நோக்கி, "அரசே, நான் இங்கே வரும்போது வேறு எந்த நோக்கமும் எனக்கு இருக்கவில்லை... முக்காலமும் மூவுலகும் அறிந்த என் அன்னை எனக்களித்த ஆணையை நிறைவேற்றவேண்டும் என்று மட்டும்தான் நினைத்தேன். ஆனால் அஸ்தினபுரத்துக்குள் வந்ததுமே நான் செய்யவேண்டியது என்ன என்று கண்டுகொண்டேன். என் தாயின் நோக்கத்தையும் புரிந்துகொண்டேன். ஜனமேஜயரே, உங்கள் நகரம் உயிரற்றதைப்போல் கிடப்பதையே நான் கண்டேன். வீரம் இல்லாத காவலர்கள்... துடிப்பில்லாத பெண்கள்... துள்ளிக்குதிக்காத பிள்ளைகள்... இந்த நகரம் தோல்கிழிந்த பெருமுரசு போல எனக்குத் தோன்றியது. உங்களைத் தடுக்கவில்லை என்றால் இந்த உலகத்தையே இப்படி ஆக்கிவிடுவீர்கள் என்று அறிந்தேன். இந்தவேள்வியை நிறுத்த வேண்டியது என்கடமை என்று கொண்டேன்" என்றான்.

"நான் பிரம்மத்தின் இயல்பான சத்வ குணத்தை இங்கே நிலைநிறுத்த விரும்பினேன் ஆஸ்திகரே" என்றார் ஜனமேஜயன். "அன்பும் அறமும் நன்மையும் நலமும் மட்டுமே மனுக்குலத்தில் வாழவேண்டுமென விழைந்தேன்."

ஆஸ்திகன் திரும்பி அவையைப் பார்த்தான் "இங்கே கபில முனிவரின் வழிவந்த சாங்கிய ஞானி எவராவது இருக்கிறீர்களா?" என்றான். ஒரு

முனிவர் எழுந்து "ஆம், நான் கபிலரின் நேரடி மாணவன். என்பெயர் சமரன்" என்றார். ஆஸ்திகன் "சொல்லுங்கள் சமரரே, கபிலர் என்ன சொல்கிறார்? இந்தப் புடவியின் விதி என்ன? இப்பூமி எதனால் ஆனது?" என்றான்.

சமரமுனிவர் "ஆதியிலிருந்தது ஒன்றே. முதல்முடிவற்ற, இதுஅதுவற்ற, முதலியற்கை. அது பிளவற்ற காலத்தில் இருந்தது. அதில் முதல் எண்ணமெனும் மஹத் உருவானது. அது இருப்பு எனும் அகங்காரமாகியது. அகங்காரம் முக்குணங்களாக மாறி அவை ஒன்றுடன் ஒன்று முரண்பட்டன. புடவிப் பேரியக்கம் தொடங்கியது" என்றார்.

ஆஸ்திகன் திரும்பி ஜனமேஜயரிடம் "மாமன்னரே, சத்வ, ரஜோ, தமோ குணங்களுடன் இப்புடவி பிறந்து வந்தது. அவை சமநிலையில் இருப்பதன் பெயரே முழுமை. ஒன்று அழிந்தால்கூட அனைத்தும் சிதறி மறையும். நீங்கள் சத்வகுணத்தைத் தவிர பிறவற்றை அழிக்க நினைத்தீர்கள். அதன் வழியாக இவ்வுலகையே அழிக்கவிருந்தீர்கள். அதைத் தடுத்து நிறுத்துவதற்காகவே நான் தட்சனின் உயிரை கோரிப்பெற்றேன்" என்றான்.

ஜனமேஜயன் சினத்துடன், "நீங்கள் சொல்லும் தரிசனத்தை நானறியமாட்டேன். நான் கற்ற வேதாந்தம் அதைச் சொல்லவில்லை... ஆஸ்திகரே, நீங்கள் தப்பவிட்டது இருட்டை... தீமையை" என்றார். ஆஸ்திகன் உறுதியான குரலில், "இச்சை தீமையல்ல மாமன்னரே! அதன் மறுபக்கத்தால் சமன்செய்யப்படாத நிலையிலேயே அது அழிவுச்சக்தியாகிறது. இச்சை எஞ்சியிராத உலகத்தில் படைப்பு நிகழ்வதில்லை. அது மட்கிக்கொண்டிருக்கும் பொருள்" என்றான்.

ஜனமேஜயன் வியாசரை நோக்கி "பிதாமகரே நீங்கள்தான் எனக்கு வழிகாட்டவேண்டும்" என்று இருகைகளையும் விரித்தார். வியாசர் தன்முன் கிடந்த தட்சனை நோக்கி கையை நீட்டினார். ஆசியளிக்கக் குவிந்த கைபோன்ற கரிய படம் விரித்து தட்சன் அவர்முன் எழுந்து நின்றான்.

"நீ இல்லையேல் என் காவியமில்லை. இம்மண்ணில் வாழ்வும் இன்பமும் இல்லை. உனது தர்மத்தை நீ செய்வாயாக! உன் குலம் முடிவிலாது பெருகட்டும். இவ்வுலகமெங்கும் காமமும் அகங்காரமும் பொலியச்செய்வாயாக! ஆம், அவ்வாறே ஆகுக!" என மகாவியாசர் ஆசீர்வதித்தார். தட்சன் பின்னகர்ந்து நெளிந்து தன் வளையை நோக்கிச் சென்றான். அவனும் துணைவியும் மண்ணுக்குள் மறைந்தனர்.

வியாசர் திகைத்து நின்ற ஜனமேஜயனை நோக்கித் திரும்பினார். "குழந்தை, உன்னால் இப்போது புரிந்துகொள்ளமுடியாது" என்றார். "நான் புரிந்துகொள்ளவே இருநூறாண்டுகால வாழ்க்கை

தேவையாகியிருக்கிறது...” என்றபின் “வைசம்பாயனரே!” என்றார். வைசம்பாயனர் வந்து வணங்கி நின்றார். “என் காவியத்தைப் பாடுங்கள்” என்று வியாசர் ஆணையிட்டார்.

“எந்தப் பகுதியை?” என்று வைசம்பாயனர் கேட்டார். “கதையின் தொடக்கம் ஆசிரியனின் அகங்காரத்தில் அல்லவா? என்னிடமிருந்து அதைத் தொடங்குக!” என்றார் வியாசர். “என் அகங்காரம் திரண்டு முதிர்ந்து முத்தாகி உதிர்ந்த ஒரு தருணம். அந்த விதை முளைத்த வனம்தான் குருஷேத்ரமாகியது.”

வைசம்பாயனர் சுவடியைப் பிரித்தார். அனுஷ்டுப்பு சந்தத்தில் பதினெட்டு பர்வங்களாக இயற்றப்பட்டிருந்த பெருங்காவியத்தின் பெயர் ‘ஸ்ரீஜய’. அச்சுவடியை தன் தலைமேல் வைத்து வணங்கிய வைசம்பாயனர் ஓங்கிய குரலில் பாடினார். “நீரெனில் கடல், ஒளியெனில் சூரியன், இறையெனில் பிரம்மம், சொல்லெனில் வியாசனின் சொல்லேயாகும். அது அழியாது வாழ்க!”

“ஆம் ஆம் ஆம்” என்று அவை ஆர்ப்பரித்தது. வைசம்பாயனர் மனுக்குலம் அடைந்த முதற்பெரும் நூலின் வரிகளை பாட ஆரம்பித்தார்.

பகுதி இரண்டு

பொற்கதவம்

1

இருளும் குளிரும் விலகாத பிரம்ம முகூர்த்தத்தில் கைத்தாளமும், முழவும், கிணைப்பறையும், சல்லரியும், சங்கும், மணியும் ஏந்திய சூதர்கள் அஸ்தினபுரியின் அணிவாயிலுக்குமுன் வந்து நின்றனர். இருளுக்குள் பந்தங்களின் செம்புள்ளிகளின் வரிசையாகத் தெரிந்த மகாமரியாதம் என்னும் கோட்டைச்சுவர் நடுவே மூடப்பட்டிருந்த கதவுக்குப் பின்புறம் அணிவகுத்தனர். கோட்டைமீதிருந்த காவலன் புலரியின் முதற்சங்கை ஒலித்ததும் கீழே நின்றிருந்த யானை வடத்தைப் பிடித்திழுத்து முகவளைவு மீது தொங்கிய சுருதகர்ணம் என்னும் கண்டாமணியை அடித்தது. அந்த ஒலி நகர்மீது பரவியபோது நகர் நடுவே அரண்மனையின் உள்கோட்டைமுகப்பில் தொங்கிய காஞ்சனம் என்னும் கண்டாமணி ஒலிக்க ஆரம்பித்தது. அதைத்தொடர்ந்து நகரமெங்குமுள்ள அனைத்து ஆலயங்களிலும் புலரியின் சங்கொலிகளும் மணியோசைகளும் எழுந்தன. அஸ்தினபுரி துயிலெழுந்தது. தலைக்கோல் சூதர் தன் வெண்சங்கை ஊதியதும் சூதர்கள் அஸ்தினபுரியின் துதியைப் பாடத்தொடங்கினார்கள்.

சூதர்கள் பேரரசன் ஹஸ்தியின் கதையைப் பாடினார்கள். சந்திரகுலத்து பிருஹத்ஷத்ரன் இக்ஷுவாகு குலத்து சுவர்ணையை மணந்து பெற்ற குழந்தை இளமையிலேயே நூறு யானைகளின் ஆற்றலைக்கொண்டிருந்தது. மழலைபேசி சிறுகால் வைக்கும் வயதிலேயே யானைக்குட்டிகளுடன் மோதி விளையாடியது. யானைகளில் ஒருவனாக வளர்ந்து யானைகளுடன் வனம்புகுந்து காட்டுயானைகளுடன் பேச ஆரம்பித்தது. அடர்கானகத்திலிருந்து யானைகள் அவன் நகரம்நோக்கி வந்து அவனுக்குப் படையாக மாறின. ஒவ்வொரு யானையும் மேலும் யானைகளை கொண்டுவந்து சேர்க்கச் சேர்க்க லட்சம் யானைகளைக்கொண்ட பெரும்படைக்கு அதிபன் ஆனான் ஹஸ்தி. அந்தப்பெரும்படை

மழைமேகக்கூட்டம் போல பாரதத்தின் ஐம்பத்தாறு நாடுகளிலும் ஊடுருவியது. ஹஸ்தியின் படை சென்ற இடங்களிலெல்லாம் சூரிய ஒளியை கரிய யானைக்கூட்டங்கள் உண்டதனால் இருள் ஏற்பட்டது. பாரதவர்ஷமே ஹஸ்தியின் காலடியில் பணிந்தது.

தன் களஞ்சியத்தில் வந்துகுவிந்த செல்வத்தைக்கொண்டு பாரதவர்ஷம் ஒருபோதும் கண்டிராத பெருநகரமொன்றை அமைத்தான் ஹஸ்தி. யானைக்கூட்டங்கள் பாறைகளைத் தூக்கி வைத்து முன்னின்று கட்டிய மகாமரியாதமென்ற மாபெரும் மதில் ஒன்று அதைச்சுற்றி அமைந்தது. யானைகளின் அதிபனை ஹஸ்திவிஜயன் என்றும், அவனுடைய புதிய மாநகரை ஹஸ்திபுரி என்றும் சூதர்கள் பாடினர். காலையில் யானைகளின் ஓங்காரத்தால் அந்நகரம் விழித்தெழுந்தது. பகலில் யானைகளின் கருமையால் அது நிழலிலேயே இருந்தது. யானைகளின் மதத்தில் மொய்க்கும் ஈக்களின் ரீங்காரம் மலர்ச்சோலைகளின் தேனீக்களின் ரீங்காரத்தைவிட ஓங்கி ஒலித்தது. அந்த யானைகளின் எழிலைக் காண ஐராவதம் மீதேறி இந்திரன் விண்மீது வந்து நிற்பதனால் என்றும் அந்நகர்மேல் மழை பெய்துகொண்டிருந்தது.

அஸ்தினபுரி என்ற அழகியின் மான்விழிகளாக நீலத்தடாகங்கள் அமைந்தன. அவள் நீலக்கூந்தலைப்போல அங்கே பூம்பொழில்கள் வளர்ந்தன. மண்ணில் நாரைச்சிறகுகள்போல வெண்கூம்பு முகடுகள் கொண்ட மாளிகைகள் அதில் எழுந்தன. நீர்பெருகும் மாநதிகள் என சாலைகள் அந்நகருக்குள் ஓடின. சூதர்களின் கிணையொலியும், நூல் பயில்வோரின் பாடல் ஒலியும், குழந்தைகளின் விளையாட்டுச் சிரிப்பும் யானைகளின் மூச்சொலிகளுடன் கலந்து ஒலிக்கும் அந்நகரம் இறையருளைப் பெறுவதற்காக மானுடன் மண்ணில் விரித்துவைத்த யானம் எனத் தோன்றியது. மண்ணுலகின் எழில்காண விண்ணவரும் வருவதற்கு அஸ்தினபுரியே முதற்காரணமாக அமைந்தது.

'ஆதியில் விஷ்ணு இருந்தார். விஷ்ணுவிலிருந்து பிரம்மன் தோன்றினான். பிரம்மனிலிருந்து அத்ரி. அத்ரியிலிருந்து சந்திரன். சந்திரனிலிருந்து புதன். புதனிலிருந்து சந்திரகுலத்தோன்றல் புரூரவஸ் பிறந்தான்' என்று சூதர்கள் குருகுலத்தின் குலவரிசையைப் பாடினர். 'ஆயுஷ், நகுஷன், யயாதி, புரு, ஜனமேஜயன், பிராசீனவான், பிரவீரன், நமஸ்யு, வீதபயன், சுண்டு, பஹுவிதன், ஸம்யாதி, ரஹோவாதி, ரௌத்ராஸ்வன், மதிநாரன், சந்துரோதன், துஷ்யந்தன், பரதன், சுஹோத்ரன், சுஹோதா, கலன், கர்த்தன், சுகேது, பிருஹத்க்ஷத்ரன், ஹஸ்தி என்னும் மங்காப்புகழ்கொண்ட அரசர்களின் பெயர்கள் என்றும் வாழ்வதாக! மாமன்னன் ஹஸ்தியின் மைந்தனான அஜமீடனின் வழிவந்த ருக்ஷன், சம்வரணன், குரு ஆகியோரின் புகழ் ஒருநாளும் குன்றாதிருப்பதாக! குருகுலத்தின் பெருமை அழியாமல் திகழ்வதாக!' என்று ஒலித்தது சூதர்களின் பாடல்.

விடியலின் முதற்கதிர் மண்ணைத் தொட்டு முதல் கூழாங்கல்லைப் பொன்னாக்கியபோது சூதர்களின் பாடல் முடிந்து தலைக்கோலர் தன் வெண்சங்கை ஊதினார். மங்கல வாத்தியங்கள் முழங்க ஏழு யானைகள் வடம்பற்றி இழுத்து கோட்டைவாயிலை இழுத்துத் திறந்தன. பெருங்கதவுக்கு அப்பால் அகழிமீது இருந்த மரப்பாலத்தில் வெளியிலிருந்து நகருக்குள் நுழைவதற்காகக் காத்திருந்த வணிகர்களது வண்டிகளின் காளைகள் கழுத்துச்சரடு இழுபட்டு மணிகுலுங்க காலெடுத்து வைத்தன. நெய்யும் பாலும் கொண்டுவந்த ஆய்ச்சியர் பானைகளை மாறிமாறி உதவிக்கொண்டு தலையில் ஏற்றிக்கொண்டனர். நறுஞ்சுண்ணமும் தேனும் கொம்பரக்கும் கொண்டுவந்த வேட்டுவர்கள் தங்கள் காவடிகளைத் தோளிலேற்றிக்கொண்டனர். பல்லாயிரம் குரல்கள் இணைந்து எழுந்த ஒற்றை முழக்கத்துடன் அனைவரும் ஒழுகிச்சென்று வாசலுக்குள் நுழைந்து உள்ளே செல்லத்தொடங்கினர். அந்த நீண்டவரிசை கோட்டை மேலிருந்த காவல்வீரனின் கண்ணுக்கு எட்டாத தொலைவுவரை சென்று மண்குன்றுகளுக்கு அப்பால் மறைந்தது.

அந்த வரிசையின் பின்னாலிருந்து இரட்டைப்புரவிகள் இழுத்த தேரொன்று குருகுலத்தின் அமுதகலசக்கொடி பறக்க அந்த வரிசையின் ஓரத்தை ஒதுக்கியபடி வந்ததை கோட்டை மேலிருந்த காவலர் தலைவன் கண்டான். தன் இடையிலிருந்த சங்கை எடுத்து ஊதி 'அஸ்தினபுரியின் அமைச்சர் பலபத்ரர் வருகை!' என அறிவித்தான். அமைச்சருக்குரிய சங்குமுத்திரை பொறிக்கப்பட்ட கொடி கோட்டைமேல் துவண்டு ஏறி காற்றை ஏற்று பறக்க ஆரம்பித்தது. அமைச்சரின் தேர் கோட்டைமுகப்புக்கு வந்ததும் காவலர்தலைவன் அவரை எதிர்கொண்டு முகமன் சொல்லி வரவேற்றான். அவர் மெல்லிய தலையசைவால் அதை ஏற்றுக்கொண்டு கோட்டைக்குள் நுழைந்து துயிலெழுந்துகொண்டிருந்த நகரத்தின் அகன்ற தெருக்களினூடாக குதிரைக்காலடிகள் தாளமிட விரைந்து சென்றார். அமைச்சரின் முகம் இருண்டிருந்ததை காவலர் அறிந்தனர். அஸ்தினபுரியின் அமைச்சர் தீயசெய்தியுடன் வந்திருக்கிறார் என்பது அக்கணமே நகரமெங்கும் பரவத் தொடங்கியது.

நகர்மன்றுகளில் மக்கள் சிறிய கூட்டங்களாக கூடத் தொடங்கினர். வீட்டுத் திண்ணைகளிலும் உள்முற்றங்களிலும் பெண்கள் திரண்டனர். பட்டுத்துணி அசையும் ஒலியில் அவர்கள் பேசிக்கொண்ட ஒலி திரண்டு புதர்க்காட்டில் காற்று செல்வதுபோன்ற ஓசையாக நகர்மீது பரவியது. அந்நகரில் ஒவ்வொருவரும் அஞ்சிக்கொண்டும் ஐயுற்றுக்கொண்டும் இருந்தனர். அவர்களின் முப்பத்தைந்து தலைமுறை மூதாதையர் எவரும் அரசைப்பற்றி அஞ்ச நேர்ந்திருக்கவில்லை. குலமூதாதை குருவுக்குப்பின் ஜஹ்னு, சுரதன், விடூரதன், சார்வபௌமன், ஜயத்சேனன்,

ரவ்யயன், பாவுகன், சக்ரோத்ததன், தேவாதிதி, ருக்ஷன், பீமன் என மாமன்னர்களின் வரிசையில் பன்னிரண்டாவதாக ஆட்சிக்குவந்த பிரதீபன் கைக்குழந்தையை அன்னை காப்பதுபோல அஸ்தினபுரத்தை ஆண்டான் என்றும் அவனுடைய மைந்தன் சந்தனுவின் ஆட்சிக்காலத்தில் அறம் தவறியது என்று ஒருசொல்லைக்கூட எவரும் கேட்டிருக்கவில்லை என்றும் பாடின சூதர்களின் பாடல்கள்.

பால்குன மாதம் விசாக நட்சத்திரத்தில் மழைக்கால இரவின் நான்காம் சாமத்தில் முதியமன்னர் சந்தனு உயிர்துறந்தார். அவரது உடல்நிலையை அறிந்த மக்களெல்லாம் ஊர்மன்றுகளிலும் ஆலயமுற்றங்களிலும் கூடிநின்று அரண்மனைக்கோட்டைமுகப்பின் வெண்கலமணியாகிய காஞ்சனத்தையே பார்த்துக்கொண்டிருந்தனர். வாத்தியங்களை தாழ்த்திவைத்து சூதர்கள் சோர்ந்து அமர்ந்திருந்தனர். அப்போது வெறிமின்னும் கண்களும் சடைவிழுதுகள் தொங்கும் தோள்களும் புழுதியும் அழுக்கும் படிந்த உடலுமாக பித்தன் ஒருவன் கோட்டைவாசலைத் தாண்டி ஊருக்குள் நுழைந்தான். கண்டாமணியை நோக்கி கூடியிருந்த மக்கள் நடுவே அவன் வந்து நின்றபோது அவனுடைய விந்தையான தோற்றத்தாலும் சைகைகளாலும் மக்கள் விலகி நின்று உற்று நோக்கத் தொடங்கினர்.

கண்டாமணியின் ஓசை எழுவதற்கு சிலகணங்களுக்கு முன்பு அரண்மனைக்கு மேலிருந்து ஒரு சிறிய வெண்பறவை எழுந்து வானில் பறப்பதை அவர்களனைவரும் கண்டனர். பித்தன் கைகளைத் தட்டியபடி "அஹோ! அஹோ!" என்று கூச்சலிட்டான். "அது பறந்து போய்விட்டது. அதோ அது பறந்து போய்விட்டது" என ஆர்ப்பரித்தான். "சந்திரகுலத்தின் மணிமுடிமீது வந்து அமர்ந்த அந்தப்பறவை அதோ செல்கிறது. குருகுலத்தின் முடிவு தொடங்கிவிட்டது" என்றான். கூடியிருந்த அனைவரும் அதைக்கேட்டு நடுங்கி அதிர்ந்து சினம்கொண்டனர். ஒரு வீரன் வாளை உருவியபடி பித்தனை நோக்கிச் செல்ல ஆரம்பித்த மறுகணம் காஞ்சனம் ஒலிக்க ஆரம்பித்தது. கோட்டைச்சுவரில் சுருதகர்ணம் முழங்கியது. யானைக்கொட்டிலில் பட்டத்துயானை துதிக்கை தூக்கி ஓங்காரமெழுப்ப, நகரமெங்கும் பரவியிருந்த பல்லாயிரம் யானைகள் சேர்ந்து குரல்கொடுக்க ஆரம்பித்தன. அவ்வொலியில் மகாமரியாதமே நடுங்கியது என்றனர் சூதர்கள்.

நகரமெங்கும் மக்களின் அழுகுரலும் சூதர்களின் பாடலோசையும் நிறைந்தன. கூட்டம்கூட்டமாக மக்கள் அரண்மனை வளாகம் நோக்கி நெரித்து முந்திச்செல்லத் தொடங்கினர். அந்தப் பித்தனை நினைவுகூர்ந்த சிலர் மட்டும், வேகமாக நகரைவிட்டு நீங்கிச்சென்ற அவனைத் தொடர்ந்துசென்று பிடித்துக்கொண்டனர். அவனை நகரத்து மூத்த நிமித்திகர் ஒருவர் அடையாளம் கண்டார். அஜபாகன் என்று

பெயர்கொண்ட அவன் அஸ்தினபுரியில் ஒருகாலத்தில் பெரும்புகழ்பெற்ற நிமித்திகனாக இருந்தான். சந்திரகுலத்தின் குலக்கதைகள் அனைத்தையும் தொகுக்க ஆரம்பித்த அவன் அக்குலத்தில் நடந்த ஒவ்வொரு நிகழ்வுக்கும் விதியின் வலையில் என்ன காரணம் இருந்தது என்றும் என்ன விளைவு உருவாகியது என்றும் கணிக்கத்தொடங்கினான். ஒருநாள் சித்தம் கலங்கி அழுதுகொண்டும் சிரித்துக்கொண்டும் நகரைவிட்டு விலகிச்சென்றான்.

அஜபாகனால் எதையும் தொகுத்துப் பேசமுடியவில்லை. அழுகையும் சிரிப்புமாக அவன் ததும்பிக்கொண்டே இருந்தான். அழுகைக்கு பதில் அவன் சிரிப்பதாகவும் சிரிப்புக்கு பதில் அவன் அழுவதாகவும் மக்கள் நினைத்தார்கள். நிமித்திகர்களின் கூட்டம் அவனை அழைத்துச்சென்று தங்கள் குலகுருவான பிருஹஸ்பதியின் ஆலயத்தில் அமரச்செய்தது. அவனுடைய உதிரிச்சொற்களையெல்லாம் குறித்துக்கொண்டு அவற்றுக்கு நிமித்திக ஞானத்தைக்கொண்டு பொருளறிய முயன்றனர். "தர்மத்தின்மேல்இச்சையின் கொடி ஏறிவிட்டது" என்று அவன் சந்தனுவைப்பற்றி சொன்னான். "வெற்று இச்சை வீரியத்தை கோடைக்கால நதிபோல மெலியச்செய்கிறது. பலமிழந்த விதைகளை மண் வதைக்கிறது" என்று சந்தனுவின் மைந்தர்களான சித்ராங்கதனைப்பற்றியும் விசித்திர வீரியனைப்பற்றியும் சொன்னான். ஆனால் அவன் சட்டென்று அஞ்சி நடுங்கி எழுந்து மார்பில் அறைந்துகொண்டு "இன்று வடதிசையில் எரிவிண்மீன் உதித்திருக்கிறது. அருந்ததிக்கு நிகரான விண்மீன். அது குருகுலத்தை அழிக்கும்" என்று ஓலமிட்டான். வலிப்பு வந்து விழுந்து கைகால்களை உதைத்துக்கொண்டான். அந்த அதிர்ச்சியிலிருந்து விடுபடாமலேயே அவன் இறந்துபோனான்.

அரண்மனையில் மன்னரின் இறுதிச்சடங்குகள் நடந்துகொண்டிருக்க, நகரமே களையிழந்து வெறுமை நிறைந்து அமைந்திருக்கையில், நிமித்திகர் பிருஹஸ்பதியின் சன்னிதியில் கூடிஅமர்ந்து அவன் சொன்னதைக்கொண்டு குருகுலத்தின் எதிர்காலத்தை கணித்தனர். சந்தனு மன்னர் தன்னுடைய இச்சைகளை மட்டுமே பின்தொடர்ந்து சென்று குருகுலத்தின் இன்றியமையாத அழிவுக்கு வழிவகுத்துவிட்டார் என ஊகித்தனர். ஆனால் அந்த அழிவு, என்று எப்போது நிகழுமென அவர்களால் உய்த்தறிய முடியவில்லை. காலக்குறிகளைப் பார்த்த முதுநிமித்திகர் குருகுலத்தின் மாவீரர்களும் அறத்தின் தலைவர்களும் இனிமேல்தான் பிறக்கவிருக்கிறார்கள் என்றும் குருகுலத்தின் புகழின் பூக்காலம் இனிமேல்தான் வரவிருக்கிறது என்றும் சொன்னார். ஆனால் பித்தனின் சொற்களும் சரியாகவே இருந்தன. சந்தனுவின் இரு மைந்தர்களில் மூத்தவனாகிய சித்ராங்கதனின் பிறவிநூலில் யோனிகட்டம் இருக்கவேயில்லை. அவனுடைய தம்பி விசித்திரவீரியன் அப்போதும் மருத்துவக்குடில்களில்தான் வாழ்ந்துவந்தான்.

சந்தனுவின் ஈமச்சடங்குகள் முடிந்தபின்னர் நிமித்திகர் அவைக்குச் சென்று அஸ்தினபுரியின் அரசியான சத்யவதியிடம் நிமித்தபலன்களை சொன்னார்கள். அஞ்சியபடியும் தயங்கியபடியும் அவர்களில் மூத்த நிமித்திகர் சித்ராங்கதனின் பிறவிநூல் அவனுடைய குணங்களைச் சொல்லும்போது யோனிகட்டத்தை முற்றிலும் விட்டுவிட்டிருப்பதாகச் சொன்னார். ஆனால் அவர்களனைவரும் ஆச்சரியப்படும்படியாக சத்யவதி அதை அறிந்திருந்தாள். அந்தச் செய்தியை பிறர் எவரும் அறியவேண்டியதில்லை என்று அவள் அவர்களுக்கு ஆணையிட்டு பரிசில்கள் கொடுத்து அனுப்பினாள். அஜபாகனின் சொற்களிலிருந்து நிமித்திகர் ஊகித்த கடைசிச்செய்தியை அவர்கள் சத்யவதியிடம் சொல்ல வில்லை. குருகுலமன்னன் சந்தனு இறந்த அன்று அதே முகூர்த்தத்தில் பாரதவர்ஷத்தில் எங்கோ குருகுலத்தை அழிக்கும் நெருப்பு பிறந்திருக்கிறது என அவர்கள் அறிந்திருந்தனர். அருந்ததிக்கு நிகரான எரிவிண்மீன் என்ற சொல் ஒரு பெண்ணைக் குறிக்கிறதென்றும் ஊகித்திருந்தனர்.

சத்யவதி நேரில்சென்று சேதிநாட்டு மன்னன் பிரஹத்ரதனின் மகள் சௌபாலிகையைப் பார்த்து சித்ராங்கதனுக்கு மணம்புரிந்துவைத்தாள். சந்திரகுலத்து சித்ராங்கதன் அஸ்தினபுரியின் அரசன் ஆனபோது மக்கள் ஏனோ மகிழ்ந்து கொண்டாடவில்லை. நகர்வீதிகளில் அவன் ஊர்வலம் வருகையில் எழுந்த வாழ்த்தொலி மரபானதாக, உயிரற்றிருந்தது. மக்கள் கூடியிருந்து பேசும்போது மன்னனைப்பற்றி பேசுவதையே முற்றிலும் தவிர்த்தனர். தற்செயலாக குருகுலம் பற்றிய பேச்சு எழும்போது அனைவரும் பார்வையைத் திருப்பிக்கொள்ள அது அங்கேயே அறுபட்டது. மிகச்சிலர் மட்டுமே கண்டிருந்த அஜபாகனை அதற்குள் அனைவரும் அறிந்திருந்தனர். எவரும் எதுவும் சொல்லாமலேயே எங்கோ இருக்கும் பிழை எங்கும் தெரிந்திருந்தது.

அழகிய சேவகர்கள் புடைசூழ வெண்பளிங்காலான மாளிகையில் வாழ்ந்த சித்ராங்கதன் ஒருநாள்கூட தன் மனைவியின் அந்தப்புரத்தில் தங்கவில்லை. அவன் பணிக்காக காந்தாரத்திலிருந்து வெண்சுண்ண நிறமுள்ள சேவகர்கள் கொண்டுவரப்பட்டனர். திராவிடத்திலிருந்து கரும்பளிங்கின் நிறமுள்ள இளைஞர்கள் வந்தனர். அவர்கள் வழியாக அவன் எதையோ தேடிக்கொண்டிருந்தான். இறுகிய தசைகள் கொண்ட அழகிய இளைஞர்களுடன் மற்போர்செய்வதையும் நீச்சலிடுவதையும் சித்ராங்கதன் விரும்பினான். நரம்புகள் புடைத்த தசைநார்கள் ஒன்றுடன் ஒன்று மோதி இறுகிப்புடைத்து அதிர்வதைப் பார்க்கையில்தான் அவன் இன்பம் கொண்டான். மனித உடலென்பது வைரம்பாயும்போதே முழுமை கொள்கிறது என நினைத்தான்.

சித்ராங்கதன் மாவீரனாகவும் நெறிநின்று நாடாளக்கூடியவனாகவும் இருந்தபோதிலும் எப்போதும் நிலையற்றவனாகவே காணப்பட்டான்.

பதினாறாண்டுகாலம் ஆட்சிசெய்த சித்ராங்கதன், ஒருமுறை ஹிரண்வதி நதிக்கரையில் தட்சிணவனத்துக்கு வேட்டையாடச்சென்றான். வேட்டைவெறியில் மான் ஒன்றைப் பின்தொடர்ந்து அடர்கானகத்தில் அலைந்தான். அந்த மானைப் பிடிக்காமல் திரும்புவது இழுக்கு என்று பட்டதனால் பறவைகளை உண்டும் குகைகளில் தங்கியும் நாட்கணக்கில் காட்டில் சுற்றித்திரிந்தான்.

நாட்கள் செல்லச்செல்ல அவனுக்குள் இருந்த அனைத்தும் தேய்ந்தழிந்தன. அஸ்தினபுரியும் அழகிய பளிங்குமாளிகைகளும் தோழர்களும் எல்லாம் கனவின் நினைவுபோல ஆனார்கள். அவன் மட்டுமே அவனில் எஞ்ச அந்த வனத்தில் ஒவ்வொருநாளும் பிறந்தெழுந்தவன்போல வாழ்ந்தான். ஒருமுறை தாகம்கொண்டு துல்லியமான நீலநீர் நிறைந்த அசைவில்லாத பாறைத்தடாகமொன்றை அடைந்து நீரள்ளுவதற்காகக் குனிந்தபோது அதில் அவன் பேரழகனொருவனைக் கண்டான். சித்தமுருவான நாள்முதல் அவன் தேடிக்கொண்டிருந்தவன் அவனே என்று அறிந்தான். புடைத்த தசைநார்களும் நீலநரம்புகளும் அசையும் உடல் கொண்ட அந்த அழகனை அள்ளியணைக்க இருகைகளையும் விரித்து முன்னால் குவிந்தான். நீருக்குள் இருந்த சித்ராங்கதன் என்னும் கந்தர்வன் அவனை அணைத்து இழுத்துக்கொண்டு ஆழத்துக்குள் புகுந்துகொண்டான்.

சித்ராங்கதனை தேடிச்சென்றவர்கள் அவனை கண்டடையவேயில்லை. நீலத்தடாகத்தின் அருகே அவனுடைய வில்லும் அம்பறாத்தூணியும் இருக்கக்கண்டு அவன் அதற்குள் மறைந்திருக்கலாம் என ஊகித்தனர். சத்யவதி நிமித்திகரைக்கொண்டு அவனுடைய பிறவிநூலைப்பார்த்து அவன் இறந்ததை உறுதிசெய்துகொண்டாள். சித்ராங்கதனின் தம்பி விசித்திரவீரியன் உடல்நிலை தேறவில்லை என மருத்துவர்கள் சொன்னதனால் சத்யவதியே ஆட்சிப்பொறுப்பை ஏற்றுக்கொண்டாள். அஸ்தினபுரியை அவள் ஆட்சிசெய்வதை ஐம்பத்தைந்து மறக்குல மன்னர் களும் ஒப்பமாட்டார்கள் என மக்கள் அறிந்திருந்தனர். ஒவ்வொருநாளும் தீயசெய்திக்காக அவர்கள் செவிகூர்ந்திருந்தனர்.

பலபத்ரர் அரண்மனை முற்றத்தில் சென்றிறங்கி காவலனால் அழைத்துச்செல்லப்பட்டு மந்திரசாலையில் அமர்ந்திருந்த பேரமைச்சர் யக்ஞசர்மரின் அவையை அடைந்தார். தளகர்த்தர்களாகிய உக்ரசேனரும், சத்ருஞ்சயரும், வியாஹ்ரதத்தரும் அங்கே இருந்தனர். களஞ்சியக் காப்பாளராகிய லிகிதரும், வரிகளுக்குப் பொறுப்பாளராகிய சோமரும், ஆயுதசாலைக்கு அதிபராகிய தீர்க்கவ்யோமரும், எல்லைக்காவலர் தலைவரான விப்ரரும், யானைக்கொட்டடிக்கு அதிபராகிய வைராடரும் இருந்தனர். பலபத்ரர் அமர்ந்ததும் தான் கொண்டுவந்திருந்த ஓலை ஒன்றை பேரமைச்சரிடம் அளித்தார். அதில் ‘பாகனில்லாத யானை நகரங்களை அழிக்கக்கூடியது. பாசாங்குசதாரியால் அது அடக்கப்படவேண்டும்.

வெண்ணிற நதி எட்டாம் படித்துறையை நெருங்கும்போது பன்னிரு ராசிகளும் இணைகின்றன. அன்று கொற்றவைக்கு முதற்குருதி அளிக்கப்படும்' என்று எழுதியிருந்தது.

ஓலையை ஒவ்வொருவராக வாங்கி வாசித்தனர். யானை என்பது அஸ்தினபுரி என்றும் வெண்ணிறநதியின் எட்டாம் படித்துறை என்பது வளர்நிலவின் எட்டாம் இரவு என்றும் அவர்கள் ஊகித்தனர். அன்று கொற்றவைக்கு முதற்பலி கொடுத்து போரை அறிவிக்கவிருக்கிறார்கள் என்ற செய்தி அவர்களை இறுகச்செய்தது. தளகர்த்தரான உக்ரசேனர் "பீஷ்மர் இருக்கையில் நாம் எவருக்கும் அஞ்சவேண்டியதில்லை" என்றார். "இந்த பாரதவர்ஷத்தில் அவரது வில்லின் நாணோசையைக் கேட்டு அஞ்சாதவர்கள் எவரும் இன்றில்லை. நம்முடைய படைகளும் ஆயுதங்களுடன் சித்தமாயிருக்கின்றன. கொட்டில்களில் நம் யானைகள் பல்லாண்டுகாலமாக பெருகி நிறைந்திருக்கின்றன. நாம் போரை அஞ்சவேண்டியதில்லை" என்றார்.

பேரமைச்சர் யக்ஞசர்மர் புன்னகைசெய்து "அரியணைகள் ஆயுதங்களால் நிலைநிறுத்தப்படுகின்றன என்பது அரசுகள் தோன்றிய காலம் முதல் நம்பப்பட்டுவரும் பொய். அரசுகள் மக்களின் விராடவடிவங்கள் மட்டுமே. அவை மக்களை ஆள்வதில்லை, மக்களை பிரதிநிதித்துவம் செய்கின்றன" என்றார். "இந்த ஓலையின் பிறவரிகளுக்கு நம் வரையில் எந்த முக்கியத்துவமும் இல்லை தளகர்த்தரே. இதன் முதல் வரி மட்டுமே நாம் கூர்ந்து நோக்க வேண்டியது. யானைக்கு பாகன் இல்லை என்கிறது இந்த ஓலை. அந்தவரியை பாரதவர்ஷத்தின் நம்மைத்தவிர்த்த ஐம்பத்திஐந்து மன்னர்களும் ஏற்றுக்கொண்டிருக்கிறார்கள் என்பதுதான் முக்கியம். அப்படியென்றால் அதை இங்குள்ள மக்களெல்லாம் ஏற்றுக்கொண்டிருக்கிறார்கள் என்பது பொருள். மக்கள் ஏற்றுக்கொள்ளாத ஒன்றை மன்னர்கள் ஏற்றுக்கொள்ளமாட்டார்கள்."

"நம்முடைய சமந்தர்களும் நண்பர்களும்கூட இதை ஏற்றிருக்கிறார்கள் என்று தெரிகிறது" என்றார் லிகிதர். "சேற்றில் அகப்பட்ட யானையை புலிகள் சூழ்வதுபோல அவர்கள் அஸ்தினபுரியை சூழ்கிறார்கள். பலநாட்களுக்கான உணவு கிடைக்கும் என அவர்களின் பசி சொல்கிறது." சோமர் "பேரமைச்சரே, அவர்கள் நினைப்பதைத்தான் நம் குடிமக்களிலும் பெரும்பாலானவர்கள் நினைக்கிறார்கள்" என்றார். "இவ்வருடம் வரிகள் இயல்பாக வந்துசேரவில்லை. ஆலயக்களஞ் சியத்துக்கு காணிக்கைச்செல்வம் வந்து சேர்வதுபோல அரசனுக்கு வரிகள் வரவேண்டுமென்கின்றன நூல்கள். இம்முறை பல ஊர்களில் ஊர்த்தலைவர்கள் எதிர்த்திருக்கிறார்கள். அரசனில்லாத தேசம் வரிகளைப்பெற முடியுமா என்று வினவியிருக்கிறார்கள்."

“ஆம், இனியும் நாம் தாமதிக்கலாகாது” என்றார் பேரமைச்சர் யக்ஞசர்மர். “இந்த தேய்நிலவு சதுர்த்தியுடன் அஸ்தினபுரியின் மன்னர் சித்ராங்கதர் மறைந்து ஒரு வருடமாகிறது. அவரது நீர்க்கடன் நாள் வரைக்கும் ஷத்ரிய மன்னர்கள் நம் மீது படைகொண்டுவர முடியாது. மேலும் எட்டுநாள் கழித்துதான் அவர்கள் போருக்கு நாள் குறித்திருக்கிறார்கள். அதற்குள் அஸ்தினபுரியின் அரியணையில் நாம் மன்னரை அமரச்செய்தாகவேண்டும்.”

அந்தச் சொற்களைக்கேட்டு அவையில் அமைதி பரவியது. சோமர் “விசித்திரவீரியருக்கு சென்ற மாதமே பதினெட்டு வயது ஆகிவிட்டது” என்றார். அவையில் அமைதியிழந்த உடலசைவுகள் உருவாயின. பேரமைச்சர் தயக்கத்துடன் “அவரது உடல்நிலையில் நல்ல மாற்றம் ஏதுமில்லை என்று அரசமருத்துவர்கள் சொல்கிறார்கள்... ஆகவேதான் இதுநாள் வரை ஒத்திவைத்தோம்...” என்றார்.

லிகிதர் “அரியணை அமரும் மன்னன் முறைப்படி மணம்புரிந்திருக்க வேண்டும் என்கின்றன நூல்கள்” என்றார். அவையில் எவரும் அதை கேட்டதாகக் காட்டிக்கொள்ளவில்லை. பேரமைச்சர் “இந்நிலையில் முடிவெடுக்கவேண்டியவர் பேரரசியார் மட்டுமே. இந்த ஓலையை அவரிடம் அளிப்போம். இன்னும் பதின்மூன்று நாட்கள் மட்டுமே நமக்குள்ளன என்பதைத் தெரிவிப்போம்” என்றார். அவையிலிருந்தவர்கள் அதை பெருமூச்சுடன் தலையசைத்து ஆமோதித்தனர்.

பலபத்ரர் தன் இல்லத்துக்குத் திரும்புகையில் கணிகர்வீதியின் மூன்று முனையில் இருந்த சின்னஞ்சிறு ஆலயத்தருகே தேரை நிறுத்தினார். உள்ளே ஒரு கையில் ஒருமை முத்திரையும் மறு கையில் அறிவுறுத்தும் முத்திரையுமாக சிறிய கற்சிலையாக அஜபாகன் அமர்ந்திருந்தான். அருகே கல்லகலில் சுடர்மணி அசையாமல் நின்றது.

அந்த துயரம் நிறைந்த கண்களையே சிலகணம் பார்த்துநின்ற பலபத்ரருக்கு தெய்வங்களின் கண்களில் துயரம் மட்டுமே இருக்கமுடியும் என்று பட்டது. ஏனென்றால் அவை முடிவற்ற காலத்தில் மானுடவாழ்க்கையை பார்த்துநிற்கின்றன.

2

அஸ்தினபுரியின் பேரரசியின் பெயர் சத்யவதி. அவள் யமுனை நதிக்கரையில் மச்சபுரி என்ற சிற்றூரை ஆண்ட மீனவர்குலத் தலைவனின் மகள். அவள் தந்தை சத்யவான். பத்து மீனவக்குலங்களுக்குத் தலைவனாக ஆனபின்னர் அவன் தசராஜன் என்று பெயர் பெற்றான். சத்யவான் இளைஞனாக இருந்தபோது கரையோரப் படகு ஒன்றில் உறங்குகையில் ஒரு கனவு கண்டான். முழுநிலவு நாளில் யமுனையின் கரிய நீரிலிருந்து செந்நிறமேனி ஈரத்தில் மின்ன ஒரு பேரழகி எழுந்து வந்து அவனை நோக்கிப் புன்னகை புரிந்தாள். அவளுடைய கண்கள் மட்டும் மீன்விழிகள் போல இமையாதிருந்தன.

கண்விழித்தெழுந்த சத்யவான் நிலவெழுந்தபின் மீன்பிடிக்கலாகாது என்ற தன் குலநெறியை மீறி படகை நீரில்செலுத்தி சித்திரை முழுநிலவில் ஓட்டிச்சென்று யமுனையின் நடுநீரை அடைந்தான். நீரலைகள் ஒளியாகத் ததும்பிக் கொண்டிருந்த இரவில் யமுனைநதி துள்ளும் வெள்ளி மீன்களால் கலகலத்துக் கொண்டிருந்தது. அதன் பரப்பில் கண்களால் தேடியபடி அவன் அலைந்து கொண்டிருந்தபோது நீரைக்கிழித்தபடி மேலெழுந்து வந்து கைகளை வீசிப்பறந்து திரும்பி நீருள் அமிழ்ந்த அழகியைக் கண்டான்.

அவள் பெயர் அத்ரிகை. யமுனையின் ஆழத்திலுறைந்த பேரன்னையின் மகள்களில் ஒருத்தி. நிலவொளியில் நீந்திக்களிக்கும் அவளைத் தொடர்ந்து படகில் சென்றுகொண்டே இருந்த சத்யவானை ஒரு தருணத்தில் அவள் திரும்பிப்பார்த்தாள். தாமரைக்குமிழ் முலைகளில் நீர் வழிய, செந்நிறக் கூந்தல் முதுகில் ஓட அவள் அவனுடைய படகை அணுகி அதன் விளிம்பைப் பற்றியபடி நீலமணிக்கண்களால் அவனைப் பார்த்தாள். அந்த நிலவொளியில் கண்ட அவனுடைய ஆண்மையின்

அழகில் அவள் மயங்கினாள். சத்யவான் அவள் கைகளைப்பற்றி படகிலேற்றிக்கொண்டான். படகில் நிலவை சாட்சியாக்கி தன் குலச்சின்னத்தை அவள் கழுத்திலணிவித்து அவளை அவன் காந்தருவ மணம் புரிந்துகொண்டான்.

அதன்பின் ஒவ்வொரு இரவும் படகை எடுத்துக்கொண்டு யமுனைக்குள் சென்று அவன் அவளை சந்தித்தான். அவளுடலெங்கும் நிறைந்திருந்த நீராழத்தின் மீன்மணம் அவனை பித்துகொள்ளச்செய்தது. அவள் நினைவன்றி ஏதுமில்லாதவனாக பகலெல்லாம் யமுனைக்கரையில் கிடந்த அவனுக்கு என்ன நிகழ்ந்தது என்று குலப்பூசகர் கண்டுசொன்னார். பல தலைமுறைகளுக்கொருமுறை எல்லை மீறிச்சென்று நீர்மகளிர்தம் காதலுக்கிரையாகக் கூடியவர்கள் உண்டு. அவர்கள் ஒருநாள் நீராழத்தில் மறைந்துபோவார்கள். அவனை அவர்கள் அறைகளில் மூடிவைத்தார்கள். தளையிட்டு பிணைத்தார்கள். அவன் கதவுகளையும் தளைகளையும் உடைத்துக்கொண்டு யமுனைக்குச் சென்றுகொண்டிருந்தான்.

இரண்டு முழுநிலவுகளுக்குப்பின் அவள் அவனைக் காண வராமலானாள். அவன் தன்னிலை அழிந்து சடைமுடியும் கந்தலுமாக நதிக்கரையிலேயே வாழ்ந்தான். அவனுடைய குலம் அவனைக் கைவிட்டது. கலங்கிக் கலங்கி வழியும் கண்களும் நடுங்கிக்கொண்டிருக்கும் தலையும் குளிர்ந்து விரைத்த கைகளுமாக தடுமாறும் கால்களை எடுத்துவைத்து யமுனைநோக்கிப் பேசிக்கொண்டிருந்தான். இரவெல்லாம் யமுனையின்மீது துடுப்பிட்டபடி படகில் அலைந்தான். நினைவுக்கு மீளாத எதையோ தேடுபவன் போலிருந்தான்.

அடுத்த சித்திரை முழுநிலவுநாளில் அவன் தன் தோணியை யமுனையில் நிறுத்தி, கண்ணீருடன் துடுப்பை ஒடித்து நீரில் வீசி, கைகளை ஆடைகொண்டு பிணைத்து நீரில் குதிக்க எழுந்தபோது நீரைப்பிளந்து வெளியே வந்த அத்ரிகை இருகைகளிலும் ஏந்திவந்த ஓர் அழகிய பெண்மகவை அவனை நோக்கி நீட்டினாள். “நம் உறவின் எல்லை இது. இனி நாம் வேறு ஓர் உலகிலேயே சந்திக்கமுடியும்” என்று சொல்லி நீரில் மூழ்கி மறைந்தாள். அவன் அந்தக் குழந்தையை முகர்ந்து பார்த்தான். அத்ரிகையின் மீன்மணத்தை கொண்டிருந்தது அது.

சத்யவானுக்கு அத்ரிகையில் பிறந்த மகளுக்கு சத்யவதி என்று பெயரிட்டது அவனுடைய குடி. கரிய நிறமுள்ளவளாகையால் அவனுடைய அன்னை அவளை காளி என்றழைத்தாள். அவனோ அவளை மச்சகந்தி என்றே அழைத்தான். அவளை மார்போடணைத்து அவள் சிறுமேனியின் நறுமணத்தை முகர்வதையே தன் வாழ்வின் பேரின்பமாகக் கொண்டிருந்தான். அதன்பின் அவன் மணம் புரிந்துகொள்ளவில்லை. வேறெந்தப் பெண்ணும் அவனுக்கு பெண்ணாகத் தெரியவில்லை.

ஆகவே அவளே மச்சகுலத்தின் இளவரசியென அறியப்பட்டாள்.

நிலத்தை விட நீரே அவளுக்கு உவப்பானதாக இருந்தது. நீருக்குள் அவளுக்கு சிறகுகள் முளைப்பதாக அவள் தோழிகள் சொன்னார்கள். மனிதர்கள் ஒருபோதும் சென்று பார்க்கமுடியாத நீராழங்களுக்கெல்லாம் அவள் முக்குளியிட்டுச் சென்றாள். அவர்கள் எவரும் அறிந்திராத முத்துக்களுடன் திரும்பி வந்தாள். மெல்ல திருப்பிப்பார்த்தால் முடிவிலாது நிறம் மாறும் பக்கங்களில் யமுனையில் படகோட்டிய ஒவ்வொருவரையும் காட்டும் அரிய முத்துக்கள் அவை என்றனர் குலப்பூசகர்.

அவள் யமுனைநதியில் நுரைமேடுகள் போலத் தெரிந்த மணல்திட்டுகளின் நாணற்புதர்களுக்குள் நாட்கணக்காக தங்கியிருந்தாள். நிலவொளியில் நீர்வெளியைப் பிளந்து எம்பி கைவிரித்துத் தாவி விழும் அவளை படகிலிருந்து பார்த்தபோது அவள் அன்னையே மீண்டுவந்ததாக உணர்ந்தான் சத்யவான். முத்துப்போல சருமம் மின்னும் அவளைப்போன்ற பேரழகி ஒருத்தி அவன் குலத்தில் ஒருபோதும் பிறந்ததில்லை என்று மீனும் முத்துக்களும் பெற்றுக்கொண்டு குலப்பாடல்களைப் பாடவந்த சூதர்கள் சொன்னார்கள். அவளுடைய புகழ் அவர்களின் பாடல்களின் வழியாக பாரதவர்ஷமெங்கும் பரவியது.

அஸ்தினபுரியை ஆண்ட சந்திரகுலத்து மன்னன் சந்தனு தன் ஐம்பதாவது வயதில் வேட்டைக்காக காட்டுக்குச் சென்று வேட்டைமுடிந்த இரவில் யமுனைக்கரையோரமாக போதிமரம் ஒன்றின் கிளைக்கவர்மீது சிறுகுடிலமைத்துத் தங்கினார். தன் புல்லாங்குழலுடன் குடில்முகப்பில் வந்தமர்ந்து முழுநிலவின் ஒளியில் அலையடித்து ஒளிவிடும் நதியைப் பார்த்து அமர்ந்து நெஞ்சுகனத்து வழிந்த சென்றகால நினைவுகளை இசையாக்கி குழலிசைத்துக்கொண்டிருந்தபோது நதிப்பரப்பில் ஓர் அழகிய மீன் துள்ளிவிளையாடுவதைக் கண்டார். கரையிலிருந்த இரு மென்மரங்களை சேர்த்துக்கட்டி அதிலேறி நீர்ப்பரப்புக்குள் சென்ற பின்னர்தான் அது ஓர் அழகிய பெண் என்பதை அறிந்தார். அவள் நீந்திச்செல்ல அவர் பின்தொடர்ந்தார். அவள் மீனாகவும் பெண்ணாகவும் உருமாறிக்கொண்டிருப்பதாக நினைத்தார்.

நெஞ்சுதாளா ஆவலுடன் அவர் மேலும் அவளை அணுகிச்சென்றபோது நீரில் ஊறிய மென்மரங்கள் மூழ்கத் தொடங்கின. அவர் நீரில்குதித்து கரைநோக்கி நீந்த ஆரம்பித்தார். நிலவொளியில் யமுனை கிளர்ச்சி கொண்டிருந்ததனால் அலைகள் அவர் தோள்களுடன் மல்லிட்டன. கைசோர்ந்து அவர் நீரில் மூழ்கத் தொடங்கினார். மேலெழுவதற்காக அவர் செய்த முயற்சிகளெல்லாம் அவர் கைகளை மேலும்

களைப்புறச்செய்தன. நீருக்குள் மூழ்கி தன் தலைக்குமேல் நிலவொளி நீரிலாடும் நடனத்தைப்பார்த்தபடி கீழே சென்றுகொண்டே இருந்தபோது அவர் தன்னை நோக்கி அவள் நீந்தி வருவதைக் கண்டார். அவளுடைய கண்கள் மீன்விழிகள் போல இமையாது திறந்திருந்தன.

அவள் நீர்க்கொடி போல குளிர்ந்து வழவழப்பாக இருந்த தன் கைகளால் அவர் கைகளை பற்றிக்கொண்டாள். அவளுடன் நீருக்குள் பறந்துசென்று யமுனையின் அடியில் பரவியிருந்த மாய உலகத்தைக் கண்டார். மரகத இளங்காடுகள் நீரலைகளில் நடனமிட்டன. செம்பவளப் பாறைகள்மேல்பொன்னாலும் வெள்ளியாலும் உடல்கொண்ட மீன்கள் சிறகுகளை விசிறியபடி அவர் கேட்கமுடியாத சொற்களை உச்சரித்தபடி பறந்துசென்றன. அச்சொற்கள் குமிழ்களாக எழுந்து நூறாயிரம் வண்ணங்கள் காட்டி வானுக்கு எழுந்தன.

மேலும் ஆழத்திற்குச் சென்றபோது அங்கு கைகள் சிறகுகளாக மீன்களைப்போல் பறக்கும் பேரழகிகளைக் கண்டார். தாமரை முகமும் உருண்ட கைகளும் திரண்ட தோள்களும் கொண்ட பத்மினிகள், வாழைக்கூம்பு முகமும் நீண்ட கைகளும் மெலிந்த தோள்களும் கொண்ட சித்ரிணிகள், சங்குமுகமும் சிறிய கைகளும் நெகிழ்ந்த தோள்களும் கொண்ட சங்கினிகள், யானை மதம் கொண்ட ஹஸ்தினிகள். பேதையரும் பெதும்பையரும் மங்கையரும் மடந்தையரும் அரிவையரும் தெரிவையரும் பேரிளம்பெண்களுமென அவர்கள் கனவுருக்காட்சியென மிதந்தனர்.

திரும்பும் கழுத்துகளின் நளினங்கள், பறக்கும் கூந்தலை அள்ளும் பாவனைகள், ஓரவிழிப் பார்வையின் மின்வெட்டுகள், சுழித்துவிரியும் உதட்டு முத்திரைகள், அசையும் கைகளின் நடனங்கள், தோள்சரிவின் குழைவுகள், இடை வளைவின் ஒயில்கள், பின்னழகின் குவிதல்கள், முலைநெகிழ்வுகளின் பேரெழில்கள் வழியாக அவர் சென்றுகொண்டிருந்தார். ஒவ்வொரு பெண்ணிலும் ஒரு வாழ்நாளைக் கழித்தவராக யுகயுகமாகச் சென்று ஒருகணம் கொப்பளித்து உடைவதுபோல நீருக்குமேலே வந்தார். இழந்த மூச்சை அடைந்தவராக கைகால்களால் துழாவி யமுனைத்தீவொன்றின் நாணல்களைப் பற்றிக்கொண்டார்.

அவருடன் அவளும் கரையேறி வந்தாள். ஈரமணலில் உடைகளற்ற உடலுடன் முழங்கால்களை கட்டிக்கொண்டு நிலவொளியில் அமர்ந்திருக்கும் கன்னியின் அருகே மண்டியிட்டு சந்தனு கேட்டார் "நீ யார்? மானுடப்பெண்ணேதானா?" அவள் மெல்லிய வெண்பற்களைக் காட்டி புன்னகைபுரிந்து "மச்சகுலத்தலைவன் சத்யவானின் மகள் நான், என்பெயர் சத்யவதி" என்றாள். அவள் உடலில் நீராழத்தில்

அவர் உணர்ந்த வாசனையை அறிந்தார். புதுமீன் வாசனையா மதநீரின் வாசனையா என்றறியாமல் அவர் அகம் தவித்தது. அவள் கைகளைப் பற்றிக்கொண்டு “யமுனையின் மகளே, நீ அஸ்தினபுரியின் அரசியாகவேண்டும்” என்றார். “நான் மீனவப் பெண்ணல்லவா?” என்று அவள் சொன்னபோது “மும்மூர்த்திகள் எதிர்த்துவந்தாலும் தளரமாட்டேன். உன்னையன்றி இனியொரு பெண்ணை தீண்டவும் மாட்டேன்” என்று சந்தனு வாக்களித்தார்.

சூதர்கதைகள் வழியாக அன்றி அஸ்தினபுரியின் மக்கள் சத்யவதி என்னும் கரிய மீனவப்பெண் அஸ்தினபுரிக்கு அரசியான விதத்தை அறிந்திருக்கவில்லை. அதைக் கேட்பதில் அவர்களுக்கு நிறைவே கைகூடவில்லை. ஆகவே சூதர்கதைகள் நாள்தோறும் வளர்ந்தன. சத்யவதியின் உடல்மணம் அறிந்து நாகங்கள் படமெடுத்து பின்னால் வந்தன என்றார்கள். யானைகள் துதிக்கைதூக்கிப் பிளிறின என்றார்கள். கந்தர்வர்களும் கின்னரர்களும் யட்சர்களும் மலர்வாசம் விட்டு அவளை சூழ்ந்திருந்தனர். அவள் வாசனை கனவுகளில் வந்து அறியாத எவற்றையோ நினைவுறுத்தியது.

பதினெட்டு ஆண்டுகாலம் சத்யவதியின் மேனியின் வாசனையன்றி வேறெதையும் அறியாதவராக அரண்மனைக்குள் வாழ்ந்தார் சந்தனு. ஒவ்வொருநாளும் புதியநீர் ஊறும் சுனை. ஒவ்வொரு காலையிலும் புதுமலர் எழும் மரம். ஒவ்வொருகணமும் புதுவடிவு எடுக்கும் மேகம். யமுனையின் அடித்தளத்திலிருந்து சத்யவதி கொண்டுவந்த முத்துக்களின் கதைகளைப்பற்றி சூதர்கள் சொன்னார்கள். ஒன்றைப்போல் இன்னொன்றில்லாதவை அம்முத்துக்கள். நீரின் அடித்தளத்தில் மட்டுமே எழும் ரகசியமான வாசம் கொண்டவை. அவைதான் சந்தனுவை அவளுடைய அடிமையாக காலடியில் விழச்செய்திருந்தன.

அவள் தன்னுடன் கொண்டுவந்த சிப்பியாலான பேழையில் இருநூற்றியிருபது முத்துக்கள் இருந்தன என்றனர் சூதர்கள். ஒவ்வொரு முழுநிலவுநாளிலும் அவள் பொற்சிப்பி திறந்து ஒருமுத்தை சந்தனுவுக்குக் காட்டினாள். அந்தமுத்தின் அழகில் மெய்மறந்து அதையே மீளமீள முகர்ந்தும் பார்த்தும் அவர் வாழ்ந்தார். நூறாண்டுகள் பழைய சோமரசம்போல, இமயத்தின் சிவமூலிகை போல அது அவரை மயக்கி உலகை மறக்கச்செய்தது. அவரது கண்கள் புறம்நோக்கிய பார்வையை இழந்தன என உள்நோக்கி திரும்பிக்கொண்டன. கனவில் இசைகேட்கும் வைணிகனைப்போல அவர் விரல்கள் எப்போதும் காற்றை மீட்டிக்கொண்டிருந்தன. அன்னை மணம் அறிந்த கன்றின் காதுகளைப்போல அவர் புலன்கள் அவளுக்காக கூர்ந்திருந்தன. கந்தர்வர்களின் முகங்களில் மட்டுமே இருக்கும் புன்னகை எப்போதும் அவரிடமிருந்தது. பதினெட்டாண்டுகளில் இருநூற்று இருபது

முத்துக்களும் தீர்வது வரை சந்தனு அந்தப்புரம்விட்டு வெளியே வரவில்லை.

கடைசி முத்தையும் பார்த்தபின்பு அவர் தன்னை உணர்ந்தபோது அவரது மெலிந்த உடல் ஆடைகளுக்குள் ஒடுங்கிக்கிடந்தது. தோலுரிந்த சுள்ளி போன்ற கைகால்களுடன் வெளிறி ஒட்டிய முகத்துடன் படுக்கையில் கிடந்தார். கண்மூடி யமுனையின் ஆழத்தை கற்பனையில் கண்டுகொண்டு படுத்திருந்த அவர் உடலில் நூறாண்டு மூப்பு படர்ந்திருந்தது. "கன்றுக்கு பாற்கடல் மரணமேயாகும்" என்று முதுநிமித்திகர் சொன்னார். அவருடலில் நாள்தோறும் காய்ச்சல் படிப்படியாக ஏறி வந்தது. அவரது நாடியைப் பிடித்துப்பார்த்த அரண்மனை வைத்தியர்கள் அதில் படைக்குதிரையின் குளம்படிச்சத்தம் ஒலிப்பதாகச் சொன்னார்கள். 'ஆழம்' என்ற சொல்லை சந்தனு கடைசியாகச் சொன்னார். நாசி விரித்து அதன் வாசனையை ஏற்பவர்போல மூச்சிழுத்தார். அம்மூச்சை வெளிவிடவில்லை.

சந்தனுவின் அரசியாக வந்தபின்னர் சிலநாட்களிலேயே அஸ்தினபுரியின் ஆட்சியை முழுக்க சத்யவதியே ஏற்றுக்கொண்டாள். மதம் கொண்ட யானையை பார்வையாலேயே அடக்கி மண்டியிடச்செய்யும் ஆற்றல்கொண்டவளாக அவளிருந்தாள். ஆயிரம் கண்களுடன் அவள் நாட்டை பார்த்துக்கொண்டிருந்தாள். ஆயிரம் கைகளுடன் ஆட்சிசெய்தாள். சித்திரைமாதம் முழுநிலவன்று மட்டும் அவள் அரச ஆடைகளைக் களைந்து மீனவப்பெண்ணாக மாறி தன்னந்தனியாக தேரில் ஏறி காடுகளைத்தாண்டி யமுனைநதிக்கரையில் இருந்த தன் கிராமத்துக்குச் சென்றாள் என்றனர் சூதர்கள்.

3

அஸ்தினபுரியின் மன்னர் சந்தனுவின் தேரில் ஏறி முதன்முதலாக பீஷ்மர் தன் ஏழு வயதில் உள்ளே வந்தபோதே அந்நகர மக்கள் அது தங்கள் குலமூதாதை ஒருவரின் நகர்நுழைவு என்று உணர்ந்தனர். சஞ்சலமே அற்ற பெரிய விழிகளும், அகன்ற மார்பும், பொன்னிற நாகங்கள் போன்ற கைகளும் கொண்ட சிறுவன் தன் தந்தையைவிட உயரமானவனாக இருந்தான். ஒவ்வொரு சொல்லுக்குப்பின்னும் அதுவரை அறிந்த ஞானம் அனைத்தையும் கொண்டுவந்து நிறுத்தும் பேச்சுடையவனாக இருந்தான். ஒரு கணமேனும் தன்னைப்பற்றி நினையாதவர்களுக்கு மட்டுமே உரிய கருணை நிறைந்த புன்னகை கொண்டிருந்தான். அவனைக் கண்டபின் அஸ்தினபுரியின் மக்கள் தமது கனவுகளில் கண்ட அத்தனை பிதாமகர்களுக்கும் அவனது முகமே இருந்தது.

தேவவிரதன் என தந்தையால் அழைக்கப்பட்ட பீஷ்மர் தவசீலர்களுக்குரிய வாழ்க்கையைக் கொண்டிருந்தார். மலையுச்சியின் ஒற்றைமரத்தில் கூடும் தனிமை அவரிடம் எப்போதுமிருந்தது. ஒவ்வொரு பார்வையிலும் நான் இங்கிருப்பவனல்ல என்று சொல்வதுபோல, ஒவ்வொரு சொல்லிலும் இதற்குமேல் சொல்பவனல்ல என்பதுபோல, ஒவ்வொரு காலடியிலும் முற்றாகக் கடந்து செல்பவர்போல அவர் தெரிந்தார். அஸ்தினபுரியின் நகரெல்லையில் அவரது ஆயுதசாலை இருந்தது. அங்குதான் அவர் தன் மாணவர்களுடன் தங்கியிருந்தார்.

பிரம்மமுகூர்த்தத்தில் காஞ்சனத்தின் மணியோசை கேட்டு எழுந்து நீராடி வழிபாடுகளை முடித்துவிட்டு ஆயுதசாலைக்கு வந்து வெயில் வெளுப்பதுவரை தன்னந்தனியாக பயிற்சி செய்வது பீஷ்மரின் வழக்கம். ஆயுதப்பயிற்சியே அவரது யோகம் என்று அறிந்திருப்பதனால் அவரை அப்போது எவரும் அணுகுவதில்லை. விரல்நீளமே கொண்ட சிறிய அம்புகளை, ஒன்றின் பின்பக்கத்தை இன்னொன்றால் பிளந்து

எய்துகொண்டே இருந்தார். குறிப்பலகையின்கீழே பிளவுண்ட அம்புகள் குவிந்துகொண்டே இருந்தன. அப்போது உள்ளே வந்த சேவகன் வணங்கி முகமன் சொன்னான். கையில் சிற்றம்புடன் பீஷ்மர் அவனை திரும்பிப்பார்த்தார். அந்நேரத்தில் அவரை அழைப்பதென்றால் அது சிற்றன்னை சத்யவதியின் அழைப்பாகவே இருக்கமுடியும்.

மீண்டும் நீராடி வெண்ணிற அந்தரீயமும் உத்தரீயமும் அணிந்து பீஷ்மர் பேரரசியின் அந்தப்புர அவைக்கு சென்றார். அரண்மனையின் இடப்புறத்து நீட்சியாக அமைந்திருந்த அந்தப்புரத்தின் முற்றத்தில் செந்நிறக் கற்கள் பரப்பப்பட்டிருந்தன. தேரிறங்கி அவர் படிகளில் ஏறியபோது காவலர்கள் வேல் தாழ்த்தி தலை குனிந்தனர். சிம்மங்கள் நாற்புறமும் விழித்து நின்ற மரச்சிற்பத்தூண்கள் வரிசையாக அணிவகுத்த நீண்ட இடைநாழியில் இருந்து உள்ளறை வாசல்கள் திறந்து திறந்து சென்றன. அறைகளைக் குளிர்விக்கும் நீரோடைகள் மெல்லிய நீரொலியுடன் வழிந்தன. அரண்மனைக்குள் வாழும் மயில்களும் கிருஷ்ணமிருகங்களும் ஒலிகேட்டு அழகிய கழுத்தை வளைத்துநோக்கின.

தன்னுள் ஆழ்ந்தபடி நடந்த அவருக்கு முன்னால் அவரது வருகையை சைகையால் அறிவித்தபடி சேவகன் ஓடினான். அவரது உயரத்துக்கு அரண்மனையின் அத்தனை நிலைவாயில்களும் சிறியவை என்பதனால் ஒவ்வொரு வாயிலுக்கும் அவர் குனிந்துகொள்ள வேண்டியிருந்தது.

பேரரசியின் முன்னால் செல்வதனால் அவர் தலைப்பாகையை அணிந்திருக்கவில்லை. காகபட்சமாக வெட்டப்பட்ட கூந்தலின் நரையோடிய கரிய கற்றைகள் நரம்புகள் புடைத்த பெரிய தோள்களில் விழுந்துகிடந்தன. கரிய கனத்த தாடி மார்பைத்தொட்டது. பீஷ்மர் நகைகளேதும் அணிவதில்லை. காதுகளில் கிளிஞ்சல் குண்டலங்களும் கழுத்தில் குதிரைவால் சரடில் கோக்கப்பட்ட வெள்ளியாலான குருகுலத்து இலச்சினையும் மட்டும் அவர் உடலில் இருந்தன. சரிகைகளற்ற வெண்ணிற ஆடைக்குமேல் கட்டப்பட்ட மான்தோல் கச்சையில் அவர் ஆயுதமேதும் வைத்திருக்கவுமில்லை.

அந்தப்புரவாசலில் நின்று தன்னை வணங்கிய காவல்பெண்ணிடம் அரசியைப் பார்க்க அவர் வந்திருப்பதை அறிவிக்கும்படி சொன்னார். தலைமைக்காவல்பெண் வெளியே வந்து தலைவணங்கி "குருகுலத்து இளவரசர் பீஷ்மரை பேரரசி சத்யவதிதேவி வரவேற்கிறார்..." என்று அறிவித்து உள்ளே அழைத்தாள். தலைகுனிந்தபடி பீஷ்மர் உள்ளே சென்றார்.

கங்கைக்கரைப் பெருமரப்பலகைகளால் செய்யப்பட்டு வெண்களிமண் பூசி வண்ணக் கோலமிடப்பட்ட சுவர்கள் கொண்ட அரண்மனை அறைக்குள் வெண்பட்டு மூடிய ஆசனத்தில் சத்யவதி அமர்ந்திருந்தாள்.

வெண்பட்டாலான ஆடைக்குமேல் செம்பட்டுக் கச்சையில் வைரங்கள் பதிக்கப்பட்ட மீன்வடிவப் பிடிகொண்ட குத்துவாளும் தலையில் அணிந்திருந்த சிறிய மணிமுடியும் அரச சின்னங்களாக இருந்தன. மெல்லிய பூங்கொடியை வளைத்துக்கட்டியது போன்ற அமைப்புகொண்ட மணிமுடியின் முகப்பில் அமுதகலசச் சின்னமிருந்தது.

முகமன் கூறி வணங்கிய பீஷ்மரை வாழ்த்தி அருகே அமரச்செய்தாள் சத்யவதி. அறுபத்தைந்து வயதிலும் மூப்பின் தடங்களில்லாத அவளுடைய அழகிய கரியமுகத்தில் எப்போதும் எங்கும் தலைவணங்கி யிராதவர்களுக்குரிய பாவனை இருந்தது. அரசி கையசைக்க சேடி அருகே இருந்த பொற்பிடிகள் கொண்ட கடலாமை ஓடால் மூடியிடப்பட்ட பெட்டியிலிருந்து ஓலையொன்றை எடுத்து பீஷ்மரிடம் கொடுத்தாள். "இன்று காலை பேரமைச்சர் இதைக் கொண்டுவந்து என்னிடம் அளித்தார். பலபத்ரரின் ஒற்றன் நாகரதேசத்துக்குச் சென்ற ஒரு தூதனைக் கொன்று இதை கைப்பற்றியிருக்கிறான்."

பீஷ்மர் சுவடியை வாசிக்கையில் அரசி பெருமூச்சுவிட்டு "இதன் மொழியைக்கொண்டு பார்த்தால் இத்தகைய ஓலைகள் பாரதமெங்கும் சென்றிருக்கின்றன என்று தெரிகிறது" என்றாள். "ஆம்" என்றபடி அதை பீஷ்மர் குழலில் இட்டு மூடினார். அரசி பேசுவதற்காக காத்திருந்தார்.

"என்னைப்பற்றி சூதர்களின் கதைகள் சொல்வதைக் கேட்டால் எனக்கே அச்சமாக இருக்கிறது. அக்கதைகளைக் கேட்கும் எவரும் அஸ்தினபுரியின் அரசனை மாயத்தால் கைப்பற்றிய தீயதேவதை என்றுதான் என்னைப்பற்றி எண்ணுவார்கள். சென்ற இருபதாண்டுகாலமாக இக்கதைகள் கிளைவிட்டு வளர்ந்துகொண்டே இருக்கின்றன. என் குலத்தின் காரணமாக பாரதவர்ஷத்தின் ஷத்ரியர்கள் அனைவரும் என்னை வெறுக்கிறார்கள். நம்முடைய குடிமக்கள்கூட என்னை அஞ்சுகிறார்கள். இந்த அரியணையில் நான் இருப்பதன்மூலம் அவர்களுக்கு ஏதோ பெருந்தீங்கு வந்துசேரும் என எண்ணுகிறார்கள்..."

ஏதோ சொல்லவந்த பீஷ்மரை கையமர்த்தி சத்யவதி தொடர்ந்தாள். "எனக்கு எல்லாம் தெரியும். எனக்கும் ஒற்றர்கள் இருக்கிறார்கள். ஆயர்குடிகளும் வேளாண்குடிகளும் கடலவர்களும் எதை எண்ணி அஞ்சிக்கொண்டிருக்கிறார்கள் என்பதை மீண்டும் மீண்டும் நான் கேள்விப்பட்டுக்கொண்டுதான் இருக்கிறேன்."

"அன்னையே, பல தலைமுறைகளுக்கு முன்பு மாமன்னர் ஹஸ்தி இந்த ஐம்பத்தைந்து நாடுகளையும் வென்று அஸ்தினபுரியை பாரதவர்ஷத்தின் தலைநகராக அமைத்த நாள்முதலாக ஷத்ரிய மன்னர்கள் அஞ் சிவருகிறார்கள். அச்சத்தின் மறுபக்கம் வெறுப்பு... வல்லமை என்றுமே கீழோரால் வெறுக்கப்படுகின்றது" என்றார்.

சத்யவதி "ஆம், இந்த குலம் அழியும் என்று நினைக்கிறார்கள்... அஸ்தினபுரம் அவர்கள் கையில் பழுத்த கனிபோல போய் விழும் என்று கணிக்கிறார்கள்... அது நடக்கக் கூடாது..." என்றாள்.

"அஸ்தினபுரி அதன் வீரப்புதல்வர்களை இன்னும் இழந்துவிடவில்லை" என்று உள்ளெழுந்த சினத்தை அடக்கியபடி சொன்னார் பீஷ்மர். சத்யவதி "ஆனால் இப்போது அஸ்தினபுரத்துக்கு மன்னன் இல்லை... என் மகன் சித்ராங்கதன் இறந்து ஒருவருடம் முடியப்போகிறது... சித்ராங்கதனின் நீர்க்கடன்நாளுக்குள் விசித்திரவீரியன் மன்னனாக வேண்டும்... இன்னும் அதிக நாட்களில்லை நமக்கு" என்றாள். "ஆம் அன்னையே. அதை உடனடியாக செய்துவிடுவோம். நான் ஆவனசெய்கிறேன்" என்றார் பீஷ்மர்.

சத்யவதி "நெறிநூல்களின்படி மணமுடிக்காதவன் மன்னனாக முடியாது... விசித்திரவீரியனுக்கு ஏதேனுமொரு ஷத்ரிய மன்னன் பெண் கொடுக்காமல் எப்படி அவன் கிரஹஸ்தனாக முடியும்?" என்றாள். "அஸ்தினபுரத்தின் அதிபன் கேட்டால் மறுக்கக்கூடியவர்கள் யார் என்று பார்ப்போம்..." என்றார் பீஷ்மர்.

சத்யவதி அவளுடலில் திடீரென்று கூடிய வேகத்துடன் எழுந்து தன் கையருகே இருந்த ஆமையோட்டு மூடிகொண்ட பெட்டியைத்திறந்து உள்ளிருந்த ஓலைகளை அள்ளி பீஷ்மர் முன்வைத்தாள். "பார்... எல்லாம் அரசத் திருமுகங்கள்... தேவவிரதா, உனக்குத் தெரியாமல் நான் பாரதநாட்டின் ஐம்பத்தைந்து மன்னர்களுக்கும் எழுதினேன்... ஆசைகாட்டினேன்... கெஞ்சினேன்... அச்சுறுத்தவும் செய்தேன். ஒருவர்கூடப் பெண் கொடுக்க முன்வரவில்லை... வீண்காரணங்கள் சொல்கிறார்கள்... ஏளனம் செய்கிறார்கள்... இதோபார்..." என்று ஓர் ஓலையைக் காட்டினாள். "படித்துப்பார்... காசிநாட்டு மன்னன் எழுதியிருக்கிறான்... விசித்திரவீரியனுக்கு மருத்துவம் பார்க்கும் சூதர்களை அவனிடம் அனுப்பவேண்டுமாம்... அவர்களைக் கேட்டபின் யோசித்து முடிவெடுப்பானாம்..."

பீஷ்மர் கடும்சினத்துடன் எழுந்துவிட்டார். "அந்தச் சிற்றரசனுக்கு அத்தனை ஆணவமா? அஸ்தினபுரத்துக்கே இப்படி ஓர் ஓலையை எழுதுகிறான் என்றால்..." என்றார். சத்யவதி பெருமூச்சுடன் "யானை சேற்றில் சிக்கினால் நாய் வந்து கடிக்கும் என்பார்கள்" என்றாள்.

பீஷ்மர் "அன்னையே, யானை எங்கும் சிக்கிவிடவில்லை. அஸ்தினபுரிக்கு நான் இருக்கிறேன்..." என்றார். சத்யவதி, "ஆம், அந்த நம்பிக்கையில்தான் சொல்கிறேன்... அதற்காகத்தான் உன்னை வரவழைத்தேன்..." என்றாள். "சொல்லுங்கள்... நான் என்ன செய்யவேண்டும்?" என்றார் பீஷ்மர்.

“காசிமன்னன் பீமதேவன் அவனுடைய மூன்று மகள்களுக்கும் சுயம்வரம் ஏற்பாடு செய்திருக்கிறான்” என்றாள் சத்யவதி. “அம்பை அம்பிகை அம்பாலிகை என்ற அந்த மூன்று இளவரசிகளும்தான் இன்று பாரதவர்ஷத்தின் பேரழகிகள் என்று சூதர்களின் பாடல்கள் சொல்கின்றன. ஐம்பத்தைந்து ஷத்ரியமன்னர்களும் அவர்களை மணம்செய்யும் கனவுடனிருக்கிறார்கள். இன்னும் பன்னிரு நாட்களுக்குப்பின் வளர்பிறை பன்னிரண்டாம் நாளில் காசிநகரில் சுயம்வரக்கொடி ஏறவிருக்கிறது.”

பீஷ்மரை கூர்ந்து நோக்கி சத்யவதி சொன்னாள் “அந்த விழாவுக்கு நம்மைத்தவிர பாரதநாட்டில் உள்ள அத்தனை அரசர்களுக்கும் அழைப்பு அனுப்பியிருக்கிறான் பீமதேவன்... நம்மை அவமானப்படுத்துவதற்காகவே இதை செய்திருக்கிறான். நாம் அவனிடம் பெண் கேட்டதற்காகவே இதை செய்கிறான்...”

பீஷ்மர் “அன்னையே, விசித்திரவீரியன் அந்த சுயம்வரத்துக்குச் செல்லட்டும். நானும் உடன் செல்கிறேன். அஸ்தினபுரியின் மன்னனை அழைக்காததற்கு காசி மன்னனை நமக்கு திறைகட்டச்சொல்வோம். அவனுடைய சுயம்வரப்பந்தலில் அஸ்தினபுரிக்கென ஓர் ஆசனம் போடச்செய்வோம்” என்றார்.

“தேவவிரதா, நான் என் மைந்தனை அறிவேன். அவனை சுயம்வரப்பந்தலில் சேடிப்பெண்கூட நாடமாட்டாள்” என்றாள் சத்யவதி. “நீ காசிநாட்டின் மீது படையெடுத்துப்போ... அந்த மூன்று பெண்களையும் சிறையெடுத்து வா... “

பீஷ்மர் திகைத்து எழுந்து பதறும் குரலில் “அன்னையே, நீங்கள் சொல்வது அறப்பிழை... ஒருபோதும் செய்யக்கூடாதது அது...” என்றார். “அஸ்தினபுரியின் அரசி ஒருபோதும் எண்ணக்கூடாத திசை. வேண்டாம்.”

“நான் எட்டுத்திசைகளிலும் எண்ணியபின்புதான் இதை சொல்கிறேன்... இதுவன்றி இப்போது வேறுவழியே இல்லை” என்று அகவேகத்தால் சிறுத்த முகத்துடன் சத்யவதி சொன்னாள். “உன்னால் மட்டுமே இதை செய்யமுடியும்... ஷத்ரியர் கூடிய அவையில் ஆட்டுமந்தையில் சிம்மம் போல சென்று நிற்கமுடியும் உன்னால்... தேவவிரதா, நீ செய்தேயாகவேண்டியது இது... இது என் ஆணை !”

பீஷ்மர் அந்நிகழ்ச்சியை தன் சித்தத்தில் ஒருகணம் ஓட்டிப்பார்த்து உடல்நடுங்கி “அன்னையே, நெறிநூல்களின்படி அந்தப்பெண்கள் என்னை விரும்பினால், அவர்களை நான் மணம்புரிந்துகொள்வேனென்றால் மட்டுமே நான் அவர்களை கவர்ந்து வரலாம்... அதை காந்தர்வம் என்கின்றன நூல்கள். விருப்பமில்லாத பெண்ணைக் கவர்ந்துவருவது

பைசாசிகம்... ஷத்ரியன் அதைச்செய்வதென்பது தன் முன்னோரை அவமதிப்பதன்றி வேறல்ல."

"நீ நைஷ்டிக பிரம்மசாரி... உனக்கு அவர்கள் தேவையில்லை. என் மகனுக்கு அவர்கள் தேவை. அந்த மூன்று பெண்களையும் என் மகனுக்கு திருமணம் செய்து வைப்போம். அப்பெண்கள் இங்கே வந்தால் அஸ்தினபுரி பிழைக்கும். இல்லையேல் அழியும். தேவவிரதா, நீ செல்லாமல் அவன் அவர்களை அடைவது நிகழவேமுடியாது."

பீஷ்மரின் எண்ணங்களை உணர்ந்தவளாக சத்யவதி சொன்னாள் "விசித்திரவீரியன் நோயாளி என்பதை நான் மறக்கவில்லை. அவன் திருமணமாகி அரியணையில் அமர்ந்துவிட்டானென்றால் மேலும் பத்துப்பதினைந்து வருடங்களுக்கு எந்தச்சிக்கலுமில்லை. ஷத்ரியர்களும் குடிமக்களும் எதுவும் சொல்லமுடியாது. அதற்குள் பாரதநாட்டில் இருக்கும் அனைத்து வைத்தியர்களையும் வரவழைப்போம்... திராவிடநாட்டில் இருந்து அகத்திய முனிவரையே கொண்டுவர ஆளனுப்பியிருக்கிறேன். அவனுக்கு நோய் தீர்ந்தால் குழந்தைகள் பிறக்கும்... குருகுலம் வாழும்..."

பீஷ்மர் "அன்னையே, உங்கள் சொல் எனக்கு ஆணை. ஆனால் நான் இக்கணம்வரை என் அகம் சொல்லும் நெறியை மீறியதில்லை. எதிர்த்துவரும் ஷத்ரியனிடம் மட்டுமே நான் என் வீரத்தை காட்டமுடியும். அரண்மனைச் சிறுமிகளிடம் தோள்வலிமையைக் காட்டினால் இந்த பார்தவர்ஷமே என்னைத் தூற்றும்... என்னை மன்னியுங்கள். என்மேல் கருணை காட்டி தங்கள் ஆணையிலிருந்து என்னை விடுவியுங்கள்" என்றார். யாசிப்பவர் போல கைகள் அவரையறியாமல் நீண்டன. "பழிச்சொல்லில் வாழ்வதே வீரனின் மீளா நரகம் தாயே... என்னை அந்த இருண்ட குழியில் தள்ளிவிடாதீர்கள்."

கடும் சினத்துடன் அவரை நோக்கித் திரும்பிய சத்யவதி "தேவவிரதா, நீ கொள்ளவேண்டிய முதல்நெறி ஷத்ரிய நெறிதான். தன்னை நம்பியிருக்கும் நாட்டையும் குடிமக்களையும் காப்பதுதான் அது" என்றாள். "தன் குடிமக்களுக்காக மும்மூர்த்திகளையும் எதிர்க்கத் துணிபவனே உண்மையான ஷத்ரியன் என்று நீ கற்றதில்லையா என்ன? கடமையை தவிர்ப்பதற்காகவா நீ நெறிநூல்களை கற்றாய்? களம் நெருங்கும்போது பின்திரும்பவா ஆயுத வித்தையைப் பயின்றாய்?"

பீஷ்மர் "அன்னையே, ஷத்ரியதர்மம் என்னவென்று நானறிவேன். ஆனால் மானுடதர்மத்தை அது மீறலாமா என்று எனக்குப் புரியவில்லை. தன் மனதுக்குகந்த கணவர்களைப் பெற எந்தப் பெண்ணுக்கும் உரிமையுண்டு... அந்தப் பெண்களை இங்கே கொண்டுவந்து

அவர்களின் மனம் திறக்காமல் வயிறு திறந்தால் அங்கே முளைவிடும் கருவின் பழி என்னையும் குருகுலத்தையும் விடாது... அன்னையே, புராணங்களனைத்தும் சொல்லும் உண்மை ஒன்றே. பெண்பழி கொண்ட மண்ணில் அறதேவதைகள் நிலைப்பதில்லை...” என்றார்.

“நீ இதை செய்யாவிட்டால் அஸ்தினபுரியை போர் சூழும். பல்லாயிரம்பேர் களத்தில் விழுவார்கள். பல்லாயிரம் பெண்கள் விதவைகளாவார்கள்” என்றாள் சத்யவதி. பீஷ்மர் உணர்ச்சியுடன் நெஞ்சில் கைவைத்து “அதைத் தடுக்கும்பொருட்டு நான் உயிர்விடுகிறேன் அன்னையே. ஆனால் பெண்பழியை நான் இக்குடிகளின்மீது சுமத்தினேனென்றால் என்னை அவர்களின் தலைமுறைகள் வெறுக்கும்...”

குரோதம் மீதூறுகையில் சத்யவதியின் கண்கள் இமைப்பை இழந்து மீன்விழிகளாவதை அதற்குமுன் பீஷ்மர் கண்டிருந்தாரென்றாலும் அவர் அஞ்சி சற்றே பின்னடைந்தார். “தேவவிரதா, உன்னுடைய உள்நோக்கம் என்ன? என் மகன் அரியணை ஏறக்கூடாதென்று எண்ணுகிறாயா? உனக்கு மணிமுடிமேல் ஆசை வந்துவிட்டதா என்ன?”

பீஷ்மர் இரு கைகளையும் முன்னால் நீட்டி “அன்னையே, என்ன கேட்டு விட்டீர்கள்! நான் என் நோன்பை அணுவளவும் மீறுபவனல்ல” என்றார். “அப்படியென்றால் நான் ஆணையிட்டதை செய்...” என்றாள் சத்யவதி. கூர்வாள் தசையில் பாய்வதுபோல “இது உன் தந்தை சந்தனுவின்மீது ஆணையாக நான் உனக்குப் பணிக்கும் கடமை” என்றாள்.

மறுசொல் இல்லாமல் தலைவணங்கி தன் ஆயுதசாலைக்கே திரும்பினார் பீஷ்மர். பெரும்பாறைகளைத் தூக்கி தன் எண்ணங்கள் மீது வைத்தது போல தளர்ந்திருந்தார். அனலையே ஆடையாக அணிந்ததுபோல எரிந்துகொண்டிருந்தார். தன் மாணவர்கள் எண்மரிடம் எட்டு கூரிய வாள்களைக்கொடுத்து எட்டுத்திசையிலிருந்தும் தாக்கச் சொல்லிவிட்டு வெறும் கைகளுடன் அவர்களை எதிர்கொண்டார். எட்டுமுனைகளிலும் கூர்மைகொண்ட சித்தத்துக்கு அப்பால் ஒன்பதாவது சித்தம் ‘என்ன செய்வேன் என்ன செய்வேன்’ என்று புலம்பிக்கொண்டிருப்பதை உணர்ந்து நிறுத்திக்கொண்டார்.

வியர்வையும் மூச்சுமாக அமர்ந்து கண்களை மூடிக்கொண்டார். அருகே வந்து நின்ற மாணவனிடம் தலைதூக்காமல் “சூதரை வரச்சொல்” என ஆணையிட்டார். அவர் வரச்சொல்வது எவரை என மாணவன் அறிந்திருந்தான். அவன் சூதர்சேரிக்குச் சென்று தீர்க்கசியாமர் என்னும் முதிய சூதரை தேரில் அழைத்துவந்தான்.

பிறவியிலிருந்தே விழியற்றவராகையால் தந்தையால் முடிவிலா இருள் எனப் பெயரிடப்பட்ட தீர்க்கசியாமருக்கு அப்போது நூறுவயது தாண்டியிருந்தது.

மொத்தப் புடவியையும் மொழியாக மட்டுமே அறியும் பேரருளைப் பெற்றவர் அவர் என்றது சூதர்குலம். படைக்கப்பட்டதெல்லாம் வானில்தான் இருந்தாகவேண்டும் என்பதுபோல கூறப்பட்டவை எல்லாம் அவரது சித்தத்திலும் இருந்தாகவேண்டும் என்று நம்பினர். தன்னுடைய சிறிய கிணைப்பறையை தோளில் தொங்கவிட்டு செவிகூர்வதற்காக முகத்தை சற்று திருப்பி, வெண்சோழிகள் போன்ற கண்கள் உருள, உதடுகளை துருத்திக்கொண்டு தீர்க்கசியாமர் அமர்ந்திருந்தார். ஒலிகளாகவே அஸ்தினபுரியின் ஒவ்வொரு அணுவையும் அறிந்தவர். தேர் பீஷ்மரின் ஆயுதசாலை வாசலை அடைந்ததும் இறங்கிக்கொண்டு தன்னுடைய மெல்லிய மூங்கில்கோலை முன்னால் நீட்டி தட்டியபடி உள்ளே நுழைந்தார்.

சூதரை வரவேற்று முகமன் சொல்லி அமரச்செய்தபின் பீஷ்மர் தன் மனக்குழப்பத்தை சொன்னார். "சூதரே, அறத்தின் வழிகள் முற்றறிய முடியாதவை. ஆனால் மனிதன் செய்யும் அறமீறல்களோ விண்ணிலும் மண்ணிலும் பொறிக்கப்படுபவை. மனிதனுக்கு படைப்புசக்திகள் வைத்த மாபெரும் சூது இதுவென்று நினைக்கிறேன்" என்றார். சுருங்கிய உதடுகளுடன் தலையைத் திருப்பி தீர்க்கசியாமர் கேட்டிருந்தார். "என் சித்தம் கலங்குகிறது சூதரே. என்ன முடிவெடுப்பதென்று நீங்கள்தான் சொல்லவேண்டும்" என்றார் பீஷ்மர். தீர்க்கசியாமர் கைநீட்டி தன் கிணைப்பறையை எடுத்து இரு விரல்களால் அதன் சிறிய தோல்பரப்பை மீட்டி "ஓம்" என்றார். அவர் பாடலாக மட்டுமே பேசுபவர் என்பதை பீஷ்மர் அறிந்திருந்தார்.

தீர்க்கசியாமர் யமுனையைப் புகழ்ந்து பாட ஆரம்பித்தார். "சூரியனின் மகளாகிய யமுனை பாரதவர்ஷத்தின் குழலில் சூட்டப்பட்ட மயிலிறகு. கரியநிறம் கொண்டவளாதலால் யமுனையை காளிந்தி என்றனர் கவிஞர்கள். கங்கைக்கு இளையவள். வடக்கே கரிய கோபுரம் போலெழுந்து நிற்கும் களிந்தமலையில் தோன்றி மண்ணிலிறங்கி ஒருபோதும் கரைகள் மீறாதொழுகி தன் தமக்கையின் கைகள் கோப்பவள். அவள் வாழ்க" என்றார். அவரது சொற்களின் வழியாக பீஷ்மர் யமுனையின் மரகதப்பச்சை நிறம்கொண்ட அலைகளைக் காண ஆரம்பித்தார். கடுந்தவச்சீலரான பராசரர் யமுனைக்கரைக்கு வந்து நின்றதை விழியற்ற சூதரின் பாடல் வழியாக பார்க்கலானார்.

ஆதிவசிட்டரின் நூறாவது மைந்தனின் பெயர் சக்தி. அவனை முனிகுமாரியாகிய அதிர்ஸ்யந்தி மணம் புரிந்துகொண்டாள். கிங்கரன் என்ற அரக்கன் சக்தியைத்தவிர மீதி அத்தனை வசிட்டகுமாரர்களையும் பிடித்து உண்டுவிட்டான். துயரத்தால் நீலம்பாரித்து கருமையடைந்த வசிட்டர் ஆயிரத்தெட்டு தீர்த்தங்களில் நீராடினார். புத்திரசோகத்தை நீர் நீக்குவதில்லை என்று உணர்ந்து ஏழு அக்கினிகளில் மூழ்கி எழுந்தார்.

துயரம் இன்னும் பெரிய அக்கினி என்பதை மட்டுமே அறிந்தார். இச்சைப்படி உயிர்துறக்கும் வரம்கொண்டவராதலால் தர்ப்பைப்புல்லைப் பரப்பி அமர்ந்து கண்மூடி தியானித்து தன் உடலில் இருந்து ஏழுவகை இருப்புகளை ஒவ்வொன்றாக விலக்கலானார்.

அதன் முதல்படியாக அவர் தன் நாவை அடைந்த நாள் முதல் கற்கத் தொடங்கிய வேதங்களை ஒவ்வொரு மந்திரமாக மறக்கத்தொடங்கினார். அப்போது அவரது தவக்குடிலில் அவருக்கு பணிவிடை செய்பவளாக அதிர்ஸ்யந்தி இருந்தாள். தான் மறந்த வேதமந்திரங்கள் வெளியே ஒலிப்பதைக் கேட்டு வசிட்டர் கண்விழித்து அதிர்ஸ்யந்தியிடம் வியப்புடன் "வேதத்தை நீ எப்படி கற்றாய்?" என்று கேட்டார். "நான் பாடவில்லை, என் நிறைவயிற்றுக்குள் வாழும் குழந்தை அதை பாடுகிறது" என்றாள் அதிர்ஸ்யந்தி.

பெருகிய வியப்புடன் எழுந்து அவள் வயிற்றருகே குனிந்து அக்குழந்தை யைப் பார்த்தார் வசிட்டர். தன்னிலிருந்து விலகும் மெய்ஞானமெல்லாம் அதைச் சென்றடைவதைக் கண்டார். நூறு மைந்தர்களின் ஆயிரம் பேரர்கள் அடையவேண்டியவை அனைத்தும் அந்த ஒரே குழந்தைக்குச் செல்வதை உணர்ந்தார். "நீ புகழுடன் இருப்பாயாக" என அதை ஆசீர்வதித்தார்.

உடனே நிமித்திகரை வரவழைத்து அக்குழந்தையின் வாழ்க்கையை கணிக்கச் சொன்னார். "விதிப்படி இக்குழந்தையும் கிங்கரனால் உண்ணப்படும். அவன் இதை இந்த வனமெங்கும் தேடி அலைந்துகொண்டிருக்கிறான்" என்றார் நிமித்திகர். "எங்கு எப்படி தப்பிச்சென்றாலும் குழந்தையை கிங்கரன் கண்டுபிடிப்பதை தடுக்கவியலாது."

கடும் துயருடன் தவக்குடில் வாசலில் கையில் தர்ப்பையுடன் காவலிருந்தார். கிங்கரன் வருவானென்றால் தன்னுடைய அனைத்துத் தவவலிமையாலும் தன் மூதாதையரின் தவவலிமைகளாலும் அவனை சபிக்கவேண்டுமென நினைத்தார். அக்குழந்தை ஞானவானாக மண்ணுலகில் வாழ்வதற்காக தானும் தன் ஏழுதலைமுறை மூதாதையரும் நரகத்தில் உழல்வதே முறை என்று எண்ணினார்.

பகலில் இருளிறங்கியதுபோல எட்டுகைகளிலும் ஆயுதங்களுடன், மானுடநிணமும் குருதியும் கொட்டும் வாயுடன், மண்டையோட்டு மாலையசைய, கிங்கரன் தவக்குடிலின் முற்றத்தை வந்தடைந்தான். கையில் தர்ப்பையுடன் அக்குழந்தை வாழ்ந்த கருவறைக்கும் அவனுக்கும் நடுவே நின்றார் வசிட்டர். கிங்கரன் அருகே நெருங்கியதும் தர்ப்பையை தலைமேல்தூக்கி தன்னையறியாமல் "கிங்கரனே, இதோ நீ செய்த அனைத்துப் பாவங்களையும் நான் மன்னிக்கிறேன். விடுதலை அடைவாயாக!" என்று சொன்னார்.

விரிந்த செவ்விழிகளில் இருந்து கண்ணீர் வழிய கிங்கரன் அவர்முன் மண்டியிட்டான். அவன் உடல் வலப்பக்கமாகச் சரிந்து விழ இடப்பக்கமாக ஒரு கந்தர்வன் மேலெழுந்துவந்தான். “ஐயனே, என் தீவினைதீர்த்து என்னை என் மேலுலகுக்கு அனுப்பினீர்கள். உங்கள் மருமகளின் வயிற்றில் வாழும் அக்குழந்தை ஞானத்தை முழுதுணர்ந்தவனாவான்” என்றபின் வானத்திலேறி மறைந்தான்.

அன்னையின் கருவில் இருக்கையிலேயே நால்வேதமும் அறுவகை தரிசனங்களும் ஆறுமதங்களும் மும்மைத் தத்துவங்களும் கற்று மண்ணுக்குப்பிறந்து வந்தவர் பராசரமுனிவர். கைலாயமலைச்சரிவில் பீதவனத்தில் தங்கி தவமியற்றிய பராசரர் புலஸ்திய மாமுனிவரின் ஆசியின்படி பாரதவர்ஷத்தின் அனைத்துப் புராணங்களையும் ஒருங்கிணைத்து ஒற்றைப்பெருநூலாக யாக்கத் தொடங்கினார். புராணசம்ஹிதையை இயற்றிமுடிந்ததும் புலஸ்தியர் முதலான நூறு முனிவர்களை அழைத்து பீதவனத்திலிருந்த சுருதமானசம் என்னும் தடாகத்தின் கரையில் நின்ற வனவேங்கை மரத்தடியில் ஓர் அவைகூட்டி அந்நூலை வாசித்துக்காட்டினார். அனைவரும் அது மண்ணுலகில் எழுந்த மாபெரும் மெய்ஞானநூல் என்று அவரைப் புகழ்ந்தனர். மனம் உவகையில் பொங்கி நுரைக்க அன்றிரவு துயின்றார்.

மறுநாள் அதிகாலையில் காலை வழிபாடுகளுக்காக தடாகத்துக்கு அவர் சென்றபோது அந்த வனவேங்கை மரத்தடியில் ஓர் இடையச்சிறுவன் வந்தமர்ந்து குழலிசைக்கக் கேட்டார். அந்த இசையில் மயங்கி அருகே நெருங்கிச்சென்றபோது அவ்விசை மலரும்தோறும் வனவேங்கையின் கிளைகளிலெல்லாம் பொன்னிற மலர்கள் பூத்து நிறைவதைக் கண்டார். அவன் வாசித்துமுடித்தபோது மலர்க்கனத்தால் மரக்கிளைகள் தாழ்ந்து தொங்கி தூங்கும் மதயானைகளின் மத்தகங்கள்போல மெல்ல ஆடின. அவன் சென்றபின் அந்தக் குழலிசையை மெல்ல திரும்ப மீட்டியபடி வேங்கை மலர் உதிர்க்கத் தொடங்கியது.

கண்ணீருடன் தன் தவச்சாலையை அடைந்து தன்னுடைய நூலை எடுத்துப்பார்த்தார் பராசரர். அதை அங்கேயே நெருப்பிடவேண்டுமென்று எண்ணி அனல் வளர்த்தார். அவர் சுவடிகளைப் பிரிக்கும்போது அங்கே நாரதமுனிவர் வந்தார். அவர் செய்யப்போவதென்ன என்று உணர்ந்தார் நாரதர். “பராசரா, உன்னிலிருப்பது ஞானம். அது மரங்களை மடித்து உண்டு காடதிர காலெடுத்து நடந்துசெல்லும் மதகரி... கவிதையோ இசையென்னும் சிறகு முளைத்த பறவை. அது விண்ணில் நீந்தும், மலர்களில் தேனுண்ணும்... மதகரியைப் படைத்த நியதியே பறவையையும் படைத்தது என்று உணர்க” என்றார். தன் வல்லமையையும் எல்லையையும் உணர்ந்த பராசரர் அதன்பின் மலைச்சிகர நுனியில் நின்று வான் நோக்கி துதிக்கை தூக்கும் யானையையே தன்னுள் எப்போதும் உணர்ந்தார்.

யமுனையின் கரையில் வந்து நின்ற பராசரர் மறுகரைக்குச் செல்ல படகு வேண்டுமென்று கோரினார். நிலவெழுந்துவிட்டதனால் படகைக் கொண்டுவர தங்கள் குலநியதி அனுமதிப்பதில்லை என்று சத்யவான் சொல்லிவிட்டான். களைப்புடன் யமுனைக்கரையில் நின்றிருந்த மரமொன்றின் அடியில் இரவுறங்க வந்த பராசரர் நிலவில் தெய்வ சர்ப்பம்போல ஒளி கொண்டெழும் யமுனையையே பார்த்துக் கொண்டிருந்தார். தானறிந்த ஞானமனைத்தும் அக்காட்சியின்முன் சுருங்கி மறைந்து வெறுமையாவதை உணர்ந்தபோது அவர் கண்களிலிருந்து கண்ணீர் சொட்டத் தொடங்கியது.

அப்போது யமுனைக்கரையோரமாக பதினைந்து வயதுப் பெண்ணொருத்தி காற்றில் அலைபாயும் புகைச்சுருள் போல கைகளை வீசிக் குதித்து நடனமிட்டபடி வருவதை பராசரர் கண்டார். எழுந்து அவளருகே நெருங்கியபோதும் அவள் அவரை பார்த்ததாகத் தெரியவில்லை. "பெண்ணே நீ யார்?" என அவர் அவளிடம் கேட்டார். அவள் பதில் சொல்லாமல் யமுனையை சுட்டிக்காட்டி சிரித்தாள். "உன் பெயரென்ன? நீ இந்த மச்சகுலத்தவளா?" என்றார் பராசரர். அவளிடம் சிரிப்பன்றி மொழியேதுமிருக்கவில்லை. அவள் பித்துப்பிடித்தவள் என்பதை அவர் உணர்ந்தார். யமுனையை அன்றி எதையும் அவள் உணரவில்லை என்று தெரிந்தது. அவள் கரையோரப்படகு ஒன்றை எடுத்தபோது "பெண்ணே உன்னைப் பார்த்தால் செம்படவப்பெண் போலிருக்கிறாய். என்னை மறுகரை சேர்க்கமுடியுமா?" என்று கேட்டார்.

அவளுடன் படகில் செல்லும்போதுதான் அவர் தன் சித்தத்தை மயக்கி பித்தெழச்செய்வது எது என்று உணர்ந்தார். அது அவள் உடலில் இருந்து எழுந்த பிறிதொன்றிலாத மணம். காட்டில் எந்த மலரிலும் அதை அவர் உணர்ந்ததில்லை. பிறந்த குழந்தையிடமிருக்கும் கருவறை வாசனை போன்றது. அல்லது முலைப்பாலின் வாசனை. அல்லது புதுமீனின் வாசனை. யமுனையின் மையத்தை அடைந்தபோது அது நீராழத்தின் வாசனை என்று அவர் அறிந்தார். அவருடைய உள்ளும் புறமும் அவளன்றி வேறேதுமில்லாமலாக்கியது அவ்வாசனை.

நிலவில் ஒளிவிட்ட நீலநீர்வெளியை நோக்கிய மலர்ந்த விழிகளுடன் அமர்ந்திருந்த அவளிடமிருந்து நீலவண்டின் ரீங்காரம்போல ஒரு பாடல் ஒலிக்க ஆரம்பித்தது. மிகமெல்லிய ஓசை காதில் கேட்கிறதா கனவுவழியாக வருகிறதா என்றே ஐயமெழுந்தது. ஆனால் சிறிதுநேரத்தில் அவர் யமுனையின் கரும்பளிங்கு நீர்ப்பரப்பெங்கும் லட்சக்கணக்கான மீன்விழிகள் சூழ்ந்து இசைகேட்டு பிரமித்து நிற்பதைக் கண்டார். அந்த மீன்கள் நீருக்குள் இசைத்துக்கொண்டிருக்கும் பாடலே அவளிலும் ஒலிக்கிறது என்று உணர்ந்து கொண்டார். அக்கணம் அவர் ஒன்றை உணர்ந்தார். பறக்கும் யானை ஒன்று மண்ணில் பிறக்கவிருக்கிறது என.

பித்தியாக இருந்த மச்சகந்தியை பராசரர் தன் கையின் கங்கணத்தை அவள் கையில் கட்டி படகிலேயே மணம் புரிந்துகொண்டார். அவர்களைச்சூழ்ந்த விடிகாலைப்பனி அறையாக அமைய அவளுடன் கூடினார். மறுகரைக்குச் சென்றதும் அவளை ஆசீர்வதித்துவிட்டு காட்டுக்குள் நடந்தபோது முளைத்து தளிர்விட்ட விதையின் வெறுமையையும் நிறைவையும் அவர் உணர்ந்தார். மச்சகந்தி பின்பு வீடு திரும்பவில்லை. அவளைத்தேடியலைந்த அவள்குலம் அவள் மறைந்துவிட்டாள் என எண்ணியது. அவள் யமுனையின் வெகுதூரத்தில் கரையோரத்து மரங்களின் கனிகளையும் நத்தைகளையும் நண்டுகளையும் உண்டு இரவும் பகலும் அந்தப் படகிலேயே வாழ்ந்தாள்.

மச்சகந்தி கருவுற்று உதரம் நிறைந்தபின் யமுனைக்குள் இருந்த மணல் தீவொன்றுக்குள் நாணலில் சிறுகுடிலைக் கட்டி அதில் தங்கிக்கொண்டாள். சித்திரை மாத முழுநிலவுநாளில் அவள் ஒரு குழந்தையை பெற்றெடுத்தாள். அவளைப்போலவே கருநிறமும் வைரம்போன்ற கண்களும் கொண்ட குழந்தை அது. நாற்பத்தொருநாள் அவள் அக்குழந்தையுடன் அந்தத் தீவிலேயே இருந்தாள். பிறகு அதன் கழுத்தில் அந்தக் கங்கணத்தை அணிவித்து படகிலேறி மச்சபுரிக்கு வந்தாள். அக்குழந்தையை தன் தந்தை சத்யவானிடம் ஒப்படைத்தாள். கருநிறம் கொண்டிருந்ததால் அதை அவர்கள் கிருஷ்ணன் என்றழைத்தனர். தீவில் பிறந்தவனாதலால் துவைபாயனன் என்றனர்.

பீஷ்மர் அந்தக்கதையை ஓரளவு முன்னரே அறிந்திருந்தார். கைகளைக்கூப்பி கிருஷ்ணதுவைபாயன மகாவியாசன் வாழ்ந்த வடதிசை நோக்கித் தொழுதார். மீனவக் குடிலில் வளர்ந்த மகாவியாசனுக்கு குருதியிலேயே வேதங்கள் இருந்தன. தன் ஏழுவயதில் கிளம்பி பராசரமுனிவரிடம் சென்று சேர்ந்து முதல்மாணவனாக ஆகி கற்கவேண்டியவை அனைத்தையும் கற்றார். தன் இருபத்தைந்தாவது வயதில் வேதங்களை கிருஷ்ண சுக்லசாகைகளுடனும் வேதாங்கங்களுடனும் இணைத்துத் தொகுத்து மகாவியாசனென்று அறியப்படலானார்.

சூதர் பாடி முடித்ததும் பீஷ்மர் அவர் என்ன சொல்கிறார் என்று ஊகித்து கைகூப்பியபடி “அவ்வாறே செய்கிறேன் சூதரே. என் தமையன் என்ன சொல்கிறாரோ அதையே என் வழிகாட்டியென கொள்கிறேன்” என்றார். சூதர் தன்னுள் அலையடித்த மொழிக்கடலுக்கு அடியில் எங்கோ இருந்தார். மீண்டும் மெல்ல கிணைத்தோலை வருடியபடி “அவரே தொடங்கி வைக்கட்டும். அவரே பொறுப்பேற்கட்டும். ஓம் அவ்வாறே ஆகுக” என்றார்.

4

கங்கைநதி மண்ணைத்தொடும் இடத்தில் பனியணிந்த இமயமலைமுடிகள் அடிவானில் தெரியுமிடத்தில் இருந்த குறுங்காடு வேதவனமென்று அழைக்கப்பட்டது. அங்குதான் கிருஷ்ணதுவைபாயன மகாவியாசன் இருபதாண்டுகாலம் தன் மாணவர்களுடன் அமர்ந்து வேதங்களை தொகுத்து சம்ஹிதைகளாக ஆக்கினார். அங்கே வேதநாதம் கேட்டுப்பழகிய சோலைக்குயில்கள் காயத்ரி சந்தத்திலும், மைனாக்கள் அனுஷ்டுப்பிலும், வானம்பாடிகள் திருஷ்டுப்பிலும், நாகணவாய்கள் உஷ்ணுக்கிலும், நாரைகள் ஜகதியிலும் இசைக்குரலெழுப்பும் என்று சூதர்கள் பாடினர். மலையில் உருண்டுவந்த வெண்கற்களினூடாக நுரைத்துச் சிரித்துப் பாயும் கங்கையின் கரையில் ஈச்சையோலைகளை கூரையிட்டு மரப்பட்டைகளைக்கொண்டு கட்டப்பட்ட சிறுகுடில்கள் இருந்தன. அவற்றின் நடுவே பகவா கொடிபறக்கும் பெரியகுடிலில் வேதவியாசர் வாழ்ந்தார்.

அந்த இளங்குளிர்காலையில் இமயமலையிறங்கி வந்த பசித்த சிம்மம் ஒன்று வேதவனத்துக்குள் புகுந்தது. பருந்தின் அலகு போன்ற நகங்கள் கொண்ட சிவந்த கால்களை மெல்லத்தூக்கி வைத்து, கங்கைநீர் ஓடித்தேய்ந்து பளபளத்த பாறைகளைத் தாண்டி, நாணல்கள் நடுவே காய்ந்த நாணல்போன்ற செம்பிடரி காற்றிலாட, சிப்பிவிழிகளால் வேதவனத்தைப் பார்த்து நின்றது. சித்ரகர்ணி என்று பெயர்கொண்ட அந்த முதிய சிம்மம் அதற்கு விதி வகுத்த பாதையில் நடந்து வந்து வியாசனின் தவச்சாலையை நோக்கியபடி ஒரு பாறைமீது நின்று கொண்டிருந்தபோதுதான் அஸ்தினபுரியில் இருந்து பீஷ்மர் அவ்வழியே சென்றார்.

பீஷ்மரின் உடலெங்கும் செம்புழுதிபடிந்து வியர்வையுடன் வழிந்து கொண்டிருந்தது. சிறகுகள் போல அவரது பட்டுச்சால்வை பின்னால்

எழுந்து பறக்க, சிம்மப்பிடரி என அவர் தாடியும் தலைமயிரும் காற்றில் ததும்பின. குதிரைக்குளம்படிகளில் கூழாங்கற்கள் பறக்க தேர் தன்னைத்தாண்டிச்சென்றதைக் கண்ட சித்ரகர்ணி குதிரைகளின் வியர்வைத்துளிகள் விழுந்த தடத்தை முகர்ந்து பிடரி சிலுப்பிக்கொண்டு, நாக்கால் உதடுகளை சப்பிக்கொண்டு, மெத்தென்ற காலடிகளை தூக்கிவைத்து அவரைப்பின்தொடர்ந்து சென்றது.

வியாசரின் குருகுலத்துக்குள் தேர் சென்று நின்றதும் அங்கிருந்த சீடர்கள் ஓடிவந்து முகமனும் வாழ்த்தும் சொல்லி பீஷ்மரை வணங்கி நின்றனர். தேரோட்டியிடம் தன் அம்பறாத்தூணியையும் வில்லையும் அளித்துவிட்டு நெடிய கால்களை நிலத்தில் வைத்து பீஷ்மர் மண்ணிலிறங்கி வியாசரைப் பார்க்கவேண்டுமென்று சீடர்களிடம் சொன்னார். அவர்களில் மூவர் ஓடிச்சென்று தன் குடிலில் மாணவர்களுக்கு நூல்நடத்திக்கொண்டிருந்த வியாசரிடம் பீஷ்மரின் வருகையை தெரிவித்தனர். பாடம் முடிந்தபின்னர் மையக்குடிலில் சந்திப்பு என ஆணை வந்தது.

பீஷ்மர் கங்கையில் நீராடும்போது மிக அருகே நாணல்களுக்குள் அமர்ந்து வாய்திறந்து நாக்கு தொங்க மூச்சிரைத்தபடி சித்ரகர்ணி அவரையே பார்த்துக்கொண்டிருந்தது. அதற்குள் வாசல்கள் ஒவ்வொன்றாக திறந்துகொண்டிருந்தன. 'இவனை நானறிவேன்... இவன் முகமோ உடலோ நானறியாதது. ஆனால் இவனை நானறிவேன்... என் ஆன்மா இவனைக்கண்டதும் எழுகிறது' என்று அது திரும்பத்திரும்ப தனக்குள் சொல்லிக்கொண்டது.

'நீ என்னை அறியமாட்டாய். நானோ ஒவ்வொரு பிறவியிலும் உன்னைப் பின்தொடர்ந்து கொண்டிருக்கிறேன். உன்னுடைய தேர்ச்சக்கரங்கள் ஓடித்தெறிக்கும் கூழாங்கற்கள்கூட பிறவிகள்தோறும் உன்னைப் பின்தொடர்கின்றன என நீ அறியவும் முடியாது. நான் இந்த முதுமைவரை வேட்டையாடி வேட்டையாடி கண்டறிந்தது ஒன்றே. காலத்தின் முடிவில்லா மடிப்புகளிலெல்லாம் பின்னிப்பின்னிச் செல்லும் அழியாத வலையொன்றின் வெறும் கண்ணிகள் நாம்' என்று சித்ரகர்ணி சொல்லிக்கொண்டது. தன் பிடரிமயிரில் மொய்த்த பூச்சிகளை விரட்ட சடைத்தலையை குலைத்துக்கொண்ட அசைவை புதருக்குள் காற்று புகுந்ததாக எண்ணினார் பீஷ்மர்.

நீராடி மரவுரி ஆடை அணிந்து, புல்லரிசியை பாலுடன் சேர்த்து சமைத்த கஞ்சியும் பழங்களும் உண்டு, வியாசரைக் காண்பதற்காக பீஷ்மர் மையக்குடிலுக்குள் சென்றார். களிமண் பூசப்பட்ட மரப்பட்டைகளால் ஆன பெரிய குடிலுக்கு முன்னால் ஒரு வெண்பசு கட்டப்பட்டிருந்தது. கருங்கல்சில்லுகள் போல ஈரம் மின்னிய பெரியகண்களால் அந்தப் பசு தன்னிடம் எதையோ சொல்லமுற்படுவதுபோல பீஷ்மர் உணர்ந்தார்.

ஒருகணம் நின்று அதன் முன்னோக்கிக் குவிந்த காதுகளையும் விறகுக்கரிமீது தீச்சுடர்போல நாசியை நக்கிச்சென்ற நாக்கையும் பார்த்தபின் உள்ளே சென்றார். பசு அடிவயிற்றை எக்கி 'ம்பே' என்று குரலெழுப்பியது.

பீஷ்மர் காவியரிஷியான வேதவியாசரை இருமுறை ஞானஅவைகளில் தொலைவிலிருந்து பார்த்திருந்தார். மெலிந்த வலிமையான கரிய உடல்மீது நரம்புகள் இறுக்கிக் கட்டப்பட்டவை போலிருந்தன. கருமையும் வெண்மையும் இடைகலந்த தாடியும் நீண்ட சாம்பல்நிறச் சடைகளும் மார்பிலும் தோளிலும் விழுந்துகிடந்தன. கண்கள் மீன்விழிகள் போல் தோன்றின. வியாசரின் பாதங்களை வணங்கிய பீஷ்மரின் தலைமேல் கைவைத்து "வெற்றியும் ஆயுளும் புகழும் அமைவதாக!"என்று வியாசர் வாழ்த்தினார்.

பீஷ்மர் மெல்லியகுரலில் அவர் வியாசரை இளையவன் என்ற முறையில்தான் தேடிவந்திருப்பதாக சொன்னார். "ஆம், நான் என்றும் உனக்கு அந்த இடத்தில் இருப்பவன்" என்று வியாசர் கனிந்த புன்னகையுடன் சொன்னார். "நீ என் குருதி..."

பீஷ்மர் முதல்முறையாக தன்னைச் சூழ்ந்திருந்த அழியாத்தனிமை முற்றிலும் கரைய, இன்னொரு மனித உயிரிடம் பேரன்பை உணர்ந்தார். எழுந்து அந்த சடைமுடிகளுக்குள், கரையிலா ஞானத்துக்குள், ஞானமுருவாக்கிய அகங்காரத்துக்குள் இருந்த முதியவனை நெஞ்சோடு ஆரத்தழுவி இறுக்கவேண்டுமென அவர் தோள்களில் விம்மல் எழுந்தது. கண்களில் ஈரமெனக் கசிந்த அந்த மன எழுச்சியை அடக்க வியாசனின் மெலிந்த கால்களில் சுருண்டிருந்த மண்நெறிந்த நகங்களை நோக்கி தன் பார்வையை விலக்கிக்கொண்டார். 'இவர் ஒருவரன்றி எவரும் என்னை அறிந்திருக்கவில்லை. அலையலையென வரப்போகும் முடிவற்ற காலங்களிலும் எவரும் அறியப்போவதில்லை.'

பீஷ்மரின் உயரத்தை அண்ணாந்து பார்த்து மகிழ்ந்து சிரித்து "தம்பி, அஸ்தினபுரிக்குமேல் உயர்ந்திருக்கும் ஹஸ்தியின் அரண்மனை முகடுபோலிருக்கிறாய் நீ" என்றார் வியாசர். "ஆனால் உன்னை அனைவரும் பார்க்கிறார்கள். நீ எவரையும் அணுகிப்பார்க்க முடிவதில்லை." அவரது சிரிப்பைப் பார்த்தபடி பீஷ்மர் புன்னகை புரிந்தார். சிரித்தபடி "வானை எட்டமுடியாத எளிய மனிதர்கள் கோபுரங்களை உருவாக்கிக் கொள்கிறார்கள்" என்றார் வியாசர்.

"ஆம்... அது உண்மை" என்றார் பீஷ்மர். "நான் என்னை உருவாக்கிக் கொள்ள எனக்கு வாய்ப்பே அளிக்கப்படவில்லை. என் அன்னையும், தந்தையும், குலமும், தேசமும், நான் கற்ற நெறிகளும் இணைந்து என்னை

வடிக்கின்றன. என் வழியாக உருவாகும் என்னை நானே அச்சத்துடன் பார்த்துக்கொண்டிருக்கிறேன்" என்றார்.

வியாசர் சிரித்து "வெகுதொலைவு வந்துவிட்டாய்" என்றார். மாசற்ற வெண்பற்கள் மின்னிய அச்சிரிப்பு ஐந்துவயதுக் குழந்தைக்குரியது என்று எண்ணியதும் பீஷ்மரின் கரைகள் உடைந்தன. "மூத்தவரே" என்றழைத்தபோது ஒரு கணம் நெஞ்சு விம்மி நா தளர்ந்து அடுத்த சொற்றொடர்களை மறந்தார் பீஷ்மர். தொண்டையிலிருந்த இறுக்கத்தை விழுங்கிவிட்டு "மூத்தவரே, விண்ணிலிருக்கும் தூய ஒலிகளைத் தேடிச் சென்றுகொண்டிருப்பவர் நீங்கள். நான் மண்ணின் எளிய சிக்கல்களுடன் போரிட்டுக்கொண்டிருப்பவன். எனக்கு சொற்கள் கைகூடவேயில்லை. ஆகவே அம்புகளை பயிற்சிசெய்கிறேன்" என்றார்.

"ஆயுதங்கள் உயிரற்றவை. உயிரற்றவைக்கு மட்டுமே கச்சிதம் கைகூடுகிறது. அவற்றை இயக்கும் விதிகளுக்கு அப்பால் அவற்றில் ஏதுமில்லை..." பீஷ்மர் தொடர்ந்தார். "நான் என்னை மிகமிகக்கூரிய ஓர் ஆயுதம் என்பதற்கு அப்பால் உணர்ந்ததேயில்லை. இவர்கள் சொல்லும் அன்பு, பாசம், நெகிழ்ச்சி என்பதெல்லாம் எனக்கு என்முன் வந்துசேரும் மானுடப் பிரச்சினைகளைப் புரிந்துகொள்வதற்கான வெறும் அடையாளங்களாகவே தெரிகின்றன... அச்சொற்களை நான் சதுரங்கக் காய்களென நகர்த்தி விளையாடிக்கொண்டிருக்கிறேன்."

"இப்போது உன் தரப்பின் காய்களே ஒன்றையொன்று எதிர்த்து களத்தில் திகைத்து நிற்கின்றன இல்லையா?" என்றார் வியாசர். "ஞானம் என்பது அடைவதல்ல, ஒவ்வொன்றாய் இழந்தபின்பு எஞ்சுவது... பொறு... நீ சேர்த்துக்கொண்டவை எல்லாம் உன்னைவிட்டு ஒழுகிமறையும் நாள் ஒன்று வரும்."

பீஷ்மர் அச்சொல்லைக் கேட்டு உடல்நடுங்கும் மனக்கிளர்ச்சியுடன் கைகூப்பினார். அதற்குமேல் ஒரு வார்த்தைகூடப் பேசாமல் திரும்பிவிடவேண்டுமென நினைத்துக்கொண்டார். ஆனால் வியாசர் தொடர்ந்து பேசினார். "என்னைத்தேடிவந்த சிக்கல் என்ன?"

அதைக் கேட்டதும் தொலைதூரத்தில் இருந்து திரும்பி வந்து அரைக்கணம் திகைத்தபின் பெருமூச்சுடன் சொல்லத்தொடங்கினார் பீஷ்மர். "மூத்தவரே, இன்று என் தந்தை என்னிடம் ஒப்படைத்துச்சென்ற நாடான அஸ்தினபுரம் ஆபத்தில் இருக்கிறது. அதை எதிரிகள் சூழ்ந்திருக்கிறார்கள். அவர்கள் அதை தாக்குவார்களென்றால் அது நியாயமென்று எண்ணும் மக்கள் அஸ்தினபுரியிலும் இருக்கிறார்கள். அஸ்தினபுரிக்கு இன்று மன்னன் இல்லை... மன்னனைக் கண்டடையும் வழியோ சிக்கலாக உள்ளது."

நிலைமையை அரை இமை மூடி வியாசர் கூர்ந்து கேட்டுக்கொண்டிருந்தார். பின்பு புன்னகையுடன் "இது மீண்டும் மீண்டும் நிகழும் வரலாறுதான். அரியணை இயல்பாக கைமாறுவது அரிதாகவே நிகழ்கிறது. அஸ்தினபுரிக்குக் காவலனாக நீ இருக்கையில் அதை எவரும் வெல்லமுடியாது. உன் தோள்களின் உறுதியை சிந்தனையிலும் கொண்டுவந்தால்போதும்" என்றார். "நான் எதற்கும் துணிந்திருக்கிறேன் மூத்தவரே. என் கண்முன் இந்த நாடு அழிவதற்கு ஒருபோதும் அனுமதிக்கமாட்டேன்" என்றார் பீஷ்மர்.

வியாசர் புன்னகையுடன் "ஆம், அது உன் தர்மம். மண்ணாசையால் மானுடன் ஷத்ரியனாகிறான்" என்றார். பீஷ்மர் "நான் தங்களிடம் கேட்கவிழையும் வினா ஒன்றே. ஒரு ஷத்ரியனின் முதற்கடமை எதுவாக இருக்கும்? எதன்பொருட்டு அவனுடைய பிற அனைத்துப்பிழைகளும் மன்னிக்கப்படும்?" என்றார். அப்போது மரப்பட்டைச்சுவர்களுக்கு அப்பால் சித்ரகர்ணி தன் காதுகளை அடித்துக்கொள்ளும் ஒலி கேட்டது.

பீஷ்மர் "நான் கற்ற நூல்களின்படி ஒரு ஷத்ரியன் நாட்டுக்காக உயிரைவிடவேண்டியவன்... அவனுடைய சுகங்களையும் குடும்பத்தையும் எல்லாவற்றையும் அவன் நாட்டுக்காக அர்ப்பணிக்கவேண்டும். அவன் தொழிலோ வணிகமோ செய்யக்கூடாது. அவன் பூசைகளும் வழிபாடுகளும் செய்யவேண்டியதில்லை. தன்னுடைய நலனைப்பற்றி ஒரு கணம்கூட நினைக்காத வீரமும் தன்னவர்களுக்காக உயிர்விடும் தியாகமுமே ஷத்ரியனை உருவாக்குகின்றன. ஷத்ரியப் பெண்ணுக்கும் அதே நீதிதான். அவளுக்கு தனக்கான ஆசைகள் எதுவும் இருக்கலாகாது. நாட்டு மக்களுக்கு எது நல்லதோ அதற்காக அவள் எதை வேண்டுமானாலும் இழந்தாகவேண்டும்..." என்றார்.

பீஷ்மர் நெடுமூச்சுயிர்த்து "ஆம், ஷத்ரிய தர்மப்படி சொந்த நாட்டின் நன்மைக்காக ஷத்ரியன் ஷத்ரியப் பெண்ணை தூக்கிவருவதில் தவறே இல்லை... பிற குலத்துப்பெண்களை அவர்கள் அனுமதி இல்லாமல் தூக்கிவந்தால்தான் பெரிய பாவம்..." என்றார்.

வியாசர் புன்னகையுடன் "பிறகென்ன?" என்றார். பீஷ்மர் "ஆனால்... என் மனம் சஞ்சலமாகவே இருக்கிறது... ஏதோ ஒரு பெரிய தவறு நடக்கப்போகிறது என்று தோன்றிக்கொண்டே இருக்கிறது..." என்றார். "இத்தனை தர்க்கங்களுக்கும் அப்பால் மழையில் கரைக்கப்படாத பாறைபோல அந்த உண்மை நின்றுகொண்டிருக்கிறது மூத்தவரே. அந்தப் பெண்களின் உள்ளம். அவர்கள் இந்த மண்ணில் வந்து விடப்போகும் கண்ணீர். அதை, களம் வரைந்த பின்பே ஆடத்தொடங்கும் என் எளிய தர்க்கஞானமும், நான்கு வாயில்களையும் மூடிக்கொண்டிருக்கும் குலநீதியும் தாங்குமா என்ன?"

“அந்தச் சிந்தனை வந்தபின் நீ வெறும் ஷத்ரியனல்ல... ரிஷிகளின் பாதையில் செல்கிறாய்” என்றார் வியாசர். “நீ ஒருபக்கம் ஷத்ரியனாக பேசுகிறாய். இன்னொரு பக்கம் ஒரு சாதாரண மனிதனாகவும் சிந்திக்கிறாய். போரில் நீ அறுத்தெறியும் தலைக்குரியவனின் குழந்தைகளின் கண்ணீரை ஒருகணமேனும் எண்ணிப்பார்த்ததுண்டா?”

“எண்ணிப்பார்க்கவும்கூடும் என்று இப்போது நினைக்கிறேன் மூத்தவரே... சிலசமயம் நான் ஷத்ரியனைவிட மனிதன் என்ற இடம் பெரிதென்றும் எண்ணுகிறேன்” என்றார் பீஷ்மர்.

வியாசர் சிலகணங்கள் அமைதியாக இருந்துவிட்டு பின்பு “தேவவிரதா, உன் குலமூதாதையொருவனின் கதையைச் சொல்கிறேன். அவன் பெயர் சிபி. பிரம்மன், அத்ரி, சந்திரன், புதன், புரூரவஸ், ஆயுஷ், நகுஷன், யயாதி, அனுத்ருஹ்யன், சபாநரன், காலநரன், சிருஞ்சயன், உசீநரன் என்பது அவனுடைய குலவரிசை. பாரதவர்ஷத்தின் அறம் விளையும் மண் என்று அவனுடைய நகரமான சந்திரபுரி அழைக்கப்பட்டது. அவனுடைய வாழ்க்கையையே அறநூலாகக் கொள்ளலாமென்றனர் முனிவர்கள். அந்நாளில் ஒருமுறை இக்கதை நிகழ்ந்தது என்பார்கள்” என்றார்.

சந்திரகுலத்து சிபி தன் அரண்மனை உப்பரிகையில் அமர்ந்திருக்கையில் வெண்பஞ்சுச் சுருள் போன்ற சின்னஞ்சிறு வெண்புறா ஒன்று சிறகடித்து வந்து அவன் ஆடைக்குள் புகுந்துகொண்டது. அவன் எழுந்து அதை எடுத்து தன் கைகளில் வைத்துக்கொண்டான். இதயம் நடுங்க, சிறகுகள் பிரிந்து உலைய அவன் கை வெம்மையில் ஒடுங்கியிருந்தது. அதன் முதுகிலிருந்த ரத்தக்காயத்தில் இருந்து குருதி வழிந்துகொண்டிருந்தது. அப்போது சாமரம்போன்ற சிறகுகள் வீசி ஒலிக்க எரித்துளிகள் போன்ற கண்களும், போரில் பின்னிக்கொண்ட குத்துவாட்களைப் போன்ற அலகுகளும், ஆற்றுக்கரை மரத்தின் வேர்ப்பிடிப்பு போன்ற கால்களும் கொண்ட செம்பருந்து ஒன்று வந்து அவன் உப்பரிகை விளிம்பிலமர்ந்தது.

சிபியிடம் அப்பருந்து சொன்னது, “மன்னனே, உன்னை வணங்குகிறேன். சைத்ரகம் என்னும் செம்பருந்துக்குலத்தின் அரசனாகிய என்பெயர் சித்ரகன். பிறப்பால் நானும் உன்னைப்போன்றே ஷத்ரியன். இந்தப் புறாவை நான் விண்ணில் பார்த்தேன். எனக்கும், நேற்றுமாலை முட்டை விட்டிறங்கிய என் குஞ்சுகளுக்கும் சிறந்த உணவாகும் இது என்று இதைத் தொடர்ந்து சென்று தாக்கினேன். காயத்துடன் அவள் உன்னருகே வந்திருக்கிறாள். அவளை என்னிடம் விட்டுவிடு. மண்ணில் உள்ள மானுடர்களுக்குத்தான் நீ அரசன். விண்ணிலும் நீரிலும் கோடானுகோடி உயிரினங்கள் வேட்டையாடியும் வேட்டையாடப்பட்டும்

வாழ்ந்துகொண்டிருக்கின்றன. அவ்வாழ்க்கைக்குள் நுழைய உனக்கு அனுமதியில்லை."

"ஆம், நானறிவேன். என் காலடிக்கீழ் ஒவ்வொருகணமும் பல்லாயிரம் சிற்றுயிர்கள் அழிவதையும் நான் அறிந்திருக்கிறேன். ஆனால் இந்த வெண்புறா என்னிடம் அடைக்கலம் தேடியிருக்கிறது. இதைக் காப்பது ஷத்ரியனாகிய என் கடமை. அக்கடமையிலிருந்து நான் வழுவமுடியாது" என்றான் சிபி.

சித்ரகன் சினந்து சிறகடித்தெழுந்தது. "மூடனைப்போல பேசுகிறாய். தன்னறம் என்பது புடவியின் பேரியக்கத்தில் தன் இடமென்ன என்றுணர்வது மட்டுமே. தன்னைச்சுற்றி இப்புடவி நிகழ்கிறது என்று எண்ணிக்கொள்வது தன்னகங்காரம் என்றே பொருள்படும். தன்னறம் முக்தியையும் தன்னகங்காரம் அழிவையும் அளிக்கும்" என்றது.

"என்னுடைய அரண்மனை வளாகத்திற்குள் என் கைகளுக்குள் வந்த ஒவ்வொன்றுக்கும் நான் பொறுப்பேற்றுக் கொள்ளவேண்டும் என்பதே என் தன்னறம்" என்றான் சிபி. அலகைவிரித்து சீறிச் சிறகடித்த சித்ரகன் "அப்படியென்றால் நானும் என்குழந்தைகளும் பசித்துச் சாகவேண்டுமென நினைக்கிறாயா? உன் நீதியின் துலாக்கோலில் எனக்கு இடமே இல்லையா?" என்றது.

சிபி ஆழ்ந்த மனக்குழப்பத்துக்குள்ளானான். "உனக்கும் உன் குலத்துக்குமான உணவை நான் அளிக்கலாமா?" என்றான். "அறியாதவனாகப் பேசுகிறாய். நான் ஷத்ரியன். பட்டினியால் இறக்கும்போதும் கொடைபெற்று வாழமாட்டேன். நான் என் வீரத்தால் ஈட்டாத எதுவும் எனக்கு உணவல்ல" என்றது சித்ரகன்.

"மன்னனே, உண்ணப்படாத ஏதும் இப்புடவியில் இல்லை என்பதை நீ கற்றறிந்த நூல்கள் உனக்குச் சொல்லவில்லையா என்ன? என்னை இந்த அலகுடனும் இந்த நகங்களுடனும் இப்பெரும்பசியுடனும் படைத்த ஆற்றல் அல்லவா என்னைக் கொன்று உண்பவனாக ஆக்கியது? இந்தச் சின்னஞ்சிறு வெண்புறா இன்று காலையில் மட்டும் ஆயிரம் சிறுபூச்சிகளை கொத்தி உண்டிருக்கிறதென்பதை நீ அறிவாயா? அந்த ஆயிரம் புழுக்கள் பல்லாயிரம் சகப்புழுக்களை விழுங்கி நெளிந்துகொண்டிருந்தன என்பதை அறிவாயா? இதை விட்டுவிடு. இதைக் காப்பாற்ற முயலும்போது நீ இப்புடவியை நிகழ்த்தும் முதல்மனதுடன் போட்டிபோடுகிறாய்" என்று சித்ரகன் சொன்னது.

"உண்மை... ஆனால் படைப்புடன் போட்டியிடுவதனாலேயே மன்னனை தெய்வம் என்கின்றன வேதங்கள். ஆகவேதான் காப்பதற்கும் அழிப்பதற்கும் மன்னிப்பதற்கும் அவனுக்கு அதிகாரமளிக்கப்பட்டிருக்கிறது" என்றான்

சிபி. சித்ரகன் சலிப்புடன் "நம்மிடையே விவாதம் எதற்கு? நீ என் பசிக்கு மட்டும் பதில்சொல்" என்றது.

தானறிந்த அனைத்து நெறிநூல்களையும் நினைவில் ஓட்டிய சிபி அதற்கான வழியை கண்டுகொண்டான். ஷத்ரியன் எதையும் தன் குருதியால்தான் ஈடுகட்டவேண்டும் என்றன நூல்கள். அவனுடைய ஆயுதம் அவனுடைய உடலே. அவனுடைய தர்மம் தியாகம்.

"இப்புறாவை நான் காத்தாகவேண்டும். ஆனால் உன் பசியைப்போக்குவதும் எனக்கு விதிக்கப்பட்ட அறமேயாகும்" என்றான் சிபி. "தர்மநூல்களின்படி நான் எந்தச் சிக்கலையும் என் மாமிசத்தாலும் குருதியாலும்தான் தீர்க்கவேண்டும். இதற்குப் பதிலாக நீ என்னைப் பெற்றுக்கொள்வது ஷத்ரிய முறையே. இதோ இப்புறாவின் அளவுக்கே என் தொடைச்சதையை அறுத்து உன் முன்வைக்கிறேன்" என்றபடி தன் உடைவாளை உருவி தொடைச்சதையை வெட்டி அப்புறா அமர்ந்திருந்த ஊஞ்சல்தட்டின் மறுநுனியில் வைத்தான். ஆனால் புறாவின் எடை தாழ்ந்தே இருந்தது. மேலும் சதையைவெட்டி அங்கே வைத்தபோதும் புறாவின் எடைக்கு நிகராகவில்லை.

புறா தன் சிறுமணிக் கண்களைச் சுழற்றி "மன்னனே, மலையஜம் என்னும் பாறையிடுக்கில் வாழும் புறாக்குலத்தைச் சேர்ந்த என் பெயர் பிரபை. அன்னையரை அவர்களிடமிருந்து வரப்போகும் தலைமுறைகளையும் சேர்த்துத்தான் மதிப்பிடவேண்டும். இன்னும் நூறாண்டுகாலம் என் முட்டைகளிலிருந்து விரிந்து வரப்போகும் அத்தனை புறாக்களின் எடையும் என்னில் உள்ளது" என்றது. சிபி சித்ரகனை நோக்கி "அப்படியென்றால் நான் என்னை முழுமையாகவே உனக்கு அளிக்கிறேன்" என்று சொல்லி குருதிபடிந்த நகங்கள் கொண்ட அதன் பாதங்கள்முன் தன் தலையை காணிக்கையாக வைத்தான்.

சித்ரகன் சிலகணங்கள் சிந்தனைசெய்தபின் "மன்னனே, நீ என் காலடியில் தலைகுனிந்ததனாலேயே என்னிடம் அடைக்கலம் கோரியவனாகிறாய். உன்னை உண்பதைவிட நானும் என்குலமும் பட்டினியில் மடிவதே அறமாகும்" என்று சொல்லி பறந்துசென்றது.

"சிபி 'நீயும் உன் குலங்களும் வாழ்வதாக' என்று சொல்லி வாழ்த்தி அந்த வெண்புறாவை வானில் விட்டான். அவன் என்ன செய்யப்போகிறான் என்று வானில் வந்தமர்ந்து நோக்கிய அவன் முன்னோர்கள் ஆரவாரம் செய்தனர்" என்று சொல்லி முடித்த வியாசர் பீஷ்மரிடம் "ஷத்ரியனான சித்ரகன் சொன்னதை நினைவுகொள்க! உன்முன் தலைவணங்கும் ஒவ்வொருவரும் உன்னிடம் அடைக்கலம் புகுந்தவர்களே... மன்னனிடம் குடிகள் தலைபணிவது அதன்பொருட்டே" என்றார்.

வெளியே நின்றிருந்த சித்ரகர்ணி "ஆம், அது நானே" என்று சொல்லிக்கொண்டது. "இப்போது அறிகிறேன். முற்பிறவிகளிலொன்றில் நீ சிபியாக இருந்தாய், உன்முன் அன்று சித்ரகனாக வந்தவன் நான்." அது மூச்செறிந்த ஒலி பாம்பு சீறுவதுபோல ஒலித்தது.

வியாசர் "இளையவனே, சிபி அறிந்த உண்மையே ஒவ்வொரு ஷத்ரியனுக்குமுரிய நெறியாகும். அரசன் தன் குருதியால் அனைத்தையும் ஆற்றுவதற்குக் கடமைப்பட்டவன். அந்தக் குருதியால் அவன் அனைத்தையும் ஈடுகட்டிவிடவும் முடியும்" என்றார்.

அப்போது வெளியே சித்ரகர்ணி கால்களைப்பரப்பி அடிவயிற்றைத் தாழ்த்தி நாசியை நீட்டி மிக மெதுவாக தவழ்வதுபோல நகர்ந்து வாசலில் நின்ற வெண்பசுவை அணுகியது. கருவுற்றிருந்த கந்தினி என்ற வெண்பசு "இம்முறை நான் அடைக்கலம் கோரியது அவன் காதில் விழவில்லை" என்று சொல்லிக்கொண்டது.

"இந்த அறியாச் சுழல்பாதையில் மீண்டும் மீண்டும் நான் உன்னை வேட்டையாடிக் கொண்டிருக்கிறேன். நம்மை வைத்து ஆடுபவர்களுக்கு சலிக்கும்வரை இதை நாம் ஆடியே ஆகவேண்டும்" என்றது சித்ரகர்ணி. "அழு... ஓலமிடு. நான் கர்ஜிக்கிறேன். ஆடத்தொடங்குவோம்!"

புயலில் பெருமரம் சரியும் ஒலியுடன் சிம்மம் பசுவின்மேல்பாய்ந்தது. பசு கதறி ஓலமிட அதன் கழுத்தைக்கவ்வி அள்ளித்தூக்கி தன் தோள்மேல் போட்டுக்கொண்டு பாய்ந்து மரப்பட்டை வேலியைத் தாண்டி புதர்களுக்குள் மறைந்தது.

சீடர்கள் "சிங்கம்... சிங்கம் பசுவைப் பிடிக்கிறது... சிங்கம்... ஓடிவாருங்கள்... கல்லை எடுத்து எறி... தடி! தடி எங்கே? சிங்கம்!" என்று கூட்டமாகக் கூச்சலிட்டபடி ஓடிவந்தனர். தடிகளையும் கற்களையும் அந்தப் புதர்களை நோக்கி வீசினார்கள். வியாசரும் பீஷ்மரும் வெளியே ஓடிவந்தனர். வெளியே பசு கிடந்த இடத்தில் கொழுத்த ரத்தத்துளிகள் சொட்டிப் பரவிக்கிடந்தன. ரத்தத்தின் பாதை ஒன்று புதர்கள் வரை சென்றிருந்தது.

பீஷ்மர் குனிந்து அந்தப் புழுதியில் இருக்கும் சிங்கத்தின் காலடித் தடங்களைப் பார்த்துவிட்டு "வயதான பெரிய சிங்கம். நகங்கள் மழுங்கியிருக்கின்றன. அதனால் வேட்டையாட முடியவில்லை. ஆகவேதான் வீட்டுப்பசுவை தேடி வந்திருக்கிறது" என்றார். வியாசரின் மாணவனாகிய சுதாமன் அழுகையும் ஆவேசமுமாக "பெற்ற தாய்மாதிரி இருந்தாளே... இக்குடிலுக்கு லட்சுமியாக விளங்கினாளே... அவளைத் தூக்கிக்கொண்டு போய்விட்டதே..." என்றான். இன்னொரு மாணவனாகிய சுதன் குனிந்து கைப்பிடி மண்ணை அள்ளி ஓங்கி வேதமந்திரத்தைச்

சொன்னபடி ஆங்காரமாக “கருவுற்ற பசுவைக் கொன்ற பாவி... உனக்கு...” என்று தீச்சொல் விடுக்கப்போனான்.

வியாசர் புன்னகையுடன் அவனை கைதூக்கித்தடுத்து “நில் சுதனே... பசுவைக்கொல்வதுதான் சிங்கத்தின் தர்மம். ஆகவே சிங்கத்துக்கு பசுவதையின் பாவம் கிடையாது” என்றார். பீஷ்மர் அதைக்கேட்டு கோல் விழுந்த பெருமுரசம் போல மனம் அதிர்ந்து திரும்பி வியாசரைப் பார்த்தார். அதன்பின் அவர் ஒரு சொல்லும் பேசவில்லை. வியாசருக்குத் தலைவணங்கியபின் நேராக தன் தேரை நோக்கிச் சென்றார்.

கங்கைக்கரையில் நீத்தார்சடங்குகள் செய்யும் ஹரிதகட்டம் என்னும் புனிதமான படித்துறைக்கு கந்தினியைக் கொண்டு சென்று போட்டு அதன் வயிற்றைக் கிழித்து கருவை எடுத்து தலையை அசைத்தபடியும் உறுமியபடியும் சுவைத்து உண்டது சித்ரகர்ணி. மனமும் வயிறும் நிறைந்தபின் தொங்கும் உதடுகளிலும் மோவாய் மயிர்முட்களிலும் குருதிமணிகள் சிலிர்த்து நிற்க அருகே இருந்த பாறைமேல் ஏறி நின்று வலது முன்காலால் பாறையை ஓங்கி அறைந்து காடுகள் விறைக்க, மலையடுக்குகள் எதிரொலிக்க, கர்ஜனை செய்தது. அப்பால் ஒரு கடம்பமரத்தடியில் யாழுடன் நின்று அதைப் பார்த்து பிரமித்த சூதனின் பாடலுக்குள் புகுந்து அழிவின்மையை அடைந்தது.

பகுதி மூன்று

எரியிதழ்

1

காசியில் வரணா நதியும் அஸ்ஸி நதியும் கங்கையில் கலக்கும் இரு துறைகளுக்கு நடுவே அமைந்திருந்த படித்துறையில் அந்தியில் ஏழு திரிகள்கொண்ட விளக்கின்முன் அமர்ந்து சூதர்கள் கிணையும் யாழும் மீட்டிப் பாடினர். எதிரே காசிமன்னன் பீமதேவனின் மூன்று இளவரசிகளும் அமர்ந்து அதை கேட்டுக்கொண்டிருந்தனர். செந்நிற ஆடையும் செவ்வரியோடிய பெரிய விழிகளும் கொண்டவள் அம்பை. நீலநிற ஆடையணிந்து மின்னும் கரியநிறத்தில் இருந்தவள் அம்பிகை. வெண்ணிற ஆடையணிந்து மெல்லிய உடல்கொண்டவள் அம்பாலிகை. முக்குணங்களும் காசிமன்னனிடம் மூன்று மகள்களாகப் பிறந்திருக்கின்றன என்றனர் நிமித்திகர்கள்.

சூதர்கள் பாடினர். மண்ணுலகை ஆளும் அரசநாகமாகிய தட்சனின் கதை கேளுங்கள். பதினாறாயிரத்து எட்டு இமயமலை முடிகளையும் சுற்றிவளைத்துத் தழுவியபடி துயிலும் கரிய பேருருவம் கொண்டவன். அணையாத இச்சை என இமையாத கண்கள் கொண்டவன். மூன்று காலம்போலவே மும்மடிப்புடன் முடிவிலாதொழுகும் உடல் கொண்டவன். கணங்களைப்போல நிலையில்லாமல் அசையும் நுனிவாலைக் கொண்டவன். ஊழித்தீயென எரிந்தசையும் செந்நாக்குகளைக் கொண்டவன். பூமியெனும் தீபம் அணையாது காக்க விரிந்த கைக்குவிதல்போன்று எழுந்த படம் கொண்டவன். ஏழுலகங்களையும் எரித்தழித்தபின் தன்னையும் அழித்துக்கொள்ளும் கடும் நஞ்சு வாழும் வெண்பற்கள் கொண்டவன். எங்கும் உறைபவன். அனைத்தையும் இயக்குபவன். என்றுமழியாதவன். அவன் வாழ்க!

தட்சனின் அரசு இமயமுடிகளுக்கு உச்சியில் நாகங்கள் மட்டுமே பறந்துசெல்லக்கூடிய உயரத்தில் அமைந்திருந்தது. அங்கே தன் மனைவி

பிரசூதியுடனும் தன் இனத்தைச்சேர்ந்த பன்னிரண்டாயிரம் கரிய நாகங்களுடனும் பன்னிரண்டாயிரம் பொன்னிற நாகங்களுடனும் அவன் வாழ்ந்துவந்தான். பொன்னிற உடல்கொண்ட பிரசூதியை தழுவியபடி கைலாயமலைச்சாரலில் வாழ்ந்த தட்சன் அவளுடைய அழகிய ஆயிரம் பாவனைகளைக் கண்டு பெருங்காதல் கொண்டவனானான்.

அவளுடைய ஒவ்வொரு புதியபாவமும் அவன் பார்வையின் வழியாக அவளுக்குள் நுழைந்து ஒரு மகளாக அவன் மடியில் தவழ்ந்தன. அவளுடைய கவனமும், அவசரமும், துயரமும், கற்பனையும், வளமும், ஊக்கமும், மங்கலமும், அறிவும், நாணமும், வடிவமும், அமைதியும், அருளும், மண்புகழும், விண்புகழும், பரவசமும், நினைவும், அன்பும், பொறுமையும், ஆற்றலும், நிறைவும், தாய்மையும், பசியும், சுவையும் இருபத்து மூன்று பெண்களாயின. சிரத்தா, த்ருதி, துஷ்டி, மேதா, புஷ்டி, கிரியா, லட்சுமி, புத்தி, லஜ்ஜா, வபுஸ், சாந்தி, ஸித்தி, கீர்த்தி, கியாதி, ஸம்பூதி, ஸ்மிருதி, பிரீதி, க்ஷமா, ஊர்ஜை, அனசூயை, சந்ததி, ஸ்வாஹா, ஸ்வாதா என்னும் அம்மகள்கள் அவன் இல்லமெங்கும் ஆடிகளாகி பிரசூதியை நிரப்பினர்.

கடைசியாக உதயத்தின் முதல் பொற்கதிரில் பிரசூதியின் பேரழகைக் கண்டு மனம் கனிந்து 'தோழி' என அவளை உணர்ந்து அளித்த முத்தம் ஸதி என்னும் அழகிய பெண்மகவாகியது. இருபத்துநான்கு மகள்களிருந்தும் அவளையே தாட்சாயணி என்று அவன் அழைத்தான். பிரசூதியின் பேரழகுக்கணம் ஒன்று முளைத்து உருவாகி வந்தவள் அவள் என அவன் நினைத்தான். பெண்ணழகையும் பொருளழகையும் தேவர்களின் அழகையும் அவளழகு வழியாகவே அவன் அளந்தான். தெய்வங்களை அவள் வழியாகவே அவன் வணங்கினான். அழகியரே, தந்தையின் கண்வழியாகவே பெண் முழு அழகு கொள்கிறாள். தட்சனோ ஆயிரம் தலைகளில் ஈராயிரம் கண்கள் கொண்டவன்.

தட்சனுடைய மகள்களை தர்மன், பிருகு, மரீசி, அங்கிரஸ், புலஸ்தியன், புலஹன், கிருது, அத்ரி, வசிஷ்டன், அக்னி என்னும் தேவர்களும் முனிவர்களும் கொண்டனர். தட்சபுரியின் இளவரசியான தாட்சாயணியை மட்டும் நிகரற்ற நாகம் ஒன்றுக்கு மணம்புரிந்து கொடுக்கவேண்டும் என விழைந்த தட்சன் பிரம்மனை வேள்விநெருப்பில் வரச்செய்து பதினான்கு உலகங்களையும் ஒருதுளியால் வெல்லும் நஞ்சு கொண்டவன் எவனோ அவனே தன் மகளை மணக்கவேண்டுமென வரம்கேட்டான். அவ்வாறே ஆகுக என்று அருள்செய்து பிரம்மன் மறைந்தான்.

மேகம் மண்ணிலிறங்கும் இரவொன்றில் தட்சலோகத்துக்கு வந்திறங்கிய நாரதர் தாட்சாயணியைத் தேடிவந்து ஆலகாலத்தை கழுத்திலணிந்த

ஆதிசிவனே அந்தத் தகுதிகொண்டவன் என்று தெரிவித்தார். "தட்சநஞ்சுக்குமேல் வல்லமை கொண்டது ஒன்றே. ஆலாலகண்டனின் உடல் நஞ்சு. தந்தையை வெல்லாதவனை மகள்மனம் ஏற்காது என்றறிவாயாக" என்றார் நாரதர்.

கைலாயத்தின் அதிபனையே மணமகனாக அடையவேண்டுமென்று தாட்சாயணி தவமிருந்தாள். பட்டிலும், மலரிலும், இசையிலும், கவிதையிலும், நீரிலும், ஒளியிலும் இருந்த விருப்பங்களை எல்லாம் ஒவ்வொன்றாக அணைத்துக்கொண்டு நோன்புநோற்றாள். மண்ணின் நீர்ச்சுவையையும் தாயின் பால்சுவையையும் மறந்தாள். தன் சிரிப்பையும் கண்ணீரையும் துறந்தாள். இறுதியில் பொன்னுருகி வழிவதுபோன்ற தன்னழகையும் துறந்தாள். அப்போதும் இறைவன் தோன்றாமலிருக்கவே தன்னைத் தானே தேடி, தன்னுள் எஞ்சிய இமையாது தன்னை நோக்கும் தந்தையின் ஈராயிரம் விழிமணிகளையும் ஒவ்வொன்றாக எடுத்து வெளியே வீசினாள்.

அவள் தவம் முதிர்ந்தபோது வெள்ளெருதுக்குமேல் பினாகமும் தமருகமும் மானும் மழுவுமாக சிவன் தோன்றி செந்நெருப்பு எழுந்த அங்கை நீட்டி அவள் கைப்பிடித்து காந்தருவமணம்கொண்டு கையாலயத்துக்கு அழைத்துச்சென்றான். நீலவிடம்கொண்ட அவன் கழுத்தழகில் அவள் காலங்கள் மறந்து காதல்கொண்டாள்.

மண்ணுலகை எரிக்கும் தன் நஞ்சு விண்ணுலக நஞ்சிடம் தோற்றதை எண்ணி தட்சன் சினம் கொண்டு எரிந்தான். பாற்கடல் திரிந்ததுபோல அவனுடைய மாளாக்காதல் வெறுப்பாகியது. தன்னை உதறிச்சென்ற தாட்சாயணியை கொல்வதற்காக கைலாயமலைக்குச் சென்று அம்மலையை தன் உடலால் நெரித்தான். இறுக்கத்தில் உடல் நெரிந்து நஞ்சு கக்கியபின் அங்கேயே துவண்டுகிடந்த அவனை தம்பியரான கார்க்கோடகனும் காலகனும் தூக்கிவந்தனர். ஆயிரமாண்டுகாலம் தவம்செய்து தன் தோலை உரித்து அதன் அடியிலிருந்து புதிய தட்சனாக அவன் வெளிவந்தான்.

ஒவ்வொருநாளும் சிவபூசை செய்துவந்த தட்சன் தன்னுடைய அனைத்து வேள்விகளிலும் சிவனுக்கு அவியளிக்காதவனானான். நீலகண்டனைவிட மேலான நஞ்சு தனக்குவேண்டும், தன்குலத்தின் நஞ்சு ஓங்கி வளரவேண்டும் என்று எண்ணி நாகபிரஜாபதியான தட்சன் பிரகஸ்பதீ ஸவனம் என்னும் மாபெரும் பூதயாகத்தை நடத்தினான். தன் நஞ்சால் வேள்விநெருப்பெரித்து முளைத்தெழும் அனைத்தையும் அவிப்பொருளாக்கினான்.

பிரஜாபதிகளனைவரையும் மகிழ்விக்கும் அந்த யாகத்தில் மண்ணிலுள்ள அத்தனை விதைகளும் படைக்கப்பட்டன. அத்தனை உயிர்களின்

முட்டைகளும் கருக்களும் அவியாக்கப்பட்டன. புடவியெனும் தாமரையில் முடிவில்லாமல் இதழ்விரிந்துகொண்டிருக்கும் அத்தனை உலகங்களிலும் உள்ள அனைத்து பிரம்மன்களுக்கும் அவியளிக்கப்பட்டது. அவ்வுலகங்களையெல்லாம் காக்கும் விஷ்ணுவுக்கும் அவியளிக்கப்பட்டது. தட்சனின் ஆணைப்படி சிவனுக்கு மட்டும் அவியளிக்கப்படவில்லை.

தன் கொழுநன் அவமதிக்கப்பட்டதை அறிந்து சினம்கொண்ட ஸதிதேவி கைலாயத்திலிருந்து மண்ணிலிறங்கி தட்சபுரிக்கு வந்தாள். பொன்னொளிர் நாகமாக ஆகி அங்கே நடந்துகொண்டிருந்த வேள்வியில் நுழைந்து கண்ணீருடன் தன்னையும் தன் கணவனையும் வேள்விக்கு அழைக்காதது ஏன் என்று கேட்டாள். "இந்தப்புவியை ஆளவும் அழிக்கவும் நாகங்களே போதுமானவை. இவ்வேள்வி முடியும்போது ருத்ரனின் கைநெருப்பைவிட எங்கள் நஞ்சுக்கு வெப்பமிருக்கும்" என்றான் தட்சன். "அழையாது என் வேள்விப்பந்தலுக்கு வந்த நீ இக்கணமே விலகிச்செல்லவில்லை என்றால் உன்னை என் ஏவல் நாகங்கள் இங்கிருந்து தூக்கி வீசுவார்கள்" என்றான்.

"நான் உங்கள் மகள், எனக்கு அழைப்பு தேவையில்லை" என்றாள் ஸதி. "எப்போது நீ அவனுடன் சென்றாயோ அப்போதே என் கைகளை நீரால் கழுவி உன்னை நான் உதறிவிட்டேன்" என்று தட்சன் பதிலுரைத்தான். "உன் நினைவிருந்த இடத்தையெல்லாம் நஞ்சு கொண்டு நிறைத்துவிட்டேன். களத்தில் நான் தோற்கவில்லை, உன்மேல்கொண்ட அன்பினால் தோற்றேன்" என்று தட்சன் ஆயிரம் தலைகளால் படமெடுத்து சீறினான்.

"நீயும் உன் குலமும் இதன் விளைவை அறிவீர்கள்" என்று சொல்லி ஸதிதேவி அழுத கண்களுடன் விண்ணேறி மேகங்களில் ஒளிவடிவாக நெளிந்து கைலாயத்துக்குச் சென்றாள். அங்கே கடும் சினம் எரிய நின்றிருந்த முக்கண்ணன் நாகவடிவமாக இருந்த அவளிடம் "விண்ணிலேறி என் மனைவியாக மாறிய நீ எப்படி மண்ணிலிழியலாம்? நாகவடிவம் கொண்ட நீ என் துணைவியாவது எப்படி?" என்றான்.

"நான் என் தந்தையிடம் நீதி கேட்கச்சென்றேன்" என்றாள் ஸதி. "ஆயிரம் வருடம் தவம் செய்து நீ விண்ணரசி வடிவெடுத்தாய். அரைக் கணத்தின் நெகிழ்வால் மீண்டும் நாகமானாய். விண்ணகத்தில் உனக்கு இனி இடமில்லை. உன் தந்தையிடமே திரும்பிச்செல்" என்றான் கைலாயநாதன்.

கருமேகத்தில் ஊர்ந்திறங்கி மீண்டும் தந்தையின் வேள்விச்சாலைக்கு வந்தாள் ஸதி. "தந்தையே, நான் இங்கே உங்களிடம் இருந்து மீண்டும் தவமியற்றுகிறேன். என் தவவல்லமையால் வானமேறி என் கணவரை

சென்றடைவேன். விண்ணில் எனக்கு இனி இடமில்லை. பிறந்த மண்ணில் எனக்கு இடம் கொடுங்கள்" என்று மன்றாடினாள்.

"விண்சென்று நீ உன் நச்சனைத்தையும் இழந்தாய்... இங்குள்ள எங்களில் நீ ஒருத்தி அல்ல. நாகபுரியில் உனக்கு இடமில்லை" என்றான் தட்சன். அவன் மூடியவாசலில் சுருண்டு கிடந்து ஆயிரம் வருடங்கள் காத்திருந்தாள் ஸதிதேவி. அங்கே வந்த நாரதமுனிவர் "பெண்ணே, வேள்வியில் அவியாபவை அனைத்தும் அவனையே சென்று சேர்கின்றன என்று அறிக" என்றார். ஸதிதேவி தந்தையின் வேள்வித்தீயில் தன்னை சிவனுக்கு ஆகுதியாக்கினாள். அவளுடைய உடல் நெருப்பில் உருகி நின்றெரிந்து விபூதியாகியபோது அவள் ஆத்மா விண்சென்று கைலாயத்தை அடைந்தது.

சூதர்கள் பாடினர், "நெருப்பை வணங்குங்கள் கன்னியரே. நெருப்பில் உறைகின்றாள் இறைவனின் தோழியான ஸதி. தழலில் நின்றாடுகின்றாள். கைகளை வானுக்கு விரிக்கும் வேண்டுகோளே ஸதி. அனைத்தையும் விண்ணுக்கு அனுப்பும் ஒருமுகமே ஸதி. கொழுந்துவிட்டு வெறியாடும் உக்கிரமே ஸதி. ஜ்வாலாரூபிணியானவளே, தாக்ஷாயணியே உன்னை வணங்குகிறோம். நீ எங்கள் குலத்துப்பெண்களுக்குள் எல்லாம் உறைவாயாக! ஆம், அவ்வாறே ஆகுக!"

தழலை வணங்கிவிட்டு தீபங்களை கையிலெடுத்த மூன்று இளவரசிகளும் வாரணாசியின் படிக்கட்டுகளில் இறங்கிச்சென்று அசைவிலாததுபோல் அகன்றுகிடந்த கங்கையின் விளிம்பில் மெல்ல கரையை துழாவிக்கொண்டிருந்த நீரின் குளிர்நாக்கில் அந்தத் தீபங்களை வைத்தனர். மெல்லச்சுழன்று நகர்ந்து சென்ற தீபங்கள் நகர்ந்தோடும் நகரம் போல சென்றுகொண்டிருந்த கங்கையின் பல்லாயிரம் தீபச்சுடர்களுடன் ஒன்றாயின.

காசி அந்தியில் முழுமைகொள்ளும் நகரம். படிக்கட்டுகளிலெங்கும் கன்னியரும் அன்னையருமாக பெண்கள் நிறைந்திருந்தனர். ஆயிரம் நீர்க்கரைத் தெய்வங்களின் சிற்றாலயங்கள் அடர்ந்த படித்துறைகளில் மணிகளும் மந்திரங்களும் ஒலித்தன. நூற்றெட்டு சைவர்களும் பதினெட்டு சாக்தர்களும் ஒன்பது வைணவர்களும் என தாந்திரீகர்கள் கண்சிவக்க உடல்நிமிர்த்தி காலடிகள் அதிர நடந்தனர். படிகளிலும் அப்பால் பின்னி விரிந்த தெருக்களிலும் நீர்க்கடன் செய்யவந்தவர்கள் வண்ணங்களாகவும் குரல்களாகவும் சுழித்தனர். அவர்களுக்குமேல் ஓங்கி ஒலித்துக்கொண்டிருந்தது விஸ்வநாதனின் பேராலய மணியோசை.

காசிமன்னன் பீமதேவன் தன் மூன்று மகள்களுக்கும் சுயம்வரம் அறிவித்திருந்தார். முன்னதாகவே காசிநகரத்துக்கு பாரதவர்ஷமெங்குமிருந்து ஷத்ரிய மன்னர்கள் வரத்தொடங்கியிருந்தனர். அவர்கள்

குடில்கள் அமைத்து தங்கியிருந்த கங்கைக்கரை சோலைகளின் உயர்ந்த மரங்களுக்குமேல் அவர்களின் இலச்சினைக்கொடிகள் பறந்து கொண்டிருந்தன. சுயம்வரத்தைக் காணவந்த முனிவர்களும், காணிக்கை பெறவந்த வைதிகர்களும், வாத்தியங்களுடனும் விறலியருடனும் வந்த சூதர்களும் கங்கைக்கரை மணல் மேடுகளில் நிறைந்திருந்தனர்.

கங்கை அகன்றுவிரிந்து வேகம் குறைந்து பிறைவடிவில் வளைந்துசெல்லும் இடத்தில் அதன் இருகரைகளிலும் விரிந்திருந்த காசி தேசம் சிவனுக்குரியது. அதன் காவல்தேவனாக காலபைரவன் மண்டையோட்டு மாலையுடன் கோயில்கொண்டிருந்தான். காசிமன்னன் பீமதேவன் தன் பேரமைச்சர் பால்குனருடன் சென்று காலபைரவமூர்த்திக்கு குருதிப்பலி கொடுத்து வணங்கி தேரேறி நெரிந்த மக்கள் திரள் நடுவே தேங்கியும் ஒதுங்கியும் பயணம் செய்து அரண்மனைக்கு அருகே கட்டப்பட்டிருந்த சுயம்வரப்பந்தலுக்கு வந்தான். வெண்ணிற வானம் நெருங்கி வந்து விரிந்தது போல கட்டப்பட்டிருந்த மணப்பந்தலின் முகப்பில் அமைந்த ஏழடுக்கு மலர்க்கோபுரத்தை சிற்பிகள் அலங்கரித்துக்கொண்டிருந்தனர்.

பந்தலுக்குள் நுழைந்து அதன் அமைப்புகளை இறுதியாக சரிபார்த்துக் கொண்டிருந்த பீமதேவன் நிலையற்றிருப்பதை பால்குனர் நோக்கிக் கொண்டிருந்தார். சுயம்வரத்துக்கு வந்த மன்னர்கள் அமரும் இருக்கை வரிசை அரைச்சந்திர வட்டத்தில் இருக்க அதன்முன் வட்டவடிவமாக மணமேடை அமைந்திருந்தது. மறுபக்கம் நீண்ட நூறடுக்குவரிசைகளாக முனிவர்களும் வைதிகர்களும் சான்றோரும் அமரும் வண்ணப்பாய்கள் போடப்பட்டிருந்தன. மறுநாள் புலரியில் விரியும்பொருட்டு மேலிருந்து மொட்டாலான மாலைகள் தொங்கவிடப்பட்டிருந்தன.

ஏதோ எண்ணிக்கொண்டு திரும்பிய பீமதேவன் "அஸ்தினபுரியிலிருந்து ஒற்றர்கள் ஏதேனும் செய்தியனுப்பினார்களா அமைச்சரே?" என்றார். பால்குனர் "மூன்று செய்திகள் தொடர்ச்சியாக வந்தன அரசே. மூன்றுமே ஒரே செய்தியைத்தான் சொல்லின. அஸ்தினபுரியின் படைகள் ஒன்றுதிரளவில்லை. ஆறு எல்லைகளிலாக அவை இன்னும் சிதறித்தான் நின்றுகொண்டிருக்கின்றன. படைநகர்வுக்கான எந்த ஆணையும் அனுப்பப்படவில்லை" என்றார்.

பெருமூச்சுடன் அந்தரீயத்தை அள்ளி தோளில் சுற்றிக்கொண்டு நடந்த பீமதேவன் "இன்னும் எட்டு நாழிகைக்குள் புலர்ந்துவிடும். புலரியின் இரண்டாம் நாழிகையில் சுயம்வரத்துக்கான பெருமுரசு முழங்கும்..." என்றார்.

என்ன சொல்வதென்று அறியாமல் பால்குனர் "அனைத்தும் சிறப்புற நிகழும்... நாம் செய்யவேண்டியவை அனைத்தையும் செய்துவிட்டோம்.

நன்றே நிகழுமென நினைப்போம்" என்றார். "ஆம், அப்படித்தான் நிகழவேண்டும்" என்று சொன்ன பீமதேவன் மீண்டும் பெருமூச்சுவிட்டு "அமைச்சரே, பீஷ்மர் எங்கிருக்கிறார் என்று ஒற்றர்கள் சொன்னார்கள்?" என்றார்.

"மூன்று நாட்களுக்குமுன் அவர் அஸ்தினபுரியில் இருந்து தனியாகக் கிளம்பி வியாசரின் வேதவனத்துக்குச் சென்றிருக்கிறார். அங்கிருந்து வனத்துக்குள் புகுந்து மறைந்தவரைப்பற்றி எந்தச்செய்தியும் இதுவரை இல்லை என்கிறார்கள். பீஷ்மர் அப்படி வனம்புகுவது எப்போதும் நிகழ்வதுதான். அஸ்தினபுரியிலேயே அவர் ஒருபோதும் அரண்மனையில் இருப்பதில்லை. புறங்காட்டில் தன் ஆயுதசாலையிலேயே எப்போதும் தங்கியிருப்பது வழக்கம்" என்றார். "என் உள்ளுணர்வுகள் பதற்றம் கொள்கின்றன அமைச்சரே" என்றார் பீமதேவன்.

மென்மணல் விரிக்கப்பட்ட பந்தல் முற்றத்துக்கு வந்து அங்கே காத்திருந்த முகபடாமணிந்த யானையை நெருங்கிய பீமதேவன் நின்று திரும்பி "இப்பந்தலை அமைத்த சிற்பி யார்?" என்றார். "இதற்கெனவே நாம் கலிங்க தேசத்திலிருந்து வரவழைத்த சிற்பி அவர், அவர் பெயர் வாமதேவர்" என்றார் பால்குனர். "அமைச்சரே, வேள்விப்பந்தல் அமைக்கையில் அந்த வேள்விக்கு குறையேதும் நிகழுமோ என்று சிற்பியின் ஸ்தாபத்ய சாஸ்திரத்தைக்கொண்டு கணிக்கும் வழக்கம் உண்டல்லவா?" என்றார் பீமதேவன். அவர் சொல்லவருவதை ஊகித்து "ஆம்" என்றார் பால்குனர்.

"இந்த சுயம்வரத்துக்கும் தடை ஏதும் நிகழுமா என்று நாம் ஏன் சிற்பியிடம் கேட்கக்கூடாது?" பால்குனர் மௌனமாக நின்றார். "சொல்லுங்கள் அமைச்சரே" என்றார் பீமதேவன். "நாம் விதியை கணிக்காமலிருப்பதல்லவா நல்லது அரசே? வேள்விக்கு எனில் ஆதிதெய்வீகம் ஆதிபௌதிகம் என இருவகை தடைகள் உள்ளன. ஆதிதெய்வீகத்தின் தடைகளை மட்டுமே நாம் வேள்வியில் கணிக்கிறோம். ஆதிபௌதிகத்தை கணிப்பது தடைசெய்யப்பட்டுள்ளது" என்றார் பால்குனர்.

"என்னால் இனிமேலும் இந்த முள்மேல் தவத்தை நீட்டிக்க முடியாது... அழைத்து வாருங்கள் அவரை" என்றார் பீமதேவன். "அவர் இங்கேதான் இருக்கிறார் அரசே" என்ற பால்குனர் அங்கே நின்றிருந்த இளம்சிற்பியை நோக்கி "உங்கள் ஆசிரியரை மாமன்னர்முன் கொண்டுவாருங்கள்" என்றார்.

சற்றுநேரத்தில் வாமதேவர் வந்தார். குறுகிய கரிய உடலும் நரைத்து தோளில் தொங்கிய கூந்தலும் நாரையிறகுபோன்ற தாடியும் சிறிய மணிக்கண்களும் கொண்ட அவர் ஒரு சிறுவனைப் போலிருந்தார்.

“காசிமன்னனை வணங்குகிறேன்” என சுருக்கமாக முகமன் சொல்லி நிமிர்ந்த தலையுடன் சுருங்கிய கண்களுடன் நின்றார். “மகாசிற்பியே, இந்தப் பந்தல் இதன் நோக்கத்தை தடையில்லாமல் சென்றடையுமா என்று பார்க்க உங்கள் நூலில் வழியுள்ளதல்லவா?” என்றார் பீமதேவன்.

பெருமூச்சுடன் “அரசே, மூவகைக்காலம் என்பது நாம் நம் அகங்காரத்தால் பிரித்துக்கொள்வது மட்டுமே என்று சிற்பநூல்கள் சொல்கின்றன. வாஸ்துபுருஷன் வாழ்வது பிரிவற்ற அகண்ட காலத்தில். அதோ அந்தப் பாறை, இந்தத் தூண் அனைத்துமே முப்பிரிவில்லாத காலத்தில் நின்றுகொண்டிருப்பவை. முழுமுதல்காலத்தில் அனைத்தும் ஒன்றே...” என்றார் வாமதேவர். “அகண்டகாலம் நோக்கி திறக்கும் கண்கள் கொண்டவர்கள் ஞானியர். அவர்களுக்கு புடவி என்பது ஒற்றைப்பெருநிகழ்வு மட்டுமே. அதன் அனைத்தும் அனைத்துடனும் இணைந்துள்ளன. அனைத்தும் அனைத்தையும் சுட்டிக்கொண்டிருக்கின்றன.”

“நீங்கள் பிரிவிலா காலத்தைக் காணும் கண்கள் கொண்டவரா?” என்றார் பீமதேவன். “இல்லை. நான் யோகியும் ஞானியும் அல்ல. ஆனால் பிரிவிலா காலத்தில் நின்றுகொண்டிருக்கும் பொருட்களை அறிந்தவன்” என்றார் வாமதேவர். “அப்படியென்றால் சொல்லுங்கள், இந்தப்பந்தலின் நிகழ்வு முழுமைபெறுமா?”

வாமதேவர் “அரசே, உங்கள் மூன்று கன்னியருக்கும் இந்த சுயம்வரப் பந்தலில் மணம் நிகழும்” என்றார். அவர் கண்களைப்பார்த்த பீமதேவர் ஒருகணம் தயங்கினார். “நான் கேட்டது அதுவல்ல. என் மகள்களுக்கு நான் விரும்பும்படி மணம்நிகழுமா?” என்றார் பீமதேவன்.

“இந்த சுயம்வரப்பந்தல் நீங்கள் விரும்பும்படி நிகழும் மணத்துக்கென அமைக்கப்பட்டது அல்ல அரசே” என்றார் வாமதேவர்.

அந்த பதில் கேட்டு எழுந்த முதல் சினத்தைத் தாண்டியதும் பீமதேவன் திடுக்கிட்டார். “அப்படியென்றால்?” என்றார். வாமதேவர் “மன்னிக்க வேண்டும்...” என்றார். பீமதேவன் “சிற்பியே” என ஆரம்பிக்கவும் அவர் கையை நீட்டி திடமாக “மன்னிக்கவேண்டும்” என்றார்.

பீமதேவன் பெருமூச்சுடன் அமைதியானார். “இன்று சதுர்த்தி... சூதர்கள் அகல்விழி அன்னையின் கதைகளை சொல்லிவருகையில் இன்று வந்தது தாட்சாயணியின் கதை” என்றார் சிற்பி. மேலும் ஏதோ சொல்லவந்தபின் சொல்லாமல் திரும்பி பந்தலுக்குள் நுழைந்தார்.

2

காசி அரண்மனையில் கங்கையின் நீர்விரிவு நோக்கித் திறக்கும் சாளரங்களின் அருகே அரசி புராவதி அமர்ந்து நிற்கின்றனவா நகர்கின்றனவா என்று தெரியாமல் சென்றுகொண்டிருந்த பாய்புடைத்த படகுகளை பார்த்துக்கொண்டிருந்தாள். அவளுடைய ஒற்றுச்சேடியான நந்தகி மெல்ல வந்து தன் வருகையை குறிப்புணர்த்திவிட்டு சுவர் ஓரமாக நின்றாள். கவலைமிக்க முகத்துடனிருந்த புராவதி திரும்பி “என்ன?” என்பதுபோல் பார்த்தாள். நந்தகி வணங்கி சுயம்வரப்பந்தலில் நிகழ்ந்தவற்றை விவரித்தாள். பெருமூச்சுடன் அவள் போகலாமென கையசைத்தாள் புராவதி. மூன்றுமாதம் முன்னரே அவள் நிமித்திகர்கள் வழியாக அந்த சுயம்வரம் நடக்கப்போவதில்லை என்பதை அறிந்திருந்தாள்.

அணுக்கச்சேடி பிரதமை வந்து பிரம்மமுகூர்த்தம் நெருங்கிவிட்டது என்று சொன்னபோது எழுந்து உள்ளறைக்குச் சென்று நீராடி ஆலய வழிபாட்டுக்குரிய மஞ்சள்பட்டாடையும் சங்குவளையல்களும் பொற்தாலியும் மட்டும் அணிந்துகொண்டு வெளியே வந்தாள். மூன்று இளவரசிகளும் ஆலயவழிபாட்டுக்குரிய ஆடையணிகளுடன், கைகளில் மலர்த்தட்டங்கள் கொண்ட சேடியர் சூழ நின்றிருந்தார்கள். புராவதி தன் புதல்வியரை பார்த்துக்கொண்டு சிலகணங்கள் ஏங்கி நின்றிருந்தாள். பின்பு நெடுமூச்சுடன் “கிளம்பலாம்” என்று சேடியருக்கு ஆணையிட்டாள். தலைச்சேடி சைகை காட்ட வெளியே அவர்களின் புறப்பாட்டை அறிவிக்கும் சங்கு மும்முறை ஒலித்தது.

அரண்மனை முற்றத்தில் செவ்வண்ணத்திரை பறக்கும் இரு பல்லக்குகள் நின்றன. அதைச்சூழ்ந்து ஆயுதமேந்திய காவலரும் கொடியேந்திய குதிரைவீரனும் நின்றிருந்தார்கள். அரசியும் அணுக்கச்சேடியும் முதல்

பல்லக்கில் ஏறிக்கொண்டனர். பல்லக்கு மேலெழுந்தபோது திரையை மெல்ல விலக்கி மூன்று பெண்களும் அடுத்தபல்லக்கில் ஏறுவதை புராவதி நோக்கினாள். மூவரும் உள்ளே நெருப்பிட்ட கலங்கள் போல சிவந்து கனிந்திருப்பதாகத் தோன்றியது. செம்பு, இரும்பு, வெள்ளிக் கலங்கள். உள்ளே மலரிதழ் விரித்து எரியும் அந்த சுவாலையை அவளும் ஒருகாலத்தில் அறிந்திருந்தாள். ஒவ்வொரு கணமும் இனிக்கும் அந்தத் தருணம் பிறகெப்போதும் வாழ்வில் திரும்பியதேயில்லை.

மூவர் முகங்களிலும் அப்சரஸ்களின் ஓவியங்களின் கனவுச்சாயை இருந்தது. அம்பிகையும் அம்பாலிகையும் ஒருவர் கையை இன்னொருவர் பற்றிக்கொண்டு மெல்லிய குரலில் காதுகளின் குழைகள் ஆட, மார்பக நகைகள் நெளிய, தலையை ஆட்டி பேசிக்கொண்டே இருந்தார்கள். ஒவ்வொரு சொல்லுக்கும் அம்பையின் உடலில் காற்று அசைக்கும் செம்பட்டுத் திரை போல நாணம் நெளிந்துசென்றது. கண்களில் சிரிப்பு மின்னிமின்னி அணைந்துகொண்டிருந்தது. அவர்கள் பேசிக்கொள்ளும் அத்தனை சொற்களுக்கும் ஒரே பொருள்தான் என புராவதி அறிவாள். பிறந்த கன்று துள்ளிக்குதிப்பதன் பொருள்.

அம்பை மட்டும் அங்கிருந்தாலும் எங்கோ மிதந்துகொண்டிருந்தாள். நீண்டு சரிந்த விழிகளுடன் கைவிரல்களால் ஆடையைச் சுருட்டியபடி நீரோட்டத்தில் குவிந்து ஓடும் மலர்வரிசைபோலச்சென்று பல்லக்கில் ஏறிக்கொண்டாள். திரையை மூடிவிட்டு மான்தோல் இருக்கைமீது சாய்ந்துகொண்ட அரசியின் முகத்தைப்பார்த்து அணுக்கத்தோழி புன்னகைத்து “மூன்றுநாட்களாக அவர்கள் தூங்கவேயில்லை. ஆனால் இன்று பிறந்து வந்தவர்கள் போலிருக்கிறார்கள்” என்றாள். “ஆம், அது அப்படித்தான்” என்றாள் புராவதி.

பிரதமை குரலைத்தழைத்து “நேற்றுமாலை சால்வமன்னர் தன் படகு வரிசையுடன் வந்து சியமந்தவனத்தில் குடியேறினார்” என்றாள். அரசியின் முகக்குறியை கூர்ந்து நோக்கிவிட்டு “மங்கலப்பொருட்களை அளிக்கும் பாவனையில் நானே அவரது குடிலைத்தேடிச்சென்றேன். அங்கிருந்தே வண்ணமிடப்பட்ட மரப்பட்டைகளையும் சிற்பிகளையும் கொண்டுவந்து கங்கைக்கரையில் ஓர் அரண்மனையையே அமைத்திருக்கிறார். அதைச்சுற்றி குடில்களாலான ஒரு சிற்றூரே உருவானது போலிருக்கிறது. அவருடன் சூதர்களும் கணிகையரும் சமையற்காரர்களும் படைவீரர்களுமாக ஏராளமானவர்கள் வந்திருக்கிறார்கள். நான் செல்லும்போது மல்லர்களின் போர் ஒருபுறம் நடந்துகொண்டிருந்தது. இனிய சமையற்புகை மரக்கிளைமேல் தங்கியிருந்தது. சிற்பிகள் நீர்மேல் கட்டியெழுப்பிய ஊஞ்சல்மண்டபத்தில் சால்வர் அமர்ந்து யாழிசை கேட்டுக்கொண்டிருந்தார்” என்றாள்.

“பார்ப்பதற்கு இனியவர்” என்று பிரதமை தொடர்ந்தாள். “சால்வர் ஆளும் சௌபநகரம் கங்கைக்கரையில் இன்றிருக்கும் நாடுகளில் வலிமையானது. பத்தாயிரம் தூண்களை கங்கைமேல் நாட்டி அதன்மேல்கட்டப்பட்ட மாபெரும் துறைமுகம் அங்குள்ளது என்கிறார்கள். அதை உருவாக்கிய விருஷபர்வ மன்னர் போரில் இறந்தபின் அவரது தம்பியாகிய இவர் பட்டத்துக்கு வந்திருக்கிறார். பிற ஷத்ரிய மன்னர்களிடமெல்லாம் நல்லுறவு கொண்டவர். சேதிநாட்டரசர் தமகோஷன் அவரது நெருங்கிய நண்பர் என்கிறார்கள். அங்கம், வங்கம், கலிங்கம், மாளவம், மாகதம், கேகயம், கோசலம், கொங்கணம், சோழம், பாண்டியம் என்னும் பத்து நாட்டுமன்னர்களும் அவருடன் கைகோத்திருக்கிறார்கள். காசியுடன் உறவை உருவாக்கிக் கொண்டபின்பு அஸ்தினபுரியை கைப்பற்றவேண்டுமென்று எண்ணியிருக்கிறார்கள்.”

“அவர்களுக்கு எப்போதும் அந்தக் கணக்குகள்தான்” என்றாள் புராவதி. “அவர்களுக்கு காசியின் உதவியின்றி அஸ்தினபுரிமேல் படைகொண்டு செல்லமுடியாது. நம்மிடமிருக்கும் படகுகள் பாரதவர்ஷத்தில் எவரிடமும் இல்லை.”

பிரதமை “ஆம் அரசியே, முற்றிலும் உண்மை” என்றபின் “சால்வர் சுயம்வரத்துக்கு முன்னரே இந்த இலக்கை நோக்கி நகரத்தொடங்கிவிட்டார். சால்வநாட்டிலிருந்து பொன்னும் பொருளும் பெற்ற விறலியர் நம் அரண்மனைக்கு வந்துகொண்டே இருந்திருக்கிறார்கள். அவர்கள் சால்வரின் பெருமையை பாடிப்பாடி மூத்த இளவரசியின் மனதுக்குள் ஏற்றிவிட்டிருக்கிறார்கள். பட்டுத்திரைச்சீலையில் வரையப்பட்ட ஓர் ஓவியம்கூட நம் இளவரசியிடம் அளிக்கப்பட்டிருக்கிறது” என்றாள்.

“ஆம், நந்தகி அதை என்னிடம் சொன்னாள்” என்றாள் புராவதி. “அவள் சொல்லும்போது அனைத்தும் என் கைகளை விட்டுச்சென்றுவிட்டது. கன்னியின் மனம் எரியக் காத்திருக்கும் காடுபோன்றது. ஒரு மூங்கில் உரசினாலே போதும் என்று என் அன்னை சொல்வதுண்டு.”

பிரதமை “நேற்று இங்கே வந்திறங்கியதும் சால்வர் ஒரு தாழைமடலை விறலியிடம் கொடுத்தனுப்பியிருக்கிறார்” என்றாள். புராவதி “என்ன எழுதப்பட்டிருந்தது?” என்றாள். தோழி “ஏதும் எழுதப்படவில்லை. வெறும் தாழைமடல். அதைத்தான் இளவரசி அம்பாதேவி தன் ஆடைக்குள் இப்போது வைத்திருக்கிறாள். அதை அவ்வப்போது எடுத்து முகர்ந்துகொள்கிறாள். மற்ற இளவரசியர் அதைத்தான் சொல்லி சிரித்துக்கொள்கிறார்கள்” என்றாள்.

கல்லாலான அடித்தளம் மீது மரத்தால் எழுப்பப்பட்ட ஏழடுக்கு கோபுரம்கொண்ட விஸ்வநாதனின் பேராலயத்தின் வாசலில் அவர்களுக்காக வாத்தியக்குழு நின்றிருந்தது. அவர்களின் வரவை

கட்டியங்காரன் அறிவித்து வெண்சங்கை ஊதியபோது மங்கல இசை எழுந்தது. வைதிகர்கள் மஞ்சளரிசி தூவியும் துறவியர் மலர்தூவியும் அவர்களை வாழ்த்தினர். ஆலயவளைவு முழுக்க தளிர்களாலும் மலர்களாலும் ஆன தோரணங்களால் அணிசெய்யப்பட்டிருந்தது. சித்திரத் தூண்களிலெல்லாம் அணித்திரைகள் தொங்கி அசைந்தன. தூபப்புகைமீது மணியோசை படர்ந்து அதிர்ந்தது.

அவர்கள் உள்ளே சென்றதும் ஆலயத்திலிருந்த ஆண்களெல்லாம் வெளியே அனுப்பப்பட்டனர். விஸ்வநாதனை வணங்கியபின் அரசியும் இளவரசியரும் விசாலாட்சியின் சன்னிதியில் இருந்த அணிமண்டபத்தில் அமர்ந்ததும் பூசகர்களும் வெளியேறினர். முதிய பூசகிகள் மூவர் ஆலயக்கருவறைக்குள் சென்று வழிபாடுகளை தொடர்ந்தனர். அகல்விழியன்னையின் ஆடைகள் அகற்றப்பட்டு புதிய செம்பட்டாடை அணிவிக்கப்பட்டு செவ்வரளி மாலைகள் சார்த்தப்பட்டன. அவர்கள் புதுமலர் அணிந்த அன்னையை வணங்கினர்.

மூன்று கன்னியரும் தங்கள் கன்னிமை நிறைவுப்பூசையை செய்யும் நாள் அது. கஜன் வணங்கிய மங்கல சண்டிகை கோயில் முன்னால் நின்று ஆடைகளையும் அணிகளையும் மலர்களையும் களைந்தனர். கைகளிலும் இடையிலும் கால்களிலும் கழுத்திலும் அணிந்திருந்த ஏழு கன்னித்தாலிகளையும் கழற்றி அன்னையின் பாதங்களில் வைத்தனர். பிறந்தகோலத்தில் நின்று அன்னையை வணங்கியபின் புத்தாடை அணிந்து அன்னையின் மலர்களை கூந்தலில் சூடி அவளுடைய குங்குமத்தை நெற்றியிலணிந்துகொண்டனர். முதுபூசகி அவர்களிடம் அன்னையின் வெண்சங்கு வளையல்களை கொடுக்க மூவரும் அவற்றை அணிந்துகொண்டார்கள்.

முதுபூசகி “கன்னியரே உங்களை இதுவரை காத்துவந்த தேவர்கள் அனைவரும் இங்கே தங்களுக்கான பலிகளை வாங்கிக்கொண்டு விடைபெறுகிறார்கள். இனிமேல் உங்கள் கற்பே உங்களுக்குக் காவலாக ஆகும். இன்றுவரை காசியின் பெருங்குலத்தின் உறுப்பினராக இருந்த நீங்கள் கனிகள் மரங்களிலிருந்து உதிர்வது போல விலகிச்செல்கிறீர்கள். உங்கள் உடலில் மலர்களை விரியவைத்த தேவதைகள் அனைவருக்கும் நன்றி சொல்லுங்கள். உங்கள் நெஞ்சில் கனவுகளை நிரப்பிய தேவதைகளை வணங்குங்கள். உங்கள் கண்களுக்கு அவர்கள் காட்டிய வசந்தம் நிறைந்த பூவுலகுக்காக அவர்களை வாழ்த்துங்கள். அன்னையின் ஆசியுடன் சென்றுவாருங்கள்” என்று வாழ்த்தி அவர்களின் நெற்றியில் மஞ்சள்பூசி ஆசியளித்தாள்.

முகம் மலர்ந்து நின்றிருந்த மூன்று கன்னியரும் அந்தச்சொற்களைக் கேட்டதும் இருண்டு கண்ணீர் மல்கியதை புராவதி கண்டாள்.

இருபதாண்டுகளுக்கு முன்பு அவளுக்கும் அக்கணத்தில் சென்றுமறைந்தது என்ன என்பதை அறிந்தாள். மீண்டுவராத ஒரு வசந்தம். ஆனால் அந்த வசந்தகாலத்தின் ஒவ்வொரு கணத்திலும் அதைத் தாண்டுவதைப்பற்றிய துடிப்பே நிறைந்திருந்தது. அந்த வேகமே அதை வசந்தமாக ஆக்கியது. அந்த எல்லையைத் தாண்டிய கணம்தான் அது எத்தனை அபூர்வமானது என்று புரிந்தது. அந்த ஏக்கம் வசந்தத்தை மகத்தானதாக ஆக்கியது. ஏக்கங்களுக்கு நிகராக இனியவை என மண்ணில் ஏதுமில்லை என பின்னர் அறிந்து முதிர்வதே வாழ்க்கை என்றாகியிருக்கிறது என அப்போது உணர்ந்துகொண்டாள்.

அன்னையின் ஆலயத்தின் இடதுபுறம் சித்தயோகினியான நாகதேவியின் சிற்றாலயம் இருந்தது. சிவந்த கற்களாலான இடை உயர கட்டிடத்திற்குமுன் இளவரசியர் மூவரும் வந்ததும் உள்ளிருந்து ஓலையாலான நாகபட முடியணிந்தவளும் தொங்கியாடும் வறுமுலைகொண்டவளுமான முதுநாகினி வெளியே வந்து அரசியிடம் வெளியே செல்லும்படி சொன்னாள். மூன்று இளவரசியரைத்தவிர அங்கே எவருமிருக்கவில்லை. கனகலம் என்னும் கங்காத்வாரத்தில் இருக்கும் நாகச்சுனையில் இருந்து கொண்டுவந்த புனிதநீர் வைத்த குடத்திலிருந்து மூன்று முறை நீரள்ளிவிட்டு கன்னியரை அரசியராக அபிஷேகம் செய்யும் அச்சடங்குக்கு அவளும் ஆளானதுண்டு. பாரதவர்ஷத்தின் அத்தனை பெண்களும் நாகர்குலத்தவரே என்பது நூல்நெறிக்குள் எழுதப்படாத ஆசாரநம்பிக்கையாக இருந்தது. அவர்களனைவருக்கும் புனிதத் தலம் கங்காத்வாரத்தின் தாட்சாயணிகுண்டம்.

மூன்று கன்னியரும் அச்சத்தால் வெளுத்த முகமும் நடுங்கும் உதடுகளுமாக குளிர்ந்த கைகளை மூடி தொழுதுகொண்டு வெளியே வருவதை அரசி கண்டாள். மூவரில் மூத்தவளின் கைகளில் மட்டும் ஒரு செவ்விதழ்த்தாமரை இருந்தது. அதை அரசி பார்ப்பதை அறிந்த சேடி கன்னியரை நெருங்கி இளையவளிடம் சில சொற்கள் பேசிவிட்டு வந்து நடந்ததை சொன்னாள். முதுநாகினி அம்பையை மட்டும் உள்ளே அழைத்து தன்னருகே அமரச்செய்து அவள் காதுகளில் எதையோ சொல்லி அந்த மலரை அளித்தாள் என்றாள்.

கண்ணீர் கனத்த முகத்துடன் மூன்று கன்னியரும் மீண்டும் பல்லக்குகளில் ஏறிக்கொண்டார்கள். ஒரு சொல்கூட அவர்கள் பேசிக்கொள்ளவில்லை. தன்னுடைய பல்லக்கில் ஏறியதும் புராவதி "அஸ்தினபுரியிலிருந்து ஏதேனும் சேதி வந்ததா?" என்று பிரதமையிடம் கேட்டாள். "இப்போதுகூட விசாரித்தேன் அரசியே. அங்கே எந்த அசைவும் இல்லை. விசித்திரவீரியர் இப்போதும் மருத்துவர் குடிலில்தான் இருக்கிறார்" என்றாள். "மந்தையில் பின்னால் செல்லும் நோயுற்ற மிருகம் சிம்மங்களுக்கு உணவாகும். அதுவே அரச நெறியாகவும் உள்ளது" என்றாள் புராவதி.

அரண்மனை வாசலில் பால்குனர் பரபரப்புடன் நின்றிருந்தார். "வணங்குகிறேன் அரசி. இன்னும் அதிகநேரமில்லை. அரைநாழிகையில் பெருமுரசு முழங்க ஆரம்பித்துவிடும். அரசர்கள் சுயம்வரப்பந்தலுக்கு அணிவகுத்து வருவார்கள். இளவரசியரை விரைவாக அலங்கரித்து அவைக்கு அழைத்து வாருங்கள்" என்றார்.

"சற்று தாமதமானாலும்தான் என்ன அமாத்யரே? இந்த நாளில் அவர்கள் அணிசெய்வதைப்போல இனி எப்போது நிகழப்போகிறது?" என்றாள் பிரதமை. "அணிசெய்வதை வேகமாகச் செய்யலாமே" என்றார் பால்குனர். "எக்காலத்திலும் அதை ஆண்களுக்கு புரியவைக்க முடியாது" என்றாள் பிரதமை.

தன் அணியறைக்குள் சென்று பிரதமையின் உதவியுடன் புராவதி அரச உடைகளை அணிந்துகொண்டாள். பொன்னூலும் வெள்ளிநூலும் கோத்துப்பின்னிய அணிவேலைகள் கொண்ட புடைவையைச்சுற்றி, அதன்மீது மெல்லிய கலிங்கப்பட்டாலான மேலாடையை அணிந்து, நவமணிகள் மின்னும் நகைகளை ஒவ்வொன்றாக அணிந்துகொண்டிருக்கையில் அவள் ஆடியில் தன்னைப்பார்த்துக்கொண்டே இருந்தாள். இருபதாண்டுகளுக்கு முன்பு காசியின் அரசியாக முடியணிந்த நாளில் அவற்றை அணிந்துகொண்ட தருணத்தின் மனக்கிளர்ச்சியை எப்போதுமே பெருவியப்புடன்தான் அவள் எண்ணிக்கொள்வாள். இத்தனை வருடங்களுக்குப்பின் அந்த மின்னும் ஆடையணிகளுக்குள் நுழையும்போது குருதிநுனிகள் மின்னும் கூரிய ஆயுதக்குவியலொன்றுக்குள் விழுவதுபோலவே உணர்ந்தாள்.

அவள் அணிகளை அணிந்துமுடிக்கும் தறுவாயில் வெளியே சுயம்வரப் பந்தல் முகப்பில் பெருமுரசம் ஒலிக்க ஆரம்பித்தது. தொடர்ந்து கோட்டை முகப்பிலும் முரசங்கள் ஒலித்தன. காசிநகரமே ஒரு பெரிய முரசுப்பரப்பு போல முழங்கி அதிரத்தொடங்கியது. மணிமுடி சூடியவளாக அவள் வெளியே வந்தாள். தலைச்சேடி சுதமை அங்கே அரசிக்கான மங்கலப்பொருட்களான மயிற்பீலியும் மச்சமுத்திரையும் சிறுசங்கும் தாரைநீரும் கொண்ட தாம்பாளத்துடன் நின்றிருந்தாள். தாம்பூலத்துடன் நின்றிருந்த அணுக்கச்சேடி பிரதமையிடம் "இளவரசிகளை அவைக்கு வரச்சொல்" என்று சொன்னபிறகு புராவதி சுயம்வரமண்டபம் நோக்கிச் சென்றாள்.

அமைச்சர் பால்குனர் அவளை எதிர்கொண்டு வரவேற்று சுயம்வர மண்டபத்துக்குள் இட்டுச்சென்றார். பந்தலின் அணியறைக்குள் நின்றபடி அவள் வெளியே விரிந்த பெருமண்டபத்தைப் பார்த்தாள். அங்கே பொது அவையில் மழைக்காலநீர் மடைகள் வழியாக ஏரியில் திரள்வதுபோல மக்கள் உள்ளே வந்து நிறைந்துகொண்டிருந்தனர்.

வெளியே பலவகையான பல்லக்குகளில் விருந்தினர் வந்து இறங்கிக் கொண்டே இருந்தனர். பட்டுத்துணியாலான தொங்கும் மஞ்சல்களில் வைதிகர்களும், வளைந்து மேலே எழுந்த அணிப்பல்லக்கில் அரசகுலத்தவரும், மூங்கில் பல்லக்கில் வணிகர்களும் வந்தனர். முனிவர்களும் வைதிகர்களும் அரச இலச்சினைகொண்ட தலைக்கோல் ஏந்திய அதிகாரிகளால் எதிர்கொண்டழைக்கப்பட்டு அவர்களுக்கான இருக்கைகளில் அமரச்செய்யப்பட்டனர். அப்பால் காசியின் அத்தனை ஊர்களிலும் இருந்து வந்த சான்றோர்களும் வீரர்களும் அணியணியாக அமர்ந்துகொண்டிருந்தனர். வலதுபக்கமாக வைதிகர் நிறைகுடங்களுடன் காத்திருக்க இடப்பக்கம் மங்கல வாத்தியங்களுடன் சூதர்கள் காத்திருந்தனர்.

பந்தலுக்கு வெளியே முற்றத்தில் முழவுகளும் கொம்புகளும் மணிகளும் ஏந்திய படைமங்கல அணி நின்றிருந்தது. ஒவ்வொரு மன்னரும் உள்ளே வரும்போது அவர்களுக்குரிய இசை வாசிக்கப்பட்டது. முதலில் உள்ளே வரும் கோல்காரன் பொற்கோலை தலைக்குமேல் உயர்த்தி அதன் இலச்சினையை அவையோருக்குக் காட்டி அந்த அரசனின் பெயரை அறிவித்தான். சூதர்கள் மங்கல ஒலியெழுப்ப வேதியர் கங்கைநீர் தெளித்து வேதமோத அந்த மன்னன் உள்ளே வந்து அமைச்சர்களால் எதிர்கொண்டழைக்கப்பட்டு அவனுக்குரிய இருக்கைக்கு கொண்டுசென்று அமர்த்தப்பட்டான். ஒவ்வொருவருக்குப் பின்னும் வலப்பக்கம் அவர்களது அமைச்சர்களும் இடப்பக்கம் அணுக்கச்சேவகர்களும் நின்றனர். ஒவ்வொரு மன்னனாக வந்தபோது அவை அவர்களைப்பற்றி பேசிக்கொண்ட ஒலி பந்தலின் குவைவடிவ முகடில் எதிரொலி செய்தது.

பொன்னிற நூல்வேலைப்பாடுள்ள தலைப்பாகையும் பொற்குண்டலங்களும் அணிந்து மச்சமுத்திரைக்குறியை நெற்றியிலிட்ட வயோதிகரான நிமித்திகர் பொன்னாலான தலைக்கோலுடன் சுயம்வரப்பந்தலுக்குள் நுழைந்து பீடத்திலேறி நின்றார். அவரைக்கண்டதும் அவையில் மெல்ல அமைதிபரவியது. தலைக்கோலை அவர் மேலே தூக்கியதும் அவருடைய மூச்சொலிகூட கேட்பதாக அவை அமைந்தது. நிமித்திகர் உரத்த குரலில் மரபான பண்டைய மொழியில் கூவினார், "கங்கையின் கையில் இருக்கும் மணிமுத்து இந்த காசிநாடு. விஸ்வநாதனும் காலபைரவனும் ஆளும் புனிதமான நிலம் இது. காசிமகாநாட்டின் அதிபராகிய மாமன்னர் பீமதேவர் இதோ எழுந்தருளுகிறார்."

வீரர்கள் "வாழ்க! வாழ்க!" என்று குரல் எழுப்பினர். பீமதேவனுடன் இணைந்து புராவதி சுயம்வரப்பந்தலுக்குள் நுழைந்தாள். அந்தச்சடங்கை எப்போதும் ஒரு நாடகம் என்றே அவள் உணர்ந்திருக்கிறாள். ஆனால் அதிகாரம் எப்போதுமே நாடகங்கள் அடையாளங்கள் வழியாகத்தான்

நிகழ்ந்துகொண்டிருக்கிறது. அவர்களை வாழ்த்தி புரோகிதர்கள் மலர்களும் மஞ்சளரிசியும் தூவ, சூதரின் மங்கல இசை முழங்கியது. பீமதேவன் வணங்கியபடியே சென்று தன் சிம்மாசனத்தில் அமந்தார். சேடியரால் அழைத்துச்செல்லப்பட்ட புராவதி அரியணையில் அணிக்கோலத்தில் அமர்ந்திருந்த காசிமன்னருக்கு இடப்பக்கம் வாமபீடத்தில் அமர்ந்தாள். பீமதேவனின் வலப்பக்கம் பால்குனர் நிற்க இடப்பக்கம் அணுக்கச்சேவகன் பாவகன் நின்றான்.

முதல் கார்மிகர் ரிஷபர் தலைமையில் வைதிகர்கள் அவைமீது கங்கை நீரைத் தெளித்து ஆசியளித்தபின் பூரணகும்பத்துடன் வேதகோஷம் எழுப்பியபடி அரியணையை அணுகி மன்னன்மேல்கங்கை நீரைத் தெளித்தனர். காசிவிஸ்வநாதனின் விபூதியையும் மலரையும் கொடுத்து ஆசியளித்தனர். அதன்பின் காசிநாட்டின் பெருங்குடிகளின் தலைவரான பிருஹதத்தன் என்ற முதியவர் எழுந்து வந்து பொன்னாலான மீனையும் படகையும் மலர்களுடன் வைத்து மன்னனிடம் அளித்தார். அப்போது அவையில் நிறைந்திருந்த அத்தனை குடிமக்களும் மன்னனை வாழ்த்தி பெருங்குரலெழுப்பினர்.

நிமித்திகர் உரத்தகுரலில் “விஷ்ணுவிலிருந்து பிரம்மன் பிறந்தான். பிரம்மனிலிருந்து அத்ரி முனிவர் பிறந்தார். அத்ரியிலிருந்து சந்திரனும் சந்திரனிலிருந்து புதனும் புதனிலிருந்து புரூரவஸும் பிறந்தனர். ஆயுஷ், ஆனேனஸ், பிரதிக்ஷத்ரன், சிருஞ்சயன், ஜயன், விஜயன், கிருதி, ஹரியஸ்வன், சகதேவன், நதீனன், ஜயசேனன், சம்கிருதி, ஷத்ரதர்மன், சுஹோத்ரன், சலன், ஆர்ஷ்டிசேனன் என்னும் பெருமைமிக்க அரசர் வரிசையில் பிறந்த மாமன்னன் காசனை வணங்குவோம். காசனின் மைந்தர்களின் நாடு என்ற பொருளிலேயே இந்தப் புனிதபூமி காசி என்றழைக்கப்படுகிறது. அது வாழ்க!”

வாழ்த்தொலிகளை ஏற்று தலைக்கோலை உயர்த்தியபின் நிமித்திகர் தொடர்ந்தார். “தீர்க்கதபஸ், தன்வந்திரி, கேதுமான், பீமரதன் என்னும் காசிமன்னர்களின் குலத்தில் உதித்த மாமன்னன் திவோதாசரை வணங்குவோம். அழியாப்புகழ்கொண்ட இந்த மண்ணுக்கு அவரே முதுதந்தையென்றறிக! அதிதிக்வான் என்று முனிவர் புகழும்படி விருந்தோம்பல் கொண்டிருந்தவர் அவர். கும்பகமுனிவரின் தீச்சொல்லால் காசிமண்ணில் பஞ்சம் வந்தபோது கடுந்தவம் செய்து விஸ்வநாதனை இங்கே குடியேற்றியவர் அவர். அவரது குலத்தில் வந்தவர் மாமன்னர் பீமதேவர். திவோதாசரிலிருந்து திவ்யாதிதி, திவ்யாதிதியில் இருந்து பிரதிசத்ரன் பிறந்தான். ஜயன், நதீனன், சலன், சுதேவன், பீமரதன், கேதுமான் எனத் தொடரும் அழியாப்பெருங்குலத்திற்கு இன்று அரசர் பீமதேவர் என்றறியட்டும் இந்த அவை!” அவை வாழ்த்தொலிகளால் நிறைந்தது. மஞ்சளரிசியும் மலரும் மன்னன் மீது பொழிந்தன.

பின்பு தன் செங்கோலை கையிலெடுத்துக்கொண்டு பீமதேவன் எழுந்தார். அவர் சொற்களை செவிகூர்ந்த அவையிடம் சொல்லலானார். "காசியின் தெய்வமான விசும்புக்கதிபனையும் அகல்விழியன்னையையும் வணங்குகிறேன். காவல்தெய்வமான கரியநாய் வடிவம்கொண்ட தேவனை வணங்குகிறேன். இங்கு எழுந்தருளியிருக்கும் தேவர்களையும் மூதாதையரையும் வணங்குகிறேன். என்னுடைய அழைப்பை ஏற்று இந்த காசிநகரத்துக்கு வந்துள்ள அனைத்து மன்னர்களையும் வணங்கி வரவேற்கிறேன்..." அவை அவ்வாழ்த்தை தானும் எதிரொலித்தது.

"இந்தக் காசிநகரம் இருபத்தேழு தலைமுறைகளாக என்னுடைய முன்னோர்களால் ஆளப்பட்டுவருகிறது. திவோதாச மன்னரின் அரியாசனத்தில் அமர்ந்து நான் பதினேழு வருடங்களாக இந்த நாட்டை ஆண்டுவருகிறேன்... மன்னர்களே, என்னுடைய மூன்று மகள்களும் மணவயதடைந்ததை ஒட்டி இங்கே வைகாசி பௌர்ணமி நாளில் இந்த சுயம்வர விழாவை ஏற்பாடு செய்திருக்கிறேன்... இந்த சுயம்வரம் பாரதவர்ஷத்தின் ஷத்ரியகுலத்தின் பெருமையை மேலும் வளர்ப்பதாக அமையட்டும்." 'ஓம் அவ்வாறே ஆகுக!' என அவை ஆமோதித்தது.

பீமதேவன் கைகாட்டியதும் சுயம்வரம் தொடங்குவதற்கான மங்கல முரசுகளும் மணிகளும் முழங்கத் தொடங்கின. நிமித்திகர் எழுந்து சென்று கையில் ஒரு வெள்ளிக்கோலுடன் ஒரு வாசலருகே நின்றார். அங்கே மூன்று பட்டுத் திரைகள் தொங்கின. நிமித்திகர் அவற்றைச் சுட்டிக்காட்டி "பாரதவர்ஷத்தின் மாமன்னர்களே! இதோ காசிநகரின் இளவரசிகளை உங்களுக்கு அறிமுகம் செய்கிறேன். காசியை ஆளும் விஸ்வநாதனின் துணைவியும் சக்திரூபிணியுமான பார்வதியின் பெயர்களை தன் மகள்களுக்கு வைத்திருக்கிறார் நம் மாமன்னர். இளவரசிகளை இந்த அரச அவை முன்னால் குன்றா ஒளிகொண்ட அணிகளாக முன்வைக்கிறேன்."

நிமித்திகர் சொன்னார் "முதல் இளவரசியின் பெயர் அம்பை. அனலை கழலாக அணிந்த கொற்றவையின் பெயர்கொண்டவர். முக்கண் முதல்வியின் ரஜோகுணம் மிக்கவர். செந்நிற ஆடைகளையும் செந்தழல் மணிகளையும் விரும்பி அணிபவர். பரணி நட்சத்திரத்தில் அம்பாதேவி பிறந்தார். வரும் பால்குனமாதம் இளவரசிக்கு இருபது வயது நிறைவடைகிறது. ஆறு மதங்களையும் ஆறு தரிசனங்களையும் மூன்று தத்துவங்களையும் குருமுகமாகக் கற்றவர். கலைஞானமும் காவியஞானமும் கொண்டவர். சொல்லுக்கு நிகராக வில்லையும் வாளையும் கையாளப் பயின்றவர். யானைகளையும் குதிரைகளையும் ஆளத்தெரிந்தவர். பாரதவர்ஷத்தின் பெரும் சக்ரவர்த்தினியான அஸ்தினபுரியின் தேவயானிக்கு நிகரானவர். இளவரசிக்கு வணக்கம்."

திரையை ஒரு சேடி விலக்க உள்ளே அம்பை செந்நிறமான ஆடையுடன் செந்நிறக் கற்கள் பொறிக்கப்பட்ட மணிமுடியும் ஆபரணங்களும் அணிந்து நெய்யுண்ட வேள்விச்சுடர் போல கைகூப்பி நின்றாள். அவளை முதல்முறையாக நேரில் பார்க்கும் சால்வன் மெல்லிய அச்சத்துடன் தன்னருகே அமர்ந்திருந்த தமகோஷனின் கைகளை பற்றிக்கொண்டான். தமகோஷன் "பாய்கலை ஏறிய பாவை போலிருக்கிறார்..." என்றான்.

அம்பையின் கண்கள் தன்னைத்தேடுவதை சால்வன் கண்டுகொண்டான். அவள் கண்களை சந்திக்க அஞ்சி அவன் தலையை திருப்பிக்கொள்வதை புராவதி கூர்ந்து நோக்கினாள். அவனைக் கண்டுவிட்ட அம்பை புன்னகையுடன் தலைகுனிவதையும் கண்டாள்.

நிமித்திகர் "இரண்டாவது இளவரசியின் பெயர் அம்பிகை. சித்திரை மாதத்தின் அனுஷ நட்சத்திரத்தில் பிறந்தார். பதினெட்டு வயதாகிறது. தமோகுணவாஹினியான கங்கையின் அம்சம் கொண்ட இளவரசி ஓர் இசையரசி. எழுபத்திரண்டு ராகங்களிலும் அவற்றின் இணைராகங்களிலும் துணைராகங்களிலும் தேர்ச்சி பெற்றவர். வீணையை அவர் விரல்கள் தொட்டாலே இசைபெருகும்... இளவரசிக்கு வணக்கம்" என்றார்.

திரையை ஒரு சேடி விலக்க உள்ளே அம்பிகை நீலநிறமான ஆடையுடன் மணிமுடியும் ஆபரணங்களும் அணிந்து கைகூப்பி நின்றாள். அரங்கு முழுக்க ஆவலும் ஆர்வமும் கொண்ட ஒரு பேச்சொலி பரவுவதை புராவதி கேட்டாள்.

நிமித்திகர் "மூன்றாவது இளவரசியின் பெயர் அம்பாலிகை. ஐப்பசி மாதத்து மகநட்சத்திரத்தில் பிறந்தார். வயது பதினாறாகிறது. சத்வகுணவதியான இளவரசி ஓவியத்திலே திறமை கொண்டவர். பட்டிலும் பலகையிலும் கனவுகளை உருவாக்கிக் காட்டக்கூடியவர். இளவரசிக்கு வணக்கம்" என்றார். மூன்றாம் திரை விலகி அம்பாலிகை தோன்றினாள்.

நிமித்திகர் அவை நோக்கி "மாமன்னர்களே! இம்மூன்று இளவரசிகளும் சேர்ந்து நிற்கும்போது முப்பெரும் கலைகளும் கண்முன் வந்து நிற்பது போலிருக்கிறது. கலைமகளே மூன்று வடிவம் கொண்டு வந்து அருள்புரிகிறாள் என்று தோன்றுகிறது! மூன்று தேவியரையும் வணங்குகிறேன்" என்றார். "இங்கே இந்த சுயம்வரம் நெறிநூல்கள் சொல்லும் பிரம்மம், ஆர்ஷம், பிரஜாபத்யம், தெய்வம், காந்தர்வம், ஆசுரம், ராட்சசம், பைசாசம் என்னும் எண்வகை திருமணங்களில் ஷத்ரியர்களுக்கு உகந்த பிரஜாபத்யம் என்னும் முறையில் நிகழ்கிறது. இளவரசியர் அரங்கிலே வலம்வந்து அவர்கள் கண்ணுக்கும் கருத்துக்கும் இயைந்த மன்னர்களின் கழுத்தில் மணமாலையை அணிவிப்பார்கள். ஆன்றநெறிப்படி இளவரசியரின் முடிவே அரசமுடிவாகும்" என்றபின் வலம்புரிச்சங்கை எடுத்து மும்முறை ஊதினார்.

இளவரசியரை வாழ்த்தி அவை குரலெழுப்பியது. சேடியர் அறுவர் இளவரசிகளை நோக்கிச் செல்வதை பார்த்துக்கொண்டிருந்த புராவதி ஒவ்வொரு கணமும் ஏதோ ஒன்றை எதிர்பார்த்துக் கொண்டிருந்தாள். கங்கைக்கரையின் பெரும்படிக்கட்டுகளில் உருண்டு உருண்டு முடிவேயில்லாமல் விழுந்துகொண்டே இருப்பவள் போல உணர்ந்தாள். கங்கை மிகமிக ஆழத்தில் ஒரு நீர்க்கோடு போல் தெரிந்தது. அவள் புலன்களெல்லாம் மங்கலடைந்து சொற்களும் காட்சிகளும் அவளை அடையாமலாயின. உயிரற்ற பாம்பு போல காலம் அவள் முன்னால் அசையாமல் கிடந்தது.

அவை திரள் கலையும் ஒலியைக் கேட்டபோது அதைத்தான் அவள் எதிர்பார்த்திருந்தாள் என்று அறிந்தாள். மெல்லிய நரைகலந்த நீண்ட தாடியும் காட்டுக்கொடியால் கட்டி முதுகுக்குப்பின்னால் போடப்பட்ட தலைமுடியும் தோளில் அம்பறாத்தூணியும் வில்லுமாக பயணத்தின் புழுதி படிந்த வெள்ளுடையுடன் பீஷ்மர் உள்ளே வருவதைக் கண்டபோது அவரைத்தான் அவள் எதிர்பார்த்திருந்தாள் என்றும் அறிந்தாள். அவளுக்கு அப்போது ஏற்பட்டது அம்புவிடுபட்ட வில்லின் நிம்மதிதான்.

3

காசிநகரத்தின் சுயம்வரப்பந்தலுக்குள் நுழைந்த பீஷ்மர் அவை முழுதும் திரும்பிப்பார்க்க தன் வில்லின் நாணை ஒருமுறை மீட்டிவிட்டு "பால்குனா, நான் குருகுலத்து ஷத்ரியனான தேவவிரதன். எனக்குரிய ஆசனத்தைக்காட்டு" என்று தன் கனத்த குரலில் சொன்னார். மன்னனின் அருகே நின்றிருந்த அமைச்சர் திகைத்து மன்னனை ஒருகணம் பார்த்து விட்டு இறங்கி ஓடிவந்து கைகூப்பி "குருகுலத்தின் அதிபரான பீஷ்ம பிதாமகரை வணங்குகிறேன். தங்கள் வருகையால் காசிநகர் மேன்மைபெற்றது... தங்களை அமரச்செய்வதற்கான இருக்கையை இன்னும் சிலகணங்களில் போடுகிறேன்" என்றார். பின்பு ஓடிச்சென்று சேவகர் உதவியுடன் அவரே சித்திர வேலைப்பாடுள்ள பீடத்தின்மீது புலித்தோலை விரித்து அதில் பீஷ்மரை அமரச்செய்தார்.

பீடத்தில் அமர்ந்த பீஷ்மர் தன் இடக்காலை வலதுகால்மீது போட்டு அமர்ந்துகொண்டு வேட்டைக்குருதிபடிந்த தன் வில்லை மடிமீது வைத்துக் கொண்டார். நிமிர்ந்த தலையுடன் அவையைநோக்கி அமர்ந்திருந்த அவரை ஷத்ரிய மன்னர்கள் ஓரக்கண்களால் பார்த்தபின் தங்களுக்குள் பார்த்துக்கொண்டனர். தமகோஷன் குனிந்து சால்வனிடம் "வயோதிகம் ஆசைக்குத் தடையல்ல என்று இதோ பிதாமகர் நிரூபிக்கிறார்" என்றான். சால்வன் "அவர் ஏன் வந்திருக்கிறார் என்று எனக்கு ஐயமாக இருக்கிறது" என்றான். "எங்கு வந்து அமர்ந்திருக்கிறார் என்று பார்த்தாலே தெரியவில்லையா என்ன? அவரை நைஷ்டிகபிரம்மசாரி என்று சொன்னார்கள். இளவரசியரின் பேரழகு விஸ்வாமித்திரரை மேனகை வென்றதுபோல அவரையும் வென்றுவிட்டது" என்று சிரித்தான். ஷத்ரியர்களில் பலர் சிரித்துக்கொண்டு பீஷ்மரைப் பார்த்தனர்.

அரண்மனைச்சேடியர் மூன்று தட்டுகளில் மலர்மாலைகளை எடுத்துக் கொண்டுசென்று இளவரசியர் கைகளில் அளித்தனர். அவற்றை கையிலெடுத்துக்கொண்டு மூவரும் முன்னால் நடந்தனர். தலைகுனிந்து நடந்த அம்பிகையும் அம்பாலிகையும் நடுங்கும் கைகளில் மாலையை பற்றியிருந்தனர். வேட்டையில் இரையை நெருங்கும் வேங்கையைப்போல மெல்லிய தாழ்நடையுடன் கையில் மாலையுடன் அம்பை சால்வனை மட்டும் நோக்கி அவனைப்பார்த்து சென்றாள். அக்கணமே அங்கிருந்த அனைவருக்கும் அவள் என்ன செய்யப்போகிறாள் என்பது புரிந்தது.

நாணொலி கிளப்பியபடி பீஷ்மர் எழுந்தார். "பீமதேவா, இதோ உன் கன்னியர் மூவரையும் நான் சிறையெடுத்துச் செல்லப்போகிறேன்..." என்று அரங்கெல்லாம் எதிரொலிக்கும் பெருங்குரலில் சொன்னார். "இந்த மூன்று பெண்களையும் அஸ்தினபுரியின் அரசியராக இதோ நான் கவர்ந்துசெல்கிறேன். உன்னுடைய படைகளோ காவல்தெய்வங்களோ என்னைத் தடுக்கமுடியுமென்றால் தடுக்கலாம்" என்றபடி இடக்கையில் தூக்கிய வில்லும் வலக்கையில் எடுத்த அம்புமாக மணமேடைக்கு முன்னால் வந்து நின்றார்.

பீமதேவன் காதுகளில் விழுந்த அக்குரலை உள்ளம் வாங்கிக்கொள்ளாதவர் என அப்படியே சிலகணங்கள் சிலைத்து அமர்ந்திருந்தார். கோசலமன்னன் மகாபலன் எழுந்து சினத்தால் நடுங்கும் கைகளை நீட்டி "என்ன சொல்கிறீர்கள் பிதாமகரே? இது சுயம்வரப்பந்தல். இங்கே இளவரசியரின் விருப்பப்படி மணம் நிறைவுறவேண்டும்" என்றான்.

"அந்த சுயம்வரத்தை நான் இதோ தடைசெய்திருக்கிறேன். இங்கே இனி நடைபெறப்போவது எண்வகை வதுவைகளில் ஒன்றான ராட்சசம். இங்கே விதிகளெல்லாம் வலிமையின்படியே தீர்மானிக்கப்படுகின்றன" என்றவாறு ஷத்ரியர்களை நோக்கித் திரும்பி "இங்கே என் விருப்பப்படி அனைத்தும் நிகழவேண்டுமென நான் என் வில்லால் ஆணையிடுகிறேன். வில்லால் அதை எவரும் தடுக்கலாம்" என்றபின் பீஷ்மர் இளவரசியரை நோக்கி நடந்து ஒருகணம் தயங்கி, திரும்பி வாசலைநோக்கி "உள்ளே வாருங்கள்" என உரக்க குரல்கொடுத்தார். அவரது எட்டு மாணவர்கள் கைகளில் அம்புகளும் விற்களுமாக உள்ளே வந்தனர். "இளவரசிகளை நம் தேர்களில் ஏற்றுங்கள்" என்று பீஷ்மர் ஆணையிட்டார்.

அதன் பின்னர்தான் பீமதேவன் உடல் பதற வேகம் கொண்டு எழுந்தார். சினத்தால் வழிந்த கண்ணீருடன் தன் வில்லை எடுத்துக்கொண்டு முன்னால் பாய்ந்தார். அக்கணமே அவர் கை வில்லை பீஷ்மர் தன் அம்புகளால் உடைத்தார். அவரது மாணவர்கள் அம்பையை அணுகியதும் அவள் மாலையை கீழே போட்டு அருகே இருந்த கங்கநாட்டு மன்னனின் உடைவாளை உருவி முதலில் தன்னைத் தொடவந்தவனை வெட்டி

வீழ்த்தினாள். பிறமாணவர்கள் வாளுடன் அவளை எதிர்கொண்டனர். அவள் கையில் வெள்ளிநிற மலர் போல் சுழன்ற வாளைப்பார்த்து பீஷ்மர் சிலகணங்கள் மெய்மறந்து நின்றார். "இவள் குருகுலத்து சக்ரவர்த்தினி" என்று அவருக்குள் ஓர் எண்ணம் ஓடியது. மேலும் இரு சீடர்கள் வெட்டுண்டு விழுவதைக்கண்டதும் தன் அம்பறாத்தூணியிலிருந்து ஆலஸ்ய அஸ்திரத்தை எடுத்து அம்பைமேல்எய்தார். அம்புபட்டு அவள் மயங்கி விழுந்ததும் மாணவர்கள் அவளை தூக்கிக் கொண்டனர்.

அதற்குள் அத்தனை ஷத்ரியர்களும் தங்கள் வாட்களும் அம்புகளுமாக கூச்சலிட்டபடி எழுந்தனர். அவர்களின் காவல்படைகள் விற்களும் அம்புகளுமாக உள்ளே நுழைந்தன. சுயம்வரப் பந்தலெங்கும் ஆயுத ஒலி நிறைந்தது. வைதிகர்களும் சூதர்களும் பந்தலின் ஓரமாக ஓடினர். தன் மகள்களைக் காப்பாற்ற வாளுடன் ஓடிவந்த பீமதேவனை நரம்புமுடிச்சுகளில் எய்யப்பட்ட ஒற்றை அம்பால் செயலற்று விழச்செய்தார் பீஷ்மர். அவரது வில்லில் இருந்து ஆலமரம் கலைந்து எழும் பறவைக்கூட்டம் போல அம்புகள் வந்துகொண்டே இருந்தன என்று அங்கிருந்த சூதர்களின் பாடல்கள் பின்னர் பாடின. அவரெதிரே நின்ற ஷத்ரியர்களின் கைகளிலிருந்து அம்புகளும் விற்களும் சருகுகள் போல உதிர்ந்து மண்ணில் ஒலியுடன் விழுந்தன. மென்மையாக வந்து முத்தமிட்டுச்செல்லும் தேன்சிட்டுகள் போன்ற அம்புகள், தேனீக்கூட்டம் போன்ற அம்புகள், கோடைகால முதல்மழைச்சாரல் போன்ற அம்புகள் என்று பாடினர் சூதர்.

ஆயுதங்களை இழந்து சிதறியோடிப் பதுங்கிய ஷத்ரியர்களின் நடுவே ஓடிச்சென்ற சீடர்கள் மயங்கிக் கிடந்த மூன்று இளவரசிகளையும் கொண்டுசென்று வெளியே நிறுத்தப்பட்டிருந்த போருக்கான வேகத் தேர்களில் ஏற்றிக்கொண்டதும் பீஷ்மர் அம்பு எய்வதை நிறுத்தாமலேயே அவரும் வந்து ஏறிக்கொண்டார். அவரது சிற்றம்புகள் சிறிய குருவிகள் போல வந்து மண்ணில் இறங்கிப்பதிந்து நடுங்குவதையும் கைகளும் தோள்களும் காயம்பட்டு குருதி வழிய விழுந்துகிடக்கும் ஷத்ரியர்களையும் புராவதி கண்டாள். தேர்கள் புழுதி கிளப்பி குளம்பொலியும் சகட ஒலியும் எழ விலகிச்சென்றபோது திரைவிலகியதுபோல அவள் விரும்பியதும் அதுவே என்பதை அறிந்தாள்.

சால்வன் தன் கையிலிருந்த உடைந்த வில்லை வீசிவிட்டு தமகோஷனிடம் "நமது படைவீரர்களை பந்தல்முன் வரச்சொல்க... தேர்கள் அணிவகுக்கட்டும்..." என்றபடி பந்தல்முன்னால் ஓடினான். சேதிமன்னன் தமகோஷன் தன் வீரர்களுக்கு ஆணையிட்டபடி பின்னால் ஓட சால்வனுடைய பத்து தோழர்களும் ஆயுதங்களுடன் அவனுக்குப்பின்னால் ஓடினார்கள். மற்ற ஷத்ரியர்கள் அந்தப்போர் தங்களுடையதல்ல என்பதுபோல பின்னகர்ந்தனர்.

கங்கைக்கரையிலிருந்து அரண்மனை முகப்பை நோக்கி வரும் சாலைகளில் இருந்து சால்வனின் படைகள் ஏறிய தேர்கள் ஓடிவந்தன. மாகத மன்னன் ஸ்ரீகரன் ஓடிவந்து பால்குனரிடம் "காசியின் படைகளை எங்களுக்குக் கொடுங்கள். நாங்களெல்லாம் எங்கள் காவல்படைகளுடன் மட்டுமே வந்திருக்கிறோம்" என்றான்.

பால்குனர் அமைதியாக "ஆணையிடவேண்டியவர் அரசர்... அவர் இன்னும் ஆலஸ்யத்திலிருந்து மீளவில்லை" என்றார். புராவதியின் கைகளில் கண்மூடிக்கிடந்த காசிமன்னனை மருத்துவர்கள் சூழ்ந்துகொண்டிருந்தனர். மாகதன் சினத்துடன் "மன்னன் படைக்களத்தில் வீழ்ந்தால் நீங்கள் அவன் படைகளுக்குப் பொறுப்பேற்கலாம்" என்றான். "ஆம், ஆனால் அம்முடிவை நான் எடுக்கமுடியாது. ஏனென்றால் இப்போது நெறிகளின்படி காசியின் கன்னியருக்கு மணம் முடிந்துவிட்டது. இனி போர் எங்களுடையதல்ல, உங்களுடையது" என்றார்.

மாகதன் தன் படைவீரர்களை நோக்கி கூச்சலிட்டபடி வெளியே ஓடினான். பால்குனர் "இது போர்விளையாட்டுதான் மாகதரே. படைகளை களமிறக்கினால் நீங்கள் அஸ்தினபுரியின் படைகளுக்கு பதில் சொல்லவேண்டியிருக்கும்..." என்றார். மாகதன் திகைத்து நின்றான். "உங்கள் தேர்களில் நீங்கள் செல்லலாம்... இது படைகளின் போரல்ல, மன்னர்கள் மட்டுமே நிகழ்த்தும் போர். அது அனுமதிக்கப்பட்டிருக்கிறது" என்றார் பால்குனர்.

படைகளை கையசைத்து பின்னால் நிறுத்திவிட்டு தன் தேரில் ஏறி முன்னால் விரைந்த சால்வனைத் தொடர்ந்தான் மாகதன். வழியில் உடைந்த தேர்ச்சக்கரங்களும் விழுந்த வீரர்களும் கிடந்தனர். தேரோட்டியிடம் "செல்...செல்" என்று மாகதன் கூவினான். தேர் அவற்றின்மேல் ஏறி துள்ளிச் சென்றது. பீஷ்மரின் அம்புகள் சிதறிக்கிடந்த பாதைகளினூடாகச் சென்ற மாகதன் முன்னால் செல்லும் சால்வனையும் கங்கனையும் வங்கனையும் பாண்டியனையும் சோழனையும் கண்டுகொண்டான். அவர்களின் கொடிகளும் மேலாடைகளும் சிறகுகளாக அலைபாய தேர்கள் விண்ணில் பறப்பவையாகத் தெரிந்தன.

காசியின் அகன்ற தேர்வீதிகளில் பீஷ்மரின் தேர்களை பிற ஷத்ரியர்களின் குதிரைகளும் தேர்களும் தொடர்ந்தோடின. மாளிகைகளில் ஓடி ஏறி காசிமக்கள் அந்தக் காட்சியைக் கண்டனர். அது சினம்கொண்ட பறவைகளின் வான்போர் போலிருந்தது என்று பின்னாளில் ஒரு சூதன் பாடினான். அம்புகள் அம்புகளை வானிலேயே ஒடித்து வீழ்த்தின. கால்கள் முறிந்த குதிரைகள் ஓட்டத்தின் வேகத்தில் சிதறித்தெறித்து விழுந்தன. பீஷ்மர் சோழனின் தேர்ச்சக்கரத்தை உடைக்க அவன் தரையில் விழுந்தபோது அவன் தேர் அவன்மேல்ஓடிச்சென்றது.

தேர்கள் ஒன்றுடனொன்று மோதி உடைந்து தெறித்த துண்டுகள் சிதறி பாதையோர இல்லங்களுக்குள் விழுந்தன.

அங்கனும் வங்கனும் நகரைத் தாண்டுவதற்குள்ளாகவே வீழ்ந்தனர். தெறித்துருண்ட தேர்களில் ஒன்று சண்டியன்னையின் கோயிலுக்குள் பாய்ந்தேறியது. தெற்குத்திசை கோட்டை ஒருபக்கம் வந்துகொண்டே இருக்க தேர்கள் புழுதித் திரையைக் கிழித்தபடி சென்றன. சால்வனின் தேர் சக்கரக்குடம் சுவரில் உரச ஓலமிட்டுச்சென்றது. மன்னர் ஒவ்வொருவராக விழுந்தனர். பீஷ்மரின் வில்வித்தை ஒரு நடனம் போலிருந்தது. அவர் குறிபார்க்கவில்லை, கைகள் குறிகளை அறிந்திருந்தன. அவர் உடல் அம்புகளை அறிந்திருந்தது. அவரது கண்கள் அப்பகுதியின் புழுதியையும் அறிந்திருந்தன.

பீஷ்மரின் அம்புகள் தங்கள்மேல் படும்போது தங்களது ஓர் அம்புகூட பீஷ்மரை தொடவில்லை என்பதை சால்வன் கூர்ந்து நோக்கினான். தன் தேரின் தடமெங்கும் அவரது அம்புகள் விழுந்து சிதறி பின்னால் செல்வதைக் கண்டான். அவை மிகமெல்லிய ஆனால் உறுதியான புல்லால் ஆனவை. புல்லால் வாலும் இரும்பால் அலகும் கொண்ட பறவைகள். மீன்கொத்திகள் போல அவை வானில் எழுந்து மிதந்து வந்து சரேலென்று சரிந்து கொத்த அந்தப் புல்நுனிகளே காரணம் என்று புரிந்துகொண்டான்.

கங்கைக்கரை குறுங்காட்டை அடைந்தபோது வனப்பாதையில் சால்வனின் தேர் மட்டுமே பின்னாலிருந்தது. அவன் தேரின் தூணிலும் கூரையிலும் முழுக்க அம்புகள் தைத்து நின்று அதிர்ந்தன. அவன் கவசத்தில் தைத்த அம்புகள் வில்லின் நாண்பட்டு உதிர்ந்தன. மரணத்தையே மறந்துவிட்டவன் போல சால்வன் அம்புகள் நடுவே நெளிந்தும் வளைந்தும் கூந்தல் பறக்க விரைந்து வந்துகொண்டிருந்தான். அவன் தேரின் கொடியும் முகடும் உடைந்து தெறித்தன. அவனுடைய மூன்று விற்கள் முறிந்தன. அவன் தோளிலும் தொடையிலும் இடையிலும் அம்புகள் இறங்கி குருதிவழிந்தது.

சால்வனுடைய அம்பு ஒன்று பீஷ்மரின் தேரின் கொடிமரத்தை உடைத்தது. அவரது கூந்தலை வெட்டிச்சென்றது அர்த்தசந்திர அம்பு ஒன்று. பீஷ்மர் முகம் மலர்ந்து உரத்த குரலில் “சால்வனே, உன் வீரத்தை நிறுவிவிட்டாய்... இதோ மூன்றுநாழிகையாக நீ என்னுடன் போரிட்டிருக்கிறாய். உனக்கு வெற்றியும் புகழும் நீண்ட ஆயுளும் அமையட்டும். உன் குடிகள் நலம்வாழட்டும்” என வாழ்த்தினார். வில்லைத் தூக்கி நாணொலி எழுப்பி “நில் வயோதிகனே, எங்கே செல்கிறாய்? இதோ நீ என் கையால் மடியும் காலம் வந்துவிட்டது...” என்று சால்வன் கூவினான்.

“அரண்மனைக்குச் செல் குழந்தை... இது உனக்குரிய போரல்ல. என்னைக் கொல்பவன் இன்னும் பிறக்கவில்லை” என்றார் பீஷ்மர். “இந்த அவமதிப்புடன் நான் திரும்பிச்சென்றால் என் மூதாதையர் என்னை பழிப்பார்கள்” என்றபடி சால்வன் அம்புகளை எய்து பீஷ்மரின் தோளில் குருதிகொட்டச்செய்தான். பீஷ்மர் அக்கணமே தன்னுடைய வியாஹ்ர அஸ்திரத்தால் அவனை அடித்து தேரில் இருந்து சிதறச்செய்தார். கையிலும் தோளிலும் குருதி வழிய சால்வன் மண்ணில் விழுந்து துடித்தான். உச்சவேகத்தில் இருந்த அவனுடைய தேர் தறிகெட்டு ஓடி மரங்களில் முட்டிச்சரிந்தது. குதிரைக்குளம்புகள் அசைய தேர்ச்சக்கரங்கள் சுழல புழுதிக்காற்று அதன்மேல்படிந்தது.

கங்கைக்கரையோரமாக மரங்களில் கட்டி நிறுத்தப்பட்டிருந்த பெரும்படகுகளில் மூன்று இளவரசிகளையும் ஏற்றிக்கொண்டபின் பீஷ்மர் கிளம்பிச்சென்றார். வெண்நாரை சிறகுவிரிப்பதைப்போல படகுகளின் பாய்கள் விரிந்தன. காசிநகரம் அதன் கோட்டையுடனும் மாளிகைகளுடனும் விஸ்வநாதன் பேராலயத்துடனும் கடல்யானம் போல தன்னைவிட்டு விலகிச்செல்வதைக் கண்டு அமர்ந்திருந்தார் பீஷ்மர். அவரது தோளில் பட்டிருந்த காயத்தின் மீது நெய்யுடன் சேர்த்து உருக்கிய பச்சிலைமருந்து ஊற்றி சேவகன் கட்டவந்தபோது புலிபோல உறுமி அவனை அகற்றினார்.

மூன்று இளவரசிகளும் மயக்கம் தெளிந்து எழுந்தனர். அம்பிகையும் அம்பாலிகையும் அஞ்சி அலறியபடி மழைக்காலக் குருவிகள் என படகின் மூலையில் ஒடுங்கிக்கொண்டனர். இரை பறிக்கப்பட்ட கழுகு போல சினந்தவளாக அம்பை மட்டும் எழுந்தாள். “அக்கா, வேண்டாம். மிருகங்கள் போல சிறைபிடிக்கப்பட்டிருக்கிறோம். இப்போது நாம் செய்யக்கூடியதென ஏதுமில்லை” என்று அம்பிகை சொன்னாள். அம்பாலிகை வெளுத்த உதடுகளுடன் பெரிய கண்களை விழித்துப் பார்த்தாள். அவளுக்கு என்ன நடந்தது என்றே புரியவில்லை என்று தெரிந்தது.

“என்ன செய்யச் சொல்கிறாய்?” என்று அம்பை சீறினாள். “செய்வது ஒன்று இருக்கிறது அக்கா. நாம் இக்கணமே கங்கையில் குதித்து இறக்கலாம். ஆனால் அதன்பின் இந்த அரக்கன் நம் அரசை என்னசெய்வானென்றே சொல்லமுடியாது. நம் குடிகளுக்காக நாம் இதை தாங்கியே ஆகவேண்டும்” என்றாள் அம்பிகை. “எதைத்தாங்குவது? குயவன் களிமண்ணைக் கையாள்வதுபோல அன்னிய ஆணொருவன் நம் உடலைக் குழைப்பதையா? நம்மில் நாம் விரும்பாத ஒன்றை அவன் வடித்தெடுப்பதையா?” என்றாள் அம்பை.

“நாம் ஷத்ரியப்பெண்கள்... ஷத்ரியனின் உடல் அவனுக்கு சொந்தமில்லை என்கின்றன நூல்கள்” என்றாள் அம்பிகை. “ஆம்... ஆனால் எந்த உடலும் அதன் ஆன்மாவுக்கு சொந்தம் என்பதை மறக்காதே. தன் உடலை ஆன்மா வெறுத்து அருவருக்குமென்றால் அதுவே அதன் நரகம் என்பது... சால்வரை எண்ணிய என்னால் இன்னொரு ஆணை ஏற்றுக்கொள்ளமுடியாது... நான் பீஷ்மரிடம் பேசுகிறேன்...” என்றாள் அம்பை.

ஆடும்படகில் கயிறுகளைப் பற்றிக்கொண்டு நடந்துசென்று படகின் மறுமுனையில் தாடியும் கூந்தலும் பறக்க முகத்தில் நீரொளி அலையடிக்க அமர்ந்திருந்த பீஷ்மரை அணுகி உரத்தகுரலில் “உங்களிடம் நான் பேசவேண்டும்” என்றாள். பீஷ்மர் திகைப்புடன் எழுந்து “என்ன?” என்றபின் பார்வையை விலக்கி, பின்னால் வந்து நின்ற சேடர்களிடம் “அஸ்தினபுரியின் அரசியர் எதை விரும்பினாலும் கொடுங்கள்” என்றார். “நான் விரும்புவது உங்களுடனான உரையாடலை மட்டுமே” என்றாள் அம்பை.

இளம்பெண்களுடன் பேசியறியாத பீஷ்மர் பதற்றத்துடன் எழுந்து “எதுவானாலும் நாம் நம் நகரை அடைந்தபின் பேசலாம் இளவரசி. நான் உங்கள் பணியாள் என்றே கொள்ளுங்கள். உங்களுக்குத் தேவையான அனைத்தும் இங்கே செய்யப்படும்” என்றார். பார்வையை விலக்கியபடி “என்னை மன்னியுங்கள்... நான் உங்களை தீண்டவில்லை. இப்படி இது நிகழ்ந்தாக வேண்டுமென்றிருக்கிறது... இதன் காரணங்கள் நாமறியாத இறந்தகாலத்திலும் காரியங்கள் நாம் அறியமுடியாத எதிர்காலத்திலும் உள்ளன... என்னை மன்னியுங்கள் என்பதற்கு மேலாக நான் ஏதும் சொல்வதற்கற்றவன்...” என்றார்.

“என் வாழ்க்கையின் காரண காரியங்கள் என்னைச் சார்ந்தவை மட்டுமே” என திடமான குரலில் அம்பை சொன்னாள். ஒரு பெண் அப்படிப்பேசி அப்போதுதான் பீஷ்மர் கேட்டார் என்பதனால் அவரது உடல் மெல்ல நடுங்கிக்கொண்டே இருந்தது. படகின் நீட்டுகயிற்றைப் பற்றச்சென்ற கை அதைக் காணாமல் தவறி இடைமேல் விழுந்தது.

அம்பை “நான் விரும்புவதைச் செய்பவளாகவே இதுவரை வளர்ந்திருக்கிறேன். இனிமேலும் அவ்வாறுதான் வாழ்வேன்” என்றாள். “என் வழி நெருப்பின் வழி என்று முதுநாகினி என்னிடம் சொன்னாள். குன்றாத நஞ்சு கொண்டவையாக என் சொற்கள் அமையவேண்டுமென என்னை வாழ்த்தினாள். இப்போதுதான் அவற்றின் பொருள் எனக்குப்புரிகிறது. என் பாதையை நானே அனைத்தையும் எரித்து அமைத்துக்கொள்வேன்.”

“தேவி, நான் முடிவெடுத்தவற்றை அவ்வாறே செய்யக்கூடியவன். இந்த முடிவை எடுத்துவிட்டேன். நீங்கள் என்னுடன் அஸ்தினபுரிக்கு வந்து அரசியாவதை எவராலும் தடுக்கமுடியாது... நீங்களோ உங்களைச் சேர்ந்தவர்களோ என்னைக் கொன்றபின்னர் வேண்டுமென்றால் உங்கள் வழியில் செல்லமுடியும்... என்னை மன்னியுங்கள். நான் பெண்களுடன் அதிகம் பேசுபவனல்ல” என்று சொல்லி பீஷ்மர் எழுந்தார்.

“நான் சால்வமன்னரை விரும்புகிறேன்” என்று உரக்கக் கூவினாள் அம்பை. “என் உயிர் அவருக்கு அர்ப்பணிக்கப்பட்டிருக்கிறது. அவர் மூச்சு பட்ட தாழைமலர் என் படுக்கையில் எத்தனையோமுறை இருந்திருக்கிறது. மானசவிவாகப்படி நான் இன்று அவர் மனைவி... இன்னொருவன் மனைவியை நீங்கள் கவர்ந்துசெல்ல நெறிநூல்கள் அனுமதியளிக்கின்றனவா?”

பீஷ்மர் கைகளை நீட்டி கயிற்றைப் பற்றிக்கொண்டார். “இளவயதில் காதல்வயப்படாத கன்னியர் எவர்? இளவரசியே, இளங்கன்னி வயதில் ஆண்களைப் பார்க்கும் கண்களே பெண்களுக்கில்லை என்று காவியங்கள் சொல்கின்றன. ஆண்கள் அப்போது அவர்களுக்கு உயிருள்ள ஆடிகள் மட்டுமே. அதில் தங்களைத் தாங்களே நோக்கி சலிப்பில்லாமல் அலங்கரித்துக்கொள்வதையே அவர்கள் காதலென்று சொல்கிறார்கள்...” பீஷ்மர் குனிந்து அம்பையின் கண்களைப் பார்த்தார். அவரது திகைப்பூட்டும் உயரம் காரணமாக வானில் இருந்து ஓர் இயக்கன் பார்ப்பதுபோல அவள் உணர்ந்தாள். “பெண்கள் கண்வழியாக ஆண்களை அறியமுடியாது. கருப்பை வழியாக மட்டுமே அறியமுடியும். அதுவே இயற்கையின் நெறி... அவனை மறந்துவிடுங்கள்.”

“அவரை நான் அறிவேன்... எனக்காக அவர் இந்நேரம் படைதிரட்டிக் கொண்டிருப்பார்... என் மீதான காதலினால் உருகிக்கொண்டிருப்பார்” என்றாள் அம்பை. “தேவி, அவனை நானறிவேன். என்னை வெல்லமுடியாதென்றாலும் என்னை எதிர்த்தேன் என்றபெயருக்காகவே என் பின்னால் வந்தவன் அவன். அதாவது சூதர்பாடல்களுக்காக வாழ முனையும் எளிய ஷத்ரியன்... இளவரசியே, சூதர்பாடல்கள் வேதவனத்தின் கிளிகள் போல. நீட்டிய கைகளை அவை அஞ்சும். அவற்றை அறியாது தியானத்தில் இருக்கும் யோகியரின் தோள்களிலேயே அமரும்.”

“நான் உங்களிடம் கெஞ்ச வரவில்லை...” என்றாள் அம்பை. “உங்கள் கருணையை நான் கோரவில்லை. நான் என் உரிமையை சொல்கிறேன். நான் பெண்ணென்பதனாலேயே அழியாத நாகினிகள் எனக்கு அளித்துள்ள உரிமை அது...” அம்பை குனிந்து சுழித்து மேலெழும் கங்கையின் நீரை கையில் அள்ளிக்கொண்டு உரக்கச் சொன்னாள்.

“கங்கைமீது ஆணையாகச் சொல்கிறேன்... நான் சால்வனின் குழந்தைகளை மட்டுமே பெற்றெடுப்பேன். வேறு எக்குழந்தை என் வயிற்றில் பிறந்தாலும் இந்த கங்கை நீரில் அவற்றை மூழ்கடிப்பேன்.”

பீஷ்மர் மின்னல்தாக்கிய மரம்போல அதிர்ந்துகொண்டு அப்படியே சுருண்டு அமர்வதை திகைப்புடன் அம்பை பார்த்தாள். நடுங்கும் இரு கைகளாலும் தலையைத் தாங்கிக்கொண்டு “போ... போய்விடு... இனி என்முன் நிற்காதே...” என பீஷ்மர் கூவினார். “யாரங்கே... இந்தப் பெண்ணை இவள் விரும்பியபடி உடனே அனுப்பிவையுங்கள்... இவள் கேட்பதையெல்லாம் கொடுங்கள். உடனே... இப்போதே...” என்று கூச்சலிட்டார்.

படகு பாய்களை இறக்கியது. அதன் கொடி இறங்கியதும் கங்கைப் படித்துறை ஒன்றிலிருந்து இரு சிறு படகுகள் அதை நோக்கி வந்தன. பீஷ்மரின் மாணவன் “ஒரு படகு தேவை... இளவரசியார் அதில் கிளம்பவிருக்கிறார்கள்” என்றான்.

அம்பை திரும்பி அம்பிகையையும் அம்பாலிகையையும் பார்த்தாள். அம்பாலிகை அப்போதும் திகைப்பு மட்டுமே கொண்ட பெரிய கண்களால் பார்த்துக்கொண்டிருந்தாள். அம்பிகை மெல்லத் தலையசைத்து விடைகொடுத்தாள். அம்பை கயிற்றில் தொற்றி சிறுபடகில் ஏறிக்கொண்டாள்.

மாணவர்கள் “சென்றுவருக தேவி!” என அவளை வணங்கி வழியனுப்பினர். படகுகள் ஒன்றுடன் ஒன்று முட்டிக்கொண்டிருக்கையில் அம்பை முதன்மைச்சீடனிடம் தாழ்ந்த குரலில் “அவருக்கும் கங்கைக்கும் என்ன உறவு?” என்று கேட்டாள். “அவர் கங்கையின் மைந்தர். கங்கை உண்ட ஏழு குழந்தைகளுக்குப்பின் பிறந்த எட்டாமவர்” என்றான் சீடன். முகத்தில் வந்து விழுந்த கூந்தலை கைகளால் அள்ளி பின்னால் தள்ளியபடி ஆடும்படகில் உடலை சமநிலை செய்தபடி அம்பை ஏறிட்டுப்பார்த்தாள். அப்பால் கங்கைநீரை நோக்கி நின்றிருந்த பீஷ்மரின் முதுகைத்தான் அவள் பார்த்தாள். விலகிவிலகிச்சென்ற சிறிய படகிலிருந்தவளாக அம்பை அவரை பார்த்துக்கொண்டே சென்றாள்.

4

அஸ்தினபுரியின் அக்கினிதிசையில் மருத்துவத் தாவரங்கள் நிறைந்த சோலை நடுவே மூங்கில் பட்டைகளால் பின்னப்பட்ட குளிர்ந்த தட்டிகளினாலும் கங்கையிலிருந்து கொண்டுவரப்பட்ட புனிதமான சேற்றைக் கொண்டும் கட்டப்பட்ட அரண்மனை ஆதுரசாலையில் நூற்றியொரு மருத்துவர்களின் பராமரிப்பில் விசித்திரவீரியன் வாழ்ந்து வந்தான். பன்னிரண்டு ஆண்டுகளாக அவனுக்கு அங்கே எவருமறியாமல் மருத்துவம் பார்க்கப்பட்டதென்றாலும் அதை அனைவருமே அறிந்திருந்தனர். பாரதவர்ஷத்தின் எல்லா பகுதிகளிலிருந்தும் வாஜிகல்ப நிபுணர்களான மருத்துவர்கள் அங்கே வந்துகொண்டே இருந்தார்கள்.

விசித்திரவீரியன் சுண்ணாம்புபோல வெளுத்த உடலும், மெலிந்து நடுங்கும் உதடுகளும், மஞ்சள்படர்ந்த கண்களும் கொண்டிருந்தான். அவன் உடலெங்கும் நரம்புகள் நீலநிற சர்ப்பக்குழவிகள் போல சுற்றிப்படர்ந்து இதயத்துடிப்புக்கு ஏற்ப அதிர்ந்துகொண்டிருந்தன. மெலிந்த கைகால்களில் மூட்டுகள் மட்டும் பெரிதாக வீங்கியிருக்க தசைகள் வற்றி எலும்புகளில் ஒட்டியிருந்தன. இளவயதில் வந்து வந்து சென்றுகொண்டிருந்த மூட்டு வீக்கத்தால் அவன் வெளியே நடமாடி அறியாதவனாக இருந்தான். ஒவ்வொருநாளும் பிரம்மமுகூர்த்தத்திலேயே அவன் மருத்துவர்களால் எழுப்பப்பட்டு பலவகையான மருத்துவமுறைகளுக்கு ஆளாக்கப்பட்டான். இளமைமுதல் அவனறிந்ததெல்லாம் மருத்துவம் மட்டுமே.

முந்தைய வாரம் வேசரநாட்டிலிருந்து ஒரு முதியமருத்துவர் வந்திருந்தார். நாகவீரியத்தைக்கொண்டு செய்யப்பட்ட மருந்து ஒன்றை அவர் விசித்திரவீரியனின் நரம்புக்குள் செலுத்தினார். ராஜநாகத்தின் நஞ்சை எலியின் உடலில் துளித்துளியாகச் செலுத்தி அதை மயக்கத்திலேயே வைத்திருந்து, அதன் உடலெங்கும் நஞ்சுமயமானபின் அந்த எலியை

அப்படியே கொண்டுவந்து, அதன் குருதியை காரைமுள்ளால் தீண்டி எடுத்து, அவன் நரம்புகளில் மெல்லக்குத்தி செலுத்தினார். தேன்மெழுகை அந்தக் காயம் மீது வைத்து மூடினார். ஆறுநாட்களாக நாகபுட மருத்துவம் நடந்துகொண்டிருந்தது. முதல்நாள் விசித்திரவீரியன் அந்த நச்சின் தாக்குதலால் வாயில் நுரைதள்ளி உடல் வளைந்து வில்லாக இழுக்க தரையில்கிடந்து நெளிந்தபின் மயக்கத்திலேயே இரவைக் கழித்தான்.

அடுத்தடுத்த நாட்களில் நஞ்சு அவனை மெல்லத் துடிக்கச்செய்து பின் அணைத்து ஆழ்ந்த துயிலை அளித்தது. ஏழாம் நாள் காலையில் அவன் அந்த நஞ்சுக்காக ஏங்க ஆரம்பித்தான். காலையெழுந்ததுமே வேசரநாட்டு வைத்தியரை அழைக்கும்படி சொல்லிக்கொண்டிருந்தான். அவன் நாடியைப்பிடித்துப் பார்த்த அஸ்தினபுரியின் மருத்துவர்கள் அதில் உயிர்வேகம் அதிகரித்திருப்பதைக் கண்டு அந்தச்செய்தியை சத்யவதிக்குத் தெரிவித்தனர். அவள் வேசரநாட்டு மருத்துவருக்கு பொன்னும் பட்டும் பாராட்டுத்திருமுகமும் கொடுத்தனுப்பினாள்.

சித்திரமெத்தையில் சாய்ந்து நரம்புகளில் நஞ்சு ஓடும் குளம்படியைக் கேட்டபடி அரைக்கண்மூடிக் கிடந்த விசித்திரவீரியனின் முன்னால் அமர்ந்து சூதர் தன்னுடைய கிணைப்பறையைக் கொட்டி அப்சரஸ்கள் நிலவில் மானுடப் பொன்னுடலுடன் நீராடிக்களிக்கும் காட்சியை பாடிக்கொண்டிருந்தார். சிறுவயதிலிருந்தே அவன் கேட்டுப்பழகிய கதைகள். விசித்திரவீரியன் உலர்ந்த உதடுகளை நக்கிக்கொண்டு பெருமூச்சுடன் திரும்பிப்படுத்தான்.

வேசரநாட்டு வைத்தியர் அஸ்தினபுரியின் அமைச்சர் ஸ்தானகரிடம் மெல்ல தன் நாட்டிலிருந்து அழைத்து வந்திருந்த நாகசூதனை பாட அனுமதிக்கும்படி கோரினார். “அந்தப்பாடலும் இந்த மருத்துவத்தில் சேர்ந்தது. நாகபடம்போல கேட்பவரின் இச்சாசக்தி பெருகும். இச்சாசக்தியே நோய்க்கு முதல்மருந்து. பிற அனைத்தும் அந்த நெருப்புக்கான அவிகளே” என்றார்.

ஸ்தானகர் புன்னகையுடன் “அவர் எந்தக்கதைக்கும் காதுள்ளவராகவே இதுநாள் வரை இருந்திருக்கிறார்” என்றார். விசித்திரவீரியன் “காது மட்டும்தான் உழைப்பில்லாமல் பணியாற்றும் உறுப்பு ஸ்தானகரே” என்றான். ஸ்தானகர் “அதனால்தான் இச்சாசக்தியான நாகங்களுக்கு காதுகள் இல்லை போலும்” என்றார். விசித்திரவீரியன் உரக்கச் சிரித்தான்.

நாகசூதன் கன்னங்கரிய கண்களும் நுரைபோலச் சுருண்டு அடர்ந்த முடியும் பெரிய உதடுகளும் வெண்பற்களும் கொண்டவனாக இருந்தான். அவனுடைய வாத்தியம் சுரைக்காய் குடத்தில் இருந்து மூங்கில் தண்டுகளில் இழுத்துக்கட்டப்பட்ட தோல்நரம்புகளால்

ஆனது. அதன்பெயர் நந்துனி என்றான். மெல்லிய பிரம்புக் குச்சிகளால் தோல்தந்திகளை நீவத்தொடங்கியபோது காட்டுக்கொடிகளில் காற்று ஊடுருவும் விம்மலோசை எழத்தொடங்கியது.

அவனுடைய கனத்த குரல் ஒலிக்கத் தொடங்கியதுமே விசித்திரவீரியன் நாகங்களின் நெளிவைக் காண ஆரம்பித்தான். தலையை கைப்பிடியாகக் கொண்டு சுழலும் சாட்டைகள். மலையிடுக்கின் மண் பொழிவுகள். இருள்படிந்த காட்டுவழிகள். தொங்கி காற்றிலாடும் அருவிகள். கைநீட்டும் கொடிநுனிகள். சுருண்டுபற்றும் வானர வால்கள். நெளியும் மயில்கழுத்துகள். தயங்கி வழியும் ஓடைகள். நெளியும் கருங்கூந்தல்கள். விழியை வளைத்த புருவங்கள். அகம் மட்டுமறியும் அணுக்கவாக்கியத்தின் தன்னந்தனியான இருண்ட பயணம்.

"அழியாத வீரியம் கொண்ட நாகங்களின் குலத்தைப்பாடும் பாடகன் நான்... நாகங்களின் நாடு இது. நாகங்களின் வனம் இது. நாகங்களே எண்ணங்களாகும் வானம் இது. அவை வாழ்க!" நாகசூதன் பாடினான். மண்ணுக்கு அடியில் பல்லாயிரம் யோசனை தொலைவில் இருக்கிறது நாகலோகம். நான்குபக்கமும் பொன்னாலும் வெள்ளியாலும் செம்பாலும் இரும்பாலுமான கோட்டைகள் உள்ளன. அந்தக் கோட்டைவாசல்களில் ஒன்றில் வைரங்களும் இன்னொன்றில் வைடூரியங்களும் இன்னொன்றில் கோமேதகங்களும் இன்னொன்றில் மரகதங்களும் பதிக்கப்பட்டுள்ளன.

நாகலோகத்துக்குள் நுழைய பாதைகள் இல்லை. இருள் ஒரு பெருநதியாக மாறி அதன் முன்பக்க கோட்டைவாசல்கள் வழியாகப் பீறிட்டு உள்ளே செல்கிறது. அந்த இருளில் ஏறி கணநேரத்தில் கோடி யோசனைதூரம் செல்லும் வேகத்தில் உள்ளே செல்லமுடியும். அவ்வாறுதான் வெளியேறவும் முடியும். அதற்குள் பன்னிரண்டாயிரம்கோடி நாகங்கள் தங்கள் துணைவியருடன் வாழ்கின்றன. செவ்வைரம் மின்னும் கண்களும் கருமை கனத்த உடல்களும் கொண்ட அவை மரணமற்றவை.

நாகலோகம் நாகர்களின் மூதன்னை கத்ரு இட்ட சின்னஞ்சிறிய முட்டையில் இருந்து வந்தது. அவள் இட்ட பன்னிரண்டாயிரம்கோடி முட்டைகளில் ஒன்று அது. அவளிட்ட முட்டைகள் இன்னும் விரிந்து முடியவில்லை. காலத்தின் மறுமுனையில் கரியசுருளாக தன்னை முடிச்சிட்டுக்கொண்டிருக்கும் கத்ரு கணமொன்றுக்கு கோடிமுட்டைகளை இட்டுக்கொண்டே இருக்கிறாள். ஆதியும் அனாதியுமானவள். அழியாதவள். அனைத்துமானவள். கன்னியும் அன்னையுமானவள். மகாமங்கலையானவள். மாமாயையானவள். அவள் வாழ்க!

மூதன்னை கத்ருவுக்கு அம்பை, தீர்க்கசியாமை, சாரதை, காளி, சித்தேஸ்வரி, யோகீஸ்வரி, சாந்தை, கனகி, முக்தை, மூலத்வனி என ஆயிரம்

அழகிய பெயர்கள் உண்டு. சர்ப்பராஜனாகிய வாசுகி அவள் மைந்தன் என்றறிக. அவனுக்கு காளன், சியாமன், ருத்ரன், சலன் என்று ஆயிரம் பெயர்கள் உண்டு. அவனே பாதாளத்தின் அதிபன். மகாமேருக்களை உடல்செதில்களாகக் கொண்ட விராடரூபன்.

கோடானுகோடி யுகங்களாக தீண்டப்படாமையால் உறைந்து ஒளிபெற்று நீலமணியாகி குளிர்ந்து கனத்த கடும் நஞ்சைக் கொண்டவன் வாசுகி. அந்த நஞ்சின் எடை கனத்து கனத்து அவன் அசைவற்றவனானான். அவன் தலையை அசைக்க முயன்று நெளிந்துகொண்டிருந்த உடல் மெல்லமெல்ல களைத்து அசைவிழந்தபோது அசைவால் மட்டுமே அறியப்படும் காரிருள் வடிவம்கொண்ட அவன் முழுமையாகவே மறைந்துபோனான். அவனிலிருந்து பிறந்த கோடானுகோடி நாகங்கள் அவனை தேடித்தேடி சலித்தன. பின் அவை சிவனை எண்ணித் துதித்தன.

முக்கண் முதல்வன் அவர்களுக்குமுன் தோன்றி "காளசர்ப்பமாகிய வாசுகிக்குள் உறைவது ஊழிமுடிவில் உலகங்களை எரிக்கும் ஆலகாலம். அவனை அவன் அன்னை கத்ரு பெற்றபோது அவள் குருதி வழியாக அவன் உண்டது அது. அவனுக்குள் அது பெருகி வளர்ந்துகொண்டே இருக்கிறது. அவன் அதை கக்கும்போது ஊழி நிகழும்" என்றார். நாகங்கள் "அய்யனே, எங்கள் அரசன் அசையும்படி அவருக்கு அருள்செய்யுங்கள்" என்று முறையிட்டபோது புன்னகையுடன் "அது நிகழ்வதாக!" என வாழ்த்தி சிவன் மறைந்தார்.

ஆலகாலத்துக்கு நிகரான இன்னொன்றை உருவாக்க வேண்டுமென்று சிவன் எண்ணம்கொண்டார். ஊழிமுடிவிலும் அழியாததாகிய அதற்கு மரணமற்றது என்று பெயரிட்டார். கால அகாலங்களை சிற்றலைகளாகக்கொண்டு விண்ணளந்தோன் துயிலும் பாற்கடலின் நெய்யே அந்த அமுதமாக இருக்கமுடியும் என்று உணர்ந்தார். அன்று மரணமின்மையின் குதூகலத்தில் பொறுப்பற்றிருந்தனர் தேவர். காலமின்மையின் காரணமாக ஊக்கமின்மையும் கொண்டிருந்தனர். அதை நீக்க மனம்கொண்ட மகாதேவன் தன்னை சித்தத்தில் ஏற்றிய துர்வாசரில் அதற்கான தருணத்தை உருவாகச் செய்தார்.

ஆயிரம் மொட்டுகள் கொண்ட மாலையை கையிலேந்தி தவம்செய்வது துர்வாசரின் வழக்கம். தவம் முதிர்கையில் மொட்டுகள் மலர்களாகும். அந்த மலர்மாலையுடன் அவர் வானவீதியில் வருகையில் எதிரே வெண்மேகமெனும் ஐராவதம் மீதேறி வந்த இந்திரனின் மின்னலொளி கொண்ட பேரழகைக் கண்டு மகிழ்ந்து அந்த மாலையை அவனுக்குப் பரிசளித்தார். இந்திரன் அதை ஐராவதத்தின் மத்தகத்தில் அணிவித்தான். நெளியும் ஒவ்வொன்றிலும் குடியேறும் வல்லமைகொண்ட விமலன்

என்னும் பாதாள நாகம் அந்த மாலையில் தோன்றி மெல்ல நெளியவே அஞ்சி மெய்சிலிர்த்த ஐராவதம் அதை எடுத்து மண்ணில் வீசியது.

சினம்கொண்ட துர்வாசர் “மரணமின்மையின் பாரத்தால் நீ மலர்களின் கணநேரத்தன்மையின் மகத்துவத்தை அறியாமலானாய். நீயும் உன் நகரும் அழியக்கடவதாக” என தீச்சொல் இட்டார். அக்கணம் முதல் இந்திரன் முதலான தேவர்கள் முதுமை கொள்ளலானார்கள். தேவ வனங்கள் மூத்து முடிந்தன. அங்குள்ள மலர்கள் மாலையே வாடி உதிர்ந்தன. அச்சம் கொண்ட தேவர்கள் சிவனை அணுகி மீட்பளிக்கும்படி கோரினர். விஷ்ணு பள்ளிகொள்ளும் பாற்கடலைக் கடைந்து அமுதமெடுத்து உண்ணுவதே மூப்பை வெல்லும் வழி என்று சிவன் சொன்னதும் அவர்கள் விஷ்ணுவை சரண் அடைந்தனர். பாலாழியைக் கடைய மும்மூர்த்திகளும் ஒப்புக்கொண்டனர்.

அதற்கான மத்தாக மந்தரமலை கண்டெடுக்கப்பட்டது. ஆமை உருவம் கொண்டு பாற்கடலுக்கடியில் தங்கிய விஷ்ணுவின்மீது மந்தரமாமலை அமைக்கப்பட்டது. அதைக் கடைவதற்கான சரடுக்காக தேவர்களும் அசுரர்களும் தேடியபோது சிவன் வாசுகியை கொண்டுவரும்படி சொன்னார். தேவர்களின் இச்சைப்படி கருடன் பாதாளத்திற்கு பறந்துசென்று வாசுகியை கால்களால் கவ்வி மேலே தூக்கினார். ஏழாம் பாதாளத்தில் இருந்து ஏழாம் விண்ணுலகம் வரை தூக்கியும்கூட வாசுகியின் தலையும் வாலும் அங்கேயே இருந்தன. அவ்வாறு ஆயிரத்தெட்டுமுறை மடியும்படி தூக்கிய பின்னரும் வாசுகி அங்குதானிருந்தான்.

தேவர்கள் சிவனிடம் மன்றாடினர். சிவன் குனிந்து வாசுகியைத் தொட்டு “அகால பீடத்தில் அமர்ந்த யோகீஸ்வரனுக்குமுன் நீ எதுவோ அதுவாக வருக” என்றார். வாசுகி ஒரு சிறு மோதிரமாக மாறி அவர் கையில் அணியானான். சிவன் வாசுகியை விண்ணுக்குத்தூக்கி பாலாழிக்குமேல்இருந்த மந்தர மலையை கட்டினார். அதன் தலையை தேவர்களும் வாலை அசுரர்களும் பற்றிக்கொண்டனர். நூறாயிரம் யுகங்கள் அவர்கள் பாலாழியை கடைந்தனர். அசுரர்களின் மூக்கிலிருந்தும் வாயிலிருந்தும் நுரைகொட்டியது. தேவர்கள் மும்மூர்த்திகளையும் கூவி அழுதனர்.

வெண்ணுரை எழுந்த பாலாழியில் இருந்து அழிவின்மை ஐந்து முகங்களாக வெளிவந்தது. முதலில் பொன்னாலான கொம்புகள் கொண்ட வெண்ணிறப் பசுவாகிய காமதேனு தாய்மை வடிவாக வெளிப்பட்டது. குளிர்ந்த கண்களும் அலைகளெழும் ஆடைகளுமாக வாருணிதேவி காதலின் தோற்றமாக எழுந்துவந்தாள். பின்னர் இனியநறுமணத்துடன் பாரிஜாதம் பக்தியின் சின்னமாக தோன்றியது. நான்காவதாக கொடையின் சின்னமாக கல்பமரம் எழுந்தது. ஐந்தாவதாக யோகிகள்

மட்டும் சகஸ்ரபீடத்தில் அறியும் குளிர்சந்திரன் தோன்றியது. கடைசியாக இரு கைகளிலும் தாமரைமலர்களுடன் தோன்றிய மகாலட்சுமியின் ஐந்து அணிகளாக அவை மாறின. அவளுடைய கைகளில் அமுதகலசம் இருந்தது.

அப்போது மந்தரத்தைச் சுற்றி கடையப்பட்ட சலிப்பில் வாசுகியின் முடிவில்லாத பேருடல் அதிர்ந்தது. ஊழிமுடிவில் அண்டங்களெல்லாம் வெடிப்பதுபோல பெரும்புகையும் நெருப்புமாக ஆலகாலம் கன்னங்கரிய குழம்பாக பீறிட்டு அவனில் இருந்து வெளிவந்தது. பிரம்மனும் தேவர்களும் நடுங்கிச்சரிய சிவன் தன் இருகைகளாலும் அந்தக் காளகூடத்தை ஏந்தி அள்ளி தன் வாயிலிட்டு விழுங்கினார். முற்றியநாகத்தின் வாயில் விளங்கும் நாகமணிபோல நீல ஒளியுடன் அது அவரது கழுத்தில் தங்கியது. “இன்னும் பன்னிரண்டாயிரம் கோடி யுகங்கள் நீ வாழ்வாயாக! உன்னுடைய கண்டத்தில் ஆலகாலம் மீண்டும் ஊறி நிறையட்டும்!” என்று வாசுகியை வாழ்த்தி சிவன் மீண்டும் பாதாளத்துக்கு அனுப்பினார்.

வாசுகி மீண்டுவந்ததும் பாதாள நாகங்கள் கொண்டாடின. பன்னிரண்டாயிரம்கோடி நாகங்கள் பிணைந்து நெளிந்தாடி நடனமிட அந்த அசைவில் பாதாளமே குலுங்கியது. பாதாளம் மீது அமர்ந்த பூமி அசைந்தது. நாகங்களின் மதநீரின் மணம் எழுந்தபோது மண்ணின் மீது நூறாயிரம் காடுகளின் அத்தனை மரங்களும் செடிகளும் பூத்துக்குலுங்கின. அவற்றில் காய்களும் கனிகளும் பொலிந்தன. வயல்வெளிகளில் பொற்துளிகள் விளைந்தன. நாகங்களின் மதநீரே மரங்களுக்குள் அரக்காகவும், மலர்களுக்குள் தேனாகவும், கனிகளுக்குள் சாறாகவும் ஆனது.

நாகமதத்தின் வாசனையை உணர்ந்து மண்மீதிருந்த அத்தனை ஆண்களும் காமம் கொண்டனர். அத்தனை பெண்களும் நாணம் கொண்டனர். யானைகள் துதிக்கை பிணைத்தன. மான்கள் கொம்புகள் பூட்டின. நாரைகள் கழுத்துக்கள் பின்னின. தேனீக்கள் சிறகுகளால் இணைந்தன. புழுக்கள் ஒன்றை ஒன்று உண்டன. பிங்கலநிறம் கொண்ட கூந்தலும் கரிய உடலும் கொண்ட மிருத்யு தேவி தன் புதல்விகளான வியாதி, சோகம், ஜரா, திருஷ்ணை, குரோதம் ஆகியவர்களை அழைத்துக்கொண்டு விலகி ஓடி ஏழுகடல்களுக்குள் புகுந்துகொண்டாள். பூமிதேவி தன்னை புதுப்பித்துக்கொண்டு புன்னகைபுரிந்தாள்.

நாகசூதன் தன் நந்துனியை மீட்டி பாடி நிறுத்தினான் “முதலில் எழும் அனல்நஞ்சை வாழ்த்துங்கள். ஆலகாலத்தின் சோதரியான அமுதத்தை வாழ்த்துங்கள். பெருநஞ்சு ஊறும் அடியில்லாத இருள்வடிவமான வாசுகியை வாழ்த்துங்கள். அவன் குடிகொள்ளும் நாகலோகங்களை வாழ்த்துங்கள். அங்கே வாழும் கோடிகோடி நாகங்களை வாழ்த்துங்கள்.

காலடிகளெல்லாம் நாகங்களின் மீதென்றறிந்தவன் முக்திபெறுகிறான். ஆம், அவ்வாறே ஆகுக!"

அந்தக் கதையை கேட்டுக்கொண்டிருந்த விசித்திரவீரியன் தன் வாழ்நாளில் முதல்முறையாக நரம்புகளில் இறுக்கமும் மனதில் வேகமும் ஓடுவதை உணர்ந்தான். மூடிய கண்களுக்குள் நெளியும் நாகங்களின் கருமைத்திரள் ஒரு மாயக்கனவின் கணத்தில் அலகிலா ஒளிப்புடவியெனும் பெண்ணின் பிறப்புறுப்பு என்று தோன்ற உடல் விதிர்த்து எழுந்து அமர்ந்தான். அவன் உடல் நடுங்கிக்கொண்டிருந்தது.

ஸ்தானகர் அவனருகே குனிந்து "பால் அருந்துகிறீர்களா இளவரசே?" என்றார். ஆமென்று அவன் சொன்னதும் தட்சிணநாட்டு மிளகு போட்ட பாலை கொண்டுவந்தனர். அதை அருந்தியபின் மெல்ல உடல்தளர்ந்தான். "என்ன கண்டீர்கள் இளவரசே?" என்றார் ஸ்தானகர். அதை அவன் சொன்னதும் "ஆம், சக்தியின் மூலாதாரம்" என்றார்.

அன்று முழுக்க அவன் மரநிழல்கள் மாநாகங்களாக நெளிந்தாடும் தடாகத்தின் கரையில் அமர்ந்திருந்தான். இளங்காற்றில் இருந்த ஈரப்பதத்திலிருந்து வந்தவை போல ஏதேதோ எண்ணங்கள் அவனூடாக சென்றுகொண்டிருந்தன. நீரில் நெளிந்த தன் பிம்பத்தைக் கண்டான். தன்னை விதவிதமாக சித்தரித்து விளையாடும் நீரை நோக்கிப் புன்னகை செய்தான். மாலையில் அரண்மனையிலிருந்து பாவகன் என்னும் அணுக்கச்சேவகன் அவன் எதிர்பார்த்திருந்த செய்தியுடன் வந்தான்.

பீஷ்மபிதாமகர் சுயம்வரத்துக்காக காசிக்குச் சென்றிருந்ததை அவன் அறிந்திருந்தான். வடக்கே கங்கையில் படகுகள் வந்தணைந்துவிட்டன, பீஷ்மர் இளவரசிகளுடன் வந்துகொண்டிருக்கிறார் என்று காலையில் செய்தி வந்திருந்தது. அவன் திரும்பிப்பார்த்ததும் பாவகன் "இளவரசே, பீஷ்மபிதாமகர் இளவரசிகளுடன் வந்திருக்கிறார்" என்றான்.

விசித்திரவீரியன் பதில்சொல்லாமல் பார்த்தான். பாவகன் "காலைமுதலே நகர்மக்கள் கோட்டைவாசலில் குவிந்து பார்த்துக்கொண்டிருந்தனர். இளவரசிகளுடன் தேர்கள் உள்ளே வந்தபோது மக்கள் உப்பரிகைகளில் இருந்து மலர்தூவி வாழ்த்தினர். சூதர்கள் மங்கலவாத்தியங்கள் முழக்கினர். குலப்பெண்டிர் குலவையிட்டனர். அஸ்தினபுரியில் சந்தனுமன்னரின் மரணத்துக்குப்பின் இன்றுதான் பொலிவு மீண்டது" என்றான்.

விசித்திரவீரியன் முகத்திலும் மெல்லிய புன்னகை விரிந்தது. "நல்லது" என்று உலர்ந்த உதடுகளால் சொன்னான். பாவகன் "ஆனால் இரு இளவரசிகளும் கண்ணீர் விட்டுக்கொண்டிருக்கிறார்கள். பேரரசி சத்யவதிதேவி அரண்மனை முற்றத்துக்கு அவரே வந்து அவர்களின் நெற்றியில் மங்கலச்சின்னம் இட்டு உள்ளே அழைத்தபோது இறுகிய

முகத்துடன் தலைகுனிந்து ஒருசொல்கூட சொல்லாமல் உள்ளே சென்றார்கள்" என்றபோது விசித்திரவீரியன் கண்கள் சுருங்க "இளவரசியர் இருவரா? மூவர் என்றார்களே" என்றான். பாவகன் திகைத்தான். "உடனே சென்று மூன்றாவது இளவரசி எங்கே என்று கேட்டுவா" என்றான் விசித்திரவீரியன்.

அதற்குள் பீஷ்மருடன் படகிலிருந்த சேவகனாகிய விப்ரதன் புரவியில் வந்து இறங்கினான். விசித்திரவீரியன் அருகே வந்து வணங்கி "இளவரசே, நான் பீஷ்மபிதாமகரின் படகிலிருந்தவர்களில் ஒருவன்... உங்களிடம் சேதி தெரிவிப்பதற்காக வந்தேன்" என்றான். "இன்னொரு இளவரசி எங்கே?" என்றான் விசித்திரவீரியன். "இங்கே வந்திருப்பவர்கள் அம்பிகையும் அம்பாலிகையும்தான். அம்பையை பீஷ்ம பிதாமகர் வழியிலேயே இறக்கி விட்டுவிட்டார்" என்றான் விப்ரதன்.

விசித்திரவீரியன் திகைப்புடன் "திருப்பி அனுப்பிவிட்டாரா?" என்றான். "இல்லை, இளவரசி அம்பை சௌபநாட்டரசர் சால்வரை மனதால் வரித்துவிட்டதாகச் சொன்னார். ஆகவே சால்வரிடமே கொண்டுசென்று சேர்க்கச் சொல்லி பீஷ்மர் இளவரசியை விட்டுவிட்டார்." விசித்திரவீரியன் வியப்புடன் "தனியாகவா இளவரசி சென்றாள்?" என்றான். "ஆம்... அவர் தனியாகவே செல்லவிரும்பினார்" என்றான் விப்ரதன். "நான் அவரிடம் தூரம் அதிகமல்லவா என்று கேட்டேன். அவர் மனம் முன்னரே சௌபநாட்டுக்குச் சென்றுவிட்டது என்று பிதாமகர் சொன்னார்."

விசித்திரவீரியன் சொல்லிழந்தவனாக அப்படியே அமர்ந்திருந்தான். "இளவரசே! உங்களுக்கு பேரரசி ஒரு செய்தி சொல்லியனுப்பியிருக்கிறார். இரண்டு இளவரசிகளையும் நீங்கள் மணம்கொள்ளவேண்டும் என்றும் அதற்காக இங்கே மருத்துவர்கள் வேண்டியதை செய்யவேண்டுமென்றும் ஆணையிட்டிருக்கிறார்" என்றான் பாவகன். "இன்றுகாலை உங்கள் உடல்நிலை மேம்பட்டிருக்கிறது என்ற செய்தியை நம் மருத்துவர்கள் அறிவித்திருக்கிறார்கள். பேரரசி மகிழ்ச்சியுடன் இருக்கிறார்" என்றான் விப்ரதன்.

"என் உடல்நிலைபற்றி நானே அறிவேன்" என்று சொன்ன விசித்திரவீரியன் "ஆனால் அஸ்தினபுரியில் சென்ற நாற்பதாண்டுகளில் என் அன்னையின் ஆணையை எவரும் மீறியதில்லை. என் தந்தை உட்பட... அவ்வாறே ஆகட்டும்" என்று சொல்லி எழுந்தான். இயல்பாக அவன் நெஞ்சில் அம்பையின் நினைவு மேலெழுந்தது. "விப்ரதா சொல்! அம்பை பார்ப்பதற்கு எப்படி இருந்தாள்?"

விப்ரதன் சொல்லின் வேகத்தில் சற்றே முன்னகர்ந்து "வேள்விக் கூடம்மேல்படர்ந்து ஏறும் நெருப்பு போலிருந்தார்" என்றான். "ஏழுமுறை தீட்டப்பட்ட வாள் போல. ஆவணிமாதம் ஆயில்ய நட்சத்திரத்தில்

அதிகாலையில் படமெடுக்கும் ராஜநாகம்போல...” அதன்பின் அவனே தான் சொன்னதை உணர்ந்து திகைத்து நின்றுவிட்டான். விசித்திரவீரியனின் உடல் அவனறியாமலே சற்று நடுங்கியது. பாலாழி அலைகளில் எழுந்த ஆலகாலம் பற்றிய எண்ணம் ஒன்று அவன் மனதுக்குள் ஓடிச்சென்றது.

5

இருகரையும் கண்ணுக்குத் தெரியாதபடி விலகும் ஒரு நதியை நதிக்கரையில் பிறந்துவளர்ந்த அவள் அப்போதுதான் பார்க்கிறாள் என்பதை அம்பை அறிந்தாள். புடவியில் கைவிடப்பட்டு திசைவெளியில் அலையும் அடையாளம் காணப்படாத கோளத்தைப்போல தன்னை உணர்ந்தாள். அவளைச்சுற்றி நதி அசைவில்லாமல் தேங்கியதுபோல கிடந்தது. அதன்மேல் இலைகளும் கிளைகளுமாக மரங்கள் மெல்ல மிதந்துசென்றன. வங்கத்துக்குச் செல்லும் வணிகப்படகுகள் சிக்கிக் கொண்ட பறவைகள் போல வண்ணக்கொடிகள் காற்றில் படபடக்க, வெண்பாய்கள் மாபெரும் சங்குகள் போல புடைத்து நிற்க, தென்திசை நோக்கிச் சென்றுகொண்டிருந்தன.

படகோட்டி "அன்னையே, தாங்கள் சௌபதேசம் வரை தன்னந் தனியாகவா செல்லப்போகிறீர்கள்?" என்றான். அம்பை "என்னுடன் எப்போதும் சால்வமன்னர் இருந்துகொண்டிருக்கிறார்" என்றாள். "வழியில் சௌபநகரின் வணிகபுரியான மத்ரவதி இருக்கிறது. முற்காலத்தில் அதுதான் சௌபநாட்டின் தலைநகரமாக இருந்தது. நீங்கள் அங்கே தங்கி இரவைக் கழித்தபின் நாளை செல்லலாம்" என்றான்.

அம்பை "உன்னால் அவ்வளவுதூரம் படகை செலுத்தமுடியாதா என்ன?" என்றாள். "அன்னையே, இந்தத் துடுப்பு எனக்கு மீனுக்குச் சிறகுபோல. நான் இதனுடன் பிறந்தவன்" என்றான். "என் பெயர் நிருதன். நான் தொன்மையான படகுக்காரர் குலத்தில் பிறந்தவன். முன்னொரு காலத்தில் அரசு துறந்து வந்த அயோத்தியின் அரசனான ராமன் என் குலமூதாதை குகனின் படகில்தான் வந்து ஏறினார். அவருடைய தோள்களைத் தழுவி நீ என் பெற்றோரின் மைந்தன் என்று சொன்னார். அந்தத் தொடுகையை இன்றும் நாங்கள் எங்கள் குலத்தின்

ஆபரணமாக அணிந்திருக்கிறோம்" என்று தன் தோளை காட்டினான். பழுக்கக்காய்ச்சிய உலோகத்தால் போடப்பட்ட சூட்டுத்தழும்பு அதில் இருந்தது. மூன்று சிறிய கோடுகள். "அவை ராமனின் கைவிரல்கள் அன்னையே... இன்றும் நாங்கள் தசரதனுக்கும் ராமனுக்கும் நீர்க்கடன் செலுத்துகிறோம்."

"என்னால் எங்கும் நிற்கமுடியாது நிருதா. என் மனம் விரைந்து கொண்டிருக்கையில் உடல் அமரமுடியாது. என்னை முடிந்தவரை வேகமாக சௌபநாட்டுக்கு கொண்டுசெல்" என்றாள் அம்பை. "அன்னையே, படகிலிருக்கும் காற்றுபுடைத்த பாய்போலிருக்கிறீர்கள். நீங்களே இப்படகை கொண்டுசென்று சேர்த்துவிடுவீர்கள்... அஞ்சவேண்டியதில்லை" என்றான் நிருதன் சிரித்தபடி.

இரவு நதிமீது தாமதமாகவே வந்தது. இருகரைகளும் இருண்டபின் அங்கிருந்த விளக்குகள் செம்மணியாரம்போல் தெரிந்தன. வணிகப்படகுகளின் ஒளிகள் விண்மீன்கள் போல அசைவே தெரியாமல் இடம் மாறின. பின்னர் கரைகளில் இருந்து மெல்லிய ஓசைகள் கேட்க ஆரம்பித்தன. கோயில்மணியோசை, நாய்க்குரைப்பு, ஒரு பசுவின் குரல். காற்று குளிர்கொள்ளத் தொடங்கியதும் நிருதன் ஒரு கம்பளிச்சால்வையை கொடுத்தான். அவள் அதை போர்த்திக்கொண்டு உடல்குறுக்கி அமர்ந்திருந்தாள். நதிமீது நிறைந்திருந்த பறவைகள் அனைத்தும் கூடணைந்தபின் வேறுவகைப் பறவைகள் நதிமேல் பறந்து சுழல்வதை சிறகொலிகளாகக் கேட்டாள். வான்புள்ளிகளாக அவை சுழல்வதைக் கண்டாள். அவள் அண்ணாந்து பார்ப்பதைக்கண்டு "அவை பூச்சிகளைப்பிடிப்பவை... வானத்தின் புலிகள் அவை" என்றான் நிருதன்.

"அன்னையே, தாங்கள் வேண்டுமென்றால் துயிலலாம். இப்படகு நாளைதான் சௌபநகரை சென்றடையும்" என்றான் நிருதன். "என் கண்கள் இமைக்கவே மறுக்கின்றன" என்றாள் அம்பை. துடுப்பின் ஒலிமட்டும் கேட்டுக்கொண்டிருக்க மெல்ல அதனுடன் இணைந்து நிருதன் பாட ஆரம்பித்தான். அந்தப்பாடலை கேட்டுக்கொண்டு அவள் மெல்லமெல்ல கண்ணயர்ந்தாள். அவளுடைய அரை சித்தத்தில் படகுக்கு முன்னால் கன்னங்கரிய பளபளப்புடன் அலையலையாக விரிந்துகிடந்த நதி சட்டென்று ஒற்றைப் பேரலையென மேலேறியது. வெண்நுரைகள் நாக்குகளாகத் தெறிக்க பேருருவமானதோர் நாகமாக மாறியது. அதன் கரிய வழவழப்பான உடலில் முடிவில்லாமல் வழுக்கிச்சென்றுகொண்டே இருந்தது படகு.

அவள் கண்விழித்ததும் கண்டது அதன் செவ்விழிகளில் ஒன்றைத்தான். அவளருகே வந்த நிருதன் "அன்னையே, இன்னும் சற்றுநேரத்தில்

சௌபநாடு வந்துவிடும்...” என்றான். அம்பை எழுந்து கங்கையிலேயே முகம்கழுவி நீரிலேயே முகம்பார்த்து முடிதிருத்திக்கொண்டாள். படகு கரையிலிருந்து வரும் அலைகளில் ஆடத்தொடங்கியது. கரையோரமாக நின்ற பெரிய படகுகள் படித்துறையை மொய்த்த மீன்கள் போல முட்டிக்கொண்டு அசைந்தன.

படகு கரையை நெருங்க நெருங்க அந்தத் துறைமுகத்தின் பேருருவத்தோற்றம் அவளை வியப்பும் பரவசமும் அடையச்செய்தது. அவளுடைய படகு யானை விலாவை நெருங்கும் சிட்டு போல பெரும் நாவாயொன்றை நெருங்கிச்சென்றது. பின்பு நாவாயின் உடல் மரத்தாலான கோட்டைபோல மாறி கண்களை மறைத்தது. கங்கைக்குள் நடப்பட்ட தோதகத்தி மரத்தடிகள் கரிய அட்டையின் ஆயிரம் கால்கள்போலத் தோன்றின. நெருங்க நெருங்க காடுபோல மாறி பின்பு கோபுரத்தூண்களாக ஆயின. உள்ளே இருளில் கங்கையின் அலைகள் நுரையுடன் கொப்பளித்தன.

தூண்கள் மீது நடப்பட்ட பெரிய நிகர்பாரத்தில் பொருத்தப்பட்ட தடிகளை யானைகள் பிடித்துச் சுழற்றி நீருள் நிற்கும் நாவாய்களின் மேற்தட்டுப்பரப்பை அடைந்து இறக்கின. அங்கே அடுக்கப்பட்டிருந்த பெரிய பொதிகளை அவற்றின் வடங்களில் மாட்டியதும் யானைகள் இழுக்க தடி மேலே எழுந்து பொதிகளைத் தூக்கியபடி வானில் சுழன்று மரத்தாலான துறைமேடைமேல் கொண்டு சென்றிறக்கியது. அங்கே அவற்றைக் கொண்டுசெல்லும் மாட்டுவண்டிகளும் சுமைதூக்கிகளும் ஏவலர்களும் கூடியிருந்தனர். எங்கும் வினைநடத்துனர்களின் அதட்டல்களும் வினைவலர்களின் வேலைக்கூச்சல்களும் அச்சுகள் சுழலும் கிரீச்சிடல்களும் வண்டிகளின் சகட ஒலிகளும் நிறைந்திருந்தன. மாடுகளும் குதிரைகளும் போட்ட சாணிகள் மிதிபட்டு வெயிலில் உலரும் வாசனை மூச்சடைக்கச் செய்தது.

படகிறங்கியதும் அந்தக் காட்சியைப்பார்த்து பேச்சிழந்து வியந்து நின்றாள் அம்பை. “அன்னையே, நான் கிளம்புகிறேன். இங்கிருந்து ஏதேனும் பொருட்களை வாங்கிக்கொண்டுசென்று விற்கமுயல்கிறேன்” என்றான் நிருதன். அம்பை வியப்புடன் “நிருதா, இத்தனை செல்வங்களும் என் தலைவருக்குரியவையா? இந்த மாபெரும் நாட்டின் அதிபரா அவர்?” என்றாள். நிருதன் புன்னகை செய்தான். “என் நெஞ்சு நிறையும் இடத்துக்கு கொண்டுவந்துவிட்டாய் நிருதா... இதோ இந்த மோதிரத்தை என் பரிசாக வைத்துக்கொள்” என்று சொன்னபிறகு அம்பை கரையில் இறங்கினாள்.

“அன்னையே, அதோ தெரியும் சிவந்த கட்டிடத்தொகைதான் அரண்மனை... அங்கே என்னைப் போன்றவர்கள் வரமுடியாது” என்றான்

நிருதன். அம்பை அவனிடம் விடைபெற்று, காற்றில்பறக்கும் ஆடையை இடையில் சுற்றிச் செல்லும் இறகு போல சென்றுகொண்டிருந்தாள். அந்த மரத்தாலான கோட்டை வாசலில் அவளைத் தடுத்த காவலனிடம் இலச்சினையைக் காட்டி உள்ளே சென்றாள். சேவகனிடம் அவளை சால்வமன்னனிடம் அழைத்துச்செல்ல ஆணையிட்டாள். சேவகன் சால்வன் லதாமண்டபத்தில் இருப்பதாகச் சொல்லி அங்கே அவளை இட்டுச்சென்றான்.

லதாமண்டபத்தில் சால்வன் தன் அமைச்சர் குணநாதருடன் பேசிக் கொண்டிருந்தான். அம்பை உள்ளே நுழைந்ததும் அவன் தோளிலும் தொடையிலும் இருந்த பெரிய கட்டுகளைத்தான் கண்டாள். அவனருகே ஓடிச்சென்று அவனை தொடத் தயங்கிநின்று “நலமாக இருக்கிறீர்களல்லவா?” என்றாள். “ஆம், நலமே” என்றான் சால்வன். “பீஷ்மரிடம் மோதி உயிருடன் மீண்ட முதல் வீரன் நானே என்று சூதர்கள் பாடிக்கொண்டிருக்கிறார்கள். இந்த விழுப்புண்கள் நாளை கவிதைகளாக மாறப்போகின்றவை.” குணநாதர் புன்னகைக்க சால்வன் அவரை நோக்கிப் புன்னகைசெய்துவிட்டு “இளவரசியார் இங்கே வந்ததன் நோக்கமென்ன?” என்றான்.

“என்ன கேட்கிறீர்கள்?” என்று அம்பை திகைத்தாள். “நான் உங்களுக்குரிய வளல்லவா? உங்களை நாடிவந்தேன்... நான் இருக்கவேண்டிய இடமல்லவா இது?”

சால்வன் குணநாதரைப் பார்க்க, அவர் “இளவரசி, மன்னர்களின் வாழ்க்கை அரசநெறிக்கு கட்டுப்பட்டது. ஆறு கரைகளுக்கு கட்டுப் படுவது போல. மன்னிக்கவேண்டும், நீங்கள் பீஷ்மரைப் போரில் கொன்றுவிட்டு இங்கே வரவில்லை என்றால் நீங்கள் வந்திருக்கவே கூடாது” என்றார்.

“நீங்களுமா இதைச் சொல்கிறீர்கள் சால்வரே?” என்று அம்பை சீறியபடி அவனைநோக்கி திரும்பினாள். “நான் பீஷ்மரிடம் சொன்னேன் நான் உங்களை மனதால் வரித்துவிட்டவள் என்று. அவரால் என்னைத்தடுக்க முடியவில்லை.”

சால்வன் சினத்துடன் “அப்படியென்றால் உன்னை எனக்கு பீஷ்மர் தானமாக அளித்திருக்கிறார் இல்லையா? உன்னை ஏற்றுக்கொண்டு நான் அவரது இரவலனாக அறியப்படவேண்டும் இல்லையா? இன்று பீஷ்மரிடம் மோதியவன் என என்னை பாரதவர்ஷமே வியக்கிறது. அந்தப்புகழை அழிக்கவே உன்னை என்னிடம் அனுப்பியிருக்கிறார். தேரில் செல்லும் வணிகன் இரவலனின் திருவோட்டில் இட்ட பிச்சையா நீ?” என்றான்.

அம்பை திகைத்து நிற்க குணநாதர் "இளவரசி, ஒருவேளை இது பீஷ்மரின் சோதனையாகக்கூட இருக்கலாம். சால்வர் உங்களை ஏற்றுக்கொண்டால் அவர் கடும்சினம்கொண்டு அஸ்தினபுரியின் படைகளுடன் சௌபநாட்டின்மேல் பாயலாம்... அரசவிளையாட்டுகளின் அர்த்தங்கள் சிக்கலானவை இளவரசி. அனைத்தையும் சிந்திக்காமல் அரசன் முடிவெடுக்கமுடியாது" என்றார். சால்வன் "நீ திரும்பிச்செல்... நான் பீஷ்மரிடம் மோதி தலையுடன் மீண்டது என் பெற்றோரின் தவப்பயன். மீண்டும் அதை சோதித்துப்பார்க்க என்னால் முடியாது" என்றான்.

ஏமாற்றத்தால் பதறிய உடலுடன் அம்பை இரு கைகளையும் யாசிப்பதுபோல நீட்டி "இறைவா, நீங்கள் இப்படி சொல்லலாமா? இரண்டுவருடங்களாக நான் இரவும் பகலும் உங்கள் மீதான காதலினால் அல்லவா வாழ்ந்தேன்? என்னுடைய கனவும் நனவும் நீங்களாகத்தானே இருந்தீர்கள்... எப்படி நீங்கள் என்னை துறக்கமுடியும்? என்மேல்உங்களுக்கு காதலே இல்லையா?" என்றாள். சால்வன் "அக்காதலை இவர் உருவாக்கினார். இவர்தான் உன்னை கண்டுபிடித்துச் சொன்னார்" என்றான். பிரமித்து நின்ற அம்பையை நோக்கி குணநாதர் "இளவரசியே, அரசர்களுக்கு அரசியலில் மட்டுமே காதல் இருக்கமுடியும்..." என்றார்.

அந்தச் சொற்களெல்லாம் தன் காதுகளில் விழுகின்றன என்பதையே அவளால் நம்பமுடியவில்லை. அது ஒரு கனவு என நிறுவிக்கொள்ள அவள் சித்தம் பதைபதைப்புடன் அலைபாய்ந்தது. ஆனால் அந்த லதாமண்டபம், அந்த மாதவிக்கொடிகள், உதிர்ந்த வெண்மலர்கள் அனைத்தும் இரக்கமற்ற பருப்பொருட்களாக அவளை சூழ்ந்திருந்தன. திடீரென்று மனமுடைந்த அவள் கைகளை கூப்பியபடி "சால்வரே, உங்கள் சொற்களை நம்பி வந்துவிட்டேன். உங்கள் காலடியில் என் வாழ்க்கையை வைத்திருக்கிறேன். என்னை கைவிடாதீர்கள்..." என்று கதறிவிட்டாள். அந்த ஒலியை அவளே கேட்டபோது எழுந்த பெரும் பரிதாபம் தாளாமல் அவள் கால்கள் தளர அப்படியே லதாமண்டபப்படிகளில் அமர்ந்தாள்.

சால்வன் குணநாதரை மீண்டும் ஓரக்கண்ணால் பார்த்துவிட்டு "இளவரசி, முதலில் தங்களுக்கு சற்று அதிர்ச்சியிருக்கும்... அரண்மனைக்குச் செல்லுங்கள். குளித்து ஆடைமாற்றி சற்றுநேரம் துயிலுங்கள்... நாளை தங்கள் சித்தம் சற்று அலைஅடங்கும்போது நான் சொல்வதெல்லாம் புரியும்... அப்போது நானே தங்களை உரியமுறையில் அஸ்தினபுரிக்கு அனுப்புகிறேன்" என்றான். குணநாதர் "ஆம் இளவரசி, தாங்கள் இருந்தாகவேண்டிய இடம் அதுதான். எப்போது ராட்சச முறைப்படி பீஷ்மர் உங்களை கையகப்படுத்தினாரோ அப்போதே அவருக்கு நீங்கள் சொந்தமாகிவிட்டீர்கள். ராட்சச முறைப்படி பெண்ணைக் கவர்பவனை ஷத்ரியர்கள் கொல்லவேண்டும். கொல்லமுடியவில்லை என்றால் அது அங்கீகரிக்கப்பட்டுவிட்டது என்றே பொருள்" என்றார்.

"நான் எவருக்கும் உடைமை அல்ல" என்று மூண்டு எழுந்த சினத்துடன் கூவினாள் அம்பை. அந்த சினத்தாலேயே தன் அனைத்தையும் மீட்டுக்கொண்டவளாக மிடுக்குடன் எழுந்து "நான் தொண்டுமகள் அல்ல... இளவரசி" என்றாள்.

"அத்தனை பெண்களும் தொண்டுமகளிர்தான். அதுவே ஷத்ரிய குலநெறியாகும்... எங்கே எவரிடமென்பதை முடிவுசெய்பவை தருணங்கள்" என்றார் குணநாதர். "அப்படியென்றால் நான் பெண்ணே அல்ல. பேயாகிறேன்... அடிமையென வாழ்வதை ஒருபோதும் என் ஆன்மா ஒப்பாது" என்று அம்பை எரியும் விழிகளும், அலைபடகென உடலை அசைக்கும் மூச்சுமாக சொன்னாள்.

"நமது பேச்சு முடிந்துவிட்டது இளவரசி... சௌபநாட்டின் நோக்கில் நீங்கள் அஸ்தினபுரியின் அரசி... அரசமுறைப்படி என்ன செய்வதோ அதைச்செய்வோம்..." என்றான் சால்வன். குணநாதர் "ஆம், இளவரசி. இனிமேல் பேசுவதற்கு ஏதுமில்லை" என்றார்.

விழிநீர்சிதர்கள் ஒளிவிட்டு நின்ற இமைமயிர்களுடன் சிலகணங்கள் அவனைப்பார்த்துநின்ற அம்பையின் உதடுகள் வளைந்தன. முகத்தில்விரிந்த ஏளனச்சிரிப்புடன் "அரசுசூழ்ச்சியாலும் அமைச்சர் பலத்தாலும் நீங்கள் அடைந்தது இந்தக் கட்டுகள்தான் இல்லையா?" என்றாள். "சூதர்களின் பாடல்களில் ஓடும் சிரிப்பைக்கூட புரிந்துகொள்ளமுடியாத உன்னால் என் ஆன்மாவை எப்படி புரிந்துகொள்ளமுடியும்?"

சரிந்த குழலை அள்ளி பின்னால் செருகி மேலாடையை தோளிலேற்றி திடமான காலடிகளை தூக்கி வைத்து அவள் திரும்பி நடந்தபோது சால்வன் பின்னால் வந்தான். "அம்பை, நீ பிரிந்துசெல்வது என் உயிரே விலகுவதுபோல துன்புறுத்துகிறது... என்னுடைய அரசியல் நிலையை நீ புரிந்துகொள்ளவேண்டும்... பீஷ்மரை எதிர்க்கும் ஆற்றல் சௌபநாட்டுக்கு இன்று இல்லை" என்றான். அவள் பின்னால் ஓடிவந்து "அஸ்தினபுரிக்கு அரசியான நீ எனக்கு மனைவியாக முடியாது என்பதே விதி... ஆனால் ஒரு வழி இருக்கிறது" என்றான். அம்பை கண்களில் ஐயத்துடன் திரும்பினாள்.

"நீ விரும்பினால் என் அந்தப்புரத்தில் வாழமுடியும்... உனக்கு மணிமுடியும் செங்கோலும் மட்டும்தான் இருக்காது" என்றான் சால்வன். மிதிபட்ட ராஜநாகம்போல திரும்பி "சீ! கீழ்மகனே, விலகிச்செல். இல்லாவிட்டால் என் கை நகங்களால் உன் குரல்வளையை கிழித்துவிடுவேன்" என்று அம்பை சீறினாள். அவளுடைய மூச்சிரைப்பு நாகத்தின் பத்திவிரியும் அசைவுபோலவே தோன்றியது. நாகம்போல சீறும் மூச்சுடன் "நான் உன்னையா இத்தனைநாள் விரும்பியிருந்தேன்? பல்லக்கில் பிணம் இருப்பது போல என் நெஞ்சில் நீயா இருந்தாய்?" என்றாள்.

சால்வன் அஞ்சி பின்னகர்ந்தான். ஏதோ சொல்ல வாயெடுப்பதற்குள் அம்பை "பேசாதே... உன்னுடைய இன்னொரு சொல்லை நான் கேட்டால் இங்கேயே உன் குருதியை அள்ளிக்குடித்துவிட்டுத்தான் செல்வேன்... போ" என்றாள். அந்தப் பெருங்குரல் கேட்டு சால்வன் பின்னால் ஓடி லதாமண்டபத்தில் ஏறிக்கொண்டான். அம்பை வெளியே இறங்கிச்செல்வது பொன்னிற நாகமொன்று சொடுக்கிச்சுழன்று செல்வதுபோலிருந்தது என்று நினைத்தான்.

அம்பை சென்ற வழியில் நின்ற சேவகர்கள் எல்லாம் ஓடி ஒளிந்துகொண்டனர். வாயிற்காவலன் கதவுக்குள் பதுங்கிக்கொண்டான். அனல்பட்ட காட்டுக்குதிரைபோல அவள் படிகளில் இறங்கி சாலையில் ஓடி கங்கையை அடைந்தாள். அங்கே படகை கட்டிவிட்டு கரையேறி நின்றிருந்த நிருதன் அவளைக்கண்டு ஓடிவந்தான். "அன்னையே..." என்று கைகளை விரித்துக்கொண்டு அவள் காலடியில் கால்மடங்கி விழுந்து பணிந்து "என்ன ஆயிற்று? தேவி, உங்களை அவமதித்தவர் யார்? எளியவன் வேடன் என்றாலும் இக்கணமே அவன் வாயிலில் என் சங்கறுத்துக்கொண்டு சபித்துவிழுகிறேன் தாயே" என்று கூவினான்.

"படகை எடு" என்று அம்பை சொன்னாள். நிருதன் கும்பிட்டு "ஆணை! ஆணை! என் தாயே" என்று கூவியபடி தன் படகை நோக்கி ஓடி அதன் கயிற்றை ஒரே வெட்டாக வெட்டி துடுப்பைத் துழாவி வளைத்தான். அதற்குள் ஏறி அமர்ந்த அம்பை "கிளம்பு" என்றாள். ஒருகணம்கூட அவள் திரும்பி அந்நகரை பார்க்கவில்லை.

6

நிருதனின் படகு வாரணாசிப்படித்துறையை அடைந்ததும் அம்பை அதிலிருந்து பாய்ந்திறங்கி அவனை திரும்பிப் பாராமல் கற்படிகளில் மேலாடை வழிந்தோட தாவித்தாவி ஏறி, கூந்தல் கலைந்து தோளில் சரிந்து பின்பக்கம் துவள, மூச்சிரைக்க அரண்மனை நோக்கி ஓடினாள். விஸ்வநாதனின் ஆலயமுகப்பில் நின்றவர்கள் அவள் கடந்துசென்றபின்புதான் அவளை அடையாளம் கண்டனர். அதற்குள் காவலர்கள் இருவர் குதிரையில் அவளைத் தொடர்ந்துசென்று நெருங்கி 'இளவரசி...இளவரசி' என்று கூவினர். அவள் எதையும் கேட்கவில்லை. பித்தி போல மூச்சுவாங்க ஓடிக்கொண்டிருந்தாள். எதிரே வந்த குதிரைவீரர்கள் இருவர் திரும்பி அரண்மனைக்குள் ஓடினார்கள்.

அரண்மனை முற்றத்தில் போடப்பட்ட சுயம்வரப்பந்தல் காலொடிந்து சரிந்திருக்க அங்கே நிகழ்ந்த போரில் சிதறிய அம்புகள் முற்றமெங்கும் நிறைந்திருந்தன. அம்பை அரண்மனையின் படிகளில் பாய்ந்தேறியபோது மேலிருந்து அமைச்சர் பால்குனர் ஓடிவந்தார். 'இளவரசி' என்று கூவியபடி அவர் படிகளில் இறங்கியபோது அதற்கு அப்பால் பீமதேவன் களைத்து கனத்த கண்களும் கலைந்த ஆடைகளுமாக தோன்றினார். உரக்க, “அமாத்யரே, அஸ்தினபுரியின் அரசி முறையான அறிவிப்பில்லாமல் இங்கே வரக்கூடாதென அவர்களிடம் தெரிவியுங்கள்” என்றார்.

அம்பை திகைத்து நின்றாள். பால்குனர் ஒருகணம் தயங்கியபின் “அஸ்தினபுரியின் அரசிக்கு வணக்கம். இங்கே தாங்கள் வருவதென்றால் அரசமுறைகள் பல உள்ளன. முதலில் அஸ்தினபுரியில் இருந்து வருகைத்திருமுகம் இங்கே வரவேண்டும். தூதர்கள் வந்து வழிமங்கலம் அமைக்கவேண்டும். சத்ரமும் சாமரமும் உடன் வரவேண்டும். தங்கள் அரசரோ, அவரது உடைவாளை ஏந்திய தளபதியோ, மைந்தரோ துணை வராமல் தாங்கள் நாடுவிட்டு எழுந்தருள நூல்நெறிகள்

அனுமதிப்பதில்லை" என்று உயிரற்ற குரலில் சொன்னபின்பு பீமதேவனைத் திரும்பிப்பார்த்தார்.

அம்பை "அமைச்சரே, நான் எந்த நாட்டுக்கும் அரசி அல்ல. நான் காசியின் இளவரசி. இந்த அரண்மனையின் பெண்..." என்றாள். "என் தந்தையின் மகளாக நான் வந்திருக்கிறேன்" என்றபடி படிகளில் மேலேறினாள். பால்குனர் லேசாக கைகளைத்தூக்கி அவளை வழிமறிப்பதுபோல நகர அவள் திகைத்து நின்றாள்.

பால்குனர் பீமதேவனைப் பார்த்தார். "அமாத்யரே, அரசுகள் நெறிகளால் ஆளப்படுகின்றன. உணர்ச்சிகளால் அல்ல என அஸ்தினபுரத்து அரசியிடம் சொல்லுங்கள். நான் உள்ளும் புறமும் காசியின் மன்னன் மட்டுமே. என்னுடைய குடிமக்களின் நலனன்றி எதையும் நான் எண்ணமுடியாது" என்றபின் பீமதேவன் அவளைப் பார்க்காமல் உள்ளே சென்றார்.

அம்பை அவர் செல்லும்போது அது எங்கோ எவருக்கோ நடப்பதுபோல பொருள்புரியாத விழிகளால் பார்த்து நின்றாள். அவர் கண்ணிலிருந்து மறைந்த கணம் அவளுக்குள் ஒரு கூரியவாள் பாய்ந்து வெட்டிச்செல்லும் வலியை உணர்ந்தாள். "அமைச்சரே, நான் அடைக்கலம் கோரி வந்திருக் கிறேன். பீஷ்மர் என்னை சால்வனிடம் அனுப்பினார். சால்வன் என்னை ஏற்றுக்கொள்ளவில்லை... நான் என் தாயின் மடி தேடி வந்திருக்கிறேன். இனி எனக்கு எஞ்சியிருப்பது அது மட்டுமே" என்றாள். கண்ணீர் வழிய உதடுகள் நடுங்க தான் செல்லவிரும்பும் வழியை சுட்டிக்காட்டி "என்மேல்கருணை காட்டும்படி தந்தையிடம் சொல்லுங்கள் பால்குனரே. எனக்கு என் தாய்மடியை மட்டும் அளிக்கச் சொல்லுங்கள்" என்றாள்.

"இளவரசி, தயவுசெய்து புரிந்துகொள்ளுங்கள். அஸ்தினபுரியில் நடந்தவற்றை எல்லாம் முன்னரே ஒற்றர்கள் வழியாக தெரிந்துகொண்டோம். சால்வர் உங்களை ஏற்கப்போவதில்லை என்பதையும் புரிந்துகொண்டோம்..." என்றார் பால்குனர். "எந்தக் காரணத்தால் உங்களை சால்வர் ஏற்க வில்லையோ அதே காரணம்தான் எங்களுக்கும் உள்ளது... அஸ்தினபுரியின் சினத்தைத் தாங்கும் வல்லமைகொண்ட ஒரு நாடும் இன்றில்லை. பீஷ்மர் அதையறிந்தே உங்களை அனுப்பி வைத்திருக்கிறார். நீங்கள் திரும்பி அவர் காலடியில் சென்று விழுந்தாகவேண்டும் என்பதே அவரது விருப்பம்..."

அம்பை கண்ணீரும் விம்மல்களுமாக "அமைச்சரே, இளவரசி என்னும் இடம் எனக்குத் தேவையில்லை. என் அன்னையின் கருணை மட்டும் போதும்... நான் ஒண்டிக்கொள்ள கையளவு இடம்போதும்" என்றாள். பால்குனர் "இளவரசி, உங்கள் தந்தையை நீங்கள் அறிவீர்கள். உங்களுக்காக இந்த நாட்டுமக்கள் அனைவரையும் களத்தில் பலியிட

அவர் எண்ணுவாரா என்ன? மாறாக காசிமக்களுக்காக உங்களை பலியிடுவதற்கு மறுசிந்தனை இல்லாமல் அவர் முடிவெடுப்பார்...” என்றபின் மேலும் திடமான குரலில் “அந்த முடிவைத்தான் எடுத்திருக்கிறார். அதை அவர் மாற்றப்போவதில்லை” என்றார்.

அம்பை அந்த அரண்மனையை ஏறிட்டுப்பார்த்தாள். அவள் ஓடிவிளையாடிய இடைநாழிகளும் அவைகளும் அரங்குகளும் லதா மண்டபங்களும் அவள் ஒளித்துவைத்த விளையாட்டுப் பொருட்களுடன், அவள் விட்டுச்சென்ற உடைமைகளுடன் இருபது படிகளுக்கு அப்பால், நீண்ட காலத்துக்கு அப்பால், ஏழுபிறப்புகளுக்கு அப்பால் என அன்னியமாக நின்றுகொண்டிருந்தன. திரும்பிச்செல்வது அவ்வளவு அரியதா என்ன? இழந்தவை அவ்வளவு தொலைவா என்ன?

ஏக்கத்தால் உருகும் நெஞ்சுடன் “பால்குனரே, அப்படியென்றால் இந்த அரண்மனையில் எனக்கு இனி இடமே இல்லையா?” என்றாள் அம்பை. அப்போது அத்தனை வயதையும், கல்வியையும், அனுபவங்களையும் உதறி சிற்றாடை கட்டிய சிறுமியாக மாறி நின்றுகொண்டிருந்தாள். அது ஒரு விளையாட்டு என்பது போல, அவர் நல்ல பதிலை சொல்லப்போகிறார் என எதிர்பார்ப்பவள் போல. சிறிய நாசியில் கூர்மைகொண்ட நீள் முகத்தைத் தூக்கி அகன்ற விழிகளில் ஈரத்துடன் அண்ணாந்து பார்த்துக்கொண்டு “பால்குனரே, இதெல்லாம் என்னை சோதிப்பதற்காகத்தானே?” என்றாள்.

ஏழு மகள்களின் தந்தையான பால்குனர் அக்கணமே தன் உடைவாளை எடுத்து கழுத்தில் பாய்ச்சிக்கொள்ளத்தான் நினைத்தார். அந்த ஏழுபெண்களின் முகங்கள் வந்து உடைவாள் நோக்கிச்சென்ற அவரது வலக்கையை உறையச்செய்தன. பார்வையை திருப்பிக்கொண்டு தன் இதயக்குலையை குருதிவழிய பிடுங்கி அவள் முன்வைப்பவர் போல ஒவ்வொரு சொல்லாக இரும்பென கனத்த உதடுகளை அசைத்துச் சொன்னார். “அஸ்தினபுரியின் அரசியே, அத்தனை கன்னியருக்கும் ஒரு தருணத்தில் பிறந்த இல்லம் அன்னியமாகிவிடுகிறது.”

சரடுகள் அறுபட்ட கூத்துப்பாவைபோல அம்பையின் கைகளும் கால்களும் விழுந்தன. “இதற்குமேல் சொல்வதற்கில்லை தேவி, இனி உங்கள் இடம் அஸ்தினபுரி மட்டுமே... இந்த பாரதவர்ஷத்தில் வேறெங்கும் காலடி மண்ணைக்கூட நீங்கள் அடையமுடியாது. இந்த மண்மேல் கருணை இருந்தால் இக்கணமே சென்றுவிடுங்கள்...” என்றபின் பால்குனர் படிகளில் ஏறி வேகமாக உள்ளே சென்றார்.

தலைக்குமேல் நூறு சாளரவிழிகள் திறந்து தன்னை அர்த்தமின்றி வெறித்துநோக்கிய அரண்மனையை பார்த்தபடி அம்பை சிலகணங்கள்

அந்தப்படிக்கட்டில் நின்றிருந்தாள். அவளை பாதாளத்துக்கு உதிர்த்துவிட்ட விண்ணுலகமாக அது அங்கே நின்றது. தன் உடல் துவண்டு அப்படிகளிலேயே விழுந்துவிடுவோம் என நினைத்தாள். விழுந்துவிடக்கூடாது என்று உறுதியாக எஞ்சிய அவள் இறுதி சித்தம் அவளைத் தூக்கிச் சென்றது.

மயக்கத்தில் என மெல்ல நடந்து அரண்மனை முற்றத்தில் இறங்கி உள்கோட்டைவாசலை நோக்கிச் சென்றாள். அவள் சென்றபாதையில் அத்தனை வீரர்களும் தலைவணங்கி வழிவிட்டனர். செல்லச்செல்ல அவள் உடலின் எடை ஏறி ஏறி வருவதாகத் தோன்றியது. மாளாச் சுமை இழுக்கும் குதிரை போல தசைகள் இறுகித்தெறித்தன. காலெடுத்து வைக்க வைக்க தூரம் குறையாமல் நின்ற இடத்திலேயே நின்றுகொண்டிருப்பதாகத் தோன்றியது.

கங்கைக் கரைக்கு வந்த அம்பைக்குப் பின்னால் மூன்று நிழல்கள் பின்தொடர்ந்து சென்றன என்று சூதர்கதைகள் பாடின. பொன்னிறமும் செந்நிறமும் பச்சைநிறமும் கொண்ட நிழல்கள். அவள் அவற்றைக் காணவில்லை. கங்கைக் கரையிலிருந்த அம்பாதேவியின் ஆலயமுகப்பை அடைந்து, கங்கைப்பெருக்குநோக்கி கட்டப்பட்ட அதன் பெருமதில் விளிம்பில் ஏறிநின்று கீழே நோக்கி, பெருகிச்சுழித்த கங்கையின் ஊர்த்துவபிந்து என்ற பெருஞ்சுழியைப் பார்த்தாள். கவலையற்ற சிறுமியாக தன்னை அறிந்த அக்கடைசி கணத்தை எண்ணி நெஞ்சுலைய ஏங்கியபின் குதிக்கச்சென்றபோது பொன்னிறமான தேவி முன்னகர்ந்து அவள் கைகளை பற்றிக்கொண்டாள்.

அம்பை திடுக்கிட்டுத் திரும்பியபோது தன்னருகே தன்னை பொன்னிற ஆடியில் பார்ப்பதுபோலவே ஒரு தேவி நின்றிருப்பதைக் கண்டு திகைத்தாள். “என் பெயர் சுவர்ணை... நீ என்னை அறிவாய்” என்றாள் அந்த தேவதை.

“இல்லை. நான் உன்னை பார்த்ததேயில்லை...” என்றாள் அம்பை. “பார்த்ததை நீ அறிந்திருக்க மாட்டாய். உன் ஆன்மா அறியும்” என்று சுவர்ணை சொல்லத் தொடங்கினாள்.

“நான் மொட்டுகளில் வாழும் தேவதை. என் உடன்பிறந்தவள் சூரியபுத்திரி சாவித்ரி. அவள் என்னைநோக்கி புன்னகைக்கும்போது மலர்களைத் திறந்து வெளிவந்து மண்ணில் உலவுவேன். காலையொளி பொன்னிறமாக இருப்பதுவரை இங்கே இருப்பேன்.” அவள் புன்னகைத்து “பெண்குழந்தைகளின் கனவில் மலர்கொண்டு காட்டுபவள் நான். என்னைக்கண்டுதான் அவை சிறுமலர்வாய் திறந்து கண்மூடி சிரிக்கின்றன” என்றாள். அப்போது அம்பை அவளை அறிந்தாள்.

"அம்பை, நீ படியிறங்கும்போதெல்லாம் நான் உன்னுடன் துள்ளிக்குதித்தேன். நீ பாவாடை தூக்கி சுழன்றாடியபோது உன்னுடன் இளங்காற்றாய் சுழன்றேன். நீ சேர்த்துவைத்த குன்றிமணிகளை, வளையல்துண்டுகளை, வண்ணவண்ண விதைகளை நானும் மீண்டும் மீண்டும் எண்ணினேன். நூற்றுக்கிழவியாகவும் முலையுண்ணும் மழலையாகவும் மாறிமாறிப்பேசி நீ உன் அன்னையை பரவசப்படுத்தியபோது அவள் தந்த முத்தங்களை எல்லாம் நானும் பெற்றுக்கொண்டேன். உன் செல்லச்சண்டைகளில், சின்னஞ்சிறு சோகங்களில், கண்கள்பூரித்த குதூகலங்களில் நானும் இணைந்துகொண்டேன். உன் பேதைப்பருவத்தை பொன்னிற ஒளிகொண்டவளாக்கியவள் நான். ஒவ்வொரு இலையும் பூவாக இருக்கும் தருணம் ஒன்றுண்டு தோழி. நான் அந்தப்பருவத்தின் தேவதை."

கண்களில் ஈரத்துடன் அம்பை "வணங்குகிறேன் தேவி. நீ மட்டும் இல்லை என்றால் பெண்ணெனப் பிறந்த என் வாழ்க்கையில் என்ன எஞ்சியிருக்கும்? நீ அளித்தவை அன்றி விண்ணும் மண்ணும் எனக்கு எதையும் அளித்ததில்லை. நீயே என் தெய்வம்" என்றாள்.

"ஆனால் நான் விலகிச்சென்றே ஆகவேண்டியவள். அனைத்தையும் அளித்தபின் ஒவ்வொன்றாகப் பறித்துக்கொள்வதே என் லீலை என வகுத்திருக்கிறான் பிரம்மன். நான் உனக்களித்த கடைசிப்பரிசை நீ நினைவுறுகிறாயா?" என்றாள் சுவர்ணை.

அம்பை ஒளிவிடும் முகத்துடன் "ஆம், ஒரு நீலநிற மயிற்பீலி... அது நான் விளையாடச் சென்றபோது நந்தவனத்தில் எனக்குக் கிடைத்தது. அதை பல்லாயிரம் முறை கற்பனையால் வருடி ஒருமுறைகூட தொடாமல் வைத்திருந்தேன்" என்றாள். "அது வானத்தைப் புணர்ந்து குஞ்சுபோடும் என்று சொன்னபோது நான் நம்பினேன்." அவள் முகம் சிரிப்பில் விரிந்தது.

"ஆம், வானத்தைப் புணரும் கனவுகள்... மயிற்பீலியைச் சுழற்றி உருமாறும் வண்ணங்களில் அதை நீ கண்டாய்... பிறகு ஒருநாள் உன் சுவடிக்கட்டுகளில் நீ அதை மீண்டும் கண்டெடுத்தாய். அப்போது அதை நீ கொண்டுசென்று ஒரு பொம்மைக்குழந்தையின் தலையில் வைத்து அலங்கரித்தாய்... அப்போது என் தமக்கை உன்னை என்னிடமிருந்து பெற்றுக்கொண்டாள். நான் பெருமூச்சுடன் உன்னிடமிருந்து பிரிந்துசென்றேன். ஒவ்வொரு கன்னியைப் பிரிகையிலும் நான் மௌனமாக கண்ணீர் விடுவேன். கடைசிவரை அவளைப்பார்த்தபடி பின்பக்கமாக காலடிவைத்து நகர்ந்து நகர்ந்து விலகிச்செல்வேன். உன்னைப்பிரிந்த நாள் எனக்கு மேலும் துயரமானது கண்ணே. நீ என் ஆன்மாவை அறிந்த குழந்தை அல்லவா?" என்றாள் சுவர்ணை.

“என் பெயர் சோபை” என்றபடி செந்நிறமான தேவதை வந்து அம்பைமுன் நின்றாள். “காலைப்பொன்னிறம் சுடரொளியாவது வரை மலரிதழ்களிலும், வண்ணத்துப்பூச்சிகளின் சிறகுகளிலும், பறவை இறகுகளிலும் வாழ்பவள் நான். நிறங்களை ஆழமாக்குபவள். நீர்நிலைகளில் ஒளியை நிறைப்பவள். பறவைக்குரல்களை இசையாக்குபவள். மணியோசைகளில் கார்வையையும், இசையில் துயரத்தையும், கவிதைகளில் கனவையும் நிறைப்பவள். உன் கன்னிப்பருவத்தில் வந்து உன்னை ஆட்கொண்டேன். உன் குருதியை இனிய மதுவாக ஆக்கினேன். அதன் வழியாக நுரைத்தோடிய அனைத்தும் நான் உனக்களித்தவை.”

அம்பை வெட்கி கன்னங்கள் சிவந்து “ஆம் நான் உன்னை அறிவேன். இரவின் தனிமையில் நீ என் போர்வைக்குள் புகுந்துகொள்வாய்” என்றாள். சோபை சிரித்து அவள் கன்னங்களைக் கிள்ளி “அந்தரங்கமானவைக்கெல்லாம் உள்ள குளிர் எனக்கும் உண்டு இல்லையா?” என்றாள். “என்னை மாயை என்றும் சொல்வதுண்டு. நான் உன்னுள் புகுந்து உன் அகங்காரத்தை அள்ளி என் கைவெம்மையிலிட்டு வளர்த்தேன். அவற்றைக்கொண்டு உன்னைச்சுற்றி ஒரு தனியுலகைப் படைத்து உனக்களித்தேன். அந்த உலகில் உன்னுடைய ஆடிபிம்பங்கள் மட்டுமே இருந்தன. நீ அறிந்த அனைத்தும் நீயே. உன் அன்னை தந்தை சோதரிகள் தோழிகள் சேடிகள் அனைவரும் உன் தோற்றங்களே” என்றாள் சோபை.

“ஆம், இப்போது அதை உணர்கிறேன்” என்றாள் அம்பை. சோபை “தோழி, தன் ஊனையும் உதிரத்தையும்விட சுவையானவையாக இவ்வுலகில் எவையும் இருப்பதில்லை. அச்சுவையை அறியாத எவரும் இங்கில்லை. நீ உன்னையே உண்ணச் செய்தேன். உன்னை மீண்டும் பெற்றெடுத்து மீண்டும் உண்ணச் செய்தேன். தன்வாலை விழுங்கிய சர்ப்பம் அகாலத்தில் வாழ்கிறது. உனக்கும் காலமே இல்லாமலிருந்தது. நீ இருந்துகொண்டிருப்பதை நீ மட்டுமே அறிந்திருந்தாய். அரண்மனையிலும் அந்தப்புரத்திலும் அத்தனைபேர் விழிகளிலிருந்தும் நீ முற்றாகவே மறைந்துபோனாய். அவர்கள் கொஞ்சும் குலவும் உரையாடும் கண்டிக்கும் உன்னை நீ விலகி நின்று அன்னியப்பெண்ணாக பார்த்துக் கொண்டிருந்தாய்” என்றாள்.

“ஆம்… மண்ணில் மனிதர்களுக்கு அளிக்கப்பட்டுள்ள மிகச்சிறந்த ஊனுணவை எனக்களித்தாய், நன்றி” என்றாள் அம்பை. “அந்த ஊன்களில் மிகமிகச் சுவையானது சால்வனின் ஊன் இல்லையா?” என்றாள் தேவி. அம்பை ஒருகணம் திடுக்கிட்டபின்பு அமைதியானாள். “அவனை நீ அறியவே மாட்டாய். நீ அறிந்த சால்வன் உன்னிடமிருந்து நீயே சமைத்துக் கொண்டவன். நான் உனக்குப் பரிமாறியவனல்லவா அவன்?” என்றாள் சோபை. அம்பை பெருமூச்சுடன் “ஆம், உண்மை”

என்றாள். "அந்தக்காதலை இப்போது எண்ணினால் என் உடலே கூசுகிறது. என்னுள் இருந்த எந்தக்கீழ்மை அவனை விரும்பியது?"

"அகங்காரம்" என்றாள் சோபை சிரித்து. "நீ விரும்பியது உன் ஆலயத்தில் நீயே கோயில்கொண்ட கருவறைக்குமுன் தூபமும் தீபமுமாக நிற்கும் ஒரு பூசகனை மட்டும்தான்." சோபை அவளை மெல்ல அணைத்தபடி சொன்னாள், "தோழி, அது ஒரு சிறு குமிழி. நீ முற்பிறவியில் நலம் புரிந்துவந்தவள். ஒற்றைக்குமிழியின் உடைவில் நீ உன் யௌவனத்தை கடந்துவந்தாய். நீ முற்பிறப்பில் செய்த புண்ணியத்தால் அக்குமிழியைப் பற்றிக்கொண்டு ஆற்றைக்கடக்க முயலும் விதியும் உனக்கு வரவில்லை."

"ஆம்... உண்மை" என்று தன் நெஞ்சில் கையை வைத்துக்கொண்டாள் அம்பை. "கனவுபோல அவன் காதலில் இருந்து விழித்துக்கொண்டேன்... அது மாபெரும் நல்லூழ்தான்." சோபை புன்னகைத்து "காதலை அறிந்தகணமே உனக்கு நானளிக்கும் சுவைகள் முடிந்தன. அதன்பின் நான் விடைபெற்றாக வேண்டியதுதான் தோழி. நீ படகிலிருந்து இறங்கும்போது நான் உன்னருகே நின்றிருந்தேன்" என்றாள் சோபை.

அம்பை "எப்போது?" என்றாள் மூச்சுத்திணறலுடன். "பீஷ்மரின் படகிலிருந்து இறங்கியபோது நீ அண்ணாந்து அவரைப்பார்த்தாய்... அக்கணத்தில் நான் விலகிவிட்டேன்" என்றாள் சோபை. "நான் மின்னல் மறைவதுபோல எச்சமின்றி கணத்தில் விலகும் விதி கொண்டவள். திரும்பிப்பார்க்க எனக்கு அனுமதியில்லை" என்றாள். "நான் உன்னை அதன்பின் பார்க்கவில்லை. என் பின்னாலிருந்த என் தமக்கை உன்னை பெற்றுக்கொண்டாள்" என்றாள் சோபை. "யார்?" என அம்பை திணறலுடன் கேட்டாள்.

"என் பெயர் விருஷ்டி" என்றபடி அவளருகே வந்தாள் பச்சை நிறமான தேவி. "நான் விதைகளுக்குள் வாழும் தேவி. வேர்களையும் மகரந்தங்களையும் ஆள்பவள். விண்ணையும் மண்ணையும் இணைப்பவள். பெருங்கடல்களின் கருணை. எட்டுவகை ஸ்ரீதேவியராக நானே அறியப்படுகிறேன்." புன்னகையுடன் அருகே வந்து "உண்மையில் நான் மட்டுமே இருக்கிறேன். சுவர்ணை என்றும் சோபை என்றும் வடிவெடுத்து நான் ஆடுவது ஒரு லீலை" என்றாள்.

"உன்னை நான் அறிந்ததில்லையே" என்றாள் அம்பை. "பெண்ணென நீ அறிந்தவை அனைத்தும் நானே. குழந்தையாக மண்ணில் தவழ்ந்து எழுந்து நீ முதன்முதலில் அமர்ந்தபோது மடியில் எடுத்துவைத்து மார்போடணைத்து முலையூட்ட முயன்ற மரப்பாவையை நினைவிருக் கிறதா? அப்போது நான் உன்னருகே இருந்தேன். நீ தாயாக அல்லாமல் ஒருகணமேனும் உன்னை உணர்ந்ததில்லை தோழி. அப்போது உன்

மொட்டான கருப்பைக்குள் இருந்து உன்னை புளகமணியச் செய்தவள் நானே" என்றாள் விருஷ்டி.

அம்பை தலைகுனிந்தாள். "அனைத்தையும் முளைக்க வைப்பவள் நான். சேற்று வயலிலும், கருவுற்ற மிருகங்களிலும், தலைவணங்கும் கதிரிலும் உள்ளது என் வாசனை. அதை நீ அறிந்த கணம் நான் உன்னை என் கைகளில் எடுத்துக்கொண்டேன். நீ பீஷ்மன்மேல்காதல் கொண்ட அந்த கணத்தில்."

அவள் முடிப்பதற்குள்ளேயே தீச்சூடு பட்டவள் போல அம்பை துடித்து விலகி "சீ..." என்றாள். "என்னை சிறுமைப்படுத்துவதற்காகவே சொல்கிறாய்... என்னை என்ன நினைத்தாய்? பரத்தை என்றா?" என்றாள்.

"ஏன்? ஆணை பெண் விரும்புவதில் பிழை என்ன?" என்றாள் விருஷ்டி. "காதல் கொண்ட ஒருவனை தேடிச் செல்லும்போது உள்ளூர இன்னொரு ஆணை எண்ணும் கீழ்மகளா நான்?" என்று அம்பை கொந்தளிப்புடன் கேட்டாள். "இல்லை, நீ ஒரு பெண். உன் கருப்பை ஆசைகொண்டது. தீராத்தனிமையுடன் நின்றிருந்த மாவீரனைக் கண்டதும் அவன்முன் மண்டியிடவும், உன்னுடன் இணைத்துக்கொண்டு அவனை ஒரு குழந்தையாகப் பெற்று மடியில் போட்டுக்கொள்ளவும் அது விழைந்தது. அதுவே இப்பூவுலகை உருவாக்கி நிலைநிறுத்தும் இச்சை. நான் அதன் தேவதை" என்றாள் விருஷ்டி.

"இல்லை... இல்லை... நீ என்னை ஏமாற்றுகிறாய்... நீ என்னை அவமதிக்கிறாய்... என் கல்வி ஞானம் அகங்காரம் தவம் அனைத்தும் பொய்யே என்கிறாய். நான் வெறும் கருப்பை மட்டுமே என்கிறாய்." மூச்சிரைக்க அம்பை கூவினாள். "ஏன் கருப்பை என்பது எளியதா என்ன?" என்றாள் விருஷ்டி. "தோழி, இதயம் மிகச்சிறியது, கருப்பையோ முடிவற்றது."

"இதயத்தின் சாறுகளான வேட்கை, விவேகம், ஞானம் என்னும் அற்பகுணங்களால் அலைக்கழிய விதிக்கப்பட்டவர்கள் ஆண்கள். கருப்பை என்னும் நங்கூரத்தால் ஆழக்கட்டப்பட்டவர்கள் பெண்கள்" என்றாள் விருஷ்டி. "உன்னுடைய பாதை பெருவெளியில் கோள்களைச் செலுத்தும் பேராற்றலின் விசையாலானது. அதைத்தவிர அனைத்தும் மாயையே."

அம்பை, "இல்லை இல்லை" என தலையை அசைத்தாள். விருஷ்டி அவள் தலையை மெல்ல வருடி "உன்னுடைய பெண்மையை நீ உணருந்தோறும் பீஷ்மன் ஒருவனன்றி எவருமே உனக்கு நிகரல்ல என்று உணர்கிறாய். அவனைத்தவிர எவரையும் உன் அகம் பொருட்டாக நினைக்கவுமில்லை" என்றாள்.

அம்பை உதடுகளை மடித்தபடி பேசாமலிருந்தாள். “பெண்ணின் அகங்காரம் என்பது சரியான ஆணை கண்டடைவதற்காக அவளுடைய தேவதைகள் அளித்த கருவி. அவனையன்றி வேறெவரையும் உன் அகங்காரமெனும் புரவி அமரச்செய்யாது” என்றாள் விருஷ்டி. பெருமூச்சுடன் “ஆம்” என்றாள் அம்பை. “அவன் ஆணுருவம் கொண்ட நீ. நீ பெண் வடிவம் கொண்ட அவன். நெருப்பு நெருப்புடன் இணைவதுபோல நீங்கள் இணையமுடியும்.”

“உண்மை” என்றபின் அம்பை ஒரு கணத்தில் முகம் மலர்ந்து தாவி எழுந்தாள். “உனக்கு நன்றியுடையவளாக இருப்பேன் தேவி... நீ என்னை எனக்குக் காட்டினாய்...” என்றாள். “அது என் படைப்புமுதல்வன் எனக்களித்த விதி” என்றாள் விருஷ்டி. “சென்றுவா மகளே. உன் விதைகளெல்லாம் முளைக்கட்டும்” என்று அவள் நெற்றியில் கைவைத்து ஆசியளித்தாள். வெட்கிச்சிவந்த அம்பை வாழ்க்கையில் முதன்முறையாக தலைகுனிந்தாள்.

நூற்றாண்டுகளுக்குப் பின் எங்கோ விழிபிரமித்து அமர்ந்திருந்த சில கன்னியர்முன் சிறுமுழவை இருவிரலால் மீட்டி ஏதோ ஒரு சூதன் பாடி முடித்தான். “அம்பை தன் மெல்லிய இடை துவள, கால்கள் தடுமாற, விரல்நுனிகள் குளிர கங்கையை நோக்கிச் சென்றாள்.”

7

ஒரு தெய்வம் இறங்கிச்சென்று பிறிதொரு தெய்வம் வந்து படகிலேறியதுபோல நிருதன் உணர்ந்தான். திரும்பிவந்த அம்பை மெல்லிய நடையும், உடல்பூத்த சலனங்களும், செவ்வாழைமெருகும் கொண்டவளாக இருந்தாள். படகிலேறி அமர்ந்து இசைகலந்த குரலில் 'அஸ்தினபுரிக்குச் செல்' என்று அவள் சொன்னபோது துடுப்பை விட்டுவிட்டு கைகூப்பியபின் படகை எடுத்தான். அலைகளில் ஏறியும் படகு ஆடவில்லை, காற்று ஊசலாடியும் பாய்மரம் திரும்பவில்லை. வடதிசையிலிருந்து வானில் பறந்துசெல்லும் வெண்நாரை பொன்னிற அலகால் இழுபட்டுச்செல்வதுபோல அவள் சென்றுகொண்டிருந்தாளென நினைத்தான். அவளருகே ஒரு வீணையை வைத்தால் அது இசைக்குமென்றும் அவள் விரல்பட்டால் கங்கைநீர் அதிரும் என்றும் எண்ணிக்கொண்டான்.

நெய்விழும் தீ போல அவ்வப்போது சிவந்தும், மெல்ல தணிந்தாடியும், சுவாலையென எழுந்தும் படகுமூலையில் அவள் அமர்ந்திருக்கையில் படகு ஒரு நீளமான அகல்விளக்காக ஆகிவிட்டது என்று நிருதன் எண்ணிக்கொண்டான். இரவு அணைந்தபோது வானில் எழுந்த பலகோடி விண்மீன்களுடன் அவள் விழியொளியும் கலந்திருந்தது. இரவெல்லாம் அவளுடைய கைவளை குலுங்கும் ஒலியும் மூச்சு எழுந்தடங்கும் ஒலியும் கேட்டுக்கொண்டிருந்தன. பகலொளி விரிந்தபோது சூரியனுடன் சேர்ந்து படகின் கிழக்குமுனையில் உதித்தெழுந்தாள்.

அஸ்தினபுரியை நோக்கிச்செல்லும் பாதை தொடங்குமிடத்தில் இருந்த அமுதகலசம் கொண்ட தூண்முகப்பைக் கண்டதும் அன்னையைக் கண்ட குழந்தைபோல எழுந்து நின்றுவிட்டாள். படகு நிற்பதற்குள்ளேயே பாய்ந்து கரையிறங்கி ஓடி, அங்கே நின்ற அஸ்தினபுரியின் ஸ்தானிகரிடம் இலச்சினை மோதிரத்தைக் காட்டி அவரது தேரில் ஏறிக்கொண்டு

கடிவாளத்தைச் சுண்டி குதிரைகளை உயிர்பெறச்செய்து, வில்லை உதறிய அம்புபோல நதியை விட்டு விலகி விரைந்து சென்றாள். செம்மண்பாதையின் புழுதி எழுந்து அவளை மறைத்தபோது அஸ்தமனம் ஆனதுபோல நிருதனின் உலகம் அணைந்து இருண்டது.

அம்பை அரசபாதையில் அஸ்தினபுரியை அடைந்தாள். கோட்டைவாசலிலேயே பீஷ்மரைப்பற்றி விசாரித்தறிந்து, வலதுபக்கம் திரும்பி உபவனத்துக்குள் இருந்த பீஷ்மரின் ஆயுதசாலையை அடைந்து, தேரை நிறுத்தி கடிவாளத்தை உதறிவிட்டு பாய்ந்திறங்கி, ஆயுதசாலையின் முகப்பை அடைந்தாள். அதுவரை கொண்டுவந்து சேர்த்த அத்தனை வேகமும் பின்னகர, கால்கள் தளர்ந்து படிகளின் கீழே நின்றிருந்தாள். அவளுக்குப் பின்னால் குதிரையில் விரைந்துவந்த காவலன் இறங்கி உள்ளே ஓடிச்சென்று சொன்னதும் பீஷ்மரின் முதல்மாணவனாகிய ஹரிசேனன் வெளியே ஓடிவந்து "காசிநாட்டு இளவரசியை வணங்குகிறேன்" என்றான்.

அச்சொல் தன்மேல் வந்து விழுந்தது போல அம்பை திடுக்கிட்டு "அஸ்தினபுரிக்கு அதிபரான பீஷ்மரை பார்க்கவந்தேன்..." என்றாள். "பிதாமகர் உள்ளே ஆயுதப்பயிற்சி எடுக்கிறார். வாருங்கள்" என்றான் ஹரிசேனன். அவள் அவனைத்தாண்டி மரப்பலகைத் தரையில் பாதங்கள் ஒலிக்க உள்ளே சென்றாள். அவன் பெருமூச்சுடன் நின்று கதவை மெல்ல மூடினான். முன்னதாக காசிநாட்டிலிருந்து ஒற்றன் செய்தி அனுப்பியிருந்தான்.

பீஷ்மர் முன்பு சென்றபோது அம்பை தன் உடலையே தாளாதவள் போல இடைதுவண்டு அங்கிருந்த ஆயுதபீடத்தைப் பற்றியபடி நின்றாள். தன் உடலில் இருந்து சிலம்பின் ஒலி நின்றபின்னும் கேட்டுக்கொண்டிருப்பதுபோல உணர்ந்தாள்.

அவள் வருவதை முன்னரே உணர்ந்திருந்த பீஷ்மர் தன் கையில் ஒரு குறுவாளை எடுத்து அதன் ஒளிரும் கருக்கை கைகளால் வருடியபடி தலைகுனிந்து அமர்ந்திருந்தார்.

அம்பை பேசுவதற்கான மூச்சு எஞ்சியிராதவளாக, உடலெங்கும் சொற்கள் விம்மி நிறைந்தவளாக நின்றாள். உள்ளெழுந்த எண்ணங்களின் விசையால் அவள் உடல் காற்றிலாடும் கொடிபோல ஆடியபோது நகைகள் ஓசையிட்டன. அமர்ந்திருக்கும்போதும் அவளுடைய உயரமிருந்த அம்மனிதனை முதல்முறையாக பார்ப்பவள் போல இருகண்களையும் விரித்து, மனதை விரித்து, தாகத்தை விரித்து பார்த்துக்கொண்டிருந்தாள்.

பீஷ்மர் சிலகணங்களுக்குப்பின் தலைதூக்கி அவளைப்பார்த்தார். அப்பார்வை பட்டதுமே அவளுடலில் பரவிய மெல்லிய அசைவை,

அவளில் இருந்து எழுந்த நுண்ணிய வாசனையை அவர் உணர்ந்ததும் அவரது உள்ளுக்குள் இருந்த ஆமை கால்களையும் தலையையும் இழுத்துக்கொண்டு கல்லாகியது. மரியாதைமுகமாக எழுவது போன்று எழுந்து, பார்வையை விலக்கி "காசிநாட்டு இளவரசியாருக்கு வணக்கம்... நான் தங்களுக்கு என்ன பணியை செய்யமுடியுமென்று சொல்லலாம்" என்று தணிந்த குரலில் சொன்னார்.

அவரது குரலின் கார்வை அவளை மேலும் நெகிழச்செய்தது. வெண்ணெயாலான சிற்பம் என தான் உருகி வழிந்துகொண்டிருப்பதாக நினைத்தாள். என் சொற்கள் எங்கே, என் எண்ணங்கள் எங்கே, நான் எங்கே என நின்று தவித்தாள். இங்கிருப்பவள் எவள் என திகைத்தாள். இதுவல்லவா நான், இது மட்டுமல்லவா நான் எனக் கண்டடைந்தாள். பீஷ்மர் அவளை நோக்கி "காசியிலிருந்து தாங்கள் கிளம்பி வரும் தகவலை ஒற்றர்கள் சொன்னார்கள்" என்றார்.

"நான் உங்களைத்தேடி வந்தேன்" என்றாள் அம்பை. அந்த எளிய சொற்களிலேயே அனைத்தையும் சொல்லிவிட்டவள்போல உணர்ந்தாள். "நான் என்ன செய்யமுடியும் தேவி? தாங்கள் சால்வனை வரித்துக்கொண்டவர்" என்றார் பீஷ்மர். அம்பை தன்மேல் அருவருப்பான ஏதோ வீசப்பட்டதுபோல கூசி "அவனை நான் அறியேன்" என்றாள். "அவன் அஞ்சியிருப்பான்... அவனிடம் நான் பேசுகிறேன்..." என்றார் பீஷ்மர். "அவனை நான் அறிந்திருக்கவுமில்லை" என்றாள் அம்பை. அக்கணம் அவர்கள் கண்கள் சந்தித்துக்கொண்டன. அவரிடம் தான் எதுவும் சொல்லவேண்டியதில்லை என்று அவளறிந்தாள்.

பீஷ்மர் "இளவரசி, நான் தங்களை முறைப்படி சால்வனிடம் அனுப்பியது இந்த நாட்டுக்கே தெரியும்... அம்பிகையை பட்டத்தரசியாக்கும் காப்பு நேற்று கட்டப்பட்டுவிட்டது... இனி இங்கே ஏதும் செய்வதற்கில்லை" என்றார். அம்பை சீறியெழும் நாகம்போல தலைதூக்கி "நான் அஸ்தினபுரிக்கு அரசியாக இங்கே வரவில்லை. நான் வந்தது உங்களைத்தேடி" என்றாள்.

வேட்டைநாய்முன் சிக்கிக்கொண்ட முயல்போல பீஷ்மர் அச்சத்தில் சிலிர்த்து அசைவிழந்து நின்றார். பின்பு கைகளைத் தூக்கி ஏதோ சொல்லமுனைந்தார். "இது தங்கள் ஆன்மாவும் என் ஆன்மாவும் அறிந்ததுதான்..." என்றாள் அம்பை. பீஷ்மர் கால்கள் தளர்ந்து தன் இருக்கையில் அமர்ந்துகொண்டார். "நான் இருக்கவேண்டிய இடம் இது என்று சால்வனைக் கண்டபின்புதான் அறிந்தேன்... ஆகவே இங்கே வந்தேன்" என்று அம்பை சொல்லி மெல்ல முன்னகர்ந்தாள்.

அவளை அஞ்சியவர் போல கால்களை பின்னால் இழுத்துக்கொண்ட பீஷ்மர் "இளவரசி, நான் காமத்தை ஒறுக்கும் நோன்பு கொண்டவன்.

என் தந்தைக்குக் கொடுத்த வாக்கு அது. அதை நான் மீறமுடியாது" என்றார். கூரிய விழிகளால் பார்த்தபடி "இல்லை, அதை நீங்கள் உங்களை நோக்கிச் சொல்லிக்கொள்ளமுடியாது" என்றபடி அம்பை மேலும் அருகே வந்தாள். "நான் உங்களை ஏன் ஏற்றுக்கொண்டேன் என்று சற்றுமுன்னர்தான் எனக்குப்புரிந்தது, நம் கண்கள் சந்தித்தபோது... நீங்கள் முன்பு என்னைப்பார்த்த முதல்பார்வையே பெண்ணைப்பார்க்கும் ஆணின் பார்வைதான்."

பீஷ்மர் கடும் சினத்துடன், "என்ன சொல்கிறாய்? யாரிடம் பேசுகிறாய் என்று சிந்தித்துதான் பேசுகிறாயா?" என்றார். அந்த சினம் அவரது முதல் கோட்டை என அறிந்திராதவளாக அதை பட்டுத்திரைபோல விலக்கி முன்னால் வந்தாள். "ஆம், உங்களிடம்தான். இன்று இவ்வுலகத்திலேயே நான் நன்றாக அறிந்தவர் நீங்கள்தான். சுயம்வரப்பந்தலில் முதன்முதலில் என்னைப்பார்த்ததும் நீங்கள் அடைந்த சலனத்தை நானும் உற்று நோக்கியிருக்கிறேன் என்று இப்போதுதான் நானே அறிந்தேன். நாண் விம்மி ஒலிக்கும் வில்லை ஏந்தியபடி என்னைத் தூக்குவதற்காக உங்களை அறியாமலே என்னை நோக்கி நான்கு எட்டு எடுத்து வைத்தீர்கள். அதுதான் உங்கள் அகம். உடனே திரும்பி சீடர்களை அழைத்தீர்களே அது உங்கள் புறம்... இங்கே நீங்கள் சொல்லும் அத்தனை காரணங்களும் உங்கள் புறம் மட்டுமே. நான் உங்கள் அகத்துக்குரியவள்... உங்கள் அகத்துடன் உரையாடிய முதல் பெண் நான்..."

"இளவரசி, என்னை அவமதிக்காதீர்கள். நான் நடுவயது தாண்டியவன்... ஒருகணக்கில் முதியவன். இத்தனைநாள் நான் காப்பாற்றி வந்த நெறிகளை எள்ளி நகையாடுகிறீர்கள்... எவ்வகையிலும் இது நியாயமல்ல..." என்று இடறிய குரலில் சொன்னார் பீஷ்மர். அம்பையின் முகம் கனிந்தது. பிழைசெய்துவிட்டு பிடிபட்ட குழந்தையிடம் அன்னை போல "காங்கேயரே, நான் மிக இளையவள். ஆனால் காதலில் மனம்கனிந்த பெண். உண்மையில் அன்னையும்கூட. உங்கள் தனிமையை நான் அறியமாட்டேன் என நினைக்கிறீர்களா? உங்கள் உள்ளுக்குள் நீங்கள் ஏங்குவதென்ன என்று நான் அறிவேன்... நீங்கள் விரும்புவது ஓர் அன்னையின் அணைப்பை மட்டும்தான்."

"உளறல்" என்று பற்களைக் கடித்த பீஷ்மரிடம் "கட்டுண்டவேழம் போன்றவர் நீங்கள். மலைகளைக் கடக்கும் கால்களும் மரங்களை வேருடன் சாய்க்கும் துதிக்கையும் கொண்டிருந்தாலும் மூங்கில் இலைகளைத் தின்று கல்மண்டப நிழலில் வாழ விதிக்கப்பட்டிருக்கிறீர்கள்... அந்த சுயவெறுப்பிலிருந்து வந்தது உங்கள் தனிமை... அதை நான் மட்டுமே போக்க முடியும்" என்றாள் அம்பை.

பீஷ்மர் கைகள் நடுங்க அவளை வணங்கி "இங்கிருந்து சென்றுவிடுங்கள் இளவரசி... அந்த அருளை மட்டும் எனக்களியுங்கள்" என்றார்.

“காங்கேயரே, அரியணையில் அமர்ந்து பாரதவர்ஷத்தை முழுக்கவென்று காலடியிலிட்டு, அத்தனை போகங்களையும் அறிந்து மூத்தபின் பெற்ற மக்களிடம் நாட்டை அளித்துவிட்டு காடுபுகுந்தாலன்றி உங்கள் அகம் அடங்காது... அது ஷத்ரியனின் உயிராற்றல். இன்று உங்களிடமிருப்பது அடங்கிய அமைதி அல்ல, அடக்கப்பட்ட இறுக்கம்...” என்ற அம்பை கனிந்து மென்மையான குரலில் சொன்னாள் “எதற்காக இந்த பாவனைகள்? ஏன் இப்படி உங்களை வதைத்துக்கொள்கிறீர்கள்? சுயதர்மத்தைச் செய்யாமல் முக்தியில்லை என நீங்கள் கற்றதில்லையா என்ன?”

“இளவரசி, நான் என் தந்தைக்குக் கொடுத்த ஆணை...” என்று பீஷ்மர் தொடங்கியதும் கோபமாக அம்பை உட்புகுந்தாள். “அதைப்பற்றி என்னிடம் சொல்லவேண்டாம்... அது உங்கள் தந்தை சந்தனு செய்த ஓர் அரசியல் உத்தி. தொலைதூரத்து காங்கேயர் குலம் இந்த மண்ணை ஆள்வதை இங்குள்ள மக்கள் விரும்பமாட்டார்கள் என அவர் அறிந்திருந்தார்...” என்றாள்.

பீஷ்மர் உரத்த சிரிப்புடன் “இந்த மண்ணை எடுத்துக்கொள்ள என்னால் முடியாதென நினைக்கிறீர்களா?” என்றார். “எனது இந்த ஒரு வில் போதும் பாரதவர்ஷத்தை நான் ஷத்ரிய முறைப்படி வென்றெடுக்க” என்றார்.

அம்பை “பார்த்தீர்களா, நான் உங்கள் வீரத்தை குறைத்து எண்ணிவிடக்கூடாதென நினைக்கிறீர்கள். நான் சொல்வதற்கெல்லாம் இதுவே ஆதாரம். எந்த ஆணும் காதலியிடம் பேசும் பேச்சுதான் இது” என்றாள். சிரித்தபடி “மதவேழத்தின் அத்தனை வலிமையையும் மெல்லிய சேறு கட்டிவிடும். ஆனால் தன் வலிமையை நம்பி வேழம் அதுவே சென்று சேற்றில் இறங்கும்... நீங்கள் உங்கள் தன்முனைப்பால் இதில் இறங்கிவிட்டீர்கள். சூதர்களின் புராணமாக ஆவதற்காக உங்களை பலிகொடுக்கிறீர்கள்” என்றாள்.

“போதும் விளையாட்டு” என பீஷ்மர் சீறினார். தன் வாசலற்ற கருங்கல் கோட்டைகள் அனைத்தும் புகையாலானவை எனக் கண்டார். அவரது சிந்தனைகளை காதில் கேட்டவள் போல “அரசே, அன்புகொண்டவர்கள் வரமுடியாத ஆழம் என ஏதும் எவரிடமும் இருப்பதில்லை” என்றாள் அம்பை.

“என்னை சோதிக்காதீர்கள் இளவரசி... என் உணர்வுகளைச் சீண்டி விளையாடாதீர்கள். தயவுசெய்து...” என உடைந்த குரலில் சொன்ன பீஷ்மரிடம் “அரசே, விளையாடுவது நீங்கள். குழந்தை நெருப்புடன் விளையாடுவதுபோல நாற்பதாண்டுகளாக காமத்துடன் விளையாடிக் கொண்டிருக்கிறீர்கள்... நெருப்பு விளையாட்டுகளை அனுமதிப்பதே

இல்லை அரசே. என்னை ஏற்றுக்கொள்ளுங்கள். நான் உங்கள் ஆன்மாவின் தோழி...” அம்பையின் குரல் நெகிழ்ந்திருந்தது.

கண்களை விலக்கியபடி “என் நெறிகளை நான் விடவே முடியாது” என்றார் பீஷ்மர். “ஏன்? அரசே, உங்கள் தந்தை தனயன் என்னும் பாசத்தால் உங்களைப் பிணைத்தார். இந்த மக்கள் தேவவிரதன் என்ற பெயரைக் கொண்டு உங்களை சிறையிட்டிருக்கிறார்கள். இந்த நாட்டின் நலனை இரவும் பகலும் நீங்கள் எண்ணுகிறீர்கள். உங்கள் நலனை எண்ணுவதற்கு எவரும் இல்லை இங்கே. நீங்கள் அதை அறிவீர்கள். இவர்களா உங்கள் சுற்றம்? இவர்களா உங்கள் கேளிர்? ஆணுக்கு பெண் மட்டுமே துணை... அது பிரம்மன் வகுத்த விதி.”

முற்றிலும் திறந்தவராக அவள்முன் நின்ற பீஷ்மரின் பழகிய அகந்தை சுண்டப்பட்டு, கீழே விழும் நாணயம் இறுதிக்கணத்தில் திரும்புவதுபோல நிலைமாறியது. அதை தன் தோல்வி என்றே எடுத்துக்கொண்டார். தன்னை தோல்வியுறச்செய்து மேலே எழுந்து நிற்கும் பெண்ணை திடமாக ஊன்றி நோக்கி அவளை எது வீழ்த்தும் என சிந்தனை செய்தார். குழந்தையின் உள்ளும் புறமும் அறிந்த அன்னையாக அவள் நின்றுகொண்டிருந்தாள். அந்நிலையை எதிர்கொள்ள அவர் தன்னை ராஜதந்திரியாக ஆக்கிக்கொண்டார். “இளவரசி, இப்போது நீங்கள் செய்வதென்ன தெரியுமா? அன்புக்காக வாதிடுகிறீர்கள். அபத்தத்தின் உச்சமென்றால் இதுதான்” என்றார்.

அம்பை, பெண் ஒருபோதும் அறிந்திராத அந்த இரும்புச்சுவரை உணர்ந்ததுமே சோர்ந்து, “நான் வாதிடவில்லை... நான் உங்களை விடுவிக்க முயல்கிறேன். பாவனைகள் மூலம் வாழமுடியாது என்று உங்கள் அகங்காரத்திடம் சொல்ல விரும்புகிறேன்” என கவசங்களில்லாமல் வந்து நின்றாள். அதைக்கேட்டு மேலும் நுணுக்கமாக தன் ராஜதந்திர தர்க்கத்தை நீட்டித்தார் பீஷ்மர். “இளவரசி, விவாதிக்கும்தோறும் என்னிடமிருந்து இன்னமும் விலகிச்செல்கிறீர்கள்...”

ஆனால் அக்கணமே அம்பை அனைத்தையும் விட்டு வெறும் பெண்ணாக மாறினாள். தழுதழுத்த குரலில், “நான் விவாதிக்க வரவில்லை அரசே... என்னுடைய நெஞ்சத்தையும் ஆன்மாவையும் உங்கள் பாதங்களில் படைக்க வந்திருக்கிறேன். இக்கணம் நீங்களல்லாமல் எதுவும் எனக்கு முக்கியமல்ல. விண்ணும் மண்ணும் மூன்று அறங்களும் மும்மூர்த்திகளும் எனக்கு அற்பமானவை... என்னை துறக்காதீர்கள்” என்றாள்.

ஒரு கணம் தோற்றுவிட்டதாக நினைத்து தளர்ந்த பீஷ்மர் உடனே அதற்கு எதிரான ஆயுதத்தை கண்டுகொண்டார். வெறும் ஆணாக, தோளாக, மார்பாக, கைகளாக தருக்கி நிமிர்ந்து “நீங்கள் எத்தனை சொன்னாலும் என் உறுதியை நான் விடமுடியாது இளவரசி” என்றார்.

அம்பை அம்புபட்ட கிருஷ்ணமிருகம் போன்ற கண்களால் அவரை நோக்கி "நான் உங்களிடம் கெஞ்சவேண்டுமென எதிர்பார்க்கிறீர்களா?" என்றாள். பீஷ்மரின் அகத்துள் மெல்லிய ரகசிய ஊற்றாக உவகை எழுந்தது. என் வாழ்நாளில் நான் சந்திக்கக் கூடுவதிலேயே பெரிய எதிரி இதோ என்முன் தோற்று நிற்கிறாள். புன்னகையை உதட்டுக்கு முன்னரே அணைகட்டி "இளவரசி, உங்களால் அது முடியாதென எனக்கும் தெரியும்" என்றார்.

"ஏன்?" என்று கண்களைச் சுருக்கியபடி அம்பை கேட்டாள். "ஏனென்றால் நீங்கள் ஒரு பெண்ணல்ல. இப்படி காதலுக்காக வந்து கேட்டு நிற்பதே பெண்ணின் இயல்பல்ல. பெண்ணுக்குரிய எக்குணமும் உங்களிடமில்லை" என்றார் பீஷ்மர். அம்பை உதடுகளை இறுக்கியபடி "என்னை அவமதிக்க நினைக்கிறீர்களா?" என்றாள்.

"இல்லை, நான் சொல்லவருகிறேன்..." பீஷ்மர் தன் சமநிலையை தானே வியந்தார். அம்பையின் முகத்தில் நீலநரம்புகள் புடைக்கத் தொடங்கியதைக் கண்டதும் அவர் உள்ளம் துள்ள ஆரம்பித்தது. இதோ இதோ இன்னும் ஓரடி. இன்னும் ஒரு விசை. இன்னுமொரு மூச்சு. இந்தக்கோபுரம் இக்கணமே சரியும். சதுரங்கத்தில் நான் வெல்லும் மிகப்பெரிய குதிரை. "...இளவரசி நீங்கள் கேட்டகேள்விக்கு இந்த பதிலே போதுமென நினைக்கிறேன். ஆணை வெற்றிகொள்பவள் பெண், பெண்மை மட்டுமே கொண்ட பெண்."

அவர் நினைத்த இடத்தில் அம்பு சென்று தைத்தபோதிலும் அம்பை "நீங்கள் இச்சொற்களை உங்கள் வன்மத்திலிருந்து உருவாக்கிக் கொண்டீர்கள் என எனக்குத் தெரியும்... உலகம் மீது வன்மம் கொண்டவர்கள் அவர்களுக்கு நெருக்கமானவர்களையே வதைப்பார்கள்" என்றாள். தன் கடைசி ஆயுதத்தையும் அவள் விலக்கி விட்டதை உணர்ந்தவர் போல பீஷ்மர் சினம் கொண்டார். நீர் விழுந்த கொதிநெய் என அவரது அகம் பொங்கியபோது அவர் சொல்லவேண்டிய கடைசி வாக்கியம் நாக்கில் வந்து நின்றது. அழுக்கு மீது குடியேறும் மூதேவி என.

"ஆம், நான் உங்களுக்கான அன்பை உள்ளுக்குள் வைத்திருந்தேன். இப்போது அதை வீசிவிட்டேன். என்னை கிழித்துப்பார்க்கும் ஒரு பெண்ணருகே என்னால் வாழமுடியாது. எனக்குத் தேவையானவள் ஒரு பேதை. நான் கண்ணயர விழைவது ஒரு பஞ்சுமெத்தையில், கூரிய அம்பு களின் நுனியில் அல்ல." சொல்லிமுடித்ததும் அவரது உடல் நடுங்கத் தொடங்கியது. எய்யப்பட்ட அம்புக்குப்பின் அதிரும் நாண் போல.

அவரே எதிர்பாராதபடி அம்பை கைகூப்பி கால் மடங்கி முழங்காலிட்டு கண்ணீர் நனைந்த குரலில் சொன்னாள் "காங்கேயரே, நான் உங்கள்

அடைக்கலம். என்னை துறக்காதீர்கள். நீங்களில்லாமல் என்னால் உயிர்வாழமுடியாது.” தொழுத கையை விரித்து முகம் பொத்தி “நான் சொன்ன அத்தனை சொற்களையும் மறந்து விடுங்கள். என் தாபத்தால் உளறி விட்டேன்... நான் உங்கள் தாசி. உங்கள் அடிமை” என்றாள்.

குனிந்து அந்த நடுவகிடிட்ட தலையை, காதோர மயிர்ச்சுருள்களை, கன்னக்கதுப்பை, கைமீறி வழியும் கண்ணீரை, மார்பில் சொட்டிய துளிகளைக் கண்டபோது அப்படியே விழுந்து அவளை அணைத்து தன் உடலுக்குள் செலுத்திவிடவேண்டுமென்ற வேகம் அவருள் எழுந்தது. ஆனால் பீஷ்மர் ஆயிரம் மத்தகங்களால் அந்த உடையும் மதகை அழுந்தப்பற்றிக்கொண்டார். மேலும் மேலும் வேழப்படைகளால் முட்டி முட்டி அதை நிறுத்தியபடி “இனி நாம் பேசவேண்டியதில்லை இளவரசி” என்றார்.

இரு கைகளையும் வேண்டுதல்போல விரித்து அம்பை அவரை அண்ணாந்து பார்த்தாள். புரியாதவள் போல, திகைத்தவள் போல. பின்பு மெல்ல எழுந்து நின்றாள். அவளுடைய கழுத்தில் நீலநரம்பு புடைத்து அசைந்தது. வலிப்பு நோயாளியைப்போல அவள் கைகள் முறுக்கிக்கொள்ள, உதடுகளை வெண்பற்கள் கடித்து இறுக்கி குருதி கசிய, கன்னம் வெட்டுண்ட தசைபோல துடிதுடித்தது. அதைக்கண்ட பீஷ்மர் அவருள் எக்களிப்பை உணர்ந்தார். இதோ நான் என் தாயை அவியாக்குகிறேன். அக்கினியே சுவாகா. இதோ நான் என் தந்தையை அவியாக்குகிறேன். அக்னியே சுவாகா. இதோ நான் என் குலத்தை, என் மூதாதையரை அவியாக்குகிறேன். சுவாகா சுவாகா! இதோ என் நெறிநூல்களை, என் ஞானத்தை, என் முக்தியை அவியாக்குகிறேன். சுவாகா சுவாகா சுவாகா! நின்றெரிக! எரிந்தழிக! தன்னையே உண்டழிக! “உங்களுக்கு மங்கலங்கள் நிறையட்டும் இளவரசி!” என நிதானமான குரலில் சொன்னார் பீஷ்மர்.

கழுத்து வெட்டுண்ட சடலம்போல தள்ளாடியவவளாக அம்பை சிலகணங்கள் நின்றபின் மெல்ல திரும்பினாள். அங்கேயே விழுந்து விடுபவள் போல மெல்ல திரும்பி நடந்தாள். அவளுக்குப்பின்னால் சிதையில் இதயம் வேகும்போது எழுந்தமரும் பிணம்போல பீஷ்மர் மெல்ல அசைந்தார். அதன் ஒலியிலேயே அனைத்தையும் உணர்ந்தவளாக அம்பை திரும்பினாள். காதல் பெண்ணில் உருவாக்கும் அனைத்து அணிகளையும் அணிந்தவளாக, அவளுடைய கன்னியழகின் உச்சகணத்தில் அங்கே நின்றாள். கைகள் நெற்றிக்குழலை நீவ, கழுத்து ஒசிந்தசைய, இடை நெகிழ, மார்பகங்கள் விம்ம, இதோ நான் என.

அப்போது, எப்படி அது நிகழ்ந்தது என அவரே பல்லாயிரம் முறை பின்பு வியந்துகொண்ட ஒரு மெல்லிய ஏளனச்சுழிப்பு அவர் உதடுகளில்

நிகழ்ந்தது. அதைக்கண்டதும் வெண்பனி நெருப்பானதுபோல, திருமகள் கொற்றவையானதுபோல அவள் உருமாறினாள்.

“சீ, நீயும் ஒரு மனிதனா?” என்று தழலெரியும் தாழ்ந்த ஒலியில் அம்பை சொன்னாள். “இம்மண்ணிலுள்ள மானிடர்களிலேயே கீழ்மையானவன் நீ. உன்முன் இரந்து நின்றதனால் இதுவரை பிறந்தவர்களிலேயே கீழ்மகள் நான். ஆயிரம் கோடி முறை ஊழித்தீ எரிந்தாலும் இக்கணம் இனி மறையாது.” இடிபட்டெரியும் பசுமரம்போல சுருங்கி நெரிந்து துடித்த அவளுடலில் இருந்து சன்னதம் கொண்டெழும் மயான சாமுண்டியின் பேரோலம் கிளம்பியது. ரத்தமும் நிணமும் சிதற எலும்பை உடைத்து இதயத்தைப் பிழிந்து வீசுபவள் போல மார்பை ஓங்கியறைந்து சினம் கொண்ட சிம்மக்கூட்டம்போல குரலெழுப்பியபடி அவள் வெளியே பாய்ந்தாள்.

பகுதி நான்கு

அணையாச்சிதை

1

'சூதரே! மாகதரே! கேளுங்கள், விண்ணக மின்னல் ஒன்று மண்ணில் எரிந்தோடியதை நான் கண்டேன். பாதாளத்தின் நெருப்பாறொன்று பொங்கிப்பெருகிச்செல்வதை நான் கண்டேன். பாய்கலைப்பாவை புறங்காட்டில் நின்றதைக் கண்டவன் நான்! படுகளக்காளி மலைச்சரிவில் எழுந்ததைக் கண்டவன் நான்! எரிகண்ணுடைய திரயம்பிகை, வெண்பல் நகை அணிந்த சாமுண்டி, முழவென ஒலிக்கும் கங்காளி! சண்டி, பிரசண்டி, திரிதண்டி! அண்டங்களை அழிக்கும் அம்பிகை! நான் கண்டேன், ஆம் நான் கண்டேன்.'

நூற்றாண்டுகளாக சூதர்கள் அதைப்பாடினர். காலகாலங்களுக்கு அப்பால் என்றோ செம்மண்கலந்த சாணி மெழுகி, சக்கரக்கோலமிட்டு, மேருபீடத்தில் நவகாளியன்னையரை அமைத்து, ஊன்பலிகொடுத்து கொண்டாடும் விழவு ஒன்றில் முள்ளிருக்கையில் அமர்ந்து, முன்னும் பின்னும் ஆடி முழவைமீட்டி, பாடிக்கொண்டிருந்த சூதர்களில் வெறியாட்டெழுந்தது. எழுந்து கைநீட்டி கூந்தல்கற்றைகள் சுழன்று மார்பிலும் தோளிலும் தெறிக்க, விழிவெறிக்க, மதகரியின் முழக்கமென குருதியுண்ட சிம்மமென வெறிக்குரலெழுப்பி அந்தக் கதையைப் பாடினர்.

'சைலஜை, பிரம்மை, சந்திரகந்தை, கூஷ்மாண்டை, ஸ்கந்தை, கார்த்யாயினி, காலராத்ரி, சித்திதாத்ரி, மகாகௌரி! ஒருருவம் ஒன்பதாவதைக் கண்டேன்! ஒன்பதும் ஒருத்தியே எனத் தெளிந்தேன். அம்பாதேவி! அழியாச் சினம் கொண்ட கொற்றவை! காலகாலக்கனல்! அன்னை! அன்னை! அன்னை!' எனக் கூவி தாண்டவமாடினர். அங்கே அமர்ந்திருந்தவர்கள் கைகூப்பி "அவள் வாழ்க! எங்கள் தலை மீது அவள் பொற்பாதங்கள் அமர்க!" என்று கூவினர்.

அரண்மனை கதவைத் திறந்து வெளியே சென்ற அம்பை விரிந்து பறந்த கூந்தலும் கலைந்து சரிந்த ஆடையும் வெறியெழுந்து விரிந்த சிவந்த கண்களும் கொண்டிருந்தாள். குறுவாட்கள் என பத்து கைவிரல்களும் விரிந்திருக்க, சினம்கொண்ட பிடியானை போல மண்ணில் காலதிர நடந்தபோது அரண்மனைச்சேவகர் அஞ்சி சிதறியோடினர். காவல் வீரர்கள் வாட்களையும் வேல்களையும் வீசிவிட்டு மண்ணில் விழுந்து வணங்கினர்.

சுழல்காற்றுபோல அவள் நகரத்துத் தெருவில் ஓடியபோது அஞ்சியலறிய குழந்தைகளை அள்ளியணைத்தபடி அன்னையர் இல்லத்து இருளுக்குள் பாய்ந்தோடினர். பசுக்கள் பதறி தொழுவங்களில் சுழன்றன. நாய்கள் பதுங்கி ஊளையிட்டன. நகரமெங்கும் யானைகள் கொந்தளித்தெழுந்து மத்தகங்களால் மரங்களை முட்டி பேரொலி எழுப்பின. கருக்குழந்தைகள் சுருண்டு குமிழியிட்டன. வீடுகளின் கதவுகள் மூடப்பட்டன. தெய்வங்களின் கருவறை தீபங்கள் கருகியணைந்தன.

எரிபோல நிலமுண்டு வான்பொசுக்கி அவள் சென்றவழியில் ஒரு மனிதர்கூட இருக்கவில்லை. நகரை அவள் நீங்கும்தருணம் எதிரே ஓடிவந்த முதியவள் ஒருத்தி முழங்கால் உடைபட மண்ணில் விழுந்து இருகைகளையும் நீட்டி “அன்னையே! எங்கள் குலம்மீது உன் சாபம் விழலாகாது தாயே” என்று கூவினாள். “பெற்றபிள்ளைகளுடன் எங்கள் இல்லம் வாழவிடு காளீ.”

அம்பையின் வாயிலிருந்து நூறு சிம்மங்களின் உறுமல் எழுந்தது. முதியவள் அஞ்சி மெய்சிலிர்த்து அப்படியே மண்ணில் சரிந்தாள். அவள் சென்றவழியில் நின்ற அத்தனை மரங்களும் பட்டுக்கருகின. அவளை அப்போது பார்த்தவர்கள் அனைவரும் குருடாயினர். அவள் சென்ற வழியில் பின்னர் மனிதர்கள் காலடிவைக்கவில்லை.

சூதர்கள் பாடினர். அவள் நகரை நீங்கி புறங்காடுவழியாகச் சென்றாள். அவளை அன்று கண்ட மிருகங்களும் பறவைகளும்கூட தலைமுறை தலைமுறையாக அவளை நினைத்திருந்தன. அங்குள்ள அத்தனை உயிர்களும் ‘மா!’ என்ற ஒலியையமட்டுமே எழுப்பின. பின்னர் கவிஞர் அதை மாத்ருவனம் என்று அழைத்தனர். பெண்குழந்தைகளை அங்கு கொண்டுவந்து அங்கே சுழித்தோடும் பாஹுதா என்னும் செந்நீர் ஆற்றில் மூழ்கச்செய்து முடிகளைந்து முதல்காதணி அணிவிக்கலாயினர். அங்கே அன்னைக்கு கோயில்கள் இல்லை, அந்த வனமே ஒரு கருவறை என்றனர் நிமித்திகர்.

அம்பை சென்றதை அகக்கண்ணால் கண்டனர் சூதர்கள். காட்டை ஊடுருவி செல்லச்செல்ல முள்ளில் கிழிந்து, கிளைகளில் தொடுத்து

அவளுடலில் இருந்து உடைகள் விலகின. பொற்சருமம் எங்கும் முட்கள் கிழித்த குருதிக்கோடுகள் விழுந்தன. அவற்றின் மீது புழுதிப்படலம் படிந்தது. கூந்தலெங்கும் மண்ணும் சருகுகளும் பரவின. இரவும் பகலும் அந்தியும் மாலையும் சென்று மறைய அவள் சென்றுகொண்டிருந்தாள். அவள் உடல்தீண்டிய காட்டு இலைகள் கருகிச்சுருண்டன.

காலைக்குளிர் உறைந்து சொட்டுவதுபோன்ற மலையருவியில் சென்று அவள் நின்றாள். அவளுடல் பட்டதும் அருவியில் நீராவி எழுந்து மேகமாகியது. மலைச்சரிவின் வானம் சூழ்ந்த பொழில்களில் அவள் இறங்கினாள். அவை கொதித்துக் குமிழியிட்டன. ஆங்காரம்கொண்டு மலைப்பாறைகளை ஓங்கி அறைந்தாள். அவை உடைந்து சரிந்தன. ஆலமர விழுதுகள் அவளைக்கண்டு அஞ்சி நெளிந்தாடின. மதவேழங்கள் மத்தகம் தாழ்த்தி மண்ணில் கொம்பிறக்கின. ஊன்வாய் சிம்மங்கள் பதுங்கி கண்களை மூடிக்கொண்டன.

அவளுடைய உடல் வற்றிச் சிறுத்தது. சருமம் சுருங்கிக் கறுத்தது. பதினெட்டாம் நாள் ஹ்ருஸ்வகிரி என்னும் மலையின் விளிம்பில் ஏறிநின்று ஒரு பிடாரி தொலைதூரத்தில் வசுக்கள் உருவிபோட்ட வைரமோதிரம்போல கிடந்த அஸ்தினபுரியைப் பார்த்தது. அதன் கரிய வாயில் இருந்து காடதிரும் பெருங்குரல் வெளிவந்து மதம்பொழிந்த யானைகளை நடுங்கச்செய்தது. “சொல்லெனும் தீ! பழியெனும் தீ! ஆலகாலம் அஞ்சும் பெண்ணெனும் பெருந்தீ!” பாடினர் சூதர்.

அவளைப்பற்றிய கதைகள் ஜனபதங்களெங்கும் பரவின. அவள் வனம்சென்று தவத்தில் ஆழ்ந்திருந்த பரசுராமனின் முன்னால் தன் கையால் ஓங்கியறைந்து எழுப்பி முறையிட்டாள் என்றனர். “ஊழியூழியெனப் பிறக்கும் அத்தனை பெண்களும் நின்றெரிந்த அந்த நச்சுக்கணத்தை வெல்லவேண்டும் நான். என் கையில் பீஷ்மனின் வெங்குருதி வழியவேண்டும். அவன் பிடர்தலை என் காலடியில் விழவேண்டும்” என்றாள்.

“ஆம், இன்றே, இப்போதே” என பரசுராமன் மழுவுடன் எழுந்தார். குருஷேத்ரப் போர்க்களத்தில் பீஷ்மரை அவர் எதிர்கொண்டார். மூன்று வாரங்கள் விண்ணிலும் மண்ணிலும் நடந்தபோரில் இருவரும் வெல்லவில்லை. பூமி அதிர்வதைக் கண்ட நாரதர் வந்திறங்கி “பரசுராமா, அவன் அன்னை கங்கைக்கு பிரம்மன் அளித்த வரம் உள்ளது. அவனைக்கொல்ல அவனால் மட்டுமே முடியும்” என்றார். மழுதாழ்த்தி பரசுராமன் திரும்பிச்சென்றார்.

எரியெழுந்த நெஞ்சுடன் அவள் யமுனைக்கரைக்குச் சென்று அதன் நீரடியில் கிடந்து தவம்செய்தாள். ஒற்றைக்கால்விரலில் நின்று உண்ணாமல்

உறங்காமல் தவம்செய்தாள். பீஷ்மனைக் கொல்லும் வரம் கேட்டு மும்மூர்த்திகளின் வாசல்களையும் முட்டினாள். அவள் உருகியழியும் கணத்தில் தோன்றிய கங்கை அன்னை "பீஷ்மனைக்கொல்ல உன்னால் இயலாது அம்பை. அவன் என் வரத்தால் காக்கப்படுபவன்" என்றாள்.

'அவ்வரத்தை வெல்வேன்' என்று அம்பை தன் நுனிவிரலால் காட்டை எரித்து ஐந்துதிசை நெருப்புக்கு நடுவே நின்று தவம் செய்தாள். அவளைச்சுற்றி கரும்பாறைகள் உருகிவழிந்தன. செந்நெருப்பு நடுவே வெள்ளெலும்புருவாக நின்றாள். அவள் தவம்கண்டு இறங்கிவந்த சிவனிடம் தன் ஆறாநெஞ்சில் ஓங்கி அறைந்து அவள் கேட்டாள். "கருப்பை ஈன்று மண்ணுக்கு வரும் ஒவ்வொரு ஆண்மகனும் வணங்கியாகவேண்டிய பெண்மையின் அருங்கணம் ஒன்று உள்ளது. அதை அவமதித்தவனை நான் பலிகொண்டாகவேண்டும். திருமகளின் மணிமுடியை மிதித்தவன் கொற்றவையின் கழல்நெருப்பில் எரிந்தாகவேண்டும். ஆணை! ஆணை! ஆணை!"

"அவ்வண்ணமே ஆகுக! அது என்றும் வாழ்வின் விதியாகுக!" என்று சிவன் வரம் கொடுத்தார். "உன் கனலை முற்றிலும் பெறுபவன் எவனோ அவனால் பீஷ்மன் கொல்லப்படுவான்" என்றார். உச்சிமலை ஏறி பெருஞ்சுடராக எரிந்தெழுந்து அவள் ஆர்ப்பரித்தாள். தொலைதூர நகர்களெங்கும் அந்நெருப்பு தெரிந்தது என்றனர் பெயர்த்தியரை மடியிலிட்டு கதை சொல்லிய மூதன்னையர்.

அவள் நெஞ்சக்கனல் கெடுவதற்காக குளிர்விழியன்னை மீனாட்சியின் கோயில்களில் பெண்கள் நோன்பிருந்தனர். அவள் மூதன்னையர் வந்து அவளை ஏற்றுக்கொள்ள வேண்டுமென்று முக்கண் முதல்வன் ஆலயத்தில் குலமூத்தவர் வழிபாடுகள் செய்தனர் என்றனர் சூதர்.

மலையிலிறங்கிய காட்டாறு என அவள் சென்றுகொண்டே இருந்தபோது பிறைநிலவுகள் போல வெண் கோரைப்பற்களும் மதமெரிந்த சிறுவிழிகளும் செண்பகமலர்போல சிறிய காதுகளும் கொண்ட பன்றிமுகத்துடன், புல்முளைத்த கரும்பாறைபோன்ற மாபெரும் மேனியுடன் வராஹி தேவி அவள்முன் வந்து நின்றாள். அவர்களின் கண்கள் சந்தித்துக்கொண்டன. வராஹியின் உறுமலுக்கு அம்பை உறுமலால் பதிலளித்தாள். 'ஆம் ஆம் ஆம்' என்றது மரங்களிலோடிய காற்று.

உடலே சிதையாக ஆன்மா எரிய அம்பை அங்கிருந்த மலைமீதேறிச் சென்றாள். அங்கே சிறுகடம்பவனமொன்றுக்குள் கைவேலுடன் நின்றிருந்த குழந்தைமுருகனின் சிலையைக் கண்டதும் அவள் முகம் கனிந்தது. உடலெங்கும் நாணேறியிருந்த நரம்புகள் அவிழ்ந்தன. முழந்தாளிட்டு அந்த முருகனின் கரியசிலையை மார்போடு அணைத்துக்கொண்டதும் அவள்

முலைகள் கனிந்து ஊறின. அவன் முகத்தை நோக்கியபடி காலமின்றி உடலின்றி மனமின்றி அவள் அமர்ந்திருந்தாள். பின்பு விழித்தெழுந்து அச்சிலையில் எவரோ மலைக்குடிகள் போட்டுச்சென்றிருந்த செங்காந்தள் மாலையொன்றை கையில் எடுத்துக்கொண்டாள்.

மூன்றுமாதம் கழித்து சிம்மப்பிடரியும், பன்றிமுகமும், தீவிழிகளுமாக கையில்குருதிநிறம் கொண்ட காந்தள்மாலையுடன் அவள் கேகயமன்னனின் கோட்டைவாசலில் வந்து நின்றாள். அவளைக்கண்டு அஞ்சிய காவலர்கள் கோட்டைச்சுவரை மூடிக்கொண்டனர். கோட்டையின் கதவின்மேல் ஓங்கியறைந்து அவள் குரலெழுப்பினாள். "என் கண்ணீரைக் காண வாருங்கள் ஷத்ரியர்களே! என் நிறைகாக்க எழுந்துவாருங்கள்!" கரிய கைகளைத் தூக்கி விரிசடை சுழலக் கூவினாள். "என்பொருட்டு பீஷ்மனின் மார்பை மிதித்து அவன் தலையைக் கொய்தெடுக்கும் வீரன் உங்களில் எவன்?"

அவள் குரலைக்கேட்ட கேகயன் அரண்மனைக்குள் அஞ்சி ஒடுங்கிக்கொண்டான். படைகள் ஆயுதங்களுடன் தலை கவிழ்ந்து நின்றன. குலமூத்தோர் உள்ளறைகளுக்குள் பெருமூச்சுவிட்டனர். "உங்கள் விளைநிலங்களில் இனி உப்பு பாரிக்கும். உங்கள் களஞ்சியங்களில் ஒட்டடை நிறையும். உங்கள் தொட்டில்களில் காற்று இருந்து ஆடும்... வருக! எழுந்து வருக!" என்று ஓலமிட்டாள்.

மாகதனின் கோட்டைமுன் அவள் சென்று அந்த செங்காந்தள் மாலையை நீட்டியபோது அவன் தொழுத கைகளுடன் வந்து நின்று "இளவரசி, என்னையும் என் மக்களையும் காத்தருளுங்கள். என் சின்னஞ்சிறிய தேசம் பீஷ்மரின் கோபத்தைத் தாங்காது" என்றான். கண்கள் எரிய, பற்கள் தெரிய ஓசையிட்டுச் சிரித்து அவள் திரும்பிச்சென்றாள். சேதிநாட்டு மன்னன் அவள் வருவதைக்கண்டு கோட்டையை அடைக்கச்சொல்லி நகரைவிட்டே சென்றான். அவள் வரும் செய்தி ஷத்ரியர்களின் பிடரியை குளிரச்செய்தது. அத்தனை ஷத்ரியர்களின் வாசல்களிலும் அவள் நின்று அறைகூவினாள். "என் அடிவயிற்று வேகத்துக்கு கதி சொல்லுங்கள். என் கொங்கைநெருப்புக்கு நீதி சொல்லுங்கள்."

உத்தரபாஞ்சாலநாட்டில் சத்ராவதி மாநகரின் புறங்கோட்டை வாசலில் அவள் குரல் எழுந்தபோது அமைச்சரின் ஆணைப்படி கோட்டைவாசல் மூடப்பட்டது. மந்திரசாலையில் தளபதிகளுடனிருந்த பாஞ்சாலமன்னன் சோமகசேனன் சிம்மத்திலேறிய துர்க்கை போல காற்றிலேறிவந்த அவளுடைய இடிக்குரலை கேட்டுக்கொண்டிருந்தான். ஒருகணத்தில் உடைவாளை உருவிக்கொண்டு "இனி பொறுக்கமாட்டேன் அமைச்சரே, இதோ இதற்காக உயிர்துறக்கவே நான் படைக்கப்பட்டிருக்கிறேன்..." என்று எழுந்தான்.

“அரசே, ஐந்து குழந்தைகள் கொண்டவர்களே வீட்டை பூட்டிக் கொண்டிருக்கிறார்கள். ஐந்துலட்சம் குழந்தைகளின் தந்தை நீங்கள்” என்றார் அமைச்சர் பார்கவர். “இப்பழியை பீஷ்மர் ஒருநாளும் பொறுக்கப்போவதில்லை. அஸ்தினபுரமெனும் யானையின் காலடியில் நாம் வெறும் குழிமுயல்கள்.”

“இன்று நின்றுவிட்டால் இனி ஒருநாளும் என் தந்தையை நான் நினைக்கமுடியாது அமைச்சரே” என்றான் சோமகசேனன். “இக்கணத்தில் மடியாமல் எப்படி இறந்தாலும் எனக்கு நரகம்தான்.”

“அரசே, வீரமரணம் ஷத்ரியர்களின் விதி. ஆனால் தேசம் களத்தில் அழிய நெறிநூல்கள் விதிசொல்லவில்லை. என் குலக்கடமை உங்களிடமல்ல, இந்தநாட்டு மக்களிடம்...” என்று பார்கவர் அவன் வழியை மறித்தார். “இதனால் உங்களுக்கு புகழ்வரப்போவதில்லை. தங்கள் குடியையும் குலத்தையும் அழித்தவர் என உங்களை உங்கள் மக்கள் பழிசொல்வார்கள். தலைமுறைகளுக்கு சொல்லிவைப்பார்கள். தனியொரு பழிக்காக தேசம் அழியலாகாது என்பதே அரசநீதி.”

“அமாத்யரே, தர்மம் தவறிய மன்னன் ஆளும் நாடு எப்படி இருக்கும்?” என்றான் பாஞ்சாலன். “அங்கே நடுப்பகலில் நரியோடும். வீட்டுமுற்றத்தில் வெள்ளெருக்கு வளரும். உள்ளறையில் சேடன் குடிபுகுவான் என்று சொல்கின்றன நூல்கள். நான் தர்மம் தவறினால் என் நாடு எப்படி வாழும்? பஞ்சத்திலழிவதைவிட அது நீதிக்காக அழியட்டும்...” என்ற பாஞ்சாலன் வாளை எடுத்துக்கொண்டான்.

“கிளம்புங்கள் வீரர்களே, நான்கு அக்குரோணிகளையும் ஷீரபதம் வழியாக நாளை இரவுக்குள் அஸ்தினபுரத்துக்குக் கொண்டுபோவோம்... நம்முடைய படைகளை நான் பீதவனம் வழியாக கொண்டுபோகிறேன்... சொன்னதெல்லாம் நினைவிருக்கட்டும்...” என்று ஆணையிட்டபடி கவசங்களணிந்து பாஞ்சாலன் கிளம்பினான். அவனுடைய தளபதிகள் வாளும் கேடயமுமாக எழுந்தனர்.

“அரசே... இந்த மண்ணை அழிக்கவேண்டாம்... மக்களுக்காக நான் உங்கள் காலில் விழுகிறேன்” என்றார் பார்கவர். “தளகர்த்தர்களே, உங்கள் இச்சைப்படி செய்யலாம்... படைகளும் தேவையில்லை. நான் மட்டுமே சென்று களம்படுகிறேன்” என்றான் பாஞ்சாலன்.

“அரசே, எங்கள் குலமூதாதையர் அனைவரும் செருகளத்தில் வீழ்ந்தவர்கள். இங்கே நாங்கள் மடிந்துவிழுந்தால் அவர்கள் ஆனந்தக்கண்ணீர் வடிப்பார்கள். ஆணைக்கேற்ப அரண்மனையில் நாங்கள் இருந்தோமென்றால் ஆயிரம் பிறவிகளில் அக்கடனை தீர்க்க வேண்டியிருக்கும்” என்றனர் அவர்கள்.

நகர்த்தெருவில் மன்னனின் படைகள் இறங்கியதும் மூடிக்கிடந்த கதவுகள் அனைத்தும் ஒரேகணம் வெடித்துத் திறந்தன. பெருங்குரலெழுப்பியபடி மக்கள் ஓடிவந்து திண்ணைகளிலும் பலகணிகளிலும் திரண்டு வாழ்த்தி மலர்தூவினர். "எரியட்டும் பாஞ்சாலம்... பத்தினிக்காக எங்கள் தலைமுறைகளும் அழியட்டும்..." என அவர்கள் முழங்கினர். கண்ணீருடன் வாளைத்தூக்கி ஆட்டியபடி நடந்த பாஞ்சாலன் கோட்டையைத் திறந்து வெளியே வந்தான்.

வெளியே நின்றிருந்த அம்பையின் கோலம் கண்டு அதிர்ந்து சொல்லிழந்து முழந்தாளிட்டுப் பணிந்தது அவன் படை. "அன்னையே இதோ என் உடைவாள்! இதோ என் தலை! ஒருபெண்ணின் நிறைகாக்க ஒருதேசமே அழியலாமென்றிருந்தேன். ஒருலகமே அழியலாமென இன்றறிந்தேன். உன் காலில் என் குலமும் குடியும் நாடும் வாரிசுகளும் இதோ அர்ப்பணம்" என்றான்.

சன்னதம் கொண்டு சிதைநெருப்பென நின்றாடிய அம்பை மெல்லத்தணிந்தாள். அவள் இடக்கை மேலே எழுந்து அவனுக்கு ஆசியளித்தது. அந்தச் செங்காந்தள் மாலையை அவன் கோட்டைவாசல்மேல்அணிவித்துவிட்டு அவள் திரும்பி நடந்து காட்டுக்குள் மறைந்தாள்.

அம்பை நகர்நீங்கிய செய்திகேட்டு ஆதுரசாலை விட்டு ஓடிவந்த விசித்திரவீரியன் படைகளுடன் அப்போதே காட்டுக்குள் சென்று அம்பையைத்தேட ஆரம்பித்தான் என்றனர் சூதர். அஸ்தினபுரியின் மூன்று படைப்பிரிவுகள் தளகர்த்தர்கள் உக்ரசேனன், சத்ருஞ் சயன், வியாஹ்ரதந்தன் தலைமையில் அவனைத் தொடர்ந்து சென்றன. தப்தவனத்தையும் தசவனத்தையும் கண்டகவனத்தையும் காலகவனத்தையும் அவர்கள் துழாவினர். நூறுநாட்கள் அவர்கள் மலைச்சரிவுகளிலும் வனச்செறிவுகளிலும் அவளுக்காக குரல்கொடுத்து அலைந்தனர். 'இளவரசி' என அவர்கள் மலைச்சரிவுதோறும் முழங்கிய குரலை காடு வன்மத்துடன் வாங்கி தன் இருளுக்குள் வைத்துக் கொண்டது.

விசித்திரவீரியனின் உடல் களைத்துத் துவண்டது. அவன் பார்வை மங்கி கைகால்கள் நடுங்கத்தொடங்கின. காட்டுணவை அவன் வயிறு ஏற்கவில்லை. உக்ரசேனன் அவனை வணங்கி "அரசே, நீங்கள் அரண்மனைக்கு திரும்புங்கள். இளவரசி இல்லாமல் இந்த வனம் விட்டு வரமாட்டேன் என நான் உறுதியளிக்கிறேன்" என்றான். "இது என் குலத்தின் கடன்... இங்கேயே நான் இறந்தால் என் தந்தை என்னை வாழ்த்துவார்" என்றான் விசித்திரவீரியன். "என் சடலமும் இங்கே எரியட்டும்."

நூறு நாட்களுக்குப்பின் மலைப்பாறை ஒன்றின் மீது அவர்கள் ஓய்வெடுக்கையில் குகைச்சிம்மத்தின் பேரொலி ஒன்றைக்கேட்டு அஞ்சி எழுந்து அம்புகளையும் விற்களையும் எடுத்துக்கொண்டார்கள். உக்ரசேனனும் சத்ருஞ்சயனும் வியாஹ்ரதந்தனும் அந்த ஒலிவந்த திசைநோக்கி எச்சரிக்கையுடன் நடக்க பின்னால் விசித்திரவீரியன் பாறைகளில் கால் வழுக்க நடந்தான். மலைமடிப்புகளில் எதிரொலி எழுப்பிய அந்த கர்ஜனையைக் கொண்டு அங்கிருப்பது ஒன்றல்ல நூறு சிம்மங்கள் என்று அவர்கள் எண்ணினர்.

பாறைகளின் நடுவே கவந்தனின் வாய் எனத் திறந்திருந்த இருட்குகை ஒன்றுக்குள் இருந்து அவ்வொலி எழுந்துகொண்டிருந்தது. ஆயுதங்களுடன் உள்ளே முதலில் நுழைந்த உக்ரசேனன் விதிர்த்து பின்னடைந்தான். சத்ருஞ் சயன் பெருங்குரலில் அலறினான். விசித்திரவீரியன் அவர்கள் இடைவெளி வழியாக உள்ளே பார்த்தபோது அங்கே பெரும்பிடாரியொன்று வெறும்கைகளால் சிம்மம் ஒன்றை கிழித்து உண்டுகொண்டிருப்பதைக் கண்டான். அது அம்பை என்றறிந்தான்.

விசித்திரவீரியனுடன் வந்த அனைவரும் எலிக்கூட்டம் போல பதறி ஓடி விலகிய போதும் கூப்பிய கைகளுடன் பதறா உடலுடன் அவன் அங்கேயே நின்றிருந்தான். கையில் ஊனுடன், உதிரம் வழியும் வாயுடன் அம்பை அவனை ஏறிட்டு நோக்கினாள். விசித்திரவீரியன் திடமான காலடிகளுடன் அவளை அணுகி, தன் உடைவாளை உருவி அவள் காலடியில் வைத்து மண்டியிட்டான். "அன்னையே, நான் விசித்திரவீரியன், அஸ்தினபுரியின் இளவரசன். என் குலம்செய்த பெரும்பிழைக்காக என்னை பலிகொள்ளுங்கள். என் நாட்டை பொறுத்தருளுங்கள்" என்று சொல்லி தலைதாழ்த்தினான்.

அவனை விட்டுச்சென்ற படைகள் திரும்பி ஓடிவந்து குகைவாயிலில் திகைத்து நின்றன. பாறை பிளக்கும் ஒலியுடன் உறுமியபடி தேவி எழுந்து நின்றாள். அவள் தெய்வ விழிகள் அவனைப் பார்த்தன. அவளுக்கு அப்பால் மதவிழிகளில் குவிந்த இருள் என நின்ற பெரும்பன்றி உறுமியது. கூப்பிய கைகளுடன் தன்முன் கண்மூடி குனிந்து அமர்ந்திருந்த விசித்திரவீரியன் தலைமேல் தன் கருகித்தோலுரிந்த காலைத் தூக்கி வைத்தாள். கண்ணீர் வழிய நடுங்கியபடி விசித்திரவீரியன் அமர்ந்திருந்தான். அவனுடைய அலைகடல்மேல் குளிர்நிலவு உதித்தது. பின்னர் அவள் திரும்பி குகையிருளுக்குள் மறைந்தாள்.

அவள் கால்பட்ட இடங்களெல்லாம் கோயில்கள் எழுந்தன. அவள் வந்த கோட்டைவாயில்களில் விழித்த கண்களும் செந்நிற உடலுமாக வராஹிக்குமேல் ஆரோகணித்து காவல்தெய்வமாக அவள் நின்றிருந்தாள். அங்கத்திலும் வங்கத்திலும் கலிங்கத்திலும் வேசரத்திலும் அப்பால்

திருவிடத்திலும் அவள் பாதங்களை ஜனபதங்கள் தலையிலணிந்தனர். சக்ரவர்த்திகுமாரிகள் குருதிபலிகொடுத்து அவள்முன் வணங்கி முதல் ஆயுதத்தை கையில் எடுத்தனர். வீரகுடிப்பெண்கள் அவள் பெயர்சொல்லி இடையில் காப்பு அணிந்தனர்.

பிறிதொரு காலத்தில் திருவிடதேசத்தில் நீலமலைச்சரிவில் ஒரு கிராமத்தில், கருக்கிருட்டு செறிந்து சூழ்ந்த அதிகாலைநேரத்தில், மாதிகையன்னையின் ஆலயமுகப்பில் கன்னங்கரிய உடலும் சுரிகுழலும் எரிவிழியும் கொண்ட முதுபாணன் துடிப்பறையை கொட்டி நிறுத்தினான். விழிநீர் வடிய புலிபதுங்கிச்செல்லும் தாளநடையில் பாடினான்.

'பிறவிப் பெரும்பாதையைப் போன்ற அக்குகைக்குள் தேவி கருவறை புகும் ஆன்மா போல சென்று கொண்டிருந்தாள். அதன் சுவர்கள் உயிருள்ள குடல்கள் போல ஈரமும் வெம்மையுமாக நெளிந்தசைந்தன. அச்சுவர்களில் அவள் வண்ண ஓவியங்களைக் கண்டாள். பாயும் புலிகளும் விரையும் மான்களும் வந்தன. பறவைகளும் மீன்களும் வந்தன. போர்க்கோலம் கொண்ட மன்னர்களும் தீயால் தொடுகுறியிட்ட பெண்களும் வந்தனர். யோகத்திலமர்ந்த முனிவர்கள் வந்தனர். மலரிலமர்ந்த தேவர்களும் யாழுடன் கந்தர்வர்களும் வந்தனர். மும்மூர்த்திகளும் வந்தனர். பின்னர் காலதேவியின் குழலென என நெளியும் கருநாகங்கள் வந்தன. முடிவில்லாமல் அவை வந்தபடியே இருந்தன.'

2

உருவிய வாளுடன் ஆயுதசாலைக்குள் புகுந்த விசித்திரவீரியன் 'எங்கே பீஷ்மர்? எங்கே அவர்?' என்று கூச்சலிட்டபடி மரப்பலகைத்தரை தடதடக்க ஓடி, கதவை தோளால் முட்டித் திறந்து உள்ளே நுழைந்தான். அங்கே வாள் ஒன்றை தீட்டிக்கொண்டிருந்த பீஷ்மர் இமைகளை மட்டும் தூக்கி அவனை ஏறிட்டுப்பார்த்தார். "எடுங்கள் உங்கள் ஆயுதத்தை..." என்றான் விசித்திரவீரியன். பிடிக்கத்தெரியாமல் அவன் வைத்திருந்த வாள் கோணலாக ஆடியது. அவனுடைய கால்களில் ஒன்று பலமிழந்து கொடிபோல நடுங்கியது.

பீஷ்மர் புன்னகையுடன் "இளையவனே, நான் என்றென்றும் விரும்பியிருந்தது உன் கைகளில் ஆயுதம் இருக்கும் இந்தத் தருணத்தைக் காண்பதற்காகவே" என்றார். "நீ காட்டில் அம்பையை சந்தித்ததைப்பற்றி சற்றுமுன் வீரன் சொன்னான். இதோ அதற்குச் சான்றாக நீ வந்து நிற்கிறாய்... நன்று." விசித்திரவீரியன் உணர்ச்சிகளால் உடைந்த குரலில், "ஆயுதத்தை எடுங்கள் மூத்தவரே, நான் உங்களிடம் போராட வரவில்லை. உங்களைக் கொல்லமுயன்று உங்கள் கைகளால் உயிர்விடுவதற்காக வந்தேன். இப்பிறவியின் நிறைவென ஒன்றிருக்கமுடியும் என்றால் அது இதுதான்... எடுங்கள் அந்த வாளை!"

"ஆம் அது முறைதான்" என்றார் பீஷ்மர். "வாளில்லாதவனை மன்னனாகிய நீ கொல்லக்கூடாது..." கையில் அந்த வாளை எடுத்துக்கொண்டு, "முன்னால் வா... ஐந்துவிரல்களாலும் வாளைப்பிடிக்காதே, வெட்டின் விசை உன் தோளில்தான் சேரும். நான்கு விரல்கள் வாளைப்பிடிக்கையில் சுண்டு விரல் விலகி நின்றிருக்கவேண்டும். மணிக்கட்டுக்குமேல் வாளின் விசை செல்லக்கூடாது" என்றார். "இருகால்களையும் சேர்த்து நிற்காதே. இடக்காலை சற்று முன்னால் வைத்து இடுப்பைத்தாழ்த்தி நில்... வாள் உன்னை முன்னகரச்செய்யட்டும்.."

விசித்திரவீரியன் திகைத்தவனாக தன் கைவாளைப் பார்த்தான், அது என்ன என்பது போல. "இளையோனே, ஷத்ரியமுறைப்படி நான் என்னைக் கொல்பவனுக்கு ஒரு குருதிக்காயத்தைக்கூட அளிக்காமல் சாகக்கூடாது. ஆகவே உன் வலதுதோளில் மட்டும் ஒரு சிறுகீறலை பதிக்கிறேன். என் தலை விழுந்ததுமே சென்று பிரபாகரரிடம் சொல்லி மருந்துவைத்துக்கொள்..." என்றபின் வாளை மென்மையாக நீட்டியபடி பீஷ்மர் முன்னகர்ந்தார். "நான் அனுமதிப்பவனே என்னைக் கொல்லலாமென்பது என் வரம். நான் உனக்கு அனுமதி அளிக்கிறேன்."

வாளின் ஒளிமிக்க பரப்பில் ஆயுதசாலை பிரதிபலித்தாடியதை விசித்திர வீரியன் கண்டான். அவன் கையில் வாள் நடுங்கியது. "வேண்டாம் இளையோனே, அஞ்சாதே! இதனால் உன் புகழ் பெருகும். உன் குலத்தின் மீதான அவச்சொற்கள் விலகும். அஸ்தினபுரியின் மீது இந்திரவில் எப்போதுமிருக்கும்..." என்றார் பீஷ்மர். "செய்... தயங்காதே!"

உடைவாளை கணீரென அவர் காலடியில் வீசி விசித்திரவீரியன் கூவினான், "மூத்தவரே, எதற்காக இதைச் செய்தீர்கள்? ஏன் இந்த நகர்மீது கொற்றவையின் சினத்தை கொண்டுவந்து நிறைத்தீர்கள்?" அவன் குரல் உடைந்தது. "நீங்கள் அறியாத அறமா? நீங்கள் கற்காத நெறிநூலா? ஏன் மூத்தவரே?"

பீஷ்மர் பார்வையைத் திருப்பி "நூல்கள் நெறிகளைச் சொல்கின்றன என்பது பெரும் மாயை. நெறிகளை வளைக்கும் முறையை மட்டுமே நூல்கள் கற்பிக்கின்றன. இளையோனே, நீ எதையுமே கற்கவில்லை என்பதனால்தான் இந்தத்தெளிவு உன்னில் இருக்கிறது" என்றார்.

அவன் கண்களை நோக்கிய அவரது கண்கள் நெடுநாட்களாக துயிலின்றி இருந்தமையால் பழுத்த அரசிலை போல தெரிந்தன. "நீ என்னை இதன்பொருட்டு கொல்வாயென்றால் எல்லா சமவாக்கியங்களும் முழுமை பெறுகின்றன. ஆயுதத்துடன் நீ வருகிறாய் என நான் கேட்டபோது என் அகத்தின் எடையெல்லாம் நீங்கியது. உன் காலடிகளை எதிர்பார்த்து காத்திருந்தேன்..." என்றார். பின் அனைத்து மரபுகளையும் தாண்டி வந்து குருதிபடிந்த குரலில் "இதை இன்னும் என்னால் சுமக்கமுடியாது தம்பி, என்னை முடித்துவை... உன் அறம் அதை அனுமதிக்கிறது" என்றார்.

தலையை அசைத்தபடி விசித்திரவீரியன் "மூத்தவரே, என்றும் தந்தையின் இடத்தில் உங்களை வைத்திருந்தவன் நான்... தாதனைக் கொலைசெய்ய என் கை துணியாது" என்றான். வலியெழுந்த முகத்துடன் "இல்லை எந்தக் கொலையையும் என்னால் செய்யமுடியாது. உயிரின் மதிப்பென்ன என்று தெரிந்தவன் என்னைவிட வேறு யார் இருக்கிறார்கள் இந்த அஸ்தினபுரியில்?" என்றபடி பெருமூச்சுகளாக தன்னுள் கனத்த

அனைத்து எண்ணங்களையும் வெளியேற்றினான். "நான் வருகிறேன் மூத்தவரே. ஆனால் என் வாழ்நாளெல்லாம் உங்களை வெறுப்பேன்... ஒருகணம்கூட இனிமேல் இளையவனாக என்னை உணரமாட்டேன்" என்றான்.

"இளையோனே, பெண்கள் குளிர்ந்த கருப்பையால் எப்போதைக்குமாக விடுவிக்கப்பட்டிருக்கிறார்கள். ஆண்கள் எரியும் சித்தத்தால் கட்டுண்டிருக்கிறார்கள். நீயும் சுதந்திரனல்ல. உன் கைகளின் கட்டுகளை நீ உணரும்போது என்னைப் புரிந்துகொள்வாய்..." என்றார் பீஷ்மர்.

"மூத்தவரே, பெரும்பாவங்களுக்குமுன் நம் அகம் கூசவில்லை என்றால் எதற்காக நாம் வாழவேண்டும்? எனக்குத் தெரியவில்லை. அறமென்ன பிழையென்ன ஏதும் நானறிந்ததில்லை. இருந்துகொண்டிருப்பதே வாழ்க்கையென இதுநாள் வரை வந்திருக்கிறேன். இன்னும் எத்தனை நாட்களென அறியமாட்டேன். இந்த மெலிந்த தசைகளில் நின்று துடிக்கும் உயிரின் நோக்கம்தான் என்ன? இதன்வழியாக சென்றுகொண்டிருக்கும் ஆன்மாவின் இலக்கு என்ன? தெரியவில்லை..."

தசைதெறிக்கும் வலியை உணர்பவன் போன்ற முகத்துடன் பேசிக் கொண்டிருந்த விசித்திரவீரியன் சொற்களை அப்படியே நிறுத்திவிட்டு திரும்பி வாசலைத்தாண்டி தேரை நோக்கிச் சென்றான். அதுவரை தன் உயிரைக்கொண்டு அவன் உந்திக்கொண்டுவந்த உடல் அங்கே எல்லா முடிச்சுகளையும் அவிழ்த்துக்கொண்டு துவண்டு விழுந்தது. பின்பு கண்விழித்தபோது அவன் மருத்துவச்சாலையில் ஆமையோட்டினாலான தொட்டியில் தைலக்குளத்தில் படுத்திருந்தான்.

அவன் நாடியை பிடித்துப்பார்த்த வேசரநாட்டு வைத்தியரான பிரசண்டர் "இளவரசே, நாகநஞ்சு உங்களுக்கு அளித்த ஆற்றல் அனைத்தும் வீணாகிவிட்டன. அது உங்கள் உடலில் விறகில் நெருப்பென மெல்ல எரிந்து ஏறியிருக்கவேண்டும்... இனி நான் செய்வதற்கேதுமில்லை" என்றார். விசித்திரவீரியன் வேதனையைத் தொட்டுவைத்த புள்ளிகள் போன்ற கண்களுடன் ஏதும் பேசாமல் படுத்திருந்தான் "எனக்கு விடைகொடுங்கள். நீங்கள் உயிருடன் மீண்டு எழுந்ததே நாகரசத்தால்தான் என உங்கள் அன்னையிடம் சொல்லுங்கள்" என்றார் பிரசண்டர்.

விசித்திரவீரியன் "உங்கள் மருத்துவத்துக்கு நன்றி பிரசண்டரே. விதியை நீங்கள் மருத்துவத்தால் சீர்செய்ய முடியாதென நானும் அறிவேன். உங்களுக்குரிய எல்லா கொடைகளையும் அளிக்க ஆணையிடுகிறேன்" என்றான்.

அன்று இரவு நிலையழிந்தவனாக அவன் தன் உப்பரிகையில் அமர்ந்திருந்த போது அமைச்சர் பலபத்ரர் அவனைத்தேடி வந்தார். "இளவரசே,

பேரரசியார் தங்களை நாளை காலை சந்திக்க விரும்புகிறார்" என்றார். அது ஏன் என உணர்ந்தும் புருவத்தை உயர்த்திய விசித்திரவீரியனிடம் "தங்கள் மணவிழா பற்றி பேசவிரும்புகிறார்... காசிநாட்டு இளவரசியருக்கு காப்பு கட்டி நெடுநாளாகிறது. இனிமேலும் விழாவை ஒத்திவைக்கமுடியாது என பேரரசி எண்ணுகிறார்."

விசித்திரவீரியன் போதும் என கைகாட்டியபின் நெற்றிப்பொட்டை அழுத்திக்கொண்டு தலைகுனிந்து அமர்ந்திருந்தான். பின்பு சிவந்த வரியோடிய கண்களைத் தூக்கி பலபத்ரரை நோக்கி "நான் என்னசெய்யவேண்டும் அமைச்சரே?" என்றான்.

"அரசே, அமைச்சுநூலின்படி உங்கள் முன்னாலிருக்கும் வழிகளை மட்டுமே அமைச்சன் சொல்லமுடியும். முடிவுகளை அரசனே எடுக்கவேண்டும். அதன் விளைவுகளுக்கும் அவனே பொறுப்பேற்கவேண்டும்" என்றார் பலபத்ரர். "போதும்" என்றான் விசித்திரவீரியன். "அமைச்சுநூலின் சொற்களை நான் எதிர்பார்க்கவில்லை" என்றபின் பெருமூச்சுவிட்டான். நெஞ்சு ஏறியிறங்க 'இன்றிரவும் எனக்கு துயில் இல்லை' என்று தனக்குத்தானே சொல்லிக்கொண்டான். பலபத்ரர் அவனுடைய மெலிந்த கைகளையும் ஒடுங்கிய மார்பையும் உள்ளூறிய வெறுப்புடன் பார்த்துக்கொண்டிருந்தார்.

விசித்திரவீரியன் பலபத்ரரிடம் "நீங்கள் செல்லுங்கள் அமைச்சரே" என்றான். "என் முடிவை நான் நாளை காலைக்குள் தெரிவிக்கிறேன்" என்றபின் சேவகனிடம் திரும்பி "தீர்க்கசியாமரை அழைத்துவா" என்றான்.

தேரில் வந்திறங்கிய தீர்க்கசியாமர் மூக்கைச் சுளித்து "பழையநாகத்தின் நஞ்சு" என்றார். "இந்த மூலிகைத்தோட்டங்களில் வாழ்ந்த அத்தனை நாகங்களும் விலகிச்சென்றுவிட்டிருக்கின்றன. நாகங்கள் இல்லாத தோட்டம் காமம் இல்லாத மனம்போல. அங்கே மரங்கள் பூப்பதில்லை. வண்ணத்துப்பூச்சிகளும் தேன்சிட்டுகளும் வருவதில்லை."

விசித்திரவீரியன்முன் வந்தமர்ந்த தீர்க்கசியாமர் வெறுமனே தன் யாழை மீட்டிக்கொண்டே இருந்தார். 'இவ்விடத்திலே இவ்விடத்திலே' என அது மீண்டும் மீண்டும் தன்னை வாசித்துக் கொண்டிருந்தது. விசித்திரவீரியன் மெல்ல குனிந்து விழியிழந்த மனிதரின் முகத்தைப்பார்த்தான். கண்ணில்லாமையால் அது ஒரு தெய்வமுகமாக ஆகியிருப்பதை வியந்தான். 'தீர்க்கசியாமரே' என்று அவன் அழைத்தான். அவர் வேறு ஒரு திசையை நோக்கி புன்னகை புரிந்தார். அங்கே இருப்பவர்கள் யார் என எண்ணிய விசித்திரவீரியன் தன் முதுகெலும்பில் ஒரு சிலிர்ப்பை உணர்ந்தான். மெல்ல "தீர்க்கசியாமரே, நான் முடிவெடுக்க முடியாதவனாக இருக்கிறேன்" என்றான்.

தீர்க்கசியாமரின் விரல்கள் யாழிலிருந்து விலகவில்லை. விசித்திரவீரியன் "நான் சுமக்கமுடியாதவற்றுக்காக என்னை இழுத்துச் செல்கிறார்கள் சூதரே. நான் ஆற்றக்கூடாதவற்றை எனக்கு விதிக்கிறார்கள்" என்றான். அவன் குரல் உடைந்தது. "என் அன்னையின் வீரியம் என் உள்ளமாகியது. அவள்முன் திகைத்து நின்ற தந்தையின் பலவீனம் என் உடலாகியது. நான் செய்யவேண்டியது என்ன?".

நிகழ்காலத்தைப் பார்க்கமுடியாத சூதர் புன்னகை செய்தார். அவரது விரல்கள் திசைமாறி வேறு ஒரு தாளத்தை தொடங்கின. மயில்நடனகதி. அவர் குரல் ஓங்கி எழுந்தது. 'நதிகளே, அன்னைவடிவங்களே, விண்ணின் குளிரையும் மண்ணின் உப்பையும் கொண்டவர்களே, அருளின் தூலங்களே, உங்களை வணங்குகிறேன்.' அவர் ஏன் அதைத் தொடங்கினார் என விசித்திரவீரியன் திகைத்தான். ஆனால் விழியிழந்த சூதருக்கு பிரத்தியட்சமில்லை என்ற எண்ணம் வந்ததும் அமைந்தான்.

நதிகளனைத்தும் விண்ணில் இருந்தவை என்றார் சூதர். மண்ணிலிறங்கிய முதல்நதி கங்கை. இன்னும் மண்ணைத் தொடாமல் விண்ணில் சிறகுடன் அலைந்துகொண்டிருக்கின்றன கோடானுகோடி நதிகள். அவற்றுக்கு வணக்கம். பகீரதனின் தவத்தால் மண்ணிலிறங்கிய கங்கை ருத்ரகேசத்தில் இறங்கி பின் அவன் பாதங்களை வலம் வந்து பாரதவர்ஷத்தின் மேலாடையானாள். அவள் வாழ்க!

கங்கை சுருண்டோடிய மலைச்சரிவுகளிலெல்லாம் மக்கள் பெருகினர். அவர்கள் நூற்றியெட்டு பெருங்குலங்களாகத் தழைத்து காடுகளில் பரவினர். அவர்களில் முதற்பெருங்குலமென அறியப்பட்டவர்கள் கங்கர்கள். வேகவதியின் கரையில் வாழ்ந்த அவர்கள் கங்கையை அன்றி வேறெவரையும் வழிபடாத கொள்கை கொண்டவர்கள். விண்ணிலிருந்து மண்ணிலிறங்கும் கந்தர்வர்களைப்போல மலைச்சரிவுகளில் குதிரைகளில் பாய்பவர்கள். பாறைகளை மண்ணாக்கிக்கொண்டு சுழித்தோடும் கங்கையில் குதித்து அன்னையின் மடியென விளையாடுபவர்கள். அவ்வாறு விளையாடியபடியே அம்புகள் எய்து விண்ணில் நீந்தும் பறவைகளை வீழ்த்தும் வல்லமை கொண்டவர்கள். சாமானியர் தலைநிமிர்ந்து நோக்குமளவுக்கு உயரமானவர்கள்.

மாமன்னர்களும் அஞ்சும் கங்கர்குலத்தவரின் மலைகளுக்கு கீழிருந்து எவருமே செல்வதில்லை. அவர்களும் வேறு எந்தக் குலத்தைச் சேர்ந்தவர்களையும் தங்கள் மண்ணுக்குள் அனுமதிப்பதில்லை. அறியப்படாதவர்களென்பதனாலேயே அவர்கள் சூதர்களின் கதைகளில் பெருகி வளர்ந்தனர். அவர்களின் இரு கைகளுக்கு அடியிலும் விரியும் மீன்சிறகுகள் உண்டு என்றனர் சூதர்கள். அவர்கள் நீரில் நீந்தி பச்சைமீனை விழுங்கி மீள்வார்கள் என்றனர். ருத்ரப்பிரயாகையின்

பேரருவியில் வெள்ளியுடல்கொண்ட கங்கர்கள் கூட்டம்கூட்டமாக எம்பிக்குதித்து நீர்த்துமிகளை வாயால் அள்ளி உண்பதை விவரித்தன காவியங்கள்.

பாரதவர்ஷம் கங்கர்களை அஞ்சியது. அவர்களின் அம்புகளில் காளகூட நஞ்சின் துளிகளுண்டு என்று வீரர்கள் சொல்லிக்கொண்டனர். என்றோ ஒருநாள் கங்கர்கள் கங்கைவழியாக மலையிறங்கி வந்து நாடுகளையும் ஜனபதங்களையும் வெல்லக்கூடுமென நிமித்திகர்களின் நூல்கள் சொல்லின. அரசர்கள் அவர்களை கனவுகண்டு குளிர்ந்த வியர்வையுடன் விழித்துக்கொண்டார்கள்.

அஞ்சாதவர் குருகுலத்து மன்னராகிய பிரதீபர். கங்கைக்கரைவழியாக மலைகளில் ஏறி வேட்டைக்குச்செல்லும் அவரை அமைச்சர்களும் வைதிகர்களும் மீளமீள எச்சரித்தனர். அந்த எச்சரிக்கைகளெல்லாம் அவரது ஆவலையே பெருக்கின. மேலும் மேலும் மலைமீதேறி சென்றுகொண்டிருந்தார். அவருடன் இறப்பை பகிர்ந்துகொள்ளச் சித்தமான மெய்க்காவல் படையும் சென்றது. எட்டாவதுமுறை கங்கையின் பதினெட்டாவது வளைவைத்தாண்டி அவர்கள் மேலே சென்றனர்.

காடு அடர்ந்து கண்ணை பயனற்றதாக ஆக்கியது. வாசனைகள் செறிந்து நாசி திகைத்தது. காதுகளும் கருத்தும் மட்டுமே புலன்களாக வழிகாட்ட அவர்கள் சென்றுகொண்டே இருந்தனர். திசைதவறி கொடிகளும் செடிகளும் தழுவிய மரங்களினூடாக அலைந்து களைத்துச் சோர்ந்து நம்பிக்கையிழந்த தருணத்தில் கங்கையின் ஓசையைக் கேட்டனர். அதைத்தேடிச்சென்றபோது இலைகளுக்கு அப்பால் நதியின் ஒளியைக் கண்டனர். அன்னையைக் கண்ட குழந்தைகள் போல இலைகளை விலக்கிச்சென்று அதை அடைந்தனர். வெண்மணல் விரிவில் இறங்கி அமர்ந்து ஓய்வெடுத்தனர்.

பிரதீபரின் படைகள் அவர் தங்குவதற்கு காட்டுமரம் வெட்டி ஒரு சிறுகுடில் கட்டினர். மன்னரை இலைபரப்பி பாயிட்டு அமரச்செய்து, மீனும் ஊனும் காயும் கிழங்கும் சுட்டு பரிமாறினர். உணவுண்டபின் அவர் இலைப்பாயில் அமர்ந்துகொண்டு கூடவே வந்த சூதனிடம் பாடும்படி சொன்னார். சிறுபறையை மீட்டி அவன் நகுஷ சக்ரவர்த்தியின் கதையை பாடிக்கொண்டிருந்தபோது காட்டுக்குள் இருந்து ஏதோ சிறுமிருகம் வரும் ஓசை கேட்டது. மறுகணமே நாணேறி ஒலித்த வீரர்களின் விற்கள் தயங்கின. அங்கிருந்து பொன்னிறமான சிறுமான்தோலாடையும் கல்மாலையும் அணிந்த மூன்றுவயதான பெண்குழந்தை ஒன்று ஓடிவந்து அவர்களைப்பார்த்து பெரியவிழிகளால் திகைத்து நின்றது.

பிரதீபர் அக்குழந்தையைப்பார்த்து புன்னகைசெய்து அருகே அழைத்தார். அஞ்சியும் ஐயுற்றும், பின்பு வெட்கியும் தயங்கியும் நின்று அது அவரது புன்னகையை பிரதிபலித்தது. மலர் உதிரும் மாயக்கணம் போன்ற ஒன்றில் இருகைகளையும் நீட்டி பாய்ந்தோடிவந்து அவரது வலது தொடைமேல் ஏறி அமர்ந்துகொண்டது. அதைக்கண்டு அவர்முன்னிருந்த சூதனும் வீரர்களும் வியப்பொலி எழுப்பினர். அரண்மனையின் பெண்குழந்தைகள் வலத்தொடைமேல் அமரலாகாது எனக் கற்றவை. "வலத்தொடைமேல் அமர்பவள் இல்லறலட்சுமி மட்டுமே... இதோ மாமன்னரின் மைந்தனுக்கு மணமகள் வாய்த்துவிட்டாள்" என்று சூதன் சொன்னான். முகம் மலர்ந்த பிரதீபர் "அவ்வாறே ஆகுக!" என்றார்.

அக்குழந்தையின் வலதுதோளில் இருந்த மச்சமுத்திரையைக் கண்டு அவள் கங்கர்குலத்து இளவரசியாக இருக்கவேண்டும் என்று ஊகித்தார்கள். அவள் காட்டில் வழிதவறியிருக்கக்கூடும் என்று எண்ணி எப்படி திரும்பக்கொண்டு சேர்ப்பதென்று சிந்திப்பதற்குள் அவள் கங்கையில் குதித்து நீந்தி மறைவதைக் கண்டார்கள். இளஞ் சூரியன் கடலில் மறைவதுபோல அவள் கங்கைநீருக்கு அப்பால் சென்று மறைந்தாள்.

பிரதீபர் தன் ஒற்றர்கள் வழியாக அவள்பெயர் கங்காதேவி என்று அறிந்தார். கங்கர்குலம் கன்னியை கங்கையாக வழிபடும் வழக்கம் கொண்டது. கைரேகையிலும் கால்ரேகையிலும் கங்கையின் முத்திரைகளைக் கொண்ட பெண்குழந்தையை பிறப்பிலேயே கண்டடைந்து அவளுக்கு கங்காதேவி என பெயரிட்டு பன்னிருநாள் சடங்குகள் மூலம் அவளில் கங்கையன்னையை உருவேற்றி குடியுறச்செய்வார்கள். அதன்பின் அவள் எவருக்கும் மகளல்ல, எந்த இல்லத்திலும் இருப்பவளுமல்ல. காடும் கங்கையும் கங்கர்களின் அத்தனை குடிகளும் அவளுக்குரியனவே. அவள் ஊனுடலைப் பெற்ற அன்னையும் தந்தையும்கூட அவளை அன்னையாக பணிந்து வழிபட்டாகவேண்டும்.

அஸ்தினபுரிக்கு வந்த பிரதீபர் நிமித்திகர்களின் அவையைக்கூட்டி நிகழ்வனவற்றைக் கேட்டார். அஸ்தினபுரிக்கு கங்கையின் ஆசி வந்துவிட்டது என்றும், நான்குதலைமுறைக்காலம் குலத்துக்கு காவலனாகவிருக்கும் நிகரில்லா வீரன் கருபீடம்நோக்கி புவர்லோகத்தின் ஒளிமிக்க மேகங்களில் இருந்து நீர்த்துளிபோல கிளம்பிவிட்டானென்றும் நிமித்திகர் கூறினர். அவர்களின் குறியுரைப்படி கங்கர்களிடம் பெண்கேட்டு ஏழுமுறை தூதனுப்பினார் பிரதீபர். ஏழுமுறையும் தூதர்களைக் கொன்று கங்கையில் போட்டனர் கங்கர்கள். மலையடிவாரத்தில் நின்ற அஸ்தினபுரியின் படைகளை நோக்கி மூங்கில்தெப்பத்தில் வந்து சேர்ந்தன கழுத்து முறிந்து முகம் முதுகைநோக்கித் திருப்பப்பட்ட பிணங்கள்.

பிரதீபர் உலகியலை முடித்து வனம்புகுந்தபோது, வன எல்லையான ருதுபூர்ணை என்னும் சிற்றோடை வரை வந்த படைகளில் இருந்து அமைச்சரையும் தளகர்த்தர்களையும் விலக்கிவிட்டு பட்டத்து இளவரசர் சந்தனுவை மட்டும் அருகழைத்துச் சொன்னார். “அஸ்தினபுரி பாரதவர்ஷத்தின் நடுவிலிருக்கிறது மகனே. ஆகவே இது பாரதவர்ஷத்தின் தலைமை நகரமாக இருக்கவில்லை என்றால் அத்தனை ஷத்ரியர்களின் தேர்ச்சக்கரங்களும் துவைத்துச் சிதைத்தோடும் பெருவழியாக மட்டுமே எஞ்சவேண்டியிருக்கும். பாரதவர்ஷத்தின் வடக்கிலும் மேற்கிலும் தெற்கிலும் எல்லையற்ற நிலவிரிவு கொண்ட புதிய தேசங்கள் உருவாகி வந்துகொண்டிருக்கின்றன. அவர்களின் ஆநிரைகள் பெருகுகின்றன. அவர்களின் வயல்வெளிகள் விரிகின்றன. ஆநிரையும் கதிர்மணியும் ஆயுதங்களே என்று அறிக. அஸ்தினபுரியோ வணிகத்தை மட்டுமே நம்பியிருக்கும் நாடு. நாமடைவது மனிதர்கள் அளிக்கும் பொன். அந்நாடுகள் பெறுவதோ மண் அளிக்கும் பொன். அது குறைவதேயில்லை.”

“இளவரசே, வாளின்றி துலாக்கோலில்லை. வாளைக் கூர்மைசெய்” என்றார் பிரதீபர். “கங்கர்களை அஞ்சாத ஷத்ரியனில்லை. கங்கர்களின் கைகள் நம்முடன் இணைந்தால் நம் அம்புகள் எங்கும் அஞ்சப்படும். ஆகவே கங்கர்களிடம் நட்புகொள்ள நான் வாழ்நாளெல்லாம் முயன்றேன். என் தவத்தின் பயன் என என் மடியில் வந்து அமர்ந்தவள் அஸ்தினபுரியின் அரசலட்சுமி என்று அறிவாயாக! நிமித்திகர் நம் முன்னோரின் அருளின் கனி விளைந்திருக்கிறது என்கிறார்கள். அதைக் கொள்க! உன் குலம் பெருகட்டும்! உன் சந்ததிகள் நலம் வாழட்டும்!” என்று சொல்லி வனம்புகுதலின் விதிப்படி பின்னால் திரும்பிப்பார்க்காமல் காட்டுக்குள் சென்று மறைந்தார்.

சந்தனு தந்தையின் ஆணையை தன் கடமையாகக் கொண்டார். சாந்தமே பிறப்பானவர் என்று ரிஷிகளால் பெயரிடப்பட்ட அவர் படைகளோ தூதோ செல்லாத இடத்துக்குச் செல்ல இளமையால் முடியும் என்று சொன்ன சூதனின் சொற்களை நம்பி, ஆட்சியை அமைச்சர்களிடம் அளித்துவிட்டு, அம்பும் வில்லும் ஏந்தி தன்னந்தனியாக காட்டுக்குள் சென்றார். வேடர்களிடம் பேசி வழிகண்டுகொண்டு பதினெட்டு கங்கை வளைவுகளைத் தாண்டி பதினெட்டு மாதங்களுக்குப்பின் கங்கர்நாட்டுக்குச் சென்றார்.

மூன்றுமாதங்கள் கங்கையிலும் கரையிலுமாக அலைந்து திரிந்த சந்தனு பின்பொருநாள் மலைக்காற்றுபோல காட்டில் அலைந்த கங்காதேவியை கண்டார். தாமரைக்குள் இருக்கும் காயின் மென்மையும் வண்ணமும் கொண்ட கங்காதேவியின் முன்னால் ஆயுதங்களுடன் செல்லமுடியாதென்பதனால் அதற்கான தருணம் நோக்கி அவளறியாமல்

பின்தொடர்ந்தார். ஒருநாள் அவருக்குப்பின்னால் புதரிலிருந்த பெருமலைப்பாம்பு ஒன்று அவரை கவ்விச்சுருட்டிக்கொண்டது. அதன் வாய் திறந்து அகத்திலசையும் பசியைக் கண்டதும் சந்தனு 'கங்கையே அபயம்' என்று அலறினார். அதைக்கேட்டுத் திரும்பிய கங்காதேவி அவரை காப்பாற்றினாள். அடைக்கலம் கோரியவர்களை கைவிடுவது உயர்ந்தவர்கள் ஒருபோதும் செய்யாதது.

தன்னை நாடிழந்த ஷத்ரியன் என்று சந்தனு கங்காதேவியிடம் அறிமுகம் செய்துகொண்டார். சுற்றமும் சூழுமின்றி எதிரிகளுக்கு அஞ்சி வேடர்வாழ்க்கை வாழும் தனியன் என்று அவளிடம் சொன்னார். சத்யவதியின் மைந்தனே, ஆண்களின் தனிமையைப்போல பெண்களை கனிவுகொள்ளச்செய்வது ஏதுமில்லை. கனிவுபோல பெண்களை காதல்நோக்கி கொண்டுசெல்வதும் பிறிதில்லை. அவர்கள் சேர்ந்து ஒரு சிற்றோடையைக் கடக்கும்போது அங்கே நின்ற சரக்கொன்றை மரம் அந்த இருபாதத்தடங்களின்மீது பொன்னிறமலர்களைத் தூவியது. அது நல்நிமித்தமெனக் கண்ட கங்காதேவி சந்தனுவின் காதலை ஏற்றுக்கொண்டாள். அவரை தன்னுடன் அழைத்துக்கொண்டு தன் தொல்குடியை அடைந்தாள்.

கங்கர்களின் ஏழுமூதாதையர் அடங்கிய குடிச்சபை சந்தனுவை ஏற்கவில்லை. ஏழுநாட்கள் தொடர்ந்து அவர்கள் விவாதித்தனர். கங்காதேவி ஏழுநாட்களும் நீர்கூட அருந்தாமல் நின்றுகொண்டே இருந்தாள். குலமூதாதையர் ஏற்கவில்லை என்றால் அங்கேயே நின்று பாழ்மரமாகி மறைவேன் என்று அவள் சொன்னாள். கன்னியின் சாபம் குலமழிக்குமென அறிந்த குலமூத்தோர் கனிந்தனர். "கன்னியே, கங்கர்குலம் வாழ்வது இந்த மலைச்சரிவில் வாழ்வதனால் மட்டும் அவர்களுடையும் தனித்திறன்களினால் அல்லவா? அந்த சித்திகளினால்தான் நாம் சித்தேஸ்வரர் என்று அழைக்கப்படுகிறோம். சமநிலத்தின் இந்த ஷத்ரியமன்னனின் குழந்தைக்கு அந்தத் திறன்கள் எப்படி உருவாகும்? இவனோ வீரியமற்ற சாமானியனாகவும் இருக்கிறான்" என்றனர்.

இறுதியில் குலமூத்தார் கூற்றை கங்காதேவி ஏற்றுக்கொண்டாள். அவள் வயிற்றில் உதிக்கும் குழந்தைகளில் கங்கர்களின் பிறவித்திறன்கள் கொண்ட குழந்தைகள் மட்டுமே மண்ணில் வாழவேண்டும் என்பது அக்குலவிதி. காதல்கொண்டவனும் பலமற்றவனுமாகிய சந்தனுவிடம் அதை அவள் சொல்லவில்லை. 'இந்த கங்கபுரி நீங்கி நான் வரமாட்டேன். எங்கள் ஊர்களுக்குள் உங்களுக்கும் இடமில்லை. இங்கே தனிக்குடிலில் நாம் வாழ்வோம். நான் என்னசெய்தாலும் எங்குசென்றாலும் ஏதும் கேட்கலாகாது' என சந்தனுவிடம் அவள் வாக்கு பெற்றுக்கொண்டாள்.

கங்கை சுழித்துச் சீறிவிலகும் ஒரு பாறையின்மேல் கட்டப்பட்ட குடிலில் அவளுடன் சந்தனு தங்கினான். ஒவ்வொருநாளும் ஒவ்வொரு கணமும் ஒவ்வொரு உறுப்பாலும் காமத்தை அறிந்தான். குருகுலத்தவனே, நீருள்நீர் போல சேர்வதே உயர்காமம். நீரில் உள்ளன காமத்தின் விதிகள். நீரில் நிகழ்வன காமத்தின் எல்லைகள். மழைக்கால நதியும் கோடைகாலநதியும் பெண்ணே. குளிர்கால உறைவும் வெம்மை கரந்த வசந்தமும் பெண்ணே. மலர்சூடிச்செல்லும் ஓட்டமும் உள்ளொழுக்குகள் காலைக்கவ்வி இழுக்கும் சுழிப்பும் அவளே. அவளை முடிவில்லாத அலைகளையே புரளும் ஏடுகளெனக் கொண்ட நூலாக அறிந்துகொண்டிருந்தான்.

நீரின் மாயத்தை சொல்லிவிடும் சூதன் எங்குள்ளான்? மெருகேறிய மென்பரப்புகள், மின்னும் வளைவுகள், உயிரின் அலைப்பரப்புகள், ஆழம்குவிந்த சுழிகள், ஒசிந்த குழைவுகள், நுரைத்ததும்பல்கள், பாசிமணக்கும் பாறைப்பரப்புகள், துள்ளிச்சிரிக்கும் வெள்ளிமீன்கள், கண்களாக மட்டுமே தெரியும் ஆழத்தின் மாபெரும் மீன்கள். அவள் அவனை முழுமையாக தன்னுள் இழுத்துக்கொண்டாள். சந்தனுவின் மைந்தனே, நீராடிமுடிக்கத்தக்க நதியும் காமத்தால் தாண்டிச்செல்லத்தக்க பெண்ணும் பிரம்மன் அறியாதவை. உன் அடையாத காமத்தால் அவன் அடைந்த காமத்தை ஆயிரம்முறை பெரிதாக நீ அறியமாட்டாயா என்ன?

விசித்திரவீரியன் நடுங்கும் கைகளைக்கொண்டு சூதரை வணங்கினான். காலகாலங்களுக்கு அப்பாலிருந்து விழியிழந்த சூதர் பாடிக்கொண்டிருந்தார்.

3

நள்ளிரவில் பூவனத்தின் ஒலி மாறுபடத்தொடங்கியது. அங்கிருந்து வந்த காற்றில் மண்மணம் அவிந்து மலர்மணம் எழத்தொடங்கியது. தீர்க்கசியாமர் தன் யாழை மீட்டி பாடிக்கொண்டிருப்பதை விசித்திரவீரியன் இருகைகளிலும் முகம் வைத்து அமர்ந்து கேட்டுக்கொண்டிருந்தான்.

'சந்தனுவின் மைந்தனே, முன்பொருகாலத்தில் கனகை என்னும் பொன்னிற நாகம் ஒரு தாழைப்புதருக்குள் நூறுமுட்டைகளை இட்டது. முட்டைகளை இட்டுவிட்டு மும்முறை மண்ணைக் கொத்தி பூமாதேவியை காவலுக்கு நிறுத்திவிட்டு திரும்பிப்பாராமல் செல்லும் வழக்கம் கொண்டவை நாகங்கள். சூரிய ஒளியில் அந்த முட்டைகள் விரிந்து சின்னஞ்சிறு புழுக்களைப்போன்ற நாகக்குழந்தைகள் வெளிவந்தன. நாகங்களின் வழக்கப்படி அவை வாசனையை உணர்ந்து, நெளிந்து அருகே இருந்த தாழைமலர்களில் ஏறி அதன் சிறகுகளின் நறுமணம் மிக்க வெம்மைக்குள் அமர்ந்துகொண்டன. அதன்பின் அந்த மலரையே அவை அன்னை என உணர்ந்தன' என்றார் சூதர்.

அன்னை தன் வாசனையால் வண்டுகளை அருகே அழைத்து அக்குழந்தை களுக்கு உணவூட்டினாள். இரவில் தன் இறகுகளைக்கொண்டு மூடி அவற்றை பாதுகாத்தாள். அவை தங்கள் வழிகளையும் தர்மத்தையும் கண்டுகொள்ளும்வரை அவற்றை அவளே பேணினாள்.

அந்த நூறு பாம்புக்குழந்தைகளில் ஒருவன் பெயர் உசகன். சந்திர குலத்தைச் சேர்ந்த அரசநாகமாகிய உக்ரோதனின் மகன் அவன். தன் உடன்பிறந்தவர்கள் அனைவரும் செம்பொன்னிறத்தில் ஒளிவிட்ட தாழைமடல்களில் புகுந்துகொண்டதைக் கண்ட உசகன் மேலும் ஒளிகொண்ட ஒரு தாழைமடலைநோக்கிச் சென்று அதன் இதழ்களுக்குள் புகுந்தான். அது அந்த வனத்தில் எரிந்த காட்டுநெருப்பு.

தன்னில் புகுந்த உசகனை அக்னிதேவன் உண்டான். அக்னிதேவனின் வயிற்றுக்குள் சென்ற உசகன் "அக்னியே, உன்னை என் அன்னை என்று எண்ணி இங்கே வந்தேன். என்னை உணவாக்கியது அறமல்ல" என்றான். அக்னிதேவன் "என்னை அடைந்த எதையும் உண்ணுவதே என் அறமாகும். ஆனால் நீ அன்னையைத் தேடிவந்த குழந்தை என்பதனால் உனக்கு ஒரு வரம் அளிக்கிறேன். நீ சந்திர குலத்தில் மனிதர்களின் அரசனாக பிறப்பாய்" என்றான்.

சந்திரகுலத்து பிரதீபனின் மகனாகப் பிறந்த சந்தனு பிறந்த மூன்றுநாழிகை நேரம் அன்னையைத்தேடும் உசகன் என்றே தன்னை உணர்ந்தான். இரு சிறு கைகளையும் விரித்து இடையை நெளித்து நாகக்குழவி போல நெளிந்து தவழ்ந்து அன்னையின் மடியில் ஏறமுயன்றான். அவன் அன்னை அப்போது உடல்குளிர்ந்து வலிப்புகொண்டு மருத்துவச்சிகளால் ஆதுரசாலைக்கு அகற்றப்பட்டிருந்தாள்.

கண்களை இறுக மூடி கைகளை சினத்துடன் ஆட்டி, உடலெங்கும் சிவக்க, குமிழ் வாய் திறந்து குழந்தை அழுதது. அதை தாதிகள் அணைத்து தூக்கி அவர்களின் ஊறாத முலைகள்மேல் வைத்து அழுகையை அடக்கமுயன்றனர். அரசகுலத்துக்கு முலையூட்ட சூதப்பெண்கள் அனுமதிக்கப்படவில்லை என்பதனால் குழந்தைக்கு அன்னையாக அவர்கள் எவராலும் முடியவில்லை. குழந்தை சிவந்து சிவந்து அழுது தொண்டை அடைத்து குரலிழந்தது. அழுகை வெறும் உடல்நடுக்கமாக வெளிப்பட அதன் உடலெங்கும் நீலம் பரவியது.

சந்தனுவின் தந்தை குருகுலத்து பிரதீப சக்ரவர்த்தி நாற்பதாண்டுகள் குழந்தைகள் இல்லாதவராக இருந்தார். பன்னிரண்டு வனங்களில் தன் பட்டத்தரசி சுனந்தையுடன் தங்கி நோன்புகள் நோற்றார். நூல்கள் சொல்லும் அறங்களை எல்லாம் இயற்றினார். விளைவாக அவரது பிறவிப்பிணிகள் அனைத்தும் விலகியபின் அறுபது வயதில் அரசி கருவுற்றாள்.

கருவைத்தாங்கும் வலிமை முதியவளின் உடலுக்கு இருக்கவில்லை. ஆகவே மருத்துவச்சிகள் நிறைந்த ஆதுரசாலை ஒன்றை அமைத்து அதில் அவளை தங்கவைத்தார் பிரதீப மன்னர். ஒவ்வொருநாளும் அவள் நெய்யிழந்த வேள்விநெருப்பு என தளர்ந்து வெளுத்தாள். தனிமையில் அமர்ந்து தன்னை மரணம் தொடர்வதை நினைத்து நினைத்து அஞ்சி அழுதாள். கருமுதிர்ந்தபோது அவள் வயிறு குலைதாளா வாழைபோல சரிந்தது. அவளை அன்னத்தூவிப்படுக்கையிலேயே வைத்து பார்த்துக்கொண்டனர் மருத்துவச்சிகள்.

அவள் பெற்ற முதல்குழந்தை வெளுத்துக் குளிர்ந்து களிமண் சிலை போலிருந்தது. அதற்கு சருமமே இல்லையோ என்று தாதிகள் ஐயுற்றனர்.

அதை ஈற்றறையில் இருந்து எடுத்துச்சென்று மருத்துவசாலையொன்றுக்கு அனுப்பினர். அங்கே மான்களின் பாலை உண்டு அவன் வளர்ந்தான். அவனுக்கு தேவாபி என்று பெயரிட்டனர். சூரிய ஒளிபட்டால் சிவந்து புண்ணாகும் தோல்கொண்ட தேவாபி ஆதுரசாலையின் இருளிலேயே வாழ்ந்தான்.

நாடாள்வதற்கு நீண்ட ஆயுள் கொண்ட குழந்தை வேண்டும் என்று அமைச்சர்கள் பிரதீபரிடம் சொன்னார்கள். அரசி அஞ்சி நடுங்கி அழுதாள். நிமித்திகரும் குலமூத்தாரும் சென்று அவளிடம் பேசினார்கள். தன்னை நிழல்களும் கனவுகளும் விடாது துரத்துவதாக அவள் சொன்னாள். மகாவைதிகர் பத்மபாதர் வந்து அவளிடம் அரசனைப்பெறுதலே அவள் கடமை என்றும், அதை மறுப்பது பெரும்பழிசூழச்செய்யும் என்றும் சொன்னபோது கண்ணீருடன் ஒப்புக்கொண்டாள்.

மீண்டும் சுனந்தை கருவுற்றாள். அவள் உடலில் இருந்து மழைக்கால ஓடைபோல குருதி வெளியேறிக்கொண்டிருந்தது. கண்களும் உதடுகளும் அல்லியிதழ்கள் போல வெளுத்தன. பேசவும் சொல்லற்றவளாக சுவரில் கையூன்றி அவள் நடந்தபோது உடலின் மூட்டுகளெல்லாம் ஒலியெழுப்பின. தேர் ஊர்ந்துசென்ற பாம்பு போல மெல்ல நெளிந்தபடி படுக்கையிலேயே கிடந்தாள். ஈற்றுவலி வந்தபோது முதியவள் நினைவிழந்தாள். அவள் உடல் அதிர்ந்துகொண்டே இருக்க, மழைக்கால சூரியன் போல மெல்ல வெளிவந்த சந்தனுவை அவள் பார்க்கவேயில்லை. அவள் மருத்துவச்சிகள் சூழ ஆதுரசாலையில் பேணப்பட்டாள்.

சந்தனு அன்னையின் முலைகளின் வெம்மையையும் சுவையையும் அறியவில்லை. சூதர்குலச்சேடிகள் சூழ்ந்த அரண்மனையில் அறைகள்தோறும் தவழ்ந்து அலைந்து தனித்து வளர்ந்தான். அறைகளெங்கும் ஏவல் மகளிர் இருந்தனர். எந்த அறையிலும் அன்னை இருக்கவில்லை. பெண்களில் இருந்து பெண்களுக்குத் தாவி அழுதுகொண்டே இருந்த இளவரசனை அவர்கள் வெறுத்தனர். ஒருபெண்ணால் அள்ளப்பட்டதுமே அவள் அன்னையல்ல என்று அறிந்த குழந்தையின் துயரை அவர்கள் அறியவேயில்லை.

சிபிநாட்டு இளவரசியான சுனந்தை மீண்டும் கருவுற்று இன்னொரு மகனைப் பெற்றாள். சந்திரகுலம் ஓங்கி அரசாள வல்லமைமிக்க ஓர் இளைய மைந்தன் வரவேண்டும் என்று நிமித்திகரும் அமைச்சரும் சொன்னதற்கிணங்க அவளிடம் பிரதீபர் மூன்றாவது குழந்தையைப் பெற்றார். அப்போது சுனந்தையின் சித்தம் புயல்காற்றில் படபடத்துப் பறந்துசெல்லும் கொடிபோல அவள் உடலில் இருந்து விலகிவிட்டிருந்தது. முட்களிலும் பாறைகளிலும் சிக்கிக் கிழிந்து மண்ணில் படிந்திருந்தது. அவள் அரசனையே அறியவில்லை. நடுங்கும் குளிர்ந்த விரல்களை

கோத்துக்கொண்டு மழைபட்ட இலைநுனிபோல் அதிரும் உதடுகளுடன் எதையோ சொல்லிக்கொண்டிருந்தாள். அவள் என்ன சொல்கிறாள் என்று மருத்துவர் கேட்கமுயன்றனர். அது சொல்லாக இருக்கவில்லை.

மூன்றாவது குழந்தை மருத்துவர்களால் வயிற்றிலேயே நன்கு பேணப்பட்டது. கொழுத்து தசை உருண்ட பால்ஹிகன் அன்னையை பிளந்துகொண்டுதான் வெளியே வரமுடிந்தது. அலறவும் ஆற்றலில்லாமல் வாழைத்தண்டுபோலக் கிடந்த சுனந்தை குழந்தையை குனிந்தும் பார்க்கவில்லை. இருகைகளையும் மார்பின்மேல் வைத்து கும்பிட்டாள். அவ்வண்ணமே இறந்துபோனாள்.

அவள் இறந்து ஒரு வருடம் கழித்து நீர்க்கடன் செய்யும் நாளில் கங்கை நீரை கையில் அள்ளி அவள் பெயரை மந்திரத்துடன் சொல்லி ஒழுக்கில் விடும் கணத்தில் அவள் சொன்ன சொல்லை பிரதீபர் நினைவுகூர்ந்தார். ஆனகி என்ற அச்சொல்லை நெடுங்காலம் முன்பு அவள் சிறுமியாக பெருநிதியும் பல்லக்கும் சேவகர்கூட்டமுமாக சிபிநாட்டிலிருந்து வந்து அவருக்கு பட்டத்தரசியானபின் அவருடன் இருந்த முதல்நாள் இரவில் சொல்லியிருந்தாள். தேன்சிட்டுபோல சிறகடித்து காற்றிலேயே மிதந்துநிற்கிறாள் என அவளது தூய இளமையை அவர் அன்று உணர்ந்தார். அன்றிரவு அவள் பேசியது பெரும்பாலும் அவள் சிபிநாட்டில் தன் அந்தப்புரத்தில் அன்புடன் வைத்துவிளையாடிய ஆனகி என்ற மரப்பொம்மையைப்பற்றி மட்டும்தான்.

ஆதுரசாலையில் வளர்ந்த தேவாபியும் சூதர்களிடம் வளர்ந்த பால்ஹிகனும் சந்தனுவை அறிந்திருக்கவில்லை. யானைபலம் கொண்டிருந்த பால்ஹிகன் தன் அண்ணனுக்கு வாகனமாக ஆனான். ஒவ்வொருநாளும் ஆதுரசாலைக்குச் சென்று அண்ணனுக்கு பணிவிடைசெய்தான். சூரியன் அணைந்தபின் தேவாபியை தோள்மேல் ஏற்றிக்கொண்டு அரண்மனைத் தோட்டத்துக்கும் அங்கிருந்து குறுங்காட்டுக்கும் சென்றான். இரவெல்லாம் அலைந்தபின் விடியற்காலையில் அண்ணனுடன் பால்ஹிகன் வரும்போது யானைக்காலடிகளின் ஓசை கேட்டது.

தேவாபி மீது வாழைமேல் மழை என பால்ஹிகனின் பேரன்பு பொழிந்துகொண்டிருந்தது. அதற்காக விரிந்த கைகளே தேவாபியின் ஆளுமையாக இருந்தது. அண்ணனுக்கு மட்டும் கேட்கும் குரலில் தம்பி பேசினான். பேசிப்பேசி பின்பு அவர்கள் பேசவே தேவையற்றவர்களாக ஆனார்கள். தேவாபியின் உடலை பால்ஹிகனின் கைகள் எப்போதும் தீண்டிக்கொண்டிருக்கும். அதன் வழியாக அவன் அகம் அண்ணனுக்குள் சென்றுகொண்டிருக்கும்.

இருவருக்கும் நடுவே புக சந்தனுவாலோ பிரதீபராலோ அரண்மனைக் குள்ளும் புறமும் வாழ்ந்த பிறராலோ முடியவில்லை. அவர்களிடம் ஒரு

சொல் பேசினால்கூட அவர்களின் முகம் இறுகி விழிச்சாளரங்களில் ஓர் அன்னியன் எட்டிப் பார்ப்பான். நண்டின் கொடுக்குகள் போல எழுந்த பெருங்கைகளுடன் பால்ஹிகன் வந்து முன்னால் நிற்பான். விலங்கின் விழிகள் போல அறிமுகம் மறுக்கும் பார்வையுடன் என்ன என்று கேட்பான்.

சந்தனு தேவாபியை விரும்பினான். அண்ணன் அருகே காலடியில் அமர்ந்து பால்ஹிகன் கண்களில் ஒளியுடன் மெல்லியகுரலில் பேசிக்கொண்டிருப்பதை அவன் ஏக்கத்துடன் சாளரம் வழியாக பார்த்துக்கொண்டிருப்பான். அண்ணனை தானும் தோளிலேற்றிக் கொண்டு காட்டுக்குள் செல்வதைப்பற்றி கனவுகண்டான். தனிமையின் குளிர்ந்த இருட்டில் அமர்ந்து அவன் தேவாபியிடம் பேசிக்கொண்டே இருந்தான்.

தனிமை சந்தனுவை நோயுறச்செய்தது. அவன் நிழல்பட்ட செடிபோல வெளிறிச்சூம்பிய உடல்கொண்டவன் ஆனான். அரண்மனை மருத்துவர்களால் அவன் நோயை உணரமுடியவில்லை. மருந்துகள் உண்ணும்தோறும் அவன் தன்னை நோயாளியென எண்ணி மேலும் நோயுற்றான். அவன் கால்கள் பலவீனமாக இருந்தமையால் ஆயுதசாலைக்கு அவன் அனுப்பப்படவில்லை. தலைசுற்றி விழும் வழக்கம் கொண்டிருந்தமையால் கல்விச்சாலைக்கும் செல்லவில்லை. அறைக்குள்ளேயே வாழ்பவனாக ஆனான்.

நோயுற்றபோது சந்தனுவின் மனம் பால்ஹிகன்மேல்படியத்தொடங்கியது. பால்ஹிகனின் புடைத்த எருமைத்தசைகளை உப்பரிகையில் அமர்ந்து பார்த்தபோது அவன் கண்ணீர் மல்கினான். பால்ஹிகன்மேல்ஏறி காட்டுக்குள் செல்வதைப்பற்றி கனவுகண்டான். பால்ஹிகன் தன்னை தீண்டவேண்டும் என்று ஏங்கி பெருமூச்சுவிட்டான்.

அந்த ஏக்கம் தேவாபிமேல்சினமாக ஆகியது. தன் தம்பியை அடிமைகொண்டிருக்கும் வேதாளமாக தேவாபியை சந்தனு எண்ணத்தொடங்கினான். பால்ஹிகன் மீது ஏறிச்செல்லும் தேவாபியைக் காணும்போது மரம் மீது பரவிய ஒட்டுண்ணிக்கொடி என நினைத்தான். தேவாபியிடமிருந்து பால்ஹிகனை மீட்பதைப்பற்றி கற்பனைசெய்யத் தொடங்கினான். மெல்ல விதவிதமாக தேவாபியை கொல்வதைப்பற்றி கற்பனைகள் செய்து அந்த வன்மத்தின் பேரின்பத்தில் திளைத்தான்.

பதினெட்டு வயதில் தேவாபிக்கு இளவரசுப்பட்டம் சூட்ட பிரதீபர் முடிவெடுத்தபோது அமைச்சர்கள் சிலர் எதிர்த்தனர். ‘பகல் ஒளியை அறியமுடியாதவன் மன்னனாக முடியுமா?’ என்றனர். குலமூத்தார் குலநெறிப்படி தேவாபியே மன்னனாக வேண்டும் என்று வாதிட்டனர்.

பிரதீபர் "என் மூதாதையரின் நெறிகளை நான் மீறமுடியாது" என்றார். தேவாபிக்கு முடிசூட்டுநாள் குறிக்கப்பட்டது.

இளவரசாக முடிசூட்டும் விழவுக்கு தேவாபி பலநாட்களுக்கு முன்னதாகவே சித்தமாகிவிட்டான். அரண்மனை நாவிதர்கள் அவன் வெளுத்த தலைமயிரை வெட்டி ஒழுங்கமைத்தனர். அவனுடைய பால்நிறத்தாடியை குறுக்கினர். ரத்தசந்தனச்சாற்றை அவன் உடலில் பூசி கிழங்குபோல தோல் உரிந்து வெளுத்திருந்த சருமத்தை சற்று செம்மைசெய்தனர்.

இளவரசுப் பட்டம் சூட்டும் நாளன்று காலையில் தேவாபி கலிங்கத்தில் இருந்து பொற்சித்திரவேலை செய்யப்பட்ட செம்பட்டு வரவழைத்து அணிந்துகொண்டான். நவமணி ஆரமும் வைரங்கள் மின்னும் குண்டலங்களும் கங்கணங்களும் அணிந்துகொண்டான். அதிகாலைமுதலே அவன் ஆடிக்கு முன்னால் அமர்ந்திருந்தான். பால்ஹிகன் அண்ணனை தன் கைகளாலேயே அலங்கரித்தான். தேவாபி மீண்டும் மீண்டும் சொன்ன தோற்றக்குறைகளை சரிசெய்துகொண்டே இருந்தான்.

முடிசூட்டுவிழவுக்கு நூற்றெட்டு கோட்டங்களில் இருந்து வந்திருந்த ஐந்துநிலப் பெருங்குடிமக்கள் அவைக்கூடத்தில் கூடியிருந்தனர். தேவாபிக்கு வெயில் உகக்காதென்பதனால் அவை முழுக்க நிழலில் இருந்தது. சாளரங்களுக்கு வெளியே பெரிய துணித்திரைகள் தொங்கவிடப் பட்டிருந்தன. தலைக்கோல் நிமித்திகன் வருகையறிவித்ததும் தம்பியின் தோளேறி வந்த தேவாபியைக் கண்ட அவையில் சலசலப்பு ஓடியது. தேவாபி உபாசனத்தில் அமரச்செய்யப்பட்டான். அவனுக்காக இளவரசுக்கான சிம்மாசனம் காத்திருந்தது.

சத்ரமும் சாமரமும் செங்கோலுமாக பிரதீபர் அவையமர்ந்தார். நிமித்திகன் முதியமன்னரை வாழ்த்தியபின் முறைப்படி மக்கள் மன்னனை வணங்கி பரிசில் அளிக்கும் சடங்குகள் நிகழ்ந்தன. தேவாபியை இளவரசாக அறிவிக்க நிமித்திகருக்கு பிரதீபர் சைகை காட்டினார். அப்போது அவைமண்டபத்தின் கிழக்கே சாளரத்தை மறைத்து கட்டப்பட்டிருந்த பெரும்திரை அறுந்து சரிந்தது. பின்காலையின் முறுகிய வெயில் நேரடியாகவே தேவாபிமேல் விழுந்தது.

ஒளிபட்ட தேவாபி கண்கள் குருடாகி இருகைகளாலும் முகம்பொத்தியபடி கூவிச்சுருண்டுகொண்டான். பால்ஹிகன் ஓடிச்சென்று அண்ணனைத் தூக்கியபடி ஓடி அவைமண்டபத்தின் இருண்ட பகுதிக்குச் சென்று சுவரோடு சேர்ந்து நின்று அவனை தன் பேருடலால் மறைத்துக் கொண்டான். தேவாபி மன்னனாக முடியாதென்பதை அக்கணமே பிரதீபர் உணர்ந்தார்.

அதற்கேற்ப நால்வருணத்தினரும் ஐவகை நிலத்தினரும் ஒருங்கே எழுந்தனர். "அரசே எங்கள் நிலமும் கன்றும் நீரும் காற்றும் வெய்யோன் ஒளியின் கொடை. கதிருக்குப் பகையான ஒருவரை நாங்கள் அரசரென ஏற்கமுடியாது" என்றனர் முதுகுலத்து மூத்தார். அமைச்சர்கள் அதை ஆமோதித்தனர்.

பெருமூச்சுடன் "அதுவே விதியின் வழி எனில் அவ்வண்ணமே ஆகுக" என்றார் பிரதீபர். அங்கேயே இடப்பக்கத்து இருக்கையில் தனித்து அமர்ந்திருந்த சந்தனுவை இளவரசாக கோல்தூக்கி நிமித்திகன் அறிவித்தான். சபை மலரும், நெல்மணியும் தூவி சந்தனுவை வாழ்த்தியது. இளவரசனுக்கான மணிமுடியை அணிந்து அவை முன்பு வந்து நின்று அஸ்தினபுரியின் செங்கோலை மும்முறை தூக்கி உயர்த்தினான்.

அவை எழுந்து முகடு அதிர நற்சொல் எழுப்பியது. பல்லியம் முழங்க பெருமறை அதிர்ந்தது. 'சந்திரகுலத்தின் குலம் அவன் வழியாக நீள்வதாக!' என வாழ்த்தினர் அறிவரும் அந்தணரும் அருமறையாளரும். சூதர்கள் அவன் புகழைப்பாடி ஏத்தினர்.

அன்றுமாலையே தேவாபி துறவுபூண்டு வனம் செல்லப்போகிறான் என்ற செய்தி வந்தது. தன் அறையில் அன்றைய நினைவுகளில் திளைத்திருந்த சந்தனு அதைக்கேட்டுத் திகைத்தான். தேவாபி தன் தூதனை அனுப்பி காட்டில் இருந்த சித்ரகர் என்னும் முனிவரிடம் தனக்கு தீட்சை கொடுக்கும்படி கேட்டதாகவும் அவர் தன் சீடர்களை அனுப்பியிருப்பதாகவும் சேவகன் சொன்னான்.

தேவாபி கிளம்பும்போது சந்தனு அங்கே சென்றான். பிரதீபர் வந்து துணையரண்மனை முற்றத்தில் காத்து நின்றார். புலித்தோலாசனத்துடன் தேர் காத்து நின்றது. அமைச்சர்களும் அதிகாரிகளும் கூடி நின்றனர். ஆதுரசாலை மருத்துவர்களும், சேவகர்களும் சற்று விலகி தலைகுனிந்து நின்றனர். சித்ரகரின் நான்கு சீடர்கள் மரவுரி அணிந்து சடைக்குழல்களும் நீண்டதாடிகளுமாக எவரையும் பார்க்காமல் எதுவும் பேசாமல் நின்றனர். நெய்ப்பந்தங்களின் கொழுந்தாடலில் அத்தருணம் அதிர்ந்துகொண்டிருந்தது.

உள்ளிருந்து பால்ஹிகன் தேவாபியை தாங்கி அழைத்துவந்தான். தளர்ந்த கால்களில் முதியவன்போல வந்த தேவாபி பந்தங்களுக்குக் கூசிய கண்கள்மேல்கையை வைத்து மறைத்து அனைவரையும் பார்த்தான். பின்பு கைகூப்பி பொதுவாகத் தொழுதான். திரும்பி தான் வாழ்ந்த அரண்மனையை சிலகணங்கள் நிமிர்ந்துபார்த்தபோது அவன் உதடுகள் மெல்ல துடித்தன. கடைசிச்சொல் ததும்பி சொட்டவிருப்பது போல. அச்சொல்லை அவன் விழுங்கிக்கொண்டான். எவரையும் பார்க்காமல் சென்று சித்ரகரின் சீடர்கள் முன் நின்றான்.

அவர்கள் அவனிடம் இடையில் இருந்த புலித்தோலாடையைக் கழற்றி மும்முறை சுழற்றி பின்னால் வீசும்படி சொன்னார்கள். அவன் அவ்வண்ணமே செய்தபின் ஆடையணிகள் அற்றவனாக நின்றான். அவர்கள் தங்கள் மரக்கமண்டலத்தில் கொண்டுவந்திருந்த கங்கை நீரை அவன்மேல் மும்முறை தெளித்தனர். தர்ப்பைப்புல்லை கங்கணமாக்கி அவன் கையில் அணிவித்து 'விடுகிறேன்! விடுகிறேன்! விட்டுவிடுகிறேன்!' என மும்முறை சொல்லச்செய்தனர். அதன்பின் அவர்கள் கொண்டுவந்திருந்த மரவுரியை தேவாபி அணிந்துகொண்டான்.

பின்னால் நின்ற பால்ஹிகனை திரும்பிப்பார்க்காமல் தேவாபி முன்னடி எடுத்துவைத்தபோது அவன் தன் கனத்த காலடிகளுடன் அண்ணனைத் தொடர்ந்தான். சித்ரகரின் சீடன் "எவரும் கூடவரலாகாது... இவ்வரண்மனையுடன் இவருக்கிருந்த உறவுகள் அறுந்துவிட்டன" என்றான். 'அண்ணா!' என்று பால்ஹிகன் கதறினான். "அப்படியென்றால் நானும் துறவு பூண்டு உங்களுடன் வருகிறேன்" என்று கூவினான்.

"இளவர்சே, துறவிக்கு எவரும் துணையில்லை. நீங்கள் துறவுபூண்டால் உங்களுக்கு குருமட்டுமே உறவு. அண்ணன் என எவரும் இருக்கமுடியாது" என்றார் முதன்மைச்சீடர். தேவாபியை நோக்கி பால்ஹிகன் கூச்சலிட்டான், "அண்ணா, இதை அறிந்தே நீங்கள் செய்தீர்களா? ஏன் எனக்கு இந்தக்கொடுமையை இழைத்தீர்கள்? நான் செய்த பிழை என்ன?"

"பால்ஹிகா" என்று முதல்முறையாக தம்பியை பெயர்சொல்லி அழைத்தான் தேவாபி. "இன்று அவைநடுவே அனைவரும் என்னை நோக்கி நகைத்தனர். அதுவல்ல என் சிக்கல். அவர்களில் உரக்க ஒலித்தது என் நகைப்பே" என்றவன் புன்னகையுடன் "இன்னொருவன் மேலேறி நடப்பவன் சிரிக்கப்படவேண்டியவனே என்றுணர்ந்தேன். அக்கணமே இம்முடிவை எடுத்துவிட்டேன்" என்றான். பால்ஹிகன் திகைத்து நின்றான்.

"என்னை நோக்கி அவை சிரித்தது சரிதான். உன்னை நோக்கி ஏன் சிரிக்கவேண்டுமென நினைத்தேன். மனிதக்கால்கள் அவன் உடலை சுமப்பவையாகவே அமைக்கப்பட்டுள்ளன. பிறர் உடலை சுமப்பதற்காக அல்ல. என்னை இறக்கிவைக்காமல் உனக்கு வாழ்க்கை இல்லை. உனக்கு வெற்றியும் சிறப்பும் அமையட்டும்!" என்றான் தேவாபி.

அவர்கள் செல்வதை பிரமித்த விழிகளுடன் நோக்கி நின்றபின் பால்ஹிகன் அப்படியே தரையில் அமர்ந்துவிட்டான். அவனை அணுகி ஏதோ சொல்லமுயன்ற பிரதீபரை ஏறிட்டு நோக்கி 'ம்ம்' என உறுமினான். பிரதீபர் பின்னடைந்தார். பால்ஹிகன் ஓடி அரண்மனைக்குள் புகுந்து கொண்டான்.

நாற்பதுநாள் அவன் தன் அறையை விட்டு வெளியே வரவில்லை. நாற்பத்தொன்றாம் நாள் கங்கையில் தேவாபிக்கான நீர்க்கடன்களுக்காக பிரதீபரும் சந்தனுவும் சென்றனர். பால்ஹிகனை தனியாக அமைச்சர்கள் அழைத்துவந்தனர். தீயெரியும் கலம்போன்ற உடலுடன் வந்த பால்ஹிகன் அனைத்துச் சடங்குகளையும் அந்தணர் சொல்லியபடி செய்தான்.

கங்கையில் மூழ்கி ஈரம் சொட்டும் கூந்தலும் பெருந்தோள்களுமாக கரையேறி வந்த பால்ஹிகன் கீழே கிடந்த தர்ப்பை ஒன்றை கையிலெடுத்துக் கொண்டு திரும்பினான். "இளவரசே!" என சந்தனுவை அழைத்தான். சந்தனு திகைத்துத் திரும்பியதும் "நான் என் அண்ணன்மேல் கொண்ட அன்பு இந்த நதிக்குத் தெரியும் என்றால் இவளே சான்றாகுக! எந்த நோய்க்குறையால் என் அண்ணன் அவமதிக்கப்பட்டானோ அதே நோய் என்றும் உன் குலத்தில் இருக்கட்டும். ஆணை! ஆணை! ஆணை!" என்றான்.

பதைத்து கால்தளர்ந்து சந்தனு நிற்க அங்கிருந்து அப்படியே சென்று சிபிநாட்டை அடைந்த பால்ஹிகன் பிறகெப்போதும் திரும்பி வரவில்லை. அந்த தீச்சொல் என்றும் சந்தனுவின் உள்ளத்தில் இருந்தது. உசகன் அந்நெருப்பை அறியாதிருந்த காலமே இல்லை.

தேவாபியும் பால்ஹிகனும் அகன்றதும் சந்தனுவின் நோய்கள் மறைந்தன. ஆயுதசாலையிலும் கல்விச்சாலையிலும் தன்னை ஈடுபடுத்திக்கொண்டான். வில்லும் சொல்லும் கைவசப்பட்டன. ஆனால் உள்ளூர அவன் அஞ்சிக்கொண்டிருந்தான். தன் குருதியில் பிறக்கும் நோயுற்ற குழந்தைகளை கனவில் கண்டு அஞ்சி எழுந்தமர்ந்தான். மலைகளைத் தாண்டி கங்கர்குலத்தில் அவன் பெண்கொள்ளச் சென்றமைக்குக் காரணம் அதுவே. கோபுரம் போன்ற உயரமும் கற்பாறைத் தோள்களும் கொண்ட கங்கர்குலத்தின் வலிமை தன் குலத்தில் சேர்ந்தால் அந்த தீச்சொல்லில் இருந்து தப்பிவிடலாமென அவன் நினைத்தான்.

4

'இளவரசே, உசகன் அருளப்படாததை அனுதினமும் தேடிக்கொண்டே இருந்தான். நெருப்பில் எரிந்தவன் நீரை கண்டுகொண்டான்.'

இருவிரல்களால் யாழைமீட்டி தீர்க்கசியாமர் பாடினார். ஆனால் வேள்வியாகும் அவியின் பேரின்பத்தையே சந்தனு கங்காதேவியில் அடைந்தார். மண்ணில் நெளியும் புழு விண்ணில் பறக்கும் வழி என்ன மானிடரே? விண்ணாளும் புள்ளுக்கு உணவாவது மட்டும்தானே?

கங்காதேவியிடம் அவருக்கு எட்டு குழந்தைகள் பிறந்தன. கருமுதிர்ந்து குடவாயிலை தலையால் முட்டத் தொடங்கியதும் கங்காதேவி குடில்விட்டிறங்கி விலகிச் சென்றாள். பின்பு பதினெட்டுநாள் விலக்கு முடிந்து குளித்து புத்தம்புதியவளாக திரும்பி வந்தாள். ஒருசொல்கூட குழந்தைகளைப்பற்றி சொல்லவில்லை. குழந்தைகள் எங்கோ உள்ளன என்று சந்தனு எண்ணிக்கொண்டார். அவளுக்களித்த வாக்கினால் அதைப்பற்றி ஏதும் கேட்கவில்லை.

கையால் தீண்டாத அக்குழந்தைகளை சந்தனு கற்பனையால் அணைத்துக்கொண்டார். அவற்றுக்கு பெயர் சூட்டினார். நெஞ்சிலும் தோளிலும் தலையிலும் வைத்து வளர்த்தார். புரூரவஸும் ஆயுஷும் நகுஷனும் ஹஸ்தியும் குருவும் பிரதீபரும் அவனுள் முகம் கொண்டு, கண்மலர்ந்து, சிரிப்பு ஒளிர்ந்து வாழ்ந்தனர். அவருடைய பல்லாயிரம் முத்தங்களை அவர்கள் விண்ணுலகின் ஒளிமிக்க விதானத்தில் இருந்துகொண்டு குட்டிக்கைகளாலும் கால்களாலும் பட்டுக் கன்னங்களாலும் செல்லச்சிறுபண்டியாலும் இன்னும் இன்னும் என பெற்றுக்கொண்டனர்.

ஏழாவது குழந்தையை அவள் கருவுற்றிருந்தபோது ஒருநாள் கனவில் உசகனாக தன்னை உணர்ந்து எழுந்தபோது ஆறு குழந்தைகளும் என்ன

ஆயின என்ற எண்ணம் வந்தது. அதை நூறுநூறாயிரம் முறை உள்ளூரக் கேட்டுக்கொண்டிருந்தவர் ஒருமுறையேனும் வாய்ச்சொல்லாக மாற்றிக்கொள்ளவில்லை. ஏழாவது குழந்தையுடன் அவள் செல்வதைக் கண்டதும் இருளில் அவள் பாதையை பின்தொடர்ந்து சென்றார். கங்காதேவி கங்கர்களின் ஊரை அடைந்ததும் அங்கே கூடியிருந்த அவள் குல மகளிர் குலவையொலியுடன் அவளைக் கூட்டிச்சென்றனர். குல மூதாதையருக்கும் பேற்றில் இறந்த பெண்களுக்கும் பலியிட்டு பூசை வைத்தபின்னர் கங்கைக்கரைக்குக் கொண்டுசென்று நீரில் இறக்கி விட்டனர்.

கங்கையின் குளிர்ந்த நீரில் இறங்கி மெல்ல நீந்திய கங்காதேவியைப் பார்த்தபடி கரையில் நின்ற பெண்கள் குலப்பாடல்களைப் பாடினர். அவள் ஈற்று நோவு வந்து நீரில் திளைத்தபோது பாடல் உரக்க ஒலித்தது. குழந்தை நீருக்குள்ளேயே பிறந்ததும் அதன் தொப்புள் கொடியை வெட்டிவிட்டு நீந்தி கரைசேர்ந்தாள் கங்காதேவி. பெண்கள் நீரை நோக்கி கை நீட்டி நீந்தி வரும்படி குழந்தையை அழைத்தனர். தொலைவில் நின்ற சந்தனு மன்னர் ஓசையில்லாமல் கூவித் தவித்து நெஞ்சில் கை வைத்து விம்மினார். குழந்தை கங்கைநீரில் மூன்று சிறு கொப்புளங்களாக மாறி மறைந்தது.

பதினெட்டாம் நாள் புத்தாடையும் புதுமெருகுமாக அவள் வந்தபோது நாக்கின் கடைசி எல்லைவரை வந்த சொல்லை விழுங்கி சந்தனு திரும்பிக்கொண்டார். பின்னர் மீண்டும் அவளது காமத்தின் பொன்னிற இதழ்களுக்குள் விழுந்து எரியத்தொடங்கினார். எட்டாம் குழந்தை கருவுக்கு வந்தபோதுதான் மீண்டும் அவ்வெண்ணங்களை அடைந்தார். ஒவ்வொருநாளும் அவள் வயிற்றை நோக்கியபடி அக்கேள்வியை மனதுக்குள் நிகழ்த்திக்கொண்டார். பத்தாவது மாதம் நிறைவயிற்றுடன் அவள் இருக்கையில் அவள் வயிற்றில் இருந்து விலகாத சித்தத்துடன் அங்கிருந்தார். ஒருகைமேல் தலைவைத்து கங்கையைப் பார்த்திருந்த அவள் உடலில் இருந்து வெம்மைமிக்க குருதிவாசனை எழக்கண்டதும் கைகள் நடுங்க அவளருகே சென்று நின்றார்.

கங்காதேவி எழுந்து தளர்நடையில் படகை நோக்கிச் சென்றதும் சந்தனு அவளைத் தடுத்து “தேவி, நீ எங்கே செல்கிறாய்? என்குழந்தையை என்ன செய்யப்போகிறாய்?” என்றார். அவள் அவரை விழித்துப் பார்த்தபின் ஒரு சொல்லும் சொல்லாமல் சிறுபடகில் ஏறிக்கொண்டாள். “தேவி என் குழந்தையைக் கொல்லாதே... அது என் மூதாதையரின் கொடை” என்று சந்தனு கூவினார்.

துடுப்பால் படகை உந்தி நீர்ப்பரப்பில் சென்ற கங்காதேவி “மன்னரே, எனக்களித்த வாக்கை மீறிவிட்டீர்கள். என்னிடம் கேள்வி

கேட்டுவிட்டீர்கள். இதோ நம் உறவு முறிந்தது. இனி என்னைத் தேடவேண்டியதில்லை" என்று சொன்னாள். "தேவி!" என அலறியபடி அவர் படகுத்துறை வரை வந்தார். சந்தனுவின் அலறலைத் தாண்டி அவள் படகை துழாவிச் சென்றாள். அவளைத் தொடரமுடியாமல் சந்தனு கூவி அழுதார்.

பதினெட்டு நாட்கள் அவள் திரும்பிவருவாள் என நம்பி அங்கே கண்ணீருடன் காத்திருந்தபின் சந்தனு மன்னர் அஸ்தினபுரிக்கு திரும்பி வந்தார். வீரியமெல்லாம் மறைந்தது போல வெளுத்து மெலிந்து எப்போதும் நடுங்கிக்கொண்டிருப்பவராக ஆனார். அஸ்தினபுரியில் அவருக்கு ஒருநாளும் இயற்கையாக துயில் வரவேயில்லை. இரவெல்லாம் படுக்கையில் பாம்புபோல நெளிந்துகொண்டிருந்த அவருக்கு மதுவகைகளையும் தூமவகைகளையும் அளித்து சோதித்த மருத்துவர்கள் தோல்வியடைந்தனர். கங்கைக்கரைக்குச் சென்று குடில் அமைத்து தங்கும்போது மட்டுமே அவர் தூங்கமுடிந்தது.

இருத்தலென்பதே இறைஞ்சுதலாக ஆனவனின் குரலை எங்கோ எவரோ கேட்கிறார்கள் இளவரசே! ஏழாண்டுகள் கழித்து ஒருநாள் கங்கைக்கரை வழியாக அவர் காலையில் நடந்துசெல்லும்போது நினைத்துக் கொண்டார். இந்த கங்கை என் பிறவிப்பெரும் துயரத்தின் பெருக்கு. சொல்லற்று விழிக்கும் பலகோடிக் கண்களின் வெளி. என் மூதாதையர் கரைந்திருக்கும் நிலைக்காத நினைவு. என் உலகைச் சூழ்ந்திருக்கும் கருங்கடலின் கை.

கங்கையில் வந்துசேர்ந்த பிரபாவதி என்ற சிற்றாறின் நெளிவைக் கண்டு கால் தளர்ந்து அப்படியென்றால் இது என் இப்பிறவியின் தவிப்பு என நினைத்துக்கொண்டார். அப்போது அதன் நீர் மெல்ல நின்று, ஆறு இனிய வெண்மணல் வெளியாக ஆனதைக் கண்டு திகைத்தார். பெருவலி நிற்கும்போது எழும் நிம்மதியை உணர்ந்தார்.

மேலும் முன்னால் சென்று பார்த்தபோது ஆற்றின் குறுக்காக முற்றிலும் கோரைப் புல்லைக்கொண்டு கட்டப்பட்ட அணை ஒன்றைக் கண்டார். அந்த அணைக்கு அருகே அவரைவிட உயரமான சிறுவன் ஒருவன் நின்று தன் நீண்ட கைகளால் கோரைத்தண்டுகளைப் பிடுங்கி வில்லில் தொடுத்து அம்புகளாக எய்து அந்த அணையை கட்டிக்கொண்டிருந்தான். சந்தனு அச்செயலின் பேருருவைக் கண்டு அவன் கந்தர்வனோ என்று எண்ணி பிரமித்தார். அச்சிறுவன் நாணல்களைக் கிள்ளி நீரில் வீசி மீன்பிடித்ததைக் கண்டதும்தான் அவன் மானுடனென்று தெளிந்தார். அவனருகே சென்றதுமே அவன் தோள்களில் இருந்த முத்திரைகளைக் கண்டு உடல்சிலிர்த்து கண்ணீருடன் நின்றுவிட்டார்.

“நீ என் மகன்” என அவர் சொன்னார். உயிர் எடுத்து வந்தபின்பு சொன்னவற்றிலேயே மகத்தான வார்த்தைகள் அவையே என உணர்ந்தார். “நான் உன் தந்தை” என்று அதன் அடுத்த வரியை சொன்னார். அதை அவனுக்குக் காட்ட அடையாளம் தேடி அவர் தவிக்கும்போது அவன் அவரது மெலிந்த நடுங்கிய கைகளை தன் வலிய பெருங்கைகளால் பற்றிக்கொண்டு கார்வைமிக்க குரலில் “உங்கள் கண்ணீரைவிட எனக்கு ஆதாரம் தேவையில்லை தந்தையே” என்றான்.

கங்கைக்குப் பிறந்தவனாதலால் காங்கேயன் என்று அழைக்கப்பட்ட அவன் கங்கர்குலத்தில் இருந்தாலும் காடுகளிலேயே வாழும் தனிமை கொண்டிருந்தான். கங்கர் முறைப்படி பிறந்ததுமே கங்கையில் நீந்திக்கரைசேர்ந்த அவனை கங்கர்குலத்திடம் அளித்துவிட்டு கங்கையில் இறங்கிச்சென்ற அவன் அன்னை திரும்பி வரவேயில்லை. காடும் நதியும் அவன் களங்களாக இருந்தன. காற்றிலிருந்து சுருதிகளையும் நீரிலிருந்து அஸ்திரங்களையும் நெருப்பிலிருந்து நெறிகளையும் கற்றிருந்தான். இளவரசே, தலைமுறைக்கு ஒருமுறையே ஒவ்வொரு காலடியையும் மண்மகள் கைவிரித்துத் தாங்கும் குழவியர் மண்ணில் பிறக்கின்றனர்.

தனிமையை நோன்பாகக் கொண்ட அவனை தேவவிரதன் என்று பெயரிட்டு சந்தனு மன்னர் அஸ்தினபுரிக்கு அழைத்துவந்தார். யானைத்துதிக்கை போன்ற அவனுடைய கனத்த கைகளை அவரால் விடவே முடியவில்லை. ‘என் மகன்! என் மகன்! என் மகன்!’ என்ற அணுக்கவாக்கியமே சந்தனுவுக்கு இன்பத்தையும் ஞானத்தையும் முக்தியையும் அளித்தது. அணுக்கவாக்கியங்களின் இறைவிகளெல்லாம் அதைக்கண்டு புன்னகை புரிந்தனர்.

இளையவரே, அன்றுமுதல் அஸ்தினபுரியின் காவல்தெய்வமாக அவரே விளங்கிவருகிறார். அறங்கள் அனைத்தையும் அறிந்தவரும், அறத்தினால் வேலிகட்டப்பட்ட தனிமையில் வாழ்பவருமாகிய பீஷ்மரை வணங்குவோம்! தன்னைத்தானே தோற்கடித்துக்கொள்ளும் மாமனிதர்களால்தான் மானுடம் வெல்கிறது என்று அறிக! அவர்களின் குருதியை உண்டுதான் எளியமக்கள் வாழ்கிறார்கள். அவர்களின் தசைகள்மேல் வேரோடியே தலைமுறைகளின் விதைகள் முளைக்கின்றன.

தீர்க்கசியாமரின் சொல்கேட்டு கண்ணீர் மல்க கைகூப்பி அமர்ந்திருந்தான் விசித்திரவீரியன். இளவரசே, சந்தனு தன் அன்னையையும் தந்தையையும் ஆசிரியரையும் ஒருங்கே அடைந்தார். விரிந்த பெருந்தோள்களைக் கண்டு அச்சங்களை வென்றார். ஒளிமிக்க கண்களைக் கண்டு அவநம்பிக்கைகளை கடந்தார். முழங்கும் குரலைக்கேட்டு ஐயங்கள் தெளிந்தார். அச்சம் நிறைந்த வழக்கமான கனவொன்றில் உசகனாக அவர் நெளிந்து

தேர்ச்சக்கரத்தால் நசுக்குண்டு திகைத்து எழுந்து நடுங்கி முனகியபோது அங்கே இருந்த தேவவிரதர் அவர் கன்னத்தில் கைவைத்து காதில் 'அஞ்சாதீர் தந்தையே, நானிருக்கிறேன்' என்றார். அவர் கையைப்பிடித்து மார்போடு சேர்த்துக்கொண்டு கண்ணீர் விட்டுக்கொண்டே மீண்டும் உறங்கினார்.

தேவவிரதர் தந்தையின் அத்தனை சுமைகளையும் வாங்கிக்கொண்டார். தன் நிழலில் தந்தையை வைத்து காத்தார். காட்டில் வேட்டைக்குச் சென்றபோது மெல்ல தேவவிரதரின் தோளில் கைவைத்து அதன் உறுதியை உணர்ந்த சந்தனு அவர் திரும்பிப்பார்த்தபோது திகைத்து நோக்கை விலக்கிக் கொண்டார். அவர் உள்ளத்தை அறிந்தவர்போல தேவவிரதர் அவரை தன் பெரும் கைகளில் மதலையென தூக்கிகொண்டார்.

தந்தையை கைகளில் அள்ளிக்கொண்ட தனயனின் மார்புக்குள் நூறு முலைகள் முளைத்து பால்சுரந்தன. அன்னைபோல அணைத்தும், கடிந்தும் தந்தையைப் பேணினார் மைந்தர். தசைகள் இறுகிய படைக்குதிரையுடன் சேர்ந்து ஓடிக்களிக்கும் கன்று போல மகனுடன் விளையாடி சந்தனு மகிழ்ச்சி கொண்டவரானார்.

அஸ்தினபுரியின் அரசே! அந்த மகிழ்வான நாட்களில்தான் உங்கள் தந்தை சந்தனு யமுனையில் படகோட்டிக்கொண்டிருந்த மச்சர்குலத்து இளவரசியைக் கண்டார். கங்கையின் தங்கையல்லவா யமுனை? சென்றவள் வந்தாள் என்றே சந்தனு நினைத்தார். அவள் பாதங்களில் அனைத்தையும் மறந்து தன்னை வைத்தார். அவரது தசைகளில் குருதியும் நரம்புகளில் அக்கினியும் குடியேறின. கண்களில் ஒளியும் உதடுகளில் புன்னகையும் மீண்டு வந்தன. கன்றுகள் குதிக்கும் குதூகலத்துடன் நடந்த தந்தையைக் கண்டு மைந்தர் மனம் மகிழ்ந்தார்.

சந்தனு சத்யவதியின் தந்தை தசராஜனிடம் சென்று மகள்கொடை வேண்டினார். "அஸ்தினபுரிக்கு அரசியென உம் மகளை தருக" என்றார். அவரது பெருங்காதலை உணர்ந்த மச்சகுலத்தலைவன் சத்யவான் ஒரு விதியைச் சொன்னார். "அவளை மணம் புரிவதென்றால் அவள் வயிற்றில் பிறக்கும் குழந்தைகளுக்கே அரசுரிமை என்று வாக்களிக்கவேண்டும். உங்களுக்கு கங்கர்குலத்து மைந்தன் இருக்கிறான். அவனே மன்னனாக முடியும். என் குலத்துக்குழந்தைகள் எங்களைவிடக் கீழான மலை கங்கர்களுக்கு சேவகர்களாக வாழமாட்டார்கள்" என்றார்.

"அவன் என் மைந்தன். பெருந்திறல் வீரன். அஸ்தினபுரிக்கு அவன் ஆற்றல் இனிவரும் நான்கு தலைமுறைக்கும் காவல் என்றனர் நிமித்திகர்" என்றார் சந்தனு. "ஆம், அவனுடைய நிகரற்ற வீரத்தையே நான் அஞ்சுகிறேன். அவன் காலடியில் பாரதவர்ஷம் விழும். என்குலங்களும் அங்கே சென்று சரிவதை நான் விரும்பவில்லை" என்றார் சத்யவான்.

“தேவி, என் காதலை நீ அறியமாட்டாயா? சொல்” என்று சத்யவதியிடம் கையேந்தினார் சந்தனு. “அரசே, எந்தையின் சொல் எனக்கு ஆணை” என்று சொல்லி அவள் குடிலுக்குள் புகுந்துகொண்டாள். கண் கலங்க கையேந்தி மச்சர்குடில்முன் அஸ்தினபுரியின் அரசர் நின்றார். “இழப்புகளை ஏராளமாக அறிந்தவன் நான். இனியுமொரு காதலை இழப்பதை என் நெஞ்சும் உடலும் தாங்காது பெண்ணே” என முறையிட்டார். “உங்கள் மைந்தனைத் துறந்து வாருங்கள் அரசே. இனிமேல் பேச்சு இல்லை” என மகற்கொடை மறுத்து மச்சர் வாயிலை மூடினார்.

நெஞ்சில் கைவைத்து ‘அவன் என் மைந்தன் அல்ல, என் தாதன்’ என்று கூவினார் சந்தனு. தேர் உண்ட வழியெல்லாம் கண்ணீர் உதிர அஸ்தினபுரிக்கு திரும்பிவந்தார். இனி யமுனைக்குத் திரும்புவதில்லை என்று எண்ணிக்கொண்டார். நதிகளெல்லாம் நிற்காதொழுகும் தன்மை கொண்டவை. கரைகளால் நதி கட்டுப்படுத்தப்படுவதில்லை, கரைகளை நதிகளே உருவாக்கிக் கொள்கின்றன. இனி நதிகள் இல்லை. பாலையில் அலைகிறேன். தாகத்தில் இறக்கிறேன். இனி என் வாழ்வில் நதிகள் இல்லை என்று தன்னுள் பல்லாயிரம் முறை கூவிக்கொண்டார்.

ஆனால் இழந்தவற்றை மறக்க எவராலும் இயல்வதில்லை. பேரிழப்புகள் நிகரெனப் பிறிதிலாதவை. அரசே, கொடிய சூலை நோயென சத்யவதி மீதுகொண்ட காதல் சந்தனு மன்னருக்குள் வாழ்ந்தது. குருதியை இழந்த அவர் உடல் வாழைபோலக் குளிர்ந்து வெளுத்தது. அவர் விலக்கி வைத்திருந்த அனைத்து நோய்களும் ஆழத்தில் இருந்து முளைத்தெழுந்து தழைத்தன.

மாம்பழத்தில் வண்டு போல அரசருள் உறையும் அறியாத ஏதோ ஏக்கமே அவரைக் கொல்கிறது என்று அரசமருத்துவர்கள் தேவவிரதரிடம் சொன்னார்கள். அந்த எண்ணமல்ல அவ்வெண்ணத்தை உதறும் முயற்சியிலேயே மன்னர் நோயுறுகிறார் என விளக்கினர். ஒற்றர்களிடமும் அமைச்சர்களிடமும் விசாரித்து அந்த எண்ணத்தை அறிந்தார் தேவவிரதர். தேர்பூட்டி தன்னந்தனியே யமுனை நோக்கிச் சென்றார்.

கோடைகால இரவொன்றில் வெண்குளிர்ச் சேக்கையில் துயிலிழந்து புரண்டுகொண்டிருந்த தந்தையின் படுக்கையருகே அமர்ந்து அவரது மெலிந்த கைகளை தன் பெருங்கைகளுக்குள் வைத்து, குனிந்து அவரது குழிந்த கண்களுக்குள் பார்த்து, முழங்கிய குரலில் தேவவிரதர் சொன்னார். “எந்தையே, இக்கணம் விண்ணுலகில் என் அன்னை வந்து நிற்கட்டும். இக்கணம் இனி என் வாழ்க்கையை முடிவுசெய்யட்டும். இதோ நான் உங்களுக்கு வாக்களிக்கிறேன். நான் எந்நிலையிலும் மணிமுடி சூடமாட்டேன். வாழ்நாளெல்லாம் இல்லறத்தை தவிர்ப்பேன்.

அதற்கென காமத்தை முற்றிலும் விலக்குவேன். உங்கள் பாதங்கள்மீது ஆணை!"

நடுங்கி எழுந்து அவர் தோள்களைத் தழுவி சந்தனு கூவினார், "மகனே, வேண்டாம். நான் உதிரும் இலை. எனக்காக நீ உன் வாழ்க்கையை துறக்கலாகாது." புன்னகையுடன் எழுந்து, "நான் ஆணை செய்துவிட்டேன் தந்தையே. இனி அது என்னை வாழ்நாளெல்லாம் கட்டுப்படுத்தும்" என்றார் தேவவிரதர்.

"இல்லை, இதை நான் ஏற்கமாட்டேன். இது என் ஆணை அல்ல... நான் அதை சொல்லவில்லை" என்று சந்தனு கூவினார். மகனின் சிம்ம பாதம்போன்ற கைகளைப்பிடித்தபடி சந்தனு "மகனே, என் தந்தையே, என் தெய்வமே, இந்தத் துயரத்தை எனக்கு அளிக்காதே" என்றார்.

உறுதியான குரலில் "நேற்றே நான் மச்சர்குலத்து சத்யவானைக்கண்டு பேசிவிட்டேன். நானோ என் தோன்றல்களோ அவரது மகளின் மகவுகளின் அரியணையுரிமைக்குச் செல்ல வாய்ப்பில்லை என்றேன். என் வாக்கை அவருக்கு அளித்து பழுதற்ற ஆயிரம் வைரங்களை கன்யாசுல்கமாக அளித்து மணநாளையும் முடிவுசெய்து வந்தேன்" என்றார் தேவவிரதர்.

"அதைத் தவிர்க்க ஒரேவழிதான்... நான் இறந்துவிடலாம். நான் இறந்துவிடுகிறேன் மகனே" என சந்தனு அழுகையுடன் சொல்லி முடிப்பதற்குள் அன்னையின் கனிவுடன் வாயில் பட்டென்று அடித்து "என்ன அவச்சொல் இது? போதும்" என அதட்டினார் தேவவிரதர். "நான் முடிவைக் கூறிவிட்டேன். இனிமேல் இதைப்பற்றி பேசவேண்டியதில்லை" என்றார்.

அவரை எதிர்த்துப் பேசியறியாத சந்தனு "ஆம்" என்றார். புன்னகையில் கனிந்து தந்தையின் கண்களில் கசிந்திருந்த கண்ணீரை தன் கனத்தவிரல்களால் மெல்லத் துடைத்தபின் அவரை படுக்கையில் இருந்து இரு கைகளாலும் கைக்குழந்தை போல தூக்கி உப்பரிகைக்கு கொண்டுசென்றார் தேவவிரதர். "இன்று நிறைநிலவு நாள். பாருங்கள். முதிய வேங்கைமரம் மலர்விட்டிருக்கிறது" என்று காட்டினார். சந்தனு மைந்தனின் தோள்களை அணைத்தபடி குளிர்க்கிரணங்களுடன் மேகவீட்டிலிருந்து தயங்கி எழுந்த சந்திரனைப் பார்த்தார். விண்ணகத்தின் நுண்ணுலகுகளில் எங்கோ காலத்தில் நெளிந்துகொண்டிருந்த உசகன் அருவியில் தலைதூக்கி நிற்கும் நீர்ப்பாம்பு போல அசைவிழந்து மெய்மறந்து நிறைவுகொண்டான்.

'மானுடர்க்கரசே, உமது புகழ் வாழ்க! தந்தையை கருவுற்றுப்பெற்ற தனயனை வாழ்த்துவீராக! இறந்தபின்னரும் ஒருகணமேனும் தந்தையை

மார்பிலிருந்து இறக்காத தாயுமானவனை வணங்குவீராக!' என்றார் தீர்க்கசியாமர். விசித்திரவீரியன் கண்களிலிருந்து கண்ணீர் உதிர்ந்தது.

"இளவரசே, எட்டு குட்டிகளை ஈன்ற பன்றியைவிட கொடூரமான மிருகம் வனத்தில் இல்லை. தன் நெஞ்சில் ஒவ்வொரு கணமும் குடிகளின் நலனை எண்ணும் அரசன் குரூரத்தின் உச்சிமுனையில் சென்று நிற்பான். அதன் பழியை தான் ஏற்று தன் குடிகளுக்கு நலனைமட்டுமே அளிப்பான். அவன் உதிர்ந்து மண்ணை அடைகையில் மன்னுயிரனைத்தையும் தாங்கும் மண்மகள் அவனை அள்ளி அணைத்து தன் மடியில் அமர்த்துவாள். மண்ணாளும் மன்னன் அவளுக்கு மட்டுமே பதில்சொல்ல கடமைப்பட்டவன் என்றறிக!"

"வல்லமைகொண்ட நெஞ்சுடையவரே, பெரிய பாறைகளே பெரிய பாறைகளை அசைக்கமுடியும் என்றறிவீராக. மாபெரும் அறத்திலிருந்தே மாபெரும் தீமை பிறக்கமுடியும். எல்லையற்ற கனிவே எல்லையற்ற குரூரத்தின் காரணமாகக்கூடும். பெரும்புண்ணியங்கள் பெரும் பழிகளை கொண்டு வரலாகும். விதியால் அல்ல, செய்கைகளாலும் அல்ல, எண்ணங்களினாலேயே மாமனிதர்கள் உருவாகிறார்கள். வேழங்கள் மரங்களை விலக்கி, பாறைகளைப் புரட்டி, காடுகளைத் தாண்டிச்சென்று வேழங்களையே போரிடத் தேர்ந்தெடுக்கின்றன."

கைகளைக் கூப்பியபின் தீர்க்கசியாமர் 'ஓம் ஓம் ஓம்' என முழங்கி அமைதியானார்.

5

இமயமலையின் அடியில் கங்கை கரையிறங்கும் ரிஷிகேசமென்னும் நீலநிறக்காட்டில் கட்டப்பட்ட தவச்சாலையில் காசியின் அரசி புராவதி தங்கியிருந்தாள். அவளே அங்குவரும் முடிவை எடுத்தாள். காலையில் தன் ஆயுதசாலையில் பயிற்சியில் இருந்த பீமதேவனை அவளது சேடி பிரதமை சென்று அழைத்துவந்தபோது அவள் அரச உடைகளைக் களைந்து மரவுரி அணிந்து அரண்மனை வாயிலில் நின்றிருந்தாள். பீமதேவன் அவளைக்கண்டதும் திடுக்கிட்டு "எங்கே செல்கிறாய் தேவி? என்ன வழிபாடு இது?" என்றார்.

அவர் முகத்தை ஏறிட்டு நோக்கி திடமான விழிகளுடன் பேசவேண்டுமென அவள் எண்ணியிருந்தபோதிலும் எப்போதும்போல தலைகுனிந்து நிலம்நோக்கித்தான் சொல்லமுடிந்தது. "நான் ரிஷிகேசவனத்துக்கு செல்கிறேன். இனி இந்த அரண்மனைக்கு வரப்போவதில்லை."

காசிமன்னர் சற்றே அதிர்ந்து "உன்சொற்கள் எனக்குப் புரியவில்லை... இந்த அரண்மனை உன்னுடையது. இந்த நாடு உன்னுடையது" என்றார். "என்னுடையதென்று இனியேதும் இல்லை. இந்த அரண்மனையில் நான் சென்ற மூன்று மாதங்களாக விழிமூடவில்லை. இங்கே வாழ்வது இனி என்னால் ஆவதுமல்ல..." என்றாள்.

"அதற்காக? நாம் ஆதுரசாலையை அமைப்போம். அங்கே நீ தங்கலாம். காசியின் அரசி தன்னந்தனியாக வனம்புகுந்தால் என்ன பொருள் அதற்கு?" புராவதி பெருமூச்சுடன் "பொருளறிந்து வாழ்வது எவருக்கும் சாத்தியமல்ல அரசே" என்றாள்.

"என் அனுமதி இல்லை உனக்கு" என்று பீமதேவன் திடமாகச் சொன்னார். அரசி "அனுமதியை நான் தேடவுமில்லை. துறவுபூண அனுமதி

தேவையில்லை என்று நெறிநூல்கள் சொல்கின்றன.” அவர் மேலே பேசமுற்பட அவள் கண்களைத் தூக்கி “உயிரை மாய்த்துக்கொள்ளவும் எவரும் அனுமதி தேடுவதில்லை” என்றாள்.

திகைத்து, அதன் பொருளென்ன என உணர்ந்து பீமதேவன் அமைதியானார். “என்னை அரசப்படைகளோ சேவகர்களோ தொடர வேண்டியதில்லை. என்னுடன் என் இளம்பருவத்துத் தோழி பிரதமையை மட்டுமே கூட்டிக்கொள்கிறேன்” என்றாள்.

அவளை நோக்கிக் குனிந்து ஈரம்படர்ந்த விழிகளுடன் பீமதேவன் கேட்டார் “நான் எப்போதேனும் உன்னைப்பார்க்க வரலாமா?” அவள் அவரை ஏறிட்டுப்பார்க்காமல் சென்று தேரில் ஏறிக்கொண்டாள். சிக்கிக்கொண்ட பலா அரக்கை அறுத்துக்கிளம்பும் ஈபோல அக்கணத்தை தாண்டமுடிந்ததைப்பற்றி அவளே வியந்துகொண்டாள்.

அவள் தன்னுடையதாக ஏற்றுக்கொண்ட நகரம் ஒவ்வொரு கட்டடமாக உதிர்ந்து பின்சென்றது. பின்னால் அவை உடைந்து குவிவதை அவள் உணர்ந்தாள். அவள் பயணம்செய்து பழகிய சாலை தேருக்குப்பின்னால் அறுந்து அந்தரத்தில் ஆடியது. அவள் வாழ்ந்த அரண்மனை அடியற்ற ஆழத்தில் விழுந்து மறைந்தபடியே இருந்தது.

தேர் அரச படித்துறைக்கு அப்பால் குகர்களின் சிறுதுறையில் சென்று நின்றது. அங்கே பிரதமை கையில் சிறிய மான் தோல் மூட்டையுடன் நின்றிருந்தாள். புராவதி இறங்கி தேரோட்டியைக்கூட திரும்பிப்பாராமல் சென்று படகில் ஏறிக்கொண்டாள். பிரதமை ஏறி அவள் அருகே அமர்ந்தாள்.

துடுப்பால் உந்தி படகை நீரில் செலுத்திய குகன் இரு தோள்களிலும் கரிய தசைகள் இறுகியசைய துழாவினான். படகு நீர்நடுவே சென்றதும் கயிற்றை இழுத்து பாயை புடைக்க விட்டான். காற்று தன் கைகளில் படகை எடுத்துக்கொண்டபோது பலமாதங்களுக்குப்பின் முதன்முறையாக புராவதி மெல்லிய விடுதலை ஒன்றை அகத்தில் உணர்ந்தாள். கிளம்பிவிடவேண்டும் கிளம்பிவிடவேண்டும் என ஒவ்வொருநாளும் எண்ணி ஒவ்வொரு கணமும் எண்ணி மீண்டும் மீண்டும் ஒத்திப்போட்டிருக்கவேண்டாமென்ற எண்ணம் அவளுக்குள் எழுந்தது.

படகு சென்றுகொண்டிருக்கையில் மெல்லமெல்ல மனம் அமைதிகொள்வதை புராவதி உணர்ந்தாள். உலைந்த மாலையில் இருந்து மலரிதழ்கள் உதிர்வதுபோல அவளுடையவை என அவள் நினைத்திருந்தவை ஒவ்வொன்றாக விலகின. ஒளிவிரிந்த நீர்ப்பரப்பு கண்களை சுருங்கச்செய்தது. சுருங்கிய கண்களில் மெல்ல துயில் வந்து பரவியது.

பிரதமை குகனிடம் "குகர்களெல்லாம் பாடகர்கள் என்றாயே... பாடு" என்றாள். அவன் "ஆம் தேவி... பாடுவதற்கேற்ற பருவநிலை" என்றபின் பாடத்தொடங்கினான். பிரதமை "இன்று வளர்பிறை பன்னிரண்டாம் நாள். அன்னையின் ஒளிமிக்க தோற்றத்தையே பாடவேண்டும்" என்றாள். "ஆம் அன்னையே" என்றான் குகன்.

'கேளுங்கள், அன்னையின் கதையைக் கேளுங்கள்! எளிய குகன் பாடும்சொற்களில் எழும் அன்னையின் கதையைக் கேளுங்கள்! கோடிமைந்தரைப் பெற்றவளின் கதையைக் கேளுங்கள்.' அவன் குரல் படகோட்டிகளின் குரல்களுக்குரிய கார்வையும் அழுத்தமும் கொண்டிருந்தது.

ஆயிரம் காலம் மைந்தரில்லாதிருந்த அவுணர்களான ரம்பனும் கரம்பனும் கங்கை நதிக்கரையில் தவம் செய்தனர். தானறிந்த அனைத்தையும் தன் கனவுக்குள் செலுத்தி கனவுகளை மந்திரத்துள் அடக்கி மந்திரத்தை மௌனத்தில் புதைத்து அந்த மௌனத்தை பெருவெளியில் வீசி ரம்பன் அமர்ந்திருந்தான். அருகிருந்த கரம்பனை முதலை விழுங்கியபோதும் ரம்பனின் தவம் கலையவில்லை.

அந்த ஒருமையைக் கண்டு வியந்து அக்கினி அவனுக்கு முன்னால் தோன்றினான். "நீ விழையும் மைந்தனின் குணமென்ன?" என்றான். "குணங்களில் மேலானது தமோகுணமே. அசுரர்களின் தமோகுணமனைத்தும் ஒன்றாகத்திரண்டு என் மகன் பிறக்கவேண்டும்" என்று வேண்டினான் ரம்பன். அவ்வாறாக அவனுக்கு எருமைத்தலையும் இருள்நிறமும் கொண்ட மகிஷன் பிறந்தான்.

இருள்போல பரவி நிறையும் ஆற்றல் கொண்ட பிறிதொன்றில்லை. தமோகுணம் மாயையையே முதல் வல்லமையாகக் கொண்டது. மகிஷன் தன் மாயையினால் நூறு ஆயிரம் பல்லாயிரமாகப் பெருகினான். ரத்தபீஜன், சண்டன், பிரசண்டன், முண்டன் என்னும் ஆயிரம் உடன்பிறந்தார்களுடன் மண்ணையும் விண்ணையும் மூடினான். இரவு படர்வதுபோல அனைத்துலகையும் போர்த்தி தன்வயமாக்கினான்.

அவனிருளால் சூரியசந்திரச் சுடர்களெல்லாம் அணைந்தன. அக்கினி ஒளியின்றி தாமரை இதழ்போலானான். முத்தும் மணியும் ரத்தினங்களும் கூழாங்கற்களாயின. பூக்களும் இலைகளும் மின்னாதாயின. மூத்தோர் சொற்களெல்லாம் வெறும் ஒலிகளாயின. நூல்களின் எழுத்துக்களெல்லாம் புழுத்தடங்கள் போலாயின.

விண்ணுலகில் முனிவரும் தேவரும் கூடினர். இருளைவெல்ல வழி ஏதென்று வினவினர். அவர்கள் இணைந்து விஷ்ணுவின் பாதங்களை சரணடைந்தனர். விஷ்ணு அவர்களுடன் மகேஸ்வரனை தேடிச்சென்றார்.

கைலாயக் குளிர்மலையில் கோயில்கொண்டிருந்த சிவனின் யோகத்துயில் கலைத்து அவர்கள் இறைஞ்சினர்.

“ரம்பன் அறியாமல் வரம் வாங்கவில்லை தேவர்களே. காரியல்புதான் முதலானது. செவ்வியல்பும் வெண்ணியல்பும் கருமையில் ஒளிர்ந்து அடங்கும் மின்னல்களேயாகும்” என்றார் மகாதேவர். “வெண்ணியல்புடன் மோத செவ்வியல்பால் ஆகாது. செவ்வியல்பு காரியல்புடன் இணைந்து மேலும் வேகம் கொண்ட இருளே உருவாகும். முற்றிலும் இருள் தீண்டா அதிதூய வெண்ணியல்பால் மட்டுமே காரியல்பை வெல்லமுடியும்.”

விஷ்ணு பணிந்து “அவ்வாறு ஒரு தூவெண்மை புடவியிலெங்கும் இருக்க முடியாதே மகாதேவா!” என்றார். “அது மலரின்றி மணமும், விறகின்றி நெருப்பும், உடலின்றி ஆன்மாவும் இருப்பதைப்போல அல்லவா?”

சிவன் புன்னகைசெய்து “ஆம், ஆனால் ரம்பன் பெற்ற வரமேகூட அவ்வாறு ஒரு தூவெண்ணியல்பு உருவாவதற்கான காரணமாகலாமே” என்றார். “கருமை தீண்டாத வெண்குணம் திகழ்வது அன்னையின் மடிமீதிலேயாகும். அன்னையை வணங்குங்கள். அவள் கனியட்டும் உங்கள்மீது” என்றார்.

தேவர்களும் முனிவர்களும் அவரவர் அன்னையை எண்ணி தவம் செய்தனர். மனிதர்களும் மிருகங்களும் அன்னையரை எண்ணி தவம் செய்தன. பூச்சிகளும் கிருமிகளும் தவம் செய்தன. அனைவரும் அவர்கள் அறிந்த அன்னையின் பெருங்கருணைக் கணங்களை சிந்தையில் நிறைத்தனர்.

அக்கணங்களெல்லாம் இணைந்து ஒரு பெரும்பாற்கடலாகியது. அதில் திரண்டு எழுந்ததுபோல ஒரு வெண்ணிற ஒளி எழுந்தது. விந்திய மலைமுகட்டில் ஒரு குகையில் தவம்செய்துகொண்டிருந்த கார்த்தியாயனர் என்ற முனிவரின் வேள்வி நெருப்பில் அமுதமெனத் திரண்டுவந்தது. அவளே கார்த்தியாயினி. ஈரேழு உலகுக்கும் பேரன்னை.

அத்தனை தேவர்களின் ஒளியும் அவளில் இணைந்தன. மகேந்திரனின் ஒளியால் முகமும், அக்கினியால் முக்கண்ணும், யமனின் ஒளியால் கருங்கூந்தலும், விஷ்ணுவின் ஒளியால் பதினெட்டு வெண்கைகளும், இந்திரன் ஒளியால் இடையும், வருணன் ஒளியால் அல்குலும், பிரம்மனின் ஒளியால் மலர்ப்பாதங்களும், சூரியகணங்களின் ஒளியால் கால்விரல்களும், வசுக்களின் ஒளியால் கைவிரல்களும், பிரஜாபதிகளின் ஒளியால் வெண்பற்களும், வாயுவின் ஒளியால் செவிகளும், மன்மதன் ஒளியால் விற்புருவங்களும் கொண்டு தேவி எழுந்தாள். அதிதூய வெண்ணியல்புடன் அன்னை விந்தியமலையுச்சியில் கோயில்கொண்டருளினாள்.

வல்லமை மிக்கது காரியல்பு. அனைத்தையும் அணைத்து விழுங்கிச் செரித்து அதுவாவது இருள். பிரம்மம் பள்ளிகொள்ளும் படுக்கை அது. ஆனால் இருளின் மையத்தில் ஒளிவேட்கை சுடர்கிறது. எனவே காரியல்பு வெண்ணியல்புக்காக தேடிக்கொண்டே இருக்கிறது. விண்மேகங்களில் ஊர்ந்த மகிஷன் விந்தியமலையுச்சியில் வெண்குடைபோல எழுந்த அன்னையின் ஒளியைக் கண்டான். அவனை அவன் படைப்பியல்பு கீழே கொண்டுவந்தது. அன்னையின் பேரெழில்கண்டு அவன் பெருங்காதல் கொண்டான்.

அவன் தூதனாக வந்த தம்பி துந்துபியிடம் "என்னை வெல்பவனே என் மணவாளன் என்றுரை" என்றாள் அன்னை. மகிஷன் தன் இருட்படையனைத்தையும் திரட்டி போர்முரசொலிக்க விந்தியமலைக்கு வந்தான். தோள்கொட்டி போருக்கழைத்தான்.

வெண்ணெழில்தேவி வெண்தாமரை மீதமர்ந்தவள். வெண்ணியல்போ போரையே அறியாத தூய்மை. போரை எதிர்கொள்ள தேவி விண்ணாளும் சிவனருளை நாடினாள். "நான் குடியிருக்கும் இமயத்தைக் கேள்" என்றார் இறைவன். காலைவேளை இமயத்தின் வெண்பனிமேல் கவிகையில் எழுந்த செவ்வொளியை ஒரு சிம்மமாக்கி இமயம் அன்னைக்குப் பரிசளித்தது. செவ்வியல்பே சிம்மவடிவமென வந்து அன்னைக்கு ஊர்தியாகியது. சிம்மமேறி மகிஷனை எதிர்த்தாள் அன்னை. விந்தியனுக்குமேலே விண்ணகத்தின் வெளியில் அப்பெரும்போருக்கு மின்னல் கொடியேறியது. இடிமுழங்கி முரசானது.

அன்னையின் அழியாப் பேரழகில் கண்கள் ஆழ்ந்திருக்க மகிஷன் முப்பத்துமுக்கோடி கைகளால் அன்னைமீது படைக்கலங்களை செலுத்தினான். ஆயிரம் ஊழிக்காலம் அப்போர் நிகழ்ந்தது. மகிஷனின் படைக்கலன்களையெல்லாம் தன்னவையாக்கி அவனுக்கே அளித்தாள் அன்னை. அன்னையரே, ஆடிப்பாவையிடம் போர்புரிபவன் வெல்வது எப்படி?

குன்றா முதிரா காலத்தில் என்றுமுளது என அவர்களின் போர் நிகழ்ந்தது. படைக்கலங்களெல்லாம் அழிய வலுவிழந்து அன்னையின் அடிகளில் விழுந்த மகிஷனை அவள் சிம்மம் ஊன்கிழித்து உண்டு பசியாறியது. மகிஷனின் அழியாப்பெருங்காதல் இரு கருங்கழல்களாக மாறி அன்னையின் கால்களை அணிசெய்தது. மகிஷன் அவன் வாழ்வின் பொருளறிந்து முழுமைகொண்டான். அவன் வாழ்க!

பாடல் முடிந்தபோது பிரதமை ஒரு மெல்லிய விசும்பல் ஒலியைக்கேட்டு திரும்பிப் பார்த்தாள். அரசி அழுதுகொண்டிருப்பதைக் கண்டு ஏதும் சொல்லாமல் தலைகுனிந்தாள். அவள் மிகமெலிந்து நோயுற்றவள் போல ஆகியிருப்பதை எண்ணிப் பெருமூச்சுவிட்டாள்.

இரவு கோடிவிண்மீன்களால் ஒளிகொண்டதாக இருந்தது. நதியின் மீது பிரதிபலித்த விண்மீன்கள் வழியாக படகு விண்ணகப்பயணமென முன்னகர்ந்து சென்றது. அப்போதுதான் பிரதமை அவர்கள் இனியொரு போதும் திரும்பப்போவதில்லை என்று உறுதியாக அறிந்தாள்.

ரிஷிகேச வனத்தில் பார்கவ முனிவரின் குடிலருகே குடில்கட்டி புராவதி தங்கினாள். ஒவ்வொருநாள் காலையிலும் இருள் விலகுவதற்கு முன்பு கங்கையில் நீராடி, சிவபூசை முடித்து, முனிவரின் தவச்சாலைக்குச் சென்று பணிவிடைகள் செய்தாள். அங்கிருந்த நான்கு பசுக்களை அவளும் பிரதமையும் காட்டுக்குக் கொண்டுசென்று மேய்த்து மாலையில் மீண்டனர். மாலையில் கங்கையில் குளித்து மீண்டும் சிவபூசைகள் முடித்து தவச்சாலை சேர்ந்தனர்.

ஆனால் விறகை எரித்து அழிக்க முடியா தீயூழ் கொண்ட நெருப்பைப்போல அவள் சிந்தை அவள்மேல்நின்றெரிந்தது. எப்போதும் நெட்டுயிர்த்தவளாக, தனிமையை நாடியவளாக, சொற்களை தன்னுள் மட்டுமே ஓட்டுபவளாக அவள் இருந்தாள். தனிமையில் தலைகுனிந்து அமர்ந்திருப்பவள் இலைநுனியில் கனக்கும் நீர்த்துளிபோல ததும்பித் ததும்பி ஒருகணத்தில் உடைந்தழத் தொடங்கினாள்.

கண்களை மூடினாலும் தெரியும் வெயிலொளி போல அவளுக்குள் அம்பை தெரிந்துகொண்டிருந்தாள். அவளை கருக்கொண்ட நாளில் ஒருமுறை நீர்நிறைந்த யானம் ஒன்றைப் பார்க்கையில் அவள் விந்தையான தன்னுணர்வொன்றை அடைந்தாள். நீர் அது இருக்கும் பாத்திரத்தின் வடிவை அடைகிறது என்பது எவ்வளவு மேலோட்டமான உண்மை. பூமியிலுள்ள அனைத்துப் பாத்திரங்களும் நீருக்கு உகந்த வடிவத்தை அல்லவா வந்து அடைந்திருக்கின்றன? அன்று தன் வயிற்றில் கைவைத்து அவள் அடைந்த தன்னிலையே அவளாக அதன்பின் என்றுமிருந்தது.

ஆகவேதான் பீமதேவன் அவள்மேல் அதுவரை பொழிந்த காதலனைத்தையும் அவள் வயிற்றின்மேல் மாற்றிக்கொண்டதை அவள் ஏற்றுக்கொண்டாள். அவள் வயிறு சுமந்த குழந்தையை எண்ணி அவன் கொண்ட பரவசமும் கவலையும் கொந்தளிப்பும் மோனமும் அவளை உவகையிலாழ்த்தின. அவள் ஈற்றறைக்குச் செல்லும்போது மூதன்னை அவள் கையில் காப்பு கட்டி மெல்லக்குனிந்து ‘அரியணை அமர இளவரசன் ஒருவனை பெற்றுக்கொடுங்கள் அரசி’ என்றபோது அவளுக்கு பீமதேவன் ஒரு பெண்ணைத்தான் விரும்புவான் என்ற எண்ணம் எழுந்தது.

அதைப்போலவே அவன் அவளருகே வந்து குனிந்து குழந்தையைப்பார்த்து பரவசத்துடன் “வளரிள பதினான்காம் நாள்... பரணி நட்சத்திரம்... இவள்

இளவரசியல்ல... கொற்றவை” என்று சொன்னபோது பீமதேவனின் கண்ணீர்த்துளிகள் அவள்மேல்விழுந்தன. “இருபத்தெட்டாவது நாள் இவளுக்கு பொன்னணிவிக்கவேண்டும் என்றார்கள். இக்கால்களுக்கு அழலன்றி எது கழலாகும்?” என்றான். குனிந்து குழந்தையைத் தொட அவனால் முடியவில்லை “எரியிதழ் போலிருக்கிறாள். இவள் என்னுடலில் இருந்தோ உன்னுடலில் இருந்தோ வரவில்லை அரசி. விறகில் எரியும் அக்கினி போல நம்மில் இவள் நிகழ்கிறாள்” என்றான்.

அவனுடைய புலம்பல்களை அவள் சிரிப்புடன் எடுத்துக்கொண்டாலும் மெல்லமெல்ல அம்பையை அவளே ஒரு நெருப்பாக எண்ணத் தொடங்கினாள். ஒவ்வொன்றையும் நோக்கி கைநீட்டும் வேட்கையே அம்பை. எதையும் தானாக ஆக்கிக்கொள்ளும் தூய்மை அவள். அவளுடைய சினம் கடைசிக்கணம் வரை எரிப்பதாக இருந்தது. உள்ளூர அவள் அம்பையை அஞ்சினாள். ஆனால் அது ஆளும் இறைவிமேல் கொண்ட அச்சம் என்றும் அறிந்திருந்தாள். “எரியும் விறகாக என்னை உணர்கிறேன். இவள் என் தீ” என்று ஒருமுறை அவள் பீமதேவனிடம் சொன்னாள்.

கையிலெடுத்துக் கொஞ்ச, சினந்து அடிக்க எளிய அம்பை ஒருத்தி தேவை என்று அவள் சொன்னபோது பீமதேவன் சிரித்து “ஆம், பெற்றுக்கொள்வோம்” என்றான். இரண்டாவது குழந்தையை குனிந்து நோக்கி சிரித்து “இவள் குளிர்ந்தவள், இவளுக்கு குளிர்ந்த அம்பையின் பெயரிடுகிறேன்” என்று சொல்லி அம்பிகை என்று பெயரிட்டான்.

அதன்பின் சிலவருடங்கள் கழித்து அவளுடனிருக்கையில் “என் மடியின் தவிப்பு அடங்கவில்லை. அம்பையை ஒரு விளையாட்டுப்பெண்ணாக எனக்குக் கொடு. தேவியர் மூவர் என்றுதானே நூல்களும் சொல்கின்றன” என்று கேட்டு அம்பாலிகையை பெற்றுக்கொண்டான். விழிகளால் அம்பையையும் கைகளால் அம்பிகையையும் உதடுகளால் அம்பாலிகையையும் கொஞ்சினான்.

மூன்று மகள்களுடன் தேரில் செல்லும்போது உஷையும் சந்தியையும் ராத்ரியும் துணைவரும் சூரியன்போல தன்னை உணர்வதாக பீமதேவன் அவளிடம் சொல்வான். “நாடாள மகனில்லையே என என்னிடம் கேட்கிறார்கள். இந்நகரில் நித்திலப்பந்தல் அமைத்து என் மகள்களுக்கு சுயம்வரம் வைப்பேன். ஒன்றுக்கு மூன்று இளவரசர்கள் என் நாட்டை ஆள்வார்கள்” என்று சிரித்தான்.

தனிமையில் மரநிழலில் அமர்ந்திருக்கையில் புராவதி அழத்தொடங்கினால் பிரதமை தடுப்பதில்லை. அழுது கண்ணீர் ஓய்ந்து மெல்ல அடங்கி அவள் துயில்வது வரை அருகிருப்பாள். பின்பு பிறவேலைகளை

முடித்துவந்து மெல்ல எழுப்பி குடிலுக்குக் கூட்டிச்செல்வாள். இரவிலும் புராவதி தூங்குவதில்லை. விழிப்பு கொள்கையில் இருட்டில் மின்னும் புராவதியின் கண்களைக் கண்டு பிரதமை நெடுமூச்செறிவாள்.

ஒருநாள் புராவதி ஒரு கனவு கண்டாள். தவழும் குழந்தையான அம்பை இடையில் கிண்கிணி மட்டுமே அணிந்தவளாக விரைந்து செல்லக்கண்டு அவள் கூவியழைத்தபடி பின்னால் சென்றாள். படியிறங்கி உள்முற்றம் சென்ற குழந்தை அங்கே புகைவிட்டெரிந்த தூப யானத்தின் செங்கனலை அள்ளி அள்ளி வாயிலிட்டு உண்ணத்தொடங்கியது. ஓடிச்சென்று அதை அள்ளி எடுத்து வாயைத்திறந்து பார்த்தாள். வாய்க்குள் வேள்விக்குளமென செந்நெருப்பு எரிந்துகொண்டிருந்தது.

அழுதுகொண்டு கண்விழித்த புராவதி பார்கவரிடம் அதன் பொருளென்ன என்று கேட்டாள். “உன்குழந்தை தீராப்பெரும்பசியுடன் எங்கோ இருக்கிறாள்” என்றார் முனிவர். “அய்யனே, அவள் எங்கிருக்கிறாளென நான் எப்படி அறிவேன்? என் குழந்தையின் பெரும்பசியை நான் எப்படிப்போக்குவேன்?” என புராவதி அழுதாள்.

முனிவர் “காணாதவர்களின் பசியைப்போக்கும் நூல்நெறி ஒன்றே. காண்பவர் ஆயிரம்பேரின் பசியைப்போக்கு. வேள்விக்குப்பின் சேரும் அபூர்வம் எனும் பலன் உனக்கிருக்கும். எங்கோ எவராலோ உன் மகள் ஊட்டப்படுவாள்” என்றார்.

பின்னர் பார்கவமுனிவர் மண்ணில் வினாக்களம் அமைத்து பன்னிரு கூழாங்கற்களையும் ஏழு மலர்களையும் வைத்து மூதாதையரிடம் வினவிச் சொன்னார். “உன் மகள் தட்சனின் மகளாய்ப்பிறந்து எரியேறிய தாட்சாயணியின் துளி என அறிவாயாக! கங்கைக்கரைக்காட்டில் நாகர்களின் ஊரான கங்காத்வாரம் உள்ளது. அங்கே தாட்சாயணி எரிபுகுந்த குண்டத்தை நாகர்கள் நிறுவி வழிபடுகிறார்கள். அங்கே சென்று ஆயிரம் பயணிகளுக்கு அன்னம் அளி. உன் மகள் அந்த அன்னத்தை அடைவாள்.”

காசிமன்னருக்கு தூதனுப்பி உணவுச்சாலை அமைக்கும்படி புராவதி கோரினாள். அவ்வண்ணமே காசிமன்னர் அறச்சாலையொன்றை அங்கே அமைத்தார். அதன் முதல்நாள் பூசைக்காக புராவதி ரிஷிகேசம் நீங்கி கங்காத்வாரம் சென்றாள். கிளைபின்னிச் செறிந்த ஆலமரங்களில் நாகங்கள் விழுதுகளுடன் தொங்கி நெளியும் இருண்ட காட்டுக்குள் சென்ற ஒற்றையடிப்பாதை வழியாக பிரதமையுடன் நடந்து சென்று நாகர்களின் கிராமத்தை அடைந்தாள்.

கங்காத்வாரத்தில் நூறு நாகதெய்வங்களின் கோயில்கள் இருந்தன. சண்டியன்னைகள், நாகதேவிகள், பிடாரிகள், ஏழன்னைகள். தெற்கே

சாலவனக் காட்டுக்குள் தாட்சாயணியின் எரிகுளம் இருந்தது. பாரதவர்ஷமெங்கும் இருந்து நாகர்கள் பயணிகளாக அங்கே வந்து கங்கையில் நீராடி எரிகுளத்து அன்னையை வணங்கிச் சென்றனர். அவர்கள் தங்குவதற்காகக் கட்டப்பட்ட குடில்கள் மரக்கிளைகள்மேல்இருந்தன. அவற்றின் கூரைகளிலும் கம்பங்களிலும் நாகங்கள் நெளிந்து நழுவிச்சென்றன.

அன்னசாலையில் அவளைக் கண்டதும் அமைச்சர் நடுவே இருந்து எழுந்து ஓடிவந்த பீமதேவன் அவள் கண்களைக் கண்டதும் தன் மேலாடையை சரிசெய்தபடி தயங்கி நின்றார். "அரசியே, உன் ஆணைப்படி அன்னசாலை அமைக்கப்பட்டுள்ளது" என்றார். "ஒவ்வொரு நாளும் இங்கு வரும் அனைவருக்கும் உணவளிப்போம். இரவும் பகலும் இங்கே அதற்காக ஏவலரை அமைத்திருக்கிறேன்."

புராவதி "நான் அரசி அல்ல" என்றாள். "உன் கண்களைப்பார்த்தேன் தேவி. இன்னும் உன் அனல் அவியவில்லையா என்ன?" என்று பீமதேவன் கண்ணீருடன் கேட்டார். "என் சிதையெரிந்தாலும் எரியாத அனல் அது" என்று புராவதி சொன்னாள். தாடை உரசி பற்கள் ஒலிக்க "என் குழந்தை மாளிகை வாயிலில் வந்து நின்றாள் என அறிந்த நாளில் என்னுள் அது குடியேறியது" என்றாள்.

சினத்துடன் "தேவி நீயும் ஓர் அரசி. நாடாண்டவன் பெற்ற மகள் நீ. களப்பலிக்கென்றே மைந்தரைப் பெறவேண்டியவள். நாம் உயிராசையாலோ உறவாசையாலோ கட்டுண்டவர்களல்ல. நம் நெறியும் வாழ்வும் நம் நாட்டுக்காகவே. நான் செய்தவையெல்லாம் காசிநாட்டுக்காக மட்டுமே. போர் வந்து என் குடிமக்கள் உயிர்துறப்பதைவிட கொடிதல்ல என் மகள் அழிந்தது..." என்றார்.

அச்சொற்கள் அவருக்களித்த உணர்ச்சிகளால் முகம் நெளிய, கண்ணீருடன் "விண்ணிலேறி மூதாதையரை சந்திக்கையில் தெளிந்த மனத்துடன் அவர்கள் கண்களைப்பார்த்து நான் சொல்வேன். என் தந்தையரே, நீங்கள் எனக்களித்த பணியை முடித்திருக்கிறேன், என்னை வாழ்த்துங்கள் என. அவர்களின் முதிய கைகள் என் தலையைத் தொடும். அதிலெனக்கு எந்த ஐயமும் இல்லை..." என்றார்.

சிவந்தெரிந்த முகத்துடன் புராவதி "ஒன்றுசெய்யுங்கள். நிமித்திகரை அழைத்து என் நெஞ்சிலெரியும் கனலா இல்லை உங்கள் தேசத்தில் அடுமனையிலும் வேள்வியிலும் எரியும் நெருப்பா எது அதிகமென்று கேளுங்கள்" என்றாள்.

"கேட்கவேண்டியதில்லை. அவளை அகற்றியமைக்காக ஒருநாள்கூட நான் துயிலிழக்கவில்லை. அதுவே எனக்குச் சான்று" என்று பீமதேவன்

சொன்னார். அவள் இறுகிய தாடையுடன் நிற்க அவளை சிலகணங்கள் நோக்கிவிட்டு பார்வையைத் திருப்பிக்கொண்டார்.

“அவளை நினைப்பதில்லையா?” என்றாள் புராவதி. பீமதேவன் தலையை இறுக்கமாக இன்னொரு பக்கமாக திருப்பிக்கொண்டார். “அவளை எப்போதாவது மறந்திருக்கிறீர்களா?” என்று புராவதி மீண்டும் கேட்டாள். கோபத்துடன் வாளை பாதி உருவி திரும்பிய பீமதேவன் தன் அனைத்து தசைநார்களையும் மெல்ல இழுத்துக்கொண்டு தன் உடலுக்குள்ளேயே பின்னடைந்தார். அவரது தோள்கள் துடித்தன. திரும்பிப்பாராமல் விலகிச்சென்றார். புராவதி புன்னகைத்துக் கொண்டாள். தீப்பட்டு எரிந்த சருமத்தில் தைலம் வழிவதுபோலிருந்தது.

அன்னசாலையில் நூற்றுக்கணக்கான பயணிகளும் இரவலர்களும் உணவை வாங்கி மரத்தடிகளுக்குச் சென்று உண்ட ஒலி கேட்டுக் கொண்டிருந்தது. உணவுபரிமாறுபவர்கள் சங்கை ஒலித்து உணவுக்கு பயணிகளையும் துறவிகளையும் அழைத்துக் கொண்டிருந்தனர். முற்றிலும் உடைதுறந்த நாகத்துறவிகள் திரிசூலமும் விரிசடையும் சாம்பல்பூசிய உடலுமாக உணவுக்குச் சென்றனர். பலர் கழுத்தில் நாகப்பாம்புகளை அணிந்திருந்தார்கள். ஒருவர் பிணத்தில் இருந்து எடுத்த பெரிய தொடையுடன் கூடிய கால் ஒன்றை தன் தோளில் வைத்திருந்தார்.

நாகத்துறவிகள், அவர்களைக் கண்டதும் அஞ்சி விலகி ஓடிய இரவலரை நோக்கி சிரித்துக்கொண்டு தங்கள் முத்தண்டங்களால் தரையை அடித்து ஒலி எழுப்பினர். உணவை கைகளிலேயே வாங்கி உண்டனர். உணவு உண்டபடியே உரக்கக் கூச்சலிட்டு நடனமிட்டனர். ‘சிவோஹம்! சிவோஹம்!’ என ஆர்ப்பரித்தனர்.

புராவதி கங்கையில் குளித்து ஈர உடையுடன் தட்சவனத்தை அடைந்தாள். படர்ந்த ஆலமரத்தடியில் ஆயிரம் நாகச்சிலைகள் படமெடுத்து மஞ்சள்பூசி குளிர்ந்து அமர்ந்திருந்தன. அவற்றின் நடுவே அமைந்திருந்த கல்லாலான சிறிய வேள்விக்குளத்தில் செந்நெருப்பு சுளுந்துகளில் நெய்யுண்டு நின்றெரிந்துகொண்டிருந்தது. வலப்பக்கத்தில் தட்சன் நூறு உடல்சுருள்களுடன் விழித்தவிழிகளுடன் அமர்ந்திருந்தான்.

அந்த நெருப்பையே நோக்கி நின்ற புராவதியின் இமைகள் மூடவில்லை. கருஞ்சடைக் கற்றைகளுடன் அங்கிருந்த பூசகன் “வணங்குங்கள் அன்னையே” என்றான். அதை அவள் வெறும் அசைவாகவே கண்டாள். எங்கிருக்கிறாள் என்றே அவளுக்குத் தெரியவில்லை. அவன் மேலும் கைகாட்டியதும் திடுக்கிட்டு விழித்து அவள் வணங்கி வழிபடுவதற்காக குனிந்தபோது கால்கள் தளர ‘அம்பை!’ என முனகி நினைவிழந்து நெருப்பில் விழுந்தாள்.

பீமதேவன் கூவியயபடி அவளைப் பிடித்து தூக்கிக்கொண்டார். பூசகர்கள் ஓடிவந்து அவளைத் தூக்கி கொண்டுசென்றனர். அவள் முகமும் ஒரு கண்ணும் நெருப்பில் வெந்திருந்தன. பச்சிலைச்சாற்றை அவள்மேல் ஊற்றி வெளியே அமர்த்தினார்கள். அரசசேவகர்கள் ஓடிவந்து நிற்க பீமதேவன் "அரண்மனை மருத்துவர் என் படைகளுடன் இருக்கிறார். அவரைக் கூட்டிவருக!" என்று ஆணையிட்டு முன்னால் ஓடினார்.

அப்பால் நாகத்துறவிகளில் ஒருவர் திரும்பி புராவதியை நோக்கி கைசுட்டி உரக்கச்சிரித்து "நெருப்பையே நினைத்தவளை நெருப்பும் அறிந்திருக்கிறான்" என்றார். அவர்களுக்கு அப்பாலிருந்து கருகிவற்றிய முலைகள் ஆட, அகழ்ந்தெடுத்த வேர்போல மண்படிந்த உடலுடன், சடைமுடிவிரித்து தன்னுள் தானே பேசியபடி மெல்ல ஆடிச்சென்ற பித்தி புராவதியைக் கடந்து சென்றாள்.

புராவதியின் அகம் மணலில் வற்றும் நீர் போல மறைந்துகொண்டிருந்தது. அவள் கண்களுக்குமேல் மதியவெயில் பொழிய அவள் சித்தத்துக்குள் ஒரு வெண்கடல் அலையடித்து விரிந்தது. அதன் நடுவே விரிந்த வெண்தாமரையில் அவளுடைய தெய்வம் வெண்கலை உடுத்தி நிலவெழுந்ததுபோல அமர்ந்திருந்தது. புராவதி நடுங்கும் உதடுகளால் 'அம்பை அம்பை' என உச்சரித்துக்கொண்டிருந்தாள். கண்களை அழிக்கும் வெண்மை, நிறங்களெல்லாம் கரைந்தழியும் வெண்மை. இரு கரியகழல்கள். அவையும் வெண்மைகொண்டு மறைந்தன.

பீமதேவர் மருத்துவருடன் வந்து புராவதியைப் பார்த்தபோது கூப்பிய கைகளுடன் அவள் இறந்திருந்தாள்.

பகுதி ஐந்து

மணிச்சங்கம்

1

ஏழுகுதிரைகள் இழுத்துவந்த தேர் சகடங்கள் எழுப்பிய பேரொலியுடன் அஸ்தினபுரியை நோக்கிச்செல்லும் பாதைக்குத் திரும்பியபோது சற்று கண்ணயர்ந்துவிட்டிருந்த அம்பிகை திடுக்கிட்டு எழுந்து பட்டுத் திரைச்சீலையை நீக்கி வெளியே எழுந்து வந்த கோட்டையை பார்த்தாள். கல்லாலான அடித்தளம் மீது மண்ணால் எழுப்பப்பட்டு அதன்மேல் மரத்தால் கூரையிடப்பட்ட பெருஞ்சுவர். அதன் நூற்றுக்கணக்கான காவல்கோபுரங்களில் அஸ்தினபுரியின் அமுதகலசக் கொடிகளனைத்தும் கோட்டையை தூக்கிச்செல்ல விழையும் செம்பொன்னிறப் பறவைகள் போல தென்திசை நோக்கிப் படபடத்துக் கொண்டிருந்தன.

நெஞ்சு படபடக்க அம்பிகை பார்த்துக்கொண்டே இருந்தாள். பல்லியின் திறந்த வாய்க்குள் ஏதோ விதியின் கட்டளைக்கேற்ப நுழையும் சிறுபூச்சிபோல அவள் சென்றுகொண்டிருந்தாள். காலையொளியில் காவல்வீரர்களின் தோல்கவசங்களும் வேல்நுனிகளும் மின்னி மின்னி கண்களைத் தொட்டுச்சென்றன. அவர்களின் வருகையைக் கண்ட நிமித்தக்காவலன் வெண்சங்கை ஊத பெருமுரசம் இமிழத்தொடங்கியது. கோட்டைக்குமேல் அஸ்தினபுரியின் பிதாமகரின் மீன் இலச்சினை கொண்ட கொடி மெல்ல துவண்டு ஏறி காற்றை வாங்கி படபடத்து விரிந்தது.

அம்பிகை அருகே இருந்த அம்பாலிகையைப் பார்த்து "எவ்வளவு பேருருக்கொண்ட கோட்டை!" என்று சொன்னாள். அம்பாலிகை கைநீட்டி பாதையோரம் மலர்ந்திருந்த வெண்மலர் ஒன்றைப் பறித்துக்கொண்டிருந்தவள் திரும்பி "எங்கே?" என்றாள். "அதோ..." என்று காட்டியபோது தேர் கோட்டையை மேலும் நெருங்கிவிட்டிருந்தது. காவல்கோபுரமொன்றின் வளைவான தூண்களை தாண்டிச்சென்றது.

அம்பாலிகை "ஆம்... பெரிய கோட்டை... எவ்வளவுபேர் இதைக் கட்டியிருப்பார்கள் அக்கா? மிக அழகாக இருக்கிறதே" என்றாள். "சீ, வாயைமூடு, இது நம் எதிரிகளின் கோட்டை. இன்றில்லாவிட்டால் நாளை நம் தேசத்துப்படைகள் வந்து இதை சிதறடிக்கவேண்டும்" என்று அம்பிகை சீறினாள்.

கோட்டைவாசலை நோக்கி தேர்களின் வரிசை சென்ற புழுதியின் மேகத்துக்கு அப்பால் மங்கலவாத்தியங்களின் ஒலியும் வேதகோஷமும் கேட்டன. தேர் கோட்டைமுன் சென்று நின்றதும் மக்களின் வாழ்த்தொலிகளும் சேர்ந்து எதையுமே எண்ணமுடியாதபடி செய்தன. குதிரைகள் பயணத்தின் களைப்பினால் பெருமூச்செறிந்து தலையை சிலுப்பிக்கொண்டு கால்களால் நிலத்தை தட்டின.

ரதமருகே வந்த பேரமைச்சர் யக்ஞசர்மர் தலைவணங்கி "இளவரசிகளை அஸ்தினபுரி வரவேற்கிறது. தங்கள் பாதங்கள் இம்மண்ணில் பட்டு இங்கே வளம் கொழிக்கவேண்டும்" என்றார். அம்பிகை உதட்டைக் கடித்துக்கொண்டு தயங்கியபடி கீழே இறங்கினாள். "இவர்களை நான் பார்க்கக்கூடாது. இந்த செல்வச்செழிப்பையும் பெருந்தோற்றவிரிவையும் என் உள்ளம் வாங்கக்கூடாது." கண்களைமூடியபடி அவள் தன் காலை அஸ்தினபுரியின் மண்ணில் எடுத்துவைத்தாள்.

கோட்டைமேலும் வழியோரங்களிலும் நின்றிருந்தவர்கள் வெடித்து எழுந்த வாழ்த்தொலிகளால் வானை நிறைத்தனர். அவளைத்தொடர்ந்து அம்பாலிகை மெல்ல இறங்கியபோது வானிலிருந்து மேலும் வானுக்குச் செல்வதுபோல வாழ்த்தொலி அதிர்ந்து உயர்ந்தது. அம்பிகை திரும்பிப்பார்த்தாள். அம்பாலிகை கையில் அந்த வெண்மலர் இருந்தது. அவள் அந்த ஒலியால் திகைத்தவள் போல சிறிய வாயைத்திறந்து கண்களை விரித்து பார்த்துக்கொண்டிருந்தாள்.

கோட்டைவாசலுக்கு அப்பாலிருந்து பொன்னிற நெற்றிப்பட்டமணிந்த பட்டத்துயானை பொதிக்கால்களை மெல்லத்தூக்கிவைத்து துழாவும் துதிக்கையுடனும் வீசும் பெருங்காதுகளுடனும் வந்தது. அதன் வலப்புறம் நிறைகுடம் ஏந்திய வைதிகர்களும் அமைச்சர்களும் வந்தனர். இடப்பக்கம் நெல்லும் கனிகளும் மலர்களும் கொண்ட தாலங்களுடன் ஏழுபெருங்குடிச் சான்றோரும், மங்கலவாத்தியங்கள் ஏந்திய சூதர்களும், தீபங்களும் மலர்களும்கொண்ட தாலப்பொலிகளுடன் அரசப்பரத்தையரும் வந்தனர். பட்டத்துயானை அருகே வந்து தன் துதிக்கையை தூக்கி பெருங்குரலில் பிளிறியது. வைதிகர் குடநீரை மாவிலையால் தொட்டு அவர்கள் மீது தூவி வேதமோதினர். அமைச்சர்கள் அவர்களை வணங்கி உள்ளே நுழையும்படி கோரினர்.

அவர்கள் நடந்து நகருக்குள் நுழைந்தபோது அந்தப் பேரொலிகளே தங்களை சுமந்து கொண்டுசெல்வதாக உணர்ந்தனர். கோட்டைக்குள் நுழைந்தபின் அங்கே வந்து நின்றிருந்த திறந்த பொற்தேரில் ஏறிக்கொண்டு நகர்வீதிகள் வழியாகச் சென்றபோது அவர்கள்மேல் மலரும் மங்கலப்பொன்னரிசியும் மழையாகப் பொழிந்துகொண்டிருந்தன. "இந்த மக்களுக்கு நாம் இன்னொரு வெற்றிச்சின்னம். இதற்கு பதில் நம் தந்தையை கையில் சங்கிலியிட்டு இழுத்துவந்திருந்தால் இன்னும் ஆர்ப்பரித்திருப்பார்கள்" என்றாள் அம்பிகை.

"நம் தந்தை என்ன பிழை செய்தார்?" என்றாள் அம்பாலிகை புரியாமல். "சரி, நாம் என்ன பிழைசெய்தோம்?" என அம்பிகை பல்லைக் கடித்து கேட்டாள். அம்பாலிகை "எதற்கு என்னைக் கடிகிறாய்? நான் ஒன்றுமே செய்யவில்லையே" என்றாள். "போடி" என்றாள் அம்பிகை. "ஏன் அக்கா?" என்று அம்பாலிகை அவள் கையைப்பிடித்தாள். "கையை எடு... போ" என்று அம்பிகை சீறியதும் அவள் உதடுகளைச் சுழித்து "நீ போ" என்று சொல்லி விலகிக்கொண்டாள்.

வெண்ணிற, பொன்னிறத் தாமரைகள்போன்ற நகர்மாளிகைக்கூடுகளும் வழிவிதானங்களும் ஆலயமுகப்புகளும் அனைத்தும் கொடிகளாலும் தோரணங்களாலும் அலங்கரிக்கப்பட்டிருந்தன. மரமேடைகளில் ஏற்றிவைக்கப்பட்டிருந்த பெருமுரசுகள் முழங்க நகரின் அத்தனை மாளிகைச்சுவர்களும் இரைநோக்கிப் பாயப் பதுங்கும் புலிகளின் விலாக்கள் போல அதிர்ந்தன. தாமரைக்குவைகளாக செறிந்த அஸ்தினபுரியின் அரண்மாளிகைமுகடுகள் தெரியத்தொடங்கின. காஞ்சனம் ஒளிசிதற அசைந்து அசைந்து முழங்கியது. தேர்கள் அரண்மனை முற்றத்தில் வந்து நின்றன.

அதேமலரை அப்போதும் அம்பாலிகை கையில் வைத்திருப்பதை அம்பிகை கண்டாள். "அதை ஏன் வைத்திருக்கிறாய்? தூக்கி வீசு" என்றாள் அம்பிகை. "இல்லை அக்கா, ஏதாவது ஒன்று கையில் இல்லாமல் என்னால் நிற்கமுடியாது" என்றாள் அம்பாலிகை. "அறிவே கிடையாதா உனக்கு?" என்று அம்பிகை சீற, "யார் சொன்னாலும் நான் இந்த மலரை வைத்திருப்பேன்..." என்றாள் அம்பாலிகை. "நான் பாண்டுரனை காசியிலேயே விட்டுவிட்டு வந்துவிட்டேனே... இப்படி வருவேன் என்று தெரிந்திருந்தால் அதை எடுத்து வந்திருப்பேன்."

"என்ன அது?" என்றாள் அம்பிகை கண்கள் சுருங்க. "என் சின்ன பளிங்குப்பாவை... வெண்மையாக இருக்குமே." "பேசாமல் வாடி..." என்று அம்பிகை அவள் தோள்களை நகம்புதைய கிள்ளினாள். "இனிமேல் கிள்ளினால் நான் பீஷ்மரிடம் சொல்வேன்" என்றாள் அம்பாலிகை. "பேசாதே" என்றாள் அம்பிகை.

தேரிலிருந்து இறங்கும்போது அம்பிகை நிமிர்ந்து மாளிகைமுகப்பு நோக்கிச் சென்ற நூறுபடிகளைக் கண்டாள். படிகள் முழுக்க பொன்னணிந்த பரத்தையரும் சேடிகளும் எறிவேல் ஒளி மின்னும் காவலரும் நின்றனர். கீழே வேதியரும் சூதரும் நிற்க அவர்கள் நடுவே ஏழு முதுமங்கலப்பெண்கள் மங்கல உழிவுடன் நின்றனர். அவர்களுக்கு முன்னால் நின்ற முதியவள்தான் பேரரசி சத்யவதி என்று அம்பிகை அறிந்தாள். கரிய நிமிர்ந்த நெடிய உடலும் விரிந்த கண்களும் நரையோடிய கூந்தலும் கொண்டிருந்த சத்யவதி வெள்ளுடை அணிந்து மணிமுடிமட்டும் சூடியிருந்தாள்.

அவர்களை நோக்கி வந்த ஏழு பெண்டிரும் மங்கல உழிவெடுத்து மஞ் சள்குங்குமத் தொடுகுறி அணிவித்து வாழ்த்தியபோது சேடிகளும் பரத்தையரும் குரவையிட்டனர். சூதர்கள் வாழ்த்தினர். வைதிகர் வேதமந்திரங்களை ஒலித்தனர். சத்யவதி முன்னால் வந்து இருவர் கைகளையும் பற்றிக்கொண்டு “இந்த அரண்மனைக்கு நீங்கள் எட்டு திருக்களுடன் வரவேண்டும்... உங்களை எங்கள் குலமூதாதையர் ஆசியளித்து ஏற்கவேண்டும். உங்கள் மங்கலங்களால் இந்த அரண்மனையில் பதினாறு செல்வங்களும் நிறையவேண்டும்” என்று வாழ்த்தி அவர்களின் நெற்றியில் மஞ்சள்தொடுகுறி அணிவித்தாள்.

முதியபெண் “வலக்காலை வைத்து நுழையுங்கள் தேவி” என்றாள். அக்கணம் அம்பிகை நினைத்தது வேண்டுமென்றே இடக்கால் வைத்து நுழையவேண்டும் என்றுதான். அந்நினைப்பை அவள் கால் ஏற்பதற்குள்ளேயே அவள் வலக்காலைத் தூக்கி முதல்படியில் வைத்தாள். அம்பாலிகை அந்த வரவேற்பால் மகிழ்ந்துவிட்டாளென்று முகம் மலர்ந்ததில் தெரிந்தது. கன்னங்களில் நீளக்குழிவிழ சிறிய பற்களைக் காட்டிச் சிரித்தபடி அவள் அனைத்துச் சடங்குகளையும் செய்தாள்.

அந்தப்புரத்து அறையை அடைந்ததும் சேடியர் அவர்களை சூழ்ந்துகொண்டனர். ஆடைகளைக் களைந்து பன்னீரால் நீராடச்செய்தனர். கலிங்கத்துப்பட்டும் வேசரத்து மணிகளும் பாண்டியத்து முத்துக்களும் கொண்ட நகைகளை பூட்டினர். காமரூபத்து நறுமணப்பொருட்களை பூசினர். செந்தாமரை, பாதிரி, பட்டி, செங்காந்தள், வெண்பாரிஜாதம், முல்லை, மல்லிகை, மந்தாரை, பொன்னிறச் செண்பகம், தாழம்பூ, அரளி மற்றும் நீலோத்பலம் என பன்னிரு வகை மலர்களை சூட்டினர்.

ஆடியில் பார்த்துக்கொண்ட அம்பாலிகை “அக்கா, இந்த என்னை நான் இதுவரை பார்த்ததே இல்லை” என்றாள். “வாயை மூடு. அறிவிலிபோலப் பேசாதே” என்று அம்பிகை அவளை ரகசியமாக அதட்டினாள். அவள் கிள்ளாமலிருக்க அம்பாலிகை விலகிக்கொண்டாள். பக்கவாட்டில் கண்ணாடியில் தன் மார்பகங்களை பார்த்தபின்

நுனிக்கண்களால் அதை அம்பிகை பார்க்கிறாளா என்று நோக்கினாள். பின் அம்பிகையின் மார்பகங்களை பார்த்தாள். மணியாரத்தில் இதழ்குலைந்திருந்த இருபரல்களை சரிசெய்து மார்பின்மேல் சரியாக போட்டுக்கொண்டாள்.

அமைச்சும் சுற்றமும் ஏவலும் சேர்ந்து அவர்களை அவைமண்டபத்துக்கு அழைத்துச்சென்றனர். அங்கே குடிச்சபையும் வைதிகசபையும் குறுமன்னர்சபையும் கூடியிருந்த அவை நடுவே அமைந்த இரு மயிலாசனங்களில் அமரச்செய்தனர். வாழ்த்தொலிகளும் மங்கலஒலியும் இடைவிடாது ஒலித்துக்கொண்டிருந்தன. நால்வகைக் குடிகளும் வந்து பணிந்து அனைவரும் அவர்களுக்குப் பரிசுகளை வழங்கினர்.

நள்ளிரவில் களைத்துப்போனவர்களாக தங்கள் அறைகளுக்குத் திரும்பும்போது அம்பாலிகை அம்பிகையை நெருங்கி ரகசியமாக "அக்கா, நம்மை தூக்கிவந்த அந்த முதியவர்தான் நம்மை மணப்பவரா?" என்றாள். அம்பிகை பேசாமல் நடந்தாள். பின்னால் ஓடிவந்து அம்பிகையின் கைகளைப்பற்றிக்கொண்டு "தேரில் வரும்போது நான் அவரைப்பார்த்தேன். முதியவர் என்றாலும் பேரழகர்" என்றாள்.

கடும் சினத்துடன் அம்பிகை திரும்பிப்பார்த்தாள். அம்பாலிகை "இல்லை, அதை நான் ஒரு பேச்சுக்காக சொன்னேன்" என்றாள். அம்பிகை "நாம் இங்கே இருக்கப்போவதில்லை. ஆநிரைபோல கவர்ந்து வர நாம் ஒன்றும் மிருகங்கள் அல்ல. நமக்கும் சிந்தனையும் உணர்ச்சிகளும் அகங்காரமும் இருக்கின்றன" என்றாள். "ஆம்... நாம் ஒருபோதும் இதை ஒப்புக்கொள்ளலாகாது" என்றாள் அம்பாலிகை கண்களில் குழப்பத்துடன்.

"ஆனால் நம்மால் இன்று எதுவும் செய்யமுடியாது. நாம் எதுசெய்தாலும் நம் நாட்டுக்கும் தந்தைக்கும் அது தீங்காக முடியும்... அந்த முதியவர் கொடூரமானவர் என நினைக்கிறேன்... சால்வமன்னரை அவர் கொன்றுவிட்டதாக படகிலே பேசிக்கொண்டார்கள்" என்றாள் அம்பிகை. "உண்மையாகவா அக்கா?" என பீதியுடன் அம்பாலிகை அவள் கைகளை பற்றிக்கொண்டாள்.

"மரணப்படுக்கையில் இருக்கும் சால்வரைப் பார்க்கத்தான் அக்கா சென்றிருக்கிறாளாம்..." என்றாள் அம்பிகை. அம்பாலிகை மௌனமாக கண்ணீர் மல்கினாள். "பார்ப்போம்... இவர்களின் கொண்டாட்டமெல்லாம் முடியட்டும்... அதன்பின் நாம் நம் வழியைத்தேடுவோம்." அம்பிகை தங்கையின் தோளை பற்றிக்கொண்டாள்.

"என்ன வழி?" என்று அம்பாலிகை கிசுகிசுப்பாகக் கேட்டாள். அம்பிகை "அஸ்தினபுரியின் கோட்டையிலிருந்து சடலமாக மட்டுமே நம்மால்

வெளியே செல்லமுடியும் என்றார்கள். அப்படியென்றால் சடலமாகவே செல்வோம்" என்றபோது அச்சம் கண்களில் தெரிய அம்பாலிகை தலையசைத்தாள்.

"நோயுற்று நாம் இறந்தால் இவர்களால் ஏதும் செய்யமுடியாது. நம் குலம் மீதும் பழி விழாது. நம் ஆன்மா இவர்களை அங்கீகரிக்கவில்லை என்பதை பாரதவர்ஷம் அறியட்டும்" அம்பிகை சொன்னாள். "ஆம் அக்கா. நாம் இவர்களிடம் தோற்கவில்லை என உலகம் அறிந்தாக வேண்டும்" என்று அம்பாலிகை ஆமோதித்தாள்.

தங்கள் துயிலறைக்கு அவர்கள் சென்றபோது இளம்சேடி ஒருத்தி வந்து ஆடைகளை மாற்ற உதவிசெய்தாள். அம்பிகை அவளிடம் "அஸ்தினபுரியை ஆளும் மன்னர் ஏன் முதிய வயதுவரை மணம் செய்துகொள்ளவில்லை?" என்றாள். சிவை என்ற அந்த சேடி "தேவி, அஸ்தினபுரிக்கு இப்போது அரசர் இல்லை. தங்களையும் தங்கையையும் மணம்புரிந்தபின்னரே இளையவராகிய விசித்திரவீரியர் அரசகட்டிலில் அமரமுடியும்" என்றாள். "இளையவரா?" என்று அம்பிகை திகைத்தபோது சிவை அனைத்தையும் சொன்னாள்.

சீறிச்சினந்து எழுந்த அம்பிகை "இது எவ்வகை அறம்? எந்தக் குலமரபு இதை அனுமதிக்கிறது? எங்களைக் கவர்ந்துவந்த வீரருக்கு பதில் நோயுற்றிருக்கும் இன்னொருவர் எங்களை எப்படி மணக்கமுடியும்? ஒருபோதும் இதை நாங்கள் ஏற்க முடியாது" என்று கூவியபடி தன் ஆடையை தூக்கி எறிந்தாள். சிவையை தள்ளிவிட்டு வெளியே இடைநாழியில் ஓடி சத்யவதிதேவியின் அறைவாயிலை அடைந்தாள். அங்கே காவலுக்கு நின்றிருந்த பெண்ணைப் பிடித்து விலக்கிவிட்டு கதவைத் திறந்து உள்ளே சென்றாள்.

மஞ்சத்தில் படுத்திருந்த சத்யவதி திகைத்து எழுந்தாள். அம்பிகை உரத்தகுரலில் "இந்த இழிசெயலுக்கு நான் உடன்பட மாட்டேன். இது எங்களையும் எங்கள் மூதாதையரையும் அவமதிப்பது... இதை செய்பவர்கள் நற்குலத்தில் பிறந்தவர்களாக இருக்கமுடியாது" என்றாள். சொன்னதுமே அவள் சொன்னதென்ன என்று உணர்ந்து அவள் அகம் அஞ்சி நின்றுவிட்டது.

சத்யவதி அமைதியாக "குலமும் குணமும் நடத்தையால் முடிவாகக் கூடியவை இளவரசி" என்று சொன்னாள். "உன் சினம் அடங்கட்டும்... தேவவிரதன் எதைச்செய்தாலும் அது நெறிநூல்கள் சொன்னமுறையிலேயே இருக்கும்" என்றாள்.

"கவர்ந்து வந்த பெண்ணை இன்னொருவருக்குக் கொடுப்பதா நெறி?" என்றாள் அம்பிகை, தன் சினத்தை மீட்கமுயன்றபடி. "கவர்ந்துவந்தபோதே

பிற மணமுறைகளின் விதிகளெல்லாம் இல்லாமலாகிவிட்டன அல்லவா? ராட்சசமுறையில் இதுவும் முறையே" என்றாள் சத்யவதி.

"இதை நான் ஏற்கமாட்டேன். ஒருபோதும் உடன்படமாட்டேன்..." என்று அம்பிகை கூவினாள். "உடன்படாமலிருக்கமுடியாது தேவி. இது அரசகட்டளை" என்று சத்யவதி சொன்னாள். முழுச்சினத்தையும் மீண்டும் அடைந்தவளாக "அரசகட்டளையை மீற வழியிருக்கிறது... நான் என் கழுத்தை கிழித்துக்கொள்ளமுடியும்... என் நெஞ்சைப்பிளந்து விழமுடியும்."

சத்யவதி பெருமூச்சுவிட்டு "ஆம், அப்படி ஒரு வழி இருக்கிறது. ஆனால் உயிர்கள் இறப்புடன் உடலை மட்டுமே விடுகின்றன, உலகை அல்ல. உலகைவிட அவற்றுக்கு நற்சிதையும் நீர்க்கடனும் தேவையாகிறது. நெருப்பிலும் நீரிலும் அவற்றை வாழும் மானிடர் வழியனுப்ப வேண்டியிருக்கிறது" என்றாள். அம்பிகையின் கண்களை கூர்ந்து நோக்கி, "உன் உதகச்செயல்களை உன் தந்தையும் தாயும் செய்யமுடியாது. அவர்களிடமிருந்து அவ்வுரிமை தேவவிரதனுக்கு வந்துவிட்டது. அவன் செய்யாமல் போனால் நீ விடுதலையாகவும் முடியாது" என்றாள்.

அம்பிகை தளர்ந்து மெல்ல தூணைப் பிடித்துக்கொண்டாள். தலையை அதன்மேல் சாய்த்து "எங்களை முப்பிறவிக்கும் சிறையிட்டிருக்கிறீர்கள். மூன்று தலைமுறைக்கும் தீரா அவமதிப்பை அளித்திருக்கிறீர்கள்" என்று சொன்னதுமே நெஞ்சம் கரைந்து கண்ணீர்விட்டாள்.

சத்யவதி, "ஆம், சிறைதான், பழிதான். ஆனால் அனைத்திலிருந்தும் விடுதலையாக வழி ஒன்று உள்ளது இளவரசி. பெண்களுக்கெல்லாம் அது ஒன்றே அரசபாதை" என்றபடி எழுந்து அருகே வந்து அம்பிகையின் மெல்லிய கூந்தலை வருடி "நீ எனக்கு வழித்தோன்றல்களை பெற்றுக்கொடு. அஸ்தினபுரிக்கு இளவரசர்களை அளி. நீ கொண்ட அவமதிப்புகளெல்லாம் குலப்பெருமைகளாக மாறும். உன் சிறைகளெல்லாம் புஷ்பக விமானங்களாக ஆகும்" என்றாள்.

"ஒருபோதும் அது நிகழாது" என்று அம்பிகை சீறினாள். "இனி உங்களைப் பழிவாங்க எனக்கிருப்பது அது ஒன்றுதான். ஒருபோதும் நான் உங்கள் குலமகவுகளை பெற்றுத்தரப்போவதில்லை. என் வயிற்றில் பாறைகளை வைத்து மூடிக்கொள்வேன்... என் வெறுப்பை முழுக்கத் திரட்டி இறுக்கி அப்பாறைகளை செய்வேன்."

சத்யவதியின் கைகளை உதறிவிட்டு தன் அறைக்குத் திரும்பினாள் அம்பிகை. அங்கே திகைத்து நின்றிருந்த சிவையை சினம்கொண்டு ஓங்கி அறைந்தாள். "வெளியே செல் இழிபிறவியே. சென்று உன் அரசியிடம் சொல், அவளுடைய கனவு ஒருபோதும் நிறைவேறாது என்று."

மறுநாளும் அதற்கடுத்த நாளும் அவர்கள் இருவரும் உணவருந்தவில்லை. சேடிகளும் முதுதாதிகளும் மன்றாடினர். பின்னர் சத்யவதியே வந்து மீண்டும் மீண்டும் சொன்னாள். "இங்கே சிறையிலிருப்பதைவிட பேயாக இவ்வரண்மனையை சூழ்கிறோம்... அதுவே மேல்" என்றாள் அம்பிகை.

மூன்றாம் நாள் அம்பாலிகை எவருமறியாமல் சிவையிடம் சொல்லி பழங்களை வாங்கி உண்டாள். அதையறிந்த அம்பிகை அவளையும் வசைபாடி கன்னத்தில் அறைந்தாள். நான்காம் நாள் அம்பிகையால் எழமுடியவில்லை. நனைந்த செம்பட்டு மேலாடைபோல மஞ்சத்தில் ஒட்டி குளிர்ந்து கிடந்தாள். மருத்துவப்பெண் "இளவரசியின் நாடி தளர்ந்த வீணைநரம்புகளைப்போல ஒலிக்கிறது" என்றாள். சத்யவதி அந்த வேகத்தைப்பார்த்து மெல்ல அச்சம் கொண்டாள். "சிறிய இளவரசி?" என்றாள். "அவர்கள் உணவு உண்கிறார்கள் என்று தோன்றுகிறது" என்றாள் மருத்துவச்சி.

சத்யவதி சொல்லியனுப்பிய செய்தியைக் கேட்டு மறுநாள் பீஷ்மர் வந்தார். ஒவ்வொரு கதவாக அவர் குனிந்து குனிந்து நடந்துவந்தபோது பறவைமரம்போல ஓயாது இரையும் அந்தப்புரத்தின் ஓசைகள் அடங்கி அவரது காலடியோசை மட்டும் அங்கே ஒலித்தது. அமைதியான தடாகத்தின்மீது நிறையும் மீன்கள் போல இருளுக்குள் இருந்து விழிகள் எழுந்து எழுந்து வந்து அவரைப்பார்த்தன.

அம்பிகையின் அறையை அவர் அடைந்ததும் சேடிகளான சிவையும் சுபையும் ஒரு பட்டுத் திரைச்சீலையைப் பிடித்து அம்பிகையை மறைத்தனர். அப்பால் நின்றபடி பீஷ்மர் முடிவிலா குகைக்குள் எதிரொலிப்பது போன்ற தாழ்ந்த குரலில் "இளவரசி, உங்களை வதைத்துக்கொள்ளாதீர்கள். உங்களுக்கு இழைக்கப்பட்டது மாபெரும் பிழை. ஐயமே இல்லை. அதற்காக என்மேல் தீச்சொல்லிடுங்கள். உங்கள் நெஞ்சின் அனலையெல்லாம் என் மீது கொட்டுங்கள். ஏழுபிறவிகளிலும் நரகத்திலுழன்று அக்கணக்கை முடிக்கிறேன்... தயைகூர்ந்து உண்ணாநோன்பிருந்து இக்குலத்தின்மேல் பழியை நிறைக்காதீர்கள்" என்றார்.

திரைக்கு அப்பால் அம்பிகை மெல்ல விம்மி "உங்கள்மேல் என்னால் பழிச்சொல்லிட முடியாது" என்றாள். பீஷ்மர் கைகூப்பி "நான் இதோ உங்கள் பாதங்களைப் பற்றி என் தலையை அவற்றின்மேல் வைத்து பிழைபொறுக்கக் கோருகிறேன் இளவரசி. காசிநாட்டு மூதன்னையர் அனைவரிடமும் அடிபணிந்து இறைஞ்சுகிறேன்... என்னை மன்னித்தருளுங்கள்" என்றார்.

"அய்யோ..." என்ற ஒலியுடன் மறுபக்கம் அம்பிகை எழுந்தமர்ந்தாள். "என்ன இது? கற்கோபுரம் வளையலாமா? ஆணையிடுங்கள் தேவா,

நான் என்ன செய்யவேண்டும்?" என்றாள். அதன்பின் கைகூப்பியபடி அவ்விரல்கள்மேல் நெற்றிசேர்த்து கண்ணீர்விடத் தொடங்கினாள்.

பீஷ்மர் "என் அன்னைசொல்லை கேட்டு நடந்துகொள்ளுங்கள் தேவி..." என்றபின் திரும்பி நடந்து சென்றார். அவரது காலடிகளை அந்தப்புரம் எதிரொலித்து எதிரொலித்து தன்னுள் நிறைத்துக்கொண்டது. கைகளைக் கூப்பியபடி உதடுகள் விதும்ப, முலைகள் எழுந்தமர அவ்வொலியை கேட்டுக்கொண்டிருந்தாள் அம்பிகை.

அன்றுமாலையே மக்கள் மன்று கூடுவதற்கான பெருமுரசம் ஒலித்தது. ஆடியில் நோக்கி தன்னை அணிசெய்துகொண்டிருந்த அம்பிகையை நோக்கி சிவை தனக்குள் புன்னகை புரிந்துகொண்டாள். அம்பாலிகை ஆடைகளை நீவி இன்னொருமுறை தொடுகுறி திருத்தி "அக்கா, இந்த ஆடி திருவிடத்தில் இருந்து வந்தது... அங்கே நீர்நிலைகளைவிட துல்லியமான ஆடிகளை சமைக்கிறார்கள்... இதில் தெரியுமளவுக்கு நான் என்றுமே அழகாக இருந்ததில்லை" என்றாள். சங்கொலி எழுந்ததும் சத்யவதியின் சேடி பிரேமை வந்து "இளவரசி, அனைவரும் காத்திருக்கிறார்கள்" என்றாள்.

அவை மண்டபத்தின் நடுவே பட்டாலான மெத்தை போடப்பட்டிருந்தது. அதன் இருபக்கமும் இரு மயிலாசனங்கள். சிம்மாசனத்துக்கு முன்னால் தாழ்வான தரையில் மணைப்பலகைகளில் பெரிய வட்டங்களாக பச்சைநிறத் தலைப்பாகைகளில் குலச்சின்னங்கள் அணிந்த பூமிதாரர்கள் அமர்ந்திருந்தனர். நெற்கதிரும் கோதுமைக்கதிரும் சூடியவர்கள். மாந்தளிர் சூடியவர்கள். பனையோலை சூடியவர்கள். வலப்பக்கம் வெண்ணிறத் தலைப்பாகை மீது மயிற்பீலி சூடிய ஆயர்குலத்தலைவர்கள் அமர்ந்திருந்தனர். நீலநிறத்தலைப்பாகைகள்மேல்செங்கழுகின் இறகணிந்த வேடர் குலத்தலைவர்களும் செந்நிறத்தலைப்பாகைமீது மீன்சிறகுகளும் கடல்நாரை இறகுகளும் அணிந்த கடல்சேர்ப்பர்களும் இடப்பக்கம் அமர்ந்திருந்தனர். அவர்கள்முன் பெரிய தாம்பாளங்களில் வெற்றிலையும் பாக்கும் நறுமணப்பொருட்களும் வைக்கப்பட்டிருந்தன.

ஸ்தானகர் அறிவித்ததும் பீஷ்மர் வந்து அவையோரை வணங்கி அவர்கள் நடுவே அமர்ந்தார். சத்யவதியும் அம்பிகையும் அம்பாலிகையும் உள்ளே வந்ததும் அவை வாழ்த்தொலி எழுப்பி வணங்கியது. ஸ்தானகர் மும்முறை முறைப்படி "மன்றமர முறையுள்ள எழுபத்திரண்டு மூத்தாரும் வந்துவிட்டார்களா?" என்றபின் கையைத்தூக்க பெருமுரசு ஒருமுறை முழங்கியது.

ஸ்தானகர் உரக்க "பூமிதாரர்களே, கடல்சேர்ப்பர்களே, வேடர் தலைவர்களே, ஆயர்குடிமூத்தாரே! இந்த மங்கலமான சைத்ர பஞ்சமி நாளில் நாம் நம் நாட்டின் அரசராக இளவரசர் விசித்திரவீரியனுக்கு

முடிசூட்டும் முடிவை எடுக்கவிருக்கிறோம். காசிநாட்டு இளவரசியர் இருவரை மணந்து விசித்திரவீரியர் சந்திரகுலத்தின் ஐம்பத்திரண்டாவது மன்னராக அரியணை ஏற்கவிருக்கிறார். அதை தொன்மையான இந்த நாட்டின் குடிமக்களாகிய நீங்கள் வாழ்த்தி ஏற்பீர்களென்றால் விண்ணுலகாளும் இந்திரனும் தேவர்களும் தந்தையருலகை ஆளும் மூதாதையரும் மும்மூர்த்திகளும் தேவதைகளும் நம்மை வாழ்த்துவார்கள். ஆம், அவ்வாறே ஆகுக!" என்றார்.

அவை கைதூக்கி "ஆம் ஆம் ஆம்" என ஆசியொலி எழுப்பியது. ஸ்தானகர் தொடர்ந்தார். "மன்னர் விசித்திரவீரியர் ஒரு வனபூசைக்காக காட்டுக்குச் சென்றிருப்பதனால் அவரது உடைவாளை இன்று அரியணையில் அமரச்செய்து அரசியருக்கு காப்புகட்டவிருக்கிறோம். அது மங்கலம் கொள்வதாக!" அவை மீண்டும் கைதூக்கி "ஆம் ஆம் ஆம்" என ஒலி எழுப்பியது. உள்ளிருந்து விசித்திரவீரியனின் உடைவாள் அமைச்சர்களால் ஒரு தாம்பாளத்தில் கொண்டுவரப்பட்டது. முன்னால் பாவட்டமும் அலங்காரங்களுமாக ஏழு சேவகர்கள் வந்தனர். தொடர்ந்து மங்கலப்பொருட்கள் நிறைந்த தாலங்களுடன் பெண்கள் வந்தனர். அதைத்தொடர்ந்து வைதிகர்கள் கும்பங்களுடன் வந்தனர்.

இறுதியாக ஏழு சேவகர்கள் சுமந்துவந்த பொற்தாலத்தில் குருகுலத்தின் மணிமுடி வந்தது. நவமணிகள் பொதிந்த பொன்முடி விண்மீன்கள் செறிந்த கைலாயமலைபோல மின்னியது. அவையில் இருந்த அனைவரும் சொல் அவிந்து அதை சிலகணங்கள் நோக்கினர். அவர்களின் மூதாதையர் நெல்லும் மீனும் நெய்யும் ஊனும் கொடுத்துப்புரந்த மணிமுடி. அவர்களின் தலைமுறைகள் குருதி சொரிந்து நிலைநாட்டிய மணிமுடி. வாழ்த்தொலிகள் விண்ணிடிந்து வீழ்வதுபோல ஒலித்தன.

மங்கலப்பெண்கள் இருபக்கமும் வழிவிட வைதிகர்கள் சிம்மாசனம் மீது கங்கை நீரை மாவிலையால் தொட்டுத் தெளித்து தூய்மைப்படுத்தினர். அதன்மேல் செம்பட்டு விரித்து, உடைவாளை உறைவிட்டு உருவி நட்டனர். அந்த வெள்ளிப் பளபளப்பில் அவையின் வண்ணங்கள் அசைந்தன. உடைவாள் அருகே மணிமுடி வைக்கப்பட்டு அதன்மேல் வெண்கொற்றக்குடை வைக்கப்பட்டது. அதன்மேல் பொன்மலரும் வெண்சோழிகளும் பொன்னரிசியும் தூவி வணங்கி வைதிகர் பின்னகர்ந்தனர்.

ஸ்தானகர் "அவையோரே, இந்த மணிமுடியும் உடைவாளும் செங்கோலும் வெண்சங்கும் தலைமுறை தலைமுறையாக குருகுலத்திற்குரிய செல்வங்கள். அத்திரி முனிவரின் வழிவந்த புரூரவஸால் உருவாக்கப்பட்டது இந்த முடிமரபு. புரூரவஸின் குலத்தில் பிறந்தவர் மாமன்னர் குரு. குருவின் குலமே அஸ்தினபுரியை ஆளும் அழியா பெருமரபு. இந்த மணிமுடியை

மாமன்னர்களான நகுஷரும் யயாதியும் சூடியிருக்கிறார்கள். மாமன்னர் சந்தனு இதை தலையில் ஏந்தி இந்த நாட்டை ஆண்டிருக்கிறார். இந்நகரத்தின் வெற்றியும் செல்வமும் புகழும் இந்த மணிமுடியால் வந்தது. இனி இந்த மணிமுடி மாமன்னர் விசித்திரவீரியன் தலையை அலங்கரிக்கட்டும்! ஆம், அவ்வாறே ஆகுக!"

பெருகுடித்தலைவர்கள் வெற்றிலையை நெற்றிமேல் வைத்து வணங்கி அளிக்க அவை அரியணையின் காலருகே குவிக்கப்பட்டன. அம்பிகை அந்த உடைவாளையும் மணிமுடியையும் பார்த்துக்கொண்டிருந்தாள். சிறுவயதிலேயே அவள் கேட்டறிந்த கதைகளில் வந்தவை அவை. தேவருலகில் உள்ளவை போல கனவுகளை நிறைத்தவை. பேரரசி தேவயானி சூடிய மணிமுடி. சத்யவதி அணிந்த மணிமுடி.

அவளும் அம்பாலிகையும் அதன்மேல் மலர்மாலைகளை சூட்டினர். ஒளிமிக்க பரப்பில் வண்ணங்கள் ஆடும் அந்த வாள்மேல் மாலையிடும்போது அம்பிகை ஒருகணம் கண்ணீருடன் விம்மிவிட்டாள்.

2

வைகாசி மாதம் கருநிலவு நாளன்று மணிமஞ்சம் ஒருக்கப்படும் என்று விசித்திரவீரியனின் செயலமைச்சர் ஸ்தானகருக்கு செய்தி வந்தது. செய்தியைக் கொண்டுவந்த சத்யவதியின் தூதன் ஒற்றைவரி குறிக்கப்பட்ட ஓலையை அளித்துவிட்டு வணங்கி விடைபெற்றான். சிந்தனையுடன் அந்த ஏட்டை மீண்டும் மீண்டும் வாசித்தார் ஸ்தானகர்.

ஆதுரசாலைக்குள் சென்று படிகள் ஏறி விசித்திரவீரியனின் அறை வாசலில் நின்று உள்ளே பார்த்தார். அவன் பட்டுத்துணியாலான தூளித்தொட்டிலில் சுள்ளிக்கட்டுபோல தூங்கிக்கொண்டிருந்தான். அவர் மெதுவாக உள்ளே வந்து அவனருகே நின்றார். விசித்திரவீரியன் அரைத்துயில் கலைந்து சிவந்த விழிகளைத் திறந்து "சொல்லுங்கள் ஸ்தானகரே" என்றான். ஸ்தானகர் சொல்வதற்கு முன்னரே "எப்போது?" என்று கேட்டான்.

"கருநிலவில்" என்றார் ஸ்தானகர். "நினைத்தேன்" என்று சொல்லி விசித்திர வீரியன் கண்களை மூடிக்கொண்டான். பின் "கருவுறுவதற்கு சிறந்த நாள் இல்லையா?" என்றான். ஸ்தானகர் மெல்லிய புன்னகையுடன் "மிருகங்களை புணரச்செய்ய அந்நாளை தேர்ந்தெடுப்பார்கள்" என்றார். "ஆனால் வீரியமுள்ள ஆண் மிருகத்தைத்தானே தேர்ந்தெடுப்பார்கள்?" என்றான் விசித்திரவீரியன்.

"மிருகங்களில் அரசும் அரசனும் இல்லையல்லவா?" என்றார் ஸ்தானகர். விசித்திரவீரியன் கண்களை திறக்காமலேயே உரக்கச்சிரித்து "ஆனால் தாய் இருக்கும். அனைத்து வல்லமைகளும் கொண்ட காளி" என்றான்.

"அரசே, திருவிடத்திலிருந்து தொல்குடிமருத்துவர் ஒருவரை நம் தூதர்கள் அனுப்பியிருப்பதாக செய்தி வந்துள்ளது. அவரை சந்தித்தபின் நாம்

முடிவெடுத்தாலென்ன?" ஸ்தானகர் கேட்டார். விசித்திரவீரியன் "இல்லை ஸ்தானகரே, இனி என் உடலை நான் வழிபட முடியாது. பொய்த்தெய்வங்களை வழிபடுபவன் நரகத்துக்குச் செல்கிறான் என்று அறிந்திருக்கிறேன். புகழும், செல்வமும், உடலும்தான் மூன்று பொய்த்தெய்வங்கள் என்பார்கள். நான் உடலையே வழிபட்டு இதுநாள் வரை வாழ்ந்துவிட்டேன். இனி அதை செய்யப்போவதில்லை. இந்த உடல் இருந்தாலும் அழிந்தாலும் எனக்கு ஒன்றுதான்" என்றான்.

"அரசே, உடல் ஆன்மாவின் ஆலயம்" என்றார் ஸ்தானகர். "இல்லை ஆன்மாவின் சிதையா?" என்று சிரித்துக்கொண்டே கேட்டபடி விசித்திரவீரியன் எழுந்தான். "அரசியல் விவாதத்துக்கு வேதாந்தத்தை பயன்படுத்துவதற்கு வேதவியாசரின் அனுமதி உண்டா என்று தெரியவில்லை" என்றார் ஸ்தானகர். "அந்த ஆராய்ச்சி எதிரிநாட்டுக்கு தீவைக்கும்போது ஓதவேண்டிய வேத மந்திரம் என்ன என்ற இடத்திற்குத்தான் சென்று நிற்கும்."

விசித்திரவீரியன் வெடித்துச் சிரித்தபடி எழுந்து அமர்ந்தான். "ஸ்தானகரே, இத்தனைநாளில் ஒரு கணம்கூட நான் என் மரணத்தை அஞ்சியதில்லை என்று அறிவீர்களா?" என்றான். "எனக்கு நான்கு வயதாக இருந்தபோது ஒருநாள் காய்ச்சலில் படுக்கையில் இருந்தேன். என்னை தொட்டுப்பார்த்த அரண்மனை மருத்துவர் அந்திக்குள் நான் உயிர்துறப்பது உறுதி என்று சொன்னார். நான் கண்களைமூடிக்கொண்டேன். அந்தி வர எவ்வளவு நேரமிருக்கிறது என்று தெரிந்திருக்கவில்லை. ஆகவே ஒவ்வொருகணமாக நான் செலவிடத்தொடங்கினேன். என் அன்னையை எண்ணிக் கொண்டேன். அவள் வலுவான கைகளையும் விரிந்த விழிகளையும் கண்முன்னால் கண்டேன். என் தமையனின் அழகிய முகத்தையும் இறுகிய சிலையுடலையும் அணுவணுவாகப் பார்த்தேன். நான் உண்ட இனிய உணவுகளை, பார்த்த அழகிய மலர்களை, கேட்ட இனிய இசையை என ஒவ்வொன்றாக எண்ணிக்கொண்டே இருந்தேன்."

"ஸ்தானகரே, முடிவேயில்லாமல் வந்துகொண்டிருந்தன நினைவுகள். எவ்வளவு அதிகமாக வாழ்ந்துவிட்டேன் என்று பிரமித்துப்போய் கிடந்தேன். அந்தியில் அரண்மனையின் நாழிகைமணி ஒலித்தது. இரவு வந்தது. என் நினைவுகள் முடியவில்லை. மேலும் மேலும் நினைவுகள். காலையொளி பளபளக்கும் இலைகள். இளங்காற்றில் மகரந்தபீடம் குலையும் மலர்கள். காற்றில் சிறகுகள் பிசிறிய பறவைகள். எவ்வளவு வண்ணங்கள் ஸ்தானகரே... ஒருபறவையின் சிறகிலேயே எத்தனை வண்ணங்கள்! ஒவ்வொரு வேளையிலும் அவை மாறுபட்டுக் கொண்டிருக்கின்றன... இவ்வுலகம் வண்ணங்களின் பெருக்கு. ஒலியின் பெருக்கு. மணங்களின் பெருக்கு. சுவைகளின் பெருக்கு... ஸ்தானகரே புனுகை அள்ளும் குறுதோண்டியால் கடலை அள்ளுவது போன்றது

இப்புடவியை புலன்களால் அறிய முயல்வது. ஒருநாளில் ஒருநாழிகையில் நம்மைச்சுற்றி வந்து நிறையும் உலகை அள்ள நமக்கு கோடி புலன்கள் தேவை."

தன் சொற்களாலேயே வசியம் செய்யப்பட்டவனைப்போல விசித்திர வீரியன் பேசிக்கொண்டிருந்தான். "நான்குவருட வாழ்க்கையை அள்ளி நினைவாக்கிக்கொள்ள முயன்றேன். ஒருவருடத்தை, பின்பு ஒருமாதத்தை, ஒருநாளை. ஸ்தானகரே, ஒருநாழிகையை வாழ்ந்து முடிக்க இப்புலன்களும் இதை ஏந்திநிற்கும் சிறு சித்தமும் போதவில்லை. அன்று தூங்கிப்போனேன். விழித்தபோதும் நான் இருந்தேன். என் மீது குனிந்த அன்னையிடம் "அன்னையே நான் சாகவில்லையா" என்றேன். "விசித்திரவீரியா, நீ இருக்கிறாய்" என்றாள். அந்த வரி என் அணுக்கவாக்கியமானது. நானறிந்த ஞானமெல்லாம் அதன்மேல் கனிந்ததுதான். நான் இருக்கிறேன். அதை பலகோடிமுறை எனக்குள் சொல்லிக்கொண்டேன். இங்கே இதோ நானிருக்கிறேன். அவ்வரியிலிருந்து ஒவ்வொருகணமும் நான் முடிவில்லாமல் விரிகிறேன்..."

ஸ்தானகர் அவன் முகத்தில் விரிந்த புன்னகையைப் பார்த்தார். அது காலத்துயர் அணுகாத யட்சர்களின் புன்னகை.

"மறுநாள் நான் உணர்ந்தது என் வாழ்நாள் எவ்வளவு பெரியது என்றுதான். அந்த ஒருநாளை நான் தாண்டியபோது வெகுதொலைவுக்கு வந்திருந்தேன். போதும் போதும் என அகம்நிறைய வாழ்ந்துவிட்டிருந்தேன். ஆனால் மறுநாளும் எனக்குக் கிடைத்தது. அதன்பின்னர் ஒவ்வொருநாளாக இதோ பதினான்கு வருடங்கள். இக்கணம் இறந்தால்கூட என் வாழ்க்கை ஒரு வெற்றிதான் ஸ்தானகரே. வாழாது இருந்துகொண்டிருந்தவர்களுக்கு மட்டும்தான் மரணம் என்பது இழப்பு... அச்சமில்லை. மரணத்தின் மீது அச்சமில்லை என்பதனால் எதன்மீதும் அச்சமில்லை." அவர் கண்களை நோக்கி விசித்திரவீரியன் புன்னகை புரிந்தான். "நான் அவமதிப்பையும் அஞ்சவில்லை. ஏன் சூதர்பாடல்களில் ஓர் இளிவரலாக எஞ்சுவதைப்பற்றிக்கூட அஞ்சவில்லை."

"அது சரிதான்" என்றார் ஸ்தானகர். "மாவீரராக இருந்தால் விதியின் இளிவரலாக எஞ்சலாம்." விசித்திரவீரியன் சிரித்து "அந்த சித்தர் வரட்டும். அவரும் என் உடலைக்கொண்டு மருத்துவம் கற்றுக்கொள்ளட்டும். என்ன சொல்கிறீர்?" என்றான். ஸ்தானகர் சிரித்தார்.

மறுநாளே சேவகர்களால் அழைத்துவரப்பட்ட திருவிடநாட்டு சித்தர் ஆதுரசாலைக்கு வந்துசேர்ந்தார். அவர் வண்டியில் இருந்து இறங்கியதும் ஸ்தானகர் ஒருகணம் திகைத்தார். மூன்றுவயது சிறுவனின் உயரமே இருந்தார் சித்தர். ஆனால் மிக முதியவர் என வெண்ணுரைபோன்ற

தலைமுடியும் நீண்டு இருபுரிகளாகத் தொங்கி வயிற்றிலாடிய தாடியும் காட்டின. புதியனவற்றைப் பார்க்கும் சிறுவனின் அழகிய கண்களுடன் நிமிர்ந்து ஆதுரசாலையைப் பார்த்தார். ஸ்தானகரிடம் "அரக்கைப் பூசி இதை எழுப்பியிருக்கிறீர்கள் இல்லையா?" என்றார். "ஆம்" என்றார் ஸ்தானகர். அவர் "திருவிடநாட்டிலே நாங்கள் சுண்ணத்தை பூசுகிறோம்" என்றார்.

ஸ்தானகர் முதல் திகைப்பு அகன்று புன்னகைசெய்து "வருக சித்தரே, நான் மாமன்னர் விசித்திரவீரியரின் அமைச்சன். என்பெயர் ஸ்தானகன். உங்களை தலைபணிந்து வணங்குகிறேன்" என்றார். ஆசியளிக்காமல் சிறுவனைப்போல பரபரவென்று சுற்றிலும் நோக்கி "இங்கே ஏன் நீங்கள் சுண்ணம் கையாள்வதில்லை என்று சொல்லவில்லையே" என்றார் சித்தர். "இங்கே குளிரின்போது சுண்ணப்பூச்சு வெடிக்கிறது" என்றார் ஸ்தானகர். "மேலும் இங்கே சுண்ணம் மிக அரியது. அருகே கடல் இல்லை அல்லவா?"

"ஆம், உண்மை" என்று சொன்ன சித்தர் "என் பெயர் அகத்தியன். நான் திருவிடநகராகிய மூதூர் மதுரைக்கு இப்பால் பொதிகைமலையில் வாழ்பவன்." ஸ்தானகர் வணங்கி "ஆசியளியுங்கள்" என்றார். ஆசியளித்தபின் அகத்தியர் "இந்நகரம் பெரியது... மதுரைக்கு நிகரானது" என்றார். ஸ்தானகர் "தென்னகர் மதுரையை இங்கே சூதர்கள் பாடுவதுண்டு. கடற்சிப்பியின் ஓடுகளால் கூரையமைக்கப்பட்ட அரண்மனைகளைப்பற்றி நான் கனவுகண்டிருக்கிறேன்" என்றார்.

"ஆம், அவை பரத்தையர் வீதியின் மாளிகைகள். உங்கள் வணிகர்கள் அங்கு மட்டும்தான் வருகிறார்கள்" என்றார் அகத்தியர். ஸ்தானகர் புன்னகையை அடக்கி மெல்ல, "தாங்கள் தென்திசை ஆசிரியர் அகத்தியரின் குருமரபில் வந்தவரா?" என்றார்.

"நான் அவரேதான்" என்றார் அகத்தியர். ஸ்தானகர் திடுக்கிட்டார். "இந்த தீபச்சுடர் அந்த திரைச்சீலையில் ஏறிக்கொண்டால் அதை வேறு நெருப்பு என்றா சொல்வீர்கள்?" என்று அகத்தியர் சொன்னபோது தெளிந்தார். அகத்தியர் "இங்கே நீங்கள் என்னவகையான மதுவை அருந்துகிறீர்கள்?" என்றார். "பழரசங்கள்... சோமம்..." "அவையெல்லாம் சாரைப்பாம்புகள். நான் ராஜநாகத்தைப்பற்றிக் கேட்டேன்." ஸ்தானகர் திகைத்து "அப்படி ஏதும் இங்கே இல்லை" என்றார். அகத்தியர் "தென்னக மதுக்கள் சிலவற்றைச் செய்ய நான் உங்களுக்கு கற்றுத்தருகிறேன்" என்றார்.

சித்தர் படிகளில் தாவித்தாவி ஏறினார். "இந்தப்படிகளை நான் விரும்பு கிறேன். இவை நான் ஏறும்போது அதிக ஒலி எழுப்புகின்றன. பாண்டியன் கல்லால் படி கட்டியிருக்கிறான். நான் ஏறிசெல்வது எனக்கே தெரியாது."

திரும்ப படிகளில் தாவி கீழே வந்து கையைத் தட்டியபடி மீண்டும் மேலே சென்றார்.

"நான் என் நோயாளியை பார்க்கலாமா?" என திடீரென்று அவர் கேட்டபோதுதான் ஸ்தானகர் அவர் மருத்துவர் என்னும் நினைவை அடைந்தார். "சித்தரே, தாங்கள் உணவுண்டு இளைப்பாறலாமே. தங்கள் பணிக்கு என்னை அனுமதிக்கவேண்டும்" என்றார். "நான் இரவிலன்றி இளைப்பாறுவதில்லை. தாவரங்களிலிருந்து மட்டுமே காய்கனிகளைப் புசிப்பேன். ஓடும் நீரையே அருந்துவேன். மரநிழல்களிலேயே துயில்வேன். எனக்கு எவரும் பணிவிடைகள் செய்யவேண்டியதில்லை" என்று அகத்தியர் சொன்னார். "எனக்குநானே பணிவிடைகளை செய்துகொள்வேன்."

அகத்தியரை விசித்திரவீரியன் அறைக்குள் ஸ்தானகர் அழைத்துச்சென்றார். அவன் எழுந்து வந்து அவர் பாதங்களில் பணிந்து வணங்கினான். ஆசியளித்தபின் அகத்தியர் ஒன்றும் பேசாமல் அந்த அறைக்குள் நடந்து சுற்றிப்பார்க்கத் தொடங்கினார். அவன் படுத்திருந்த மஞ்சத்தின் அடியிலும் தூண்களுக்குப் பின்னாலும் குனிந்தும் முழந்தாளிட்டும் கூர்ந்து நோக்கிக்கொண்டிருந்த அகத்தியரைப் பார்த்தபின் ஸ்தானகரைப் பார்த்து விசித்திரவீரியன் புன்னகைபுரிந்தான்.

"என்ன பார்க்கிறீர்கள் சித்தரே?" என்றார் ஸ்தானகர். "ஒரு வலையின் கண்ணியை வலையைப்பார்க்காமல் சரிசெய்யமுடியுமா?" என்றார் அகத்தியர். "ஆம், மனிதர்கள் பிறவியின் வலையிலும், குலத்தின் வலையிலும், செயலின் வலையிலும் அமைந்திருக்கிறார்கள் என்பார்கள் நூலறிந்தோர்" என்று சொன்ன ஸ்தானகரிடம் அகத்தியர் சுட்டுவிரலைக் காட்டி "கோடிவலைகள். கோடானுகோடி வலைகள். ஒவ்வொன்றிலும் கோடானுகோடி கண்ணிகள்... முடிவிலியையே அதில் ஒரு கண்ணி என்று சொல்லலாம்" என்றார்.

ஸ்தானகர் பிரமித்தவர் போல பேசாமல் நின்றார். அகத்தியர் "அந்த வலைகளை அறிய எவராலும் முடியாது. ஆனால் ஒரு வழி உள்ளது. அதை கணஞானம் என்கிறோம். இங்கே இப்போது இக்கணத்தில் மட்டும் அந்த வலையை பார்க்கிறோம். இந்த அறையில், இந்த கணத்தில் நிகழ்வதன் ஒரு பகுதிதான் நீங்களும் நானும் இவரும்" என்றார்.

ஸ்தானகர் இவருக்கு உண்மையில் மருத்துவம் தெரியுமா என்ற சிந்தனையைத்தான் அடைந்தார். "இவ்வறையில் இப்போது இருபத்தெட்டு மரணங்கள் நிகழ்ந்து கொண்டிருக்கின்றன" என்று அகத்தியர் சாதாரணமாக சொல்லிவிட்டு திரும்பினார். "இயற்கையில் மரணம் என்பது உண்ணப்படுதல் மட்டுமே."

விசித்திரவீரியன் கைகளைப் பற்றி நாடியைப்பிடித்தபடி "மெல்லிய அதிர்வு மட்டும்தான்" என்றார். விசித்திரவீரியன் பெருமூச்சுடன் "ஆம், அதை உணர்கிறேன் சித்தரே" என்றான். "மிகமெல்லிய சிலந்திவலை. மிகச்சிறிய சிலந்தி. அது தன்னுள் இருந்து தன்னை எடுத்து தாவித்தாவி நான்கு திசைகளையும் இணைத்துக்கொண்டே செல்கிறது. அதில் உதிர்ந்த ஒரு நீர்த்துளி அந்தவலையில் அதிர்ந்துகொண்டிருக்கிறது. இந்த அறையில் இந்த ஆதுரசாலையில் இந்தத் தோட்டத்தில் நிகழும் ஓர் அதிர்வினால்கூட அது உதிர்ந்துவிடலாம்" என்றார் அகத்தியர்.

விசித்திரவீரியன் பெருமூச்சுடன் "புரிந்துகொண்டேன் சித்தரே. என்றும் எனக்கு என் உடலுக்கான மருத்துவம் மீது நம்பிக்கை இருந்ததில்லை" என்றான். அவனை படுக்கச்செய்து அவன் நெற்றிமுதல் உள்ளங்கால் வரை தொட்டுத்தொட்டு ஆராய்ந்தார் சித்தர். "ஏழு பசுக்கள் கொண்ட மந்தை என உடலை எங்கள் நூல்கள் சொல்கின்றன. ஏழு தாமரைகள் விரிந்த தடாகம். ஏழு சக்கரங்களாலான இயந்திரம். ஏழுபொருள் கொண்ட சொல்."

அவன் இடைக்குக் கீழே கையால் அழுத்தி "முதல்புள்ளி மூலாதாரம். திருவிடமொழியில் அளவைப்பதி என்போம். அதுவே காமம், அதுவே ஊக்கம், அதுவே உடலில் இருந்து உடலுக்குத்தாவும் நெருப்பு. அதில் நோயிருப்பதாக எண்ணித்தான் இதுவரை எல்லா மருத்துவர்களும் மருந்தளித்திருக்கிறார்கள். ஆனால் அது வல்லமை கொண்டிருக்கிறது. ஆகவேதான் இளவரசர் வண்ணங்களை விரும்புகிறார். ஒலிகளை ரசிக்கிறார். உணவை சுவைக்கிறார். மூலாதாரத்தில்தான் வாழ்க்கையை அழகாக்கும் மூன்று தேவதைகள் வாழ்கிறார்கள். காதல்கொள்ளச் செய்யும் அன்பு, ஒவ்வொன்றையும் அழகாக்கும் சைதன்யை, ஒவ்வொன்றையும் அன்றே அக்கணமே என்று காட்டும் ஷிப்ரை."

ஸ்தானகர் "அப்படியென்றால்..." என்று ஆரம்பித்ததை பொருட்படுத்தாமல் அகத்தியர் தொடர்ந்தார். "அன்னத்தை அனலாக்கும் சுவாதிஷ்டானம் வல்லமை கொண்டிருக்கிறது. காற்றை உயிராக மாற்றும் மணிபூரகம் நன்றாக உள்ளது. ஆனால்..." விசித்திரவீரியன் மார்பைத்தொட்டு "குருதியை வெம்மையாக்கும் அநாகதத்தில் அனலே இல்லை. ஈசான ருத்திரன் குடிகொள்ளும் ஆலயத்தில் மங்கிய விளக்கு மட்டும் எரிந்து கொண்டிருக்கிறது."

ஸ்தானகர் "என்ன செய்வது சித்தரே?" என்றார். "இது விதிப்பயன். ஏற்றிய விளக்கிலிருந்து அனல் வந்துசேரவில்லை" என்றார் சித்தர்.

விசித்திரவீரியன் புன்னகையுடன் எழுந்து "வணங்குகிறேன் சித்தரே, தாங்கள் இங்கேயே இருந்து என்னை இதமாக வழியனுப்பிவிட்டுச்

செல்லவேண்டும் என்று கோருகிறேன்" என்றான். அகத்தியர் "ஆம், அதுவே மனம் முதிரும் நிலை. ஒரு துளி உதிர்வதற்கு அப்பால் இதில் ஏதும் இல்லை. இத்துளி இங்கே இவ்வடிவில் இந்த ஒளியுடன் இருப்பதென்பது நிகழ்வுகளின் தகவெனும் முடிவின்மையில் ஒரு கணம். துளியென வந்தாலும் அது முடிவிலா நீர்க்கடலேயாகும். அக்கடலை உணர்ந்தவன் துளியுதிர்வதையும் கடலெழுச்சியையும் ஒன்றாகவே பார்ப்பான்" என்றார்.

விசித்திரவீரியன் "அந்நிலையை நான் இன்னும் அடையவில்லை சித்தரே. நான் இறுதிநீரை விழுங்கும்போதெனினும் என்னில் அந்நிலை கூடவேண்டும். அதற்கெனவே தென்திசையில் இருந்து நீங்கள் இங்கே வந்திருக்கிறீர்கள்" என்றான்.

"அரசே, எங்கள் குருமரபின் முதல்குரு கல்லால மரத்தடியில் அமர்ந்து அருளுரைக்கும் தென்றிசைமுதல்வன். அவனிடமிருந்து மெய்ஞானமடைந்த என் முதல்குரு அந்த பெருநீர்க்கடலை உண்டு தன்னுள் அடக்கிய குறுமுனி. இந்தக் கமண்டலத்தில் நான் வைத்திருப்பது அவர் உண்ட கடலில் அள்ளிய கைப்பிடி. இதில் ஒரு துளி நீர் உனக்கும் உரியது" என அகத்தியர் விசித்திரவீரியன் தலையில் கை வைத்து ஆசியளித்தார். "அரசே, அவிழ்க்கின்றவாறும் அதுகட்டுமாறும் சிமிழ்தலைப் பட்டு உயிர் போகின்றவாறும் அறிய எந்த ஞானமும் உதவாது என்றறிக. அஞ்சனமேனி அரிவை ஓர் பாகத்தன் கழலையே எண்ணிக்கொண்டிரு. ஓம் ஓம் ஓம்" என்று அகத்தியர் சொன்னார். விசித்திரவீரியன் கைகூப்பினான்.

கருநிலவு நாளில் விசித்திரவீரியன் அரண்மனைக்கு தேரிலேறிச் சென்றான். அங்கே அவனை பாங்கர் நறுமணநீரால் நீராட்டினர். கஸ்தூரியும் கோரோசனையும் புனுகும் அணிவித்தனர். இரவுக்குரிய வெண்பட்டாடை அணிவித்து சந்திரகலைக்குறி நெற்றியிலிட்டு குழலில் தாழம்பூம்பொடி தூவினர். அவன் உள்ளறைக்குச் சென்று இரவமுது உண்ண அமர்ந்தபோது முதிய பாங்கன் உள்ளே வந்து வணங்கி "அரசே, உணவுக்குமுன் அருந்தவேண்டிய மருந்தொன்று உள்ளது" என்றான். அவனுடைய கண்கள் சிறிய செம்மணிகள் போலிருந்தன. "உன் பெயரென்ன?" என்றான் விசித்திரவீரியன். அவன் சற்று தயங்கியபின் "சங்குகர்ணன்" என்றான்.

விசித்திரவீரியன் சற்று வியந்து "நீ நாகனா?" என்றான். "ஆம் அரசே, நான் அரண்மனை விடகாரி. என்னிடம் பேரரசியார் இங்கே தங்களை பேணச் சொல்லி ஆணையிட்டார்கள்." அவன் கண்களையே பார்த்துக் கொண்டிருந்த விசித்திரவீரியன் அதிலிருந்த அச்சமூட்டும் கூறு என்ன என்பதை கண்டுகொண்டான். அவை இமையாவிழிகள். சங்குகர்ணன் கொடுத்த சிமிழை வாங்கி அதைத்திறந்து பார்த்தான். உள்ளே

நீலநிறமான திரவத்தின் சில துளிகள் இருந்தன. அதை பீடத்தின்மேல் வைத்துவிட்டு "சங்குகர்ணா, உன் குலப்பாடலொன்றைப் பாடு" என்றான் விசித்திரவீரியன்.

"இது பாடுவதற்கான இடமோ சூழலோ அல்ல அரசே" என்றான் சங்குகர்ணன். "இன்னும் நேரமிருக்கிறது. பாடு" என்றான் விசித்திரவீரியன். "எதைப்பாடுவது?" என்று முதுநாகன் கேட்டான். "இக்கணத்தில் உன் குலமூதாதையர் உன் சொற்களில் எதைக்கொண்டுவந்து வைக்கிறார்களோ அதை" என்று விசித்திரவீரியன் சொன்னான். சங்குகர்ண முதுநாகன் தரையில் அமர்ந்தான்.

கண்களை மூடிக்கொண்டு மெல்ல ஆடிக்கொண்டிருந்தவன் அவர்களின் பாணியில் பேச்சென பாடத் தொடங்கினான். "அரசே, ஏழு காடு ஏழு மலைக்கு அப்பால், நீலமலை உச்சியில் ஓர் இருண்ட பெருங்குழி உள்ளது. அது ஆயிரம் காதம் ஆழம் கொண்டது. அதற்குள் சேறும் சகதியும் நிறைந்திருக்கும். சேற்றில் வளரும் கிழங்குகளும் சிறியகனிச்செடிகளும் மட்டுமே அங்கே வளரும். அதன் ஆழத்தின் இருட்டுக்குள் ஒளியே செல்வதில்லை.

"தீராக்கடனுடன் இறந்தவர்களுக்கும், தீராச்சினத்துடன் இறந்தவர்களுக்கும், தீராத்துயரில் இறந்தவர்களுக்கும் விண்ணிலிருக்கும் மூதாதையரின் உலகில் இடமில்லை என்பதனால் அவர்களை பாடைகட்டி தூக்கிவந்து அந்தக்குழிக்குள் போட்டுவிடுவார்கள். முன்பொரு காலத்தில் ஒருபெண் கணவன் மீது கொண்ட தீராவன்மத்துடன் உயிர் துறந்தாள். அவளை மூதாதையர் ஏற்கவில்லை என்பது அவளருகே எரிந்த தீபம் அணைந்ததிலிருந்து தெரிந்தது. அவளைத்தூக்கி கொண்டுசென்று அந்தப் பெருங்குழியில் போட்டுவிட்டார்கள். அரசே. அவள் வயிற்றுக்குள் குழந்தை இருந்ததை அவர்கள் பார்க்கவில்லை.

"குழியில் விழுந்த இறந்த உடலைத் திறந்து வெளிவந்த குழந்தை அங்கேயே மூன்று வயதுவரை வாழ்ந்தது. ஒருநாள் பெருமின்னல் ஒன்று வெட்டியபோது மேலே வானமிருப்பதைக் கண்டது. அங்கே ஏறிச்செல்ல அது விரும்பியது. ஒவ்வொருநாளும் குழியின் விளிம்புகளில் தொற்றி ஏற முயன்றுகொண்டிருந்தது. அவ்வாறு நான்காண்டுகாலம் அது முயன்று தோற்றபோதிலும் நம்பிக்கையை இழக்கவில்லை. ஒருநாள் இடியோசை கேட்டு பயந்த பாதாளப் பெருநாகம் ஒன்று அக்குழிக்குள் தன் வாலைவிட்டுக்கொண்டு படுத்திருந்தது. குழந்தை அந்த நாகத்தின் உடலில் தொற்றி மேலே ஏறமுயன்றது. நாகத்தோலின் வழுவழுப்பில் சறுக்கிச்சறுக்கி விழுந்துகொண்டே இருந்தது.

"அவ்வாறு எட்டாண்டுகாலம் அது சறுக்கிவிழுந்தபின்னர் நாகப்பாம்பிடம் ஒரு வரம் கேட்டது. உன் தலையை உள்ளே விட்டு

வாலை வெளியே விட்டு படுத்திருக்கமுடியுமா என்று. நாகம் அதை ஏற்றுக்கொண்டது. குழந்தை அந்த நாகத்தின் திறந்த பெருவாய்க்குள் தானே புகுந்துகொண்டது. நாகத்தின் வயிற்றுக்குள் மூன்று ஊர்கள் இருந்தன. முதல் ஊரில் நூறு அரண்மனைகள் நடுவே ஊர்மன்றில் ஒரு கலசத்தில் நீலநிறமான ஆலகால நஞ்சு இருந்தது. அதை உண்டதும் அக்குழந்தை நீலநிறமாக ஆனது. இரண்டாவது ஊரில் ஐம்பது அரண்மனைகள் நடுவே இருந்த ஊர்மன்றில் பால்குடம் இருந்தது. அதை உண்டு வெண்ணிறமானது. மூன்றாவது ஊரில் ஒற்றை அரண்மனைக்குள் தேன் இருந்தது. அதை உண்டு அது மனித நிறம் கொண்டது. நாகம் வாலைத் திறந்து குழந்தையை வெளியே விட்டது. குழந்தை வெளிவந்து தன் குலத்துடன் சென்று சேர்ந்தது."

"இந்தக்கதைக்கு என்ன பொருள்?" என்று விசித்திரவீரியன் கேட்டான். "அரசே, பொருளுள்ள கதைகளை சொல்பவர்கள் சூதர்கள். கதைகளை மட்டுமே சொல்பவர்கள் நாங்கள். எங்கள் கதைகள் கடலென்றால் உங்கள் கதைகள் நதிகள்போல. எங்கள் நீரிலிருந்து பிறந்து எங்களிடமே வந்து சேர்பவை உங்கள் கதைகள்" என்றான் நாகன். பின்பு அவன் அந்த மருந்தை விசித்திரவீரியனிடம் அருந்தச்சொன்னான். "உங்கள் உடலில் நாகரசம் சேரும். போகவல்லமை கூடும்" என்றான். கடும் கசப்புகொண்டிருந்த அந்த மருந்தை ஒரே மிடறில் விசித்திரவீரியன் விழுங்கினான். அது தீயென எரிந்து குடலை அடைந்தது. வெம்மையாக ஊறி ஊறி குருதியில் கலந்து உடலில் ஓடியது. சற்று நேரத்தில் விசித்திரவீரியனின் காதுமடல்கள் வெம்மை கொண்டன. மூக்கு நுனியும் கண்களும் சிவந்து எரிந்தன.

நாகன் அவன் வலக்குதிகால்மீது பின்பக்கத்தை வைத்து இடக்காலை மடக்கி அமர்ந்து தன் இடையில் இருந்து சிறு மகுடி ஒன்றை எடுத்தான். அதை இருமுறை ஊதிப்பார்த்தபின் வாசிக்க ஆரம்பித்தான். பெரிய தேனீ ஒன்று அறைக்குள் சுழன்று சுழன்று பறப்பதுபோல அந்த இசை ஒலித்தது. திரும்பத்திரும்ப ஒரே பண்ணில் வானில்சுழலும் புள்போல அது நிகழ்ந்துகொண்டே இருக்க அதற்கேற்ப சங்குகர்ணன் இடை நெளிய ஆரம்பித்தான்.

நெளிந்தாடிய சங்குகர்ணன் உடல் சற்று நேரத்தில் கயிற்றைப்போல வளைந்தது. படமெடுத்தாடும் நாகம்போல அவன் தரையில் வளைந்து சுருண்டு எழுந்து தழல்போல ஆடிக்குழைந்தான். மகுடி அவன் கையிலிருந்து விழுந்தது. அறைநடுவே எழுந்து கைகள் படமாக இரு கட்டைவிரல் நுனிகளில் நின்றாடினான். அவனுடைய இமையா மணிக்கண்கள் விசித்திரவீரியனைப் பார்க்காமல் அப்பால் நோக்கின.

"என் பெயர் சங்குகர்ணன்... வானமென கறுத்துவிரிந்த என் அன்னை கத்ரு நான் விரிந்து வந்த முட்டையை அன்புநிறைந்த கண்களுடன்

குனிந்து நோக்கி என்னை அவ்வாறு அழைத்தாள். காலங்கள் என் மீது காற்றென ஒழுகிச்செல்கின்றன. அரசே கேள், நான் அழியாதவன். என்னை குருகுலத்து இளவரசன் அர்ஜுனன் என்பவன் காண்டவ வனத்தில் எரிப்பான். அவன் பெரும்பேரன் ஜனமேஜயன் என்பவன் என்னை சர்ப்பசத்ர வேள்வியில் எரிப்பான். நான் அழிவின்மையின் இருளில் இருந்து தோல்சட்டையை கழற்றிவிட்டு புதியதாகப் பிறந்தெழுவேன்...”

மெல்லிய சீறல் ஒலிகளை விசித்திரவீரியன் கேட்டான். சாளரத்திரைச்சீலைகள் பாம்புகளாக நெளிந்தன. வெளியே நின்ற மரங்களின் அடிகளும் கிளைகளும் பாம்புகளாக மாறி நடமிட்டன. இலைப்பரப்புகள் படமெடுக்க தளிர்முனைகள் சர்ப்ப நாவுகளாக துடித்தன. அறைத்தூண்கள் கருநாக உடல்களாயின. பின் அவன் அமர்ந்திருந்த மஞ்சத்தின் கால்களும் நாகங்களாயின.

3

அம்பிகை தன்முன் திறந்து கிடந்த பேழைகளில் அஸ்தினபுரியின் பெருஞ்செல்வக்குவியலைப் பார்த்துக்கொண்டிருந்தாள். பூதங்கள் காக்கும் குபேரபுரிச்செல்வம். நாகங்கள் தழுவிக்கிடக்கும் வாசுகியின் பாதாளபுரிச்செல்வம். வைரங்கள், வைடூரியங்கள், ரத்தினங்கள், நீலங்கள், பச்சைகள், பவளங்கள். ஒளியை அள்ளித்தேக்கிவிட விழைந்து ரத்தினங்களை முன்னோர் கண்டடைந்தார்கள் போலும். மலர்களை அழியாதவை என பார்க்கவிழையும் மனம் ரத்தினங்கள்மேல் காதல்கொண்டது போலும்.

அம்பாலிகை அமர்ந்து ஒவ்வொன்றாக எடுத்து தன்மேல் வைத்து பார்த்துக்கொண்டிருக்க சேடிகள் விலகி நின்று வியந்த கண்களுடன் நோக்கினர். அவர்கள் ஒவ்வொருவரின் கண்களிலும் பிரதிபலித்து அந்த நகைகள் பெருகிக்கொண்டே சென்றன. அவர்கள் ஒவ்வொருவரும் அவற்றை அள்ளி அள்ளி அணிந்துகொண்டிருந்தனர் எங்கோ. அம்பாலிகை இரு கைகளாலும் நகைகளை அள்ளி தன்மேல் வைத்து நோக்கிவிட்டு திரும்ப வைத்தாள்.

சிவையை நோக்கி அம்பிகை "உனக்கு இவற்றில் எவ்வளவு நகை இருந்தால் நிறைவுதோன்றும்?" என்று கேட்டாள். "தேவி, நான் என் மனதில் காதல்கொண்டிருந்தேனென்றால் ஒரே ஒரு மணிநகை போதுமானதாகும். அதில் குபேரபுரியை நான் கண்டுகொள்வேன்" என்றாள்.

அம்பிகை உதடுகளைச் சுழித்து "நூல்களை கற்றிருக்கிறாய்... நீ எங்கு பிறந்தாய்?" என்றாள். "என் அன்னையின் பெயர் சுபை. இங்கே அவளும் தாசியாகத்தான் இருந்தாள். அவளுக்கும் புரவிச்சாலை பொறுப்பாளராக இருந்த பீதருக்கும் நான் பிறந்தேன்." அம்பிகை தலையசைத்துவிட்டு

“உனக்குத்தேவையான நகைகள் எவையென்றாலும் எடுத்துக்கொள்” என்றாள்.

அம்பாலிகை சிறுமியின் சினத்துடன் தலைதூக்கி “ஆனால் நான் எடுத்துக்கொள்வதைவிட குறைவாகத்தான் எடுத்துக்கொள்ளவேண்டும்” என்றாள். சிவை புன்னகைசெய்து “இளவரசி, இவையனைத்துமே உங்களுடையவை அல்லவா?” என்றாள். அம்பாலிகை நகைகளை பார்த்துவிட்டு “அப்படியென்றால் நான்தான் உனக்குத்தருவேன். நீயே எடுத்துக்கொள்ளக்கூடாது” என்றாள்.

“சரி இளவரசி. எதைத்தருவீர்கள்?” என சிவை சிரித்தபடி கேட்டாள். அம்பாலிகை மீண்டும் நகைகளை பார்த்துவிட்டு “எல்லாமே என்னுடையவை என்றால் எல்லாவற்றையுமே தந்துவிடுகிறேன்” என்று சிரித்தாள். அவள் கன்னங்கள் நீளமாகக் குழிந்து பற்களின் நுனிகள் வெளித்தெரிந்தன.

சத்யவதியின் முதன்மைச்சேடி சியாமை வந்து பணிந்து “அரசி, மங்கலவேளை நெருங்கிக்கொண்டிருக்கிறது என்று பேரரசி சொல்லியனுப்பினார்” என்றாள். “எங்கிருக்கிறார்கள்?” என்று அம்பிகை கேட்டாள். “இதோ இங்கே, இடைநாழியில் நின்றிருக்கிறார்கள்.”

அம்பிகை எழுந்து ஒரு வெண்மேலாடையை மட்டும் அணிந்துகொண்டு வெளியே சென்றாள். “அக்கா, நீங்கள் நகையேதும் அணியவில்லையா?” என்று அம்பாலிகை கேட்டதை அவள் புறக்கணித்தாள். அவள் கூந்தல் தோளில் விழுந்து கிடந்தது.

அவளைக் கண்டதும் சத்யவதியின் முகம் மாறியது. “அரசி எப்போதும் அணியுடன் இருந்தாகவேண்டும்” என்றாள். அவள் கண்களைப் பார்க்காமல் “நான் நகையணியப் போவதில்லை” என்று அம்பிகை திடமான குரலில் சொன்னாள்.

“நீ நகையணிவது உன் அழகுக்காக அல்ல. உன் கணவனுக்காக உன் மனம் மலர்ந்திருக்கிறது என்பதைக் காட்டுவது அது” என்றாள் சத்யவதி. சர்ப்பம்போல தலைதிருப்பி “ஆம், அதனால்தான் நகையணியமாட்டேன் என்றேன்” என்று அம்பிகை சொன்னாள். சத்யவதியின் தளர்ந்த கழுத்தில் ஒரு தசைநார் மட்டும் அசைய வாய் சற்று இழுபட்டது.

பெருமூச்சுடன் தன்னை அடக்கிய சத்யவதி அம்பிகையின் தலையில் கைவைத்து “உன் கருப்பை நிறையட்டும். உன் குலம் நீடூழி வாழட்டும்” என்று வாழ்த்திவிட்டு சேடியிடம் சைகை காட்டினாள். சேடி அம்பிகையின் கைகளை மெல்லப்பற்றி “வருக அரசி” என்றாள்.

இடைநாழியின் மரத்தாலான தரையில் தன் காலடிகள் ஒலிப்பதை அம்பிகை அந்தக் கட்டடத்தின் இதயத்துடிப்பு போல கேட்டாள். பெரிய மரத்தூண்கள் பூமியைத்தாங்கி நிற்கும் பாதாள சர்ப்பங்களாக தோன்றின. மானுட வாழ்க்கையெல்லாம் தலைக்குமேலே நிகழ்ந்து கொண்டிருக்க அவள்மட்டும் புதையுண்டுவிட்டதாக எண்ணிக்கொண்டாள். இதோ ஒவ்வொரு காலடியாக வைத்து ஒருபோதும் விரும்பாத ஒன்றைநோக்கிச் சென்றுகொண்டிருக்கிறேன். இருண்ட பெரும்பள்ளம் நோக்கி தன் இயல்பினாலேயே ஓடிச்செல்லும் நீரோடையைப்போல.

அவள் துயிலறையின் வாயிலில் தன்னை அறியாமல் நின்றுவிட்டாள். உள்ளிருந்து மூச்சு உடலை விட்டு உயிர்பிரிவதுபோல முட்டிமுட்டிப் பிரிந்தது. கதவை மெல்லத் திறந்த சியாமை "இன்னும் மன்னர் வரவில்லை அரசி... உள்ளே சென்று அமருங்கள்" என்றாள். அவள் உள்ளே சென்றதும் கதவு மெல்ல மூடிக்கொண்டது, மூழ்கியவள் தலைமேல் நீர் போல.

உள்ளே சென்று அன்னத்தூவிமெத்தைமேல் விரித்த நீலப்பட்டில் அமர்ந்துகொண்டாள். அறையில் இமயத்தின் தேவதாருக்களின் அரக்கு புகைந்த நறுமணம் திகழ்ந்தது. சாளரத்துக்கு வெளியே வானமும் மரங்களும் அரண்மனை முகடுகளும் கலந்து கரியதிரை போல அசைவிலாது தொங்கின. மரங்களில் இருந்த தனித்த பறவை ஒன்று மீளமீள ஏதோ சொல்லிக்கொண்டிருந்தது.

அவள் தன் கைகளை விரித்துப்பார்த்தாள். அத்தனை விதியும் அங்கே எழுதப்பட்டிருக்கிறது என்பார்கள் நிமித்திகர்கள். அங்கே அவள் இன்னும் காணாத அவனைப்பற்றியும் சொல்லியிருக்குமா என்ன? அவன் முகம் எப்படி இருக்கும்? நோயுற்றவன் என்றார்கள். மெலிந்தவன் என்றார்கள். ஆயுதமோ நூலோ கற்றறியாதவன் என்றார்கள். அவ்வரிகளை அவளால் முகமாக திரட்டிக்கொள்ள முடியவில்லை. ஆனால் அலைகுளத்தின் அடிப்பாறைபோல அந்தமுகம் கலைந்து கலைந்து தன்னை காட்டிக்கொண்டே இருந்தது.

நீந்தும் யானைபோல கரிய பெரும்கால்களை ஓசையின்றித் துழாவி காலம் நடந்துகொண்டிருந்தது என்று உணர்ந்தாள். அருகே இருந்த சிறிய நீர்க்குவளையின் பிடியில் இருந்த செம்மணிகள் அவளைப் பார்ப்பதாக உணர்ந்து திடுக்கிட்டுத் திரும்பினாள். பொன் கைப்பிடியாகச் சுருண்டிருந்த நாகம் வாய்திறந்து எரிவிழிகளால் அவளை பார்த்துக்கொண்டிருந்தது. அவள் குனிந்து அதையே பார்த்தாள். பார்வையை விலக்காமல், நாகமே வருக, என்னைத் தீண்டுக என சொல்லிக்கொண்டவளாக. சினந்த நாகம் மெல்ல சிலைத்து வெறும் பொன்வளைவாக மாறியது.

வெளியே குறடு ஒலித்ததும் தன் நெஞ்சின் ஒலியைக் கேட்டு எழுந்து நின்றாள். முதல் எதிர்வினை தன் உடல்பற்றிய உணர்வுதான்.

மார்பகங்கள்மேல் மேலாடையை இழுத்துவிட்டுக்கொண்டாள். ஓசையற்ற வெண்கலக் கீல்களில் மெல்லத் திறந்த கதவின் வழியாக உள்ளே வந்த விசித்திரவீரியன் அங்கேயே நின்றான். அவனுக்குப்பின்னால் கதவு மெல்ல மூடியது.

அவன் நீர்மேல் படகுபோல மெதுவாக ஆடியபடி நின்று சிவந்த பெரிய கண்களால் அவளைப்பார்த்தான். சீனத்து வெண்குடுவை போன்ற வெளிறிய சிறுமுகத்தில் கன்ன எலும்புகளும் கண்குழியின் விளிம்புகளும் மூக்கும் புடைத்து நிற்க, கீழே வெளுத்த உதடுகள் உலர்ந்து தோலுரிந்து தெரிந்தன. கழுத்தில் எழுந்த குரல்வளை ஏறியிறங்கியது. அவள் நெஞ்சில் முதலில் எழுந்த எண்ணம் அவன் தன்னை தொடக்கூடாது என்பதாகவே இருந்தது.

விசித்திரவீரியன் தன் பழுத்த விழிகளால் அவளைப் பார்த்துவிட்டு கைகூப்பினான். மதுமயக்கத்தில் செய்வது அது என அவளுக்குப்பட்டதும் முகம்சுளித்தாள். "மன்னிக்கவேண்டும் காசிநாட்டு இளவரசி… என்னை மன்னிக்கவேண்டும்" என்றான். அவள் நினைப்பதை அவனே உணர்ந்துகொண்டு "நான் மதுமயக்கத்தில் இல்லை. ஆனால் அதைவிட அதிகமான ஏதோ மயக்கத்தைத்தரும் ஒரு மருந்து என் உடலில் இருக்கிறது… நாகரசம்… என்னால் முறையாக நிற்கவோ பேசவோ முடியவில்லை" என்றான்.

அம்பிகை "எதற்கு வீண் சொற்கள்?" என்றாள். "நான் என்றுமே வீணாக சொற்களைப் பேசியதில்லை. எனக்கு நேரமில்லை என்று எப்போதோ மருத்துவர்கள் சொல்லிவிட்டார்கள். சொல்லோ கணமோ பயனற்றவை என ஏதும் என்னிடமிருக்காது" என்றான் விசித்திரவீரியன். "நான் உங்கள் வாழ்க்கையில் இச்சிலகணங்களுக்கு அப்பால் எதையுமே எடுத்துக் கொள்ளப்போவதில்லை இளவரசி."

அம்பிகை அவனைக் கூர்ந்து பார்த்தாள். விசித்திரவீரியன் "உங்கள் தமக்கையை நான் அவளிருந்த குகைக்குள் சென்று பார்த்தேன். அவள் காலடியில் அமர்ந்து என்மேல் தீச்சொல் தொடுக்கும்படி கேட்டேன். அவள் தன் பெருந்தவக்காலை என் தலைமேல் வைத்தாள். என் குலம் அவள் ஆசியைப் பெற்றது. என் முன்னோர் நிறைவுகொண்டனர்."

மதுமயக்கத்தில் என்பதுபோல நடுங்கும் கைகளை விசித்திரவீரியன் கூப்பினான். சுயஎள்ளல் என அவள் நினைத்துக்கொண்ட புன்னகையுடன், "நான் என்றுமே நல்லூழ் கொண்டவன். உடல்நலக்குறைவு காரணமாக அத்தனைபேராலும் அன்புசெலுத்தப்பட்டேன். என் நாடுசெய்த பெரும்பழியால் மண்ணுலகிலேயே பெரிய நல்லருளை பெற்றேன்… இங்கே, என் தலைமீது சண்டப்பிரசண்டியான காளியின் கால் பதிந்தது."

தன் மனநெகிழ்வை வெல்ல அவன் அணிந்துகொண்டிருக்கும் பாவனை அந்த சுயஎள்ளல் என அவளுக்குப் புரிந்தது. அவன் மீண்டும் கைகூப்பினான். "இந்த அஸ்தினபுரிமீது இன்னும் இரு பெண்பழிகள் உள்ளன. இந்த நாட்டின் மக்களுக்காக அதை நான் ஏற்க சித்தமாகியிருக்கிறேன்."

தள்ளாடியபடி அவன் முன்னால் வந்து அவள்முன் மண்டியிட்டான். "என்மேல் எவ்வித தீச்சொல்லையும் நீங்கள் பொழியலாம் இளவரசி... அனைத்துத் தீயூழுக்கும் நான் தகுதியானவனே." பற்களை இறுகக்கடித்து தன்னை அவன் நிலைப்படுத்திக்கொண்டிருப்பதை அவள் கண்டாள். அவளால் தன் கண்ணீரை அடக்கமுடியவில்லை. ஆனால் என்ன சொல்வதென்றும் தெரியவில்லை.

"இளவரசி, தங்கள் மனம் ஒரு பெரிய பளிங்கு வெளியாக எனக்குத் தெரிகிறது. என் தீயூழே இதுதான். உள்ளும் புறமும் நானறியமுடியா எவரையும் நான் சந்திப்பதில்லை என்பதுதான். இந்த நோயுற்ற உடலில் இருந்து என் ஆன்மா பிற அனைத்து உடல்களுக்கும் எளிதில் தாவிவிடுகிறது. உங்கள் துயரத்தையும் கோபத்தையும் நான் அறிகிறேன். துரத்தப்பட்ட முயல் சுவர்களில் முட்டிக்கொண்டது போல சீறித்திரும்புகிறீர்கள். இந்த அறைக்குள் நான் நுழைந்ததுமே நீங்கள் என்னை அருவருத்தீர்களென்பதையே அறிந்தேன்." அவன் தலை அசைந்தது. "ஆணைவெறுக்கும் பெண் இளக்காரமே கொள்கிறாள். ஏனென்றால் தங்கள் நெஞ்சில் இருக்கும் அவர்..."

"வேண்டாம்" என அழுகையால் நடுங்கும் உடலும் கிசுகிசுக்கும் குரலுமாக அம்பிகை சொன்னாள். "ஆம்" என்ற பாவனையில் மிகமெல்ல இமையசைத்து அவன் அப்படியே அச்சொல்லில் நிறுத்திக் கொண்டான். அதை உணர்ந்த அக்கணம் அவள் கண்களிலிருந்து கண்ணீர் கொட்டத்தொடங்கியது. கண்ணீர் அவ்வளவு இனியதாக வழியுமென்பதையே அவளறிந்திருக்கவில்லை.

விசித்திரவீரியன் "என்மேல்உங்கள் எல்லாப் பழியையும் சுமத்துங்கள் தேவி" என்றான். தான் என்ன செய்தோமென்பதை செய்தபின்னரே அவள் அறிந்தாள். இருகைகளையும் விரித்து அவனை அள்ளி அணைத்து தன் விம்மும் மார்புடன் சேர்த்துக்கொண்டாள். ஒரு கைக்குழந்தையாக அவனை ஆக்கி தன் கருவறைக்குள் செலுத்திக்கொள்ள வேண்டுமென்பதுபோல. அவன் தலையை இறுக்கியபோது அவள் முலைகள் வலித்தன. அவன் மூச்சடங்கி அவளுடன் இணைந்துகொண்டான்.

பின்பு அவள் தெளிந்து தன் கண்ணீர் சொட்டிய அவன் ஈரத்தலையை தன் மேலாடையாலேயே துடைத்தாள். விசித்திரவீரியன் சிரித்தபடி

“மழைக்கண்ணீர் என சூதர்கள் பாடுவதை உண்மையென இன்றறிந்தேன். அப்படியென்றால் இதெல்லாம் கவிதையின் மிகை நாடகங்கள் அல்ல... பாவம், இதற்காக எத்தனை சூதர்களை பாதிப்பாட்டிலேயே எழுந்து போகச்சொல்லியிருப்பேன்!” என்றான்.

அவன் விளையாட்டைக்கொண்டு சமன்செய்வதை உணர்ந்து அம்பிகை வெண்பற்கள் தெரிய புன்னகைசெய்து “சூதர்கள் என்னசெய்வார்கள்? அவர்கள் பாடுவதைக்கண்டு பிறர் அதை நடிக்கத்தொடங்குகிறார்கள்” என்றாள். விசித்திரவீரியன் “ஆம்” என்று சிரித்து “தேவி, என்னுடன் சேர்ந்து நகைக்கும் முதல் பெண் நீ...” என்றான். பின்பு சிரித்துக்கொண்டு “மஞ்சத்தைப் பகிர பல்லாயிரம் பெண்கள் கிடைப்பார்கள். நகைச்சுவையைப் பகிர பெண்ணை பிரம்மனிடம் கேட்டுத்தான் வாங்கவேண்டும் என்று என் அமைச்சர் சொல்வார்...” என்றான்.

“யார் அவர்?” என்றாள் அம்பிகை. “ஸ்தானகர் என்று பெயர். அவர் என்னுடன் சேர்ந்து சிரிப்பதனால்தான் நான் வாழ்கிறேன்” என்றான். “அவரிடம் சொல்லுங்கள் பெண்ணுடன் சேர்ந்து அழாத ஆணுக்கு, சேர்ந்து சிரிப்பதற்கு உரிமை இல்லை என.” விசித்திரவீரியன் சிரித்து “சொல்கிறேன்... உறுதியாகச் சொல்கிறேன். திகைத்துவிடுவார், பாவம்” என்றான்.

அம்பிகை அவன் தலைமுடியை மெல்ல கோதியபடி “உண்மையிலேயே நான் தீச்சொல்லிடுவேன் என நினைத்தீர்களா?” என்றாள். “ஆம், அதைப்பற்றித்தான் எண்ணிக்கொண்டிருக்கிறேன். நான் சென்று அம்பையை வணங்கியது பற்றி சூதர்கள் பாட ஆரம்பித்துவிட்டார்கள். ஆனால் அன்று அவள்முன் சென்றபோது அவள் என்மேல் தீச்சொல்லிடுவாளென நான் எண்ணியிருந்தேனா என என்னை நானே கேட்டுக்கொள்கிறேன். இல்லை என்றே தோன்றுகிறது. இப்போதும் அப்படித்தான்...” என்றான் விசித்திரவீரியன்.

சிரிப்பை கண்களில் எஞ்சவிட்டு விசித்திரவீரியன் “இளவயதிலிருந்தே இந்த மனநிலை என்னிடமிருக்கிறது. சிறுநாய்க்குட்டிகள் கண்திறந்த மறுநாளே மனிதர்களை நம்பி பின்னால் செல்வதைப்போல நான் உலகை நம்புகிறேன். இவ்வுலகிலுள்ள அத்தனைபேரும் என்னைவிட வலிமையானவர்கள். வலிமையானவர்கள் ஒருபோதும் பலவீனர்களைத் துன்புறுத்துவதில்லை... எல்லா மனிதர்களும் நெஞ்சுக்குள் ஒரு சிறுமுலையையாவது வைத்திருக்கிறார்கள்” என்றான்.

அம்பிகை வாய்விட்டுச் சிரித்தபோது அவ்வளவு சுதந்திரமாக எவர் முன்னாலும் அதுவரை சிரித்ததில்லை என்ற எண்ணம் எழுந்தது அவளுக்குள். இளமையில் எப்போதுமே அவளுடன் அம்பை இருந்தாள்.

அது குலதெய்வத்தை கூடவே வைத்துக்கொள்வதுபோல என்று சேடி பிரதமை சொல்வதுண்டு. அம்பாலிகையுடன் தடாகத்தில் தனியாகக் குளிக்கும்போது மட்டுமே அவளால் சிரிக்கமுடியும்.

விசித்திரவீரியன் “ஆனால் பெண்கள் இரண்டு முலைகள் கொண்டவர்கள். நான் சந்தித்த அத்தனை பெண்களுக்கும் அன்பானவனாகவே இருந்திருக்கிறேன். பின்னொரு நாளில் பிங்கலகேசினியும் சியாமரூபிணியுமான மிருத்யூதேவியை நான் சந்திக்கும்போது அவளும் என்மேல்அன்புடன்தான் இருப்பாள். நான் அவளிடம் தேவி, உனக்கு நான் எப்படி நன்றி சொல்வேன். உன் புதல்வியரில் மேன்மையானவள் வ்யாதி. அவளை மட்டுமே என்னிடம் அனுப்பினாய் என்பேன்” என்றான்.

அம்பிகை அச்சொற்களைக் கேட்டு நடுங்கினாள். அவன் கையைப்பற்றி “வேண்டாமே” என்றாள். “ஆகுக” என அவன் புன்னகை செய்தான். அவள் அவன் தலைமுடியைக் கோதிய கைகளால் அவனுடைய தோள்களை, எலும்பு புடைத்த கைகளை, மெலிந்த குளிர்விரல்களை வருடினாள். குயவன் போல கையாலேயே அவனை வனைந்துவிட முடியும் என்பதைப்போல.

“எல்லா பெண்களும் எளிய ஆண்களிடம் அருள்கொண்டவர்கள் அல்ல” என்று அவள் பேச்சை மாற்றுவதற்காக சொன்னாள். சிரிப்பு மறைந்த கண்களுடன் “ஆம், எளியோரிலும் தீயூழ்கொண்டவர்களுண்டு” என்று விசித்திரவீரியன் சொன்னான். “என் தந்தை அவர்களில் ஒருவர். எளியோருக்குள் இச்சை மட்டும் வேகம் கொண்டிருந்தால் அது பெரிய சுமை. ஓர் எளியோன் வலியோனின் இச்சைகொண்ட கண்களுடன் தன்னைப்பார்க்கையில் பெண்களின் அகத்தில் ஒரு நச்சுநாகம் சீறி எழுகிறது. பாவம் சந்தனு மன்னர். வாழ்நாளெல்லாம் புலிக்குட்டிகள் தட்டி விளையாடும் முயல்போல பெண்களிடம் துன்புற்றார்.” மீண்டும் உரக்கச்சிரித்து “பெண்கள் அவருக்கு எச்சம் வைத்த கடன்களை எல்லாம் நான் பெற்றுக்கொண்டிருக்கிறேன்” என்றான்.

“உங்கள் உடல்நிலையில் என்ன பிழை?” என்றாள் அம்பிகை. “பிறவிப்பிழை அது. இப்போது அஸ்தினபுரிமீது பெண்நெஞ்சின் முதற்கனல் விழுந்துவிட்டது என்று பேசிக்கொண்டிருக்கிறார்கள். இக்குலம் மீது முதல்கண்ணீர் விழுந்தது இருதலைமுறைக்கு முன்னர். என் பெருந்தாயாருடையது அவ்விழிநீர்” என்றான் விசித்திரவீரியன்.

“என் பெருந்தாய் சுனந்தை சிபிநாட்டு இளவரசி. என் பெருந்தாதை பிரதீபர் அவளை மணம்செய்தபோது சைப்யர்கள் இழிகுலத்தவரென கருதப்பட்டிருந்தனர். சுனந்தையின் அழகை அறிந்து அவளை மணக்க பிரதீபர் விரும்பினார். ஆனால் அவரது தந்தை பீமர் அதற்கு

அனுமதியளிக்கவில்லை. பிரதீபர் பதினெட்டாண்டுகாலம் தந்தை இறப்பது வரை காத்திருந்தார். மூன்று அரசகுமாரிகளையும் நான்கு சூதர்பெண்களையும் அவர் மணந்தாலும் எவரிலும் காதலுறவில்லை. அவர்களுக்கு குழந்தைகளும் பிறக்கவில்லை." விசித்திரவீரியன் சொன்னான்.

"பீமர் மறைவது வரை சிபிநாட்டு இளவரசிக்கு மணம் நிகழாதபடி பிரதீபர் பார்த்துக்கொண்டார். தந்தை இறந்து நாற்பத்தொன்றாம் நாள் நீர்க்கடன்கள் முடிந்ததுமே சிபிநாட்டுக்கு தூதனுப்பி கன்யாசுல்கம் அளித்து சுனந்தைதேவியை மணந்துகொண்டார். அப்போது அவருக்கு ஐம்பது வயது. தேவிக்கு முப்பத்தாறு வயது." சிரித்தபடி "பெருங்காதலை தன் தீயூழாகப் பெற்று அவள் இந்த அரண்மனைக்கு வந்துசேர்ந்தாள்" என்றான்.

"அவர்களுக்கு குழந்தைகள் பிறந்தன அல்லவா?" என்று அம்பிகை கேட்டாள். "ஆம். மூவர். என் தந்தை இரண்டாமவர். மூவருமே இயல்பானவர்களாக இருக்கவில்லை..." என்ற விசித்திரவீரியன் கண்கள் ஒளிர "அவள் மூன்று வியாழவட்டக்காலம் கன்னிமாடத்தில் சிறையிருந்தாள். அப்போது எத்தனை கனவுகள் கண்டிருப்பாள். எத்தனை ஆண் உடல்கள்!" என்றாள்.

"இதென்ன பேச்சு?" என்றாள் அம்பிகை. "இல்லை என்று சொல் பார்ப்போம்!" அம்பிகை "மனித இயல்பு அல்லவா?" என்றாள். "ஆம், அந்த அகச்சித்திரங்களை எல்லாம் அஸ்தினபுரிக்கு வந்ததும் கசக்கி உள்ளத்தின் ஆழத்தில் போட்டிருப்பாள். அக்கசங்கல்கள் எல்லாம் எழுந்து அவள் கருவில் பிறந்தன."

அம்பிகை "சூதர்கள் இப்படித்தான் முற்பிறவிக்கதைகளைச் சொல்கிறார்கள் போலும்" என்றாள். "என் அடுத்தபிறவியையே சொல்லிவிட்டார்கள்" என்றான் விசித்திரவீரியன். "நான் ஓர் ஆலமரமாகப் பிறந்து காட்டின் நடுவே நிற்பேன். பல்லாயிரம் கிளிகளுக்கு விதைகள் வழங்குவேன். பாறையிடுக்குகளில்கூட முளைப்பேன்."

சிரித்துக்கொண்டே கைகளை தலைக்குப்பின் வைத்துக்கொண்டு "முதுமையில் கருவுற்று குருதியையும் கண்ணீரையும் முழுக்க மகவுகளுக்கு அளித்துவிட்டு இறந்த சுனந்தையின் பழி அன்றே இந்நகர் மேல்விழுந்துவிட்டது" என்றான் விசித்திரவீரியன். "என் உடலின் அநாகதத் தாமரையில் அனலில்லை என்று சித்தர் சொன்னார். அங்கே சுனந்தையின் குளிர்ந்த கண்ணீர் தேங்கிக்கிடக்கிறது என்று எண்ணிக்கொண்டேன்."

அம்பிகை மீண்டும் பெருமூச்சு விட்டு அவன் தலைமயிரை கோதினாள். மெல்லக் குனிந்து அவனிடம் "களைத்திருக்கிறீர்கள். உங்களால் பேசவும்

முடியவில்லை. படுத்துக்கொள்ளுங்கள்" என்றாள். விசித்திரவீரியன் "ஆம்... நான் இவற்றையெல்லாம் எண்ணிக்கொள்ளலாகாது என எப்போதும் முடிவெடுப்பேன். எண்ணாமலும் இருக்கமுடியாது. நீண்டநாட்களுக்குப்பின் நேற்று முன்தினம் முதுசூதர் தீர்க்கசியாமர் வந்து இக்கதைகளைப் பாடினார்..." என்றபடி படுத்துக்கொண்டான். அவள் அவனருகே மஞ்சத்தில் அமர்ந்தாள்.

"கண்மூடினால் காலத்தின் இருளில் எத்தனை கண்களை பார்க்க முடிகிறது!" என்று விசித்திரவீரியன் சொன்னான். "இருண்ட மரத்தில் வௌவால்களை அண்ணாந்து பார்ப்பதுபோல. எத்தனை அன்னையர். எத்தனை பாட்டியர் முப்பாட்டியர்..." அம்பிகை "அத்தனை அரசகுலத்திலும் அதுதானே நிகழ்ந்திருக்கும்?" என்றாள்.

"ஆம், களத்தில் குருதிசொரிந்து சாவது ஷத்ரியர்களுக்கு விதி என்றால் இருளறையில் மட்கி அழிவது ஷத்ரியப் பெண்களின் விதி. ஒருமுறை என் உபவனத்தில் சிறுபாறை இடுக்குக்குள் ஒரு ராஜநாகத்தைப் பார்த்தோம். அது உள்ளே புகுந்து இன்னொரு நாகத்தை விழுங்கிவிட்டது. அதன்பின் உள்ளே சென்ற இடுக்குவழியாக வெளியே வர முடியவில்லை. அங்கேயே மடிந்து எலும்புச்சரடாக வளைந்திருந்தது. அதனுள் இன்னொரு எலும்புச்சரடாக அந்த இரை. இரைக்குள் ஒரு தவளையின் சிறிய எலும்புத்தொகை இருந்தது..." விசித்திரவீரியன் சிரித்து மெல்லப்புரண்டு "பிரம்மனின் நகைச்சுவைக்கு முடிவே இல்லை அல்லவா?" என்றான்.

அம்பிகை "நான் இளமைப்பருவத்தில் சாளரம் வழியாகப் பார்த்துக்கொண்டே இருப்பேன். தொலைவில் குகர்களின் பெண்கள் தனியாக படகோட்டிச் செல்வார்கள். வலைவீசி மீன்பிடித்து கூடையுடன் தூக்கிக்கொண்டு செல்லும்போது மீன் துள்ளுவதுபோல அவர்களின் சிரிப்பு ஒளிவிடும்... இங்கே அஸ்தினபுரிக்கு வரும்வழியில் சேற்றுவயலில் வேலைசெய்யும் உழத்தியரைப்பார்த்தேன். மண் மூடிய உடலுடன் காட்டுமரம்போல கூந்தல் காற்றிலாட நின்றிருந்தார்கள். நினைக்கையில் எனக்கு கண்ணீர் வந்து நெஞ்சுச்சிமிழில் நிறைகிறது." பெருமூச்சுடன் "அந்த இரையான ஷத்ரிய நாகம் சிறையில் அதன் கணக்கை முடித்துவிட்டது. அடுத்தபிறவியில் அது உழத்தியாகப் பிறந்து மண்ணில் திளைக்கும்" என்றாள்.

விசித்திரவீரியன் "ஷத்ரியர்கள் பலிமிருகங்கள்" என்றான். "மாலையும் மணியாரமும் அணிந்தவர்கள். சுவையான உணவளிக்கப்படுபவர்கள். அனைவராலும் வணங்கத்தக்கவர்கள்." அம்பிகை "நான் யார் என்று இப்போது என்னிடம் அனைவரும் சொல்லிக் கொண்டிருக்கிறார்கள். விந்துவிலிருந்து விந்துவை கொண்டுசெல்லும் கருப்பை மட்டும்தான் என்கிறார்கள்..." என்றாள்.

விசித்திரவீரியன் சிரித்து “நான் மட்டுமே சூதர்களைப்போல பேசிக்கொண்டிருக்கிறேன் என்று எண்ணினேன்… நீயும்தான்” என்றான். “இல்லை, பேசவில்லை” என்று அவள் பொய்ச்சினம் காட்டினாள். “பேசு… உன் சொற்களைக் கேட்பதற்காகவே இதுவரை உயிர்வாழ்ந்தேன் என்று தோன்றுகிறது” என்றான் விசித்திரவீரியன்.

இரவெல்லாம் அவள் பேசிக்கொண்டிருந்தாள். அருவி பொழிவதுபோல தன்னுள்ளிருந்து வெளிவரும் அவையெல்லாம் தன்னால் தன்னுள் ஆயிரம் முறை சொல்லப்பட்டவை என்று உணர்ந்தாள். அவையெல்லாம் பேசப்பட்டபின்பு அவள் சொல்லிக்கொண்டிருந்தவை அவளே அறியாமல் அவளுக்குள் இருந்தவை என்று அறிந்தாள். ஒளிபடாத இருளுக்குள் இருந்து வெட்கிக்கூசிய முகத்துடன் அவை ஒவ்வொன்றாக வெளிவந்து நின்றன. தயங்கி விழிதூக்கி புன்னகைசெய்து பின் தன்னை வெளிக்காட்டின. அவன் கண்களையே பார்த்து பேசிக்கொண்டிருந்த அவள் ஒரு கணம் ஏதோ உணர்ந்து நிறுத்திக்கொண்டாள்.

“ஏன்?” என்று அவன் கேட்டான். “எப்படி இதையெல்லாம் நான் சொல்லிக்கொண்டிருக்கிறேன்? சிதைநெருப்பு மட்டுமே அறிய வேண்டியவை அல்லவா இவை?” விசித்திரவீரியன் சிரித்து மல்லாந்து படுத்து தலைமேல் கை நீட்டி “சரிதான், நான் உன் சிதை” என்றான். “சீ என்ன பேச்சு இது?” என அவள் அவன் வாயில் மெல்ல அடித்தாள். “இனிமேல் மரணத்தைப்பற்றி என்னிடம் பேசக்கூடாது” என்றாள். “ஆணை” என்று அவன் சொன்னான்.

“நான் இவற்றை ஏன் உங்களிடம் சொல்கிறேன் தெரியுமா?” என்று அம்பிகை கேட்டாள். “சொல்” என்றான் விசித்திரவீரியன். “உங்கள் விழிகள். அவற்றில் ஆணே இல்லை.” விசித்திரவீரியன் சிரித்து “அதைத்தான் மருத்துவர்கள் தேடிக்கொண்டிருக்கிறார்கள்” என்றான்.

அம்பிகை அதை கவனிக்காமல் “ஆண்களின் கண்களில் உள்ளவை இருவகை உணர்வுகள். ஒன்று, வேட்கை. எப்போதும் எரியும் அதன் சுவாலை விலகினால் தெரிவது புறக்கணிப்பின் ஏளனம்… அதையே ஆண்மை என்கிறார்கள். அவை உங்கள் கண்களில் இல்லை. இவை என் அன்னையின் கண்கள் போலிருக்கின்றன.”

விசித்திரவீரியன் “ஆண்களின் கண்களில் அவற்றை எங்கே பார்த்தாய்?” என்றான். “எல்லா அன்னிய விழிகளிலும்… வேட்கையில்லாத விழிகள் என் தந்தையுடையவை மட்டுமே. அவர் புறக்கணிப்பையும் ஏளனத்தையும் பரிவு என்னும் வேடமிட்டு அங்கே வைத்திருப்பார்” என்றாள் அம்பிகை. விசித்திரவீரியன் நகைத்து “சூதர்மொழியில் சொல்வதென்றால் இவ்வளவு கூரிய கண்களுடன் வாழ்வது வேல்முனையுடன் திருவிழாவுக்குச் செல்வதுபோல” என்றான்.

அம்பிகை சிரித்து "அஞ்சவேண்டாம், விடிந்ததும் இச்சொற்களெல்லாம் என்னிடமிருந்து சென்றுவிடும்" என்றாள். பின் அவன் கண்களைப்பார்த்து புன்னகையுடன் "பீஷ்மரின் கண்களும்கூட அவ்வாறுதான்" என்றாள். "ஆனால் புறக்கணிப்பின் திரைக்கு அப்பால் வேட்கை."

விசித்திரவீரியன் "இப்போது மட்டும் அவரைப்பற்றி சொல்லலாமா?" என்றான். "இப்போது நான் உன்னிடம் எதைப்பற்றியும் சொல்வேன், என் நெஞ்சின் துடியல்லவா நீ?" என்று சொல்லி சிரித்துக்கொண்டு அவன் முகத்தில் தன் முகம் சேர்த்துக்கொண்டாள்.

4

ஆதுரசாலையில் உறங்கிக் கொண்டிருந்த விசித்திரவீரியன் ஸ்தானகர் வந்து எழுப்பியதும் கண்விழித்து சிவந்த விழிகளால் பார்த்து என்ன என்று புருவம் அசைத்தான். ஸ்தானகர் "பேரரசி" என்று சுருக்கமாக சொன்னதும் பதற்றத்துடன் எழுந்து "எங்கே?" என்றான். ஸ்தானகர் "முகமண்டபத்தில் இருக்கிறார்கள்" என்றதும் அவன் எல்லா புலன்களும் விழித்துக்கொண்டன. "இங்கா?" என்றான். "ஆம்" என்றார் ஸ்தானகர். பின்பு புன்னகையுடன் "கேகயநாட்டரசி போல் தோன்றுகிறார்கள்" என்றார்.

சிரித்துக்கொண்டே உடையணிந்த விசித்ரவீரியன்மேல் மேலாடையை எடுத்துப்போட்ட ஸ்தானகர் "ஆனால் சொந்த மகனை வனத்துக்கு அனுப்ப வந்திருக்கிறார்கள்" என்றார். "எனக்கு ரகுகுலத்தின் மூன்று அன்னையரில் கேகயத்து அரசியைத்தான் பிடித்திருக்கிறது ஸ்தானகரே. ஓர் அன்னைக்கு மூன்று குழந்தைகள் இருந்தால் எந்தக்குழந்தை தீராப்பசியுடன் முலையை உறிஞ்சுகிறதோ அதைத்தானே அதிகம் விரும்புவாள்" என்றான்.

ஸ்தானகர் "அன்னைப்பன்றி அந்தக்குழவிக்கு பாலூட்ட மெலிந்த குழவியை தின்றுவிடும்" என்றார். "இன்னும் சற்று பணிவு தங்களில் இருக்கலாமென நினைக்கிறேன் அரசே. கேகய அரசி பணியும் தலைகளை மட்டுமே கண்டு பழகியவர்." விசித்திரவீரியன் "சூதர்கள் அவளை கொற்றவை என்கிறார்கள்" என்றான்.

ஸ்தானகர் அவன் கச்சையைக் கட்டியபடி "ஆம், கொற்றவைபோல. தலைகளை எற்றி ஆடும்போது மட்டுமே கால்களில் கழல்களை உணர்கிறார்" என தனக்குத்தானே போல சொன்னார். "முதலில் உமக்கு சற்று பணிவு தேவைப்படும்" என்றான் விசித்திரவீரியன்.

அரச உடையுடன் விசித்திரவீரியன் வெளியே வந்தான். முகமண்டபத்தின் சாளரம் வழியாக வெளியே பார்த்துக்கொண்டு சத்யவதி நின்றிருந்தாள். ஒரே விழியசைவால் ஸ்தானகரை தலைவணங்கி வெளியேறச்செய்த பின்பு அவனை நோக்கித்திரும்பி "நேற்று என்ன நாள் என அறிவாயா?" என்றாள். விசித்திரவீரியன் பேசாமல் நின்றான். சத்யவதி "நேற்று கருநிலவுநாள்" என்றபின் அழுத்தமாக "உயிர்கள் கருவுறுவதற்கான நாள்" என்றாள்.

"ஆம்" என அவன் பேசத்தொடங்குவதற்குள் "சியாமை மூத்தவளை சோதனையிட்டிருக்கிறாள். அவள் சொன்னாள்" என்றாள் சத்யவதி. "ஆம்" என்று சொல்லி பார்வையைத் திருப்பிக்கொண்டு "நான் அவளிடம் வெறுமனே பேசிக்கொண்டிருந்தேன்" என்றான் விசித்திரவீரியன்.

சத்யவதி சீறும் முகத்துடன் "உனக்கு வெட்கமாக இல்லையா? நீ ஓர் ஆண் என ஒருகணமேனும் உணர்ந்ததில்லையா?" என்றாள். விசித்திரவீரியன் விழிகளை அவளைநோக்கித் திருப்பி "நான் ஆணென்று உணராத ஒரு கணமும் இல்லை அன்னையே" என்றான். "சொல்லப்போனால் இவ்வுலகின் ஒரே ஆண் என்றும் உணர்ந்திருக்கிறேன்."

சத்யவதி திகைத்தவள்போல நோக்கினாள். "புரவிகளின் கடிவாளத்தை எப்போதும் கையில் வைத்திருக்கிறவன்தான் சாரதி எனப்படுவான்" என்றான் விசித்திரவீரியன். "எனக்கு விரைவின் விதிகளை நீங்கள் கற்பிக்கவேண்டியதில்லை."

அவள் அந்த நிமிர்வை எதிர்பார்க்காதவளாக சற்று திகைத்து பின்பு தன்னை மீட்டுக்கொண்டு "இதோபார், நான் உன்னிடம் விவாதிப்பதற்காக இங்கே வரவில்லை. உன் கவிச்சொற்களைக் கொண்டு என்னை நீ எதிர்கொள்ளவும் வேண்டாம்" என்றாள்.

"சொல்லுங்கள்" என்றான் விசித்திரவீரியன் அமைதியாக. "நான் அப்பெண்களை கவர்ந்துவரச்சொன்னது இந்தக் குலம் வளர்வதற்காக. உன் குருதியிலுள்ள சந்தனு மன்னரின் குலம் அவர்கள் வயிற்றில் முளைப்பதற்காக" என்றாள் சத்யவதி.

"அன்னையே, பெண் என்பவள் ஒரு வயல் என்றாலும்கூட அதை பண்படுத்தவேண்டியிருக்கிறதல்லவா?" விசித்திரவீரியன் கேட்டான். "அதற்கு உனக்கு நேரமில்லை" என்று சத்யவதி வாளால் வெட்டுவது போன்ற குரலில் சொன்னாள். "காத்திருக்க எனக்கு பொறுமையும் இல்லை."

"நல்லது, நான் எக்கணமும் இறந்துவிடுவேன் என நினைக்கிறீர்கள்" என்றான் விசித்திரவீரியன். "ஆம், அதுவே உண்மை. ஷத்ரியப்பெண்ணாக

உண்மையை எதிர்கொள்ள எனக்கு தயக்கமில்லை. அடுத்த கருநிலவுநாள் வரை நீ இருப்பாயென எனக்கு எந்த தெய்வமும் வாக்களிக்க வில்லை...”

விசித்திரவீரியன் அவளை இமைகொட்டாமல் சிலகணங்கள் பார்த்தபின் “அன்னையே, உங்களுக்கு நான் யார்? சந்தனுவின் குலத்தை ஏற்றிச்செல்லும் வாகனம் மட்டும்தானா?” என்றான்.

சத்யவதி திடமாக அவன் கண்களை உற்றுநோக்கி “ஆம், அது மட்டும்தான். உன்னால் படைநடத்தி ஷத்ரியர்களை வெல்லமுடியாது. அரியணை அமர்ந்து குடிகளுக்கு நீதிவழங்கவும் முடியாது. அப்படியென்றால் நீ யார்? நீ வெறும் விந்தின் ஊற்று மட்டும்தான். கற்களால் அடைக்கப்பட்டிருக்கும் பாழ் ஊற்று. உன்னிலிருந்து எவ்வகையிலேனும் ஒரு சிறுமைந்தனை பெறவேண்டுமென்பதற்கு அப்பால் இன்று நீ எனக்கு எவ்வகையிலும் பொருட்டல்ல” என்றாள்.

விசித்திரவீரியன் புன்னகையுடன் “கசப்பானதாக இருப்பினும் உண்மை ஒரு நிறைவையே அளிக்கிறது” என்றான். சத்யவதி அவனை நிலைத்த விழிகளுடன் நோக்கி “விசித்திரவீரியா, வாழைப்பூ இதழ்களைக் களைந்து உதிர்த்துவிட்டு கனிமட்டுமாவதுபோல மனிதர்கள் அவர்கள் மட்டுமாக ஆகும் ஒரு வயது உண்டு. நான் அதில் இருக்கிறேன். இன்று நான் என் விதியை முழுமையாகவே பார்த்துவிட்டேன். எங்கோ ஒரு மீனவர்குடிலில் பிறந்தேன். நதிமீது பித்தியாக அலைந்தேன். பேரரசியாக இந்த அரியணையில் இன்று அமர்ந்திருக்கிறேன். இத்தனை வேடங்கள் வழியாக விதியொழுக்கு என்னை கொண்டுசெல்லும் திசை என்ன என்று இன்று அறிந்தேன். என் அத்தனை முகங்களையும் இன்று களைந்துவிட்டேன். நான் இன்று சந்தனுவின் மனைவி மட்டுமே. என் கடமை மேலுலகம்சென்று அவரைப்பார்க்கையில் அவரிடமிருந்து நான் பெற்றவற்றை சிதையாமல் கையளித்துவிட்டேன் என்ற ஒற்றைச்சொல்லை நான் சொல்லவேண்டும் என்பது மட்டுமே. வேறெதுவும் எனக்கு இன்று முதன்மையானது அல்ல” என்றாள்.

விசித்திரவீரியன் “அன்னையே, நீங்கள் தென்திசையிலிருந்து வந்த சித்தர் சொன்னதென்ன என்று அறிந்தீர்களா?” என்றான். சத்யவதி “ஆம், நான் நேற்றே அவரை அழைத்து அனைத்தையும் அறிந்தேன். உன் மூலாதார சக்கரம் வலுவுற்றிருக்கிறது என்று அவர்தான் சொன்னார். ஆகவேதான் துணிந்து உனக்கு மணிமஞ்சம் அமைத்தேன். முதுநாகரிடம் நாகரசம் கொண்டுவரவும் சொன்னேன்” என்றாள்.

“ஆனால் என் அநாகதம் அனலின்றி இருக்கிறது என்று சொன்னார்” என்றான் விசித்திரவீரியன் அவளை கூர்ந்துநோக்கியபடி. “அதற்கு

அவரிடமே மருத்துவம் கேட்போம்” என்று சத்யவதி பார்வையைத் திருப்பிக்கொண்டாள்.

“அன்னையே, அவரே உங்களிடம் சொல்லியிருப்பார், அதற்கு மருத்துவம் இல்லை என்று. என் உயிர் சிலந்திவலையில் ஔிரும் நீர்த்துளி போன்றது என்றார் அவர்” என்றான் விசித்திரவீரியன். அவள் என்னசெய்யவேண்டுமென எதிர்பார்க்கிறேன்? சாதாரண பேதைத்தாயைப்போல அழவேண்டுமா? அழுதால் என் அகம் நிறைவுறுமா?

“ஆம், அது நிலையற்றது என்று மட்டும்தான் அதற்குப்பொருள். அது உறுதியாக உதிரும் என அவர் சொல்லவில்லை” என்றாள் சத்யவதி. “அனைத்து ஷத்ரியர்களுக்கும் வாழ்க்கை அப்படித்தான் உள்ளது. களம்செல்பவன் எந்த உறுதியுடன் கச்சை கட்டுகிறான்?”

ஆம், இவள் பேதையென அழுதால் என் மனம் நிறையும். ஆனால் அக்கணமே அவளை வெறுக்கத்தொடங்குவேன். அவ்வெறுப்பு வழியாக இவள்மீது எனக்கிருக்கும் பேரன்பை வென்று விடுதலை பெறுவேன். இவள் என்னை அதற்கு அனுமதிக்கப் போவதேயில்லை. விசித்திரவீரியன் பெருமூச்சுடன் “நான் நேற்று ஒன்றை உறுதியாகவே உணர்ந்தேன்...” என்றான். “அவள் மார்பில் என் தலையை சாய்த்தபோது என் வலையின் அதிர்வை உணர்ந்தேன். நான் அவளுடன் இணைந்தால் உயிர்தரிக்கமாட்டேன்.”

சத்யவதி சினத்துடன் “அது உன்பிரமை... உனது மழுப்பல் அது... உன் கோழைத்தனத்தைக்கொண்டு ஐயங்களை உருவாக்கிக் கொள்கிறாய்” என்றாள். “உன்னைக் கொல்பவை உன் ஐயங்கள்தான். உன் உதடுகளில் இருக்கும் இந்தச்சிரிப்பு நாகத்தின் பல்லில் இருக்கும் நஞ்சுபோன்றது.”

“நாகநஞ்சு அதை கொல்வதில்லை அன்னையே” என்றான் விசித்திர வீரியன். “அவளுடன் உறவுகொண்டால் நான் இறப்பது உறுதி...” என்று அவள் கண்களைப்பார்த்தான். அவை சிறு சலனம்கூட இல்லாமல் தெளிந்தே இருந்தன. விசித்திரவீரியன் “அதில் எனக்கு வருத்தமும் இல்லை. வாழ்வை அறிந்தவனாதலால் இறப்பையும் அறிந்திருக்கிறேன்” என்றான்.

“நேற்று முன்தினம் என்றால் இப்படி உங்களிடம் என் உயிருக்காக வாதிட்டிருக்கமாட்டேன். நேற்று அந்தப் பெண்ணை நான் அறிந்து கொண்டேன். விளையாட்டுப்பேழையைத் திறந்து மயிற்பீலியையும் வண்ணக்கூழாங்கற்களையும் எடுத்துக்காட்டுவதுபோல அவள் தன் அகம் திறந்துகொண்டிருந்தாள். அவளுடைய மங்கலமும் அழகும் எல்லாமே என் மெல்லிய உயிரில் உள்ளது என்று அறிந்தபோது நேற்றிரவு என் அகம்

நடுங்கிவிட்டது. என்ன செய்துவிட்டேன், எப்படிச்செய்தேன் என்று என் உள்ளம் அரற்றிக்கொண்டே இருந்தது. அந்த இரு கன்னியரையும் அமங்கலியராக்கி அந்தப்புர இருளுக்குள் செலுத்திவிட்டு நான் செல்வது எந்த நரகத்துக்கு என்று எண்ணிக்கொண்டேன்."

"நிறுத்து" என சத்யவதி கட்டுப்பாட்டை இழந்து கூச்சலிட்டாள். "முட்டாள், கோழை... உன்னை இக்கணம் வெறுக்கிறேன். உன்னைப்பெற்ற வயிற்றை அருவருக்கிறேன். இந்தத் தருணத்துக்காகவே வாழும் என்னை நீ அவமதிக்கிறாய். என் கனவுகளுடன் விளையாடுகிறாய்." மூச்சிரைக்க அவள் அவனைப்பார்த்தாள். அவள் கழுத்தில் மூச்சு குழிகளையும் அலைகளையும் உருவாக்கியது. கண்களில் நீர் வந்து படர்ந்தது. "நீ என் மகன் என்றால், நான் சொல்வதை கேட்டாகவேண்டும். இது என் ஆணை!"

"ஆணையை தலைமேற்கொள்கிறேன் அன்னையே" என்று விசித்திர வீரியன் சொன்னான். புன்னகையுடன் "அதற்காக இவ்வளவு பெரிய சொற்களை சொல்லவேண்டுமா என்ன? உங்களுக்குத் தெரியாததா என்ன? வாழ்வும் மரணமும் எனக்கு சமம்தான். ஆகவே நன்மையும் தீமையும்கூட சமமானதே. உங்களுக்காக இப்பெரும் தீமையைச் செய்கிறேன்... நிறைவடையுங்கள். உங்கள் அரண்மனைக்குச் சென்று ஓய்வெடுங்கள்."

சத்யவதி அவனைப்பார்த்து "உன் சொற்களை நான் உறுதியென்றே கொள்கிறேன். நீ சந்திரகுலத்து மன்னன் என்பதனால்" என்றாள். விசித்திரவீரியன் என்னதென்றறியாத ஒரு புன்னகை செய்தான். சத்யவதி மெல்லக்கனிந்து "மகனே, நான் சொல்வதை நீ சற்றேனும் புரிந்துகொள். நீ மணம்புரிந்துகொண்டு அரியணை ஏறினால் மட்டும் போதும் என்றுதான் நான் எண்ணினேன். ஆனால் உனக்கு மைந்தரில்லையேல் இந்நாட்டு மக்கள் அமைதியிழப்பார்கள் என்று தோன்றியது. அத்துடன்..."

விசித்திரவீரியன் "அந்த ஐயத்தை உங்கள் சொற்களால் சொல்ல வேண்டியதில்லை அன்னையே" என்றான். சத்யவதி பதறி "இல்லை நான் அப்படி நினைக்கவில்லை..." என்றாள். "பதினாறு திசைகளிலும் நினைப்பவர் நீங்கள். அதை விடுங்கள்" என்றான் விசித்திரவீரியன்.

"நீ அரசியரை கைப்பிடித்து அரியணையில் அமரவேண்டும். உன் குருதி அவளில் முளைவிடவேண்டும்... நான் சொல்வது ஏனென்றால்..." என்றாள். விசித்திரவீரியன் அவள் தோளைப்பிடித்து "அனைத்தையும் அறிந்துகொண்டேன். நீங்கள் எதையும் சொல்லவேண்டியதில்லை" என்றான்.

"நான் கிளம்புகிறேன். முதுநாகரிடம் இன்றும் பேசினேன். அந்த மருந்தை இன்றும் அளிக்கிறேன் என்றிருக்கிறார். இன்றும் மணியறை அமைக்கச்

சொல்கிறேன்” என்றாள். “தங்கள் ஆணை” என்றான் விசித்திரவீரியன் சிரித்தபடி.

சத்யவதி பெருமூச்சுடன் கண்களைத் துடைத்துக்கொண்டு “உன்னை ஆதுரசாலையில் மருத்துவர்கள் சோதனையிட்டபின் நேராகவே மணியறைக்கு கொண்டுசெல்வார்கள். நாளை காலை நான் உன்னை சந்திக்கிறேன்” என்றாள். “இதுவும் ஆணை” என்றான் விசித்திரவீரியன் அதே சிரிப்புடன்.

சத்யவதி வெளியேறி தேரருகே சென்றாள். அங்கே ஸ்தானகரும் மருத்துவர்களும் பிற ஆதுரசாலைப் பணியாளர்களும் நின்றனர். சத்யவதி ஒவ்வொருவரிடமும் ஓரிரு சொற்கள் மட்டும் பேசி ஆணைகளிட்டாள். அவர்கள் பணிந்து குறுகிய உடலுடன் அவற்றை ஏற்றனர்.

ஸ்தானகர் உள்ளே வந்து “அரசே, பேரரசி கிளம்புகிறார்” என்றார். “ஆம், ஆணையிட்டுவிட்டாரல்லவா?” ஸ்தானகர் புன்னகைசெய்தார். விசித்ரவீரியன் “அவர் கடலாமை போல. முட்டைகளைப் போட்டுவிட்டு திரும்பிப்பார்ப்பதேயில்லை. அவை தானே விரிந்து தன்வழியை கண்டுகொள்ளவேண்டும்...” என்றான். ஸ்தானகர் “திரும்பிப் பார்ப்பவர்களால் ஆணையிடமுடியாது அரசே” என்றார்.

விசித்திரவீரியன் உள்ளிருந்து சத்யவதியின் அருகே வந்து “அன்னையே, இந்தக் கோடைக்காலத்தில் இன்னும் சற்று காற்றுவீச நீங்கள் ஆணையிடலாமே” என்றான். சத்யவதி “அதற்கு தவ வல்லமை வேண்டும்... என் அரசை உன் கையில் அளித்துவிட்டு வனம் சென்று அதை அடைகிறேன்” என்றாள். அவளுடைய அழகிய வெண்பற்கள் வெளித்தெரிந்தபோது அவன் ஒன்றை அறிந்தான், அவன் மனதில் பேரழகி என்பவள் அவள் மட்டுமே.

சத்யவதி தேரேறுவதற்காக ஒரு சேவகன் சிறிய மேடையைக்கொண்டு அருகே வைத்தான். அவள் தேரில் பிடியைப்பற்றி ஏறியபோது அவள் மேலாடை சரிந்தது. விசித்திரவீரியன் புன்னகையுடன் அதை எடுத்து அவள் மார்பின்மேல் போட்டான். அவள் முகம் மலர்ந்து, கண்கள் புன்னகையில் சற்று சுருங்கின. அவன் தலைமேல் கையை வைத்து தலைமயிரை மெல்லக் கலைத்துவிட்டு தேரில் ஏறிக்கொண்டாள்.

விசித்திரவீரியன் தன் அறைக்குச் சென்று உடைகளை மாற்றிக் கொண்டிருந்தபோது ஸ்தானகர் வாசலில் நின்று “பயணம் செல்லவிருக் கிறீர்களா அரசே?” என்றார். “ஆம்” என்றான். “மருத்துவர்களிடம் கலந்தாலோசித்துவிட்டுச் செல்லலாமே” என்றார் ஸ்தானகர். “தாங்கள் களம் காணவேண்டும் அல்லவா?”

விசித்திரவீரியன் உரக்கச்சிரித்துக்கொண்டு திரும்பினான். "இனிமேல் மருத்துவர்கள் தேவையில்லை ஸ்தானகரே. அனைவரையும் இப்போதே அனுப்பிவிடுங்கள்..." ஸ்தானகர் தயங்க "அனைவரையும் முகமண்டபத்துக்கு வரச்சொல்லுங்கள்" என்றான்.

முகமண்டபத்தில் வந்து கூடிய மருத்துவர்கள் அனைவருக்கும் விசித்திரவீரியன் பரிசுகளை வழங்கி நன்றி சொன்னான். "சுதீபரே, சித்ரரே உங்களைப்போன்று பலரின் கைகளை நான் பதினைந்தாண்டு காலமாக என் உடலில் அறிந்துவருகிறேன். அது ஒரு நல்லூழ் என்றே எண்ணுகிறேன். மனிதர்கள் வளர்ந்தபின்னர் அவர்களை எவரும் தீண்டுவதேயில்லை. அதிலும் ஆண்களை அன்னியர் தொடுவதென்பதேயில்லை. எந்தச் சொற்களையும்விட உடல் ஆன்மாவை நம்மிடம் கொண்டுவந்து சேர்க்கிறது. உங்கள் கைகள் வழியாக உங்களனைவரையும் நன்கறிந்திருக்கிறேன். ஒருவேளை அடுத்தபிறவியில் நாம் இலங்கையை ஆண்ட ராவணனையும் தம்பியரையும்போல பிறக்கமுடியும்..." என்றான். உடனே சிரித்தபடி "முன்னதாகவே விண்ணகம் செல்வதனால் நானே மூத்தவன்" என்றான்.

ஸ்தானகர் தவிர பிறர் உதடுகளை இறுக்கி கழுத்து அதிர கண்ணீர் வடித்துக் கொண்டிருந்தனர். பரிசுகளை நடுங்கும் கைகளால் பெற்றுக்கொண்டனர். விசித்திரவீரியன் தேரில் ஏறிக்கொள்ள ஸ்தானகர் தேரை ஓட்டினார். அவன் எங்கே செல்ல விரும்புகிறான் என்று கேட்காமல் தேரை நகரை விட்டு வெளியே கொண்டுசென்றார். நகரம் முன்மதிய வெயிலில் கண்கூசும் தரையுடனும் கூரைகளுடனும் சுவர்களுடனும் மெல்ல இயங்கிக்கொண்டிருந்தது.

விசித்திரவீரியன் "ஸ்தானகரே, சித்ராங்கதர் கந்தர்வனிடம் போரிட்டு உயிர்துறந்த அந்தச் சுனைக்குச்செல்ல வழி தெரியுமல்லவா?" என்றான். "ஆம் அரசே, இப்போது அவ்விடம் வரை தேர்ச்சாலை அமைக்கப்பட்டிருக்கிறது. மாதம்தோறும் பேரரசி அங்கே சென்று மூத்தவருக்கான கடன்களை ஆற்றுகிறார்."

விசித்திரவீரியன் தேர்த்தட்டில் அமைதியாக அமர்ந்துகொள்ள ஸ்தானகர் தேரை நகரம்விட்டுக் கொண்டுசென்றார். தேர் ஆழமான நதிப்படுகை போன்ற நிலம் வழியாகச் சென்றது. "அஸ்தினபுரியில் முன்பு கங்கை ஓடியதென்று சொல்கிறார்களே ஸ்தானகரே" என்றான் விசித்திரவீரியன்.

"ஆம், மாமன்னர் ஹஸ்தி இங்கே நகரை அமைத்தபோது இது கங்கையாக இருந்தது. பின்பு கங்கை திசைமாறி சென்றுவிட்டது" என்றார் ஸ்தானகர். "ஏன்?" என்று விசித்திரவீரியன் கேட்டான். "அதன் நீர்ப்பெருக்கு

பெரிதாகிவிட்டது. இந்தச் சிறிய வழி அதற்குப் போதவில்லை." விசித்திரவீரியன் "சரிதான்" என்று சொல்லி உரக்கச் சிரித்தான்.

தேரை கங்கைச்சாலையில் விரைய வைத்து பக்கவாட்டில் திரும்பி தட்சிணவனம் நோக்கிச் சென்றார் ஸ்தானகர். வண்டிச்சக்கரங்களின் ஒலி மட்டும் கேட்டுக்கொண்டிருந்தது. உயரமற்ற மரங்கள்கொண்ட குறுங்காட்டுக்குள் மான்கூட்டங்கள் நெருப்புக்கதிர்கள் போல சிவந்து தெரிந்து துள்ளி ஓடின.

தேரில் அமர்ந்து காட்டையே பார்த்துக்கொண்டிருந்த விசித்திரவீரியனை ஸ்தானகர் பார்த்தார். குழந்தையாக இருந்தபோது அவ்வாறுதான் பார்த்துக் கொண்டிருப்பான். ஸ்தானகர் பெருமூச்சுவிட்டார். விசித்திரவீரியன் இறந்துவிடுவானென்பதில் அவருக்கும் ஐயமிருக்கவில்லை. நோயில் திளைத்துக் கொண்டிருக்கும்போதுகூட அவன் மரணத்தை அவ்வளவு தூரம் திட்டவட்டமாக சொன்னதில்லை. அவன் ஒருபோதும் வீண்சொற்கள் சொல்பவனும் அல்ல.

தேரை நிறுத்திவிட்டு ஸ்தானகர் காத்திருந்தார். விசித்திரவீரியன் இறங்கி "இந்தக் குன்றுக்குமேல்தானே… நான் ஒருமுறை வந்திருக்கிறேன். அன்று இந்தப்படிகள் இல்லை. என்னை மஞ்சலில் தூக்கிச்சென்றார்கள்" என்றான்.

"தங்களால் ஏறமுடியுமா?" என்று ஸ்தானகர் கேட்டார். "ஏறிவிடுவேன்… நடுவே சற்று அமரவேண்டியிருக்கும்… இளங்காற்று இருக்கிறதே." விசித்திரவீரியன் சொன்னான். பின்பு ஸ்தானகரை பார்க்காமல் "ஸ்தானகரே… நீங்கள் என் அன்னையை…" என ஆரம்பித்தான்.

ஸ்தானகர் இடைமறித்து திடமான குரலில் "அரசே தயைகூர்ந்து புதிய கடமைகளை சொல்லவேண்டாம். என் கடமைகளும் முடிகின்றன" என்றார். விசித்திரவீரியன் அவர் கண்களைப் பார்த்தான். ஸ்தானகர் "ஒரு தெய்வத்தை வணங்குபவனே உபாசகன். நான் வனம்புகும் தினத்தை நீங்கள் முடிவெடுக்கவேண்டும்" என்றார்.

விசித்திரவீரியன் சிரித்துக்கொண்டு "அப்படியென்றால் இங்கேயே இருங்கள் ஸ்தானகரே… நான் காற்று வடிவில் திரும்பி வருவதென்றால் நிச்சயமாக இங்குதான் வருவேன்" என்றான். ஸ்தானகரும் சிரித்து "சிறந்த இடம்… அப்பால் ஹிரண்வதிக் கரையில் தேவதாரு மரங்களும் உண்டு. நல்ல மணமுள்ள காற்று இணைந்துகொள்ளும்" என்றார்.

"ஆம்… ஆதுரசாலையிலேயே வாழ்க்கையை கழித்துவிட்டீர்" என்றான். சிரித்தபடி "நோயே இல்லாமல் ஆதுரசாலையிலேயே வாழும்படி உம்மைப் பணித்திருக்கிறான் தலையிலெழுதிய தருமன்" என்றான்.

ஸ்தானகர் புன்னகையுடன் "அது ஊழ்தான். ஆனால் என் தமையன் குறுவாளைக்கூடத் தீண்டாமல் பீஷ்மரின் ஆயுதசாலையிலேயே இதைவிட அதிகமாக வாழ்ந்திருக்கிறான்" என்றார். விசித்திரவீரியன் வெடித்துச்சிரிக்க ஸ்தானகரும் சிரிப்பில் சேர்ந்துகொண்டார்.

"நீங்கள் நாளையே இங்கு வரவேண்டியிருக்கும் ஸ்தானகரே" என்றான் விசித்திரவீரியன். ஸ்தானகர் சாதாரணமாக "நாளை என்றால் வளர்பிறை இரண்டாம்நாள் அல்லவா? நன்று" என்றார். "இங்கே ஒரு குடிலமைக்க எனக்கு ஒருநாழிகை போதும். நினைவுகளை மீட்டிக்கொண்டிருக்க வளர்பிறை சிறந்த பருவம்..." என்று காட்டைப் பார்த்தார்.

"ஆம், பதினெட்டாண்டுகால நினைவுகள்" என்றான் விசித்திரவீரியன். ஸ்தானகர் இரு கைகளையும் விரித்து "இந்தக்கைகளில் உங்கள் அத்தனை எலும்புகளும் தசைகளும் நரம்புகளும் உள்ளன அரசே! ஒரு கூடை களிமண் இருந்தால் அரை நாழிகையில் உங்கள் உருவத்தை வடித்து அருகே வைத்துக் கொள்வேன்" என்றார். விசித்திரவீரியன் சிரித்துக்கொண்டு படிகளில் ஏறத்தொடங்கினான்.

ஆமைமுதுகு போன்ற உயரமில்லாத அந்தப்பாறை எழுந்து நின்ற இரண்டு யானைப்பாறைகளால் சூழப்பட்டிருந்தது. அதன் மையத்தில் நீள்வட்டமான அந்தச் சுனை தொலைவிலேயே ஒளிரும் நீலநிறத்தில் தெரிந்தது. நீருக்கு அந்த நீலநிறம் அமையும் என விசித்திரவீரியன் கண்டதேயில்லை. அருகே நெருங்கியபோது அவன் மூச்சிளைத்தான். அங்கே வெட்டவெளியில் வானத்தின் ஒளி கண்கூசும்படி தேங்கியிருந்தது. ஆமையோட்டு மூடிகொண்ட அலங்காரப்பேழையில் பதித்த நீலக்கல் போன்ற அந்தச் சுனையருகே சென்று விசித்திரவீரியன் அமர்ந்தான்.

பிறசுனைகளைப்போல அது அசைவுகளை அறியவில்லை. அதை உற்றுநோக்கி அமர்ந்திருந்தபோதுதான் விசித்திரவீரியன் அது ஏன் என அறிந்தான். அந்தச்சுனையில் மீன்கள் இல்லை. நீரில்வாழும் எந்த உயிர்களும் இல்லை. சுற்றிலும் மரங்கள் இல்லாததனால் அதில் வானமன்றி எதுவும் பிரதிபலிக்கவில்லை. இருபெரும்பாறைகளும் இருபக்கமும் மறைத்திருந்தமையால் அதன்மேல் காற்றே வீசவில்லை. யுகயுகங்களாக அசைவை மறந்ததுபோல் கிடந்தது அந்தச் சுனை.

விசித்திரவீரியன் குனிந்து நீரைப்பார்த்தான். சித்ராங்கதனை அதற்குள் இழுத்துக்கொண்டு சென்ற கந்தர்வனான சித்ராங்கதன் உள்ளே வாழ்கிறானா என்ன? சித்ராங்கதன் அந்நீரில் எதை பார்த்திருப்பான் என்பதில் அவனுக்கு ஐயமிருக்கவில்லை. எந்நேரத்திலும் வேசரநாட்டு ஆடிமுன் நின்று தன்னைத்தானே நோக்கி ஆழ்ந்திருக்கும் சித்ராங்கதனையே அவன் கண்டிருக்கிறான்.

சில கணங்களுக்குப் பின்னர்தான் அவன் அந்த நீர்பிம்பத்தின் விசித்திரத்தை உணர்ந்து பின்னடைந்தான். நம்பமுடியாமல் மெல்ல குனிந்து மேலும் நோக்கினான். அவன் விலகியபோதும் விலகாமல் அது நோக்கிக்கொண்டிருந்தது. அது சித்ராங்கதன். விசித்ரவீரியன் நெஞ்சின் துடிப்பை சிலகணங்களில் தணித்தபின் மெல்லிய குரலில் "மூத்தவரே, நீங்களா?" என்றான். "ஆம்... ஆனால் இது நீயும்தான்" என்றான் சித்ராங்கதன். "எப்படி?" என்றான் விசித்திரவீரியன்.

"நன்றாகப்பார்... பட்டுத்துணியை நீவி நீவி ஓவியத்தின் கசங்கலை சரிசெய்வதுபோல உன்னை இதோ சீர்ப்படுத்தியிருக்கிறேன்..." விசித்திரவீரியன் பார்த்துக்கொண்டே இருந்தான். அது அவனும்கூடத்தான். "மூத்தவரே, அதுதான் நீங்களா?" என்றான் தனக்குள் போல. "ஆம், அதைத்தான் நான் வாழ்க்கை முழுவதும் செய்துகொண்டிருந்தேன்" என்றான் சித்ராங்கதன்.

விசித்திரவீரியன் துயரத்துடன் "மூத்தவரே, நான் உங்கள் வாழ்க்கையை பாழ்படுத்திவிட்டேனா என்ன?" என்றான். சித்ராங்கதன் இளமை ஒளிரும் முகத்துடன் சிரித்து "பிடித்தமான முறையில் பாழ்படுத்திக் கொள்வதற்காகத்தானே வாழ்க்கை அளிக்கப்பட்டிருக்கிறது சிறியவனே?" என்றான். விசித்திரவீரியன் வருத்தம் விலகாமலேயே புன்னகை செய்தான்.

5

விசித்திரவீரியன் வருவதற்காக இளஞ்செந்நிற மஞ்சத்தில் காத்திருந்த போது அம்பிகை சொற்களால் நிறைந்திருந்தாள். அவனிடம் நேற்றிர வெல்லாம் பேசிப்பேசி புலரியைக் கண்டபின்னும் மறுநாளைக்குள் மும்மடங்கு பேசுவதற்கு எப்படி சொற்கள் சேர்ந்துவிட்டன என்று அவளுக்குப் புரியவில்லை. முந்தையநாள் இரவு தொண்டை உலர்ந்து குரல் கம்மியதும் எழுந்து நீர் அருந்துவதற்குள்ளேயே சொற்கள் நிறைந்து தளும்பத்தொடங்கிவிட்டன. "ஏனென்றால் நீ சொல்வதையெல்லாம் நானும் உன்னிடம் சொல்லிக்கொண்டிருக்கிறேன், நீ உன் மனதால் அவற்றைக் கேட்கிறாய்" என்றான் விசித்திரவீரியன்.

பேச்சுநடுவே நிறுத்திக்கொண்டு "உண்மையிலேயே நான் பேசுவதிலிருந்து உங்கள் மனம் விலகவில்லையா? இல்லை கண்களால் நடிக்கிறீர்களா?" என்று கேட்டாள். விசித்திரவீரியன் புன்னகையுடன் "உன்னிடமல்ல, எவரிடமும் நான் இப்படித்தான் முழுமையாகத் திறந்துகொண்டு கேட்கிறேன்" என்றான். "வியப்புதான்... ஆண்களுக்கு பெண்கள் பேசுவதெல்லாம் பொருளற்ற சிறுமைகள் என்று படும் எனக் கேட்டிருக்கிறேன்" என்றாள். "பெண்களுக்கும் ஆண்களின் பெரியவை எல்லாம் கூழாங்கற்களாகத்தானே தெரியும்?" என்றான் விசித்திரவீர்யன். கையால் வாய் பொத்தி "ஆம்" என அவள் நகைத்தாள்.

விசித்திரவீரியன் அவள் முகத்தை நோக்கி "உனக்கு ஒன்று தெரியுமா? உண்மையில் மனிதர்களுக்கு பிறர் பேசும் அனைத்தும் பொருளற்றவையாகவே தெரிகின்றன" என்றான். "பிறர் பேச்சில் அவர்கள் தன்னை மட்டுமே காண்கிறார்கள். தான் இடம்பெறாத பேச்சைக்கேட்டால் ஒன்று விலகிக்கொள்வார்கள். இல்லையேல் அதற்குள் தன்னை செலுத்த முயல்வார்கள்."

அம்பிகை வியப்புடன் “ஆம்” என்றாள். அவனருகே சரிந்து, “நீங்கள் ஏன் அப்படி இல்லை?” விசித்திரவீரியன் “நானா? நான் அப்படி பிறர்முன் வைக்க ஒரு விசித்திரவீரியனை உருவாக்கிக்கொள்ளவில்லை. அதற்கான நேரமே எனக்கிருக்கவில்லை. நான் காட்டிலிருக்கும் சிறிய தடாகம். காற்றையும் நிழல்களையும் கூர்ந்து நோக்குபவன். அவை இல்லாதபோது வானை” என்றான்.

அவனை நினைத்தபோது ஏன் உள்ளம் துள்ளுகிறது என அவளுக்குப் புரியவில்லை. அவள் தனக்குள் கற்பனை செய்திருந்த ஆணே அல்ல. ஆனால் அவனைப்போல அவளுக்குள் இடம்பெற்ற ஓர் ஆணும் இல்லை. ஆணிடமல்ல, இன்னொரு மனித உயிரிடம்கூட அத்தனை நெருக்கம் தன்னுள் உருவாகுமென அவள் நினைத்திருக்கவில்லை. ஆடைகளைக் கழற்றிவிட்டு அருவிக்குக் கீழே நிற்பவள்போல அவன்முன் நின்றிருந்தாள்.

விசித்திரவீரியன் வந்தபோது அவன் முற்றிலும் இன்னொருவன் போலிருந்தான். நடையில் ஒரு நிமிர்வும் துள்ளலும் இருப்பதுபோல் தோன்றியது. உடைகள் சற்று கலைந்தும் புழுதியுடனும் இருந்தன. “பயணத்தில் இருந்தா வருகிறீர்கள்?” என்று அம்பிகை கேட்டாள். “ஆம், ஒரு கேள்விக்கு விடைதேடிச் சென்றேன், கிடைத்தது” என்றான்.

அவள் மலர்ந்த முகத்துடன் அவனையே பார்த்துக்கொண்டிருந்தாள். “என்ன?” என்றான். அவள் விழிவிரிய நோக்கியபடி இல்லை என தலையசைத்தாள். “சொல்” என்று அவள் தலையை தட்டினான். அவள் தலையைப் பிடித்துக்கொண்டு “சென்ற இடத்தில் ஏதோ கந்தர்வன் வந்து அருளியிருக்கிறான் போலிருக்கிறதே?” என்றாள்.

“ஏன்?” என மீண்டும் கேட்டான். “அழகாக இருக்கிறீர்கள்...” சிரித்துக் கொண்டு விசித்திரவீரியன் வந்து அவளருகே அமர்ந்தான். அம்பிகை சிவந்த முகத்துடன் “உண்மை, என் ஆன்மாவிலிருந்து சொல்கிறேன். பார்க்கப்பார்க்க பேரழகாகத் தெரிகிறீர்கள்... மனிதனைப்போலவே இல்லை” என்றாள்.

விசித்திரவீரியன் சிரித்து “காதல் விழிகளால் உருவாக்கப்படுவது அழகு என்று சொல்வார்கள்” என்றான். “ஆம், நான் காதல்கொண்டுவிட்டேன்... அது எனக்கு நன்றாகவே தெரிகிறது” என்றாள் அம்பிகை. “கண்விழித்து எழுந்த முதல் எண்ணமே உங்களைப்பற்றித்தான். வேறெந்த எண்ணமும் அற்பமானதாகத் தெரிகிறது. எதிலும் நினைவு நிற்கவேயில்லை...”

விசித்திரவீரியன் சால்வையை இருக்கையில் போட்டான். “திரும்பத்திரும்ப ஒரே சந்தர்ப்பங்கள்தான்... அந்த முதற்பெரும் வியாசனுக்கு புதியகதைகளே வருவதில்லை” என்றான். அம்பிகை

“ஆம், சூதர்கள் இதையே மீண்டும் மீண்டும் பாடுவார்கள். பதினாறு வருடங்களாக கேட்டுக்கொண்டிருக்கிறேன். இன்று அவை புத்தம் புதியவை, என்னைப்பற்றி மட்டுமே பாடுபவை என்று தோன்றுகின்றன...” என்றாள்.

அவன் மஞ்சத்தில் அமர்ந்தான். அவள் அவனருகே அமர்ந்து அவன் கைகளைப் பற்றிக்கொண்டு, “இதையெல்லாம் எவரிடமாவது சொல்ல வேண்டுமென்று நினைத்தேன். அம்பாலிகையிடம் சொல்லமுடியாது... அவளும் என் சகபத்தினி என நினைத்தாலே என் உடல் எரிகிறது... அந்த சூதப்பெண் சிவையையும் நான் சேர்க்கமாட்டேன். எந்தப்பெண்ணிடமும் உங்களைப்பற்றி சொன்னால் காதல் கொண்டுவிடுவாள்... ஆகவே சூதருடன் வந்த விறலியிடம் சொன்னேன். அவள் பெயர் சோணை. நன்றாகக் கனிந்த முதியவள். சிரிக்கும்போது கங்கையில் நீரலைகள் போல முகம் மலர்வதைக் கண்டேன்.”

“என்ன சொன்னாய் அவளிடம்?” என்றான் விசித்திரவீரியன். “எல்லாவற்றையும்... அவளைப்பார்த்தால் முன்னரே அனைத்தையும் அறிந்தவள் போலிருக்கிறாள்” என்றாள் அம்பிகை. “அவளிடம் சொன்னேன், நான் பீஷ்மரை நினைத்ததைப்பற்றி...”

விசித்திரவீரியன் சிரித்தான். “அதற்கு அந்த முதுவிறலி, இப்போது அவரை நினைத்தால் அருவருப்பாக இருக்குமே என்றாள். நான் ஆம் என்றேன். இறைவனின் சன்னிதியில் தலைப்பாகையும் வாளுமாக வந்து நிற்பவர் போலிருக்கிறார்...” அம்பிகை அச்சொற்களை இயல்பாக வந்தடைந்தாள். “நிமிர்ந்து தருக்கி நிற்கும் மனிதனைப்போல பொருளற்றவன் வேறில்லை” என்றாள்.

விசித்திரவீரியன் “சிலசமயம் குழந்தைகளும் பேருண்மைகளை சொல்லிவிடுகின்றன” என்றான். “நான் அதை வேறுவகையில் நினைத்துக்கொண்டேன். நான் பொறுப்பேற்கிறேன் என்று சொல்லும் மனிதனைப்போல பரிதாபத்துக்குரியவன் வேறில்லை. அவனைப்போன்ற மூடனும் இல்லை.” நன்றாக மல்லாந்துகொண்டு “ஆனால் எப்போதும் மாமனிதர்கள்தான் அப்படி நினைக்கிறார்கள். பேரறிஞர்கள்தான் அவ்வாறு நிற்கிறார்கள். அவ்வாறு எவரோ பொறுப்பேற்றுக் கொள்ளாமல் மானுடம் வாழவும் முடிவதில்லை.”

அம்பிகை “இதைப்பார்த்தீர்களா?” என்றாள். நீர்த்துளிபோல ஒரு வைரம் அவள் கழுத்திலிருந்த சங்கிலியில் தொங்கி மார்புகள் நடுவே இருந்தது. “ஒரே ஒரு நகைதான் அணிவேன் என்று சிவையிடம் சொன்னேன். அந்த ஒற்றை நகையில் அஸ்தினபுரியின் செல்வம் அனைத்தும் இருக்கவேண்டும். எந்த வண்ணம் என்று நாங்கள் பேசிக்கொண்டோம்.

அம்பாலிகை வெண்ணிறம் என்றாள். சிவை செந்நிறம் என்றாள். நான் நீலநிறத்தை எடுத்தேன். ஆனால் அதன்பின் இந்த நீர்த்துளிவைரத்தை எடுத்துக்கொண்டேன்."

"கண்ணீர்த்துளி போலிருக்கிறது" என்றான். "ஆம், மனம் நெகிழ்ந்து துளிக்கும் ஒற்றைத்துளி என்றுதான் எனக்கும் பட்டது..." உவகையுடன் சொன்னாள். "இதை நீளமான சங்கிலியில் கோத்துத் தரும்படி சொன்னேன். இது என் ஆடைக்குள்தான் இருக்கவேண்டும். வேறு எவரும் இதை பார்க்கலாகாது."

விசித்திரவீரியன் அவள் முகத்தையே பார்த்துக் கொண்டிருந்தான். மலர்வனத்தில் சிக்கிய ஒற்றை வண்ணத்துப்பூச்சி போல அவள் ஒன்றிலும் அமராமல் படபடத்து பறந்துகொண்டிருந்தாள். "நான் எல்லாவற்றையும் சோணையிடம் சொன்னேன். உங்கள் உடல்நிலையைப்பற்றி... அவள் எனக்கு சௌபநாட்டு சாவித்ரியின் ஒரு சிறிய சிலையை தந்தாள். தந்தத்தால் ஆன சிலை. அதை என் கையிலேயே வைத்திருக்கவேண்டும் என்றாள்." அம்பிகை தன் ஆடைக்குள் இருந்து அந்தச் சிறிய சிலையை எடுத்துக்காட்டினாள்.

"சாவித்ரியா ?" என்றான் விசித்திரவீரியன். "சூதர்களின் பாட்டில் கேட்ட கதை... ஆனால் நினைவில் மீளவில்லை." அம்பிகை பரபரப்புடன் "நான் சொல்கிறேன்" என்றாள். "சௌபநாடு அந்தக் காலத்தில் இரண்டு நாடுகளாக பிரிந்திருந்ததாம். இன்னொரு நாட்டின் பெயர் மத்ரவதிதேசம். அங்குதான் சாவித்ரி தேவி பிறந்தாள்" என்று உற்சாகமாக ஆரம்பித்தாள்.

மத்ரநாட்டை ஆண்ட அஸ்வபதி என்னும் மன்னனுக்கும் அவன் மனைவி மாலதிக்கும் மைந்தர்களில்லை. அறுபது வயதாகியும் அரியணைக்கு குழந்தைகளில்லாததனால் மன்னன் அத்தனை தெய்வங்களையும் வேண்டினான். அவனுடைய விதியை வெல்ல தெய்வங்களாலும் முடியவில்லை. அரசை அமைச்சர்களிடம் ஒப்படைத்துவிட்டு அவன் மாலதியுடன் காட்டுக்குச்சென்று அங்கே குடில்கட்டி மாடுகளை மேய்த்துக் கொண்டு வாழ்ந்தான். பசுக்களை மேய்த்து அதை மட்டும் கொண்டே வாழ்பவர்கள் முற்பிறவியின் பாவங்களைக் கழுவுகிறார்கள்.

காலையின் முதல்பொற்கதிர் அரைக்கணம்கூட மண்ணில் நிற்பதில்லை. ஆயிரம் வண்ணங்கள் கொண்ட சூரியனுக்கு ஒவ்வொரு வண்ணத்திலும் ஒரு பெயர், ஒரு தோற்றம். அவனுடைய ஒவ்வொரு பாவமும் ஒரு மகளாகப் பிறந்தன. பொன்வண்ணனாகிய சூரியனை சவிதா என்றனர் ரிஷிகள். அவனை காயத்ரியால் துதித்தனர். பொன்னிறமான சிந்தனைகளை மனதில் எழுப்பவேண்டுமென்று அவனிடம் வேண்டினர். சவிதாவின்

மகள் சாவித்ரி. அண்டவெளியில் உள்ள கோளங்களில் பூமியில் அவள் வாழ்வது அரைக்கணம் மட்டுமே. அந்தக்கணத்தில் அவளைப்பார்ப்பது எதுவானாலும் முழுமையடையும்.

ஒருநாள் காலை கணவன் எழுவதற்குள் எழுந்து சவிதம் என்ற அழகிய குளிர்ந்த தடாகத்தில் நீராடி அங்கே நின்ற தளிர்விட்ட மாமரத்தடியில் நின்று வணங்கிய மாலதி சாவித்ரியை கண்டாள். முளைவிட்ட புங்கமும், தளிர்விட்ட மாமரமும், பூவிட்ட கொன்றையும், காய்விட்ட செந்தென்னையும், கனிவிட்ட நெல்லியும், நெற்றான இலவமும் பொன்னிறத்தாளான சாவித்ரிக்கு பிடித்தமானவை. சாவித்ரி வந்து தொட்டதும் மாலதியின் உள்ளும் புறமும் ஒளியால் நிறைந்தன. மறுநாள் அவளறிந்தாள், அவளுக்குள் ஒரு கரு குடிகொண்டிருந்தது. அது பொன்னிறமான குழந்தையாகப் பிறந்ததும் அதற்கு சாவித்ரி என்று பெயரிட்டாள்.

கன்னிப்பருவமடைந்த சாவித்ரி பொன்னிறக்கூந்தலும் பொன்னிறக் கண்களும் கொண்டவளாக இருந்தாள். ஒளியைப்போலவே எங்கும் நிறைந்து பரவி தொட்டவற்றை எல்லாம் துலங்கச்செய்தாள். பொன்னிறக் குதிரைகளில் ஏறி காட்டில் அலைவதை அவள் விரும்பினாள். ஒருநாள் காட்டில் அவள் சத்யவானை கண்டாள். மெலிந்தவனாக துயருற்றவனாக இருந்த அவனை அவளுடைய தாய்மை அடையாளம் கண்டுகொண்டது. காயை கனியச்செய்யும் சூரியஒளிபோல அவள் அவனை அடைந்தாள்.

சௌபநாட்டு மன்னனாகிய தியமசேனரின் மகன் சத்யவான். தியமசேனர் முதுமையில் விழியிழந்தபோது அவரது தம்பியர் நாட்டை கைப்பற்றிக்கொண்டு அவரை காட்டுக்குத் துரத்தினர். காட்டில் வாழ்ந்த தியமசேனர் அங்கே சத்யவானை பெற்றெடுத்தார். வேட்டுவனைப்போலவே காட்டில் வளர்ந்த சத்யவானுக்கு அரசநெறியும் புராணங்களும் கலைகளும் தந்தையாலேயே கற்பிக்கப்பட்டன.

சத்யவானை சாவித்ரி ஒரு கொன்றை மரத்தடியில் சந்தித்தாள். கையில் கனிகளும் கிழங்குகளுமாக வந்த அவன் அவளைக் கண்டு திகைத்து நின்றான். அப்பகுதியே பொன்னொளி பெற்றதாகத் தோன்றியது. ஆணும் பெண்ணும் சந்திக்கும் தருணங்களை உருவாக்கும்போது பிரம்மன் மகிழ்ந்து தனக்குள் புன்னகை செய்துகொள்கிறான். அவன் அவளிடம் ஒரு சொல்லும் சொல்லாமல் திரும்பி சென்றுவிட்டான். அந்தக் கொன்றை காற்றிலாடி அவள்மேல் மலர்களைக் கொட்டியது. அவள் அவனைத் தொடர்ந்துசென்று அவன் யார் என்று கண்டுகொண்டாள்.

தியமசேனர் அவளுடைய குரலைக் கேட்டதுமே அவள் காதலைப் புரிந்து கொண்டார். சத்யவான் அவளுக்கேற்ற மணமகனல்ல என்றார். அவன்

பிறந்ததுமே நீலம்பாரித்து உதடுகள் கறுத்து அசைவற்றுக்கிடந்தான். மருத்துவச்சி அவனைத்தூக்கி குலுக்கியபோதுதான் அழத்தொடங்கினான். அவனால் மரம் ஏறவோ விரைந்து ஓடவோ முடியாது என்பதை இளமையிலேயே கண்டு அவர் ஒரு மருத்துவரிடம் காட்டினார். மனிதனுக்குள் ஒரு புரவி இருக்கிறது என்றார் அந்த மருத்துவர். அதன் குளம்படிகளைக்கொண்டே மருத்துவர் நாடி பார்க்கிறார்கள். சத்யவானின் குதிரைக்கு மூன்றுகால்களே இருந்தன.

"இன்னும் ஒருவருடம்கூட அவன் உயிர்வாழமுடியாது பெண்ணே... அவனை நீ மறந்துவிடுவதே உன் குலத்துக்கு நல்லது" என்றார் தியமசேனர். ஆனால் "எது ஒன்றுக்காக உயிரைக் கொடுக்கமுடியுமோ அதற்காக மட்டுமே வாழ்வதே வாழ்க்கையின் இன்பம்" என்று சாவித்ரி சொன்னாள். அன்னையும் தந்தையும் குலகுருவும் சொன்னதை அவள் பொருட்படுத்தவில்லை. தியமசேனர் விலக்கியதை கருத்தில் கொள்ளவில்லை. சத்யவான் அஞ்சி விலகியதையும் எண்ணவில்லை. "நான் உன்னை விதவையாக்கிவிடுவேன் தேவி" என்றான் அவன். "அதற்குமுன் காதலால் என்னை மாமங்கலையாக்குவீர்கள்... அதுபோதும்" என்று அவள் சொன்னாள்.

கன்னியருக்கே உரிய மழலையில் விட்டுவிட்டு சாவித்ரியின் கதையை சொல்லிக்கொண்டிருந்த அம்பிகை அந்த வரியைச் சொன்னபோது தொண்டை இடறி முகம் தாழ்த்திக்கொண்டாள். விசித்திரவீரியன் அவளைப்பார்த்தபடி பேசாமல் அமர்ந்திருந்தான். அவள் தன் கண்களை விரலால் அழுத்த விரலிடுக்குகள் வழியாக கண்ணீர் கசிந்தது.

பின்பு விடுபட்டு வெண்பற்கள் தெரிய புன்னகைசெய்து "நான் கதைகேட்டு அழுதேன்" என்றாள். "தெரிகிறது..." என்றான் விசித்திரவீரியன். "நீயே ஒரு விறலியைப்போல கதை சொல்கிறாய்." அம்பிகை புன்னகைசெய்து "இல்லை...நான் விறலி சொன்னதை நினைத்துக்கொள்கிறேன்... என்னால் சொல்லவே முடியவில்லை" என்றாள். "நான் விறலியையும் அவள் கதையைக் கேட்ட உன்னையும் சேர்த்தே கேட்கிறேன். சொல்" என்றான் விசித்திரவீரியன்.

சாவித்ரி சத்யவானை மணம்புரிந்துகொண்டாள். மத்ரநாட்டு இளவரசி கணவனுக்காக அந்த வனத்தில் வந்து விறகுவெட்டி வாழ ஆரம்பித்தாள். அவன் அறிந்த காட்டை அவள் பொன்னொளியால் நிறைத்தாள். அவள் தொட்டதும் வேங்கையும் கொன்றையும் கொங்கும் மருதமும் பூத்து மலர் பொழிந்தன. அவள் கால்பட்டதும் நீரோடைகள் பொன்னிற சர்ப்பங்கள்போல நெளிந்தன. அவள் விழிபார்த்ததும் கருங்குருவிகள் பொன்னிறச்சிறகுகள் பெற்றன. அவளுக்கு பணி செய்வதற்காக அப்ஸரஸ்கள் பொன்வண்டுகளாக மாறி காட்டுக்குள் நிறைந்தனர்.

ஒருவருடம் கழித்து ஒருநாள் அவர்கள் காட்டில் இருக்கும்போது சத்யவான் படுத்திருந்த மரத்தின் அடியில் காது அடிபடும் ஒலியும் மூச்சொலியும் கேட்டு அவள் எழுந்து பார்த்தபோது அங்கே ஒரு காட்டெருமை நின்றிருந்ததைக் கண்டாள். அதன் பச்சைநிறமான ஒளிவிடும் கண்கள் அவனை பார்த்துக்கொண்டிருந்தன. மெலிந்து வெளிறி பச்சைநரம்புகள் புடைத்த கழுத்தும் தோள்களுமாக, வாய்திறந்து மூச்சுவாங்கியபடி கிடந்த சத்யவானின் மூச்சு சீரடைவதையும் அவன் முகம் பொலிவுகொள்வதையும் கண்டாள். அவள் பார்த்திருக்கவே அவன் அழகும் இளமையும் ஒளியும் கொண்டவனானான். அவனிடம் அவள் எப்போதும் கண்டிராத வேகத்துடன் துள்ளி எழுந்து சிரித்தபடி அந்த காட்டெருமைமேல் ஏறிக்கொண்டான்.

பாய்ந்துசென்று சாவித்ரி அவனை தடுத்தாள். இருகைகளையும் விரித்து "எங்கே செல்கிறீர்கள்? என்னை விட்டுவிட்டுச் செல்கிறீர்களா?" ஏன்று கூவினாள். ஆனால் அவளை அவன் காணவே இல்லை. அவன் கண்கள் ஒளிபட்ட நீர்த்துளிகள் போல மின்னின. சிரித்தபடி 'செல்க! செல்க!' என்று அவன் அந்த காட்டெருமையை ஊக்கினான். அது பாய்ந்து புதர்களைத் தாண்டி சேற்றுவெளியை மிதித்துக்கொண்டு காட்டுக்குள் சென்றது. சாவித்ரி அதன் வாலை இறுகப்பற்றிக்கொண்டாள். அவள் உடலில் முட்கள் கீறி குருதிவழிந்தபோதும், அவள் தலை பாறைகளில் மோதி சிராய்த்தபோதும் அந்தப்பிடியை அவள் விடவில்லை.

அந்த எருமை ஒரு கரிய மனிதனின்முன் சென்று நின்றது. கையில் இரும்பு உழலைத்தடியும் கயிறுமாக நின்ற அவன் காட்டெருமையைப் பிடித்து நிறுத்தினான். சத்யவானை சிரித்தமுகத்துடன் தழுவிக்கொண்டு திரும்பியபோதுதான் அவளைக் கண்டான். "பெண்ணே நீ யார்?" என்று கேட்டான். "மத்ரநாட்டு இளவரசியான என் பெயர் சாவித்ரி" என்றாள் அவள். "நீ இங்கே வரலாகாது. என்னைப்பார்ப்பதும் தகாது. விட்டுச்செல்" என்றான் அவன்.

"நான் என் கணவன் இன்றி செல்லமாட்டேன்" என்றாள் சாவித்ரி. "பெண்ணே, நீ அவனை இனி பெறமுடியாது. அவன் கண்களில் நீ படமாட்டாய். அவன் தன் வாழ்நாளை முடித்துக்கொண்டுவிட்டான். அவனை இறப்புலகுக்கு கொண்டுசெல்ல வந்திருக்கும் என்பெயர் காலன்" என்றான். "நான் எதையும் செவிகொள்ளமாட்டேன். கணவனைப் பின்தொடர்வது பெண்ணின் உரிமை" என்றாள் சாவித்ரி.

காலன் தன் பின்னால் ஓடிய கன்னங்கரிய நதியைக் காட்டி "இதன் பெயர் காலவதி... இந்த எருமை இதை தாண்டிச்செல்லப்போகிறது. இதற்குள் வைத்த இரும்புத்தடி அறுபட்டுத் தெறிக்கும் வேகம் கொண்டது. உடலுடன் எவரும் இதைதாண்டமுடியாது. விலகிச்செல்" என்றான்.

சாவித்ரி “என் கணவனை என்னுடன் அனுப்புங்கள். இல்லையேல் இதை நான் விடமாட்டேன்” என்றாள். “பெண்ணே இந்தப் பாதையில் செல்வது மட்டுமே பிரம்மனால் அனுமதிக்கப்பட்டிருக்கிறது. திரும்புவதற்கு எவருக்கும் அனுமதியில்லை” என்று காலன் பதில் சொன்னான். “நான் என் கணவனில்லாமல் திரும்பமாட்டேன்” என்றாள் சாவித்ரி.

காலன் “காலவதியைக் கடக்க வேண்டுமென்றால் ஒன்று செய்யலாம். நீ உன் வீடு, குலம், பெற்றோர், உலகம் அனைவரையும் துறப்பதாகச் சொல்லி இந்த மரத்திலிருந்து ஓர் இலையைப்பறித்து நீரில் போடு” என்றான். சாவித்ரி அக்கணமே ஓர் இலையைப்பறித்து தன்னுறுதி சொல்லி அதை அந்நீரில் விட்டாள். எருமை நீரில் பாய்ந்து நீந்தியது. அதனுடன் அவளும் சேர்ந்து அந்நதியைக் கடந்தாள்.

அப்பால் வாயு சுழித்தோடும் ஒரு நதி இருந்தது. அதனருகே நின்றிருந்த கரியமனிதன் அதன் பெயர் சிந்தாவதி என்றான். அவன் பெயர் யமன். பாறைகளை தூசாக மாற்றும் வேகம் கொண்டது அந்நதி என்றான். அதில் இறங்கி தாண்டவேண்டும் என்றால் அவள் தன் உயிரை தானே பிரியவேண்டும். சாவித்ரி அக்கணமே இலையொன்றைப்பறித்து சிந்தாவதியில் இட்டு அதைக்கடந்து சென்றாள்.

மூன்றாவது நதி நெருப்பு சுழித்து ஓடுவதாக இருந்தது. அனைத்தையும் ஆவியாக்கி வானத்தில் கரைக்கும் வேகம் கொண்டது அது. அதன்பெயர் பிரக்ஞாவதி. “அதில் நீ உன் குழந்தைகளை எல்லாம் வீசவேண்டும்” என்றான் அதனருகே நின்ற காவலனாகிய ரௌத்ரன். சாவித்ரி கணமும் நினையாமல் தனக்குப்பிறக்கவிருந்த அத்தனை குழந்தைகளையும் அந்நதியில் வீசி அதைக்கடந்தாள். அங்கே ஒரு கருநிற வாயில் இருந்தது. அதன் வாசல்கதவுகள் இருள்போன்ற திரையால் மூடப்பட்டிருந்தன. எருமை அந்தத் திரையை தாண்டிச்சென்றது.

அந்தத் திரைக்கு அப்பால் நீலநிறமான ஒரு பெருநகரம் இருந்தது. அங்கே ஒளியாலான வீதிகளுக்கு இருபக்கமும் மாடங்கள் நீலவானத்தின் நிறம் கொண்டிருந்தன. நீலநிறமான கல்பக மரங்கள் கொண்ட பூங்காக்களில் நீலத்தின் ஆயிரம் நிறவேறுபாடுகளால் ஆன பறவைகளும் பூச்சிகளும் பறந்தன. நீலக்கலைமான்கள் மிதந்தன. நீல எருதுகள் ஒழுகின. நீலயானைகள் மேகங்களாக தழுவி நின்றன. கருநீலத் தடாகங்களில் நீலம் ஒளிரும் மீன்கள் துள்ளின.

மனிதர்களை மண்ணில் காலூன்றச்செய்யும் தீமைகளேதும் இல்லாத அவ்வுலகில் இறகுகள்போல பறந்தலைந்த மனிதர்கள் அனைவருமே அழியா இளமையுடனும் கலையாத நிறைநிலையுடனும் இருந்தனர். அந்நகர் நடுவே அந்தரத்தில் மிதந்துநின்ற மாபெரும் மாளிகைக்குள்

அவள் சென்றாள். அங்கே அவைமண்டபத்தில் பெரும் தராசு ஒன்றின் முள் என அமைக்கப்பட்டிருந்த பீடத்தில் சிம்மாசனத்தில் கரிய உருவம்கொண்ட பேரரசன் ஒருவன் அமர்ந்திருந்தான்.

சாவித்ரியிடம் அவன் "என் பெயர் தருமன். கோடானுகோடி கல்பங்களாக இங்கே எவரும் இவ்வாறு வந்ததில்லை பெண்ணே. துறந்தவர்களுக்கு நான் அடிமை என நூல்கள் சொல்லியும் எவரும் துறப்பதில்லை. ஞானத்தை விட, தவத்தைவிட அன்பே மகத்தானது என்று இன்று அறிந்தேன். என்ன வரம் வேண்டும் கேள்" என்றான். "முன்பொருநாள் நசிகேதனுக்கு நான் மெய்ஞானத்தை அளித்தேன். நீ விரும்பும் அனைத்தையும் என்னால் அளிக்கமுடியும்."

"என் கணவனை திருப்பித்தாருங்கள்" என்று சாவித்ரி கேட்டாள். "வேறெதையும் நான் வேண்டவில்லை." "பெண்ணே அறவுலகின் வாயிலை நீ தாண்டிச்சென்றால் பிரம்மாவை மீறிச்செல்கிறாய். அழியா நரகில் நீ விழவேண்டியிருக்கும்" என்றான் தருமன். "அழியாநரகத்தில் நான் உழல்கிறேன், என் கணவனை மட்டும் அளியுங்கள்" என்றாள் சாவித்ரி. அவள் அன்பைக் கண்ட தருமன் சாவித்ரிக்கு அவள் தந்தையையும் நாட்டையும் கணவனையும் குலவரிசையையும் அளித்து வணங்கி அறவுலகின் வாயில்வரை வந்து வழியனுப்பினான்.

தன் கையைக் காட்டி அம்பிகை சொன்னாள். "இந்தப் பொற்சரடை விறலி என் கையில் கட்டினாள். வரலட்சுமியாகிய சாவித்ரியை வணங்கி நோன்பிருந்தால் மங்கலம் மறையாது என்றாள். நான் நோன்புகொள்ள உறுதிபூண்டு இதை கட்டிக்கொண்டேன்." விசித்திரவீரியன் புன்னகையுடன் அவளுடைய முகத்தை பார்த்தான். சிறிய நாசி, சிறிய உதடுகள். குழந்தைக்கன்னங்களில் பருவத்தின் சிறிய பருக்கள். நெற்றியில் சுருண்டு காற்றிலாடிய மென்கூந்தல்சுருள்கள். விரிந்த கரிய கண்களுக்கு பேரழகை அளித்த பேதைமை.

"என்ன புன்னகை?" என்று கேட்டாள். "இல்லை. வளையைவிட்டு வெளியே வரும் குழிமுயல் போலிருக்கிறாய். கன்னியாக வந்து பூங்காவில் உலவுகிறாய். ஆனால் உன் காதுகள் எச்சரிக்கையாக உள்ளன. சிறிய ஆபத்து என்றாலும் ஓடிச்சென்று உன் குழந்தைமைக்குள் பதுங்கிக்கொள்கிறாய்." புரியாமல் "என்ன சொல்கிறீர்கள்?" என்றாள். "ஒன்றுமில்லை" என்றான். பின்பு மெல்ல அவளை அணைத்து தன் கைகளில் எடுத்துக்கொண்டான்.

அவன் கைகள் வழியாக அவள் தன்னுடலை கண்டுகொண்டாள். அவன் உடல் வழியாக தன் உடலுக்குள் புகுந்து நோக்கினாள். மூச்சுவாங்கும் குரலில் விசித்திரவீரியன் அவள் காதுக்குள் கேட்டான்

“தலைமுறைகளாக நம் மனைவியர் சாவித்ரிநோன்பு கொள்கிறார்களே. அவர்களெல்லாம் எதை விட மறுக்கிறார்கள்?” அவள் அவ்வினாவை அக்கணமே சால்வையென நழுவவிட்டு ஆயிரம்காதவேகம் கொண்ட அந்த தேரில் சென்றுகொண்டிருந்தாள். பின்பு தேர் மலையுச்சியில் இருந்து வானில் எழுந்தது.

மெல்ல அது தரையில் இறங்கி செம்புழுதி கனத்துக்கிடந்த மென்பாதையில் ஓசையின்று உருளத்தொடங்கியதும் அவள் அந்த வினாவை நினைவுகூர்ந்தாள். வெண்ணிறவெளியில் அலையும்போதும் அவள் எண்ணிக்கொண்டது தன் குழந்தையை பற்றிதான். ஒருபோதும் தன்னால் பிரக்ஞாவதியை தாண்டமுடியாதென்று அறிந்தாள்.

மூச்சுவாங்கும் குரலில் “குழந்தையை விட்டுவிடமுடியுமா என்ன?” என்றாள். தானும் மூச்சுவாங்க “ஆம்... விட்டுவிடவும்கூடாது” என்றான் விசித்திரவீரியன். அவன் தொண்டையின் இருபக்கமும் இரு நரம்புகள் புடைத்து அசைவதுபோலத் தெரிந்தது. “குழந்தைதான் கணவனை சாகாமல் வைத்திருக்க எளிய வழி என எல்லா பெண்களுக்கும் தெரியும்” அவன் திணறியபடி சொல்லி வியர்வையுடன் மல்லாந்தான்.

“ஏன் இப்படி வியர்க்கிறது உங்களுக்கு?” என்றாள் அம்பிகை. “குடிநீர்” என்று அவன் நெஞ்சைப்பற்றிக்கொண்டு சுட்டிக்காட்டினான். அவள் தன் ஆடையை மார்பில் அழுத்திப்பற்றியபடி எழுந்து நீர் இருந்த மண்குடத்தை அணுகி நீர் எடுத்து திரும்பியபோது அவன் கோணலாக விரிந்து கிடப்பதை கண்டாள். குரல்வளை புடைத்து எழ முகம் அண்ணாந்து மூக்கின் துளைகள் பெரிதாகத் தெரிந்தன. கைகள் விரிந்து விரல்கள் அதிர்ந்துகொண்டிருக்க இரு பாதங்களும் கோணலாக விரிந்திருந்தன.

அம்பிகை எழுந்தோடி அகல்சுடரைத் தூண்டி திரும்பிப்பார்த்தாள். நீலநரம்புகள் புடைத்தெழுந்து கட்டிவரிந்த வெளிறிய உடல் மெல்லத் தளர்ந்து மெத்தைமேல் படிய, உதடுகளைக் கடித்த பற்கள் இறுகிப்புதைந்திருக்க, கருவிழிகள் மேலே மறைந்து, விசித்திரவீரியன் கிடந்தான். அப்போது உடைகளை முழுதாக அணிவதைப்பற்றித்தான் அவள் மனம் முதலில் எண்ணியது என்பதை பிறகெப்போதும் அவள் மறக்கவில்லை. அவள் மேலாடையை அணியும்போது அவன் கடைசியாக மெல்ல உதறிக்கொண்டான். உடையணிந்து வாசலைத் திறந்து குரலெழுப்பியபடி ஓடும்போது அவன் முழுமையாகவே விலகிச்சென்றிருந்தான்.

பகுதி ஆறு

தீச்சாரல்

1

அஸ்தினபுரிக்கு வடக்கே முப்பது நிவர்த்த தொலைவில் இருந்த கிரீஷ்மவனம் என்னும் காட்டுக்குள் ஓடிய தாராவாஹினி என்னும் சிற்றாறின் கரையில் கட்டப்பட்ட குடிலில் தன் பதினெட்டு சீடர்களுடன் பீஷ்மர் தங்கியிருந்தார். அவர்கள் மாலை ஆயுதப்பயிற்சிகள் முடிந்து மீண்டும் தாராவாஹினியில் நீராடி மரத்தடியில் தீயிட்டு அமர்ந்து கொண்டு வெளியூரில் இருந்து வந்திருந்த சூதரையும் விறலியையும் அமரச்செய்து கதைகேட்டுக்கொண்டிருந்தனர்.

நள்ளிரவு தாண்டியிருந்தது. பீஷ்மர் மரத்தடியில் சருகுமெத்தைமேல் விரிக்கப்பட்ட புலித்தோலில் படுத்திருந்தார். அவர் காலடியில் மாணவனான ஹரிசேனன் அமர்ந்திருந்தான். நெருப்பருகே சூதரும் விறலியும் அமர்ந்திருந்தனர். உறுதியான கரிய தோளில் சடைக்கற்றைகள் சரிந்திருக்க சிவந்த அகன்ற கண்கள் கொண்ட சூதர் பெரிய விரல்களால் கிணையை மீட்டினார்.

ஒவ்வொருநாளும் வெவ்வேறு ஊர்களில் இருந்து வரும் நாடோடிகளான சூதர்கள் அஸ்தினபுரியின் அரண்மனைமுற்றத்தில் குழுமுவதுண்டு. அவர்கள் தங்குவதற்கு அரண்மனைக்கு அப்பால் ஸம்பலம் என்ற பெரிய தடாகத்தின் மூன்றுகரைகளிலுமாக குடில்கள் அமைக்கப்பட்டிருந்தன. அவர்கள் காலையில் நீராடி வாத்தியங்களுடன் அரண்மனைக்கு வந்து அரசகுலத்தவரைக் கண்டு பரிசில்பெற்று செல்வார்கள். அரசியர் தங்கள் கைகளாலேயே அவர்களுக்கு கொடையளிக்கவேண்டும் என்று நெறியிருந்தது.

ஆனால் சூதர்கள் பெரும்பாலும் பீஷ்மரை சந்திக்கவிரும்புவார்கள். பீஷ்மரை சந்தித்தால் மட்டுமே அடுத்த ஊரில் அவர்கள் அவரைப்பற்றி சொல்லமுடியும். அன்று மாலை வந்திருந்த சூதர்களில் ஒருவர் தான்

சௌபநகரில் இருந்து வருவதாக சொன்னார். பீஷ்மரின் கண்கள் அதைக்கேட்டதும் மிகச்சிறிதாக சுருங்கி மீண்டதை ஹரிசேனன் கண்டான். அவரை திருப்பி அனுப்பலாமென அவன் எண்ணியதுமே பீஷ்மர் "சூதரே வருக" என்று அழைத்தார். அருகே அமரச்செய்து "பாடுக" என்று ஆணையிட்டார்.

தசகர்ணன் என்னும் சூதர் சௌபநகரம் பற்றி சொன்னார். அந்நகரில் இருந்து ஒவ்வொருநாளும் கூட்டம்கூட்டமாக மக்கள் வெளியேறி பாஞ்சாலத்துக்கு சென்றுகொண்டிருக்கிறார்கள் என்றார். பெண்சாபம் விழுந்த மண் என்று சௌபத்து நிமித்திகர் சொன்னார்கள். நகர்நீங்கி காடுசென்று கொற்றவையாகி வந்து ஷத்ரியர்புரிகளுக்கெல்லாம் சென்ற அம்பாதேவி அந்நகருக்கு மட்டும் வரவில்லை. அவள் மீண்டும் வருவாள் என்று எண்ணி அனைத்து கோட்டைவாயில்களையும் மூடிவிட்டு சால்வன் நடுங்கிக்கொண்டிருந்தான். அவள் பாஞ்சாலத்துக் கோட்டைவாயிலில் ஒரு காந்தள் மலர் மாலையை சூட்டிவிட்டு காட்டுக்குச் சென்றுவிட்டாள் என அறிந்ததும் நிறைவடைந்தவனாக கோட்டைவாயில்களைத் திறக்க ஆணையிட்டான். அதுவரை கோட்டைக்குள்ளும் புறமும் எவரும் அனுமதிக்கப்படவில்லை.

கோட்டைவாயில் திறந்த அன்று குலதெய்வமான சண்டிதேவிக்கு ஒரு பூசனை செய்து சூதர்களுக்கெல்லாம் பரிசுகள் வழங்க சால்வன் ஒருங்குசெய்தான். வாரக்கணக்கில் கோட்டைக்கு வெளியே தங்கியிருந்த சூதர்கள் ஊர்மன்றுக்கு வந்தனர். நகரமெங்கும் முரசறைந்து அனைவரும் வரவேண்டுமென்று ஆணையிட்டிருந்தமையால் நால்வருணத்து மக்களும் மன்றில் வந்து கூடியிருந்தார்கள். செங்கோலேந்திய காரியகன் முன்னால் வர வெண்குடை ஏந்திய தளபதி பின்னால் வர உடைவாளும் மணிமுடியுமாக வந்து மேடையில் இடப்பட்ட சிம்மாசனத்தில் அமர்ந்த சால்வன் அங்கே வாழ்த்தொலிகளே எழவில்லை என்பதை ஒருகணம் கழித்தே புரிந்துகொண்டான். அவன் பரிசில்களை கொண்டுவரும்படி சொன்னான்.

அரண்மனை சேவகர்களால் பொன், வெள்ளி நாணயங்களும் சிறு நகைகளும் அடங்கிய ஆமையோட்டுப்பெட்டி கொண்டுவந்து மன்றுமுன் வைக்கப்பட்டது. முறைப்படி முதுசூதர் வந்து மன்னனை வாழ்த்தி முதல்பரிசு பெறவேண்டும். தொங்கிய வெண்மீசையும் உலர்ந்த தேங்காய்நெற்று போன்ற முகமும் கொண்ட முதுசூதரான அஸ்வகர் எழுந்து தள்ளாடிய நடையில் சென்று மன்றுமேல் ஏறினார். முறைப்படி அவர் தன் வாத்தியத்துடன் வரவேண்டும். வெறுமனே மன்றேறிய அவர் இருகைகளையும் விரித்து மக்களைநோக்கி திரும்பி "சௌபநாட்டின் குடிகளை அழிவில்லாத சூதர்குலம் வணங்குகிறது. இங்கே நாங்கள் பெற்ற

ஒவ்வொரு தானியத்துக்கும் எங்கள் சொற்களால் நன்றி சொல்கிறோம்" என்றார். அவரது குலம் "ஆம் ஆம் ஆம்" என்றது.

சூதர் "இந்தமண் மீது பெண்சாபம் விழுந்துவிட்டது. இங்குவாழும் கற்பரசிகளினாலும் சான்றோர்களாலும்தான் இங்கு வானம் வெளியால் இன்னமும் தாங்கப்படுகிறது" என்றார். சால்வன் திடுக்கிட்டு எழுந்து நின்றான். சூதர் உரக்க "இனி இந்த நாட்டை சூதர் பாடாதொழிவோம் என இங்கு சூதர்களின் தெய்வமான ஆயிரம்நாகொண்ட ஆதிசேடன்மேல் ஆணையாக சொல்கிறோம். இந்நாட்டின் ஒரு துளி நீரோ ஒருமணி உணவோ சூதர்களால் ஏற்கப்படாது. இந்த மண்ணின் புழுதியை கால்களில் இருந்து கழுவிவிட்டு திரும்பிப்பாராமல் இதோ நீங்குகிறோம். இனி இங்கு சூதர்களின் நிழலும் விழாது. பன்னிரு தலைமுறைக்காலம் இச்சொல் இங்கே நீடிப்பதாக!" முதுசூதர் வணங்கி நிமிர்ந்த தலையுடன் இறங்கிச்சென்றார்.

சால்வன் கை அவனையறியாமலேயே உடைவாள் நோக்கிச் சென்றது. அமைச்சர் குணநாதர் கண்களால் அவனைத் தடுத்தார். சால்வன் கண்களில் நீர் கோக்க உடம்பு துடிக்க செயலிழந்து நின்றான். அவனையும் இறந்த அவனது மூதாதையரையும் பிறக்காத தலைமுறைகளையும் நெஞ்சுதுளைத்துக் கொன்று குருதிவழிய மண்ணில் பரப்பிப்போட்டுவிட்டு அந்த முதுசூதன் செல்வதுபோலப்பட்டது அவனுக்கு. மெல்லிய சிறு கழுத்தும், ஆடும் தலையும் கொண்ட வயோதிகன். அடுத்தவேளை உணவுக்கு காடுகளையும் மலைகளையும் தாண்டிச்செல்லவேண்டிய இரவலன். ஆனால் அளவற்ற அதிகாரம் கொண்டவன்.

மண்ணில் கால்விழும் ஓசை மட்டுமேயாக சூதர்கள் திரும்பிச்செல்வதை சால்வன் பார்த்துக்கொண்டிருந்தான். ஓடிப்போய் அவர்களின் புழுதிபடிந்த கால்களில் விழுந்து மன்றாடுவதைப்பற்றி எண்ணினான். ஆனால் அவர்கள் சொல்மீறுபவர்களல்ல. அவன் உடல்மேல் அவர்கள் நடந்துசெல்வார்கள். சென்று மறையும் சூதர்களை திகைத்து விரிந்த விழிகளுடன் நகரமக்கள் பார்த்துக்கொண்டிருந்தார்கள். அந்த வாத்தியங்களுக்குள் தங்கள் மூதாதையர் உறைவதுபோல. அவர்களும் இறுதியாக பிரிந்து செல்வதுபோல. இறுதி சூதனும் மன்றில் இருந்து வெளியேறியபோது சால்வன் பெருமூச்சுடன் தன் செங்கோலையும் உடைவாளையும் வீரர்களிடம் கொடுத்துவிட்டு தளர்ந்த காலடிகளை எடுத்து வைத்து மேடையில் இருந்து இறங்கினான்.

அப்போது கூட்டத்திலிருந்து ஒரு பெண்குரல் கல் போல அவன்மேல்வந்து விழுந்தது. கரிய உடலும் புல்நார் ஆடையும் அணிந்த முதிய உழத்தி ஒருத்தி எழுந்து வெண்பற்கள் வெறுப்புடன் விரிந்து திறந்திருக்க, இடுங்கிய கண்களிலிருந்து கண்ணீர் வழிய, அவிழ்ந்து தோளில்

தொங்கிய தலைமயிர் காற்றிலாட, கைநீட்டிக் கூச்சலிட்டாள். “எங்கள் வயல்களின்மேல் உப்புபோல உன் தீவினை பரந்துவிட்டதே... உன்குலம் அழியட்டும்! உன் நாவில் சொல்லும் கையில் திருவும் தோளில் மறமும் திகழாது போகட்டும்! நீ வேருடனும் கிளையுடனும் அழிக! உன் நிழல்பட்ட அனைத்தும் நஞ்சுபட்ட மண்போல பட்டுப்போகட்டும்!”

சால்வன் கால்கள் நடுங்கி நிற்கமுடியாமல் தளபதியை பற்றிக்கொண்டான். அத்தளபதியின் கையிலிருந்த வெண்குடை சமநிலைகெட்டுச் சரிய அதை அமைச்சர் பிடித்துக்கொண்டார். அனைவருமே நடுங்குவதுபோல் தோன்றியது. கிழவி குனிந்து ஒருபிடி மண்ணை அள்ளி தூற்றிவிட்டு ஆங்காரமாக “ஒழிக உன் நாடு...! எங்கள் மூதாதையரைத் துரத்திய உன் செங்கோலில் மூதேவி வந்து அமரட்டும்!” என்று கூவியபடி நடந்து நகருக்கு வெளியே செல்லும் பாதையில் சென்றாள். அவள்பின்னால் அவள் குலமே சென்றது.

அன்று முதல் சௌபநாட்டிலிருந்து குடிமக்கள் வெளியேறத் தொடங்கினர். குடிமக்களனைவருக்கும் களஞ்சியத்தில் இருந்து பொன்னும் மணியுமாக அள்ளிக்கொடுத்தான் சால்வன். ஊர்மன்றுகள் தோறும் விருந்தும் களியாட்டமும் ஒருங்குசெய்தான். ஒவ்வொரு குலமாக அமைச்சர்களை அனுப்பி மன்றாடினான். ஆயினும் மக்கள் சென்றுகொண்டே இருந்தனர். பதினெட்டாம் நாள் கங்கையிலிருந்து சுமையிறக்கும் யானைகள் இரண்டு மிரண்டு கூவியபடி நகருக்குள் புகுந்து துதிக்கை சுழற்றி தெருக்களில் ஓடின. அவற்றை அடக்கமுயல்கையில் ஒரு யானை வேல்பட்டு மண்ணதிர விழுந்து துடித்து இறந்தது. அதன்பின் மக்கள் விலகிச்செல்லும் வேகம் மேலும் அதிகரித்தது.

இன்று சௌபநகரில் இருப்பவர்கள் போகிகளும் குடிகாரர்களும் விடர்களும்தான் என்றார் சூதர். மக்கள் நீங்கிய இடங்களிலெல்லாம் வேளாண்நிலத்தில் எருக்கு முளைப்பது போல வீணர் குடியேறினர். மனம் தளர்ந்த மன்னனை மதுவருந்தவைத்து போகியாக்கிய அமைச்சர் குணநாதர் ஆட்சியை தன் கைகளில் எடுத்துக்கொண்டார். சௌபநகரின் துறைகளில் இருந்து வணிகர்களின் சுங்கம் வந்துகொண்டிருந்ததனால் மன்னன் போகிகளுக்கு அள்ளிவழங்கினான். சௌபத்தின் தெருக்களில் எங்கும் வெவ்வேறு நாடுகளிலிருந்து வந்த பரத்தையர் நிறைந்தனர்.

“சௌபநாட்டுக் கோட்டை வாயிலை காலையில் திறந்த காவலர்கள் அழுதகண்ணீருடன் ஒரு பெண் நகர்விட்டு நீங்கிச்செல்வதைக் கண்டனர். அவளிடம் அவள் யார் என்று கேட்டனர். அவள் அவர்களைப் பார்க்கவில்லை. அவர்கள் நின்றதையே அறியவும் இல்லை. அவள் பாதைநுனியை அடைந்தபோது எழுந்த முதற்பொன்னொளியில் அவள் உடல் புதிய பொன்னென சுடர்விட்டதைக் கண்டதும் முதியகாவலன்

கைகூப்பி “அன்னையே!” என்று கண்ணீருடன் கூவினான். சௌபமகள் சாவித்ரி என அவளை அவன் அறிந்தான்.

“சௌபத்தின் செல்வத்தின் அரசியான சாவித்ரி அந்நகரை உதறிச்சென்றபின் அந்நகரம் மீட்டப்படாத வீணைபோல புழுதிபடிந்தது” என்றார் சூதர். நகரின் கைவிடப்பட்ட வீடுகளிலும் கலப்பைவிழாத நிலங்களிலும் நாகங்கள் குடியேறின. கதவுகளைத் திறந்தால் நிழல்கள் நெளிந்தோடுவதுபோல அவை விலகின. இருட்டுக்குள் இருந்து மின்னும் கண்களும் சீறும் மூச்சும் மட்டும் வந்தன.

பீஷ்மர் பெருமூச்சுடன் “ஆம், வேதாளம் சேரும், வெள்ளெருக்கு பூக்கும். பாதாளமூலி படரும், சேடன் குடிபுகும்... அதுதான் சொல்லப்பட்டிருக்கிறது” என்றார். ஹரிசேனன் அவன் மனதில் எழுந்த எண்ணத்தை உடையில் பற்றும் தீயை அணைக்கும் வேகத்துடன் அடித்து அவித்தான். ஆனால் அதையே பீஷ்மர் கேட்டார். “அஸ்தினபுரியின் பரிசில்களைப்பெற சூதர்கள் வந்திருக்கிறீர்களே?”

“பிதாமகரே, மன்னன் முதற்றே அரசு. அஸ்தினபுரியின் செங்கோலை இன்று ஏந்தியிருப்பவன் சந்திரகுலத்தின் மாமன்னர்களில் ஒருவன். அஸ்தினபுரியின் முதன்மை வீரன். அவன்மேல்அம்பைதேவி தீச்சொல்லிடவில்லை. அவனை வாழ்த்தியே அவள் வனம்புகுந்தாள். அறத்தில் அமைந்த கோல்கொண்டவன். ஆயிரம் முலைகளால் உணவூட்டும் அன்னைப்பெரும்பன்றி போன்ற கருணைகொண்டவன். அவனை சூதர்குலம் வணங்குகிறது. இந்தமண்ணும் இங்கு சொல்லும் உள்ளவரை சூதர்மொழி அவனை வாழ்த்தி நிற்கும். அவன் வாழ்க! அவன் செங்கோல் காத்துநிற்கும் இந்த மண் வாழ்க! விசித்திரவீரிய மாமன்னன் பாதங்களில் பணியும் எங்கள் வாத்தியங்களில் வெண்கலைநாயகி வந்தமர்ந்து அருள்புரிக!”

“ஆம்” என்றார் பீஷ்மர் தலையை அசைத்து. “மானுடரில் அவன் கண்களில் மட்டுமே நான் முழுமையான அச்சமின்மையை கண்டிருக்கிறேன்.” பெருமூச்சுடன் “போரும் படைக்கலமும் அறியாத மாவீரன் அவன்” என்றார். ஹரிசேனன் அவர்மேல் ஒரு கசப்பை உணர்ந்தான். அந்தச் சொற்கள் அரசமரபுச் சொற்கள் போல அவனுக்குத் தெரிந்தன. அந்த வெறுப்பை அவனே அஞ்சியதுபோல சூதரை நோக்கிப் பார்வையைத் திருப்பிக்கொண்டான்.

சூதரின் கண்கள் செருகின. அவரது வாயின் ஓரம் இழுபட்டு அதிர்ந்தது. ஓங்கியகுரலில், “என் சொற்களில் வந்தமரும் கன்னங்கரிய சிறுகுருவி எது? இதோ என் கிணைத்தோலில் ஒலிக்கும் நெடுந்தாளம் எது? அவன் பேரைச்சொல்லும்போது என் நெஞ்சில் மிதித்தோடும் பிங்கலநிறப்புரவி

எது?” முன்னும் பின்னும் ஆடி தன்னுள் ஆழ்ந்து விழித்த கண்களுடன் அவர் முனகிக்கொண்டார்.

பின்பு ஏதோ ஒரு கணத்தில் அவர் கைவிரல்கள் கிணைத்தோலில் வெறிநடனமிட்டன. பெருங்குரலில் “இதோ விண்ணகத்தில் அவன் யானைமேல் சென்றிறங்குகிறான். அவனை வெண்ணிற ஐராவதமேறி வந்து இந்திரன் வரவேற்கிறான். மாமுனிவர்களும் தேவர்களும் கூடி அவனை வாழ்த்தி குரல்கொடுக்கிறார்கள். இந்திரவில் ஏழொளியுடன் கீழ்வானில் எழுந்திருக்கிறது. மண்ணில் இந்திர வீரியம் வானகத்தின் பொற்தூரிகைபோல் படர்ந்து அவன் புகழை எழுதிச்செல்கிறது” என்றார்.

பீஷ்மர் திடுக்கிட்டு எழுந்துவிட்டார். ஹரிசேனன் பதற்றத்துடன் சூதரைப் பார்த்தான். அவரைத்தடுத்து என்ன சொல்கிறார் என்று கேட்கவேண்டுமென எண்ணினான். ஆனால் அவர் எங்கிருந்தோ எங்கோ பறந்து செல்லும் யட்சன் போலிருந்தார். “அழியாப்புகழுடைய தன் மைந்தன் வந்ததைக் கண்டு சந்திரன் வெண்ணொளிக் கலையணிந்து வந்து கைநீட்டி அணைத்துக்கொண்டான். அதோ வெண்தாடி பறக்க கைவிரித்து கண்ணீருடன் வருபவன் ஆதிமூதாதை புரூரவஸ் அல்லவா? பேரன்புடன் சிரித்து எதிர்கொள்பவன் ஆயுஷ் அல்லவா? நகுஷன் அல்லவா அவனருகே நின்று புன்னகைக்கிறான்? மைந்தன் புருவை அணைத்து நின்றிருப்பவன் யயாதி அல்லவா?”

கிணை துடியாக மாறிவிட்டதுபோல தாளம் வெறிகொண்டது. “ஜனமேஜயன், பிராசீனவான், பிரவீரன், நமஸ்யு, வீதபயன், சுண்டு ஆகியோர் வந்தார்கள்! பஹுவிதன், ஸம்யாதி, ரஹோவாதி, ரௌத்ராஸ்வன், மதிநாரன், சந்துரோதன், துஷ்யந்தன் ஆகியோர் வந்தார்கள்! பரதன், சுஹோத்ரன், சுஹோதா, கலன், கர்த்தன், சுகேது, பிருஹத்க்ஷத்ரன் ஆகியோர் வந்தார்கள்! மூதாதையர் அனைவரும் வந்து நிற்கும் வான்வெளியில் இறங்கினான் அஸ்தினபுரியின் அறச்செல்வன்! வாழ்க அவன் புகழ்!

“அய்யோ, மாமன்னன் ஹஸ்தியல்லவா அவனை தழுவுகிறான்! அந்த வலியபெருங்கைகளில் இறுகிநெளிந்து யானைத்தோள்களில் முகம் சேர்க்கிறானே அவனல்லவா இந்நாட்டின் அழியா மணிமுத்து! வீரத்தால் வென்றவருண்டு, மதியுரத்தால் வென்றவருண்டு, நட்பால் வென்றவருண்டு, குலத்தால் வென்றவருண்டு. பெருங்கனிவால் வென்றவன் புகழ்பாடுக! சூதர்குலமே, இம்மாநகரம் அளித்த ஒவ்வொரு மணி தானியத்தையும் மாமன்னன் விசித்திரவீரியனின் புகழாக்குக!

“அஜமீடனை, ருக்ஷனை, சம்வரணனை, குருவை அமரர்களாக்கிய பேரன்புச்செல்வனை வணங்குக கையே! ஜஹ்னுவை, சுரதனை,

விடூரதனை, சார்வபௌமனை, ஜயத்சேனனை ஒளிகொள்ள வைத்தவனை பாடுக நாவே! ரவ்யயனை, பாவுகனை, சக்ரோத்ததனை, தேவாதிதியை, ருக்ஷனை அமரருலகில் நிறுத்திய மாமன்னனை பணிக என் தலையே! சூதர்களே மாகதர்களே, இன்று இதோ நம் சிறுசெந்நாவால் அவன் புகழ்பாடும் பேறு பெற்றோம். கைகூப்பி அவன் கைபற்றும் பிரதீபனை, கண்ணீரால் அவன் உடல்நனைக்கும் சந்தனுவை கண்டோம். அவனை சிறுகுழந்தையாக்கி மீண்டும் முலையூட்ட வந்து நின்ற மூதன்னையர் வரிசையை கண்டோம். சூதரே, இனிது நம் பிறவி! சூதரே இனிதினிது நம் சொற்கள்!

"பாரதமே பாடுக! இன்று வைகானச வளர்நிலவு இரண்டாம்நாள். இனியிந்தக் காற்றில் எத்தனை காலங்கள் அலையடிக்கும்! இனியிந்த மண்ணில் எத்தனை தலைமுறைகள் முளைத்தெழும்! இனியிந்த மொழியில் எத்தனை கதைகள் சிறகடிக்கும்! இன்று இதோ நடுகின்றோம் அஸ்தினபுரியின் மாமன்னன் புகழை. அது வளர்க! இன்றிதோ கொளுத்துகிறோம் சந்தனுவின் மைந்தனின் பெயரை. அது எரிக! இன்றிதோ ஏற்றுகிறோம் சந்திரகுலத்து விசித்திரவீரியனின் பெரும்புகழ்க்கொடியை. அது எழுக! ஓம் ஓம் ஓம்!"

விண்ணில் ஓடும் வானூர்தியிலிருந்து தூக்கிவீசபட்ட யட்சன் போல சூதர் மண்ணில் குப்புற விழுந்தார். தன் கிணைப்பறை மேலேயே விழுந்து மெல்லத் துடித்து கைகால்கள் வலித்துக்கொண்டு வாயில் நுரைக்கோழை வழிய கழுத்துத்தசைகள் அதிர கண்ணீர் வடிய ஏதோ முனகினார். சூதர்கள் தங்களுக்குள் பேசும் ஆதிமொழியில் அவரிடமிருந்து பொருளறியா சொற்கள் வந்தபடி இருந்தன. விறலி அவரை மெல்லத்தூக்கி அமரச்செய்து நீர்புகட்டினாள்.

பீஷ்மர் எழுந்து விரைந்து நடந்து தன் குடில்நோக்கிச் சென்றார். ஹரிசேனன் பின்னால் ஓடினான். "என்ன சொல்கிறார் சூதர்?" என்றான். பீஷ்மர் "அவர் சொல்வது உண்மை. அவரில் வாக்தேவி வந்து சொன்னவை அவை. அவர் சொன்ன அக்கணத்தில் விசித்திரவீரிய மாமன்னன் மண்நீங்கியிருக்கிறார்." "அப்படியென்றால் ஏன் காஞ்சனம் ஒலிக்கவில்லை? பெருமுரசம் முழங்கவில்லை?"

"தெரியவில்லை... காஞ்சனத்தின் நாவும் பெருமுரசின் கோலும் பேரரசியின் ஆணைக்கு கட்டுப்பட்டவை அல்லவா?" என்றார் பீஷ்மர். "ஹரிசேனா, நீ அந்த தோதகத்தி மரத்தின்மேல் ஏறிப்பார். அவர் சொன்னதுபோல அஸ்தினபுரிக்குமேல் மென்மழையும் விண்வில்லும் இருக்கின்றனவா என்று கண்டு சொல்!"

ஹரிசேனன் "இப்போது இரவு..." என்றபின் அவர் பார்வையை கவனித்து மரத்தில் பரபரவென்று தொற்றி மேலேறினான். பீஷ்மர் கீழே நின்றார்.

ஹரிசேனன் மேலிருந்து "ஆ!" என்று வியப்பொலி எழுப்பினான். "என்ன?" என்றார் பீஷ்மர்.

"அங்கே அரண்மனை முகடுகளுக்குமேல் வானத்தில் மெல்லிய வெண்ணிற ஒளி நிறைந்திருக்கிறது. அதனருகே இந்திரவில் வண்ணம் கலைந்துகொண்டிருக்கிறது." ஹரிசேனன் கண்ணீருடன் உடைந்து "மென்மழைபெய்கிறது பிதாமகரே... மாளிகைமுகடுகள் பளபளக்கின்றன" என்றான். கீழே விழுந்துவிடுவான் என்று தோன்றியது. கைகளால் மரத்தை இறுகப்பற்றிக்கொண்டு நடுங்கும் உடலுடன் மேலேயே இருந்தான்.

பின்பு கீழே பார்த்தபோது பீஷ்மர் நடந்து செல்வதை கண்டான். இறங்கி வந்து அவர் பின்னால் சென்றான் ஹரிசேனன். தாராவாஹினிக்கரையில் பீஷ்மர் சென்று நின்றார். இருபக்கமும் அகன்ற மணல்வெளி கொண்ட ஆற்றின்மீது அசைவில்லாததுபோல் கிடந்த கரிய நீரில் விண்மீன்கள் பிரதிபலித்திருந்தன. கைகளைக் கட்டியபடி அவற்றைப் பார்ப்பவர் போலவோ பார்வையற்றவர் போலவோ பீஷ்மர் நின்றிருந்தார்.

2

காலையொளி நீரில்விரியும் வரை பீஷ்மர் தாராவாஹினியின் கரையில் அப்படியே அசையாமல் நின்றிருந்தார். ஹரிசேனன் பலமுறை சென்று அவரை பார்த்துவிட்டு வந்தான். அவர் ஒரு பெரிய அடிமரமாக ஆகிவிட்டதுபோல் தோன்றியது. நீரில் விண்மீன்கள் இடம் மாறின. விடிவெள்ளி உதித்து செவ்வொளியுடன் அலைகளில் ஆடியது. காலையில் அஸ்தினபுரியில் இருந்து தூதன் குதிரையில் வந்து சேர்ந்தான். குடில்முற்றத்தில் வேங்கைமரத்தடியில் அவன் நின்றான். ஹரிசேனன் ஏதும் கேட்கவிருக்கவில்லை. பீஷ்மர் அருகே சென்று நின்றுகொண்டான். அவன் நிற்கும் உணர்வை அடைந்த பீஷ்மர் திரும்பினார்.

ஹரிசேனன் "தூதன்" என்று சுருக்கமாக சொன்னான். தலையசைத்துவிட்டு பீஷ்மர் பேசாமல் நடந்து குடிலை அடைந்தார். அரைநாழிகைக்குள் குளித்து உடைமாற்றி குதிரையில் ஏறிக்கொண்டு கிளம்பினார். அஸ்தினபுரியின் கோட்டைமேல் விசித்திரவீரியனின் இலைச்சின்னம் கொண்ட கொடி வழக்கம்போல பறந்துகொண்டிருந்தது. கோட்டைமேல் இருந்த காவலன் அவரைக் கண்டதும் சங்கு ஊத கோட்டைமேல் அவரது மீன்கொடி ஏறியது. அவர் ஒவ்வொருவரின் வணக்கத்தையும் தனித்தனியாக ஏற்றும் அனைவருக்கும் புன்னகைமுகம் காட்டியும் உள்ளே சென்றார்.

நகரத்தெருக்களில் காலைப்பரபரப்பு தொடங்கிவிட்டிருந்தது. ஆய்ச்சியர் பால்குடங்களுடனும், உழத்தியர் காய்கனிக்கூடைகளுடனும், மச்சர்கள் மீன்கூடைகளுடனும் தெருக்களில் கூவிச்சென்றனர். காலையிலேயே விருந்தினருக்கு உணவு சமைக்கப்பட்டுவிட்ட இல்லங்களின் முன்னால் அன்னத்துக்கான மஞ்சள்கொடி பறந்துகொண்டிருந்தது. சுமைதூக்கிக் களைத்த சில ஆய்ச்சியர் அங்கே உணவுக்காக அமர்ந்திருந்தனர்.

தெருமுனைகளில் கணபதி, சண்டி, அனுமனின் சிறிய ஆலயங்களில் மணிகள் ஒலிக்க சிறு கூட்டங்களாக கூடி நின்று சிலர் வழிபட்டனர். நான்கு யானைகள் காலையில் குளித்து தழைகளைச் சுமந்தபடி அலைகளில் கரியநாவாய்கள் போல உடல்களை ஊசலாட்டியபடி சென்று கொண்டிருந்தன. நெளியும் வால்களில் அவற்றுக்கு ஆசியளிக்கப்பட்ட மாறாத குழந்தைமை.

பீஷ்மர் அரண்மனைமுற்றத்தில் இறங்கி நேராகவே உள்ளே சென்றார். பேரரசிக்கு அவர் வந்த தகவலை சொல்லி அனுப்பினார். சத்யவதி அவரை மந்திரசாலையில் சந்திப்பார் என்று சியாமை சொன்னதும் மந்திரசாலைக்குச் சென்று அமர்ந்துகொண்டார். உடலை நிலையாக வைத்துக்கொள்வது மனதையும் நிலைக்கச்செய்யும் என்பது அவர் அடைந்த பயிற்சி. கைகால்களை இலகுவாக வைத்துக்கொண்டு கண்களை எதிரே இருந்த சாளரத்துக்கு அப்பால் மெல்ல அசைந்த அசோகமரத்தின் கிளைகளில் நிலைக்கவிட்டார்.

தன் அறைக்குள் சத்யவதி வேறு எவரிடமோ பேசிக்கொண்டிருக்கிறாள் என்று உணர்ந்தார். தன் அறைக்குள் பேசுவதென்றால் அது சாதாரணமான பேச்சு அல்ல. அசைவை உணர்ந்து அவர் திரும்பியபோது அங்கே அவரது ஒற்றனான சௌம்யதத்தன் நின்றிருந்தான். அவர் பார்த்ததும் அவன் அருகே வந்து "பிதாமகருக்கு அருந்துவதற்கு ஏதேனும் கொண்டுவரலாமா?" என்றான்.

பீஷ்மர் "நீர் மட்டும்போதும்" என்றார். அருகே வந்து 'விடகாரியான வஜ்ரசேனன்' என்று விழியசைக்காமல் சொல்லிவிட்டு சௌம்யதத்தன் சென்றான். அவருக்கு அனைத்தும் புரிந்தது. பெருமூச்சுடன் தாடியை வருடிக்கொண்டார்.

பத்துநாட்களுக்கு முன்பு அரியணை மங்கலம் முடிந்த மறுநாள் மாலை பீஷ்மர் சத்யவதியை சந்திக்க அரண்மனைக்கு சென்றிருந்தார். ஒற்றர்கள் கொண்டுவந்த செய்திகளை சொன்னார். அஸ்தினபுரியில் அரியணை ஒருங்கிவிட்டது என்பது வெவ்வேறு ஒற்றர்கள் வழியாக ஷத்ரியநாடுகளுக்கு சென்றுவிட்டது என்று மறுஒற்றர்கள் தகவல்சொல்லியிருந்தனர். "இனிமேல் நாம் ஷத்ரியர்களை அஞ்சவேண்டியதில்லை" என்றார் பீஷ்மர்.

சத்யவதி தலையசைத்தபின் "அனைத்தும் இவ்வளவு எளிதாக முடியும் என நான் நினைக்கவில்லை. இனி அஸ்தினபுரி மக்களுக்குக் கவலை இல்லை..." என்றாள். பார்வையை அவள் மெல்லத் திருப்பியபோது அவள் ஏதோ முக்கியமாக சொல்லப்போகிறாள் என்று பீஷ்மர் உணர்ந்தார். சத்யவதி "விசித்திரவீரியன் எப்போது நகர்மீள்வான் என்றார்கள்?" என்றாள்.

“சொல்லமுடியாது அன்னையே. காட்டுக்குள் வெகுதொலைவு சென்றிருக்கிறான்” என்றார் பீஷ்மர். அந்தப்பேச்சுக்கு சத்யவதி ஏன் செல்கிறாள் என்று மெல்ல அவருக்குப்புரிந்ததும் உள்ளூர ஒரு புன்னகை விரிந்தது.

“எப்படியும் ஒருசில வாரங்களில் அவன் வந்தாகவேண்டும். நமது வனங்கள் ஒன்றும் அவ்வளவு அடர்த்தியானவை அல்ல, தண்டகாரண்யம்போல” என்றாள் சத்யவதி. ஒருகணம் அவள் கண்கள் பீஷ்மர் கண்களை வந்து சந்தித்துச் சென்றன. “மக்கள் என்ன சொல்கிறார்கள்?” என்றாள். “எதைப்பற்றி?” என்று பீஷ்மர் கேட்டார். “நாம் காசிமன்னன் மகள்களை கவர்ந்து வந்ததைப்பற்றி?”

பீஷ்மர் “அது ஷத்ரியர்களின் வாழ்க்கை. அதைப்பற்றி மக்கள் ஏதும் அறிந்திருக்கமாட்டார்கள்” என்றார். “ஆம். உண்மை... ஆனால் அம்பை சென்றகோலத்தைப்பற்றி சூதர்கள் கதைகளைச்சொல்ல ஆரம்பித்துவிட்டார்கள். அவர்கள் அறிந்த தெய்வப்பிடாரிகளின் கதைகளை எல்லாம் அவள்மேல் ஏற்றிவிட்டார்கள். நேற்று ஒரு சூதன் சொன்னான், அவள் உடல் அனலாக தீப்பற்றி எரிந்ததாம். அவள் சென்றவழியில் எல்லாம் காடு தீப்பற்றியதாம்...”

பீஷ்மர் வெறுமனே தலையை அசைத்தார். “மக்களின் நம்பிக்கைகள் எப்போதுமே அச்சங்களில் இருந்து உருவானவை... அவர்கள் தங்கள் கன்றுகளுக்காகவும் வயல்களுக்காகவும் பிள்ளைகளுக்காகவும் அஞ்சிக்கொண்டே இருக்கிறார்கள்” என்றாள் சத்யவதி. “அதை நாம் பொருட்படுத்தவேண்டியதில்லைதான்”

பீஷ்மர் “ஆம், உண்மை” என்றார். சத்யவதி “ஆனால் சூதர்கள் அம்பையின் சாபம் இந்நகர்மேல் விழுந்துவிட்டது என்று சொல்ல ஆரம்பித்திருக்கிறார்கள். வடக்கே ஹ்ருஸ்வகிரிமேல் அவள் ஆடைகளில்லாமல் உடம்பெல்லாம் குருதிவழிய ஏறி நின்று இந்நகரை பார்த்தாளாம். அப்போது வானம் கிழிவதுபோல மின்னல் வெட்டியதாம்... இவர்களை நம்மால் கட்டுப்படுத்தவே முடியாது” என்றாள்.

சத்யவதி அவள் விரும்பிய இடத்தை வந்தடைந்துவிட்டாள் என்று உணர்ந்து பீஷ்மர் “ஆம் அன்னையே, நானும் அதையே எண்ணிக்கொண்டிருந்தேன். நான் இந்நகரில் இருந்தால் மக்கள் மேலும் அச்சம் கொள்வார்கள். நான் நகரை நீங்கிவிட்டால் இந்தச்சிக்கல் அகன்றுவிடும்...” என்றார்.

சத்யவதி அவரை நோக்கி “ஆனால் நீ இங்கு இல்லையேல் ஷத்ரியர்கள் துணிவுகொள்வார்கள்” என்றாள். “அறிவேன் அன்னையே. நான் நகருக்கு வெளியேதான் இருப்பேன். கிரீஷ்மவனம் எனக்குப் பிடித்தமானது. தாராவாஹினியின் நீரும் எனக்கு பிடித்தமானது”

என்றார். அவ்வளவு நேராக அவள் உள்ளத்துக்குள் அவர் சென்றது அவளை சற்று அசையச்செய்தது. நெற்றிக்கூந்தலை நீவி காதுக்குப்பின் விட்டுக்கொண்டாள்.

சில கணங்கள் மிகுந்த எடையுடன் கடந்து சென்றன. சத்யவதி மேலும் அசைந்து "நீ விட்டுச் செல்வதை அந்தப்புரப்பெண்டிர் அறிய வேண்டியதில்லை" என்றாள். "அவர்கள் அஞ்சக்கூடும். நீ இங்குதான் இருக்கிறாய் என்றே அவர்கள் எண்ணட்டும்."

பீஷ்மர் கண்களுக்குள் மட்டும் புன்னகையுடன் "ஆம், அது உண்மை அன்னையே" என்றார். மிகமிக நுட்பமாக நகைசெய்யும் பொற்கொல்லனின் கவனத்துடன் சொல்லெடுத்து வைத்து "நான் இருப்பதோ செல்வதோ அவர்கள் அறியாதவாறு இருப்பேன்" என்றார்.

சத்யவதியின் கண்கள் அவர் கண்களை சந்தித்ததும் மெல்ல புன்னகை புரிந்தார். சத்யவதி கண்களை விலக்கிக் கொண்டாள். அப்புன்னகையை அவள் ஒவ்வொருநாளும் நினைப்பாள் என்று அவர் எண்ணிக்கொண்டார். அதிலிருந்து தப்ப அவளால் முடியாது. அன்றே அவர் நகரைவிட்டுச் சென்று கிரீஷ்மவனத்தில் குடில் அமைத்துக்கொண்டார்.

சியாமை வந்து 'பேரரசி வருகை' என அறிவித்ததும் பீஷ்மர் எழுந்து நின்றார். முன்னால் செங்கோலுடன் ஒரு சேடி வர, பின்னால் கவரியுடன் ஒருத்தி தொடர, சத்யவதி வேகமாக உள்ளே வந்தாள். திரும்பிப் பாராமலேயே கையசைத்து அவர்களை போகச்சொல்லிவிட்டு வந்து இருக்கையில் அமர்ந்தாள். "வணங்குகிறேன் அன்னையே" என்றார் பீஷ்மர்.

சத்யவதி ஒன்றும் சொல்லாமல் கைகளை மடியில் வைத்துக்கொண்டாள். அவள் உதடுகள் இறுகி ஒட்டிக்கொண்டு கோடைமழை வந்துமோதும் சாளரப்பொருத்துக்கள் போல நடுங்கின. கழுத்து அதிர்ந்து அதிர்ந்து அடங்க கன்னத்தசைகள் துடித்தன. பின்பு ஒரு கண்ணில் இருந்து மட்டும் ஒருதுளி கண்ணீர் மெல்ல உருண்டது.

பீஷ்மர் அப்போது அவளிடம் ஏதும் சொல்லக்கூடாதென அறிந்திருந்தார். அவரது முன்னில் அல்லாமல் அவள் அந்தத் துளிக்கண்ணீரைக்கூட விட்டிருக்கமாட்டாள். நாலைந்து சொட்டுக் கண்ணீர் வழிந்ததும் அவள் பட்டுச்சால்வையால் அவற்றை ஒற்றிவிட்டு பெருமூச்சுடன் "நீ ஊகித்திருப்பாய் தேவவிரதா" என்றாள். "ஆம்" என்றார் பீஷ்மர். "நான்தான் காரணம்... எல்லாவகையிலும். அவனை நான் கட்டாயப் படுத்தினேன்" என்றாள். "அதில் என்ன?" என்றார் பீஷ்மர். "களத்துக்கு அனுப்புகிறோமே!"

“ஆம்... நான் அப்படித்தான் நினைத்தேன்... உண்மையில் அவன் இப்படி இறந்ததில் எனக்கு நிறைவுதான்...” என்றாள் சத்யவதி. “எனக்கு சற்று குற்றவுணர்வு இருந்தது. ஆனால் அந்த காசிநாட்டு இளவரசி அழுததை பார்த்தேன். அக்கணமே நெஞ்சு திறந்து இறந்துவிடுபவள் போல... அப்போது என் மனம் நிறைந்தது. ஒரு பெண்ணின் மனதை நிறைத்துவிட்டுச் செல்வதுதான் ஆண்மகன் ஒருவன் மண்ணில் வாழ்ந்தமைக்கான அடையாளம்...”

“ஆம்” என்றார் பீஷ்மர். சத்யவதி “அவனுக்கு என் மனம் புரிந்திருந்தது. அவன் அறியாத எவரும் இங்கே இல்லை. நான் அவனை கட்டாயப்படுத்திவிட்டு திரும்பும்போது என்னருகே வந்து சால்வையைப் போடுவதுபோல என்னை மெதுவாகத் தொட்டான்... இவ்வுலகில் என்னை எவரேனும் தொடவேண்டுமென விரும்பினேன் என்றால் அது அவன்தான். ஆனால் என்னை ஒருவர் தொடுவது எனக்குப் பிடிக்காது. தொடுகை தானாகவே நிகழவேண்டுமென நினைப்பேன்... அவன் அதை அறிந்திருந்தான். தேவவிரதா, நான் அன்று தேரில் புன்னகை புரிந்தபடியே வந்தேன். நெடுநாட்களுக்குப்பின் காதல்கொண்ட இளம்கன்னியாக சிலநாழிகைநேரம் வாழ்ந்தேன். மகனைவிட அன்னைக்குப் பிடித்தமான ஆண்மகன் யார்?”

பீஷ்மர் புன்னகை புரிந்தார். சத்யவதி “நான் உன்னிடமன்றி எவரிடமும் மனம் திறந்து பேசுவதேயில்லை தேவவிரதா. பேரரசர் சந்தனுவிடம்கூட... ஏனென்றால் அவர் என்னை பார்த்ததே இல்லை. என்னில் அவர் வரைந்த சித்திரங்களைத்தான் பார்த்துக்கொண்டிருந்தார்” என்றாள். “உனக்கு நான் சொல்வது புரியுமா என்றே எனக்குத்தெரியவில்லை. நீ அறியாத நூல்கள் இல்லை. நீ அறியாத சிந்தனைகளும் இல்லை. ஆனால் உன்னால் பெண்ணை புரிந்துகொள்ளமுடியாது. அன்னையையும் காதலியையும் மனைவியையும்... எவரையுமே நீ உணரமுடியாது. ஆனால் நான் உன்னிடம்தான் சொல்லியாகவேண்டும்.” அவள் மூச்சுத்திணறி நிறுத்தினாள்.

பின்பு மேலும் வேகத்துடன் முன்னால் வந்து “ஒரு பெண்ணை யாரோ ஓர் ஆண் மட்டும்தான் முழுப்பெண்ணாக்குகிறான் என்று தெரியுமா உனக்கு? அப்படிப்பட்ட ஆணை சந்திப்பவளே நல்லூழ்கொண்டவள்... ஆனால் ஒன்று சொல்கிறேன். அந்த ஆணை தன் மகனாகக் கொண்டவள் பெரும்பேறு பெற்றவள். அவள் நான். என் மகன் விசித்திரவீரியன் அன்றி எவரையும் நான் ஆணாக எண்ணியதில்லை. அவன் புன்னகையை அன்றி எதையும் நான் எனக்குள் கனவாக நிறைத்துக்கொண்டதுமில்லை. அதனாலேயே அவனிடம் நான் ஒருநாளும் இன்சொல் பேசியதில்லை. என்னை அவன் அறியக்கூடாதென்றே எண்ணினேன். என் அன்பினால் நான் ஆற்றலிழந்துவிடக்கூடாதென்று நினைத்தேன். ஆனால் அவன்

என் கண்களை மட்டும்தான் பார்த்தான். என் சொற்களை கண்கள்முன் கட்டப்பட்ட திரையாக மட்டுமே எடுத்துக்கொண்டான்."

பெருமூச்சுடன் சத்யவதி மெல்ல அமைதியடைந்தாள். பீஷ்மர் "விசித்திரவீரியன் வானேறிய செய்தியை நாம் அறிவிக்கவேண்டாமா அன்னையே?" என்றார். சத்யவதி மெல்ல அவளிருந்த நிலையில் இருந்து இறங்கினாள். உடலசைவு வழியாக அவள் மனம் சமநிலைக்கு வருவது தெரிந்தது. "அவனை விடகாரிகளின் உதவியுடன் ஆதுரசாலையிலேயே வைத்திருக்கிறேன். எவ்வளவு நாள் வேண்டுமென்றாலும் அவனை அப்படியே வைத்திருக்கலாமென்று சொன்னார்கள்" என்றாள்.

பீஷ்மர் அவளையே பார்த்தார். "தேவவிரதா, இந்த நிலையை நீயும் ஊகித்தே இருப்பாய். இனிமேல் குருகுலத்திற்கு தோன்றல்கள் இல்லை. விசித்திரவீரியனுடன் பாரதவர்ஷத்தின் மகத்தான மரபு ஒன்று அறுந்து போய்விட்டது... எது நடந்துவிடக்கூடாது என்று வாழ்நாளெல்லாம் அஞ்சிவந்தேனோ அது நிகழவிருக்கிறது." "அது விதிப்பயன்" என்றார் பீஷ்மர். "இல்லை, இன்னும் நான் உறுதி குலையவில்லை" என்று சத்யவதி உரக்க சொன்னாள். "இன்னும் வழியிருக்கிறது."

"சொல்லுங்கள் அன்னையே" என்றார் பீஷ்மர். சத்யவதி "தேவவிரதா, நூல்நெறிப்படி விசித்திரவீரியனை சிதையேற்றும்போதுதான் அவன் அரசிகள் விதவையாகிறார்கள். அதுவரைக்கும் அவர்கள் அவன் அறத்துணைவியர்தான். ஆகவேதான் அவனை நான் வைத்திருக்கிறேன். அவன் இறந்த செய்தி ஷத்ரியர் எவரும் அறியவேண்டியதில்லை..." பீஷ்மர் "ஒற்றர்கள் எங்கும் இருப்பார்கள் அன்னையே" என்றார்.

"இருக்கட்டும்... நான் நினைப்பது வைதிகர்களுக்கும் குலமூத்தாருக்கும் சான்றுகள் கிடைக்கலாகாது என்று மட்டுமே" என்றாள் சத்யவதி. "வைதிகநூல்களின்படி நீர்க்கடன்செய்து வானேறும் கணம் வரை மனிதர்கள் மண்ணில் வாழ்கிறார்கள். அவர்களின் உறவுகளும் மண்ணில் எஞ்சுகின்றன."

பீஷ்மர் "அன்னையே..." என்று ஆரம்பித்தபோது, சத்யவதி கையமர்த்தி "இதுவன்றி வேறு வழியே இல்லை தேவவிரதா... ஒன்று உணர்ந்துகொள். இந்த அஸ்தினபுரி வேள்தொழிலையோ பசுத்தொழிலையோ நம்பியிருக்கும் நாடு அல்ல. இது வணிகத்தை நம்பியிருக்கும் நாடு. அந்த வணிகம் இங்கு மையம் கொண்டிருப்பதே இங்கு ஒரு வல்லமைமிக்க அரசு இருப்பதனால்தான். இந்நகரின் சாலைகளும் சந்தைகளும் முற்றிலும் பாதுகாப்பானவை என்பதனால்தான். இந்நகரை வேற்றரசர் கைப்பற்றினால் மிகச்சில வருடங்களிலேயே இங்கே வறுமை வந்து சூழும். இந்நகரம் பாழ்பட்டு அழியும்..."

“அன்னையே நான் சொல்வது அதுவல்ல” என்றார் பீஷ்மர். சத்யவதி தடுத்து “தேவவிரதா இது சந்திரகுலத்தின் முதன்மை அரசகுலம். இது என்னால் அழியும் என்றால் நான் இப்பூமியில் பிறந்ததற்கே பொருளில்லை.. அத்துடன்...” அவள் கண்களுக்குள் ஒரு புதிய திறப்பு நிகழ்ந்தது என்று பீஷ்மர் உணர்ந்தார். சற்று முன்னகர்ந்து திடமான குரலில் “...நான் மீனவப்பெண். என்னுடன் இந்த குலம் அழிந்தது என்றால் குலக்கலப்பால் அழிந்தது என்றுதான் புராணங்கள் சொல்லும். ஷத்ரியர்களும் பிராமணர்களும் அதை எங்கும் கொண்டுசெல்வார்கள்... அதை நான் விரும்பவில்லை... ஒருபோதும் நான் அதை அனுமதிக்கப்போவதில்லை” என்றாள்.

பீஷ்மர் பெருமூச்சுடன் அவளே முடிக்கட்டும் என்று கைகோத்து காத்திருந்தார். “தேவவிரதா, ஷத்ரியர்கள் என்பவர்கள் யார்? நாட்டைவென்று ஆள்கின்றவன் எவனோ அவன் ஷத்ரியன். பல்லாயிரமாண்டுகளுக்கு முன்பு இந்நிலமெல்லாம் காடாக இருந்தபோது இங்கு ஒலித்த ரிஷிகளின் வேதங்களால் இவை ஊர்களாக மாறின. இங்கே அரசுகள் உருவாகி வந்தன. தொல்குடிவேடர்களும் ஆயர்களும் அரசர்களானார்கள். இங்குள்ள அத்தனை ஷத்ரியர்களும் அவ்வாறு உருவாகி வந்தவர்கள்தான். ஆனால் இன்று அவர்கள் தங்களை தூயகுருதியினர் என்று நம்புகிறார்கள். பிறதொல்குடிகளில் இருந்து உருவாகிவரும் புதிய ஆட்சியாளர்களை எல்லாம் படைகொண்டு சென்று அழிக்கிறார்கள். அதற்காக ஒருங்கிணைகிறார்கள். அதற்குக் காரணமாக ஷத்ரியர்கள் அல்லாத எவரும் அரசாளலாகாது என்று நெறிநூல்விதி உள்ளது என்கிறார்கள்.”

“அவை அவர்கள் நாடுகளை உருவாக்கிக் கொள்வதற்கு அமைத்துக்கொண்ட நூல்கள்” என்றார் பீஷ்மர். “ஆம்... கடல்சேர்ப்பர்களும் மச்ச மன்னர்களும் வேடர்தலைவர்களும் நாகர்குடிவேந்தர்களும் இன்று ஷத்ரியர்களால் அழிக்கப்படுகிறார்கள். ஆனால் கங்கையின் ஜனபதத்துக்கு வெளியே புதிய அரசுகள் உருவாகி வருகின்றன. கூர்ஜரம் வணிக வல்லமைகொண்டு வருகிறது. யமுனைக்கரையில் யாதவர்களின் அரசுகள் உருவாகின்றன. கங்கைக்கரையில் மகதம் வல்லமைகொள்கிறது. தெற்கே மாளவர்களும் தட்சிணத்தில் சதகர்ணிகளும் விரிந்துகொண்டிருக்கிறார்கள். அப்பால் திருவிடத்திலும் தமிழ்நிலத்திலும் பேரரசுகள் எழுந்துவிட்டன. சூத்திரர்களிடமிருந்து புதிய அரசகுலங்கள் பிறந்து வரவேண்டும். இல்லையேல் பாரதவர்ஷம் வளரமுடியாது... அதற்கு ஷத்ரியசக்தி கட்டுப்படுத்தப்பட்டாகவேண்டும்.”

பீஷ்மர் தலையை அசைத்தார். “மாமன்னர் சந்தனு கங்கர்குலத்திலிருந்து உன்னை கொண்டுவந்தபோதே ஷத்ரியர்கள் அமைதியிழந்துவிட்டனர்.

என்னை அவர் மணந்து அரியணையையும் அளித்தபோது நமக்கெதிராக அவர்களனைவரும் திரண்டுவிட்டனர். அஸ்தினபுரம் முற்றுகையிடப்பட்டிருக்கிறது இன்று. அதற்குக்காரணம் நம் குருதி... அவர்கள் நாம் இங்கே குலநீட்சிகொள்ளலாகாது என நினைக்கிறார்கள். அதை நான் ஒருபோதும் அனுமதிக்கமுடியாது. இந்தக்குலம் வாழவேண்டும். இதில் சத்யவதியின் மச்சகுலத்துக் குருதி இன்னும் பல தலைமுறைகளுக்கு இந்த அரியணையில் இருந்து ஆளவேண்டும். அவர்களின் பிள்ளைகள் தங்கள் வாள்வல்லமையால் ஷத்ரியகுலத்தில் மணம்கொள்ளவேண்டும்...”

பெருமூச்சுடன் சத்யவதி உணர்ச்சிகளை அடக்கிக்கொண்டாள். “நான் இவ்வரியணையில் அமர்ந்தது அடையாளமின்றி அழிந்துவிடுவதற்காக அல்ல தேவவிரதா. உன் தந்தை என்னை மணம்கொள்ள வந்தபோது அவரிடம் நான் அரசியாகவேண்டுமென்ற ஆணையை என் தந்தை கோரிப்பெறுவதற்குக் காரணம் நானே. மும்மூர்த்திகளும் எதிர்த்தாலும் என்னை விடமாட்டேன் என்று அவர் சொன்னார். அப்போதே அம்முடிவை எடுத்துவிட்டேன். என் தந்தையிடம் அந்த உறுதியைப் பெறும்படி சொன்னேன். எளிய மச்சர்குலத்தலைவரான அவர் மாமன்னர் சந்தனுவிடம் உறுதிகோர அஞ்சினார்... நான் அவருக்கு ஆணையிட்டேன்.”

“தெரியும்” என்றார் பீஷ்மர். “நீ அதை ஊகித்திருப்பாய் என நானும் அறிவேன்” என்றாள் சத்யவதி. “ஆனால் நான் அந்த உறுதியைப்பெறும்போது உன்னை கங்கர்குலத்துச் சிறுவனாக மட்டுமே அறிந்திருந்தேன். அன்று என்குலம் என் குருதி என்று மட்டுமே எண்ணினேன். என் குழந்தைகள் பிறந்தபின்னர் என் குலம் என்று மட்டுமே என்னால் சிந்திக்கமுடிந்தது...” அவரை நோக்கி “என்னை எவரும் சுயநலமி என்று சொல்லலாம். ஆனால் மண்ணில் எந்த அன்னையும் சுயநலமி மட்டுமே” என்றாள்.

“அன்னையே, தாயாக நீங்கள் கொள்ளும் உணர்வுகளை நானறியேன். ஆனால் சக்ரவர்த்தினியாக நீங்கள் எண்ணுவதை ஒவ்வொரு சொல்லாக நான் புரிந்துகொள்கிறேன். நீங்கள் சுயநலம்கொண்ட எளிய பெண்ணல்ல. இந்த பாரதவர்ஷத்தின் விதியை சமைக்கப்போகும் பேரரசி. நீங்கள் கனவு காண்பது உங்கள் நலனையோ உங்கள் குலத்தையோ அல்ல, பாரதவர்ஷத்தை. நீங்கள் ஆயிரம் வருடங்களை முன்னோக்கிச் சென்று பார்க்கும் கண்கள் கொண்டவர். அந்தக்கனவுதான் உங்களை முன்கொண்டுசெல்கிறது. உங்கள் விழிகளில் பிறிதனைத்தையும் சின்னஞ் சிறியனவாக ஆக்குகிறது” என்றார் பீஷ்மர். “அதை நான் அன்றே அறிந்தேன். உங்கள் கைகளின் ஆயுதமாக இருப்பதே என் கடமை என்றும் உணந்தேன்.”

“நான் உனக்கு கடன்பட்டிருக்கிறேன் தேவவிரதா” என்றாள் சத்யவதி. “என் திட்டத்தைச் சொல்லவே நான் உன்னை அழைத்தேன். வரும் முழுநிலவுநாள்வரை அவனை வைத்திருப்போம். அதற்குள் இவ்விரு இளவரசிகளும் கருவுற்றார்களென்றால் மருத்துவர்களைக் கொண்டு அதை அறிவிக்கச் செய்வோம். அதன்பின் விசித்திரவீரியனின் வான்நுழைவை முறைப்படி அறிவிப்போம்” என்றாள்.

சிலகணங்களுக்குப் பின்னர்தான் பீஷ்மர் அச்சொற்களை புரிந்து கொண்டார். திடுக்கிட்டு எழுந்து “அன்னையே தாங்கள் சொல்வது எனக்குப்புரியவில்லை” என்றார். “ஆம், அவர்கள் வயிற்றில் குருகுலத்தின் தோன்றல்கள் கருவுறவேண்டும்...” என்றாள். “அதற்கு?” என்றார் பீஷ்மர் சொல்லிழந்த மனத்துடன். “தேவவிரதா, சந்தனுவின் குருதியில் பிறந்த நீ இருக்கிறாய்.”

“அன்னையே” என்று கூவியபடி பீஷ்மர் முன்னால் வந்து சத்யவதியை மிக நெருங்கி அந்த நெருக்கத்தில் அவளைப்பார்த்த திகைப்பில் பின்னகர்ந்தார். “என்ன சொல்கிறீர்கள்? சொற்களை சிந்தனை செய்துதான் சொல்கிறீர்களா?” என்றார். தன்குரலை அவரே வேறெவரோ பேசுவதுபோல கேட்டார். சத்யவதி “வேறுவழியில்லை தேவவிரதா. நான் அனைத்து நெறிநூல்களையும் பார்த்துவிட்டேன். எல்லாமே இதை அனுமதிக்கின்றன...” என்றாள்.

“அன்னையே, என்னை மன்னிக்கவேண்டும். இன்னொருமுறை நீங்கள் இதை சொன்னீர்கள் என்றால் இங்கேயே என் கழுத்தை அறுத்து உயிர்விடுவேன்” என்றார் பீஷ்மர். “தேவவிரதா இது உன் தந்தை...” என்று சத்யவதி ஆரம்பித்ததும் பீஷ்மர் தன் வாளை உருவ கையைக்கொண்டு சென்றார். சத்யவதி அவர் கையை பற்றினாள். “வேண்டாம் தேவவிரதா...” என்றாள். “என்னை மன்னித்துவிடு... வேறுவழியே இல்லாமல்தான் நான் இதை உன்னிடம் சொன்னேன்.”

பீஷ்மர் நடுங்கிய கைகளை விலக்கி நெஞ்சில் வைத்தார். சத்யவதி “வேறு ஒருவன் மட்டும்தான் இருக்கிறான் தேவவிரதா. அவன் சந்தனுவின் குருதியல்ல, என் குருதி” என்றாள். பீஷ்மர் புரியாமல் அவளை பார்த்துக்கொண்டு நின்றார். “அவன் இங்கு வந்தானென்றால் இக்குலம் வாழும்... அதை நாம் குருகுலமென வெளியே சொல்லுவோம். அனைத்து நூல்நெறிகளின்படியும் அது குருகுலம்தான். ஆனால் உண்மையில் அது என் குலமாகவே இருக்கும்.”

“நீங்கள் யாரை சொல்கிறீர்கள் பேரரசி?” என்றார் பீஷ்மர். “உன் தமையன்... வியாசவனத்துக்குச் சென்று அவன் சொல்லை கேட்டுத்தானே நீ காசிமகளிரை கைப்பற்றச் சென்றாய்?” என்றாள் சத்யவதி. பீஷ்மர்

அனைத்து ஆற்றல்களையும் இழந்தவர் போல கால்கள் தளர்ந்து தன் இருக்கையில் அமர்ந்துகொண்டார்.

சத்யவதி "அவன் முனிவன். ஆனால் பிரம்மசரிய விரதமுடையவனல்ல. அவனுடையது கவிஞர்களுக்குரிய அன்புநெறி. முன்னரே அவனுக்கு குழந்தை பிறந்திருக்கிறது..." என்றாள். "அவன் கற்றறிந்த சான்றோன். என் குலம் அவன் வழியாக முளைத்து இந்த பாரதவர்ஷத்தை ஆளுமென்றால் அதைவிட மேலானதாக ஏதுமிருக்கப்போவதில்லை."

"ஆனால் இன்று அவர் என்னைவிட மூத்தவர்" என்றார் பீஷ்மர். சத்யவதி "யோகவீரியமுள்ள முனிவனுக்கு வயது ஒரு தடையே அல்ல. அவன் வந்தால் எல்லா இக்கட்டுகளும் முடிந்துவிடும். அஸ்தினபுரியின் அரசமரபு தொடரும்... தேவவிரதா இது ஒன்றுதான் வழி..."

பீஷ்மர் "அதை எப்படி அவர் ஏற்றுக்கொள்வார்?" என்று தனக்குத் தானே சொல்லிக்கொள்வதுபோல சொன்னார். சத்யவதி "நீ ஏற்றுக் கொள்ளச்செய். அவனுக்கு உன்மேல் மட்டும்தான் பற்று இருக்கிறது. உன் சொற்களை மட்டும்தான் அவன் பொருட்படுத்துவான்... நீ என் ஆணையை மறுத்தாய். ஆகவே நீ இதை செய்தே ஆகவேண்டும்... இரண்டில் ஒன்றை தேர்வுசெய்" என்றாள்.

பீஷ்மர் "அன்னையே என்னால் எதையுமே சிந்திக்க முடியவில்லை. உங்கள் சொற்கள் என்னை சூழ்ந்துகொண்டிருக்கின்றன" என்றார். சத்யவதி "தேவவிரதா, அவனிடம் சொல். காசிநாட்டுப் பெண்களைக் கொண்டுவர அனுமதியளித்தவனே அவன் அல்லவா? அப்படியென்றால் அவனுக்கு இப்பெண்களின் வாழ்க்கையில் பொறுப்பில்லையா? அந்த வினாவுக்குமுன் அவன் பதிலிழந்துவிடுவான்" என்றாள். பீஷ்மர் அவளுடைய முகத்தை சொற்களற்ற மனதுடன் ஏறிட்டுப்பார்த்தார்.

சத்யவதி எங்கோ நின்று பேசினாள். "அவன் அவர்களை தாயாக்கினால் அவர்கள் வயிற்றில் அஸ்தினபுரியின் அரசகுலம் பிறக்கும். அவர்களின் வாழ்க்கைக்கு ஒரு பொருள் உருவாகும். அரசியராக அவர்கள் இந்த மண்ணை ஆளமுடியும். இல்லையேல் அவர்களுக்கிருப்பது என்ன? இருண்ட அந்தப்புர அறைகளில் வாழ்நாளெல்லாம் விதவை வாழ்க்கை. அல்லது உடன்சிதையேற்றம்... உயிருடன் எரிவது அல்லது எரிந்து உயிர்வாழ்வது... அவன் கருணைகொண்டானென்றால் அவர்களை வாழச்செய்ய முடியும். இந்த நாட்டையும் இதன் குடிகளையும் வாழச்செய்ய முடியும்."

பீஷ்மர் அச்சொற்கள் அனைத்தும் கனத்த கற்களாக வந்து தனக்குள் அடுக்கப்பட்டு சுவர்போலெழுவதை பிரமிப்புடன் பார்த்துக் கொண்டிருந்தார். எத்தனை தெளிவு எவ்வளவு துல்லியம் என அவர் அகம் மலைத்தது.

“அவனைக் கொண்டுவருவது உன் பொறுப்பு... நீ செய்தேயாகவேண்டிய கடமை. இது என் ஆணை! ஆகவே மண்மறைந்து விண்ணேகிய உன் தந்தையின் ஆணை!” என்றாள் சத்யவதி. பீஷ்மர் பேசாமல் நின்றார். “எனக்கு வாக்களி... அவனை அழைத்துவருவேன் என” என்று அவள் சொன்னாள். “வாக்களிக்கிறேன் அன்னையே” என்றார் பீஷ்மர். அக்கணமே அவருக்கு சொற்கள் தவறிவிட்டன என்று புரிந்தது. வியாசரை அழைக்கிறேன் என்பதற்கு பதில் கொண்டுவருகிறேன் என அவரை சொல்லவைத்துவிட்டாள்.

உடல் கற்சிற்பம் போல கனத்து கால்களில் அழுந்த மெல்ல நடந்து வெளியே வந்து வெயில் பொழிந்துகிடந்த முற்றத்தை அடைந்தபோது பீஷ்மர் திடீரென்று புன்னகை செய்தார். அவர் உள்ளே நுழைவதற்கு முன்னரே சத்யவதி வியாசரை அழைப்பதற்கான திட்டத்தை முழுமைசெய்துவிட்டிருந்தாள் என அவர் உணர்ந்தார்.

3

வியாசவனத்தின் தெற்குமூலையில் சித்ரகர்ணி கண்களும் சித்தமும் மட்டும் உயிருடனிருக்க இறந்துகொண்டிருந்தது. அதன் உறுமல்கள் அதன் வயிற்றுக்குள் ஒலிக்க, மனதுக்குள் மூடுண்ட அறைக்குள் சிக்கிக்கொண்ட வௌவால் போல சித்தம் பரிதவித்துக்கொண்டிருந்தது. அதன் பின்னங்கால்களை கழுதைப்புலிகள் நான்கு கடித்து இழுத்து தின்றுகொண்டிருந்தன. வெள்ளை எலும்புகள் நடுவே உயிருடனிருந்த தசைநார் புழுப்போல அதிர்ந்து அதிர்ந்து துடிக்க அந்தக்கால் மட்டும் இழுத்து இழுத்து அசைந்தது. சித்ரகர்ணி குப்புறவிழுந்திருந்ததனால் கழுதைப்புலிகள் அதன் அடிவயிற்றையோ இதயத்தையோ கிழிக்க முடியவில்லை.

குஹ்யஜாதை என்ற கழுதைப்புலி தன் நான்கு குட்டிகளுடன் வந்திருந்தது. கழுதைப்புலிகளை அழைத்துவந்தது அதுதான். ஏழுநாட்களாக அது உணவேதும் உண்டிருக்கவில்லை. குட்டிகளுக்கு மூன்றுநாட்களுக்கு முன்னரே பால் தீர்ந்துவிட்டிருந்தது. குட்டிகளை பாறைப்பொந்துக்குள் விட்டுவிட்டு பெரிய முன்னங்கால்களை வேகமாக தூக்கிவைத்து பசித்துத் திறந்த வாயை முன்னால் நீட்டி பெரிய செவிகளைக் கூர்ந்து அது காட்டுக்குள் தாவித்தாவி ஓடியது. ஒரு சிற்றோடையைத் தாண்டியபோது குஹ்யஜாதை குருதியின் வாசனையைக் கண்டுகொண்டது. மெல்ல காலடி எடுத்துவைத்து புதர்கள் வழியாக வந்தபோது சிம்மத்தின் அலறலையும் புலிகளின் உறுமல்களையும் கேட்டது.

புதர்களுக்குள் இருந்து எட்டிப்பார்த்த குஹ்யஜாதை செம்புல்பரவிய குன்றுபோன்ற பெரிய சிம்மத்தை இரு சிறுத்தைகள் தாக்குவதைக் கண்டது. நாக்கை வாய்க்குள் துழாவியபடி பின்னங்கால்களில் அமர்ந்து கூர்ந்து நோக்கத் தொடங்கியது. சிம்மம் இருபக்கமும் சுழன்று சுழன்று

சிறுத்தைகளை தன் பெரிய கைகளால் அடிக்க முயன்றது. வாய்திறந்து வெண்பற்களைக் காட்டிச் சீறியும் பின்னங்கால்களில் அமர்ந்து சீறி காலோங்கியும் சிறுத்தைகள் போர்புரிந்தன. பின்னர் ஒரு சிறுத்தை சிம்மத்தின் வலப்பக்கம் பார்வையில்லை என்பதை கண்டுகொண்டது. புதர்களுக்குள் நான்குகால்களையும் நிலத்தில் பதித்து பதுங்கி மெல்ல ஊர்ந்து சென்ற அது உரத்த ஒலியுடன் பாய்ந்து சிம்மத்தின் கழுத்தை கவ்விக்கொண்டது. சிம்மம் அதை உதறமுயன்று பெருங்குரலெழுப்பி சுழல சிறுத்தை பிடியை விடாமல் காற்றில் சுற்றியது.

இரண்டாவது சிறுத்தை உறுமியபடி சிம்மத்தை நெருங்கியதும் அது இடக்கையால் ஓங்கி அறைந்தது. சிறுத்தைப்புலி தெறித்து புல்லில் விழுந்து எழுந்தோடியது. கடித்துத் தொங்கிய சிறுத்தை தன் பிடியை விடவேயில்லை. பலமுறை சுழன்றபின் சிம்மம் தன் ஆற்றலை இழந்து கால்கள் தள்ளாடி பக்கவாட்டில் சரிந்தது. உடனே கவ்வலை விட்டுவிட்டு சிறுத்தை பாய்ந்து மறுபக்கம் ஓடி காட்டுக்குள் சென்றது. சிம்மம் பலமுறை எழமுயன்றது. உரத்த குரலில் கர்ஜித்தபடி கால்களால் நிலத்தை பிராண்டியது. எழுந்து சில அடிகள் வைத்து மீண்டும் விழுந்தது. மீண்டும் எழுந்து மேலும் சில அடிகள் வைத்து கீழே விழுந்தது.

குஹ்யஜாதை அடிமேல் அடிவைத்து அதை அணுகியது. சிம்மம் மயக்கத்தில் சற்று உறுமியபோது அஞ்சிப்பின்னடைந்து மீண்டும் நெருங்கி விடைத்த காதுகளும் கூரியநாசியுமாக அருகே சென்றது. சிம்மம் கால்களை ஒருமுறை உதைத்துக்கொண்டபோது ஓடி புதரை அடைந்தபின் மீண்டும் வந்தது. மெல்லிய மூச்சொலியுடன் காற்றில் உலைந்த பிடரிமயிருடன் கழுத்தில் குருதி வழிந்து முன்தொடைமேல் வடிய சிம்மம் கிடந்தது. குஹ்யஜாதை அருகே சென்று மெல்லிய நாக்கை நீட்டி அந்தக் குருதியை நக்கியது. அதற்குள் இருந்த அதுவே அறியாத ஒன்று எழுந்து அதன் உடலெங்கும் மயிர்கூச்செறிவாக வெளிப்பட்டது. பின்னங்கால்களில் அமர்ந்து வாயை மேலே தூக்கி உரத்தபெண்குரல் சிரிப்பு போல ஒலியெழுப்பத் தொடங்கியது.

அதைக்கேட்டு நான்குபக்கமும் புதர்களிலிருந்து பல கழுதைப்புலிகள் எம்பி எம்பி குதிப்பவைபோல ஓடிவந்தன. முதல் கழுதைப்புலி வந்தவேகத்திலேயே சிம்மத்தின் வாலை கவ்வியது. அந்தவலியில் விழித்துக்கொண்ட சிம்மம் திரும்ப முயல அத்தனை கழுதைப்புலிகளும் ஒரேசமயம் அதை கவ்விக்கொண்டன. அனைத்தையும் தூக்கியபடி சிம்மம் எழுந்து நின்று உதறிக்கொண்டு நிலையழிந்து பக்கவாட்டில் விழுந்தது. குஹ்யஜாதை அந்தக் குருதிவழிந்த புண்ணை ஆழமாகக் கடித்து சதையைப் பிய்த்து எடுத்து உண்டது. குருதியை ஏற்று அதற்குள் வாழ்ந்த தேவன் 'வாழ்க!' என்றான்.

மேலும் நான்குமுறை கடித்து உண்டபின் குஹ்யஜாதை ஓடிச்சென்று அருகே இருந்த சிறிய பாறைமேல் ஏறி நின்று தன் குழந்தைகளை அழைத்தது. குழந்தைகளில் மிக புத்திசாலியும் துடிப்பானதுமான மூன்றாவது மகன் குஹ்யசிரேயஸை பெயர்சொல்லி அழைத்தது. சிலகணங்களுக்குப்பின் புதர்வெளிக்கு அப்பால் பாறை உச்சியில் ஏறி நின்ற குஹ்யசிரேயஸ் அன்னையின் குரலுக்கு எதிர்க்குரல் கொடுத்தது.

புதர்களிலிருந்து விரிந்த காதுகளும் சிறிய கருமணிமூக்குகளும் மெல்லிய ரோமத்திரள்களுமாக ஓடிவந்த நான்கு குட்டிகளைக் கண்டு குஹ்யஜாதை பரவசத்துடன் எம்பி எம்பிக்குதித்தது. ஓடிச்சென்று அவற்றை வாயால் நீவியும் முகர்ந்தும் களித்தது. பின் ஒலியெழுப்பியபடி அவற்றை சிம்மத்தை நோக்கி கூட்டிச்சென்றது. அதை எதிர்த்து வந்த மூத்த ஆண் கழுதைப்புலி ஒன்று சீறி பற்களைக்காட்டியபோது பின்னங்கால்களில் மெல்ல அமர்ந்து கண்களில் அனலுடன் மிக மிக மெல்ல உறுமியது குஹ்யஜாதை. அதைக்கேட்டதும் அங்கே சிம்மத்தைச் சூழ்ந்திருந்த அத்தனை கழுதைப்புலிகளும் காதுகளை விடைத்து அமைதியடைந்தன. முன்னால் நின்ற ஆண்கழுதைப்புலி மெல்ல பின்னடைந்து பின்பு விலகி ஓடியது.

நிமிர்ந்த தலையுடன் தன்குழந்தைகளை அழைத்துக்கொண்டு குஹ்யஜாதை சிம்மத்தின் அருகே வந்தது. குட்டிகள் அனைத்தும் பாய்ந்து சென்று சிம்மத்தை பல இடங்களிலாக கடித்து பிய்க்க ஆரம்பித்தன. குஹ்யசிரேயஸ் தன்னுடைய சிறிய கூழாங்கற்கண்களினால் அன்னையைப்பார்த்தது. “மகனே, நீ முழு ஆயுளுடனும் இரு. இதோ இது உன் முதல்பெரும் வேட்டை. இந்த மிருகத்தின் இதயத்தை நீ உண்பாயாக. இனிமேல் உன் வாழ்நாளெல்லாம் இதயத்தை மட்டுமே உண்பவனாக இருப்பாயாக!” என்று குஹ்யஜாதை மகனை வாழ்த்தியது. குஹ்யசிரேயஸின் மெல்லிய சாம்பல்நிற மயிர் பரவிய சிறிய தலையின் இனிய வாசனையை முகர்ந்து காதுகளை விடைத்து ஒலியெழுப்பியது. குஹ்யசிரேயஸ் முன்னால் பாய்ந்து சென்று சிம்மத்தின் அடிவயிற்றைக் கவ்வியது.

சிம்மம் வலியில் எழுந்து நின்றுவிட்டது. அத்தனை கழுதைப்புலிகளும் சிதறி தப்பி ஓடின. குஹ்யஜாதையின் மூன்று குட்டிகளும் சிம்மத்தின் மீதிருந்து கீழே விழுந்து புல்லில் அடிவயிறுகாட்டி புரண்டு எழுந்தன. ஆனால் சிம்மத்தின் உடலில் ஓர் உறுப்பு போல குஹ்யசிரேயஸ் கடித்ததை விடாமல் தொங்கிக்கிடந்தது. சிம்மம் முன்னால் ஓடிச்சென்று முகம் தரையில் மோத விழுந்து எலும்பு மட்டுமேயாகிப்போன பின்னங்கால்களையும் கிழிந்து தொங்கிய பிட்டத்தையும் துடிக்கச்செய்தபடி கடைசி உயிர்விசையால் அலறியது.

சிம்மக்குரல் கேட்டு புதர்களுக்கு அப்பால் ஒரு கல்லாலமரத்தடியில் தனித்திருந்த வியாசர் எழுந்து ஓடிவந்தார். 'ஆ! ஆ!' என அலறியபடி ஓடிவந்தவர் சிம்மம் ஒன்றை கழுதைப்புலியின் கையளவு சிறிய குட்டி ஒன்று கவ்வி உண்பதை கண்டார். திகைத்து நின்ற அவரிடம் பிடிவிட்டு எழுந்த குஹ்யசிரேயஸ் "ஏன் வியப்படைகிறீர் வியாசரே? ஷத்ரியர்களை நீர் முன்னரே கண்டதில்லையா?" என்றது. "நான் என்குலத்தை வாழச்செய்யப் பிறந்தவன்... தலைமுறைகள் தோறும் எல்லா குலங்களிலும் பேருயிர்களாகிய நாங்கள் பிறந்துகொண்டே இருக்கிறோம். ஈயிலும் எறும்பிலும் கிருமியிலும்கூட."

சித்ரகர்ணி தன் கண்களை மட்டும் விழித்து வியாசரைப் பார்த்தது. "அத்துடன் நாங்கள் எப்போதுமே கொன்று உண்ணவும் படுகிறோம். அழிவின்வழியாகவே ஆக்கத்துக்கு வழிவகுக்கிறோம்" என்றது. "உன் மனக்குழப்பத்தைக் கண்டு நீ கற்ற சொற்களெல்லாம் சிரிக்கின்றன வியாசா" என்றபடி குஹ்யஜாதை அருகே நெருங்கி வந்தது. "என் பணி இவனைப் பெற்று ஊட்டி உலகளிப்பதேயாகும். இவனை உருவாக்குவதற்காகவே நான் இப்போது என் குலத்திலேயே பேராற்றல் கொண்டவளாகிறேன்... இவனை வளர்க்கும்பொருட்டு நான் இவ்வனத்தை ஆள்கிறேன்."

"உன்பெயர் சித்ரகர்ணி என்று அறிகிறேன்" என்றார் வியாசர். "பிறவிகளின் தொடரில் கடைசிக்கடனை இதோ செலுத்திக்கொண்டிருக்கிறாய்." சிரித்தபடி துள்ளிக்குதித்த குஹ்யசிரேயஸ் "என் கடனை நான் ஈட்டிக்கொண்டிருக்கிறேன்" என்றது. குஹ்யஜாதை "நான் அழிவற்ற நிலம் போன்றவள். அனைத்தையும் தாங்குபவள். என்னில் முளைகளெழுந்து கிளைவிடுவனவெல்லாம் என்னில் மடிந்து அமையும் வரை காத்திருப்பவள்" என்றது.

"ஆம், அன்னையே" என்றார் வியாசர். "நான் என் அன்னயையே அறியாமல் வளர்ந்தவன்." குஹ்யஜாதை "அன்னையை அறியும் கணம் வாய்க்காத மைந்தர் எவரும் மண்ணில் இல்லை" என்றது. வியாசர் புன்னகைசெய்து "ஆம், தாய்மையை அறியும் கணமொன்று எனக்கும் வாய்த்திருக்கிறது" என்றார். குஹ்யஜாதை முன்னால் வந்து முகத்தை நீட்டி "அதனால் நீ ஞானம் அடைந்தவனானாய்" என்றது. குஹ்யசிரேயஸ் மெல்ல முன்னால் வந்து தன் கழுத்தின் பிசிர்மயிரைக் குலைத்தபடி "எப்படி?" என்று கேட்டது. சித்ரகர்ணி தன் காதுகளை மெல்லக் குவித்து கேட்க சித்தமானது.

"ஏழுவயதில் நான் என் தந்தையைப்பற்றி விசாரித்து அறிந்து அவரிடம் சென்றேன். பீதவனத்தில் அவரது நூறு மாணவர்களில் ஒருவனாக என்னையும் சேர்த்துக்கொண்டார்" என்றார் வியாசர். பிற கழுதைப்புலிகளும் வந்து அமர்ந்து கதைகேட்கத் தொடங்கின.

தந்தையின் பாதங்களில் அமர்ந்து வேதவேதாங்கங்களை கற்றேன். ஆனால் என்னை என் தோழர்கள் புறக்கணித்தனர். மீனவச்சிறுவனாகவே நான் நடத்தப்பட்டேன். ஒவ்வொருநாளும் முழுமையான தனிமையிலேயே வாழ்ந்தேன். கங்கையில் நீரில்குதித்து நூறுமுறை இருகரையும் தொட்டு நீராடுவது மட்டுமே எனக்கு இன்பமளிப்பதாக இருந்தது. கங்கையில் ஒருமுறைகூட நீர்கடக்கமுடியாத என் தோழர்கள் அதனாலேயே என்னை மீன்குஞ்சு என்று இழித்துரைப்பதை நான் அறிந்திருந்தேன்.

அன்றொருநாள் நீராடி கரைசேர்ந்தபோது கரையில் அரசமரத்தடியில் நின்றிருந்த ஒரு பெண் என்னைப்பார்த்தாள். அரசஉடையும் மணி முடியும் அணிகளும் அணிந்து அருகே சேடியுடன் இருந்த அவளை அஸ்தினபுரியின் பேரரசி என்று அறிந்தேன். அருகே சென்று வணங்கினேன். என்னை வாழ்த்திவிட்டு சேடியை விலகும்படி ஆணையிட்டாள். குனிந்து என்னிடம் நடுங்கும் குரலும் ஆவல் நிறைந்த கண்களுமாக நான் கங்கையில் எத்தனைமுறை நீர்கடந்தேன் என்று கேட்டாள். நூறு முறை என்று சொன்னதும் நான் எதிர்பாராதபடி குனிந்து என் தலையை முகர்ந்தாள்.

என்னை எவரும் தொட்டதில்லை. ஞானயோகியான என் தந்தை எவரையுமே தொடுவதில்லை. சாலைமாணாக்கர்கள் என்னைத் தீண்டு வதை தவிர்த்தனர். தொடுகையினால் அதிர்ந்து பின்னடைந்த நான் "தொடாதே... நீ இல்லறத்துப்பெண். நான் பிரம்மசாரி" என்றேன். "குழந்தை உன் பெயர் கிருஷ்ணதுவைபாயனன். நான் உன் அன்னை" என்றாள். நான் குழப்பத்துடன் "இல்லை, நான் ஒரு பித்திக்குப் பிறந்தவன்..." என்றேன். "ஆம், அது நானே. நீ பிறக்கும்போது நான் பித்தியாக இருந்தேன். இன்று அஸ்தினபுரியின் அரசியாக இருக்கிறேன்" என்றாள்.

நான் சினத்துடன் "பாம்புதான் குழவிகளை கைவிட்டுச் செல்லும். மானுடப்பெண் அதை செய்யமாட்டாள். நீ பாம்புக்கு நிகரானவள். விலகிச்செல்" என்றேன். "மகனே, நான் பித்தியாக இருந்தபோது எனக்கொரு குழந்தை பிறந்தது என்று அறிவேன். அக்குழந்தை யாரென்றும் அதன் தந்தை யாரென்றும் எனக்குத்தெரியாது. உன் உடலின் வாசனையைக் கொண்டே நீ என் மகன் என்று சொல்கிறேன்" என்றாள்.

கடும்சினத்துடன் "நீ உன் உடலின் நீங்காத காமவாசனையை எனக்களித்தாய். என் ஞானத்தின்மீது அந்த மாமிசநெடி பரவியிருக்கிறது. வேதங்களனைத்தையும் கற்றிருந்தாலும் என்னால் ஞானத்தில் நிலைகொள்ள முடியவில்லை. அது நீ எனக்களித்த சாபம். என்னைப் பெறுவதற்கு நீ தகுதியானவளல்ல. உன் வயிற்றில் பிறந்ததனால் நானும் கரையேற முடியாதவனானேன். நீ விழுந்து நீந்தும் சேற்றிலேயே என்றுமிருக்கும் தீயூழ் என்னைச்சேர்ந்தது" என்றேன்.

அவள் "தாய் ஒரு நிலம்... என்னில் விழுந்ததை முளைக்கவைப்பதே என் கடன். அது வாழ்வதற்காக நான் என்னில் இறப்பவற்றை எல்லாம் உண்பேன். என் அனல் அனைத்தையும் அளிப்பேன்" என்றாள். "தாய்மையை எந்தப் பாவமும் சென்று சேராது என்கின்றன நூல்கள்" என்று சொன்ன அவளை நோக்கி சீறியபடி கங்கையில் ஒரு கைப்பிடி அள்ளி மேலே தூக்கி "என் தவமும் ஞானமும் உண்மை என்றால் நீ இப்போதே மீண்டும் யமுனையில் மீனாக மாறு" என்று தீச்சொல் விடுத்தேன். ஆனால் அவள் புன்னகையுடன் அங்கேயே என்னை நோக்கியபடி நின்றிருந்தாள். மீண்டும் மும்முறை வேதமோதியபடி அவளை தீச்சொல்லால் சுட்டேன். அவள்முகத்தின் கனிந்த புன்னகை விலகவில்லை.

அழுதபடி நான் ஓடிச்சென்று என் குருவின் காலடியில் வீழ்ந்தேன். "கற்றவேதமெல்லாம் எனக்கு பயனளிக்காதா, என்குல இழிவு என்னை விட்டு நீங்காதா?" என்றேன். "மைந்தா, நீ ஞானத்தின் முடிவில்லா வல்லமையை அறியாமல் பேசுகிறாய். மண்ணுலகில் ஒவ்வொரு உயிருக்கும் ஞானம் கடமையாக்கப்பட்டுள்ளது. புள்ளும் புழுவும் பூச்சியும் கிருமியும்கூட ஞானத்தையே உண்டு வாழ்கின்றன என்று அறிக. ஞானத்தால் முழுமைபெற்ற ரிஷிகளின் பிறப்புகள் அறியப்படாதவையே. ரிஷ்யசிருங்கர் மானின் மைந்தர் எனப்படுகிறார். கண்வர் மயிலுக்கும் சோமஸ்ரவஸ் நாகத்துக்கும் பிறந்தவர் என்கிறார்கள் சூதர்கள். வசிட்டரும் அகத்தியரும் ஊர்வசியின் மைந்தர்கள். ஞானமே அவர்களை முனிவர்களாக்கியது. பிறப்பு ஒரு தொடக்கம் மட்டுமே."

நான் அழுதுகொண்டே நின்றேன். "உன் பிறப்புக்கு என்ன காரணமென்று நீ என்றோ ஒருநாள் அறிவாய். அன்று உன்னை கருவிலேற்றிய அன்னைக்குள் வாழும் பெருநெறியை வணங்குவாய். அதுவே உன் ஞானம் தொடங்கும் கணமாகவும் அமையும்" என்றார் என் தந்தை.

ஆறுவருடங்களுக்குப்பின் அவருடன் நூறு சீடர்கள் சூழ கைலாய மலைச்சரிவில் இருந்த சதசிருங்கம் என்னும் காட்டுக்குச் சென்றேன். அங்கே பாரதவர்ஷமெங்கும் இருந்து வேதமுனிவர்கள் கூடியிருந்தனர். வேதவேதாங்கங்களை முறையாகத் தொகுப்பதற்கான முயற்சி தொடங்கி முந்நூறாண்டுகள் தாண்டியிருந்தது. ஒவ்வொரு பன்னிரண்டு ஆண்டுகளுக்கும் ஒருமுறை தொகுத்தவற்றைப்பற்றி விவாதித்துப் பொருள்கொண்டு முறைப்படுத்துவதற்கான ஞான அவை அது.

முதுமுனிவர்கள் கூடியிருந்து வேதத்தை ஆராய்ந்த அந்த அவையில் ரிஷி மைத்ராவருணி வசிஷ்டர் அழியாநீர்களை நோக்கிச் சொன்ன ரிக்வேத மந்திரம் ஒன்று பாடப்பட்டது என்றார் வியாசர். தன் மெல்லியகுரலால் அதைப்பாடினார்.

கடலை தலைவனாகக் கொண்ட நீர்கள்
விண்ணகத்தின் மையத்திலிருந்து வருகின்றன
அனைத்தையும் தூய்மையாக்கி
அழியாதொழுகுகின்றன
விண்ணிலிருப்பவை, மண்ணில் பாய்பவை
வழிகளில் ஓடுபவை, ஊற்றெடுப்பவை
கடலை நாடுபவை
தூய்மையானவை, தூய்மை செய்பவை
அந்த நீர்களெல்லாம்
என்னை காத்தருள்க!
விண்ணகம் நடுவே வீற்றிருக்கும் வருணன்
மெய்யும் பொய்யும் அறிந்தவன்
அந்நீர்கள் இனிதாகப் பொழிகின்றன
தூயவை தூய்மையாக்குபவை.
தேவியரே அன்னையரே
என்னை காத்தருள்க!
நீரன்னையரின் நடுவே
இருக்கிறார்கள் வருணனும் சோமனும்
தேவர்கள் அங்கே
அவியேற்று மகிழ்கிறார்கள்
வைஸ்வாநரன் என்னும் நெருப்பு
அங்கே வாழ்கிறான்
நீரன்னைகள் என்னை காத்தருள்க!

அந்தப்பாடலின் இனிமையால் அவர்களனைவரும் ஒளிகொண்டனர் என்றாலும் அதன் பொருள் அவர்களுக்கு விளங்கவில்லை. பொருளறியாத பல்லாயிரம் வேதமந்திரங்களில் ஒன்றாகவே அது இருந்தது. என் தந்தை உரக்க "வானிலிருந்து மழைபொழிகின்றது என்று அறிவோம் முனிவர்களே. விண்ணகத்தின் மையத்திலிருந்து பொழிபவை எந்த நீர்கள்? நீருக்குள் வாழும் நெருப்பு எது?" என்றார்.

ஒவ்வொருவரும் ஒவ்வொன்றாக சொல்லத்தொடங்கினர். என் தந்தை "வேதம் முற்றுண்மை என்றால் அது பிரத்யக்ஷம் அனுமானம் சுருதி என்னும் மூன்று அறிதல்முறைகளாலும் நிறுவப்பட்டாகவேண்டும். இந்த மொழிவரிகள் முனிவர்கள் கருத்தால் கேட்ட விண்ணொலிகளை சுருதியாகக் கொண்டவை. ஆகவே அவற்றை நாம் அறிய முடியாது. உய்த்தறிதலோ முதலறிதலால் மட்டுமே நிகழமுடியும். ஆகவே முனிவர்களே ஐம்புலன்களாலும் இங்கே இப்போது நம்மாலறியப்படும் அறிதல் மட்டுமே வேதங்களை அறிவதற்கான மூலமாக அமையும்... அதைக்கொண்டு விளக்குக!"

ஒவ்வொரு விழியாக பார்த்துவந்த என் தந்தை "கிருஷ்ணா, நீ விளக்கு" என்று என் கண்களை நோக்கிச் சொன்னார். நான் எழுந்து "முனிவர்களே, யமுனையின் அடித்தட்டில் நூறுநூறாயிரம் முட்டைகள் பரவியிருப்பதை கண்டிருக்கிறேன். மீனின் முட்டைகள். புழுக்களின் முட்டைகள். நத்தைகள் சங்குகள் சிப்பிகளின் முட்டைகள். அவற்றையெல்லாம் விரியவைக்கும் வெம்மை எது?" என்றேன்.

அக்கணமே நான் சொல்லவருவதை புரிந்துகொண்டு முனிவர்கள் 'ஆகா' என்று சொல்லி எழுந்துவிட்டனர். "அந்த உயிர்நெருப்பின் பெயர் வைஸ்வாநரன் என்று அறிக! வானக மையத்தில் விண்மீன்களை விரியவைக்கும் அக்கினியும் அவனே. அங்கிருந்து வருகின்றன அன்னை நீர்கள்" என்றேன். "இது முதலுண்மை முனிவர்களே. இனி உய்த்துண்மை. நீரென்பது நீர்மையேயாகும். நீராகித் திகழும் விதிகளே நீரென்று அறிக! வைஸ்வாநரனால் முடிவிலா விண்மீன்கள் விரியச்செய்யப்படும் பெருவெளி விரிவைத் தழுவியும் ஓடுகின்றன அலகிலா நீர்மைகள்."

'ஆம் ஆம் ஆம்' என முனிவர்கள் ஆமோதித்தனர். கண்வர் என் தந்தையிடம் "வாழ்நாளெல்லாம் வேதங்களைக் கற்ற நாம் அறியமுடியாத பொருளை இவன் எப்படி அறிந்தான் பராசரரே?" என்றார். என் தந்தை "நாம் நூல்களில் வேதம் கற்றோம். அவன் கங்கையில் கற்றான். நூல்களின் ஏடுகளுக்கு முடிவுண்டு. கங்கையின் ஏடுகளுக்கு முடிவேயில்லை" என்றார். "முனிவர்களே, மலர்களில் தேன்அருந்தி சிறகடிக்கும் வண்ணத்துப் பூச்சிக்குத்தான் வண்ணங்கள் கொடுக்கப்பட்டுள்ளன. தழை தின்னும் பசுவுக்கு அல்ல."

"ஆம்" என்றார் கண்வர். "என் குருநாதராகிய நாரதர் சொன்னார். தும்பியின் நாதத்தை எழுதிவைக்க முயலாதே என. நாம் செய்தது அதைத்தான். வேதங்கள் கவிஞர் பாடியவை. மண்ணிலும், நதியிலும், மலரிலும், ஒளியிலும் முழுமையாக வாழ்ந்தவர்கள் அடைந்தவை. உடலில் மீன்வாசனையுடன் வரும் ஒருவனுக்காக அவை நம் நூல்களில் விரிந்து கிடந்திருக்கின்றன. இதோ வைஸ்வாநரன் விண்ணகநெருப்புடன் வந்துவிட்டான், அவன் வாழ்க!"

அன்று அந்த அவை என்னை ஆதரித்தது. வேதங்களைத் தொகுக்கும் பணியை என்னிடம் ஒப்படைத்தது. மூன்று பன்னிரண்டாண்டுகாலம் முயன்று நான் வேதங்களை சம்ஹிதையாக்கினேன். பாரதவர்ஷத்தின் நாநூறு வேதஞானிகள் எனக்கு மாணவர்களாக அமைந்தனர்.

அப்பணியைத் தொடங்கிய அன்று அஸ்தினபுரிக்குச் சென்றேன். அரண் மனையை அடைந்து பேரரசியை காணவேண்டுமென்று சொன்னேன். என்னை அந்தபுரத்துக்குக் கொண்டுசென்றார்கள். அங்கே வீட்டுவிலக்காகி

திரைக்கு அப்பாலிருந்த என் அன்னையின்முன் நான் நிறுத்தப்பட்டேன். திரையை விலக்கி அவள்முன் சென்று அவள் காலடிகளைப் பணிந்து 'அன்னையே உன் மைந்தன் இதோ வந்திருக்கிறேன். உன் ஆணை ஏதும் என் விதியே ஆகும்' என்றேன். குஹ்யஜாதையே, கொற்றவையின் கழல்கால்கள் போல கரியவை அவை. பத்துநகங்களும் கண்களாக மின்னும் அவற்றின் ஆசியைப்பெற்று மீண்டேன்."

குஹ்யஜாதை மூச்சிழுத்து தலையை மெல்லத்தாழ்த்தி "இன்று நீங்கள் இவ்வனத்தில் இவ்வேளையில் ஏன் வந்தீர்கள்?" என்றது. "இன்றுகாலை என் அன்னையின் ஆணையுடன் இளையோன் வந்தான். அன்னை அவனிடம் சொல்லியனுப்பிய அனைத்தையும் சொன்னான். பாவம், ஆணை என்ற சொல்லை மட்டுமே அவள் சொன்னால்போதுமென்று அவன் அறிந்திருக்கவில்லை" என்றார் மகாவியாசர்.

குஹ்யசிரேயஸ் சிறிய மணிக்கண்களுடன் முன்னால் வந்து "வியாசரே விதைக்குள் வாழும் அழியாநெருப்பு. இங்குள்ள அனைத்தையும் உண்டு வளர்வேன். நான் விராடன். நானே வைஸ்வாநரன். எனக்குள் என் குலத்தின் தலைமுறைகள் வாழ்கின்றன" என்றது.

"ஆம், அவை வாழ்க" என்றார் வியாசர். "பிறிதொருமுறை பிறிதொரு தருணத்தில் என் வழித்தோன்றல்கள் உங்களை சந்திப்பார்கள். அதற்காகவே என் அன்னையின் நெருப்பு என்னில் பற்றிக்கொண்டிருக்கிறது" என்றது குஹ்யசிரேயஸ். "இதோ அந்த நெருப்புக்கு நான் அவியிடுகிறேன்" என்றது சித்ரகர்ணி.

வியாசரின் கண்முன் சித்ரகர்ணி பொன்னிறப் பிடரிமயிருடன் எழுந்து நின்றது. அதன் காலடியில் குஹ்யசிரேயஸ் பணிந்து நிற்க அப்பால் குஹ்யஜாதை நின்று அதைப்பார்த்தது. சித்ரகர்ணி "உன் பசியடங்குவதாக. உன்னில் ஆற்றல் நிறைவதாக. என்னிலிருந்து அழியாநெருப்பு உன்னுள் நுழைந்து வாழட்டும்!" என்றது.

சுதாமனும் சுதனும் மரங்களில் ஏறி நோக்கி, புதர்களை விலக்கி வழியில்லாத காடுவழியாக அங்கே வந்து பார்த்தபோது முட்டி மோதி உறுமியபடி இறந்த சிம்மத்தைக் கிழித்துண்ணும் கழுதைப்புலிகளையும் மேலே சிறகடித்து எழுந்து அமர்ந்து கூச்சலிட்ட கழுகுகளையும் அப்பால் எம்பி எம்பி ஊளையிட்ட நரிகளையும் இன்னமும் உண்ணப்படாத சிம்மத்தின் திறந்த வெண்விழிகளையும் பார்த்தபடி அமர்ந்திருந்த வியாசரை கண்டார்கள்.

4

மறுநாள் காலையில் வியாசர் வருவாரென்று முந்தைய நாள் இரவு சுதன் வந்து செய்தியறிவித்தபோதே சத்யவதி நிலைகொள்ளாமல் அரண்மனைக்குள் உலவத்தொடங்கிவிட்டாள். குளிருக்கு வைக்கும் செம்புக்கணப்பு போல உள்ளூர கனல் இருந்துகொண்டிருந்தது. சியாமையிடம் "கிருஷ்ணன் தங்குவதற்கான இடத்தை அமைத்து விட்டார்களல்லவா?" என்றாள். "தாங்கள் முதலில் சொன்னதுமே அதைச்செய்துவிட்டோம் பேரரசி" என்றாள் சியாமை.

"அவன் அரண்மனையில் தங்குவதில்லை. ஓடும் நீரில் மட்டுமே நீராடுவான். ஒவ்வொருநாளும் உதயத்தையும் அஸ்தமனத்தையும் பார்க்கும் இடம் அவனுக்குத்தேவை..." என்றாள் சத்யவதி. "அதையும் முன்னரே சொல்லிவிட்டீர்கள் தேவி" சியாமை புன்னகையுடன் சொன்னாள்.

அவளால் அந்தப்புரத்தில் இருக்கமுடியவில்லை. படுத்தால் அவளுக்குள் ஒரு வில் நாணேறி நிற்பதாகப்பட்டது. நிற்கும்போது மட்டுமே அந்த வில்லை சமன்செய்யமுடிந்தது. நின்றிருக்கையில் அகத்தில் வேகம் அதிகரித்து புறம் நிலையாக நின்றது. ஆகவே நடந்தாள். அரண்மனையின் உபகோட்டங்களிலும் புறக்கோட்டங்களிலும் நடந்தாள். அங்கே அமர்ந்து பேசிக்கொண்டிருந்த சேடியர் அவளைக்கண்டதும் பாய்ந்தெழுந்தனர்.

"அனைத்தும் ஒருங்கமைக்கப்பட்டுவிட்டன அல்லவா?" என்றாள். "ஆம் அரசி" என்றாள் பதுமை. "இங்கே அவன் வரும்போது எந்தப்பெண்ணும் எதிரே வரக்கூடாது. இங்கே பிறழ்வொலிகள் எதுவும் எழலாகாது" என்றாள். அவர்கள் மிரண்ட விழிகளுடன் தலைவணங்கினர். அந்தக்கட்டளை அவர்களுக்கு பலநூறுமுறை அளிக்கப்பட்டுவிட்டிருந்தது.

அறியாத யட்சி ஒருத்தி தன் தோளில் அவளைத் தூக்கிக்கொண்டு அலைவதுபோலிருந்தது. அரண்மனைத் தூண்களெல்லாம் விறைத்து நிற்பதுபோல, சுவர்கள் திரைச்சீலைகளாக மாறி அலையடிப்பதுபோல, கூரை அந்தரத்தில் பறந்து நிற்பதுபோல. இரவு துளித்துளியாக தேங்கித் தயங்கி சொட்டியது. வெளியே அறுபடாத நீண்ட சிள்வண்டு ஒலியில் அத்தனை ஒலிகளும் கோக்கப்பட்டிருந்தன. மௌனமாக வந்து முகர்ந்துநோக்கும் கரடிபோல கரியவானம் அரண்மனைமுகடில் மூக்கு சேர்த்து வெம்மூச்சுடன் குனிந்திருந்தது.

"சியாமை சியாமை" என்றழைத்தாள் சத்யவதி. "அரசி!" என்று வந்தவளை வெறுமனே நோக்கிக்கொண்டிருந்தாள். யமுனைக்கரையில் இருந்து அவளுடனேயே வந்த சியாமை அவளைவிட மூன்றுவயது மூத்தவள். கரியவட்டமுகமும் கனத்த உடலும் கொண்டவள். கருநிற அரக்குபூசப்பட்ட உடல் கொண்ட கனத்த நாவாய் போல மெல்ல திரும்புபவள். சத்யவதி "ஒன்றுமில்லை"என்றாள்.

பின்னிரவில்தான் அவள் அதுவரை இரு இளவரசிகளைப்பற்றி எண்ணவேயில்லை என்ற நினைப்பு வந்தது. அவர்களை தன் கைவிரல்கள் போல அன்றி அவள் நினைத்ததேயில்லை. எழுந்து சால்வையைப் போட்டுக்கொண்டு மீண்டும் புறக்கோட்டம் சென்றாள். அங்கே தூண்களில் நெய்யகல்களும் அவற்றின் ஒளியைப்பெருக்கும் உலோக ஆடிகளும் சேர்ந்து பெரிய கொன்றைமலர்க்கொத்துக்களாக ஒளிவிட்டுக்கொண்டிருந்தன. தூண்நிழல்கள் நாகங்களாக அறைக்குமேல் எழுந்து கூரைமேல் வளைந்திருந்தன. புறக்கோட்டத்து உள்ளறையில் இருந்து முதியசேடி ஒருத்தி கையில் ஆவிபறக்கும் ஸ்வேதன தளிகையுடன் வந்து சத்யவதியைப்பார்த்து திகைத்து நின்றாள்.

"அரசியர் எப்படி இருக்கிறார்கள்?" என்றாள் சத்யவதி. "மூத்த அரசி இன்னமும் படுக்கையிலேயே இருக்கிறார்கள். நரம்புகள் அதிர்ந்துவிட்டன என்று வைத்தியர் சொன்னார். இப்போதுதான் ஸ்வேதனம் செய்தோம். அரிஷ்டம் கொடுத்து தூங்கவைத்திருக்கிறோம்" என்றாள். "சிறியவள்?" என்றாள் சத்யவதி. "அவர் நேற்றே சரியாகிவிட்டார். மூத்தவரின் துயரத்தைக் கண்டு சற்று அழுகிறார், அவ்வளவுதான்."

செல்லும்படி தலையை ஆட்டி ஆணையிட்டுவிட்டு சத்யவதி உள்ளே சென்றாள். அறை இருண்டிருந்தது. ஒரே ஒரு நெய்யகலில் செம்முத்துபோன்ற சுடர் அசையாமல் நிற்க வெண்பட்டுப்படுக்கையில் மழைநீர்சொட்டி கலைந்த வண்ணக்கோலம்போல அம்பிகை கிடப்பதைப்பார்த்தாள். கண்களுக்கு இருபக்கமும் கண்ணீர் வழிந்து உப்புவரியாகி கோடையில் மலைப்பாறையில் அருவித்தடம்போல் தெரிந்தது. சிறிய உதடுகள் குவிந்து உலர்ந்து ஒட்டியிருக்க, உதடுகளின் இருபக்கமும் ஆழமான

கோடுகள் விழுந்திருந்தன. ஸ்வேதனரசத்தின் பசையால் கூந்தலிழைகள் நெற்றியிலும் கன்னங்களிலும் ஒட்டியிருந்தன. பார்த்து நின்றபோது அறியாமல் சத்யவதி நெஞ்சில் ஓர் எண்ணம் எழுந்தது. இவ்வளவு துயர் கொள்ளுமளவுக்கு அவனிடம் எதைக்கண்டாள் இவள்?

விசித்திரவீரியனை எவரும் மறக்கமுடியாதென்று அவளுக்குத் தெரியும். விரல்நுனியில் ஒற்றியெடுத்த பனித்துளி என அவனை அவள் எப்போதும் நினைத்திருந்தாள். நிலையற்று ஒளிவிடுபவன், தூயவன், அரியவன். அகம் பதறாமல் அவனிடம் பேசமுடிந்ததில்லை அவளால். ஆனால் அவள் அவனை அறியவே இல்லையோ என்று அப்போது தோன்றியது. அவனை முதன்முதலாக அறிந்தவள் இவள்தானா? இவள்மட்டும்தான் இனி இவ்வுலகில் அவனை நினைத்திருக்கப்போகிறாளா? மலைச்சரிவில் பிளந்து சரிந்து சென்ற பாறையின் எஞ்சிய குழித்தடம்போல இவள் மட்டும்தான் இனி காலகாலமாக அவனை சொல்லிக்கொண்டிருப்பாளா?

அவளுக்குத் தோன்றியது, அவள் அப்படி எந்த ஆணிடமும் உணர்ந்ததில்லை என. அவள் உள்ளறைகள் வரை வந்து எந்தக்காற்றும் திரைச்சீலைகளை அசைத்ததில்லை. தீபத்தை நடனமிடச் செய்ததில்லை. அவளுக்குள் விசித்திரவீரியனின் புன்னகைக்கும் முகம் என்றும் இருந்தது. மூடப்பட்ட கோயில் கருவறைக்குள் இருளில் இருக்கும் தெய்வம் போல. ஆனால் விசித்திரவீரியனுக்காகக்கூட அவள் தன்னிலை இழக்கவில்லை.

மெல்லிய பொறாமை எழுந்தது. பேரிழப்பு என்பது பெரும் இன்பத்தின் மறுபக்கம் அல்லவா? வைரத்தை வைக்கும் நீலப்பட்டுமெத்தை அல்லவா அது? இந்தப்பெண் அறிந்திருக்கிறாள். இந்த வைரத்தை ரகசியமாக தனக்குள் வைத்திருப்பாள். வாழ்நாளெல்லாம் அந்தரங்கமாக எடுத்துப் பார்த்துக்கொண்டே இருப்பாள். பார்க்கப்பார்க்கப் பெருகுவது வைரம்.

உடல் சற்றே பதறியதனால்அங்கே நின்றிருக்க அவளால் முடியவில்லை. திரும்பி நடந்தபோது இவளிடம் எப்படி வியாசனின் வருகையைப்பற்றிச் சொல்வது என்ற எண்ணம் எழுந்தது. அவளுக்குள் அழகிய சிறு தடாகமொன்றிருக்கிறது. அதை அவள் கலக்கி சேறாக்கவேண்டும். அதில் மலர்ந்திருக்கும் ஒற்றைத்தாமரையை மூழ்கடிக்கவேண்டும்.

தன் அறைக்குள் வந்து படுத்துக்கொண்டபோது சத்யவதி நெஞ்சின் படபடப்பை உணர்ந்தாள். ஏன் என கேட்டுக்கொண்டாள். நிலைகொள்ளாதவளாக தன் படுக்கையில் அமர்ந்தாள். எந்தக்காரணமும் இல்லாமல் பேரச்சம் வந்து தொட்டதுபோல அதிர்ந்து தன் இதயத்தை கேட்டுக்கொண்டிருந்தாள். பின்பு எழுந்து “சியாமை! சியாமை!” என்றாள்.

மௌனமாக வந்து நின்ற சியாமையிடம் “ரசம்” என்றாள். சோமக்கொடி போட்டு காய்ச்சியெடுத்த புதுமணம் கொண்ட திராட்சைமதுவை பொற்கிண்ணத்தில் கொண்டுவந்து வைத்தாள் சியாமை. சத்யவதி அதை எடுத்து மெல்லக்குடித்தபடி இருளையே பார்த்துக்கொண்டிருந்தாள். எப்போதும் இருளைப்பார்த்துக்கொண்டுதான் மதுவை அருந்துவாள், அவ்விருளின் துளி ஒன்றை தன்னுள் ஏற்றிக்கொள்வது போல, உள்ளே விரிந்துபரவும் ஒளிக்குமேல் இருளைப்பரப்புவதே அதன் பணி என்பதுபோல.

நீர்ச்சுனைகளுக்கு அருகே நீரோடும் பசுங்குழாயெனக் கிடக்கும் சோமச்செடி. அதற்கு நீராழத்தின் வாசனை. நீரிலிருந்து ஆழத்தை மட்டும் எடுத்து சேர்த்துக்கொள்கிறது. நிழல்களாடும் ஆழம். அடித்தட்டின் பல்லாயிரம் மென்சுவடுகள் பதிந்த மௌனம். சோமம் உடலுக்குள் ஒரு காட்டுக்கொடியை படரவிடுகிறது. நரம்புகளில் எங்கும் அது தளிர்விட்டுப் பரவுகிறது.

தலை சற்று ஆடியபோது படுக்கையில் படுத்துக்கொண்டு கண்ணை மூடிக்கொண்டாள். சியாமை வெண்சாமரத்தை மெல்ல வீசிக்கொண்டிருந்தாள். அறைக்குள் இருந்த தூபக்கடிகை அந்தக் காற்றால் வாய்சிவந்து புகையத் தொடங்கியது. கையசைத்து சியாமையை போகச்சொன்னாள். கண்களை மூடிக்கொண்டபோது மஞ்சம் மெல்ல கீழிறங்குவதுபோலத் தோன்றியது. அது இருளுக்குள் விழுந்து பாதாளத்துக்குச் சென்றுவிடும் என்பதுபோல.

திடுக்கிட்டு எழுந்துகொண்டாள். “சியாமை” என்றாள். வாசலருகே நின்றிருந்தாள் போல. உள்ளே வந்து அசையாமல் நின்றாள். முகத்துக்குமேல் வெண்நரைக்கூந்தலை எடுத்துக்கட்டியிருந்தாள், கருகிய கலத்துக்குமேல் வெண்சாம்பல் போல. சத்யவதி அவளையே பொருளில்லாமல் சிறிதுநேரம் பார்த்துவிட்டு “அமர்ந்துகொள்” என்றாள். ஆடையைச் சுருட்டியபடி கனத்த கால்களை மடித்து சியாமை தரையில் அமர்ந்துகொண்டாள்.

சத்யவதி எழுவதற்கு முயன்றபோது தலை கருங்கல் போல தலையணையை விட்டு மேலெழ மறுத்தது. பக்கவாட்டில் புரண்டு “சியாமை, நான் மச்சகந்தியாக இருந்த நாட்கள்முதல் என்னை அறிந்தவள் நீ சொல், நான் ஏன் இப்போது இப்படி நிலையழிந்திருக்கிறேன்?” என்றாள்.

சியாமை சிலகணங்கள் கூர்ந்துநோக்கியபின் “நீங்கள் சித்ராங்கதனை நினைத்துக்கொண்டிருக்கிறீர்கள்” என்றாள். அதிர்ந்து சற்று புரண்டு “இல்லை, இல்லை, நான் அவனை நினைக்கவில்லை” என்றாள் சத்யவதி. “ஆம், அவரை நினைக்காமலிருக்க வேறெதையோ நினைத்துக் கொண்டிருக்கிறீர்கள்.” சியாமை சொன்னாள்.

சத்யவதி பெருமூச்சு விட்டாள். பிறகு “ஆம்” என்றாள். சிறிதுநேரம் இருளின் ஒலி அவர்களுக்கிடையே நீடித்தது. “சியாமை அவனை நான் கொன்றேன் என்று சொல்லலாமா?” என்றாள் சத்யவதி. சியாமை “ஆம் பேரரசி, அது உண்மை” என்றாள். “ஆனால் சிலசமயம் தாய் குட்டிகளில் ஒன்றைக் கொன்றுவிடுவதுண்டு.”

சத்யவதி பிரமித்த கண்களுடன் அரண்மனைமுகட்டின் மரப்பலகைத் தளத்தை பார்த்துக்கொண்டிருந்தாள். அவள் கண்விழிகள் கோணலாகி இருந்தன. உத்தரங்கள் நீர்ப்பிம்பங்களாக நெளிந்தன. சிலகணங்கள் கழித்து “குட்டிகளில் மிகச்சிறந்ததை அதற்காக தேர்ந்தெடுக்குமோ?” என்றாள். “இல்லை பேரரசி... குட்டிதான் அந்த மரணத்தை தேர்ந்தெடுக்கிறது.” சத்யவதி திடுக்கிட்டு “ஆம்” என்றாள். சியாமை “இல்லையேல் அது அன்னையை கொன்றிருக்கும்” என்றாள்.

சத்யவதி தலையைத்திருப்ப முயன்றாள். கழுத்துக்கும் தலைக்கும் தொடர்பே இருக்கவில்லை. “அவனை கருவுற்ற நாட்களில் நான் எப்போதும் கனவில் இருந்தேன்...” என்றாள். “கனவும் நனவும் கலந்துபோன நிலை.”

“ஆம் பேரரசி, நீங்கள் ஒரு கந்தர்வனை கனவுகண்டீர்கள். யமுனையின் அடியில் நீர்க்குமிழிகள் கோள்களாகப் பறக்க கத்ருவைப்போல நீங்கள் நீந்திச் சென்றுகொண்டிருக்கையில் அவன் பொன்னிற அடிப்பரப்பில் பேரழகு கொண்ட உடலாக மல்லாந்து கிடப்பதை கண்டீர்கள். இளமை என்றும் ஆண்மை என்றும் வீரியம் என்றும் பிரம்மன் நினைத்தவை எல்லாம் கூடிய ஆணுடல். கன்று என்றும் காளை என்றும் ஆனவன்.” சியாமை சொன்னாள்.

“ஆம்... அவன் பெயர் சித்ராங்கதன் என்று சொன்னான்” என்றாள் சத்யவதி. கனத்த உதடுகள் சரிவர அசையாமையால் குழறிய குரலில் கனவில் பேசுவதுபோல. “அவன் ஒருமுறைதான் காட்சியளித்தான். ஒருமுறைதான் என் கண்ணைப்பார்த்து நீ பெண் என்று சொன்னான்” என்றாள்.

“நீங்கள் சித்ராங்கதனின் மோகத்தை மட்டுமே அறிந்தீர்கள் பேரரசி. முதிய பராசரனில் முதிய சந்தனுவில்... அவன் உடலைக்காண யமுனைக்கு சென்றுகொண்டே இருந்தீர்கள்...” “ஆம்” என்றாள் சத்யவதி. “பிறகெப்போதும் நான் அவனைக் காணவில்லை.”

“அவன் கன்னியருக்கு மட்டுமே காட்சியளிப்பவன்” என்றாள் சியாமை. “ஆம், ஆனால் எந்தப் பெண்ணுக்குள்ளும் இருந்து ஒரு கன்னி ஏங்கிக் கொண்டிருக்கிறாள் அல்லவா?” என்று சத்யவதி சொன்னாள். சியாமை “தெய்வங்கள் இரக்கமற்றவை தேவி. அவை விதிகளை உருவாக்கி

அவற்றால் தங்கள் கைகளைக் கட்டிக்கொள்கின்றன." பெருமூச்சுடன் சத்யவதி "ஆம், அதிகாரம் இரக்கமின்மையில் இருந்து பிறப்பது. தெய்வங்கள் அளவற்ற அதிகாரம் கொண்டவை" என்றாள்.

"முதல் குழந்தை பிறந்தபோது ஈற்றறையில் நானும் இருந்தேன்" என்றாள் சியாமை. "குழந்தையை மருத்துவச்சி தூக்கியதுமே நீங்கள் திரும்பி சித்ராங்கதன் எங்கே என்று கேட்டீர்கள். அது ஆணாபெண்ணா என்றுகூட நாங்கள் பார்த்திருக்கவில்லை." சியாமை சொன்னாள். சத்யவதி முகம் மலர்ந்து "எவ்வளவு இனிய பெயர் இல்லையா சியாமை? சித்திரம்போன்ற அங்கங்கள் கொண்ட பேரழகன்..."

சியாமை "ஆனால் மண்ணில் எந்த மனிதனும் கந்தர்வன் அல்ல பேரரசி..." என்றாள். "முழுமையை தெய்வங்கள் தங்களிடமே வைத்திருக்கின்றன. மனிதர்களுக்கு அளிப்பதேயில்லை" என்றாள்.

பின்பு நெடுநேரம் அவர்கள் நடுவே அமைதி ஓடிக்கொண்டிருந்தது. சத்யவதி பளிங்குத்தரையில் பாம்புபோல நெளிந்த குரலில் "கந்தர்வர்களைப் பார்க்கும் பெண்கள் முன்னரும் இருந்ததில்லையா சியாமை?" என்றாள். "பேரரசி, கந்தர்வனை ஒருமுறையேனும் காணாத பெண்கள் எவரும் இல்லை. மண்ணுலகைவிட பன்னிரண்டாயிரம்கோடி மடங்கு பெரிதான கந்தர்வலோகத்தில் ஒவ்வொரு கன்னிக்கும் ஒரு கந்தர்வன் இருக்கிறான்... கோடானுகோடி கந்தர்வர்களுக்கான பெண்கள் இன்னமும் பிறக்கவேயில்லை" என்றாள் சியாமை.

"ஆனால் கந்தர்வர்கள் மிகமிக அந்தரங்கமாகவே வந்துசெல்கிறார்கள். அவர்கள் வந்து சென்ற மனம் மேகங்கள் சென்ற வானம்போல துல்லியமாக எஞ்சும்..." என்றாள் சியாமை. "ஆனால் முன்னொருகாலத்தில் ரேணுகாதேவி கண்ட கந்தர்வனை அவள் கணவனும் காணநேர்ந்தது" என்றாள்.

சத்யவதி ஒருக்களித்து தலையைத் தூக்கி "ரேணுகையா?" என்றாள். "ஆம் அரசி, பிருகுமுனிவரின் குலத்தில் வந்த ஜமதக்னி என்னும் முனிவரின் மனைவி அவள்" என்றாள் சியாமை. "நான் கேட்டிருக்கிறேன். ஆனால் நினைவில் எழவில்லை அந்தக்கதை" என்றாள் சத்யவதி.

வேசரநாட்டில் மாலப்பிரபா என்னும் ஆற்றின்கரையில் வெண்மணல் விரிந்த நிலமொன்றிருந்தது. ஆகவே மணல்நாடு என்று அதற்குப் பெயர். ரேணுநாட்டை ஆண்ட மன்னன் ரேணுராஜன் எனப்பட்டான். அவன் மகள் ரேணுகாதேவி. ரேணுராஜன் செய்த வேள்வியில் எரிந்த நெருப்பில் ரேணுகாதேவி பிறந்தாள் என்று சியாமை சொல்ல ஆரம்பித்தாள்.

வேள்விநெருப்பில் ஒரு பெண் பிறந்ததை அறிந்த அகத்தியரே ரேணுகையைப்பார்க்க வந்தார். அவர் அவளுடைய பிறவிநூலைக் கணித்து அவள் அனலுக்கு அதிபனாகிய முனிவர் ஒருவருக்கு மனைவியாவாள் என்றார். ரேணுராஜன் அத்தகைய முனிவருக்காகக் காத்திருந்தான். ஆணழகர்களும் மாவீரர்களுமான அரசர்களுக்குக்கூட அவளை அவன் அளிக்கவில்லை.

ஒருநாள் அங்கே ஜமதக்னி என்னும் முனிவர் வந்து சேர்ந்தார். சொற்களைக் கொண்டே வேள்விக்குளத்தில் நெருப்பை எழுப்பும் வல்லமை கொண்டிருந்தார் அவர். அவரது ஆசியை வேண்டிய ரேணுராஜன் மகளை ஜமதக்னி முனிவருக்கு மணம்செய்துகொடுத்தான். அரசனுக்கு மூன்று வரங்களை அளித்தபின் அவர் அவளை மணம்கொண்டார்.

ருசிகமுனிவருக்கும் சத்யவதிக்கும் பிறந்து உடலுருக்கும் கடுந்தவத்தால் விண்நெருப்பையும் வெல்லும் தவவல்லமைபெற்ற ஜமதக்னி முனிவருக்கு அவளை ரேணுராஜன் கையளித்தபோது ரேணுகை அவரை நிமிர்ந்துபார்க்கவே அஞ்சினாள். கணவருடன் அவள் மாலப்பிரபா ஆற்றின் கரையில் தவக்குடிலில் வாழ்ந்த வாழ்க்கையை நோன்பு என்றே நினைத்துக்கொண்டாள்.

ரேணுகாதேவிக்கு ஐந்து மைந்தர்கள் பிறந்தனர். பிருஹத்யனு, பிருத்வகன்வன், வசு, விஸ்வவசு, ராமபத்ரன் என்ற ஐவரில் இளையவனாகிய ராமன் வீரத்தாலும் பேரழகாலும் அன்னைக்கு பிடித்தமானவனாக இருந்தான். தந்தையின் வேள்விக்கு விறகு வெட்ட மழுவுடன் காட்டுக்குச் சென்றவன் அந்த மழுவை தன் ஆயுதமாகக் கொண்டான். ஆகவே பரசுராமன் என்றே அழைக்கப்பட்டான்.

மைந்தரில் பரசுராமனே அன்னையின் அன்பிற்குரியவனாக இருந்தான். அவளுடைய ஆண்வடிவம் போல. அவள் தந்தையின் மழலைத்தோற்றம் போல. ஒவ்வொருநாளும் அவனழகைக் கண்டு அவள் மகிழ்ந்தாள். பேரரசியே பிள்ளையழகையும் தீயின் அழகையும் கண்டு நிறைவுற்றவர் யாருமில்லை.

நோன்பே வாழ்வாக வாழ்ந்த ரேணுகை ஒவ்வொரு நாளும் மாலப்பிரபா ஆற்றுக்குச் சென்று மணலைக்கூட்டி தன் தாலியை கையில் பற்றி மந்திரம் சொல்லி அதை ஒரு குடமாக ஆக்குவாள். அக்குடத்தில் நீரும் மலரும் கொண்டுவந்து கணவனுக்கு பூசைக்களம் அமைப்பாள். அவள் தவக்கற்பாலேயே அந்த மணல் குடமாகியது.

ஒருநாள் ஆற்றுநீரில் நீராடி கரைவந்து மணல் அள்ளி தாலியைக் கையில் எடுத்து மந்திரம் சொன்ன ரேணுகாதேவி வானில் பறந்த கந்தர்வன் ஒருவனின் நிழலை நீரில் கண்டாள். தாலி கைநழுவிய வேளை

பாதிசமைந்த குடம் மீண்டும் மணலாகியது. அஞ்சிப்பதறி அவள் மணலை அள்ளி அள்ளி குடமாக்கமுனைய அது சரிந்து கொண்டே இருந்தது.

தேவி கண்ணீருடன் தன் தவக்குடில் மீண்டாள். பூசைக்கு வந்த ஜமதக்னி முனிவர் "எங்கே என் வழிபாட்டு நீர்?" என்றுகேட்டார். கைகூப்பி தேவி கண்ணீருடன் அமைதி காத்தாள். தன் தவவல்லமையால் விண்ணில் பறந்த அந்த கந்தர்வனை முனிவர் தன் அகக்கண்ணில் கண்டார். சினம்கொண்டு எரிந்தபடி ஐந்து மைந்தரையும் அழைத்து "நெறி பிறழ்ந்த இவள் அழிக! இக்கணமே இவள் கழுத்தை வெட்டுக!" என்றார். "தாயைக்கொல்லும் பெரும்பாவம் செய்யமாட்டோம், உங்கள் சினத்தால் எரிந்து சாம்பலாவதையே ஏற்கிறோம்" என்று சொல்லி நான்குபிள்ளைகளும் பின்னகர்ந்தனர்.

சத்யவதி விழித்த கண்களுடன் சியாமையையே பார்த்தபடி கிடந்தாள். "ஐந்தாவது மகன் முன்னால் வந்து உடைவாளை உருவினான். அன்னைக்குப் பிடித்தமான அவன் கண்களைப் பார்த்தாள். அவன் வாளை ஓங்கி அவள் கழுத்தை வெட்டி வீழ்த்தினான்" என்றாள் சியாமை.

சத்யவதி கண்ணீருடன் கண்களை மூடிக்கொண்டாள். இமைகளை மீறி கண்ணீர் இருபக்கமும் வழிந்துகொண்டிருந்தது. அவள் நெஞ்சு எழுந்து தணிய ஒரு விம்மலெழுவதை சியாமை கேட்டாள்.

"சித்ராங்கதனை என் மைந்தன் கண்டுவிட்டான் என்கிறார்களே உண்மையா சியாமை?" என்றாள் சத்யவதி அழுகை கனத்துத் ததும்பி மழைக்காலக் கிளைபோல ஆடிய குரலில். சியாமை பதில் சொல்லவில்லை. "சொல் சியாமை, அவன் அந்த கந்தர்வனை சந்தித்தானா?"

சியாமை பெருமூச்சுடன் "அவர் ஆயிரம் ஆடிகளில் அவனை தேடிக்கொண்டிருந்தார் தேவி" என்றாள். "ஆம், ஆடி அவனை அடிமைகொண்டிருந்தது" என்றாள் சத்யவதி. சியாமை மெல்ல "ஆடிகள் வழியாக மெல்லமெல்ல சித்ராங்கதன் மன்னரை நோக்கி வந்துகொண்டிருந்தான்" என்றாள்.

"அவன் கண்டிருப்பான்" என்றாள் சத்யவதி. "இல்லையேல் எதற்கும் பொருளே இல்லை." சியாமை "அவர் சித்ராங்கதனின் முழுமையை நெருங்கியபோது அவன் வந்து அவரை போருக்கு அழைத்தான் என்கிறார்கள். ஒரு சித்ராங்கதன்தான் இருக்கமுடியும் என்றும் நீ என்னைப்போலானால் நான் வாழமுடியாது என்றும் அவன் சொன்னான். மண்ணில் ஒருகணமும் கந்தர்வ உலகில் ஓராயிரம் வருடங்களும் அந்தப்போர் நடந்தது. இறுதியில் அவன் அவரை தன்னுள்

இழுத்து தன் ஆழத்தில் கரைத்துக்கொண்டான் என்று சூதர்கள் பாடுகிறார்கள்” என்றாள்.

சத்யவதி “நாளை காலை கிருஷ்ணன் வருகிறான்” என்றாள். “அவர் சித்ராங்கதனைக் கண்டவர்” என்றாள் சியாமை சாதாரணமாக. “யார்?” என்றாள் சத்யவதி. அவள் நெஞ்சு அந்தப் பேரச்சத்தை மீண்டும் அடைந்தது. “காவியம் ஒரு மாபெரும் ஆடி” என்று விழிகள் எதையும் சொல்லாமல் விரிந்து நின்றிருக்க சியாமை சொன்னாள். “நீங்கள் அஞ்சுவது அவரைத்தான்.”

“நான் அவனை அஞ்சவேண்டுமா? அவன் என் மகன்...” என்றாள் சத்யவதி. “ஆம், அதனால்தான் அஞ்சுகிறீர்கள்” என்றாள் சியாமை. “சியாமை, இவ்வளவு குரூரமாக இருக்க எப்படி கற்றாய்?” என்று சத்யவதி கேட்டாள். “நான் தங்கள் ஆடிப்பாவை அல்லவா தேவி? ஆடிகளைவிட குரூரமானவை எவை?”

சத்யவதி பின்பு கண்களைமூடி நெடுநேரம் படுத்திருந்தாள். அசையாமல் அவளை நோக்கியபடி சியாமை அமர்ந்திருந்தாள். பின்பு “சியாமை, கிருஷ்ணன் எப்படி சித்ராங்கதனை முதலில் கண்டான்?” என்றாள். அதன்பின் பெருமூச்சுடன் “ஆம், அவன் அனைத்தையும் காண்பவன்” என்றாள்.

சியாமை “யமுனைத்தீவில் அழகற்ற கரியகுழந்தையை மணலில் போட்டு குனிந்து பார்த்தபோது உங்கள் கண்களை அதுவும் பார்த்திருக்கும்” என்றதும் “சீ வாயை மூடு!” என்று கூவியபடி சத்யவதி எழுந்து அமர்ந்தாள். சியாமை அவளைப்பார்த்தபடி இரு கண்களும் இரு அம்புநுனிகள் போல குறிவைத்து நாணேறி தொடுத்துநிற்க பேசாமலிருந்தாள்.

அதன்பின் சத்யவதி அப்படியே படுக்கையில் விழுந்து “ஆம்! ஆம், உண்மை” என்று விசும்பினாள். “அவன் அறிவான். சியாமை இது அவனது தருணம்... என் குலத்தில் இனி என்றும் வாழப்போவது அவனுடைய அழகின்மை” என்றாள். மது மயக்கத்துடன் தூவித்தலையணையில் முகம் புதைத்து “ஆம், அதைத்தான் அஞ்சினேன்...” என்றாள். சற்றுநேரம் கழித்து சியாமை மெல்ல எழுந்து கதவுகளை மூடிவிட்டு வெளியேறினாள்.

மறுநாள் காலை சூதர்களும் வைதிகர்களும் மங்கலவாத்தியக்குழுவும் சூழ வியாசரின் தேர் வருவதை எதிர்பார்த்து அரண்மனை முகமண்டபத்தில் நின்றுகொண்டிருக்கையில் சத்யவதி அருகே நின்ற சியாமையின் கண்களைப் பார்த்தாள். மிகமெல்ல உதடுகள் மட்டும் அசைய “ரேணுகையின் கந்தர்வனின் பெயரென்ன?” என்றாள். சியாமை அதைவிட மெல்ல “பரசுத்துவஜன்” என்றாள்.

5

நீலநிறமான மரவுரியாடையும் பனைத்தாலங்களால் செய்த நகைகளும் அணிந்த சியாமநாகினியை அரண்மனை வைத்தியர்தான் கூட்டிவந்தார். அவள் தன்முன் வந்து தலைவணங்காமல் நின்றதைக் கண்டு சத்யவதி சற்று எரிச்சல் கொண்டாலும் அதை அடக்கி "அமைச்சர் அனைத்தையும் கூறியிருப்பாரென்று நினைக்கிறேன்" என்றாள். சியாமநாகினி "ஆம்" என்றாள். "நான் விரும்புவதுபோல அனைத்தும் நடந்தால் நீ கேட்பதைவிட இருமடங்கு பரிசுகள் கொடுக்கிறேன்" என்றாள் சத்யவதி. "நான் நினைப்பதில் ஒரு பகுதியை மட்டுமே கேட்பேன் அரசி" என்றாள் சியாமநாகினி.

"ஒருமுனையில் நெருப்பும் இன்னொருமுனையில் பாதாளமும் என்பார்கள், அந்நிலையில் இருக்கிறேன்" என்றாள் சத்யவதி. "என் மகன் கிருஷ்ணன் காவியரிஷி. மென்மையும் கருணையும் பொறுமையும் கொண்டவன். ஆனால் அத்தகையோரிடம் எழும் சினத்தைத்தான் மண்ணுலகம் தாளாது. மறுபக்கம் ஒருநாள் என்றாலும் தன் ஆன்மாவுக்குரியவனை கண்டுகொண்ட பத்தினியாகிய என் மருகி. இருவரையும் வென்று நான் எண்ணுவது கைகூடவேண்டும்."

"அரசி, இவ்வுலகம் ஒரு பெரிய கனவு" என்றாள் சியாமநாகினி. "இதில் நிகழ்வன பொய்யே. பொய்யில் பொய் கலப்பதில் பிழையே இல்லை. இளவரசிகளின் ஒரு சுருள் தலைமயிரையும் காலடி மண்ணையும் அவர்கள் அணியும் ஒரு சிறு நகையையும் எனக்களியுங்கள்" என்றாள்.

சேடிகளிடம் சொல்லி அவற்றைக்கொண்டுவந்து சியாமநாகினியிடம் கொடுக்கச்சொன்னாள் சத்யவதி. அரண்மனைக்குள் இருந்த அகலமான அறை ஒன்றை சியாமநாகினிக்கு பூசனைக்காக ஒருக்கிக்

கொடுக்கவைத்தாள். அவளுக்குத் தேவையான ஏவலர்களையும் பொருட்களையும் கொடுக்க ஆணையிட்டாள்.

தன் அறைக்குள் நிலையழிந்தவளாக அவள் அமர்ந்திருந்தாள். அன்றுகாலை வந்திறங்கிய வியாசரைக் கண்டதுமே அவளுடைய அகம் அச்சத்தால் நிறைந்துவிட்டிருந்தது. தோளில்புரளும் சடைக்கற்றைகளும் திரிகளாக இறங்கிய தாடியும், வெண்சாம்பல் பூசப்பட்ட மெலிந்து வற்றிய கரிய உடலும் கொண்ட வியாசர் சிதையில் இருந்து பாதியில் எழுந்துவந்தவர் போலிருந்தார். அவள் அரண்மனை முற்றத்தில் இறங்கிச் சென்று வணங்கி 'மகாவியாசரை அரண்மனை வணங்கி வரவேற்கிறது' என்று முறைப்படி முகமன் சொன்னதும் அவர் வெண்பற்களைக் காட்டிச் சிரித்தபோதுதான் அவள் தன் மகனை கண்டாள்.

தவக்குடிலில் ஓய்வெடுக்கச்சென்ற வியாசரைக் காண அவள் சென்றபோது சுதனும் சுதாமனும் அவளை எதிர்கொண்டு அழைத்தனர். "என்ன செய்கிறான்?" என்று அவள் கேட்டாள். "பீஷ்மபிதாமகர் எங்கே என்று கேட்டுக்கொண்டிருந்தார்" என்றனர். "அவர் மீண்டும் காட்டுக்குச் சென்றுவிட்டார். என்று மீள்வாரெனத் தெரியாது" என்றாள் சத்யவதி.

வியாசர் அவளைப்பார்த்ததும் உள்ளிருந்து எழுந்து வாசலுக்கு வந்து கைகளைக்கூப்பியபடி வரவேற்றார். உள்ளே அழைத்துச்சென்று பீடத்தில் அமரவைத்து அருகிலேயே நின்றுகொண்டார். "அன்னையே, நீண்டநாட்களுக்குமுன் உங்கள் பாதங்களைப்பணிந்து நீங்கள் அழைக்கையில் வருவேன் என்று சொன்னேன். நீங்கள் அழைக்கவும் நான் வரவும் நிமித்தம் அமைந்திருக்கிறது" என்றார்.

"உன் புதல்வன் சுகன் நலமாக இருக்கிறானா?" என்று சத்யவதி கேட்டாள். கேட்டதும்தான் எவ்வளவு சரியான இடத்தில் தொடங்கியிருக்கிறோம் என்று அவளே உணர்ந்தாள். தேர்ந்த வில்லாளியின் கைகளே அம்பையும் இலக்கையும் அறிந்திருக்கின்றன. "சுகனின் பிறப்பு பற்றி நீ எழுதிய காவியத்தை சூதர்கள் பாடக்கேட்டேன்" என்றாள் சத்யவதி.

வியாசர் புன்னகை செய்தார். "ஆம், என் அகத்தின் மிகமென்மையான ஓர் ஒலி அது அன்னையே. சிலசமயம் யாழில் அறியாமல் விரல்தொட்டு ஒரு பிறழொலி கேட்கும். இசையைவிட இனிய ஒலியாகவும் அது அமையும்... அது அத்தகைய ஒன்று" என்றார். "சுவர்ணவனத்தில் நான் ஒருநாள் காலையில் செல்லும்போது சிறிய மரத்துக்குமேல் ஒரு பறவைக்குடும்பத்தைக் கண்டேன். பூவின் மகரந்தத் தொகைபோல ஒரு சிறிய குஞ்சு. அதன் இருபுறமும் அன்னையும் தந்தையும் அமர்ந்து அதை அலகுகளால் மாறிமாறி நீவிக்கொண்டிருந்தன. வேள்வியை இருபக்கமிருந்தும் நெய்யூற்றி வளர்க்கும் முனிவர்கள் போல பெற்றோரும்

குழந்தையும் சேர்ந்து அன்பெனும் ஒளியை எழுப்பி வனத்தையே உயிர்பெறச்செய்தனர். அதைக்கண்டு என் மனம் முத்துச்சிப்பி நெகிழ்வதுபோல விரிந்தது. அதில் காதல் விழுந்து முத்தாகியது...”

“ஹ்ருதாஜி என்பது அவள் பெயர் அல்லவா?” என்றாள் சத்யவதி. “அழகி என்று நினைக்கிறேன்” என்று புன்னகைசெய்தாள். “உலகின் கண்களுக்கு அவள் அழகற்றவளாகக்கூட தெரியலாம் அன்னையே. என் மனதிலெழுந்த பெருங்காதலுடன் நான் சென்றபோது அத்தனை பெண்களும் பேரழகிகளாகத் தெரிந்தனர். ஆனால் ஹ்ருதாஜியின் குரல் எல்லையற்ற அழகு கொண்டிருந்தது. அக்குரல் வழியாகத்தான் நான் அவள் அழகைக் கண்டேன். அவளை நான் கிளி என்றுதான் நினைத்தேன். அவளில் பிறந்த குழந்தைக்கு அதனால்தான் சுகன் என்று பெயரிட்டேன்... என் கையில் இருந்து வேதங்களைக் கற்று அவன் வளர்ந்தான்.”

வியாசரின் முகம் ஒளிகொண்டிருப்பதை நோக்கியபடி சத்யவதி மெதுவாக முன்னகர்ந்து “குழந்தை அனைத்தையும் ஒளிபெறச்செய்துவிடுகிறது கிருஷ்ணா. பல்லாயிரம் மலர்மரங்கள் சூழ்ந்த வனத்தையே அது அழகாக்குகிறது என்றால் ஓர் இருள்சூழ்ந்த அரண்மனையை அது பொன்னுலகமாகவே ஆக்கிவிடும்” என்றாள். அவள் அகம் சென்ற தொலைவை அக்கணமே தாண்டி “ஆம், அன்னையே. உங்கள் எண்ணத்தை தேவவிரதன் சொன்னான்” என்றார் வியாசர்.

“என்குலம் வாழ்வதும் என் இல்லம் பொலிவதும் உன் கருணையில் இருக்கிறது கிருஷ்ணா” என்றாள் சத்யவதி. வியாசர் முகம் புன்னகையில் மேலும் விரிந்தது. “என் அழகின்மை அரண்மனைக்கு உகந்ததா அன்னையே?” என்றார். சத்யவதி அவர் கண்களை கூர்ந்து நோக்கி “அரண்மனை என்றுமே அறிவாலும் விவேகத்தாலும் ஆளப்படுகிறது கிருஷ்ணா” என்றாள். அதைச்சொல்ல எப்படி தன்னால் முடிந்தது என அவளே வியந்துகொண்டாள்.

“அன்னையே, தங்கள் ஆணை என் கடமை. அதை நான் தேவவிரதனிடமே சொன்னேன். ஆனால் நான் ஒரேயொரு கோரிக்கையை முன்வைக்க விழைகிறேன். அப்பெண்கள் என்னை மனமுவந்து ஏற்றுக்கொள்ள வேண்டும்” என்றார் வியாசர். சத்யவதி “ஆம், அவர்கள் ஏற்கெனவே ஒப்புக்கொண்டு விட்டார்கள்” என்றாள்.

சியாமை வந்து அழைத்து பூசனை முடிந்துவிட்டது என்றாள். சத்யவதி பூசனைநிகழ்ந்த அறைக்குச் சென்று பார்த்தபோது சற்று திகைத்தாள். அறையெங்கும் நீலமேகம் படர்ந்ததுபோல தூபப்புகை மூடியிருக்க நடுவே ஏழு நெய்யகல்கள் எரிந்தன. விளக்குகளுக்கு அப்பால் ஏழு நாகங்களின் உருவங்கள் கமுகுப்பாளையால் செய்யப்பட்டு நிறுவப்பட்டிருந்தன.

குன்றிமணிகளாலான கண்களும் செந்நிற மலரல்லிகளாலான நாக்குகளும் கொண்டவை. ஏழுநிற மலர்களாலான எண்கோண முற்றம் அமைக்கப்பட்டு அதன் நடுவே தாலத்தில் படையல்கள் வைக்கப்பட்டிருந்தன. சியாமநாகினி நடுவே அமர்ந்து கையில் துடியை மீட்டிக்கொண்டிருக்க சுவரோரமாக அவள் மகள் அமர்ந்து குடமுழவை மெல்ல நீவி விம்மலொலி எழுப்பிக்கொண்டிருந்தாள். அந்த அறையே வலியில் அழுவதுபோல விம்மிக்கொண்டிருந்தது.

“தேவியர் வருக” என்றாள் சியாமநாகினி. சத்யவதி கண்ணைக்காட்ட சியாமை எழுந்து சென்றாள். அவர்களிடம் முன்னரே சத்யவதி சொல்லியிருந்தாள், நீத்தார்கடனின் ஒருபகுதியாக நிகழும் பூசனை அது என்று. ஈரவெண்பட்டு ஆடை மட்டும் அணிந்து நீண்டகூந்தலில் நீர்த்துளிகள் சொட்ட நனைந்த முகம் மழையில் நனைந்த பனம்பாளை போல மிளிர அம்பிகை வந்தாள். அவள் கையைப்பற்றியபடி மிரண்ட பெரிய விழிகளால் அறையைப்பார்த்தபடி ஈர உடையுடன் அம்பாலிகை வந்தாள்.

“அமருங்கள் தேவி” என்றாள் சியாமநாகினி. “இந்தத் தருணத்தில் கரிய திரை அசைந்துகொண்டிருக்கிறது. நிழல்கள் எழுந்து தங்கள் உண்மைகளுடன் இணைந்துகொள்கின்றன.” அம்பிகை அம்பாலிகை இருவரும் இரு சித்திரப்பாய்களில் அமர்ந்துகொண்டனர். சியாமநாகினி கைகாட்ட அவளுடன் வந்த ஏவல்பெண் தூபத்தில் புதிய அரக்கை போட அறை நீருக்குள் தெரிவது போல அலையடித்தது.

நாகினி தன்முன் கரிய மண் தாலம் ஒன்றை வைத்து அதன்மேல்கைகளை துழாவுவதுபோல சுழற்றியபடி “ஆவணி மாதம் ஆயில்ய மீனில் பிறந்த இவள் அம்பிகையின் கழலின் தோற்றம். அனலில் உருகாத இரும்பு. அணையாத நீலநெருப்பு... அன்னைநாகங்களே இவளைக் காத்தருள்க! காவல்நாகங்களே இவளைக் காத்தருள்க! அழியாத நாகப்புதல்வர்களே இவளுக்கு கருணைசெய்க!” என்றாள்.

அவள் கைகளே நாகங்கள் போல நெளிந்தன. மனிதக்கைகள் அப்படி வளைய முடியும் என்பதை சத்யவதி பார்த்ததேயில்லை. தாலத்தின் வெறுமையிலிருந்து நீலச்சுவாலை மேலே எழுந்து நெளிந்தாடியது. அங்கே செந்நிற படம் கொண்ட நீலநாகம் நின்றாடுவதாகவே தெரிந்தது.

சியாமநாகினி “மார்கழிமாதம் மகம் மீனில் பிறந்த இவள் அம்பிகையின் கைவிரல் மோதிரம். ஒளிரும் வெள்ளி. குளிர்வெண்ணிற நிலவொளி. அன்னைநாகங்களே இவளைக் காத்தருள்க! காவல்நாகங்களே இவளைக் காத்தருள்க! அழியாத நாகப்புதல்வர்களே இவளுக்கு கருணைசெய்க!” நெளிந்த நாகபடக் கைகளுக்குள் இருந்து வெண்ணிறமான சுவாலை எழுந்து நின்றாடியது.

இருபெண்களும் விழிகளை அகல விரித்து கூப்பிய கைகளுடன் அமர்ந்திருந்தனர். சியாமநாகினி கரிய தைலம் பாதியளவுக்கு நிறைந்த இரு மண்தாலங்களை அவர்களிடம் கொடுத்தாள். அவற்றை அவர்கள் மடிகளில் வைத்துக்கொள்ளும்படி சொன்னாள். "அந்த திரவத்தைப் பாருங்கள்... அதில் தெரிவது உங்கள் முகம். அதையே பாருங்கள். தியானம் செய்யுங்கள். அதில் உங்கள் முகத்தை விலக்க முடிந்தால் மண்ணுலகம் நீங்கி விண்ணகம் செல்லாமல் இங்கிருக்கும் உங்கள் கணவனை அதில் காணலாம்" என்றாள்.

அம்பிகை "உண்மையாகவா?" என்றாள். "நீங்களே காண்பீர்கள். அவரிடம் நீங்கள் உரையாடலாம். எஞ்சியவற்றை எல்லாம் சொல்லலாம். அவர் உங்களிடம் என்ன சொல்லவிரும்புகிறார் என்று கேட்கலாம்." அம்பிகை கைகள் நடுங்க யானத்தை பற்றிக்கொண்டாள். அதன் திரவப்பரப்பில் அலைகள் எழுந்தன. அம்பாலிகை ஓரக்கண்ணால் அம்பிகையை பார்த்தபின் தனது தாலத்தைப் பார்த்தாள். "அலைகள் அடங்கவேண்டும் தேவி" என்றாள் சியாமநாகினி.

குடமுழவும் உடுக்கையும் சீராக ஒலித்துக்கொண்டே இருந்தன. நெருப்புத்தழல்கள் மெல்ல நிலைத்து தாழம்பூக்களாக, குருதிவழிந்த குத்துவாட்களாக மாறி நின்றன. அம்பாலிகை "தெரிகிறது" என்றாள். கனவுகண்டவள் போல அம்பிகை திரும்பிப் பார்த்துவிட்டு தனது தாலத்தைப் பார்த்தாள். "என்ன தெரிகிறது?" என்றாள் சியாமநாகினி. "அவரைப் பார்க்கிறேன். ஆனால் நான் அவரை இப்படி பார்த்ததே இல்லை."

"எப்படி இருக்கிறார்?" என்றாள் சியாமநாகினி. "மிகச்சிறியவர்" என்று அம்பாலிகை சொன்னாள். பரவசத்துடன் அந்த திரவ வட்டத்தையே பார்த்தபடி "விளையாட அழைக்கிறார். அவர் கையில் ஒரு மரத்தாலான பம்பரம் இருக்கிறது." பின்பு சின்னஞ்சிறுமியின் குதூகலச் சிரிப்புடன் அதை நோக்கி குனிந்தாள். அவள் முகம் மாறுபட்டது. கண்களில் திகைப்பும் புரியாமையும் எழுந்தது. பணிவுடன் தலையை அசைத்தபோது காதுகளின் குண்டலங்கள் கன்னங்களில் மோதின.

அம்பிகை பெருமூச்சுவிட்டாள். அவள் சற்று அசைந்தபோது சியாமநாகினி "பார்த்துவிட்டீர்களா தேவி?" என்றாள். "ஆம்" என்றாள் அம்பிகை. "என்ன சொன்னீர்கள்?" அம்பிகை தலைகுனிந்து "அவரிடம் நான் சொல்வதற்கு ஏதுமில்லை என்று தெரிந்தது" என்றாள். பிறகு "அவரது ஆணைக்கு நான் கட்டுப்பட்டாகவேண்டும்" என்றாள்.

சியாமநாகினி கைகாட்ட தாளம் புரவிப்படை மலையிறங்குவதுபோல ஒலிக்கத்தொடங்கியது. அறையின் அனைத்துத் தழல்களும் கூத்தாடின. பின்பு அவை ஒரேகணத்தில் அணைந்து இருள் மூடியது. "அரசி,

தேவியரை இருளிலேயே அழைத்துச்செல்லுங்கள். அவர்கள் அறையில் இருளிலேயே வைத்திருங்கள். இருளிலேயே அவர்கள் மஞ்சம் செல்லட்டும்” என்றாள்.

சத்யவதி வெளியே வந்தபோது ஓர் அச்சமூட்டும் கனவு முடிந்துவிட்டது போல உணர்ந்தாள். சியாமையிடம் வியாசரை கூட்டி வரலாமென ஆணையிட்டாள். சியாமை சென்றபின் தன் மஞ்ச அறைக்குச் சென்று பதைப்புடன் காத்திருந்தாள். கதவு மெல்லத்திறந்தது. சியாமை வந்து நின்றாள். “கிருஷ்ணன் மஞ்சத்துக்கு சென்றுவிட்டானா?” என்றாள் சத்யவதி. “ஆம், பேரரசி.” சத்யவதி “அவன் மனநிலை என்ன என்று தெரியவில்லையே... இன்று என்குலம் கருவுறுமா?” என்றாள். சியாமை “பேரரசி, சியாமநாகினி அதை நமக்குக் காட்டுவாள்” என்று சொன்னாள். “அழைத்து வருகிறேன்” என்றாள்.

சியாமநாகினி உள்ளே வந்து அமர்ந்தாள். கோபுரம்போல குவித்துக்கட்டியிருந்த நீண்ட கூந்தலை அவிழ்த்து தோள்களில் பரப்பியிருந்தாள். கரிய உடலில் பூசியிருந்த நீலச்சாயம் வியர்வையில் வழிந்து பின் உலர்ந்திருந்தது. “நாகினி, இந்த அரண்மனை ரகசியம் வெளியாகிவிடாதல்லவா?” என்றாள் சத்யவதி. நாகினி “அரண்மனை ரகசியங்கள் அனைத்தும் வெளியாகிவிடும் அரசி” என்று திடமாகச் சொல்ல மேலே பேசமுடியாமல் சத்யவதி திரும்பிக்கொண்டாள்.

சியாமை “வியாசரின் மனநிலையை பேரரசி அறியவிரும்புகிறார்” என்றாள். “அதை நான் இங்கிருந்தே பார்க்கமுடியும் அரசி” என்றாள் நாகினி. அவர் தன் தந்தை இயற்றிய புராணசங்கிரகம் என்ற நூலை சுவடிக்கட்டாக தன்னுடன் எடுத்துவந்திருக்கிறார். முக்காலங்களையும் அவர் அதன் வழியாகவே உய்த்துணர்கிறார். மஞ்சத்தில் அமர்ந்து கைப்போக்கில் சுவடிக்கட்டை விரிக்கிறார். ஏழுசுவடியும் ஏழு வரியும் ஏழு எழுத்துக்களும் தள்ளி வாசிக்க ஆரம்பிக்கிறார்.” “எதை?” என்றாள் சத்யவதி.

“அது தீர்க்கதமஸின் கதை” என்றாள் நாகினி. “புடவியைப் படைப்பதற்காக பிரம்மன் பதினாறு பிரஜாபதிகளை படைத்தார். கர்த்தமன், விக்ரீதன், சேஷன், சம்ஸ்ரயன், ஸ்தாணு, மரீசி, அத்ரி, கிருது, புலஸ்தியன், அங்கிரஸ், பிரசேதஸ், புலஹன், தட்சன், விவஸ்வான், அரிஷ்டநேமி, கஸ்யபன் என்று அவர்களை புராணங்கள் சொல்கின்றன. பத்தாவது மைந்தனான அங்கிரஸ் அணையாது மூளாது எரியும் அவியிலா பெருநெருப்பாக விண்ணகங்களை மூடிப்பரவினார்.

“வான் நெருப்பான அங்கிரஸில் இருந்து செந்நிறச்சுவாலை பிரஹஸ்பதியாகவும் நீலச்சுவாலை உதத்யனாகவும் பிறந்தது. இருவரும் ஒருவரை ஒருவர் தழுவியும் ஒருவரை ஒருவர் பகைத்தும் விண்வெளியில்

நடனமிட்டனர். உதத்யன் குடலாகவும் பிரஹஸ்பதி நாவாகவும் இருந்தனர். உதத்யன் பசியாகவும் பிரஹஸ்பதி தேடலாகவும் திகழ்ந்தனர். அணையாத பெரும்பசியே உதத்யன். அவ்விழைவின் ஆடலே பிரஹஸ்பதி. பருப்பொருளனைத்தையும் உண்ண வேண்டுமென்ற அவாவை தன்னுள் இருந்து எடுத்து உதத்யன் ஒரு பெண்ணாக்கினார். அவளை மமதா என்றழைத்தார்.

"பேரவா என்னும் பெண்ணுக்குள் நீலநெருப்பின் விதை விழுந்து முளைத்தபோது அது இருளின் துளியாக இருந்தது. இருளைச் சூல்கொண்ட பேரவா நாள்தோறும் அழகுகொண்டது. அவ்வழகைக் கண்டு காதல்கொண்ட பிரஹஸ்பதி மமதையிடம் உறவுகொண்டார். கருவுக்குள் இருந்த கருங்குழந்தை உள்ளே வந்த எரிதழல் விந்துவை தன் சிறுகால்களால் தள்ளி வெளியேற்றியது. சினம் கொண்ட பிரஹஸ்பதி 'நீ முளைத்தெழுவாயாக. கண்ணற்றவனாகவும் கைதொடுமிடமெல்லாம் பரவுகிறவனாகவும் ஆவாயாக. உன் குலங்கள் வளரட்டும். விண்ணிலொரு இருள் விசையாகவும் மண்ணிலொரு முனியாகவும் நீ வாழ்க' என்று தீச்சொல்லிட்டார்.

"அனலின் வயிறு திறந்து குழந்தை கண்ணிழந்த கரிய உருவமாக எழுந்தது. அக்கணம் மண்ணில் தண்டகாரண்யத்தில் பத்ரை என்னும் முனிபத்தினியின் வயிற்றில் கண்ணற்ற குழந்தை ஒன்று பிறந்தது. அதற்கு தீர்க்கதமஸ் என அவர்கள் பெயரிட்டனர். தீர்க்கதமஸ் தீராத காமவேகத்தையே தன் தவவல்லமையாகக் கொண்டிருந்தார். அவரில் இருந்து அங்கன், வங்கன், கலிங்கன், புண்டரன், சுங்கன் என ஐந்து மன்னர்குலங்கள் பிறந்தன.

நாகினி சொல்லிக்கொண்டிருக்கும்போது சியாமை மெல்லத் தலைநீட்டி அம்பிகையை அறைக்கு கொண்டுசெல்லலாமா என்று கேட்டாள். சத்யவதி ஆம் என தலையை அசைத்தாள். சியாமை திரும்பி வந்ததும் சத்யவதி பதற்றத்துடன் "அவள் எப்படி இருந்தாள்? என்ன சொன்னாள்?" என்றாள். "அவர் கனவிலிருப்பவர் போல நடந்துசென்றார். அறைக்கதவை அவரே மூடிக்கொண்டார்" என்றாள் சியாமை.

"அவள் நாகங்களால் கைப்பற்றப்பட்டிருக்கிறாள். அவள் நரம்புகளில் எல்லாம் நீலநாகங்கள் குடியேறிவிட்டன. அவள் குருதியில் நாகரசம் ஓடுகிறது. அவள் அறைக்குள் சென்று அங்கே காண்பது தன் கணவனைத்தான்" என்றாள் நாகினி. ஒரு வெற்றிலையை எடுத்து அதில் மைபூசி "இதோ அவள் காணும் காட்சி" என்றாள்.

சத்யவதி குனிந்து நோக்கி பின்னடைந்தாள். "என்ன இது? இதையா அவள் காண்கிறாள்?" சியாமநாகினி புன்னகை செய்து "இதுவும் அவனேதான் அரசி. தெய்வங்களுக்கெல்லாம் கரிய மூர்த்தங்களும்

உண்டு... பெண்ணின் தாகம் காணாததை நோக்கியே செல்கிறது." சத்யவதி திகைப்புடன் அதையே பார்த்துக்கொண்டிருந்தாள். பின்பு "ஆம், இவனை நானும் அறிவேன்" என்றாள். "இதை அறிந்ததனால்தான் விசித்திரவீரியன் என்று பெயரிட்டேன்."

மைப்பரப்பின் பளபளப்பு காட்டிய பிம்பங்கள் மறைந்தன. சத்யவதி "என்ன?" என்றாள். சியாமநாகினி பரபரப்புடன் வெற்றிலையை மீண்டும் மீண்டும் நீவினாள். அது கருமையாகவே இருந்தது. "என்ன நடந்தது சியாமநாகினியே?" என்றாள் சத்யவதி.

"அவள் விழிகள் திறந்துவிட்டன. அவள் அது வியாசன் என்று கண்டுவிட்டாள்" என்றாள் சியாமநாகினி. அச்சத்துடன் சியாமநாகினியின் தோள்களைப்பற்றி "என்ன நடக்கும் சியாமநாகினியே?" என்றாள் சத்யவதி. சியாமநாகினி புன்னகையுடன் "அவள் பெண், அவர் ஆண். அவருக்குள் உள்ள கருமையை முழுக்க எடுத்துக்கொள்வாள்" என்றாள்.

6

மஞ்சத்தறையின் வாயிலை மிகமெல்லத்திறந்து நீண்ட வெண்ணிற வாள் என உள்ளே விழுந்த ஒளியால் வெட்டப்பட்டவளாகக் கிடந்த அம்பிகையை அம்பாலிகை எட்டிப் பார்த்தாள். அம்பிகை அசைவில்லாமல் அங்கேயே கிடந்தாள். துயில் ஒலி இல்லை என்பதை அம்பாலிகை கவனித்தாள்.

அம்பாலிகை கதவை மெல்ல அசைத்தபோது அம்பிகையின் கண்ணிமைகள் அதிர்ந்தன. மெல்லத்திரும்பி "நீயா?" என்றாள். "உள்ளே வரலாமா அக்கா?" என்றாள் அம்பாலிகை. "வா" என்றாள் அம்பிகை. அம்பாலிகை ஓடிச்சென்று அம்பிகையின் மஞ்சத்தின் விளிம்பில் அமர்ந்துகொண்டாள். நெல்மணி பொறுக்கும் சிறுகுருவி போல அவளிடம் ஒரு பதற்றம் இருந்தது.

அம்பிகை "என்னடி?" என்றாள். "அக்கா, நீ நேற்று அந்த தாலத்தில் எதைக் கண்டாய்?" என்றாள் அம்பாலிகை. "என் முகத்தை" என்றாள் அம்பிகை. அம்பாலிகை படபடப்புடன் "இல்லை, உன் முகம் விலகியபோது?" என்றாள்.

அம்பாலிகையின் சிறிய வட்டமுகத்தை பார்த்துக்கொண்டிருந்த அம்பிகை புன்னகையுடன் அவள் கைகளைப்பிடித்து "அதில் கண்டவை எல்லாமே என் முகம்தானடி. அதை நான் இன்றுதான் உணர்ந்தேன்" என்றாள். "அப்படியா? நான் கண்டவை வேறு" என்றாள் அம்பாலிகை. "நீ கண்டவையும் உன் முகங்கள்தான்" என்றாள் அம்பிகை.

அம்பாலிகை சிலகணங்கள் தன்னுள் எண்ணிக்கொண்டு இருந்த பின்பு முழங்காலை கட்டிக்கொண்டு "எனக்கு ஏதும் புரியவில்லை அக்கா. குழப்பமாக இருக்கிறது. சியாமை இன்று மாலை நான் அரசரின் மஞ்

சத்துக்குச் செல்லவேண்டும் என்றாள். அங்கே மஞ்சத்தில் அரசர் நான் அந்தத் தாலத்தில் கண்ட கோலத்தில் நேரில் வந்து என்னுடன் இருப்பார் என்றும் சொன்னாள்."

அம்பிகை புன்னகை புரிந்தாள். "நான் போவதா வேண்டாமா அக்கா?" என்றாள் அம்பாலிகை. "ஏன்?" என்றாள் அம்பிகை. "எனக்கு பயமாக இருக்கிறது." அம்பிகை சிரித்தபடி "பயமா, உனக்கா? பொய் சொல்லாதே" என்றாள். "எனக்கு வேறெதையும் பயமில்லை" என்றபோது அம்பாலிகையின் முகம் சிவந்தது. அம்பிகையின் அருகே படுத்து மெத்தையில் முகம் புதைத்தாள்.

"என்ன பயம்? சொல்லடி" என அம்பிகை கேட்டாள். "ஒன்றுமில்லை" என்று அவள் முகம் நீக்காமல் தலையசைத்தாள். "சொல்லடி" என்றாள் அம்பிகை. அம்பாலிகை எழுந்து அம்பிகையின் காதுக்குள் "குழந்தை பிறக்கும் என்றார்களே" என்றாள். "ஆம்." அம்பாலிகை மீண்டும் காதுக்குள் "என் வயிறு பெரிதாக ஆகுமல்லவா?" என்றாள். "ஆம், குழந்தை வளரும் அல்லவா?" அம்பாலிகை எழுந்து தலையை அசைத்து "அதுதான் அக்கா எனக்கு பயம்" என்றாள்.

"நான் என்ன சொன்னாலும் நீ போகத்தான் போகிறாய்" என்றாள் அம்பிகை. "ஏனென்றால் தன்னிடமிருந்து எவருக்கும் விடுதலை இல்லை." அம்பாலிகை குழப்பத்துடன் "என்ன சொல்கிறாய்?" என்றாள். "உனக்குப் புரியாது" என்றாள் அம்பிகை. சிணுங்கியபடி அம்பிகையின் கைகளைப்பிடித்துக்கொண்டு "எல்லாம் புரியும், சொல்" என்றாள் அம்பாலிகை.

அம்பிகை வெளிறிய உதடுகளால் புன்னகைபுரிந்து "நீ தாலத்தில் எதைக் கண்டாய்?" என்றாள். "அரசர் என்னுடன் விளையாட வந்தார். நாணலால் வில்செய்து தர்ப்பைகளைக் கொண்டு நாங்கள் ஆற்றில்மிதந்த இலைகளை எய்து மூழ்கடித்தோம்... அதன்பின் குதிரையில் ஏறி ஆற்றைக் கடந்து சென்றோம். மறுபக்கம் முழுக்க தாழைப்புதர்கள். அங்கே ஒரு யானை..."

அம்பிகை புன்னகைசெய்து "அதைத்தான் நீ காணமுடியும்... அதையே காண்பாய்" என்றாள். அம்பாலிகை உதடுகளைச் சுழித்து தலையைச் சரித்து சிந்தனைசெய்தபின் "அக்கா உண்மையிலேயே வருவது அரசரா?" என்றாள்.

"உண்மையிலேயே ஓர் ஆணை எந்தப்பெண் அடையமுடியும் அம்பாலிகை? அவனை அவள் உண்மையிலேயே காணத்தொடங்கும்போது வயதாகி விட்டிருக்குமே?" "ஏன்?" என்றாள் அம்பாலிகை தலைசரித்து. "வேடிக்கையாகச் சொன்னேன்... அம்பாலிகை, யாராக இருந்தாலும்

நாம் நம்முடைய அன்பைத்தான் பார்க்கிறோம். எல்லா உறவுகளும் மாயத்தோற்றங்கள்தான்... பிறகென்ன?"

"இது மாயத்தோற்றமா அக்கா?" "நீ அரசரை பார்த்திருக்கிறாயல்லவா?" என்று அம்பிகை கேட்டாள். "ஆமாம்" என்றாள் அம்பாலிகை சிரித்தபடி. "நான் மூன்றுமுறை அவரைப்பார்த்தேன். முதலில் பிடிக்கவில்லை. மூன்றாம்முறை கொஞ்சம் பிடித்திருந்தது." அம்பிகை "அது எவ்வளவு உண்மையோ அந்த அளவுக்கு இதுவும் உண்மை" என்றாள்.

"அப்படியென்றால் சரி" என்று அம்பாலிகை பெருமூச்சுவிட்டாள். "நான் மிகவும் அஞ்சிக்கொண்டிருந்தேன் அக்கா. ஏதேனும் மாயமிருக்குமோ என்று நினைத்திருந்தேன். உன்னிடம் அவர் எப்படி இருந்தார்?"

அம்பிகை புன்னகைசெய்து "அதைச் சொன்னால் நீ பயப்படுவாய்" என்றாள். "இல்லை பயப்படமாட்டேன்..." என்று அவள் தோளைப்பிடித்து அம்பாலிகை உலுக்கினாள். "சரி, சொல்கிறேன்... யானைபோல."

அம்பாலிகை பயந்து எழுந்து "என்ன அக்கா சொல்கிறாய்?" என்றாள். "நானும் யானையாகத்தான் இருந்தேன் அம்பாலிகை." "நீயா?" என்றாள் அம்பாலிகை பயத்துடன்.

"ஆமாம், நான் எப்படி யானையானேன் என்று எனக்கே தெரியவில்லை. நான் ஒரு நதிக்கரையில் மெல்ல இறங்கியபோது நதிக்கு மறுபக்கம் ஒரு மிகப்பெரிய மதயானை நிற்பதைக் கண்டேன். பிறைநிலவு ஆடியில் தெரிவதுபோல இரு தந்தங்கள்தான் முதலில் தெரிந்தன. இரவு மேலும் இருண்டு திரண்டு நடந்துவருவது போல அந்தயானை முன்னால் வந்து என்னைப்பார்த்து துதிக்கையைத் தூக்கி மாபெரும் சங்கொலி எழுப்பியது. பின்பு அந்த நதியில் இறங்கி அதில் பரவியிருந்த விண்மீன்களைக் கலக்கி அலையெழுப்பியபடி என்னை நோக்கி வந்தது. நான் முதலில் அஞ்சினேன் என்றாலும் அந்த அச்சமே என்னை முன்னால் கொண்டு சென்றது. நானும் நீரில் இறங்கி நின்று திரும்ப சங்கொலி எழுப்பினேன். அப்போதுதான் நானும் யானையாக இருப்பதைக் கண்டேன்."

"உண்மையாகவா அக்கா?" என்றாள் அம்பாலிகை. அவள் கைகள் நடுங்குவதைக் கண்டு அம்பிகை புன்னகைத்தபடி "இது வெறும் கதைதான் இளையவளே" என்றாள். "பிறகு என்ன ஆயிற்று அக்கா?" என்றாள் அம்பாலிகை. "யானைகள் என்ன செய்யும்? துதிக்கைகளை சுற்றிக்கொண்டு மத்தகங்களால் முட்டிக்கொண்டோம். தூண்கள் போன்ற கால்களால் காட்டை மிதித்து அழித்தோம். பெரிய மரங்களைப் பிடுங்கி அடித்துக்கொண்டோம். பாறைகளைத் தூக்கி வீசினோம். காடும் மலைகளும் எதிரொலிக்க ஒலியெழுப்பினோம். எந்தப் போரிலும் நான் அந்த யானையை வெல்ல முடியவில்லை. ஏனென்றால் அதற்குக் கண்கள் இல்லை."

"அப்படியா அக்கா?" என்றாள் அம்பாலிகை. அவளுக்கு எதுவுமே புரியாமலாகிவிட்டது என அம்பிகை உணர்ந்தாள். "ஆமாம். யானைக்கு கண்கள் எதற்கு? மற்ற உயிர்கள் அதைப்பார்த்தால் போதாதா? வழிவிடவேண்டியவை அவைதானே? வலிமை என்றால் அதற்கு கண்கள் இருக்கலாகாது. இது அது என்று பார்க்கமுடிந்தால் வலிமை குறைய ஆரம்பிக்கும். மூர்க்கம் என்பதும் வலிமை என்பதும் ஒன்றின் இருபெயர்கள்தான்."

"நான் எதைக்காண்பேன் அக்கா?" என்றாள் அம்பாலிகை. "தெரியவில்லை. ஆனால் ஒன்று மட்டும் உறுதியாக நினைத்துக்கொள். நீ முதன்முதலில் அரசரைப்பார்த்தபின் கண்களையே திறக்காதே..." என்றாள் அம்பிகை. "ஏன்?" என்றாள் அம்பாலிகை. "திறந்தால் எல்லாம் கனவு என்று தோன்றும்."

"நீ திறந்தாயா அக்கா?" "ஆம் திறந்தேன்" என்றாள் அம்பிகை. "ஆனால் எனக்கு இன்னொரு பெரிய கனவு வந்தது. அந்தக்கனவில் இரு மதயானைகள் ஒரு பெரிய நாகத்தின் உடம்பில் இரு சிறு பூச்சிகள்போல மத்தகம் முட்டி விளையாடுவதைத்தான் கண்டேன்."

கதவு அசைந்தது. வெளியே நின்ற சியாமை "மன்னிக்கவேண்டும். இளைய அரசியார் தன் அறைவிட்டு வெளியே செல்லக்கூடாதென்று பேரரசியாரின் ஆணை" என்றாள். "பேரரசி சொன்னால் நான் கேட்கவேண்டுமோ? என்னை மிரட்டினால் நானும் பெரிய அக்காபோல தேரை எடுத்துக்கொண்டு காசிக்கே திரும்பி விடுவேன்" என்றாள் அம்பாலிகை.

சியாமை மென்மையாக "வாருங்கள் அரசி, இன்று மாலை தங்களுடைய மங்கலமஞ்சம் அல்லவா?" என்றாள். அம்பாலிகை அவளுடன் சென்றபடி "எனக்கு குழந்தைகள் பிறக்குமா?" என்றாள். "ஒருகுழந்தை உறுதியாகப்பிறக்கும்..." என்றாள் சியாமை. "அதை நானே வைத்துக்கொண்டு விளையாடலாமா? இல்லை சேடிகளிடம் கொடுத்துவிட வேண்டுமா?" சியாமை சிரித்து "நீங்களே விளையாடலாம்" என்றாள்.

அம்பாலிகை படிகளில் மெல்லக்குதித்து அவளைத் தொடர்ந்தபடி "என்னிடம் ஒரு பளிங்குப்பாவை இருந்தது. என் கையளவுக்கே சிறியது. குழந்தை. நான் அதை வைத்து விளையாடுவேன். தொட்டிலில் போட்டு ஆட்டுவேன்" என்றாள். "அதை நான் காசியிலேயே விட்டுவந்துவிட்டேன்... அதைப்போன்ற ஒரு வெண்ணிறமான குழந்தை கிடைத்தால் நான் அதை கீழேயே விடமாட்டேன்."

அவளை அவளுடைய அறைக்குள் கொண்டு சென்று அமரச்செய்தாள் சியாமை. அம்பாலிகை "இன்னும் எவ்வளவு நேரம் நான் இங்கே

இருக்கவேண்டும்?" என்று சிணுங்கினாள். "அப்படியென்றால் சூதர்களை வரச்சொல்லி பாடச்சொல்."

சியாமை அவள்முன் அமர்ந்து "சூதர்கள் ஆண்கள். அவர்களை நீங்கள் பார்க்கமுடியாது அரசி" என்றாள். "அப்படியென்றால் விறலியர் வரட்டும்." சியாமை "விறலியரும் தங்களை பார்க்கக்கூடாது. அவர்கள் பாடல்கள் வழியாக தங்களை எங்காவது அழைத்துச் சென்றுவிடுவார்கள்."

"நான் என்னதான் செய்வது?" என்றாள் அம்பாலிகை. "நான் சாளரம் வழியாக குதித்து தோட்டத்துக்குச் செல்வேன். உப்பரிகையிலிருந்து மரங்களில் ஏற எனக்குத் தெரியும்." சியாமை சிரித்துக்கொண்டு, "சரி நான் கதை சொல்லவா?" என்றாள்.

அம்பாலிகை "இன்னும் மூன்று நாழிகை இருக்கிறது. மூன்று கதைகளைச் சொல்" என்றாள். சியாமை அமர்ந்துகொண்டு "இளவரசி நீங்கள் சந்திரனை விரும்புகிறீர்கள் அல்லவா?" அம்பாலிகை துள்ளி எழுந்து அவளருகே வந்து அமர்ந்து "ஆமாம், எனக்கு சந்திரன் மிகமிகப்பிடிக்கும். எப்படி அது உனக்குத்தெரியும்?" என்றாள். "தெரியும்..." என்றாள் சியாமை. "சந்திரனைப்பற்றிய கதையைச் சொல்லவா?"

அம்பாலிகை கேட்பதற்காக கால்களை மடித்து அமர்ந்து கைகளை சிறிய மோவாயில் ஊன்றிக்கொண்டாள். "அரசியே, புடவியை உருவாக்குவதற்காக பிரம்மா தோன்றினார். படைப்பைப்பற்றி அவர் அடைந்த ஒவ்வொரு எண்ணமும் ஒரு பிரஜாபதியாக பிறந்து புடவி விசைகளையும் பொருட்களையும் படைத்தன. அவர்களில் முதன்மையானவர் மகாபிரஜாபதியான அத்ரி" என சியாமை சொல்லத்தொடங்கினாள்.

நூறுநூறாயிரம் கோடி யோசனை நீளமுள்ள வெண்தாடியும் நூறாயிரம் கோடி யோசனை நீளமுள்ள வெண்கூந்தலும் கொண்டவர் அவர். அவரது சிவந்த பாதங்கள் மண்மீதும் வெண்ணிறமான தலை விண்ணிலும் விரிந்திருந்தது. நூறுநூறாயிரம் கோடி யுகங்கள் அவர் தனக்குள் ஆழ்ந்து பிரம்மத்தை எண்ணி தவம்செய்தார்.

அவருக்குள் பிரம்மம் ஒளிவிடத்தொடங்கியதும் அவருடைய உடலின் வெண்ணிற ஒளி மிகுந்தது. அவரது தாடி வெண்ணொளியாக மாறி மேலும் நூறுநூறாயிரம் மடங்கு நீண்டு வளர்ந்தது. வளர்ந்து வளர்ந்து சென்ற ஒரு கட்டத்தில் முழுமைபெற்ற அவர் மலையை அள்ளிக்கொண்ட பனித்துளி போல பிரம்மத்தை தன் சிந்தையில் வாங்கிக்கொண்டார். அந்த ஆனந்தம் தாளாமல் அவரது கண்களிலிருந்து கண்ணீர் முத்துக்கள் குளிர்ந்த ஒளியுடன் உதிரத்தொடங்கின. கோடானுகோடித் துளிகள் அவ்வாறு உதிர்ந்து குளிரொளி பரப்பி வானில் அலைந்தன.

அவற்றைக் கண்ட நான்கு திசைகளும் நான்கு தேவியராக மாறி அவ்விழிநீர்த்துளிகளை கருவிலேற்றிக்கொண்டன. அவை பெற்ற நான்கு வெள்ளிக்குழந்தைகளை பிரம்மதேவர் ஒன்றாக்கினார். அக்குழந்தையை நெஞ்சோடணைத்த அத்ரி பிரகஸ்பதி தன் ஞானமே முதிர்ந்து வந்தவன் அவன் என உணர்ந்து முத்தமிட்டு கண்களில் ஒற்றி குதூகலித்தார். அவன் பெயர் சந்திரன்.

அவன் வளர்ந்து வெண்பளிங்கில் சூரியன் புகுந்ததுபோன்ற நிறம்கொண்ட இளைஞனாக ஆனான். அரசியே சந்திரனின் மகன் புதன். புதனின் மகன் புரூரவஸ். புரூரவஸின் மைந்தர்களே இக்குருகுலத்து மன்னர்கள். மண்ணுள்ளவரை அவர்கள் புகழ் வாழ்க!

"சந்திரனின் ஒளிவந்த கதை தெரியுமல்லவா?" என்றாள் சியாமை. கனவுநிறைந்த கண்களுடன் இருந்த அம்பாலிகை இல்லை என்று தலையசைத்தாள். "அரசியே, விண்ணில் மின்னும் விண்மீன்கள் ஒவ்வொன்றும் பேரரசர்களும் மாமுனிவர்களும் என்றறிவீர்களாக! வடமுனையில் என்றும் மாறாமலிருக்கும் விண்மீன் துருவன். அவன் ஒருகணமும் கண்ணிமைக்காமல் பூமாதேவியை காப்பவன்" என்றாள் சியாமை.

துருவனின் மைந்தன் சிஷ்டி. சிஷ்டியின் மைந்தன் ரிபு. ரிபுவின் குலத்தில் பிறந்த சாக்ஷுஷனின் மைந்தன் மனு. மனுவின் மைந்தன் குரு, குரு அங்கனைப்பெற்றான். அங்கன் வேனனைப்பெற்றான். வேனனின் மைந்தன் பிருது என்றறியப்பட்டான். பிருதுவே பூமியை அரசனாக நின்று ஆண்டிருந்தான். அவனுடைய கண்களின் ஒளியில் பூமிதேவி வாழ்ந்திருந்தாள். பிருதுவின் மகளான அவளை தேவர்கள் பிருத்வி என்றழைத்தனர்.

ஒருமுறை பிருது வான்வெளியின் இருள்விரிவில் அலைந்து மீளும்போது பூமிதேவி தன் கட்டளையை மீறியிருப்பதைக் கண்டான். அவள் தன்மீது எழுந்த கடல்களையும் மலைகளையும் உள்ளே இழுத்துக்கொண்டாள். மனிதர்களையும் மிருகங்களையும் பறவைகளையும் பூச்சிபுழுக்களையும் கிருமிகளையும் தாவரங்களையும் விழுங்கிக்கொண்டாள். பிருது வந்து பார்த்தபோது வெறுமைகொண்டு விண்ணில் சுழன்ற பூமாதேவியையே கண்டான். சினம்கொண்டு தன் வில்லை எடுத்தான். கோடானுகோடி யோசனை நீளமுள்ள தன் வில்லைக்குலைத்து நாணேற்றியபடி பூமியை தண்டிக்க வந்தான்.

மண்மகள் அஞ்சி தப்பி ஓடினாள். இருள் மண்டிக்கிடந்த புடவியின் வீதிகளில் அவள் ஓடி ஓடி ஒளிந்தபோதும் பிருது அவளை விடவில்லை. நூறுநூறாயிரம் கோடி வருடங்கள் பிருது அவளைத் துரத்தி

முடிவிலாவெளியின் இருண்டமூலையில் பதுங்கியிருந்த அவளைப் பிடித்து இழுத்தான்.

வில்லெடுத்துக் குலைத்த பிருதுவைக் கண்டு அஞ்சிநடுங்கிய மண்மகள் “தேவா, நான் உங்கள் அடிமை... என்னை அழிக்கவேண்டாம். என்னிலுள்ள அனைத்தும் கூடவே அழியும்” என்றாள். “மண்மகள்கள் அனைவரும் என்னுடைய படைப்புகள் மட்டுமே. என் யோகவல்லமையால் நான் நூறு மண்மகள்களை பெற்றெடுப்பேன்” என்றான் பிருது. “என்னை அழிக்கவேண்டாம். நான் உண்டவற்றை எல்லாம் மீட்டுத்தருகிறேன்” என்றாள் மண்மகள்.

அதன் பின் அவள் ஓர் அழகிய சிவந்த பசுவானாள். அவள் உள்ளம் கனிவதற்காக பிருது சந்திரனை அழகிய வெண்ணிறக் கன்றாக்கினான். செம்பசு வெண்கன்றை மனம் கனிந்து நக்கியபோது அதிலிருந்து பால் வெள்ளம் சுரந்தது. அவை நதிகளாக ஓடின. அந்நதிகளின் வழியே அழிந்தவை அனைத்தும் மண்மீது மீண்டும் எழுந்து வந்தன. பிரம்மன் அப்பசுவின் அமுதைக் கறந்து விண்ணுலாவிகளுக்கு உணவாக்கினான். தட்சகன் நஞ்சு கறந்தெடுத்தான். யட்சர்கள் இசையைக் கறந்தெடுத்தனர். எஞ்சியபாலைக் குடித்த சந்திரன் அதை வெண்ணிற ஒளியாக தன்னுடலில் நிறைத்துக்கொண்டான்.

மண்ணிலிருக்கும் உயிர்களுக்கெல்லாம் சந்திரனின் ஒளி அமுதாகும். சந்திர ஒளியில் மலர்கள் மலர்கின்றன. நாகங்கள் விரிகின்றன. மீன்கள் சிறகு முளைத்தெழுகின்றன. மண்ணிலுள்ள அத்தனை மூலிகை களுக்குள்ளும் சந்திரனின் ஆற்றலே நிறைந்திருக்கிறது. துயரமுறும் அத்தனை மனங்களையும் குளிர்ந்த வெண்ணிற இறகுகளால் மெல்ல வருடி சந்திரன் ஆறுதல்சொல்கிறான். ஆகவேதான் சந்திரனை பெருங் கருணையே உருவானவன் என்று சொல்கின்றனர் ரிஷிகள்.

“மூன்றாவது கதை” என்றாள் அம்பாலிகை. “பெரும்புகழுடையவனும் அருளாளனுமாகிய சந்திரன் பெற்ற சாபத்தின் கதையை சொல்கிறேன்” என்றாள் சியாமை.

தட்ச பிரஜாபதியின் இருபத்தியேழு மகள்களை சந்திரன் மணந்து கொண்டான். அவர்களே சந்திரனின் இருபத்தியேழு நட்சத்திர நிலைகளானார்கள். அஸ்வதி, பரணி, கார்த்திகை என்று தொடங்கி ரேவதியில் முடியும் அந்நிலைகளில் எல்லாம் சந்திரன் சென்றிருந்து அருள் அளிக்கவேண்டும் என்று தட்சன் ஆணையிட்டான்.

அந்த இருபத்தியேழு மனைவியரில் ரோஹிணியிடம் மட்டும் சந்திரன் பெருங்காதல்கொண்டிருந்தான். ஏனென்றால் அவள் பசுக்களின் தேவதை. மண்மகளை பசுவாகக் கண்ட சந்திரன் அன்று உண்ட

பாலின் சுவையை மறக்கவேயில்லை. ஆகவே செம்பசுவின் வடிவிலிருந்த ரோஹிணியிடமே அவன் எப்போதும் இருந்தான். மற்ற இருபத்தியாறு மனைவியரும் சென்று தட்சனிடம் முறையிட்டார்கள். தட்சபிரஜாபதி சந்திரனை கண்டித்து அறிவுறுத்தினார்.

பிரஜாபதிக்கு தான் கட்டுப்பட்டவன் என்று அறிந்தபோதிலும்கூட சந்திரனால் ரோஹிணியை விட்டு விலகமுடியவில்லை. அன்னையின் பாலை அதிகம் உண்கின்ற குழந்தைகள் வளர்வதேயில்லை இளவரசி. சந்திரன் ரோஹிணியை விட்டு விலகாததை அறிந்த தட்ச பிரஜாபதி சினம்கொண்டு சந்திரனுக்கு அழிவுச்சொல் விடுத்தார். சந்திரன் தேய்வுநோய் கொண்டவனானான்.

மெல்லமெல்ல சந்திரன் தேய்ந்து மறைந்தபோது மண்ணிலுள்ள தாவரங்களெல்லாம் சோர்ந்தன. மூலிகைகள் மருந்திழந்தன. நாகங்கள் நஞ்சிழந்தன. அவை கூட்டமாக வானேறிச்சென்று தங்கள் குலமூதாதையான பெருநாகம் தட்ச பிரஜாபதியிடம் முறையிட்டன. சினம் குறைந்த தட்ச பிரஜாபதி சந்திரன் மாதத்தில் பதினைந்துநாள் தேய்வுநோயை அறிந்தால்போதும் என்று சொல்மீட்சி அளித்தார். எஞ்சிய பதினைந்து நாளும் சந்திரன் வளர்ந்து முழுமையடையலாமென்று சொன்னார்.

"சந்திரன் தேயும் கதை இது, சந்திரன் வளரும் கதையும் இதுவே" என்றாள் சியாமை. கதைகேட்டு விழித்த கண்களுடன் தன்னையறியாமலே வாய்க்குள் சென்ற விரல்களுடன் தன் மடிமீது தலைவைத்துக்கிடந்த அம்பாலிகையை குனிந்து நோக்கி "இருபதாண்டுகளுக்கு முன் சந்திரகுலத்தில் ஓர் இளஞ்சந்திரன் என் கைகளில் பிறந்தான் அரசி" என்றாள் சியாமை. "நான் அவனை கையில் எடுத்துப்பார்த்தேன். மூன்றாம்பிறைபோல வெளிறி மெலிந்தவன். வாழ்நாள் எல்லாம் தேய்வுநோய் கொண்டிருந்தான். ஆனால் வெளிறிக்குளிர்ந்து மறைந்தாலும் தண்ணொளியால் அனைவரையும் வாழ்த்திச்சென்றவன். அவன் கண்பட்ட இடங்களிலெல்லாம் இலைகள் மருந்தாயின. மனிதத் துயரங்கள் அனைத்தையும் அறிபவனாக இருந்தான். விசித்திரவீரிய மாமன்னன். அவனுடைய அரசி நீங்கள்" என்றாள்.

அம்பாலிகையின் கண்கள் ஈரமாயின. சியாமை அவள்மேல் குனிந்து "விண்ணேறும் கணம்வரை மனைவி தன் நெஞ்சில் கொண்டுசெல்லும் தகுதிபடைத்த ஆண்கள் மிகச்சிலரே. விசித்திரவீரியனின் துணைவியாக நீங்கள் மேகவாசல் திறந்து உள்ளே செல்லும்போது உங்கள் குலத்தின் முதுபத்தினிகளெல்லாம் வந்து உங்களை வாழ்த்துவார்கள்" என்றாள்.

அம்பாலிகை "ஆம். நான் அவருடன் முடிவில்லாமல் விளையாடிக் கொண்டிருக்கிறேன்" என்றாள். "நான் செல்லாத தோட்டங்களுக்கெல்லாம் கூட்டிச்செல்லும் தோழராக இருக்கிறார்."

“பலமற்றவனின் ஆன்மாவில் கொந்தளித்த திறனெல்லாம் உங்கள் தமக்கையிடம் வந்துவிட்டது தேவி. வாழ்நாளெல்லாம் அவன் கொஞ்சி விளையாடிய நோய் மட்டுமே எஞ்சியிருக்கிறது. அவனைப்போலவே கைவிடப்பட்ட மெலிந்த வெண்ணிறக் குழந்தையாக. அதன் பெரிய கண்களை என்னால் பார்க்கமுடிகிறது” என்றாள்.

“எனக்கு அதுபோதும் சியாமை” என்றாள் அம்பாலிகை. தலைமயிர்கோதிய கை திடுக்கிட்டு நிற்க சியாமை “என்ன சொல்கிறீர்கள் இளவரசி?” என்றாள். “அதை நான் வைத்துக்கொள்கிறேன் சியாமை...” என்றாள் அம்பாலிகை. “பளிங்குப்பாவை போல என் நெஞ்சோடு அணைத்து வைத்துக்கொள்வேன். பாவம் அதுவும் எங்கே செல்லும்?” என்றாள்.

சியாமை அந்த கன்னங்குழிந்த முகத்தை, முதிராத பற்களை, சிறுபருக்கள் முளைத்தெழுந்த கன்னங்களை, மென்மயிர் பரவிய மேலுதடுக்குவிவை பார்த்தாள். கைகள் நடுங்க தனக்குள் என “குழந்தைக்குள் கன்னியும் கன்னிக்குள் அன்னையும் குடியேறும் கணம் எதுவென்று தேவர்களும் அறிவதில்லை தேவி” என்றாள்.

7

பிரம்மமுகூர்த்தத்தில் அரண்மனையின் முன்னால் இருந்த காஞ்சனம் முழங்குவது அத்தனை சூதர்குலப் பணியாளர்களும் எழுந்தாகவேண்டுமென்பதற்கான அறிவிப்பு. அதை மூலாதாரத்தின் முதல் விழிப்பு என்றும், பொன்னிறச் சூரியஒளியின் ஒலிவடிவம் என்றும், அஸ்தினபுரியின் அரண்மனையான சந்திரஹாசம் என்ற வண்டின் முரளல்நாதம் என்றும், புலரிதேவிக்குமுன் வைக்கப்பட்ட அஸ்தினபுரம் என்ற மலரின் தேன் என்றும் சூதப்பாடகர்கள் பாடினாலும் அத்தனை சூதர்குலப் பணியாளர்களுக்கும் அது கண்டிப்பான உரிமையாளரின் சாட்டைநுனியின் மெல்லிய தொடுகை மட்டும்தான். நச்சுப்பாம்பின் தீண்டலுக்கு நிகர் அது. அதை உணர்ந்ததுமே பாய்ந்தெழுவதற்கு அத்தனைபேரும் இளமையிலேயே பயிற்றுவிக்கப்பட்டிருந்தனர்.

சிவை வலப்பக்கமாகத் திரும்பி எழுந்ததுமே நெடுநாள் பழக்கத்தால் தன் கைகளை விரித்துப் பார்த்தாள். கைகளின் நுனியில் லட்சுமி, கைகளின் நடுவே சரஸ்வதி, கைமூலையில் கோவிந்தன் என்று அவளுக்கும் சொல்லிக் கொடுக்கப்பட்டிருந்தது. ஆனால் முகம்நோக்கி கைவிரித்து ரேகைதேய்ந்த கைவெள்ளையைப் பார்க்கையில் அவளால் அவர்களைப் பார்க்க முடிந்ததில்லை. சூதர்களின் மூன்று தொழில்களுக்கான தெய்வங்கள் தெரிந்தன. குதிரை வளர்ப்பின் கோவிந்தன். சமையல்பணியின் லட்சுமி. பாணர்களின் சரஸ்வதி. சரஸ்வதியின் அருள் உடையவர்கள் நல்லூழ் கொண்டவர்கள், அவர்களுக்கு பட்டினியும் சுதந்திரமும் அருளப்பட்டிருக்கிறது.

உடைகளை சரிசெய்தபடி எழுந்து இருளிலேயே நடந்துசென்று அரண்மனைபின்பக்கத்தில் உருவாக்கப்பட்டிருந்த தடாகக்கரைக்குச் சென்றாள். அங்கே நீராட்டறையில் குளியலுக்கான மண்காரமும்,

கற்றாழைமடலும் வெட்டிவேரும் வைக்கப்பட்ட பெட்டிகளுக்கு அருகே சூதர்குலப்பெண்கள் அதற்குள் குழுமத்தொடங்கியிருந்தனர். சிவை அருகே சென்றதும் கிருபை அவளைநோக்கி ஓடிவந்தாள். “நேற்று உன்னை எருமை கூப்பிட்டாள்.” சிவை திகைத்து “எப்போது?” என்றாள். “நான்காம் சாமத்தில்.” சிவை பேசாமல் நின்றாள். “தூங்கிவிட்டாயா?” என்றாள் கிருபை. சிவை தலையசைத்தாள். “நான் உன்னை மூத்த அரசி எதற்கோ அழைத்தார்கள் என்று சொன்னேன், அவள் நம்பவில்லை.” தலைமைச்சேடி மாதங்கியின் நடை எருமைபோல ஒலியெழுப்புவது.

அப்பால் மாதங்கி நிமிர்ந்த தலைமீது சிறிய கலம்போல கட்டப்பட்ட கொண்டையும் மார்பின்மேல் போடப்பட்ட வெள்ளிச்சரிகை சால்வையுமாக வருவதைப்பார்த்ததும் சிவை குனிந்து கற்றாழையை எடுத்துக்கொண்டாள். உலர்த்தப்பட்ட கற்றாழை பாம்புச்சட்டை போலிருந்தது. வெட்டிவேரையும் காரத்துண்டையும் எடுத்துக்கொண்டு கூட்டம் வழியாக இருவரும் மெல்ல வெளியே செல்ல முயன்றபோது மாதங்கி பார்த்துவிட்டாள். “எருமை நம்மைத்தான் பார்க்கிறது” என்று சிவையின் கையைக்கிள்ளியபடி கிசுகிசுத்தாள். மாதங்கி அவர்களைப்பார்த்து கனத்த கையைத்தூக்கி “யாரங்கே, ஏய் உன் பெயரென்ன? சிவைதானே நீ? சுபையின் மகள்?” என்றாள். சிவை தலையை அசைத்தாள். அவள் அரண்மனையில் மாதங்கியின்கீழ் பணியாற்றத்தொடங்கி பன்னிரண்டு ஆண்டுகள் ஆனபிறகும் மாதங்கி இன்னும் அவள் பெயரை தன் மனதில் ஏற்றிக்கொள்ளவில்லை.

“வா இங்கே, ஏய் நீயும்தான். உன் பெயரென்ன?” என்றாள் மாதங்கி. கிருபையும் சிவையுடன் அருகே வந்தாள். “நேற்று சிறிய அரசியை மஞ்சத்துக்குக் கொண்டுசென்றவள் யார்?” என்றாள் மாதங்கி. சிவை பணிவுடன் “நான்தான்” என்றாள். மாதங்கி திடீரென்றெழுந்த சினத்துடன் கிருபையின் கன்னத்தில் அறைந்து “அப்படியென்றால் யார் அரசியை வெளியே கூட்டிவருவது? முனிவர் பிரம்மமுகூர்த்தத்தில் எழுவார் என்று தெரியாதா உனக்கு? அரசியை இந்நேரம் கூட்டி வந்திருக்கவேண்டாமா?” என்றாள். கிருபை கன்னத்தைப்பொத்தியபடி சிவையைப்பார்த்தாள். சிவையிடம் “இது உனக்கான அறை... நீ இன்று அரசியின் முகத்தில் விழிக்கப்போகிறாய், அதனால் விடுகிறேன்... கிளம்பு” என்றாள் மாதங்கி.

“நான் இன்னும் குளிக்கவில்லை” என்றாள் சிவை. அதை ஏற்கெனவே அறிந்திருந்தும் மாதங்கி மேலும் சினம்கொண்டு “இன்னுமா குளிக்கவில்லை... உன்னை நான் வந்து குளிப்பாட்டிவிடவா? லாயத்தில் குதிரைச்சாணி அள்ளவிடாமல் உனக்கு மூன்றுவேளை அமுதும் வெள்ளி ஆடையும் தந்த என்னை குறை சொல்லவேண்டும்... சண்டிதேவியே, நான் என்ன செய்வேன்? இன்னும் அரைநாழிகையில்

நான் பேரரசிக்கு செய்தி சொல்லவேண்டுமே" கையை ஓங்கி அவள் முன்னால்வர சிவை கையால் அதை தடுப்பதுபோல நீட்டியபடி பின்னடைந்தாள். "என்ன செய்வீர்களோ தெரியாது... இன்னும் அரைநாழிகை நேரத்தில் சிறிய அரசியை அறைக்குள் சேர்த்துவிட்டு எனக்கு தகவல் தெரிவித்தாகவேண்டும் நீங்கள்."

சிவை கிருபையுடன் குளம்நோக்கி ஓடினாள். அங்கே வட்டமான குளத்தின் படிக்கட்டுகளில் எல்லா பருவங்களையும் சேர்ந்த நூற்றுக்கணக்கான சேடிகளும் ஏவல்மகளிரும் நீராடிக்கொண்டிருந்தனர். அவர்கள் மிகத்தாழ்ந்த குரலில் பேசிக்கொண்டிருந்தாலும் அந்த ஒலி திரண்டு இரைச்சலாக முழங்கியது. இருள்நீரின் நுனிவளைவு குளியல்பொருட்களின் வாசனையுடன் பாசிபடிந்த பச்சைப்படிக்கற்களில் அலையடித்து குளம் சப்புகொட்டுவதுபோல ஒலித்தது. சுற்றிலும் எரிந்த பெரிய சுளுந்துகளின் ஒளியில் விதவிதமான பெண்களின் முலைகள் அசைந்தன.

சிவை உடைகளை வேகமாக அவிழ்த்து கரையில் வைத்துவிட்டு ஏழாவது படியிலிருந்து நீருக்குள் பாய்ந்தாள். அதேவேகத்தில் உள்ளே சென்று கொப்பளித்தெழும் நீர்க்குமிழிகள் நடுவே ஆழ்ந்துசென்றாள். பின்னால் குதித்த கிருபை நீருக்குள் சற்று அப்பால் உள்ளே புகுந்தாள். இருவரும் நீருக்குள் சந்தித்துக்கொண்டனர். நீருக்குள்ளேயே சிரித்துக்கொண்டனர்.

கிருபையின் கண்கள் இரு சிறு மீன்கள் போல் தெரிந்தன. சிவை அவள் உடலைச் சீண்டிவிட்டு விலகி நீந்த கிருபை வளைந்து கால்களை அடித்து கைகளை நீட்டியபடி பிடிக்க வந்தாள். சிவை நீருக்குள்ளேயே நீந்திச்சென்று நீந்தும் பிறரின் கால்களின் நெளிவுகள் வழியாக ஊடுருவி தப்பினாள். ஆனால் கிருபை அவள் காலை பிடித்துவிட்டாள். இருவரும் பற்றிக்கொண்டு நீருக்குள் சுற்றியபடி அமிழ்ந்து பின் கால்களை உதைத்து பீரிட்டு மேலே வந்தனர். தலைமயிர் நெற்றியில் ஒட்டி தோளில் வழிந்திருக்க கிருபை வெண்பற்களைக் காட்டிச்சிரித்தாள். இன்னொரு பெண் வந்து நீரில் விழுந்து உள்ளே சென்ற துளிகள் தெறிக்க இருவரும் கூச்சலிட்டுச் சிரித்தனர்.

ஒரு தடித்த பெண் "என்ன சிரிப்பு?" என்றாள். "சீக்கிரம் கிளம்பிச் செல்லுங்கள்... இல்லாவிட்டால் எருமை இங்கேயும் வரும்." நீந்தி சற்று விலகியபின் கிருபை "பன்றிக்கு என்னடி எருமையை அச்சம்?" என்றாள். சிவை சிரித்துக்கொண்டு நீரில் மூழ்கி அதை குமிழிகளாக வெளிவிட்டாள். இருவரும் நீர் நடுவே நீந்திச்சென்றனர்.

உள்ளே நீரைக்கொட்டும் யாளிமுகத்தருகே சென்றதும் சிவை "இன்று சிறிய அரசி கருவுறுவாள் என்கிறார்கள்" என்றாள். "இந்த முனிவர்கள் கருவை

நுனியில் ஏந்தி அலைகிறார்களா என்ன?" என்றாள் கிருபை. சிரிப்பை அடக்கமுடியாமல் சிவை நீருக்குள் மீண்டும் மூழ்கிவிட்டாள்.

மல்லாந்து நீந்தியபோது விடிவெள்ளி தெரிந்தது. "அது என்னடி நாகினியின் மாயம்?" என்றாள் கிருபை. "அரசகுலத்தவர் எப்போதும் சோதிடர்களையும் மாயங்களையும் நம்பித்தானே இருக்கிறார்கள்?" என்றாள். சிவை "அவர்களுக்கு எல்லாமே இக்கட்டாகி விடுகிறது. சூதர்களின் கதைகளில் எல்லா அரசர்களும் தவமிருந்துதான் பிள்ளை களை பெறுகிறார்கள். சூதர்களுக்கு கூழாங்கல்லை விட்டெறிந்தாலே குழந்தை பிறந்துவிடுகிறது" என்றாள் கிருபை.

சிவை சிரித்ததும் "சிரிக்காதே, உண்மைதான். சென்ற ஆவணியில் பத்ரைக்கு கர்ப்பம் என்று தெரிந்தது. எருமையும் கழுகும் சேர்ந்து அவளை இட்டுச்சென்று இருட்டறையில் வைத்து ஆடைகளைக் களைந்து சோதனை செய்தார்கள். யார் காரணம் என்று கேட்டபோது யாரோ ஒரு முனிவர் என்று சொன்னாளாம். முனிவர் உன்னை தொட்டாரா என்று எருமை அடிக்கவந்தபோது தொடவில்லை, ஒரு கூழாங்கல்லை விட்டெறிந்தார் என்று ஒரேயடியாகச் சொன்னாளாம்... என்னசெய்யமுடியும்? முனிவரின் குழந்தை இன்னும் ஒருமாதத்தில் பிறக்கும்."

"பெரியதவசீலனாக இருப்பான் போலிருக்கிறதே" என்றாள் சிவை. "குதிரைகளை பார்த்திருக்கிறாயா? ஒவ்வொருகுதிரையும் ஒரு முனிவர். கண்மூடி தியானம் செய்தால் சவுக்கு வந்து புட்டத்தில் படும்வரை பிரம்மலயம்தான்..." என்ற கிருபை கிசுகிசுப்பாக "லாயம்பக்கமாக சென்றுவிடாதே. உன் மீதும் முனிவர் கூழாங்கல்லை எடுத்து எறிந்துவிடப்போகிறார்" என்றாள்.

சிவை சிரிப்பை அடக்கி "போடி" என்றாள். கிருபை "உண்மை, என்னை எறிந்து பார்த்தார்" என்றாள். "நீ என்ன செய்தாய்?" என்றாள் சிவை. கிருபை சிரித்துக்கொண்டே "நானும் ஒரு கூழாங்கல்லை எடுத்து எறியப்பார்த்தேன்... பயந்து அலறி விலகிவிட்டார்." சிவை "போடி" என்றாள். "உண்மை... அது சற்று பெரிய கூழாங்கல். இரண்டு கைகளாலும் தூக்கினேன்" கிருபை சொன்னாள். சிவை சிரிப்பை அடக்கமுடியாமல் மீண்டும் மூழ்கிவிட்டாள்.

கரையில் வந்து நின்ற மாதங்கி "அங்கே என்ன செய்கிறீர்கள்? ஏய், சுபையின் மகளே, வெளியே வா... வாடி வெளியே" என்று கூவியபோது தான் இருவரும் நேரத்தையே உணர்ந்தனர். கரைநோக்கி நீந்தியபோது சிவையின் உடை அவிழ்ந்து கால்களில் சிக்கியது. படியில் ஏறி நீரை உதறியபடி அறைநோக்கிச் சென்றாள். மாதங்கி "என்ன செய்து

கொண்டிருந்தாய்? நான் உன்னிடம் என்ன சொன்னேன்?" என்று கையை ஓங்கியபடி வந்தாள்.

கிருபை பின்னாலேயே நின்றுவிட்டாள். மாதங்கி தன் உடையில் செருகியிருந்த சிறிய காட்டுக்கொடியால் சிவையின் இடுப்புக்குக் கீழே நாலைந்து முறை அடித்தாள். அடி சதையில் பட்டதும் சிவை துடித்தபடி "இல்லை... இனிமேல் இல்லை... அய்யோ" என்று ஓசையில்லாமல் கூவித் துடித்து விலகினாள்.

"அடி இல்லாமல் உனக்கெல்லாம் எதுவுமே புரிவதில்லை... பட்டினி போட்டால் எங்காவது மிச்சம் மீதி இருந்தால் எடுத்து தின்றுவிடலாம் என்று நினைப்பு... போ... இன்னும் அரைநாழிகையில் நீ அறையில் இருக்கவேண்டும்" என்றாள் மாதங்கி.

சிவை கிருபை இருவரும் ஈர உடையுடன் ஓடினார்கள். பின்பக்கம் கனமான உடல் கொண்ட முதியவளான சாந்தையை மாதங்கி உரக்கத் திட்ட அவளும் ஓடி வருவது தெரிந்தது. "ஆட்டுக்குட்டிகளை ஏற்றிய தேர் போல வருகிறாளே... சமநிலை தவறி விழுந்துவிடமாட்டாளா?" என்று கிசுகிசுப்பாக கேட்டாள் கிருபை. சிவை கண்ணீருடன் திரும்பிப்பார்த்து சிரிப்பை அடக்கிக் கொண்டாள். "போடி என்னை சிரிக்கவைக்காதே... சிரிப்பைக் கண்டால் எருமை இன்னும் அடிக்கவரும்."

வேகமாக உடைமாற்றி மஞ்சள் தொடுகுறி அணிந்து தலையில் ஒரு செண்பகமலரையும் சூடிக்கொண்டு சிவை அரண்மனைக்குள் ஓடினாள். பின்னால் ஓடிவந்த கிருபை "அந்தச் சிறுமியை அறைக்குள் கொண்டு விட்டுவிட்டு நேராக சமையல்கூடத்துக்கு வா... உனக்கு நான் அங்கே ஒரு தின்பண்டம் எடுத்துவைத்திருக்கிறேன்" என்று சொல்லிவிட்டு ஓடினாள். நான்குபக்கமும் ஈர உடைகளுடன் சேடிகள் விரைந்துகொண்டிருந்தனர். இரவெல்லாம் காவல்காத்த காவல்பெண்கள் வேல்களைக் கைமாறி விலக புதியவர்கள் வந்து நின்றனர்.

சிவை மணியறை வாசலில் நின்றாள். உள்ளே ஓசைகள் ஏதும் கேட்கவில்லை. காதலர்கள் கண்ணயர்ந்துவிட்டார்களோ என்று எண்ணிக்கொண்டு மெல்ல புன்னகைத்தபின் கதவை மெல்லத்திறந்து உள்ளே பார்த்தாள். மஞ்சத்தில் அம்பாலிகை தூங்கிக்கொண்டிருக்க அறைக்குள் வியாசரை காணவில்லை. சிவை அருகே சென்று அம்பாலிகை மீது ஆடையை எடுத்துப்போர்த்திவிட்டு "அரசி...அரசி" என உலுக்கி எழுப்பினாள். அம்பாலிகை கண் திறந்து "எங்கே?" என்றாள். அம்பாலிகை "யார்?" என்றாள். அம்பாலிகை அவளை கூர்ந்து நோக்கி "அரசர்?" என்றாள்.

“தெரியவில்லை அரசி... வாருங்கள், பொழுது விடிந்துவிட்டது” என்று சிவை அவளை மெல்ல தூக்கினாள். உடைகளை அணிந்துகொண்ட அம்பாலிகை “நான் நேற்று மீன்களை நாணலால் அடித்தேன்” என்றாள். சிவை புரியாமல் பார்த்துவிட்டு “ஓ” என்று மட்டும் சொன்னாள். “பொன்னிறமான மீன்கள்... நானும் அரசரும் வெளியே சென்றோம்... அரண்மனை அப்படியே தூங்கிக்கிடந்தது தெரியுமா?”

சிவை அவளை மெல்ல இடைநாழி வழியாக அழைத்துச்சென்றாள். அம்பாலிகை பேசிக்கொண்டே வந்தாள். “பிறைநிலவு. அதனால் அதிக வெளிச்சம் இல்லை. ஆனால் நாம் எதை நினைக்கிறோமோ அது நன்றாகவே தெரியும்... எவ்வளவு மீன்கள் என்கிறாய்? மீன்களை எண்ணவே முடியாது. எண்ணினால் மீன்கள் எல்லாம் ஒன்றாகச் சேர்ந்து ஒரே மீனாக ஆகிவிடும் என்றார் அரசர்.”

“அரசர் எப்படி இருந்தார் அரசி?” என்றாள் சிவை. “நன்றாக வெளிறி பிறைநிலவு போலிருந்தார்” என்றாள் அம்பாலிகை. “நீரில் தெரியும் நிலவுபோல. தொட்டால் அப்படியே நெளிய ஆரம்பித்துவிடுவார்... கலைந்தே போய்விடுவார் என்று நான் பயந்துகொண்டே இருந்தேன்.” அம்பாலிகை கூந்தலை சுழற்றிக் கட்டி “பாவம், பலமே இல்லை அவருக்கு. ஓடைகளை எல்லாம் நான்தான் தூக்கி கடக்கவைத்தேன்” சிவை மெல்ல “ஏன்?” என்றாள். “அவரது பலமெல்லாம் அக்காவிடம் சென்றுவிட்டதல்லவா? பலமின்மை எனக்குப் போதும் என்று நினைத்தேன்.” சிவை புரியாமல் அவளைப்பார்த்தாள்.

அம்பாலிகையை அறையில் சேர்த்து அவளுக்கான நீராட்டுப் பொருட்களை எடுத்து அறைத்தடாகத்துக்குள் கொண்டு சென்று வைத்தாள். மரத்தாலான கூரைகொண்ட நீள்வட்ட அறைக்குள் நீள்வட்டவடிவமான சிறிய தடாகம். வெளியே நீரோடை வழியாக வந்த நீர் சிலைப்பசுவின் வாய் வழியாக உள்ளே கொட்டிக்கொண்டிருந்தது. அறைக்குச் சென்ற அம்பாலிகை உடனே நீராட்டறைக்கு வந்தாள். ஆழமற்ற தடாகத்தில் ஆடைகளைக் களைந்து இறங்கியபடி “நான் பகல் முழுக்க தூங்குவேன்... என்னை யாரும் எழுப்பக்கூடாது என்று சொல்” என்றாள். நீரில் அவளுடைய சிறிய உடல் பரல்மீன் போல நீந்துவதைக் கண்டாள் சிவை.

அம்பாலிகை “ஏன் சிவை, சூதர்பெண்களுக்கு எப்படி திருமணம் ஆகும்?” என்றாள். சிவை புன்னகை புரிந்து “சூதர்கள் இருவகை தேவி. வெளியே சுதந்திரமாக சுற்றித்திரியும் சூதர்கள் வானகத்துப் பறவைகள் போல. பிடித்தபோது பிடித்தவர்களுடன் இருப்பார்கள். குழந்தைகளுக்கு அன்னை மட்டும்தான் அடையாளம். இன்னொருவகை சூதர்கள் அரண்மனையில் இருப்பவர்கள். எங்களுக்குப் பிடித்தவர்களைப்பற்றி

நாங்கள் தலைவிக்குச் சொல்வோம். ஆணும்பெண்ணும் சேர்ந்து பரிசுப்பொருட்களுடன் சென்று அரசகுலத்தவரிடம் அனுமதி கேட்போம். அவர்கள் முன்னிலையில் ஆண் பெண்ணுக்கு கன்யாசுல்கம் கொடுப்பான்.”

“கன்யாசுல்கம் என்றால்?” என்றாள் அம்பாலிகை. “வைசியர்களுக்கும் சூத்திரர்களுக்கும் உரிய வழக்கம் அது. அவை பரிசுப்பொருட்கள்... அவையெல்லாம் பெண்ணின் அன்னைக்குச் சொந்தம். நகைகள் கொடுக்கலாம். நாணயங்கள் கொடுக்கலாம். ஏதுமில்லாவிட்டால் பொன்னிற மலரையாவது கொடுக்கவேண்டும்... கன்யாசுல்கத்தை பெண்ணின் தந்தையும் தாயும் ஏற்றுக்கொண்டால் அடுத்த வளர்பிறை நாளில் ஆணும்பெண்ணும் அருகே இருக்கும் குலமூதாதை ஆலயம் சென்று சேர்ந்து நின்று பொங்கலிட்டு பூசை செய்து பூசகர் தரும் மலர்களை கைமாற்றிக்கொள்ளவேண்டும். ஆணின் குலத்தை பனையோலைச்சுருளில் எழுதிச் சுருட்டி அதை பெண்ணின் கழுத்தில் அவன் கட்டுவான். பெண்ணின் குலத்தை எழுதிய சுருளை ஆணின் வலதுதோளில் பெண் கட்டுவாள். ஆண் கட்டுவது மங்கலத்தாலி. பெண்கட்டுவது உறுதித்தாலி.”

“அதன்பின்புதான் குழந்தை பெற்றுக்கொள்வீர்கள் இல்லையா?” என்றாள் அம்பாலிகை. சிவை புன்னகை செய்தாள். “உனக்கு யாராவது கன்யாசுல்கம் தருவதாகச் சொன்னார்களா?” என்றாள் அம்பாலிகை. “அரசி, நான் இந்த அந்தப்புரத்தைவிட்டு வெளியே செல்வதே இல்லையே? இங்கே எங்கே ஆண்கள்?” என்றாள் சிவை. “அப்படியென்றால் எப்படி உனக்கு மணம் நிகழும்?” சிவை புன்னகை செய்து “விதியிருந்தால் நிகழும் அரசி... நீராடி முடியுங்கள். நீங்கள் உணவருந்திய பின்னர்தான் நான் எருமையிடம் தகவல் சொல்லவேண்டும்.”

“எருமையா? யார்?” என்றாள். சிவை நாக்கை கடித்துக்கொண்டு “மாதங்கி...” என்றாள். அம்பாலிகை உரக்கச்சிரித்துக்கொண்டு எழுந்துவிட்டாள். “நானும் அவளை அப்படித்தான் நினைத்தேன் தெரியுமா? உண்மையிலேயே நானும் நினைத்தேன்... பெரிய கொம்புள்ள எருமை...” நீரை கையால் அள்ளி வீசி “அவளை இதில் இறக்கி குளிப்பாட்டி வைக்கோல் போட்டு கட்டவேண்டும் போலிருக்கிறது...” என்றாள். சிவை “இளவரசி நீங்கள் நீராடி அமுதுண்ட விவரத்தை நான் பேரரசியிடம் தெரிவிக்கவேண்டும்” என்றாள். “நான் இப்போதேகூட தூங்கிவிடுவேன்” என்றாள் அம்பாலிகை.

காலையுணவு உண்ணும்போதே அம்பாலிகை சொக்கி விழுந்தாள். கை உணவிலேயே சோர்ந்து விழ திடுக்கிட்டு எழுந்து சிவையை நோக்கி புன்னகைசெய்துவிட்டு மீண்டும் சாப்பிட்டாள். அவளை

மஞ்சம் சேர்த்தபின் சிவை ஓடி சமையலறையில் சேடிகளை அதட்டிக்கொண்டிருந்த மாதங்கி முன்சென்று நின்றாள்.

“எங்கே போயிருந்தாய் மூதேவி?” என்றாள் மாதங்கி. “நான் அரசியை...” மாதங்கி “துயிலறை சேர்ந்துவிட்டார்களா?” என்றாள். “ஆம்” என்றாள் சிவை. மாதங்கி “நான் போய் பேரரசியிடம் சொல்கிறேன்... நீ உடனே சென்று மூத்த அரசி எப்படி இருக்கிறார் என்று பார்!” சிவை மெல்ல “நான் இன்னும் காலையில் சாப்பிடவில்லை” என்றாள். “சொன்னவேலையை செய்... எதிர்த்தா பேசுகிறாய்?” என்று கையை ஓங்கியபடி மாதங்கி முன்னகர்ந்தாள். சிவை சுவர் நோக்கிச் சென்று சாய்ந்துகொண்டாள்.

அவள் அந்தப்பக்கமாகச் சென்றதும் சிவை சமையல்கூடத்துக்கு ஓடினாள். மேலே சூரிய ஒளிவருவதற்கான இடைவெளிகள் விடப்பட்ட மிகப்பெரிய கூடத்தில் வரிசையான தூண்களிலெல்லாம் பெரிய செம்புப்பாத்திரங்கள் சாய்த்து நிறுத்தப்பட்டிருந்தன. வாய்திறந்த அரக்கக்குழந்தைகள் போல வட்டவடிவ இருளுடன் அவை நின்றிருக்க நடுவே அங்குமிங்கும் ஓடியபடியும் அமர்ந்தபடியும் வேலைசெய்த சூதப்பெண்களின் பேச்சொலிகள் அவற்றுக்குள் ரீங்காரமிட்டன. அக்கினிமூலையில் ஐம்பதுக்கும் மேற்பட்ட பெரிய அடுப்புகளில் நெருப்பு கொழுந்துவிட்டு எரிந்துகொண்டிருந்தது. அருகே விறகுவண்டிகள் கொண்டுவந்து கொட்டிய விறகுமலைகள். இடப்பக்கம் காய்கறிகள் நறுக்கும் பெண்கள். வலப்பக்கம் கொதிக்கும் பாத்திரங்களை கயிறுகட்டித் தூக்கி வண்டிகளில் வைத்து கலவறைக்கு கொண்டுசென்றார்கள். மேலிருந்து வந்த ஒளியில் புகை வெண்ணிற அலைகளாக மேலே சென்றுகொண்டிருந்தது.

கிருபை ஓடிவந்து அவள் கையைப்பிடித்தாள். “வாடி” என்று அழைத்துச்சென்று ஒருபெரிய அண்டாவின் பின்பக்கம் அமரச்செய்தாள். “இங்கே இதுதான் வசதி... வேலை கடுமையாக இருந்தாலும் நான் இங்கேதான் சந்தோஷமாக இருக்கிறேன்... நேற்று முன்தினம் ஓர் அண்டாவுக்குள் படுத்து பகல்முழுக்க தூங்கிவிட்டேன்... யாருக்குமே தெரியாது” என்றாள் கிருபை. “இரு” என்று ஓடிச்சென்று ஒரு பெரிய அப்பத்தை எடுத்துவந்தாள். இது தட்சிணநாட்டிலிருந்து வந்த ஒரு புல்லரிசி. இதை வஜ்ரதான்யம் என்கிறார்கள். தட்சிணத்தில் விளையும் ஒருவகை புல்லில் இருந்து எடுப்பது இது...”

அந்த அப்பம் கனமாக இருந்தது. வெல்லம்போட்டு நெய்விட்டுச் செய்திருந்தமையால் உலர்ந்தாலும் மென்மையாக இருந்தது. சிவை அதில் பாதியைப்பிய்த்து கிருபைக்குக் கொடுத்தாள். “நான் முன்னதாகவே உண்டுவிட்டேன்” என்று சொல்லிக்கொண்டே கிருபை வாங்கி சாப்பிடத் தொடங்கினாள். “சிறிய அரசி எப்படி இருக்கிறாள்?”

என்றாள் கிருபை. "மூத்தவள் கருநிலவுடன் புணர்ந்தாளாம். இவள் பிறைநிலவுடன் புணர்ந்திருக்கிறாள்" என்றாள் சிவை. கிருபை சிரித்து "சந்திரகுலம் பெருகட்டும்" என்றாள். பின்பு "அந்த முனிவர் முழுநிலவை கொண்டுசென்று ஏதாவது குரங்குக்கோ கழுதைக்கோ கொடுத்துவிடப்போகிறார்... ஏற்கெனவே ஒருவன் மீனுக்குக் கொடுத்ததன் விளைவை நாம் அனுபவிக்கிறோம்."

"யார் மீனுக்குக் கொடுத்தது?" என்றாள் சிவை. "சேதிநாட்டு மன்னன் உபரிசிரவசு காட்டுக்கு வேட்டைக்குப்போனபோது மீனுக்குக் கொடுத்த விந்துதான் சத்யவதியாகப் பிறந்ததாம்." சிவை புன்னகைசெய்து "இது யார் சொல்லும் கதை?" என்றாள். "இது பிராமணர்கள் சொல்வது... மச்சகுலப்பெண்ணிடம் தானம் வாங்கவேண்டும் அல்லவா?" என்றாள் கிருபை. சிவை புன்னகை செய்தாள். "நான் வருகிறேன்... அங்கே எருமை என்னை தேட ஆரம்பித்திருப்பாள்..."

மீண்டும் கூடத்துக்கு வந்தபோது எதிர்பார்த்ததுபோலவே மாதங்கி அவளைத்தான் தேடிக்கொண்டிருந்தாள். "எங்கே சென்றாய் பீடை?" என்று கையை ஓங்கிக்கொண்டுவந்தாள். சிவை "நான் பெரிய அரசியிடம் இருந்தேன்" என்றதும் ஐயத்துடன் பார்த்துவிட்டு "சரி, சென்று முனிவர் அவரது தவச்சாலைக்குச் சென்றுவிட்டாரா என்று பார்" என்றாள். "அவர் அறையில் இல்லை" என்றாள் சிவை. "சொன்னதைச் செய்... வந்து விட்டார் என்று சொன்னேனே?" என்று அவள் கூவினாள். சிவை ஓடி இடைநாழி வழியாகச் சென்று அறைவாசலில் நின்றாள். பிறகு மெல்ல கதவைத்திறந்து உள்ளே சென்றாள்.

அறைக்குள் பீடத்தில் அமர்ந்து வியாசர் சுவடியை புரட்டிக்கொண் டிருந்தார். சிவை பேசாமல் நின்றாள். முதியவரின் நரைகலந்த தாடி காற்றில் மெல்லப்பறந்தது. சற்று நேரம் கழித்து அவர் தலைதூக்கி அவளைப் பார்த்தார். "என்ன?" என்றார். "தங்களுக்கு அனுஷ்டானங்கள்..." என்றாள் சிவை. "அனுஷ்டானமா? எனக்கா?" வியாசர் புன்னகை செய்து "அதெல்லாம் வைதிகரிஷிகளின் வழக்கம். நான் காவியரிஷி. என் அனுஷ்டானம் கவிதை மட்டும்தான்... அது விடிவதற்குள்ளேயே வேண்டுமளவுக்கு ஆகிவிட்டது" என்றார்.

"தங்களுக்கான உணவு..." என்றாள் சிவை. "தேவையில்லை... அதுவும் ஆகிவிட்டது." வியாசர் தாடியை நீவியபடி மீண்டும் சுவடியைப்பார்த்தார். சிவை குனிந்து நிலத்திலிருந்து ஒரு சுவடியை எடுத்து மேலோட்டமாக வாசித்து "இது அந்தச்சுவடிகளில் இருந்து விழுந்தது" என்றாள். "விழாதே... இது பட்டுநூலில் அல்லவா கட்டப்பட்டுள்ளது?" என்றார் வியாசர். "இது ஸ்வாயம்புவ மனுவின் மைந்தரான பிரியவிரதரின் கதை அல்லவா? புராணசம்ஹிதையில் உள்ள சுவடிதான்" என்றாள்.

வியாசர் அதை வாங்கியபடி அவளை ஏறிட்டுப்பார்த்து "நீ எப்படி புராணசம்ஹிதையை அறிந்தாய்?" என்றார். சிவை "என் அன்னை பெரிய விதூஷி..." என்றாள். வியாசர் அவளை கூர்ந்து நோக்கி "நீ எந்தக்குலம்? உன் மூதாதையரை நான் அறிவேன் என்று நினைக்கிறேன்" என்றார். "என் தந்தைவழியில் நான் லோமசமுனிவரின் குலத்தைச் சேர்ந்தவள்" என்றாள் சிவை. "என் தாய் லோமஹர்ஷரின் மகள்."

முகம் மலர்ந்து வியாசர் எழுந்துவிட்டார். "லோமசரை நான் அறிவேன். புராணசம்ஹிதையை நான் அவரிடம் பாடம் கேட்டிருக்கிறேன். அவரது குருமரபினர் சிலர் என்னைத் தேடிவருவதுண்டு... தேவி புராணசம்ஹிதையை கற்றறிந்த லோமஹர்ஷரையும் நான்குமுறை சந்தித்திருக்கிறேன்" என்றார். சிவை தலைவணங்கினாள். "இந்தக் காலையில் லோமசரின் குலத்தைச் சேர்ந்த ஒரு பெண்ணைப்பார்ப்பது காவியதேவதையையே பார்ப்பதுபோலிருக்கிறது." அவர் முகம் இருண்டது. மீண்டும் அமர்ந்து "பெண்ணே, என் வாழ்க்கையின் நரகதினங்கள் இவை... என் உடல் நோயுற்று அழுகி இறப்பதை நானே பார்ப்பதுபோன்ற நாட்கள்..." என்றார்.

சிவை ஒன்றும் சொல்லவில்லை. "ஆணிமாண்டவ்ய முனிவரைப்போல நான் என் அன்னையால் கழுவில் ஏற்றப்பட்டிருக்கிறேன். தீச்சொல்லிட வேண்டுமென்றால் நான் என்னைத்தான் இலக்காக்க வேண்டும்." சிவை வணங்கி "நடக்கும் அனைத்துக்கும் நாமறியாத இலக்குகள் உண்டு என்று தாங்கள் அறியாததா?" என்றாள். வியாசர் புன்னகைத்து "அதை அறியாத எவரும் மண்ணில் இல்லை. ஆனால் தீயன நிகழும்போது அதனால் அகம் எரியாதவர்களும் இல்லை. ஞானம் துயரத்துக்கு மருந்தல்ல என்று அறிந்தவனே கவிஞனாக முடியும்" என்றபின் பெருமூச்சுவிட்டார்.

சிவை அவர் என்ன சொல்லவிருக்கிறார் என்று புரியாமல் பார்த்துக் கொண்டு நின்றாள். "இதுவரை ஞானயோகம். இனி வேதங்களைத் தீண்டும் தகுதி எனக்கில்லை. என் ஞானத்தில் நஞ்சம்பு ஊடுருவிவிட்டது" என்றார். சிவை "துளைவிழுந்த மூங்கில்தான் பாடும் என்பார்கள் சூதர்கள்" என்றாள். வியாசர் திடுக்கிட்டதுபோல திரும்பிப்பார்த்தார். "ஆம் பெண்ணே, இந்நாட்களில் என் ஆன்மாவில் துளை விழுந்துவிட்டது. இந்த பூமியின் அத்தனை காற்றையும் இசையாக்கினாலும் அந்தத் துளை மூடப்போவதில்லை" என்று தலையை அசைத்துக்கொண்டார்.

பின்பு தனக்குள் என "மூன்று தளங்கள் கொண்டது காவியம் என்பார்கள் ரிஷிகள். குலக்கதை, விவேகம், கண்ணீர். கண்ணீரை இப்போதுதான் அடைகிறேன். இது எனக்குள் சிந்தாமல் தேங்கிக்கிடக்கும்... என் சித்தம் உள்ளவரை" என்றார்.

“காமகுரோதமோகங்களை அறிந்தவனே கவிஞன் என்பார்கள்” என்று சிவை சொன்னாள். “உண்மை... நான் அனைத்தையும் இந்த மூன்று நாட்களில் கற்றுக்கொள்வேன் என்று நினைக்கிறேன்...” எழுந்து சாளரம் வழியாக வெளியே நோக்கி “காவியம் மூன்று பக்கங்களைக் கொண்டது என்று நினைக்கிறேன். கிருஷ்ணபக்ஷம் சுக்லபக்ஷம் பூர்ணிமை. இருள் நிலவுப்பகுதியும் ஒளிர்நிலவுப்பகுதியும் நீண்டவை. முழுநிலவோ ஒரே ஒரு நாளுக்குமட்டும்தான்... அதை அதிகம்பேர் பார்ப்பதே இல்லை.”

மீண்டும் தன்னுணர்வு கொண்டு “நான் இதை ஏன் உன்னிடம் சொல்கிறேன் என்று வியப்படையாதே. நான் சொல்லிக்கொள்வது எனக்குள்தான்... நீ போகலாம்” என்றார் வியாசர். சிவை தலைவணங்கி வெளியேறினாள். மாதங்கியின் கண்ணில் படாமல் மீண்டும் சமையலறைக்கே சென்றாலென்ன என்று அவள் பதுங்கி நடந்தபோது பின்பக்கம் குரல் வெடித்தெழுவதுபோல ஒலித்தது “அங்கே என்ன செய்கிறாய் இருட்டுப்பிறவியே?... உன்னை என் அறைக்கு வரச்சொன்னேனே!”

சிவை மெல்ல “இல்லை” என்றாள். “என்னடி இல்லை? நான் பொய்சொல்கிறேன் என்கிறாயா?” சிவை பேசாமல் நின்றாள். “சென்று பேரரசியின் ஆடைகளை கொண்டு வா... சலவைக்காரிகள் வந்துவிட்டார்கள்.” சிவை தப்பித்த உணர்வுடன் இடைநாழியில் ஓடினாள். பேரரசியின் அறைவாசலில் சிலகணங்கள் நின்றபின் கதவைத்திறந்து உள்ளே சென்று வணங்கினாள்.

அறைக்குள் பழைய ஆடைகள் போடும் மூங்கில்கூடை ஏதும் இல்லை. கேட்பதா வேண்டாமா என்று சிவை தயங்கினாள். உள்ளே சியாமையும் பேரரசியும் பேசிக்கொண்டிருந்தனர். சீர்மொழியில் பேசிக்கொண்ட அவர்கள் அவளிருப்பதை கவனிக்கவில்லை. அவளுக்கு சீர்மொழி தெரியும் என்பதை அவள் எவரிடமும் காட்டிக்கொண்டதில்லை.

சத்யவதி உரக்க “என்ன செய்யமுடியும் நான்? என்னால் முடிந்ததை செய்துவிட்டேன். இரண்டு கருவுமே குறையுடையவை என்றால் அது சந்திரகுலத்தின் விதி... வேறென்ன செய்ய? என்னால் இனிமேல் இதை தாளமுடியாது” என்றாள்.

“நிமித்திகர் பெரும்பாலும் ஊகங்களையே சொல்கிறார்கள் பேரரசி” என்றாள் சியாமை. “இரண்டு அரசிகளுமே நல்ல இளமையுடன் உடல்நலத்துடன் இருக்கிறார்கள். முனிவரோ பெருந்தவசீலர்...”

சத்யவதி “உனக்கே தெரியும் சியாமை, பசப்பாதே. நிமித்திகர்கள் சொல்வது உண்மை... சந்திரகுலத்தின் குழந்தைகள் நற்புதல்வர்களாக வரப்போவதில்லை. ஒருத்தி கண்ணை மூடிவிட்டாள். இன்னொருத்தி அஞ்சி வெளுத்துவிட்டாள் என்கிறார்கள்... அவன் தோற்றம்

அப்படித்தான் இருக்கிறது. அப்படித்தான் குழந்தைகள் பிறக்கும். நிமித்திகர் பொய்சொல்வதில்லை. நான் கருவுற்றிருக்கையிலும் இதைத்தான் நிமித்திகர் சொன்னார்கள். அதுவேதான் மீண்டும் நிகழப்போகிறது."

சியாமை "பேரரசி, நிமித்திகர் குழந்தைகள் பிறக்காதென்று சொல்லவில்லை. குழந்தைகள் இறக்குமென்றும் சொல்லவில்லை. குழந்தைகள் நாடாள வாய்ப்பில்லை என்றும் சொல்லவில்லை. வளர்பிறை இருளும் தேய்பிறைநோயும் அவற்றுக்கு இருக்கும் என்று மட்டும்தான் சொன்னார்கள்..."

சத்யவதி "ஆம், அதற்கு என்ன பொருள்? ஒருவன் அறியாமை கொண்டவன் இன்னொருவன் நோயாளி. அதுதானே? அவர்களா சந்திரகுலத்தை காக்கப்போகிறார்கள்?"

"எந்த அரசும் நல்லரசர்களால் மட்டும் ஆளப்படுவதில்லை பேரரசி... நல்ல அமைச்சர்கள் இருந்தால் எவரும் நாடாளமுடியும். நிமித்திகர் சொற்களின்படி அதற்கடுத்த தலைமுறையில்தான் குருகுலத்தின் மாவீரர்களும் சக்ரவர்த்திகளும் பிறந்துவரப்போகிறார்கள். அதுவரை நாம் காத்திருப்போம்" என்றாள் சியாமை.

"என்ன சொல்கிறாய்?" என்றாள் சத்யவதி. "இன்னொரு குழந்தை பிறக்கட்டும். வியாசரின் ஞானம் அனைத்தையும் கொண்ட குழந்தை. அவரது கருவை விரும்பிப் பெற்றுக்கொள்ள விழையும் ஒரு சூதப்பெண் அவனை கருவுறட்டும். அந்தக் குழந்தை அமைச்சராக உடனிருந்தால் நாம் ஆட்சியைப்பற்றி கவலைகொள்ளவேண்டியதில்லை."

சத்யவதி அப்போதுதான் சிவையைப் பார்த்தாள். "நீ சென்று மாதங்கியை வரச்சொல்" என்றாள். சிவை "ஆணை பேரரசி" என்றபின், வெளியே செல்ல முயன்ற கணத்தில் சத்யவதி கடும் சினத்துடன் எழுந்துவிட்டாள். "நில்... நான் சொன்னது உனக்கு எப்படி புரிந்தது? உனக்கு சீர்மொழி தெரியுமா? உண்மையைச் சொல்!" சிவை நடுங்கி கைகளைக் கூப்பியபடி "தெரியும் தேவி..." என்றாள். அவள் கண்ணிலிருந்து கண்ணீர் சொட்டியது.

"அப்படியென்றால் ஏன் நீ இதுவரை அதைச் சொல்லவில்லை? நீ எந்த நாட்டு உளவுப்பெண்? யாரங்கே ...ஏய் யாரங்கே?" அந்த உரத்த குரல்கேட்டு கதவைத்திறந்து மாதங்கி ஓடிவந்து நின்றாள். சத்யவதி "இவளை வதைக்கூடத்துக்குக் கொண்டுசெல்... இவளுக்கு எப்படி சீர்மொழி தெரியும் என்று கேள். இவள் எந்த நாட்டுக்காரி, இவள் குலம் எங்கிருந்து வந்தது, இவளை சந்திப்பவர்கள் யார் யார்? அனைத்தும் எனக்குத்தெரிந்தாகவேண்டும்" என்றாள்.

மாதங்கி சிவையின் கைகளைப் பிடித்தாள். சிவை அப்படியே முழந்தாளிட்டு மண்ணில் விழுந்து இருகைகளையும் தலைமேல் கூப்பி "பேரரசி நான் இங்கேயே பிறந்து வளர்ந்தவள். தங்கள் அடிமை... ஒருகணம்கூட தங்களுக்கு வஞ்சம் எண்ணாதவள்... லோமஹர்ஷர் வழிவந்த சுபைக்கும் லோமசர் வழிவந்த பீதருக்கும் பிறந்தவள் நான்..." என்று கூவினாள்.

மாதங்கி இன்னொரு கையால் சிவையின் கூந்தலைப்பற்றி தரையில் இழுத்துச் சென்றாள். அச்சத்தால் உடல் நடுங்கி உதற கைகளால் மஞ்சத்தின் கால்களைப் பற்றிக்கொண்டு "பேரரசி, கருணை காட்டுங்கள். நான் எந்தப்பிழையும் செய்யவில்லை. நான் இந்த அரண்மனைக்கு அப்பால் ஏதும் அறியாதவள்" என்றாள். "என் குலமும் வரிசையும் இங்குள்ள எல்லா நிமித்திகர்களுக்கும் தெரியும் தேவி."

மாதங்கியிடம் கைகாட்டி "நில்" என்றாள் சியாமை. "பேரரசி, நான் சொன்னதுபோல முனிவரின் கருவைத்தாங்கி நமக்கு ஒரு ஞானியான அமைச்சரை அளிப்பதற்கு லோமசரின் வழிவந்த சூதப்பெண்ணைவிட தகுதியானவள் யார்?"

சத்யவதி கண்கள் சுருங்க சிவையை பார்த்தாள். சியாமை "ஆம் பேரரசி, இவள் சீர்மொழி அறிந்தவள். அவரிடம் காவியத்தை பகிர்ந்துகொள்ள இவளால் முடியும். கன்னி, அழகி. இவளிடம் சொல்வோம், ஞானியான புதல்வன் வேண்டும் என்று அவரிடம் அருட்கொடை கோரும்படி" என்றாள்.

சிலகணங்கள் சிந்தித்தபின் மாதங்கியிடம் "அவளை விடு" என்றாள் சத்யவதி. "எழுந்து நில்" என்று சொன்னதும் சிவை எழுந்து உடையை அள்ளி மார்பின்மேல்போட்டுக்கொண்டு கண்ணீருடன் கைகூப்பினாள். சத்யவதி அவள் அருகே வந்து அவள் தலையில் கையை வைத்தாள். கை இறங்கி அவள் கன்னத்தைத் தொட்டது. மென்மையான வெம்மையான சிறிய கை. சிவை உடல் சிலிர்த்து விம்மினாள்.

சத்யவதி திரும்பி மாதங்கியிடம் "மாதங்கி, இனி இவள் இந்த அந்தப்புரத்தின் மூன்றாவது அரசி... இவளுக்கு பிற இரு அரசியர் அன்றி அனைவரும் பணி செய்தாக வேண்டும். இது என் ஆணை!" என்றாள்.

சொற்களை உள்ளே வாங்காமல் சிவை மாதங்கியையும் சத்யவதியையும் பார்த்தாள். உடல்நடுங்க மாதங்கி கைகூப்பி நிற்பதையும் அவள் கண்களில் இருந்து கண்ணீர் திரண்டு சொட்டுவதையும் கண்டபின் சியாமையைப் பார்த்தாள். சியாமை "சூதர்களின் அரசி, உங்கள் பணிக்கு நானும் சித்தமாயிருக்கிறேன்" என்றாள்.

8

விந்தியமலையின் தென்மேற்குச்சரிவில் விதர்ப்ப நாட்டின் அடர்காடுகளுக்கு அப்பால் திட இருள் போல எழுந்த கரும்பாறைகளால் ஆன குன்றுகள் சூழ்ந்து மறைத்த சுகசாரிக்கு வியாசர் வந்துசேர்ந்தபோது அவரது தலைமயிர் சடைக்கற்றைகளாக மாறி மண்திரிகள் போல கனத்து தோளில் கிடந்தது. தாடி காற்றில் பறக்காத விழுதுகளாக நெஞ்சில் விழுந்தது. உடம்பெங்கும் மண்ணும் அழுக்கும் நெடும்பயணத்தின் விளைவான தோல்பொருக்கும் படிந்து மட்கி உலர்ந்த காட்டு மரம்போலிருந்தார்.

சுகசாரியைப்பற்றி அவர் ஒரு சூதர்பாட்டில் கேட்டிருந்தார். அங்கே கிளிகள் மனித மொழிபேசும் என்றார் சூதர். காடெங்கும் பச்சைப்பசுங்கிளிகள் இலைக்கூட்டங்கள் போல நிறைந்திருப்பதனால் அந்தக்காடே பகலெல்லாம் வேள்விக்கொடி ஏறிய சாலை போலிருக்கும் என்றார் சூதர். அங்கு செல்லும் வழியையும் அவர்தான் சொன்னார். "விந்தியமலை கங்காஸ்தானத்தை அள்ளிவைத்திருக்கும் உள்ளங்கைபோன்றது. அந்தக்கையின் விரலிடுக்கு வழியாக வழிந்தோடும் சிறிய நதிகளின் பாதையில் சென்றால் தட்சிணத்தை அடையலாம். தட்சிணத்தின் தலையாக இருப்பது விதர்ப்பம்."

விந்தியனை அடைந்து அந்த சிறிய மலையிடுக்கை கண்டடையும் வரை கீழிறங்க ஒரு வழி இருப்பதையே அவர் உணரவில்லை. காடு வழியாக அருகே நெருங்கிய ஒற்றையடிப்பாதை பெரிய மலையில் முட்டி காணாமல் போயிற்று. ஆனால் காட்டுக்குள் மேயவிடப்பட்டிருந்த பசுக்கூட்டம் ஒன்று தலையை ஆட்டி கழுத்துமணிகளை ஒலிக்கச்செய்தபடி கனத்த குளம்பொலியுடன் இயல்பாகச் செல்வதைக் கண்டு அதை பின்தொடர்ந்தார்.

மழைநீர் வழிகண்டுபிடித்து ஒழுகிச்செல்வது போல பசுக்கள் இரு மலைகளுக்கு நடுவே சென்றன. அங்கே வெண்ணிறச்சரடு போல ஒரு சிறு நீரோடை நூற்றுக்கணக்கான பாறைகளில் விழுந்து விழுந்து நுரைத்து பளிங்கு மரம் கீழிருந்து எழுந்தது போல கீழே இறங்கிச்சென்று கொண்டிருந்தது. அந்த ஓடை அறுத்து உருவாக்கிய இடைவெளி கோட்டைவாயில் எனத் திறந்து, பலகாதம் ஆழத்துக்குச் சுருண்டு கீழே சென்று, பச்சைப்பசுங்காட்டில் முடிந்தது. காட்டுக்குமேல் வெண்பட்டாக மேகம் பரவியிருந்தது.

பாறைகளின் நடுவே பெரிய பாறைகளைத் தூக்கிப்போட்டு வளைந்து செல்லும் பாதை ஒன்று அமைக்கப்பட்டிருந்தது. கோடைகாலத்தில் அப்பாதையை திருவிட நாட்டுக்குச் செல்லும் வணிகர்கள் பயன்படுத்தி வந்தனர் என்பது ஆங்காங்கே அவர்கள் கட்டியிருந்த நிழல்குடில்களில் இருந்து தெரிந்தது. பாறை இடுக்குகளில் அவர்கள் பொதிகளை ஏற்றிச்சென்ற அத்திரியின் சாணி உலர்ந்து படிந்திருக்கக் கண்டார். உதிர்ந்த தானியங்கள் முளைத்த கதிர்கள் சரிந்துகிடக்க அவற்றில் சிறுகிளிகள் எழுந்து பறந்துகொண்டிருந்தன.

கற்பாதை வழியாக காட்டுக்குள் இறங்கி காட்டுப் பழங்களையும் கிழங்குகளையும் ஓடைமீன்களையும் உண்டபடி வியாசர் பகல்கள் முழுக்க பயணம் செய்தார். இரவில் உயரமான மலைப்பாறை மேலேறி அங்குள்ள ஏதேனும் குகையிடுக்கில் தங்கினார். எதிரிகளால் சூழப்பட்டு துரத்தப்பட்டவர்போல சென்றுகொண்டே இருந்தார். முதல் இடையர்கிராமத்தில் சுகசாரிமலை பற்றி விசாரித்துக்கொண்டு மேலும் நடந்தபோதெல்லாம் பயணத்தை இயக்கும் இரு விசைகளே அவரை முன்னகர்த்தின. கிளம்பிய இடத்தில் இருந்து வெளியேறும் வேகம், இலக்காகும் இடத்தை எதிர்நோக்கும் ஆவல். ஏதோ ஒரு தருணத்தில் அதை அடைந்துவிட்டோம் என்று உணர்ந்தகணமே கால்கள் தயங்கின.

கீழே இறங்கி அவர் அடைந்த முதல் கிராமம் சதாரவனத்தின் முகப்பு என்றார்கள். சதாரவனத்தில் அவர் சந்தித்த ஒரு திருவிடத் துறவிதான் சுகசாரி மலையைப்பற்றி முழுமையான விவரணையை அளித்தார். அவர் இமயமலைக்கு சென்று கொண்டிருந்தார். பாதையோரத்தில் யாரோ ஒரு வணிகன் கட்டிவிட்டிருந்த தர்மசத்திரத்தின் முன்னால் இரவில் வெறும்பாறைமீது மல்லாந்து படுத்து விண்மீன்கள் நிறைந்த வானை பார்த்துக்கொண்டிருந்தார் அவர். கன்னங்கரிய நிறமும் நுரைபோன்ற தலைமுடியும் தாடியும் புலிக்கண்களும் கொண்ட நெடிய மனிதர். கைவிரல்களில் இருந்து எப்போதும் ஒரு தாளம் காற்றில் பரவிக்கொண்டிருந்தது.

சத்திரத்துப் பொறுப்பாளரான மூதாட்டியும் மகளும் கைநிறைய வெண்சங்குவளையல்களும் கழுத்தில் புலிக்கண்கள் போன்ற சோழிகளாலான மாலையும் அணிந்து நெற்றியில் ஒரு கழுகுச்சின்னத்தை பச்சை குத்தியிருந்தார்கள். மாலையில் பயணிகள் அதிகமிருக்கவில்லை. பெரும்பாலும் திருவிடத்து சிறுவணிகர்கள். அவர்கள் மூதாட்டி கொடுத்த தீயில்சுட்ட அப்பத்தையும், தொன்னையில் கொடுக்கப்பட்ட கொதிக்கும் புல்லரிசிக்கஞ்சியையும் வாங்கிக்கொண்டு வந்து ஆங்காங்கே சிறிய குழுக்களாக அமர்ந்து உண்டுகொண்டிருந்தனர். அவர்களின் அத்திரிகளும் கழுதைகளும் குதிரைகளும் ஒன்றாகச் சேர்த்து கட்டப்பட்டு, கழுத்துமணிகளின் ஒலி சேர்ந்தெழ, முன்னால் போடப்பட்ட உலர்ந்த கோதுமைத்தாளை மென்றுகொண்டிருந்தன.

வியாசர் கையில் உணவுடன் நாற்புறமும் பார்த்தபோது அந்த தட்சிணத் துறவியைப் பார்த்து அவர் அருகே சென்றார். அப்பத்தை கஞ்சியில் தோய்த்து உண்டபின் அருகே ஓடிய ஓடையில் கைகழுவிவிட்டு வந்து அந்தப்பாறையில் அமர்ந்தார். துறவி சற்று ஒதுங்கி இடம்விட்டார். வியாசர் குளிர்ந்த பாறையில் அமர்ந்துகொண்டார். நீண்ட நடைப்பயணத்தின் அலுப்பை உடல் உணர்ந்தது. ஒவ்வொரு தசைநாரும் மெல்லமெல்ல இறுக்கத்தை இழந்து தளர்ந்து படிந்தது. துறவி விண்மீன்களையே பார்த்துக்கொண்டிருந்தார்.

"இன்னும் மூன்றுநாட்களில் மழைக்காலம் தொடங்கும்" என்றார் வியாசர். அவர் துறவியிடம் பேச விரும்பினார். அவரது கால்களைப்பார்த்தபோது அவர் சென்ற தூரம் தெரிந்தது. "ஆம், அங்கே திருவிடநாட்டில் இப்போதே மழை தொடங்கியிருக்கும்" என்றார் துறவி.

"நீங்கள் திருவிடத்தில் இருந்து வருகிறீர்களா என்ன?" என்றார் வியாசர். "ஆம்" என்றார் துறவி. "எங்கே செல்கிறீர்கள்?" துறவி விண்மீன்களைப் பார்த்தபடி "வடக்கே" என்றார். "ஏன்?" என்றார் வியாசர். "ஏனென்றால்... நான் தெற்கே பிறந்தமையால்" என்றார் துறவி.

வியாசர் மெல்லிய அங்கதத்துடன் "அப்படியென்றால் வடக்கே பிறந்த நான் தெற்குநோக்கிச் செல்லவேண்டுமா என்ன?" என்றார். "ஆம், பாரதவர்ஷம் ஞானியின் கையில் கிடைக்கும் விளையாட்டுப்பாவை. எந்தக்குழந்தையும் பாவையின் அறியாத பகுதியையே திரும்பிப்பார்க்கும்."

அந்த கவிப்பேச்சு உருவாக்கிய மதிப்புடன் "என் பெயர் கிருஷ்ணதுவை பாயனன்" என்று வியாசர் தன்னை அறிமுகம் செய்துகொண்டார். "நீங்கள் வேதங்களை தொகுத்தவர் அல்லவா?" என்று அவர் பரபரப்போ வியப்போ சிறிதும் இன்றி கேட்டார். வியாசர் "ஆம், நான்தான். என் தந்தையின் ஆணைப்படி அதைச்செய்தேன்" என்றார்.

“என் பெயர் தென்மதுரை மூதூர் சித்திரன் மைந்தன் பெருஞ்சாத்தன். முதுகுருகு, தண்குறிஞ்சி என்னும் இருநூல்களை நானும் யாத்துள்ளேன்” என்றார் துறவி. “நாம் சந்திப்பதற்கு ஊழ் அமைந்திருக்கிறது. அது வாழ்க!” வியாசர் “பாண்டியநாட்டைப்பற்றி நான் ஓரளவு அறிந்திருக்கிறேன்” என்றார். “கொற்கையின் முத்துக்களின் அழகை பாடியிருக்கிறேன்.”

சாத்தன் புன்னகைத்து “அவை என் முன்னோரின் விழிகள். கடலுள் புதைந்த எங்கள் தொல்பழங்காலத்தைக் கண்டு பிரமித்து முத்தாக ஆனவை அவை. அவற்றின் ஒளியில் இருக்கின்றன என் மூதாதையர் வாழ்ந்த ஆழ்நகரங்கள். ஆறுகள், மலைகள், தெய்வங்கள். அன்று முதல் இன்றுவரை அந்த அழியாப்பெருங்கனவையே நாங்கள் உலகெங்கும் விற்றுக்கொண்டிருக்கிறோம்.”

தன்முன் பாரதவர்ஷத்தின் பெருங்கவிஞர் ஒருவர் அமர்ந்திருப்பதை வியாசர் உணர்ந்தார். எஞ்சிய அறிவாணவத்தை அகற்றிவிட்டு அவர் மனம் முழுமையாகவே பணிந்தது.

“கண்ணால் ஞானத்தை அடையவிரும்புபவன் பாரதவர்ஷத்தை காண்பானாக” என்றார் சாத்தன். “வியாசரே, என்றோ ஒருநாள் உங்கள் முதற்சொல்லை அறிய நீங்களும் தென்னகம் ஏகவேண்டியிருக்கும். அங்கே உங்கள் ஊழ்கத்தின் வழிச்சொல்லை உங்கள் தெய்வங்கள் கொண்டுவந்து அளிப்பர்.”

“நான் எப்படி அதைத்தேடிச்செல்வது?” என்றார் வியாசர் பணிவுடன். “வலசைப்பறவைகளுக்கு வானம் வழிசொல்லும்...” என்றார் சாத்தன். வானைச்சுட்டி “விண்மீன்கள் என்னிடம் சொல்லும் வழி ஒன்று உள்ளது. வடக்கே... வடக்கே ஏதோ ஓர் இடம். என் சொல்லைத்தேடி நான் செல்கிறேன்.”

வியாசர் தனக்குள் எழுந்த அலையை உணர்ந்தார். கைகூப்பி “குருநாதரே, தங்களை நான் சந்திக்கவைத்த ஆற்றலின் நோக்கத்தை அறியமாட்டேன். அதன் எண்ணம் ஈடேறுவதாக!” என்றார்.

“நீங்கள் உங்கள் மைந்தரைத்தேடிச் செல்கிறீர்கள் அல்லவா?” என்றார் சாத்தன். “இன்னும் நூறுநாழிகை தொலைவில் இருவிரல் முத்திரையென எழுந்த இரு பெரும் பாறைகளுக்கு நடுவே செல்லும் பாதை சுகசாரிமலைக்கு வழியாகும்.”

“தாங்கள் சுகனை சந்தித்தீர்களா?” என்றார் வியாசர். “ஆம்... நான் தட்சிணமேட்டில் ஏறும்போது ஒரு கிளி இனியகுரலில் வேதமந்திரம் ஒன்றை முழுதுரைப்பதைக் கேட்டேன். வியப்புடன் அக்கிளியை பின்தொடர்ந்து சென்றேன். செல்லும்தோறும் வேதமந்திரங்களை உரைக்கும் பல கிளிகளைக் கண்டேன். அவை சுகமுனிவர் வாழும்

சுகசாரி மலைக்கிளிகள் என்றனர் ஊரார். நான் அக்கிளிகளைத் தொடர்ந்து சுகசாரிமலைக்குச் சென்றேன். மோனத்தில் அமர்ந்த இளம் முனிவரைக் கண்டு வாழ்த்துரைசெய்து மீண்டேன்” என்றார் சாத்தன்.

“அவன் என் மகன்” என்று வியாசர் முகம் மலர்ந்தார். “அவனுக்கு எட்டு வயதாகும்வரை நானே அவனுடைய ஆசிரியனாக இருந்து வேதவேதாங்கங்களைக் கற்றுக்கொடுத்தேன். அதன்பின் மிதிலைநகரின் ஜனகமன்னரிடம் அவனை அனுப்பினேன். காட்டிலேயே வளர்ந்த அவன் நாடும் நகரும் அரசும் அமைச்சும் கண்டு தேறட்டும் என்று நினைத்தேன். அரசமுனிவரான ஜனகர் அதற்கு உகந்தவர் என்று தோன்றியது.”

“ரகுகுல ராமனின் துணைவி சீதையன்னையின் தந்தை ஜனகரையே நான் நூல்வழி அறிந்திருக்கிறேன்” என்றார் சாத்தன். வியாசர் “அந்த ஜனகரின் வழிவந்தவர் இவர். கற்றறிந்தும் உற்றறிந்தும் துறந்தறிந்தும் அனைத்துமறிந்த அரசர். அவரது அவையில் சென்று இவன் அமர்ந்தான். ஒவ்வொருநாளும் அங்கே நிகழும் நூலாய்வையும் நெறியாய்வையும் கற்றான்” என்றார்.

வியாசர் சொன்னார். ஒருநாள் ஜனகமன்னர் தன் அவையில் ஓர் அறவுரை நிகழ்த்துகையில் அறம் பொருள் இன்பம் மூன்றையும் அறிபவனுக்கே வீடு திறக்கும் என்றார். அவ்விதி எந்நூலில் உள்ளது என்று சுகன் கேட்டான். அது நூலில் உள்ள நெறியல்ல கண்முன் இயற்கையில் உள்ள நெறி என்றார் ஜனகர். மலர் பிஞ்சாகி காயாகித்தான் கனிய முடியும் என விளக்கினார்.

ஆனால் சுகன் அந்நெறி எளிய உயிர்களுக்குரியது என்றான். கீழ்த்திசையில் நாளும் உதிக்கும் சூரியன் உதித்த மறுகணமே ஒளிவீசத் தொடங்குகிறதல்லவா என்றான். ஜனகர் அதைக்கேட்டு திகைத்தார். பின்பு ‘அறமும் பொருளும் இன்பமும் அறியாத இளைஞன் நீ. நூல்களில் சொல்லப்பட்டிருக்கும் ஒரு விடுகதைக்கு பதில் சொல், அதன்பின் நீ சொல்வதை நான் ஏற்கிறேன்’ என்றார்.

“அந்த வினா பழைய நூல்களில் பலவாறாக சொல்லப்பட்டிருக்கிறது” என்றார் வியாசர். உத்தாலகர் என்ற முனிவருக்கு ஸ்வேதகேது என்று ஒரு மைந்தன் இருந்தான். தந்தை தன் ஞானத்தையெல்லாம் அளித்து அந்த மைந்தனை பேரறிவுகொண்டவனாக ஆக்கினார். ஒருநாள் அவர்கள் இருவரும் காட்டில் தவம்செய்துகொண்டிருக்கையில் அங்கே முதிய பிராமணர் ஒருவர் வந்தார்.

அப்பிராமணர் உத்தாலகரின் அழகிய மகனைப்பார்த்து, இந்த வனத்தில் உங்களுக்கு எப்படி இவ்வளவு அழகிய மைந்தன் பிறந்தான் என்று

கேட்டார். உத்தாலகர், என் மனைவி என்னுடன் தவச்சாலையில் இருக்கிறாள். என் தவத்தை அவளும் பகிர்ந்துகொள்கிறாள் என்றார்.

அந்த பிராமணர் அறிவிலும் அழகிலும் குறைந்தவர். கண்பார்வையும் அற்றவர். அவர் சொன்னார். நான் வயது முதிர்ந்தவன். எனக்கு மைந்தர்கள் இல்லை. நீர்க்கடன் செய்ய ஆளில்லாத இல்லறத்தானாகிய நான் நரகத்தீயில் விழுவதற்குரியவன். இந்தவயதில் இனிமேல் எனக்கு எவரும் பெண்ணை தரப்போவதில்லை. ஆகவே உன் மனைவியை எனக்குக் கொடுத்துவிடு. என் குழந்தை ஒன்றை அவளிடம் பெற்றபின் உன்னிடமே அனுப்பிவிடுகிறேன். அதன்பின் அவர் உத்தாலகரின் குடிசைக்குள் நுழைந்து அவரது மனைவியை கையைப்பிடித்து இழுத்துச்செல்லத் தொடங்கினார்.

உத்தாலகரின் மனைவி தவத்தால் மெலிந்தவள், கடும் உழைப்பால் தளர்ந்தவள். அவளுக்கு அந்த முதியபிராமணனை பிடிக்கவுமில்லை. ஆனால் அவள் கூடவே சென்றாள். ஸ்வேதகேது ஓடிச்சென்று அந்த பிராமணரைப்பிடித்து நிறுத்தினான். என் தாயை இதற்கு அனுப்பமுடியாது என்று சொன்னான். இது அவளுக்கு துயரத்தை அளிக்கிறது, அவள் பெண்மையை இது அவமதிக்கிறது என்றான்.

பிராமணர் சொன்னார். 'நெறிநூல்களின்படி எனக்கு ஒரு மைந்தனைப்பெற உரிமை உண்டு. அதற்கு நான் இவளை கொண்டுசெல்வதும் சரியே. மகனை ஈன்றளித்தல் பெண்ணுக்கு எவ்வகையிலும் இழிவல்ல, பெருமையே ஆகும். தொல்முறைப்படி ஓர் அரணிக்கட்டையை பதிலுக்குப் பெற்றுக்கொண்டு நீ இவளை விட்டுவிடு.'

உத்தாலகரும் 'அவர் சொல்வது முறைதான், அவர் நரகத்துக்குச் செல்ல நாம் அனுமதிக்கலாகாது என்றார். மைந்தரை பெற்றுவிட்டுச் செல்லாத ஒருவரை இறைசக்திகள் தண்டிக்கும். அந்தத் தூய கடமையை அவர் செய்யட்டும்' என்றார்.

ஸ்வேதகேது அந்த பிராமணரைப் பிடித்து விலக்கிவிட்டு கடும் சினத்தின் கண்ணீருடன் தன் வலக்கையில் தர்ப்பையை எடுத்துக்கொண்டு 'எதன்பொருட்டானாலும் நான் இதை அனுமதிக்கமுடியாது. என் அன்னையை இன்னொருவன் தீண்டுவதை நான் விலக்குகிறேன். இனிமேல் இவ்வுலகில் இந்தப் பழைய நெறிகள் எதுவும் இருக்கலாகாது என நான் வகுக்கிறேன், என் தவத்தின்மேல் ஆணை' என்றான்.

அதைக்கண்ட பிராமணர் 'உத்தாலகரே, நீர் நூலறிந்தவர். நீர் சொல்லும், நான் நீர் சொல்வதைச் செய்கிறேன். இவர் சொல்வது பிழை என்றால் நீர் உம் தவ வல்லமையால் இவரைப் பொசுக்கும்' என்று கூவினார். ஆனால் உத்தாலகர் ஒன்றும் பேசாமல் திரும்பி காட்டுக்குள் சென்றுவிட்டார். திரும்பி வரவேயில்லை.

“நெறிநூல்களான யமசுருதி நாரதசுருதி அனைத்திலும் உள்ளது இக்கதை. இதிலுள்ள கேள்வி என்னவென்றால் ஏன் உத்தாலகர் ஒன்றும் சொல்லாமல் திரும்பிச்சென்றார் என்பதுதான்” என்றார் வியாசர்.

சாத்தன் புன்னகைத்துக்கொண்டு “இதற்கு உங்கள் மைந்தர் என்ன சொன்னார்?” என்றார். “இவ்வினாவுக்கு எவரும் சரியான பதிலை சொன்னதேயில்லை. கதைகேட்ட ஒவ்வொருவரும் அந்த பிராமணர்மீது சினம்கொண்டு ஸ்வேதகேது சொன்னவை சரியே என்பார்கள். அது சரி என்பதனால்தான் உத்தாலகர் திரும்பிச்சென்றார் என்று விளக்குவார்கள். அது சரியான விடை அல்ல என்று என் மகன் சொன்னான்” என்றார் வியாசர்.

மிருகங்கள் நடந்தும், பறவைகள் பறந்தும், புழுக்கள் நெளிந்தும் அறத்தை அறிந்துகொள்கின்றன. அவையறியும் அறம் ஒன்றே, பிறப்பை அளித்தலே உடலின் முதற்கடமை. மண்ணில் தன் குலத்தையும் அக்குலத்தில் தன் ஞானத்தையும் விட்டுச்செல்வது மட்டுமே மனித வாழ்வின் இறுதியுண்மை என மனிதர்களும் கருதிய காலத்தின் அறத்தையே உத்தாலகரும் அந்த பிராமணரும் சொன்னார்கள். அவர் மனைவியும் அதை ஏற்றுக்கொண்டாள் என்று சுகன் ஜனகருக்குச் சொன்னான்.

அந்த அறத்தில் அனைத்தும் பிறக்கும் குழந்தைகளால் நியாயப்படுத்தப்படுறது. ஆனால் அக்குழந்தைகள் திரும்பிநின்று அது பிழையெனச் சொல்லும்போது அந்தக்காலம் முடிவுக்கு வந்துவிடுகிறது. தாய்தந்தையரின் கற்பொழுக்கம் பிள்ளைகளால் கட்டுப்படுத்தப்படும் புதியகாலம் பிறந்துவிட்டது. இனி அதுவே உலகநெறியாகும் அதை உணர்ந்தே உத்தாலகர் ஒன்றும் சொல்லாமல் காட்டுக்குள் சென்றார் என்று சுகன் அவ்வரங்கில் சொன்னான்.

“அன்று ஜனக மன்னர் என் மகனைநோக்கி நீ நூறாண்டு வாழ்ந்து கனிந்தவன் போல் பேசுகிறாய். உனக்கு முதல்மூன்று வாழ்வுமுறைமையும் தேவை இல்லை. நீ சூரியன் போன்று எப்போதும் ஒளியுடையவனாக இருப்பாய் என வாழ்த்தினார்...” என்றார் வியாசர். “அங்கிருந்து அவன் என்னிடம் வந்து சேர்ந்தான். அவனை என்னால் உணரமுடியவில்லை. அவனிடம் மீண்டும் மீண்டும் இல்லறம் பற்றி சொன்னேன்.”

“ஆனால் ஒருநாள் நானும் அவனும் நீர்நிலை ஒன்றை கடந்து சென்றோம். முன்னால் அவன் சென்றான். நான் பின்னால் சென்றேன். அந்நீர்நிலையில் ஏராளமான இளம்பெண்கள் நீராடிக்கொண்டிருந்தனர். அவர்கள் அவனை பொருட்படுத்தவேயில்லை. ஆனால் நான் அருகே சென்றதும் அனைவரும் ஆடைகளை அள்ளி உடலை மூடிக்கொண்டனர். சிலர்

ஓடிச்சென்று நீரில் மூழ்கினர்... அது என்னை அவமதிப்பது என்று எனக்குப்பட்டது. அவர்களிடம் ஏன் அப்படிச்செய்தார்கள் என்று கேட்டேன். உங்கள் மகன் கண்களில் முற்றிலும் காமம் இல்லை, அவன் வந்ததையே நாங்களறியவில்லை என்று சொன்னார்கள். அன்றுதான் அவனை நான் அறிந்தேன்."

"அன்று உங்களையும் அறிந்துகொண்டீர்கள் இல்லையா?" என்று சாத்தன் சிரித்தார். "அதன்பின் அது நிறுவப்பட்டதையும் அறிந்தீர்கள்." வியாசர் அதிர்ந்து ஏதும் சொல்லாமல் அவரைப்பார்த்தார். "ஆகவேதான் இத்தனைதூரம் நடந்து உங்கள் மைந்தரை காணச்செல்கிறீர்கள்..."

வியாசர் உடலைவிட்டு உயிர் பிரிவதுபோன்ற மெல்லிய துடிப்புடன் "ஆம்..." என்றார். "தாங்கள் அனைத்தையும் அறியும் நுதல்விழிதிறந்தவர் சாத்தரே... குரு அறியாத சீடனின் அகம் என ஏதுமிருக்க இயலாது." பெருமூச்சுடன் சற்றுநேரம் தன்னில் மூழ்கி இருந்தபின் "முதலிரு நாட்களும் என் காமமும் அகங்காரமும் கண்ணை மறைத்திருந்தன. மூன்றாம் நாள் முழுநிலவு. நானும் முழுமையை அன்று உணர்ந்தேன். அன்றிரவு என் சொற்கள் ஒளிகொண்டிருந்தன. அவை தொட்டவை அனைத்தும் ஒளி கொண்டன..." என்றார்.

"ஆனால் மறுநாள் காலை நான் என்னை வெறும் வெளியில் கிடக்கும் வெற்றுடல்போலக் கண்டு கூசினேன். என்னையே வெறுத்து ஓடிச்சென்று நீரில் விழுந்தேன். நீர் என்னை தூய்மைப்படுத்தவில்லை என்று கண்டு மந்திரங்களில் நீராடினேன்... ஒவ்வொன்றாலும் மேலும் மேலும் அழுக்காக்கப்பட்டேன்." வியாசர் வேண்டுபவர்போல தன் கைகளை நெஞ்சுடன் சேர்த்துக்கொண்டார்.

வியாசர் "என் அகம் எரிகிறது சாத்தரே" என்றார். "பிழையையும் சரியையும் பிரித்தறியும் ஆற்றலை இழந்துவிட்டேன்." துயரத்துடன் தலையை கையால் பற்றிக்கொண்டார். "ஆசைகளையும் அகங்காரத்தையும் வெல்லமுடியாதவனுக்கு ஞானமே நஞ்சு. நான் செய்தவை எல்லாமே சரிதான் என வாதிடவே நான் அடைந்த ஞானம் எனக்கு வழிகாட்டுகிறது. அதைவெறுத்து பிய்த்துவீசினால் அவை திரண்டு என்னை குற்றம் சாட்டி கடித்துக் குதறுகின்றன. துரத்தி வந்து எள்ளி நகையாடுகின்றன."

கண்ணீருடன் இரு கைகளையும் விரித்து வியாசர் சொன்னார், "எதற்காக நூல்களைக் கற்றேன்? எளிய மிருகம்போன்ற வாழ்க்கை எனக்கிருந்தால் இந்தத் துயரம் இருந்திருக்காது... ஒவ்வொரு கணமும் அம்மூன்று நாட்களும் பெருநோய் போல பெருகிப்பெருகி என்மேல் படர்கின்றன... என்னுள் வெறுப்பு நிறைகிறது. வெறுப்பு என்பது கொல்லும் நஞ்சு... சுயவெறுப்போ ஆலகாலம்."

சாத்தன் மாறுதலற்ற முகத்துடன் விண்மீன்களை பார்த்துக்கிடந்தார். வியாசர் "விண்மீன்களிடம் நேரடியாகப் பேசுபவர் நீங்கள். உங்களிடம்தான் நான் சொல்லமுடியும்... அதற்காகவே நான் உங்களை சந்தித்திருக்கிறேன்... இந்த விண்மீன்களுக்குக் கீழே நான் அனைத்தையும் சொல்லவிரும்புகிறேன் சாத்தரே. இக்கணம் இப்புவியில் எனக்கிணையான பெரும் பாவி எவருமில்லை" என்றார்.

கண்ணீரும் கொந்தளிப்புமாக வியாசர் சொல்லிமுடித்ததும் சாத்தன் விண்மீன்கூட்டத்தை நோக்கியபடி புன்னகைசெய்தார். "கோடானுகோடி விண்மீன்கள்... கோடானுகோடி உயிர்கள். கோடானுகோடி வாழ்க்கைகள். இதில் பாவமென்ன புண்ணியமென்ன? கடலலைக் குமிழி நிலையற்றது. கடலே காலவெளியில் ஒரு வெறும் குமிழி..." என்றார்.

வியாசர் அவரையே பார்த்துக் கொண்டிருந்தார். "நீர்வழிப்படும் புணை போன்றது வாழ்க்கை. ஆகவே பெரியோரை வியக்கவும் மாட்டேன். சிறியோரை இகழ்தலும் மாட்டேன். பிழையை வெறுப்பதுமில்லை. நிறையை வணங்குவதுமில்லை" என்றார் சாத்தன். பிறகு சிரித்துக் கொண்டே திரும்பி "வியாசரே, நீர் இதுவரை செய்தவை ஏதும் உமது பணிகள் அல்ல. செய்யவிருப்பதே உமது பணி" என்றார்.

"என்ன செய்யப்போகிறேன்?" என்றார் வியாசர். "அதை நான் அறியேன். ஆனால் பெருநிகழ்வொன்றின் தொடக்கத்தைக் காண்கிறேன். முதற்புலவன் புற்றுறைவோன் முன்பொருநாள் அன்புடன் அமர்ந்திருந்த அன்றில்பறவைகளில் ஒன்றை வேடன் வீழ்த்தக்கண்டு விட்ட கண்ணீருக்கு நிகரானது நீர் இப்போது விட்ட கண்ணீர்த்துளி" சாத்தன் சொன்னார்.

வியாசர் சொல்லிழந்து பார்த்துக்கொண்டிருந்தார். "எங்கள் தென்னகத் தொல்மொழியில் கடல்கொண்ட பெருங்காவியங்கள் பல உண்டு. கருநிறமும் வெண்ணிறமும் கூர்ந்து இணைந்து ஒளியாவதே காவியம் என முன்னோர் வகுத்தனர். உம்முள் மூன்றையும் உணர்ந்துவிட்டீர்."

"நான் செய்யவேண்டியது என்ன?" என்றார் வியாசர். "உமது அகம் வழிகாட்டி அழைத்துச்செல்லும் வழியில் செல்க. ஆம், நீர்வழிப்படும் புணை போல" என்று சாத்தன் சிரித்தார்.

இரவில் விண்மீன்கள் வெளித்த முடிவின்மையைப் பார்த்தபடி வியாசர் அக்கரும்பாறைமேல் கிடந்தார். அருகே மெல்லிய மூச்சொலியுடன் சாத்தன் துயின்றுவிட்டிருந்தார். ஒரு மனிதர் அருகிருக்கையில் அவ்வுணர்வே உருவாகாத விந்தையை வியாசர் மீளமீள எண்ணிக்கொண்டார்.

நேர்மாறாக விண்மீன்களின் பெருவிரிவு ‘இதோ நீ இதோ நீ’ என்றே சொல்லிக்கொண்டிருந்தது. மின்னி மின்னி. திரும்பத்திரும்ப.

காலையில் வணிகர்கள் கிளம்பும் ஒலிகேட்பதுவரை அவர் பேசமறுத்து சித்தத்துடன் விளையாடிக்கொண்டிருந்த விண்மீன்களையே பார்த்துக்கொண்டிருந்தார். நெடுமூச்சுடன் பார்க்கையில் சாத்தன் அருகே இல்லை என்று உணர்ந்தார்.

அன்றும் மறுநாளும் நடந்து சுகசாரி மலையடிவாரத்தில் இருந்த ரிஷபவனம் என்ற இடையர் கிராமத்தை அடைந்தார். அவர்கள் மலையேறிச்செல்லும் வழி ஒன்றைக் காட்டினர். அங்கு இரவு தங்கி காலையில் அவர்கள் அளித்த பால்கஞ்சியை அருந்தியபின் மலையேறத்தொடங்கினார். மலையிறங்கிச் சென்ற கிளி ஒன்று வானிலேயே ஸ்வாஹா என்று சொல்லிச்சென்றதைக் கேட்டு மெய்சிலிர்த்து கைகூப்பி நின்றுவிட்டார்.

மேலும் மேலும் கிளிகள் வந்துகொண்டே இருந்தன. வேதமந்திரங்கள் மரங்களில், செடிகளில், வானூர்ந்த காற்றில் விளைந்தன. கண்களில் நீர் வழிய மலை ஏறிச்சென்றார். அங்கு செல்லச்செல்ல அங்குவருவதற்காகவே அவ்வளவுதொலைவு வந்தோம் என்று உறுதிகொண்டார்.

இனியமலைச்சாரல் அது. பழமரங்களும் பூமரங்களும் செறிந்த பொழில்களின் பசுந்தொகை. காட்டின் சித்தம்போல நீர் ஒலி கேட்டுக்கொண்டே இருந்தது. கரிய பாறைகள் காலையின் இனிய மென்மழைச்சாரலால் நனைந்து கருமையாக ஒளிவிட்டன. அவற்றின் இடைவெளிகளில் மலை சிரிக்கும் வெண்பற்கள்போல அருவிகள் நுரைத்து வழிந்தன.

மலையிறங்கி காட்டுக்குள் புகுந்த நீரோடை ஒன்றின் கரையில் அவர் நின்றிருக்கையில் மேலே இருந்த மலைக்குகையில் இருந்து படியிறங்கி சுகன் வருவதைக் கண்டார். முதல் அசைவிலேயே அது தன் மகன் என தனக்குள் இருந்த தொல்விலங்கு அறிந்துகொண்ட விந்தையை வியந்தார். சுகன் ஆடையற்ற உடலுடன் இறகு ஒன்று காற்றில் மிதந்திறங்குவதுபோல வந்து, வானத்தால் உள்ளங்கையில் வைத்து மெதுவாக மண்ணில் இறக்கப்பட்டான்.

வியாசர் அவனைநோக்கிச் சென்றார். கணம் கணமாக. மகன் என்ற சொல்லன்றி ஏதுமில்லாதவராக. போதம் அனைத்து சிந்தனைகளையும் இழந்து மடியில் தவழ்ந்த மகனாக மட்டும் அவனைப்பார்க்க ஆரம்பித்தது. ‘சுகதேவா’ என்று அழைத்தார். சுகன் திரும்பி அவரைப்பார்த்து புன்னகைசெய்தான்.

அவன் தன்னை அடையாளம் காணவில்லை என்று உணர்ந்து "சுகதேவா, நான் உன் தந்தை கிருஷ்ணதுவைபாயனன்" என்றார். நீரில் பரவும் காலையொளிபோல பரவசம் நிறைந்த கண்களுடன் "நானா?" என தன் மார்பில் கைவைத்து கேட்டான். "நீ சுகன்... என் மகன்" என்றார் வியாசர். நெடுநாட்களுக்குப்பின் தன்னை உணர்ந்த சுகன் எக்களிப்புடன் இரு கைகளையும் விரித்து "தந்தையே!" என்றான்.

முதன்முதலில் அவன் அச்சொல்லை சொல்லக்கேட்ட அந்நாள் என மெய் சிலிர்த்து துடித்தோடிச்சென்று அவனை அள்ளி மார்போடணைத்துக்கொண்டு மூச்சுமுட்டும்படி இறுக்கிக்கொண்டார் வியாசர். பின்பு விலக்கி அவனது மெல்லிய தோள்களை, இளம் முகத்தில் புகைபோல படர்ந்திருந்த தாடியை, மலரிதழ்போன்ற சிறு உதடுகளை, கைக்குழந்தையின் கண்களை கண்ணீர் மறைத்த தன் கண்களால் பார்த்தார். 'என் மகன்! என் மகன்! என் மகன்!' என்னும் இனிய மந்திரமாக அவரது அகம் இருந்தது அப்போது.

பின்பு தன்னுணர்வு கொண்டு அவனை விட்டு விலகி இரு கைகளையும் கூப்பிக்கொண்டு "சுகதேவா, நீயே என் ஞானாசிரியன். சாவை அஞ்சி மருத்துவனை நாடி வருவதுபோல உன்னைத்தேடி வந்தேன்... என்னை காத்தருள்க" என்று சொல்லி முழந்தாளிட்டு வேண்டினார்.

சுகசாரி குகைக்குள் அவன் இருக்க அவன் காலடியில் அமர்ந்து விம்மியும் கண்ணீர்விட்டும் வியாசர் அனைத்தையும் சொன்னார். "சுகதேவா, நீ நீதி சொன்ன அந்தக்கதையை இன்று தற்செயலாக நினைவுகூர்ந்தேன். நானறியவேண்டியதும் அதைப்போன்ற ஒரு முடிவே. குலநீதி சொல்லும் நியோகமுறைப்படியே நான் செய்தவை அமைந்தன. ஆனால் என் நெஞ்சு காலத்துக்கு அப்பால் நோக்கி திகைக்கிறது..." என்றார்.

"தந்தையே, மண்ணில் ஒழுக்கமென ஏதுள்ளது? அன்றிலின் ஒழுக்கம் காக்கைக்கு இல்லை. தட்சிணத்தின் ஒழுக்கம் அஸ்தினபுரியிலும் இல்லை. கருணைகொண்ட செயல்கள் அனைத்தும் ஒழுக்கமே" என்றான் சுகன்.

"நான் கருணையோடிருந்தேன் என்றால் ஏன் என் மனம் தவிக்கிறது? தவறு செய்துவிட்டேனா என்று ஒவ்வொரு புல்புழுவிடமும் ஏன் கேட்கிறேன். தீர்ப்பு சொல்லவேண்டியவர்கள் என்னில் தொடங்கிய தலைமுறையினர்... அவர்கள் சொல்லப்போவதென்ன என்று நான் எப்படி அறிவேன்?" என்றார். "உன் மனம் ஒரு படிகவெளி... காலங்களை எல்லாம் உன்னால் காணமுடியும்...நீ சொல்!"

"தந்தையே, அவற்றை நான் ஒரு சொல்லில் சொல்லமுடியாது. கோடி சொற்களால் சொல்லவேண்டியவர் நீங்கள்" என்றான் சுகன். "நீங்கள் சிரஞ்

சீவியாக இருந்து உங்கள் உயிர்முளைத்த வனத்தின் வாழ்வனைத்தையும் காணுங்கள்!"

வியாசர் திடுக்கிட்டு "நானா?" என்றார். "என்ன சொல்கிறாய்?" சுகன் சிரித்தான். "ஆம், உன் சொல் காலத்தின் சொல்... அது நிகழும்" என்றார் வியாசர். பின் நடுங்கும் கைகளைக் கூப்பியபடி "ஆனால் சுகதேவா, இது வரமா சாபமா?" என்றார்.

சுகன் அதைக் கேட்கவில்லை. கிளிகள் வேதமந்திரங்களுடன் குகைக்குத் திரும்ப ஆரம்பித்தன. அவற்றின் கால்களில் இருந்து தானியமணிகள் அவன்மேல் பொழிந்தன. அவன் இன்னொரு கிளிபோல அவற்றைப் பொறுக்கி உண்ணத் தொடங்கியிருந்தான்.

பகுதி ஏழு

தழல்நீலம்

1

கங்காத்வாரத்தின் காட்டில் வந்து தங்கும் பயணிகளின் மிச்சிலை உண்டுவாழும் தெருப்பன்றி ஒன்று புதர்க்காட்டுக்குள் நான்கு குட்டிகளைப்போட்டது. அவற்றில் மூன்றுகுட்டிகளை ஓநாய்கள் கவ்விக்கொண்டு சென்றன. எஞ்சிய குட்டியை அது புதரிடுக்கில் குழிதோண்டிப் புதைத்துவைத்தது. அக்குழிக்கு சற்று அப்பால் புதர்மூடிக்கிடந்த கல்மண்டபத்தில் கைவிடப்பட்டு மனம்கலங்கிய பெண் ஒருத்தி தன் குழந்தையுடன் தங்கியிருந்தாள். இடையில் ஒரு குழந்தை இருப்பதை அவள் ஆன்மா அறியவில்லை. அவள் உடலே அக்குழந்தையை தூக்கிக்கொண்டது, முலையூட்டியது. எந்நேரமும் கலங்கிவழிந்த கண்களுடன் வாயிலிருந்து ஓயாமல் உதிரும் சொற்களுடன் அவள் கங்காத்வாரத்தில் அலைந்தாள். கையில் கிடைப்பவற்றை எல்லாம் அள்ளித்தின்றாள். இரவில் அந்த மண்டபத்தின் வெம்மையான புழுதியில் வந்து சுருண்டுகொண்டாள். அவள் உடலின் ஓர் உறுப்புபோல பெரிய கண்கள் கொண்ட பெண்குழந்தை அவளை தன் உயிர்ச்சக்தியால் கவ்விக்கொண்டு அமர்ந்திருந்தது.

ஒருநாள் காலையில் அவள் எழவில்லை. முந்தையநாள் அவள் கால்வழியாகச் சென்ற நாகம் அவள் கட்டைவிரலின் ஆட்டத்தை பிழையாகப்புரிந்துகொண்டு கவ்விச்சென்றிருந்தது. நீலம் பாரித்து குளிர்ந்து கிடந்த சடலத்தில் இருந்து முலைப்பால் வரவில்லை என்பதை மதியம் வரை அழுதபின் கண்டுகொண்ட குழந்தை அவளுடலில் இருந்து பேன்கள் இறங்கிச்சென்றதைப்போல தானும் சென்றது. பேன்கள் குருதி வாசனைதேடியதுபோல தானும் தன் முதல்விசையால் பாலுக்காகத்தேடியது. புதருக்குள் கிடந்து தன் ஒற்றைக்குட்டிக்கு பாலூட்டிக்கொண்டிருந்த தாய்ப்பன்றியை கண்டுகொண்டது. தவழ்ந்து சென்று அந்தமுலையை தானும் கவ்வி உண்ணத் தொடங்கியது.

முலைகளையே மனமாகக் கொண்டிருந்த அந்தப் பெண்பன்றி தன் காலைச் சற்று விரித்து குழந்தைக்கு இடம் கொடுத்தது.

கண் திறக்காத அக்குட்டியுடன் சேர்ந்து சுருண்டுகொண்டு குழந்தை தூங்கியதும் பன்றி தன் உணவுக்காகக் கிளம்பியது. பசித்து குரலெழுப்பிய பன்றிக்குட்டியுடன் சேர்ந்து அதேபோல குரல் எழுப்பியபடி குழந்தை காத்திருந்தது. பன்றி திரும்பிவந்ததும் அக்குட்டியுடன் சேர்ந்து முட்டிமோதி முலையுண்டபின் அன்னையின் அடிவயிற்று வெம்மையில் ஒண்டிக்கொண்டு தூங்கியது.

மூன்றுமாதம் பன்றி குழந்தைக்கு உணவூட்டியது. பெற்றகுழவியை அது துரத்திவிட்டபின்னரும்கூட மனிதக்குழந்தைக்கு கனிந்தபடியே இருந்தது. பின்பு அதன் ஊற்று வற்றியது. பசித்த குழந்தை எழுந்தும் விழுந்தும் தன் உடன்பிறந்தவன் சென்ற பாதையில் சென்றது. திசையறியாமல் திகைத்து அழுதபடி சென்றபோது தன் அன்னை கிடந்ததுபோன்று படுத்திருந்த ஒரு பித்தியைக் கண்டுகொண்டது. அவள் தன் நெஞ்சில் எரிந்த சிதையுடன் துயிலற்று அலைந்து ஒரு கட்டத்தில் உடல் களைத்து அமர்ந்து சரிந்து அவ்வண்ணமே தூங்கிக்கொண்டிருந்தாள். அவளருகே சென்றகுழந்தை தானறிந்தவிதத்தில் அவளருகே படுத்து இடக்காலை அவள்மேல் போட்டு அணைத்துக்கொண்டு அவள் முலைக்கண்ணை தேடிக்கவ்வி சுவைக்கத் தொடங்கியது.

பித்தி நீலநீர் விரிந்த நீர்வெளியைநோக்கி எழுந்த அரண்மனையின் செம்பட்டுத்திரை நெளியும் உப்பரிகையில் நின்றிருந்தாள். மணிமுடிசூடி, பட்டும் நவமணிகளும் அணிந்து, ஒளிமின்னும் விழிகளுடன் நதியைப் பார்த்தாள். நீரலைகளைக் கொஞ்சிக்கொண்டிருந்த பறவைகளைக் கலைத்தபடி நூறு அணிநாவாய்கள் கரைநோக்கி வந்தன. இளஞ்செந்நிறப் பாய்கள் விரித்த நாவாய்வரிசை நீரில் மிதந்துவரும் செந்தாமரைக்கூட்டம் எனத் தோன்றியது. முன்னால் வந்த படகில் சூதர்கள் இசைத்த மங்கல இசையும் பின்னால் வந்த படகில் ஒலித்த பெருமுழவொலியும் இணைந்து அரண்மனை சுவர்களை விம்மச்செய்தன.

படகுவரிசையை எதிர்நோக்கிச் சென்ற அவள் அரண்மனைக்குழுவினர் நதிக்காற்றில் உப்பி எழுந்த செம்பட்டுப் பாவட்டங்களும் சிறகடித்த செம்பதாகைகளும் ஏந்தியிருந்தனர். வாழ்த்தொலிகள் முழங்க, மங்கலதானியங்களும் மலர்களும் பொழிய, இசையால் அள்ளி இறக்கப்படுபவனைப்போல நெடிய நிமிர்வுடனும் கலைந்து பெருந்தோளில் விழுந்த குழல்களுடனும் தாடியுடனும் அவள் தேவன் வந்திறங்கினான். படிகளில் ஏறி அவள் அரண்மனைக்குள் புகுந்தான்.

வெண்பட்டுவிதானம் விரிந்த பந்தலில் அவள் அவனுக்கு மாலை யிட்டாள். நிலா எழுந்த சாளரம் கொண்ட அறையில் அவனுடன்

இருந்தாள். யானையை அள்ளிஓடும் வல்லமை கொண்ட உள்ளோட்டங்களுடன் அசையாது நிற்கும் பாவனை காட்டும் பெருநதியில் நீந்தித்திளைப்பவளாக அவனை அறிந்தாள். அவன் பிம்பத்தை தன்னுள் வாங்கிச்சுருட்டிக்கொண்ட கிண்ணக்குமிழ் போல அவள் அவனை தன்னுள் அள்ளிக்கொண்டாள். மடியில் அதைப்பெற்று அள்ளி மார்போடணைத்து முலையூட்டினாள். முலைசுரந்து வழிகையில் மீண்டும் சாளரவிளிம்பில் நின்று அவன் வந்திறங்குவதை கண்டாள். மீண்டும் மீண்டும் அவனை அடைந்தாள்.

கண்விழித்துக்கொண்டு பெருங்கூச்சலுடன் குழந்தையைத் தூக்கி எறிந்தாள் பித்தி. அது மல்லாந்து மண்ணில் விழுந்து கரிய இதழ்களை விரித்துக்கொண்டு கைகால்களை அசைத்து வீரிட்டழுதது. உடல் நடுங்க அதையே பார்த்துக்கொண்டிருந்தாள். அவள் முலைகள் ஒடிக்கப்பட்ட கள்ளிச்செடியின் தண்டுகள் போல பால் சுரந்து சொட்டிக் கொண்டிருந்தன. முகத்தை மறைத்த சடைமுடிக்கற்றைகளை விலக்கி சற்றே குனிந்து புழுதியில் நெளியும் புழுவெனக்கிடந்த குழந்தையை பார்த்தபின் மெல்ல அமர்ந்து அதை தொட்டுப்பார்த்தாள். பின்பு அதை எடுத்து தன் மார்புடன் அணைத்துக்கொண்டு இன்னொரு முலைக்காம்பை அதன் வாய்க்குள் வைத்தாள்.

அவளுடனேயே அக்குழந்தை வளர்ந்தது. பாம்பைப் பற்றியபின் விடுவதறியாத வானரம் போல அவள் கங்கைக்கரை ஊர்களெங்கும் பதறியலைந்தாள். எரிந்த வீட்டில் எஞ்சிய மரச்சிற்பம் போன்றிருந்தாள். வணிகரும் ஆயரும் வேடரும் வேளிரும் கூடிய அங்காடிகளின் நடுவே சென்று வெற்றுடலுடன் நின்று இருகைகளையும் தூக்கி மொழியற்ற மூர்க்கத்துடன் கூச்சலிட்டாள். வீரர் கூடிய சதுக்கங்களில் சென்று நின்று அவள் ஆர்ப்பரித்தபோது அந்த வேகத்தைக்கண்டே காவலர் வேல்தாழ்த்தி விலகி நின்றனர்.

அவள் இடையில் அமர்ந்து சென்றுகொண்டிருந்தது குழந்தை. பின்னர் அது நடக்கத்தொடங்கியது. பிறமனிதரைப்பார்த்து தானும் ஒரு மனிதப்பிறவி என உணரத்தொடங்கியது. குப்பைகளில் இருந்து ஆடைகளை எடுத்து அணிந்தது. கண்ணில் படும் ஒவ்வொருவரிடமும் கையேந்தியது. உலகமென்பதே வந்துவிழும் பொருட்களுக்கு அப்பால் தெரிந்த கண்களும் கால்களும் கைகளும் முகச்சுளிப்புகளுமாக இருந்தது அதற்கு. வணிகர்கள் அதற்கு கைக்கு சிக்கிய எதையாவது விட்டெறிந்தனர். உலர்ந்த அப்பத்துண்டுகள், வற்றலாக்கிய இறைச்சித்துண்டுகள், மீன்கள். எது கையில் வந்தாலும் அக்கணமே ஓடி தன் அன்னையை அடைந்து அவள்முன் நீட்டி நின்றாள். அவள் வாங்கி உண்டு எஞ்சியதையே அவள் உண்டாள்.

அவள் தலையின் சடைமுடி நீண்டு கனத்து வேர்க்கொத்து போல தொங்கியது. அவளிடம் பேசிய வணிகர்கள் “உன் பெயரென்ன?” என்று கேட்டபோது அவள் பிரமித்த கண்களால் பார்த்தாள். அவர்களில் ஒருவர் எப்போதோ அவளிடம் “உன்னைவிட நீளமாக இருக்கிறது உன் சடை. சடைச்சி என உன்னை அழைக்கிறேன்” என்றார். அவ்வாறு சிகண்டினி என்ற பெயர் அவளிடம் ஒட்டிக்கொண்டது. எவர் கேட்டாலும் அவள் தன் பெயரை சிகண்டினி என்று சொன்னாள். அவள் சொல்லிய ஒரே சொல்லும் அதுவாகவே இருந்தது.

அவளிடம் மொழி இருக்கவில்லை. அவளறிந்த மொழி அவள் உதட்டுக்கு வரவேயில்லை. தன்னுள் தொலைந்துவிட்டிருந்த அவள் அன்னை, சிகண்டினியிடம் ஒரு சொல்கூட பேசியதில்லை. பகலும் இரவும் கால் மடித்து அமர்ந்து தோளிலும் முதுகிலும் முலைகள் மேலும் கருஞ் சடைகள் தொங்க, சிவந்த கண்கள் கனன்று எரிய, கரிய பற்களைக் கடித்தபடி, நரம்புகள் தெறிக்கும்படி கைகளை இறுக முறுக்கிக்கொண்டு முன்னும் பின்னும் ஆடியவளாக அவள் உறுமிக்கொண்டிருந்தாள். அவளுக்குள் ஏற்றம் ஒன்று ஊறிநிறையாத கிணறொன்றை அடியற்ற அகழிக்கு இறைத்துக்கொண்டிருப்பதுபோல. உடலால் துடுப்பிட்டு நிலத்தில் படகொன்றை செலுத்துபவள் போல.

ஏதோ ஒரு தருணத்தில் அவள் எழுந்து எவரையோ கொல்லப்போகிறவள் என, எங்கோ ஆழ்குழியில் விழப்போகிறவள் என, ஓலமிட்டபடி ஓடுவாள். அன்னை ஆடிக்கொண்டிருக்கையில் சிகண்டினி அருகே இயல்பாக அமர்ந்திருப்பாள். அவள் ஓடுகையில் சிகண்டினியும் பின்னால் ஓடுவாள். ஏதேனும் ஓரிடத்தில் திகைத்து பதைத்து நின்று பின் இரு கைகளையும் தூக்கி அன்னை ஓலமிடுவாள். கண்கள் கலங்கி வழிய மார்பில் ஓங்கி ஓங்கி அறைந்தபடி அலறுவாள். சிகண்டினி அன்னையைக் காண ஆரம்பித்தநாள் முதல் அவள் அந்த மார்பை அறைந்துகொண்டிருந்தாள். அவ்வளவு அறைந்தும் உடையாததாக எது உள்ளே இருக்கிறது என்று சிகண்டினி வியந்துகொண்டாள்.

அன்னையுடன் குப்பைகள் சேரும் இருண்ட சந்துகளிலும் ஈரச்சதுப்புகளிலும் சிகண்டினி தங்கினாள். அங்கே மதம்பரவிய சிறுகண்களுடன் வரும் பன்றிகளுடன் தன்னால் உரையாடமுடிவதை அவள் கண்டுகொண்டாள். அவற்றின் சொற்கள் அவளுக்குப்புரிந்தன. அவள் சொல்லும் சிறு ஒலியையும் அவை அறிந்துகொண்டன. அவள் தன் அன்னையுடன் கிடக்கையில் அப்பால் படுத்திருக்கும் கரியபெரும்பன்றிகளுடன் பேசிக்கொண்டிருப்பாள். பன்றியிடமிருந்து வலிமையே மிகத்தெளிவான மொழி என சிகண்டினி கற்றுக்கொண்டாள். கங்காத்வாரத்தில் அவள் சென்றுகொண்டிருக்கையில் அவள் உடல் தன்மீது பட்டதனால் சினம் கொண்ட ஒரு வீரன் தன்

வேலைத்தூக்கியபோது தலையைச் சற்று தாழ்த்தி மெல்லிய உறுமலுடன் அவள் முன்னகர்ந்தபோது அவன் அச்சத்துடன் பின்னகர்ந்தான்.

எந்நிலையிலும் பின்னடையாமலிருப்பதே வலிமை என்று சிகண்டினிக்கு பன்றிகள் சொல்லின. தன்உயிரை அஞ்சாத கண்மூடித்தனமான முன்னோக்கிய வேகத்தைத்தடுக்கும் ஆற்றலென ஏதும் மண்ணில் இல்லை என்று அறிந்து அதுவானாள். சிறிய முனகலுடன் அவள் கடைவீதியில் சென்று நின்றால் அனைவரும் அஞ்சி வழிவிட அவளைச்சுற்றி வெற்றிடம் பிறந்து வந்தது. ஒரு காலை அவள் மெல்லத்தேய்த்து தலையைத் தாழ்த்தினால் எந்த ஆயுதமும் அவளை எதிர்கொள்ள சித்தமாகவில்லை.

வராகியின் பெரும்பசி கொண்டிருந்தாள் சிகண்டினி. முட்டிமுட்டி உழுதுபுரட்டி அழுகலும் குப்பையுமாக அனைத்தையும் அவள் உண்டாள். அவள் கரிய உடல் திரண்டு பருத்தது. முலைகள் முன்னெழுந்து, இடைதிரண்டு விரிந்து, இருளுலகம் விட்டு எழுந்த அரக்கிபோலானாள். அவள் சருமம் இளமையின் ஒளிகொண்டு நனைந்த கரும்பாறை என மின்னியது. அவள் பற்கள் வெண்பளிங்குக் கற்களென மின்னின. அவள் இரு மேலுதட்டு ஓரத்திலும் பன்றியின் தேற்றைகள் என கோரைப்பற்கள் முளைத்தன.

கங்கைக்கரையில் நடந்து காசி, காசியிலிருந்து மீண்டும் கங்காத்வாரம், அங்கிருந்து மீண்டும் காசி என அன்னை அலைந்துகொண்டிருந்தாள். காசியின் நெரிசல்மிக்க தெருக்களிலும் படித்துறையின் மனிதக் கொப்பளிப்பிலும் அனைவரையும் சிதறடித்தபடி ஓடும் அவளை அடையாளம் வைத்துக்கொண்டு சிகண்டினியும் பின்னால் ஓடினாள். மிரண்ட பசு ஒன்று அன்னையை தன் கனத்த குறுங்கொம்புகளால் குத்தி தூக்கித்தள்ளியபோது உறுமியபடி வந்து அப்பசுவை தலையாலேயே முட்டிச் சரித்து விழச்செய்து துரத்தினாள். பாதையோரம் அன்னையை இழுத்துச்சென்று போட்டு நீரும் உணவும் கொடுத்து அவள் எழுவது வரை அவளருகே துயிலாமல் மூன்றுநாட்கள் அமர்ந்திருந்தாள்.

காசியின் அன்னசாலைகள் சிகண்டினிக்காக திறந்துகொண்டன. உணவுக்குவைகளை அவள் திமிர்குலுங்கும் நடையுடன் அணுகியபோது அவள் விரும்புவதையெல்லாம் அள்ளிப்பரப்பிவிட்டு விலகிக்கொண்டனர் சேவகர்கள். அவள் அனைத்தையும் அன்னைமுன் படைத்து உண்டாள். இரவில் கங்கைநீரில் குதித்து அன்னை நீந்தி நீரோட்டத்தில் செல்கையில் எதையும் சிந்திக்காமல் சிகண்டினியும் குதித்தாள். சிந்திக்காததனாலேயே அவளால் நீந்த முடிந்தது. இரவெல்லாம் நீரில் மூழ்கித்துழாவும் அவளருகே மிதந்தபின் அவள் கரையேறியதும் சிகண்டினியும் வந்து சேர்ந்தாள். மணிகர்ணிகா கட்டத்தில் எரியும் சிதைகள் அருகே அன்னை குளிர்காய்ந்தபோது அந்த நெருப்பை அவளும் அறிந்தாள்.

பேரன்னசாலையின் பின்பக்கம் அன்னையும் அவளும் உண்ணும்போது முன்பக்கம் அரண்மனைச் சேவகர்கள் வந்து குறுமுரசறைவித்து அன்றிலிருந்து பதினைந்துநாள் அனைவருக்கும் உணவு அளிக்கப்படும் என அறிவித்தனர். நகரத்தெருக்களில் அலங்கரித்துக்கொண்ட பெண்களும் குடிவெறியில் கண்சிவந்த ஆண்களும் வண்டிகளில் ஏறி குதிரைகளை வேகப்படுத்தி கூச்சலிட்டபடி சென்றனர். படகுகளில் பலவண்ணக் கொடிகளுடன் முழவும் கிணையும் பறையும் முழக்கியபடி நடனமிட்டுச்சென்றனர் கிராமத்தினர். வண்ணச்சுண்ணங்களை உயர்ந்த மாளிகைகள் மீதிருந்து அள்ளி கீழே செல்பவர்கள்மேல்பொழிந்தனர். சிரிக்கும் பற்களின், நடனமிடும் கால்களின், சுழலும் கைகளின், வண்ணங்களின் அலையடிப்பின் பெருநகரம் ஆயிற்று காசி.

நெய்கலந்த இனிப்பும் ஊன்சோறும் மாட்டுவண்டிகளில் மலைமலையாக வந்து இறங்கின. சிகண்டினி எழுந்து சென்று பார்த்துக்கொண்டு நின்றாள். காசிமன்னர் பீமதேவரின் பட்டத்தரசி மறைந்து நீர்க்கடன் நிறைவடைந்துவிட்டதென்றும் அவர் வங்கமன்னனின் இரண்டாவது மகளை மணந்து அவளை அரசியாக்கிக்கொண்டிருக்கிறார் என்றும் பேசக்கேட்டாள். வங்கன்மகளின் அழகையும் நூறு தேர்களிலும் நூறு வண்டிகளிலும் அவள் கொண்டு வந்த சீதனத்தையும்பற்றி மக்கள் பேசிக்கொண்டிருந்தனர். அவளை பேரழகி என்றனர். காசிநகரம் வெற்றியுடனும் செல்வத்துடனும் பொருந்தியது என்றனர். எவரோ எங்கோ மறைந்த பட்டத்தரசியைப்பற்றியும் அவள்பெற்ற மூன்று இளவரசிகளைப்பற்றியும் சில சொற்கள் சொன்னார்கள். ஆனால் நகரமே களிவெறிகொண்டிருந்தபோது அதை எவரும் நின்று கேட்கவில்லை.

இனிப்புகளையும் அப்பங்களையும் பெற்றுக்கொண்டு அவள் தன் அன்னையிடம் வந்தாள். அவளிடம் அவற்றைக்கொடுத்தபோது அனைத்தையும் ஒன்றென பெற்றுக்கொள்ளும் நெருப்பைப்போல அவள் அதையும் வாங்கிக்கொண்டாள். இருண்ட வான்வெளியில் இருந்து வந்து ஒரு மனித உடலில் குடிகொண்ட பிடாரி என ஆடிக்கொண்டும் முனகிக்கொண்டும் இருந்தாள். பின்பு இருகைகளையும் தூக்கி அலறியபடி நகரத்துத் தெருக்களில் ஓடி சதுக்கத்தில் நின்று ஓலமிட்டாள். அவள்மேல் செவ்வண்ணப்பொடியைக் கொட்டி உரக்கச்சிரித்தபடி குதிரைகள் இழுத்த தேர்களில் பாய்ந்து சென்றனர் இளைஞர்கள் சிலர்.

காசியிலிருந்து வழக்கம்போல மீண்டும் கங்காத்வாரம் நோக்கிச் செல்லாமல் கீழ்த்திசை நோக்கிச் செல்லத்தொடங்கினாள் அன்னை. சிகண்டினி அவளை பின்தொடர்ந்து சென்றாள். இம்முறை அன்னையின் வேகமும் கூச்சலும் அதிகரித்திருக்கின்றனவா என்று அவளுக்கு ஐயமாக இருந்தது. ஒவ்வொரு தேரை நோக்கியும் கூச்சலிட்டபடி எம்பிக்குதித்தாள். ஒவ்வொரு படகை நோக்கியும் கரையில் இருந்து எதையோ எடுத்து வீசினாள். புயலில்

ஆடும் பாய்மரம் கொடிமரத்திலறைவது போல மார்பில் மாறி மாறி அறைந்துகொண்டாள். ஒருகட்டத்தில் சிகண்டினி ஓடிச்சென்று அவள் கைகளை பிடித்துக்கொண்டாள். சிகண்டினி பிடித்திருப்பதை அறியாமல் அவள் கைகள் மார்பை அறைந்தன. பித்து மட்டுமே உருவாக்கும் பெருவல்லமையை அக்கைகளில் சிகண்டினி கண்டாள்.

அஸ்தினபுரிக்குச் செல்லும் பெருவாயில்முகம் கங்கைக்கு அப்பால் தெரிந்தது. அன்னை ஒருபோதும் கங்கையைக் கடப்பதில்லை என சிகண்டினி அறிவாள். ஆனால் அன்று அவள் நீரில் குதித்து நீந்தத் தொடங்கினாள். சிகண்டினியும் பின்தொடர்ந்தாள். நாவாய்கள் நகர்ந்த பெருநீர்ப்பரப்பில் வடக்கு வானில் இருந்து தெற்குநோக்கி களைத்த சிறகுகளுடன் தனித்துச்செல்லும் கடைசி வலசைப்பறவைகள் போல அவர்கள் இருவரும் நீந்திக்கொண்டே இருந்தனர். மறுபக்கம் குறுங்காட்டில் ஏறி ஈரம் சொட்ட, அவளை திரும்பிக்கூட பாராமல் அன்னை துறை நோக்கிச் சென்றாள்.

செங்கல்லால் கட்டப்பட்டு வண்ணச்சுதையால் அழகூட்டப்பட்ட விதானவளைவுக்குமேல்அமுதகலசச்சின்னம் பொறிக்கப்பட்டு அஸ்தினபுரியின் கொடி பறந்துகொண்டிருந்தது. தேர்ச்சாலையில் வரிசையாக அவிழ்த்துப்போடப்பட்ட தேர்கள் காத்திருக்க அப்பால் குதிரைகள் ஆலமரத்துவேர்களில் கட்டப்பட்டு வாயில் கட்டப்பட்ட கூடைகளில் இருந்து கொள் மென்றுகொண்டிருந்தன. செம்மண்சாலை எழுந்து காட்டுக்குள் வளைந்து சென்றது. அதன் வழியாக புழுதிச்சிகை பறக்க தேர்கள் வந்து நிற்க அவற்றில் இருந்து வணிகர்களும் மறவர்களும் இறங்கி படித்துறைக்கு வந்தனர். அவர்களின் மூட்டைகளைச் சுமந்து படித்துறைக்குக் கொண்டுவந்த ஏவலர்கள் அங்கே கங்கைக்குள் கால்பரப்பி நின்றிருந்த மரத்துறைமீது அவற்றை அடுக்கினர். துறைமேடையை முத்தமிட்டும் விலகியும் கொஞ்சிக்கொண்டிருந்த படகுகளில் ஏவலர் பொதிகளை ஏற்றும் ஒலி கேட்டுக்கொண்டிருந்தது.

கரையிலிருந்து நீரில் இறங்கிய ஆலமரத்துப் பெருவேர்களில் கட்டப்பட்ட சிறியபடகுகள் முலைகுடிக்கும் பன்றிக்குட்டிகள்போல துறையை ஒன்றையொன்று முந்தி முட்டிக்கொண்டிருந்தன. வந்தமரும் நாரைகள் சிறகுமடக்குவதுபோல பாய்சுருக்கியபடி பெரும்படகுகள் கரையை அணைந்தபோது அப்பால் முரசுமேடைகளில் இருந்தவர்கள் ஒலியெழுப்பினர். கரைகளில் இருந்து ஏவலர் துறைமேடை நோக்கிச் சென்றனர். அன்னை முன்னால் செல்ல மனமே கண்ணாக மாறி சிகண்டினி பின்தொடர்ந்தாள்.

துறைமேடைக்கு மிகவும் தள்ளி ஆலமரத்துவேரில் கட்டப்பட்ட தனிப்படகு ஒன்று நீரால் கரைநோக்கி ஒதுக்கப்பட்டு நின்றிருந்தது. மேலே எழுந்த ஆலமரக்கிளைகளின் சருகுகளும் பழுத்த இலைகளும்

உதிர்ந்து பரவி மட்கி அதன் மூங்கில்வளைவுக்கூரை மூடப்பட்டிருந்தது. அதன் தீபமுகத்திலும் சிறுமுற்றத்திலும் எல்லாம் சருகுகள் மட்கியிருக்க அணில்கள் மரம் வழியாக கூரைமேல் தாவி கீழே தொற்றி இறங்கி அச்சருகுப்படலம்மேல்ஓடிவிளையாடின. அப்படகில் நீண்ட தாடியும் பித்து ஒளிரும் கண்களுமாக தோணிக்காரன் அமர்ந்திருந்தான்.

நிருதன் என்னும் அந்தத் தோணிக்காரன் என்றோ ஒருநாள் அங்கே வந்தபின் அந்தத் தோணியிலேயே அமர்ந்துவிட்டான் என்றனர் துறையில் வசித்தவர்கள். அவன் யார் எவன் என்ற எவ்வினாவுக்கும் பதில் சொல்லவில்லை. தோணியின் தீபமுகத்தில் கையில் துடுப்புடன் அமர்ந்தபடி செந்நிறச்சால்வைபோல் கிடந்த அந்தப்பாதையையே பார்த்துக்கொண்டிருந்தான். அவன் எவருக்காகவோ காத்திருப்பதாக நினைத்தனர். நாட்கள் செல்லச்செல்ல அவன் சித்தம் கலைந்துவிட்டது என்றறிந்தனர். சுங்கமேலாளனாகிய சக்ரதரன் அவனுக்கு ஒவ்வொரு நாளும் அப்பமும் நீரும் கொண்டுசென்று கொடுத்தான்.

கையில் வருவதை உண்டு கங்கை நீரைக்குடித்து அங்கேயே அவன் இருந்தான். இரவும் பகலும் அந்தச்சாலையை அவன் கண்கள் விழித்து நோக்கிக்கொண்டிருந்தன. உடல் மெலிந்து பாம்புத்தோல்கொண்டு சடைவிழுந்து கண்கள் குகையாகி பேயுருக்கொண்டான். இரவுகளில் தன் சாளரத்தினூடாக அவனைப்பார்த்த சக்ரதரன் இருளில் மின்னும் அவ்விரு விழிகளைக் கண்டு சித்தமழிந்து நோக்கிக்கொண்டிருந்தான். முதல்நாள் முதற்கணம் அவன் அக்கண்களில் கண்டு திகைத்த அந்த எதிர்பார்ப்பு கற்சிலையில் செதுக்கப்பட்டதுபோல அப்படியே இருந்தது.

அன்னை அஸ்தினபுரிக்குச் செல்லும் செம்மண்பாதையை அடைந்து அத்திசை நோக்கி சிலகணங்கள் நின்றபின் திரும்பிநடந்தபோது சிகண்டினி பின்னால் சென்றாள். நெடுந்தொலைவிலேயே அன்னையைக்கண்டு நிருதன் எழுந்து நின்றான். கைகளைக்கூப்பியபடி படகிலிருந்து முதல்முறையாக இறங்கி நிலத்திற்கு வந்து முன்னால் நடந்து வந்தான். அவன் நடப்பதைக்கண்டு பின்னால் துறையிலிருந்த சேவகர்களும் அதிகாரிகளும் பெருவியப்புடன் கூடினர். சிகண்டினி முதல்முறையாக அன்னை ஒரு மனிதனை அடையாளம் கண்டுகொள்வதைக் கண்டாள்.

தன்முன் வந்து நின்ற அன்னையின்முன்னால் மண்ணில் அமர்ந்து அவள் பாதங்களை வணங்கினான் நிருதன். அவள் அவன்முன்னால் ஓங்கி நின்றிருந்தாள். பின்பு மெல்லக்குனிந்து அவன் தலையை தன் கைகளால் தொட்டாள். அவன் உடல் குறுகியது. சிலகணங்களுக்குப்பின் அன்னை ஓலமிட்டபடி புதர்காட்டுக்குள் நடந்தாள். சிகண்டினி அவள் பின்னால் ஓடும்போது தன்பின்னால் நிருதனும் வருவதைக் கண்டாள்.

2

அடர்காட்டில் தனித்தபிடியானை போல சென்றுகொண்டிருந்த அன்னையை சிகண்டினியும் நிருதனும் தொடர்ந்துசென்றனர். அன்று பகலும் அவ்விரவும் அவள் சென்றுகொண்டே இருந்தாள். காலையொளி காட்டின்மீது பரவியபோது நடுவே வட்டமாகக் கிடந்த வெற்றிடமொன்றை சென்றடைந்தாள். அடியில் பெரும்பாறை இருந்ததனால் மரங்கள் முளைக்காதிருந்த அந்த நிலத்தில் மண்ணிலிருந்து எழுந்த நீராவியில் விழுந்த இளவெயில் குளமென தேங்கியிருந்தது. அதில் சிறுபூச்சிகள் ஒளியுடன் சுழன்றுகொண்டிருந்தன. செழித்த புற்களின் இலைகளில் இருந்த சிறுசிலந்திவலைகளில் நீர்த்திவலைகள் ஒளிவிட்டன. மெல்லிய சிலந்திவலை குகைகளுக்குள் இருந்து அன்னைச்சிலந்திகள் வெளிவந்து அசைவை நோக்கின.

அங்கிருந்த சிறிய பாறையில் அன்னை அமர்ந்தாள். வழக்கம்போல முன்னும் பின்னும் ஆடாமல் தலைகுனிந்து அமைதியாக அமர்ந்திருந்தாள். அவள் முகத்தை மறைத்துத் தொங்கிய சடைவிழுதுகள் இளங்காற்றில் அவ்வப்போது ஆடின. அருகே ஒரு மரத்தடியில் கைகூப்பியபடி நிருதன் அமர்ந்திருந்தான். சிகண்டினி விலகிச்சென்று காய்கனிகளையும் கிழங்குகளையும் தேடிச்சேமித்து அவள்முன் கொண்டுவந்து வைத்தாள். அவற்றை அவள் உண்ணவில்லை. நிருதனும் எதையும் உண்ணவில்லை. மாலைவரை அவ்விடத்தில் இருவரும் இரண்டு தொன்மையான சிலைகள் போல அமர்ந்திருந்தனர். காட்டுக்குள் வெயில்வட்டங்கள் அணைந்து இருள் பரவத்தொடங்கியதும் அன்னை நிமிர்ந்தாள். கையசைவால் நிருதனை அருகே அழைத்தாள்.

நிருதன் அருகே சென்று வணங்கியதும் அந்த நிலத்தில் தெற்கு மூலையில் இருந்த பாறைமேட்டை சுட்டிக்காட்டினாள். அவன் அவள்

சொல்வதை புரிந்துகொண்டதுபோல தலையசைத்தபின் காட்டுக்குள் சென்றான். சற்று நேரத்தில் உலர்ந்த மரம் ஒன்றை இழுத்துவந்தான். அதை கற்பாறைகளால் அடித்து ஒடித்து சுள்ளிகளாக ஆக்கி அந்தப் பாறைமேல் நீளமாக குவிக்கத்தொடங்கினான். அதை பொருளறியாமல் பார்த்துக்கொண்டிருந்த சிகண்டினி ஏதோ ஒரு தருணத்தில் புரிந்துகொண்டு திகைப்புடன் எழுந்து நின்றாள். ஆனால் அன்னையை நெருங்க அவள் துணியவில்லை. அவள் அவ்விறகுக்குவியல் சிதையாக ஆவதை அசையாவிழிகளுடன் பார்த்துக்கொண்டிருந்தாள்.

பின்பு அன்னை திரும்பி அவளைப்பார்த்தாள். சிகண்டினி சென்று அன்னையின் அருகே நின்றாள். முதலில் அவளை அடையாளம் காணாததுபோல அன்னையின் சுருங்கிய செவ்விழிகள் அதிர்ந்தன. பின்பு கண்களுக்குள் வாசல் திறந்தது. சுருண்ட கரிய நகங்களும் வெந்துசுருங்கிய சருமமும் கொண்ட அன்னையின் கை அவளை நோக்கி நீண்டது. அவள் நெருங்கியதும் அந்தக்கையை அவள் தலைமேல் வைத்தாள். மெல்லச்சரிந்து அவள் தோளைத் தழுவி இடையை அடைந்து நின்றது கை. "மகனே சிகண்டி" என்றாள் அன்னை.

முதன்முதலாக அவள் பேச்சைக் கேட்ட சிகண்டினியின் பிடரியிலும் முதுகிலும் மயிர்க்கூச்செறிந்தது. அந்தக்குரல் அவளறிந்த அன்னையின் மிருக ஓசை அல்ல. பொன்மணியும் வேய்ங்குழலும் கலந்த இனிமை அதிலிருந்தது. பாறைமுகட்டின் கரிய தேன்கூடு கனிந்து துளித்துச் சொட்டுவதுபோல அவளிலிருந்து அது வந்தது. "மகனே, சிகண்டி... நீதானா?" என்றாள். "நீ என்னுடன்தான் இருக்கிறாயா?"

தெய்வச்சிலை கண்திறந்து பேசியதைக் கண்டவள் போலிருந்த சிகண்டினி அன்னையின் உடலை நெருங்கி நின்று "அன்னையே நான் பெண்... என் பெயர் சிகண்டினி" என்றாள். இல்லை இல்லை என்பதுபோல தலையசைத்தாள் அன்னை. "சிகண்டி... நீ சிகண்டி... நீ என் மகன்" என்றாள்.

சிகண்டி ஒருமுறை இமைத்தபின் திடமான குரலில் "ஆம்" என்றான். நெய்கொதித்து ஆவியாவதுபோலஅன்னை உடலில் இருந்து அவள் உயிர் பெருமூச்சுகளாக வெளிவந்துகொண்டிருந்தது. "நான் காசிமன்னன் மகள் அம்பை. அஸ்தினபுரியின் பீஷ்மனால் ஆன்மா அழிக்கப்பட்டு பித்தியானவள். அகத்தின் கனலில் எரிந்து பேயானவள்" என்றாள் அன்னை.

மெல்லமெல்ல அவள் உடலில் இருந்த மிருகத்தன்மை ஒழுகிச்சென்றதை, கருகிச்சுருண்டு சேறும் அழுக்கும் படர்ந்த உடலிலேயே பெண்மை குடியேறியதை சிகண்டி வியப்புடன் பார்த்தான். "மகனே, நீ எனக்காகச்

செய்யவேண்டிய கடமை ஒன்றிருக்கிறது" என்றபோது அது கைவிடப்பட்ட பெண்ணின் கோரிக்கையாகவே ஒலித்தது.

"சொல்லுங்கள்" என சிகண்டி தலையசைத்தான். முதன்முதலாக அவள் கண்களில் கண்ணீரைப் பார்த்தான். மட்கிய மரப்பட்டைபோன்ற கன்னங்களில் விழுந்த கண்ணீர் சுருக்கங்களில் பரவி தாடையில் சொட்டியது. "இனி தாளமுடியாது. ஒவ்வொரு கணமும் என்மேல் மலையெனக்குவிகிறது. இந்த வதையை முடிக்கவிழைகிறேன்."

அவள் சொல்லாமலேயே அனைத்தையும் அவன் அறிந்துகொண்டான். சொற்களில்லாமலேயே அனைத்தையும் சொல்லிக்கொண்டும் இருந்தான். அன்னை தன் கைகளை நீட்டி அவற்றைப்பார்த்தாள். திகைத்தவள்போல சிலகணங்கள் விழிமலைத்து அமர்ந்திருந்தபின் நெஞ்சை உலைத்த விம்மலுடன் மீண்டாள். "மகனே, இந்த நெருப்பு என் இப்பிறவியை எரித்துவிட்டது. அடுத்த பிறவியிலாவது எனக்கு விடுதலைவேண்டும். அதை நீயே எனக்கு அளிக்கவேண்டும்."

"செய்கிறேன்" என்றான் சிகண்டி. "நீ பீஷ்மரைக் கொல்லவேண்டும்" என்று அன்னை சொன்னாள். சிகண்டி அவள் கையைப்பற்றி "கொல்கிறேன்" என்றான்.

திடுக்கிட்டவள்போல அம்பை நிமிர்ந்து அவனைப் பார்த்தாள். "உனக்கு அவர் யாரெனத்தெரியுமா?" என்றாள். சிகண்டி மெல்லிய திடமான குரலில், "யாராக இருந்தால் என்ன?" என்றான். அவள் கைகள்மேல் தன் கைகளைவைத்து மெல்லிய குரலில் "அது நிகழும்" என்றான்.

"நீ பீஷ்மரை போர்க்களத்தில் கொல்லவேண்டும். அவர் நெஞ்சை என் பெயர்சொல்லி விடும் உன் வாளி துளைத்தேறவேண்டும்" என்றாள். அவள் கைகள் சிகண்டியின் கைகளைப்பற்றியபடி நடுங்கின. சிகண்டி "ஆம்" என்றான்.

அன்னையின் பேய்முகத்தில் அழகியபுன்னகை ஒன்று எழுவதை சிகண்டி பார்த்தான். அவள் அவன் இருதோள்களையும் பிடித்துக்கொண்டாள். பெருமூச்சுடன் "ஆம், நீ அதைச்செய்வாய். ஒற்றை இலக்குக்காக மட்டுமே வாழ்பவன் அதை அடைந்தாகவேண்டுமென்பது பெருநியதி... இப்போதே அக்காட்சியைப் பார்த்துவிட்டேன்... பீஷ்மர் உன் அம்பு துளைத்த நெஞ்சில் இருந்து வழியும் குருதியுடன் களத்தில் கிடக்கிறார்... நீ என் கனல்..." என்றாள்.

சிகண்டியின் தலையில் கைவைத்து அன்னை சொன்னாள், "மகனே, நீ பாஞ்சாலனிடம் செல். காசி இளவரசியின் மகன் நீ என்று சொல். அவன் உன்னை தன் மகனாக ஏற்றுக்கொள்வான். கற்கவேண்டியவற்றை

எல்லாம் கற்றுக்கொள். உன் கை வில்லுக்குமுன் பாரதவர்ஷத்தின் எந்த மன்னனும் நிற்கலாகாது. பீஷ்மர் அறிந்த நீ அறியாத ஏதுமிருக்கக்கூடாது" என்றாள். சிகண்டி தலையசைத்தான்.

பெருமூச்சுடன் அன்னை சொன்னாள், "என்கதையை சூதர்கள் பாடக்கேள்! அன்னையை நீ அறிவாய்." "நான் பிறிதொன்றல்ல" என்று சிகண்டி சொன்னான். அன்னை கண்ணீருடன் பெருமூச்சுவிட்டாள். "இப்பிறவியை எனக்களிக்கிறாய் மகனே. கடன் இனி என்னுடையது. இனிவரும் ஏழுபிறவிகளில் உனக்கு மகளாகி என் கடனை கழிப்பேன். உனக்களிக்க இவ்வன்னையிடம் இருப்பது இந்தக்கண்ணீரன்றி ஏதுமில்லை."

அவன் தலைமேல் கைவைத்து அன்னை சொன்னாள், "உன்னுடன் அன்னையின் கண்ணீர் என்றுமிருந்து வழிகாட்டும். அழியாத ஒன்றுக்கென்றே வாழ்பவன் சிரஞ்சீவி மகனே. நீ என்றென்றும் சொல்லில் வாழ்வாய்" என்றாள். சிகண்டி தலைவணங்கி அன்னையின் அருட்சொல்லை ஏற்றுக்கொண்டான்.

நிருதன் வந்து வணங்கினான். அன்னை அவனை நோக்கி திரும்பினாள். "நிருதரே, இதன்பின் உங்கள் இல்லம் திரும்புங்கள். என் சிதைச்சாம்பலைக் கொண்டுசென்று நீங்களும் உங்கள் குலமும் உங்கள் சிறுதங்கைக்கு நீர்க்கடன் செய்யுங்கள். உங்கள் குலத்தில் நான் என்றென்றும் பிறந்துகொண்டிருப்பேன்" என்றாள். நிருதன் "தங்கையே, அது என் தவப்பயன்" என்றான்.

கற்களை உரசி நிருதன் ஏற்றிய நெருப்பு மெல்லச்சிவந்து படபடவென்ற ஒலியுடன் பொற்சிறகுகள் கொண்டு எழுந்தது. அண்டபேரண்டங்களை துப்பும் ஆதி நாகத்தின் செந்நா என தழல் மேலெழுந்து பொறிகிளப்பியது. அலகிலா எல்லைவரை நிறைந்த இருளில் பொறிகள் விழுந்து மறைய காடு மெல்லிய காற்றோடும் மூச்சொலியாக சூழ்ந்திருந்தது. அன்னை எழுந்து சிகண்டியின் தலையைத் தொட்டாள். நிருதனின் பாதங்களைத் தொட்டபின் மெல்ல நெருப்பைநோக்கிச் சென்றாள். காதலனை அணுகும் பெதும்பை என தளரும் காலடிகளுடன். பின்பு பசித்தழும் குழந்தையை நோக்கிச்செல்லும் அன்னைபோல.

தீ அவள் உடலில் பிரதிபலித்து அவள் செவ்விழிகள் சுடர்ந்த இறுதிக்கணத்தை சிகண்டி தன் நெஞ்சில் பதித்துக்கொண்டான். அருகே சென்ற கணம் அவளில் நெருப்பு தழலாடியது. அவளே ஒரு செந்தழலாகத் தெரிந்த மறுகணத்தில் நெருப்பின் இதழ்கள் விரிந்து அவளை உள்ளே அள்ளிக்கொண்டன. செந்திரை அசையும் பல்லக்கிலேறுவது போல அவள் எரிசிதைமேல் ஏறிக்கொண்டாள்.

தலைமேல் தூக்கிய கைகளுடன் அலறியபடி நிருதன் தரையில் விழுந்தான். புற்பரப்பில் முகத்தைப்புதைத்து இருகைகளாலும் செடிகளைப்பற்றியபடி மண்ணுக்குள் புதைந்துவிடமுயலும் மண்புழு போல உடல் நெளிந்தான்.

நின்ற இடத்தில் அசையாமல் சிகண்டி நின்றிருந்தான். அவன் முகத்தில் சிதைநெருப்பின் செம்மை அலையடித்தது. நெருப்புக்குள் அன்னையின் கரிய கைகால்களின் அசைவை, கருஞ்சடைகள் பொசுங்கும் நாற்றத்தை, அவள் உடல் எம்பி விழுந்து எரிவிறகில் மெல்லப் படிவதை, தசை திறந்து ஊன்நெய் சொட்டி சிதை நீலச்சுவாலையாவதை, உண்டுகளித்த செந்தழல்கள் நின்று நடமிடுவதை இமையா விழிகளுடன் அவன் பார்த்துக்கொண்டிருந்தான். பின்பு அவன் களம்படும் கணம் வரை விழிமூடவில்லை என்றனர் சூதர். அவன் துயிலறிந்ததே இல்லை. அவன் கண்ணிமைத்ததேயில்லை என்று அவர்களின் பாடல்கள் பாடின.

இரவெல்லாம் இடியோசையுடன் முழங்கி அதிர்ந்த வானம் மறுநாள் காலை பொழியத்தொடங்கியது. சிதை எரிந்த சாம்பலில் கரியும் வெள்ளெலும்புகளும் நீரில் கரைந்து வழிவதைக் கண்டபின் சிகண்டி திரும்பி காட்டுக்குள் சென்றான். கொடிபின்னிச்செறிந்த அடர்காட்டுக்குள் சென்றுகொண்டே இருந்தான். எங்கோ அக ஆழத்திலிருந்து அவன் செல்லவேண்டிய இலக்கை கால் அறிந்திருந்தது என நடந்தான்.

காலகம் என்ற அந்த அடர்வனத்தின் நடுவே ஸ்தூனகர்ணன் என்னும் யட்சனின் ஆலயம் இருந்தது. அப்பகுதியில் வேடரும் மேய்ப்பரும் மூலிகைதேடும் மருத்துவரும் செல்வதில்லை. பன்னிரண்டு ஆண்டுகளுக்கொருமுறை நாற்பத்தொருநாள் நோன்பிருந்த சூதர்கள் பந்தங்களுடனும் குடைகளுடனும் அக்காட்டுக்குள் புகுந்து ஸ்தூனகர்ணனின் சிற்றாலயத்தை அடைந்து பூசை செய்தனர். செங்குருதித் துளிகள் போன்ற செவ்வரளிமலர்களை சூட்டி, வறுத்த தானியப்பொடியில் மனிதக்குருதி சொட்டி உருட்டி ஆறு திசைக்கும் வீசி அவனுக்குப் படையலிட்டு வணங்கி மீண்டனர்.

மூன்று பக்கமும் கரியபாறைகள் சூழ்ந்த அந்த அடர்வனப்பசுமைக்குள் எப்போதும் மழைத்தூறலிருந்தது. நீரோடைகளன்றி வழியில்லாத அக்காட்டுக்குள் குகைகளில் இரவு தங்கியும் மலைக்கிழங்குகளை உண்டும் ஏழுநாட்கள் பயணம்செய்து சிகண்டி ஸ்தூனகர்ணனின் ஆலயத்தை சென்றடைந்தான். அப்பகுதியில் பாறையின் கரிய வாய் எனத் திறந்த குகையிடுக்குக்குள் ஊறித்தேங்கிய சிறுசுனையின் மறுகரையில் ஸ்தூனகர்ணனின் சிறுசிலை இருந்தது. ஒருபகுதி தாமரை ஏந்திய பெண்ணாகவும் மறுபகுதி சூலமேந்திய ஆணாகவும் இருந்த சிலை மழை ஈரத்தில் களிபடிந்திருந்தது.

சிலையைநோக்கி சில கணங்கள் நின்றபின் அருகே இலைகளை பறித்துப்போட்டு இருக்கை அமைத்து சிகண்டி அமர்ந்துகொண்டான். இருகைகளையும் மடியில் கோத்தபடி இமையா விழிகளால் சிலையை நோக்கி அமர்ந்தான். நாட்கள் கழிந்தபோது சிலை கண்விழித்து அவனை நோக்கத் தொடங்கியது. அதன் பார்வையை சந்தித்த அவன் சித்தம் நடுங்கியது. நெற்றியில் உந்தப்பட்ட கடா என எம்பி முன்சென்றது. உச்சகட்ட அழுத்தத்தில் செயலிழந்து அசைவழிந்தது. பின்பு அந்தச்சிலை மட்டும் அங்கே இருந்தது.

நீர்சுழித்த சிறுதடாகம் படிகம்போல அசைவற்றிருக்க அதில் ஸ்தூனகர்ணன் தோன்றினான். மணிமுடியும் செங்கோலும் ஏந்திய அரசனாக வந்து நின்று "பெண்ணே நீ கோருவதென்ன என நீ அறிவாயா?" என்றான். "ஆம்" என்றான் சிகண்டி. "பிறவி என்பது முடிவற்றசங்கிலியின் ஒரு கண்ணி என்றறிக. இப்பிறவியை நீ மாற்றிக்கொண்டால் உன் வரும் பிறவிகளனைத்தையும் சிதறடிக்கிறாய். சென்ற பிறவிகளின் ஒழுங்கை குலைக்கிறாய். உன்னையும் உன் முன்னோர்களையும் வரும் தலைமுறைகளையும் இருளில் ஆழ்த்துகிறாய்" என்றான் ஸ்தூனகர்ணன்.

"என் சித்தத்தின் ஒரு சொல்லிலும் மாற்றமில்லை" என்றான் சிகண்டி. "ஒருகணத்தில் என் அகம் ஆணாகிவிட்டது. நான் உன்னிடம் ஆணுடலை மட்டுமே கோருகிறேன்." ஸ்தூனகர்ணன் நீரில் மூழ்கிமறைந்தான். மீண்டும் சிகண்டி தன் கண்முன் கற்சிலையைக் கண்டான். பாறைப்பரப்பை முட்டிமுட்டித் துளைக்கமுயலும் கருவண்டுபோல அதன்முன் தவமிருந்தான். அச்சிலையின் விழிகளில் தன் சித்தத்தின் வேகத்தால் மோதிமோதித் திறந்தான்.

மலர்முடி அணிந்த அணங்கின் தோற்றத்தில் ஸ்தூனகர்ணன் தோன்றினாள். "நீ இழப்பது ஒவ்வொரு கணமும் வளரும். அந்த மலையின் அடியில் சிறுகூழாங்கல்லாக ஒருநாள் உன்னை நீ உணர்வாய்" என்றாள். "ஆம், நான் அடைவதற்கொன்றுமில்லை" என்றான் சிகண்டி.

மூன்றாம்முறை கனிந்த பார்வையும் நீண்டவெண்தாடியும் கொண்ட தாதையின் தோற்றத்தில் ஸ்தூனகர்ணன் தோன்றினான். "குழந்தை, நான் சொல்வதை நீ புரிந்துகொள்ளவில்லை. யுகயுக மடிப்புகளில் இம்மாற்றத்தைச் செய்த எவரும் நலம்பெற்றதில்லை. துயரத்தின் மீளாப்பெருநரகில் அவர்கள் இன்றும் வாழ்கிறார்கள்" என்றான். "அதை நான் அறியவேண்டியதில்லை" என்றான் சிகண்டி. திகைத்து நின்ற ஸ்தூனகர்ணன் நீரில் மறைந்தான். மீண்டும் சிலையாக நின்ற அவன்முன் கூழாங்கல்லை அடைகாக்கும் பறவைபோல சிகண்டி அமர்ந்திருந்தான்.

மூதன்னை வடிவில் தோன்றிய ஸ்தூனகர்ணன் "நீ என் புதல்வி. உன்னிடம் இறுதியாகச் சொல்கிறேன். உன் வாழ்நாளெல்லாம் ஒரு நற்சொல்லைக்கூட நீ கேட்டறியமாட்டாய்" என்றாள். "நான் அதை எதிர்நோக்கவுமில்லை" என்று சிகண்டி பதில் சொன்னான். "என் அன்னையின் ஆணைக்கு அப்பால் சிந்தனை என்ற ஒன்று எனக்கில்லை." துயரம் நிறைந்த புன்னகையுடன் ஸ்தூனகர்ணன் தன்கையை நீட்டினான். அதில் ஒளிவிடும் வைரம் ஒன்றிருந்தது.

அவன் ஆணைப்படி அதை வாங்கி விழுங்கிய சிகண்டி தனக்குள் அதன் கூரியமுனைகள் குத்திக்கிழிப்பதன் வலியை அறிந்தான். அவனிடமிருந்து ஒழுகிய குருதி அந்தத் தடாகத்தில் நிறைந்தது. அவனுக்குள் காலம் பொறித்திருந்த குழந்தைகள் துடிக்கும் சதைத்துண்டுகளாக, மெல்லிய வெள்ளெலும்புகளாக, மென்கைகளாக, குருத்துக்கால்களாக, பூவிரல்களாக வெளிவந்து குளத்தில் தேங்கின. அவற்றின் பதைபதைத்த கண்கள் மீன்களாக குருதிநீரில் துள்ளின. அவற்றின் அழுகை வண்டுகளின் ஒலியென அவனைச்சூழ்ந்தது. கடைசியாக அவன் கருப்பை தோலுரிந்த சர்ப்பம் போல வெளியே வந்து குருதிச்சுழிப்பில் விழுந்து அமிழ்ந்தது. அதில் தோன்றிய ஸ்தூனகர்ணன் துயரம் நிறைந்த புன்னகையுடன் மறைந்தான்.

பன்னிரண்டாவது நாள் வற்றிய கால்கள்மேல் நிற்கமுடியாது மெலிந்துலர்ந்த உடல் ஊசலாட, குகைச்சுவர்களைப் பற்றியபடி நடந்து வெளிவந்தான் சிகண்டி. அருகே நின்ற கிழங்கொன்றைப் பிடுங்கித் தின்றபோதுதான் தன் வயிற்றை, அவ்வயிற்றை ஏந்திய உடலை, அவ்வுடலில் வாழும் தன்னை உணர்ந்தான். நீர் அருந்துவதற்காக அங்கிருந்த ஓடைச்சுனையில் குனிந்தபோது தன் முகத்தைப்பார்த்தான். அதில் எலியின் உடல்போல மெல்லிய மீசையும் தாடியும் முளைக்கத்தொடங்கியிருந்ததைக் கண்டான்.

3

செஞ்சதுப்பில் உழுதுவாழும் காட்டுப்பன்றி மதமெழுந்து நகர்நுழைந்ததுபோல சிகண்டி காட்டிலிருந்து வெளியே வந்தான். மூன்று மாதகாலம் காட்டில் பெரும்பசியுடன் உண்டதனால் திரண்டுருவான கரிய உடலும் எரியும் சிறுவிழிகளும் தோளில் மூங்கில்வில்லும் அம்புமாக இளங்காலை வேளையில் அவன் நுழைந்த முதல் சிற்றூரின் பூசகன் திகைத்து எழுந்து நின்றான். மெல்லியதாடியும் மீசையும் கொண்ட முகமும் சிற்றிளம் முலைகளும் கொண்டிருந்த சிகண்டி அவனை நோக்கி 'உணவு' என ஆணையிட்டான். பன்றி உறுமல் என எழுந்த அக்குரலைக் கேட்டதும் பூசகன் அவனை அறிந்துகொண்டான். "தேவி, எங்கள் சிற்றாலயத்தில் எழுந்தருளுங்கள். எங்க நிலங்கள் வளம் கொழிக்கட்டும். எங்கள் குழந்தைகள் பெருகட்டும்" என்று வணங்கினான்.

ஊரின் தெற்குமூலையில் கட்டப்பட்டிருந்த வராஹியன்னையின் ஆலயமுற்றத்தில் அமர்ந்து அவன்முன் ஊரார் படைத்த உணவுக்குவையை கடைசி பருக்கை வரை அள்ளிவழித்து உண்டான். உண்ணும்போது சருகை எரித்து எழும் நெருப்பு போன்ற ஒலி அவனிடமிருந்து எழுவதையும் அவன் கைகளும் நாக்கும் உதடுகளும் தீயின் தழலாகவே நெளிவதையும் ஊரார் கண்டனர். அவன் கையை உதறிவிட்டு எழுந்து ஊரைவிட்டு நீங்கியபோது அவன் காலடிபட்ட மண்ணை அள்ளிக்கொண்டுசென்று வயல்களில் தூவ வேளாண்மக்கள் முட்டிமோதினர்.

நாற்பத்தெட்டுநாள் நடந்து சிகண்டி பாஞ்சாலத்தை சென்றடைந்தான். சத்ராவதி நகரின் விரிந்த கோட்டைவாயில் முன்னால் எரிவிழி அம்பையின் சிற்றாலயம் இருந்தது. அதற்குள் வராஹிமேல்ஆரோகணித்தவளாக ஒருகையில் நெருப்பும் மறுகையில் அருள்முத்திரையுமாக எரிவிழியன்னை அமர்ந்திருந்தாள். அவள் கூந்தல் நெருப்பாக எழுந்து அலையடித்து

நின்றது. சிறுவிளக்கில் நெய்ச்சுடர் அதிர புதிய செங்காந்தள் மலர்மாலை சூடி அமர்ந்திருந்த அன்னையின் ஆலயத்துக்குள் நுழைந்த சிகண்டி அந்த மாலையை எடுத்து தன் கழுத்தில் அணிந்துகொண்டான்.

அதைக்கண்டு கோட்டைமுன் நின்ற காவலன் சீறிச்சினந்து வேல்தூக்கி ஓடிவந்தான். அவன் எழுப்பிய ஒலி கேட்டு நடந்தவை என்ன என்று ஊகித்த பிறரும், வேல்களும் வாள்களுமாக ஓடிவந்தனர். கோட்டைமுகப்பில் சென்றுவந்துகொண்டிருந்தவர்கள் திகைத்து ஒருபக்கம் கூடினர். முன்னால்வந்த நூற்றுவர்தலைவன் ஓங்கிய ஈட்டியுடன் சிகண்டியைக்கண்டு அஞ்சி செயலிழந்து நின்றான். மின்னிச் சேர்ந்தெழுந்த ஆயுதங்களைக் கண்டும் அரைக்கணம் அவன் கைகள் வில்லை நாடவில்லை. அவன் விழிகள் இமைக்கவில்லை. அவர்கள் ஒவ்வொருவராக பின்னடைந்தனர்.

"நான் அம்பை அன்னையின் மகன்." சிகண்டி சொன்னான். "என்னை பாஞ்சால மன்னனிடம் அழைத்துச் செல்லுங்கள்!" நூற்றுக்குடையவன் வணங்கி "பாஞ்சாலத்தின் இறைவி, இதோ இந்நகரம் பதினாறாண்டுகளாக தங்கள் பாதங்கள் படுவதற்காக காத்திருக்கிறது. எங்களுக்கு அருளுங்கள்" என்றான். வீரர்கள் புடைசூழ சிகண்டி பாஞ்சாலனின் அரண்மனை நோக்கிச் சென்றான்.

உத்தரபாஞ்சாலத்தின் தலைநகரமான சத்ராவதி, கங்கையில் இருந்து வெட்டி துணைநதிகளுடன் இணைக்கப்பட்ட ஓடைகள் நரம்புகளாகப் பரவிய நிலத்தின் மகுடம்போலிருந்தது. கோட்டைகளை மீறி உள்ளே சென்ற அந்த ஓடைகள் நகரமெங்கும் பரவி களஞ்சியங்களின் பின்பகுதிகளை இணைத்தன. அவற்றினூடாக கோதுமை மூட்டைகளுடன் வந்த கனத்தபடகுகளை தோணிப்போகிகள் மூங்கில் கழிகளினால் தள்ளியபோது அவை மெல்ல ஒழுகிச்சென்று களஞ்சியங்களின் அருகே ஒதுங்கி உள்ளே நுழைந்தன. அவற்றை நோக்கி பலகைகளைப் போட்டு அதன் வழியாக இறங்கி பொதிகளை உள்ளே எடுத்து அடுக்கினர் வினைவலர்.

படகுகளின்மேல் வளைந்து வளைந்தெழுந்த மரப்பாலங்கள்மீது பொதிவண்டிகள் சகடங்கள் அதிர, மாடுகளின் தொடைத்தசைகள் இறுகி நெகிழ, ஏறி மறுபக்கம் சென்றன. சாலைகளும் ஓடைகளும் ஊடும்பாவுமாக பின்னி விரிந்த அந்நகரில் சாலைகளுக்கு இருபக்கமும் சுதைவீடுகளும் ஓடைகளுக்கு இருபக்கமும் மரவீடுகளும் இருந்தன.

பாஞ்சாலத்தின் வயல்களெல்லாம் அறுவடை முடிந்திருந்த பருவம். நான்கு திசைகளிலிருந்தும் நகருக்குள் வந்த கோதுமைவண்டிகள் தெருக்களெங்கும் தேங்கி நின்றன. கோட்டைமதில்கள் போல மாளிகை முகடுகள் போல அடுக்கப்பட்ட தானியப்பொதிகளைச்

சுற்றி வினைவலரின் வேலைக்கூவல்கள் எழுந்து நிறைந்திருந்தன. வண்டிச்சகடங்கள் ஓய்விலாது ஒலித்துக்கொண்டிருந்தன. சிகண்டி அவ்வழியாகச் சென்றபோது வியர்த்த பளிங்குமேல் விரலால் இழுத்ததுபோல அமைதியாலான வழியொன்று உருவாகி வந்தது. கூலப்புழுதி நிறைந்திருந்த தெருக்களிலும் தானியமணம் நிறைந்திருந்த வீடுகளிலும் இருந்து மக்கள் எழுந்து விழிவிரிய அவனை நோக்கி நின்றனர்.

சிகண்டி அரண்மனையை அடைவதற்குள்ளாகவே அவன் வரும் தகவல் அறிந்து அரண்மனைமுகப்பில் பாஞ்சாலத்தின் அமைச்சர் பார்க்கவர் வந்து காத்திருந்தார். சுதைத்தூண்களின்மேல் பெரிய மரத்தாலான கட்டடம் அமர்ந்திருந்தது. அரண்மனைக்கு அடியில் நீரோடைகள் சென்றன. அவற்றில் மிதந்த படகுகளிலும் காவல்வீரர்கள் இருந்தனர். பார்க்கவர் நிலைகொள்ளாமல் சாலையைப் பார்த்துக்கொண்டிருந்தார்.

ஓடைமேல் சென்ற மரப்பாலத்தில் காலடி ஓசை ஒலிக்க ஏறி மறுபக்கம் சென்றான் சிகண்டி. அரண்மனை முகப்பில் மண்படிந்த உடலுடன் முலைகுலுங்க அவன் வந்து நின்றதும் பார்க்கவர் செய்வதறியாமல் சிலகணங்கள் நின்றுவிட்டார். அக்கணம் வரை அவருக்குள் குழம்பிச்சுழன்ற ஐயங்களும் அச்சங்களும் மறைந்தன. மலைப்பன்றி வீட்டுமுகப்பில் வந்து நிற்பது வளத்தை அளிக்கும் என நம்பிய வேளிர்கிராமத்தில் பிறந்து வளர்ந்தவர் அவர். இவன் எம்மொழியிலேனும் பேசுவானா என அவர் மனம் ஐயுற்றது.

வணங்கியபடி முன்னகர்ந்து “அம்பாதேவி நகர்நுழைந்ததை வணங்கி வரவேற்கிறேன். நான் பாஞ்சாலத்தின் பேரமைச்சன் பார்க்கவன். தங்களுக்காக இவ்வரண்மனை காத்திருக்கிறது” என்றார். சிகண்டி அவரது கண்களை நோக்கி “நான் மன்னரைப் பார்க்கவேண்டும்” என்றான். அவன் கழுத்தில் குருதிவழியும் குடல் போல அந்த காந்தள் மாலை கிடந்தது.

பார்க்கவர் “மன்னர் சிலகாலமாகவே உடல்நலமற்றிருக்கிறார்” என்றார். “நான் அவரைப் பார்த்தாகவேண்டும்” என்றான் சிகண்டி. பார்க்கவர் அவன் சொல்கூடாதவன் என்பதைக் கண்டுகொண்டார். “ஆம், அவ்வாறு ஆகட்டும்” என்று தலைவணங்கினார்.

மரத்தாலான படிக்கட்டுகளில் சிகண்டி ஏறியபோது மொத்த அரண்மனையிலும் அவன் காலடியோசை எதிரொலித்தது. அரண்மனையெங்கும் தொங்கியிருந்த செம்பட்டுத் திரைச்சீலைகள் காற்றில் நெளிய தீபூத்த வனம்போலிருந்தது அது. மூன்றாவது மாடியில் உத்தரபாஞ்சாலத்தை ஆண்ட மன்னர் சோமகசேனரின் ஆதுரசாலை இருந்தது.

பாரதவர்ஷம் உருவான நாளில் கிருவிகுலம், துர்வாசகுலம், கேசினிகுலம், சிருஞ்சயகுலம், சோமககுலம் என்னும் ஐம்பெரும் குலங்களால் ஆளப்பட்ட கங்கைச்சதுப்பு பின்னாளில் பாஞ்சாலம் என்னும் ஒற்றைநாடாக ஆகியது. ஆயிரமாண்டுகாலம் கழித்து சோமககுலமும் சிருஞ்சயகுலமும் முரண்பட்டுப் பிரிந்தபோது அது இருநாடுகளாகியது. தட்சிண பாஞ்சாலத்தின் தலைநகரமாக காம்பில்யம் உருவாகி வந்தது. அதை சிருஞ்சயகுலத்து பிருஷதன் ஆண்டுவந்தான்.

உத்தரபாஞ்சாலத்தின் சத்ராவதியிலிருந்துகொண்டு ஆட்சிசெய்த சோமகக்குலத்து மன்னன் சோமகசேனன் முதுமையும் நோயும் கொண்டு படுத்திருந்தான். அவனுக்கு மைந்தர்கள் இருக்கவில்லை. அமைச்சர் பார்க்கவரின் பொறுப்பில் இருந்த உத்தரபாஞ்சாலத்தை வென்று கைப்பற்ற பிருஷதன் திட்டமிட்டிருப்பதாக செய்திகள் வந்துகொண்டிருந்தன. பாஞ்சாலத்தை ஒன்றாக்கி தன் மைந்தன் யக்ஞசேனனை மன்னனாக்க பிருஷதன் எண்ணியிருந்தான்.

ஆதுரசாலையில் மூலிகைமெத்தைமேல் படுத்திருந்த சோமகசேனர் காம்பில்யத்தில் இருந்து அன்று காலை வந்த ஒற்றுச்செய்தியைப்பற்றி எண்ணிக்கொண்டிருந்தார். அவரது மரணம் அடுத்த இருள்நிலவுநாளுக்குள் நிகழும் என்று நிமித்திகர் கூறியிருந்தனர். மருத்துவர்கள் அதை மௌனமாக அங்கீகரித்திருந்தனர். அவர் மறைந்து நாற்பத்தொன்றாம்நாள் நீர்க்கடன்கள் முடிந்ததும் நகரில் ஒரு தீவிபத்து நிகழும் என்றனர் ஒற்றர்கள். அந்தத் தீவிபத்துக்குக் காரணம் வேள்விக்குறை என்றும், முறையான அரசன் இல்லாத நிலையின் விளைவு அது என்றும் குற்றம்சாட்ட வைதிகர்களை அமர்த்தியிருந்தனர் தட்சிண பாஞ்சாலத்தினர். அதை காரணம் காட்டி பிருஷதன் உத்தரபாஞ் சாலம்மீது படைகொண்டுவந்து பாஞ்சாலத்தை ஒன்றாக்கி அரசமைக்கத் திட்டமிட்டிருந்தான்.

வெளுத்த தாடி மார்பில் படிந்திருக்க தூவித்தலையணைமேல் தலைவைத்து மெலிந்த கைகால்கள் சேக்கையில் சேர்ந்திருக்க கிடந்த சோமகசேனர் சேவகன் அறிவித்ததை சரியாக உள்வாங்கிக்கொள்ளவில்லை. வரச்சொல் என கையசைத்தபின் சாளரம் வழியாக கீழே ஓடைகளில் கொடிபறக்க வந்துகொண்டிருந்த பெரும்படகுகளைப் பார்த்துக்கொண்டிருந்தார். கதவு திறந்து உள்ளே வந்த வராகரூபனைக் கண்டதும் அவர் உடல் அதிர்ந்தது. சிகண்டி கழுத்திலணிந்திருப்பதென்ன என்பதை அவர் சித்தம் புரிந்துகொண்டதும் "தேவி!" என்றார்.

"நான்..." என சிகண்டி பேசத்தொடங்கியதுமே "நீ தேவியின் தோன்றல். இந்த அரண்மனையும் தேசமும் என் நெஞ்சமும் உன் பணிக்குரியவை" என்றார் சோமகசேனர். சிகண்டி அருகே வந்து முழந்தாளிட்டு

அமர்ந்தான். "நீங்கள் என் தந்தை என அன்னை சொன்னாள்" என்றான். செயலிழந்து கிடந்த சோமகசேனர் கைகள் அதிர்ந்தன. ஒரே உந்தலில் வலக்கையைத் தூக்கி சிகண்டியின் தலையில் வைத்து "ஆம், இன்றுமுதல் நீ பாஞ்சாலத்தின் இளவரசன்" என்றார். அப்பால் நின்றிருந்த பார்க்கவர் தலைவணங்கினார்.

"நீ என் மகன்... இங்கே இரு. உனக்கென அரண்மனை ஒன்றை ஒருக்கச் சொல்கிறேன்" என்றார் சோமகசேனர். "என் பணி ஒன்றே" என்றான் சிகண்டி. சோமகசேனர் புன்னகையுடன் "காட்டில் வளர்ந்த வராகராஜன் போலிருக்கிறாய். ஆனால் உன் இலக்கு கூர்மை கொண்டிருக்கின்றது" என்றார். "உன் பணி என்ன?"

"நான் பீஷ்மரைக் கொல்லவேண்டும்" என்று சிகண்டி சொன்னான். சோமகசேனர் அதிர்ந்து அறியாமல் உயிர்பெற்ற கைகளை மார்பின்மேல் கோத்துக்கொண்டார். "நீ சொல்வதென்னவென்று தெரிந்துதான் இருக்கிறாயா? பீஷ்மரைக் கொல்வதென்பது பாரதவர்ஷத்தையே வெல்வதற்கு சமம்" என்றார்.

மாற்றமில்லாத குரலில் "அவர் எவரோ ஆகட்டும். அது என் அன்னையின் ஆணை" என்றான் சிகண்டி. சோமகசேனர் கண்களில் இருந்து கண்ணீர் வழிய ஆரம்பித்தது. உதடுகளை அழுத்தியபடி "இக்கணம் நான் பீஷ்மரை எண்ணிப் பொறாமைகொள்கிறேன். மகத்தான எதிரியைக் கொண்டவன் விண்ணகத்தால் வாழ்த்தப்படுகிறான்" என்றார். பார்க்கவரிடம் "இவனுக்கு மறுசொல் என ஒன்று இங்கே ஒலிக்கலாகாது" என்றார். "ஆணை" என்றார் பார்க்கவர்.

சிகண்டி செல்வதைப் பார்த்தபோது சாளரத் திரைச்சீலைகளை அசைத்து உள்ளே வந்த காற்றை உணர்வதுபோல அவர் நிம்மதியை அறிந்தார். அவருள் இருந்த புகைமேகங்களெல்லாம் அள்ளி அகற்றப்பட்டு ஒவ்வொன்றும் ஒளியுடன் துலங்கி எழுந்தன. 'இவன் இருக்கும்வரை இந்த மண்மீது எதிரிகள் நினைப்பையும் வைக்கமுடியாது' என்று சொல்லிக்கொண்டபோது முகம் மலர்ந்து சிரிக்கத் தொடங்கினார்.

சிகண்டியை அரண்மனைக்குள் அழைத்துச்செல்லும்போது பார்க்கவர் "இளவரசே, இந்த அரண்மனையில் தங்களுக்குத் தேவையானவை என்ன?" என்றார். சிகண்டி "உணவு" என்றான். பார்க்கவர் சற்று திகைத்தபின், "அதுவல்ல... இங்கே வசதிகள்..." என இழுத்தார். "இங்கு ஆயுதசாலை எங்கே?"

"வடமேற்குமூலையில்..." என பார்க்கவர் முடிப்பதற்குள் சிகண்டி "நான் அங்கேயே தங்குகிறேன்" என்றான். "அங்கே தங்களுக்கு ஏவலர்கள்..."

என பார்க்கவர் தொடங்கியதும் “தேவையில்லை. பயிற்சித்துணைவர்கள் மட்டும் போதும்” என்றான் சிகண்டி.

நேராக ஆயுதசாலைக்கே சிகண்டியை இட்டுச்சென்றார் பார்க்கவர். ஆயுதசாலைப் பயிற்சியாளரான ஸாரணர் சிகண்டியைக் கண்டதும் ஒருகணம் முகம் சிறுத்தார். “ஸாரணரே, இவர் பாஞ்சாலத்தின் இளவரசர் என்பது மன்னரின் ஆணை” என்றதும் தலைவணங்கி “வருக இளவரசே” என்றார்.

சிகண்டி “நாம் பயிற்சியைத் தொடங்குவோம்” என்றான். ஸாரணர் அதைக்கேட்டு சற்றுத் திகைத்து “தாங்கள் சற்று இளைப்பாறிவிட்டு...” என்று சொல்லத் தொடங்கவும் சிகண்டி “நான் இளைப்பாறுவதில்லை” என்றான்.

அப்போதே அவனுக்கு பயிற்சி அளிக்கத் தொடங்கினார் ஸாரணர். அவனை விற்கூடத்துக்கு அழைத்துச்சென்றார். மூங்கில்வில்லைப் பற்றிப்பழகியிருந்த சிகண்டி அதன் நடுவே பிடித்து இடைக்குமேல் தூக்கி எய்யும் பயிற்சியை அடைந்திருந்தான். இரும்பாலான போர் வில்லை அங்குதான் முதலில் அவன் கண்டான்.

வில்லாளியைவிட இருமடங்கு நீளமுள்ள கனத்த இரும்புவில்லின் கீழ்நுனியை மண்ணில் நட்டு மேல்நுனி தலைக்குமேல் எழ நின்று எய்யும்போது இடக்கையின்பிடி வில்லின் மூன்றில் ஒருபங்கு கீழே இருக்கவேண்டும் என ஸாரணர் சொன்னார்.

“இளவரசே, மூங்கில்வில்லை நீங்கள் முழுத் தோள்பலத்தால் பின்னாலிழுத்து நாணேற்றுவீர்கள். தேரில் இருந்து எய்யப்படும் இந்த இரும்புவில் மும்மடங்கு பெரியது. எட்டுமடங்கு கனமுடையது. அம்புகள் பத்துமடங்கு நீளமானவை. எருமைத்தோல் திரித்துச் செய்யப்பட்ட இதன் நாண் பன்னிரு மடங்கு உறுதியானது. இதைப் பற்றி கால்கட்டைவிரலால் நிலத்தில் நிறுத்தி நாணைப் பற்றி ஒரே கணத்தில் முழு உடல் எடையாலும் இழுத்து தண்டை வளைக்கவேண்டும்.”

கரியநாகம்போல வளைந்த வில்லை கையில் எடுத்தபடி ஸாரணர் சொன்னார். “நாண் பின்னிழுக்கப்பட்டு வில் வளைந்த அதேகணத்தில் அம்பு தொடுக்கப்பட்டிருக்கவேண்டும். இல்லையேல் நாணின் விசை உங்கள் முதுகிலும் கையிலும் அடிக்கும். தசை பிய்ந்து தெறிக்கும். அம்பு நாணேறிய மறுகணமே அது எய்யப்பட்டு வானிலெழவும் வேண்டும். இல்லையேல் இழுபட்ட வில் நிலைகுலைந்து சரியும். அம்புசென்ற மறுகணமே விம்மியபடி முன்னால் வரும் நாணில் இருந்து உங்கள் கைகளும் தோளும் விலகிக் கொள்ளவேண்டும். நிமிரும் வில் தெறித்தெழும்போது உங்கள் கால்விரல்களும் கைப்பிடியும் அதை

நிறுத்தவேண்டும்... அனைத்தும் ஒரேசமயம் ஒரே கணத்தில் நிகழ்ந்தாக வேண்டியவை."

"ஒருமுறை நீங்கள் செய்யுங்கள்" என்று சிகண்டி சொன்னான். ஸாரணர் பெருவில்லை மண்ணில் கால்விரலால் பற்றி ஒருகணத்தில் எம்பி நாணேற்றி அம்பைத்தொடுத்து எய்து எதிரே இருந்த மரப்பலகையை இரண்டாகப்பிளந்து தள்ளினார். அனைத்தும் ஒரே கணத்தில் நிகழ்ந்து முடிய சற்று முன்னால் குனிந்து இறுகிய உதடுகளுடன் அதை பார்த்துக்கொண்டிருந்தான் சிகண்டி. அம்பு பலகையை உடைத்தபோது அவனுடைய வாயில் இரு பன்றித்தேற்றைகள் வெண்ணிறமாக வந்து மறைந்தன. அவன் புன்னகைசெய்தது போலிருந்தது.

"எட்டாண்டுகாலப் பயிற்சியால் அடையப்படும் வித்தை இது" என்றபடி ஸாரணர் வில்லை சாய்த்து வைத்தார். "முறையாக எய்யப்படும் பெருவில்லின் அம்பு நான்குநாழிகைதூரம் சென்று தாக்குமென்பார்கள். இதன் நுனியில் சுளுந்து கட்டி எரியம்பாக எய்வதுண்டு. வெட்டவும் உடைக்கவும் சிதைக்கவும் இச்சரங்களால் முடியும்."

சிகண்டி அந்த வில்லை குனிந்து எடுத்தபோது "அதை கையாளக் கற்றுக்கொள்வதில் எட்டு படிகள் உள்ளன. முதலில் நாண் இல்லாமல் அதன் தண்டை மட்டும் ஏந்திக்கொள்ளப் பழக வேண்டும்" என்றார் ஸாரணர். அவர் அவனுக்கான வில்லை காட்டுவதற்காக திரும்பினார்.

சிகண்டி அந்த இரும்புவில்லை தன் இடக்கையில் தூக்கி காலைநீட்டி கட்டைவிரலிடுக்கில் அதன் நுனியை நிற்கச்செய்து தண்டைப்பிடித்து நின்றான். ஸாரணர் அதைக்கண்டு வியந்து நின்றுவிட்டார். நீள்சரத்தை எடுத்தவேகத்திலேயே முழு உடலாலும் வில்லைவளைத்து நாணை ஏற்றி எய்துவிட்டான். அம்பு திசைகோணலாக எழுந்து ஆயுதசாலையின் கூரையைப் பிய்த்துமேலே சென்றது. கூடிநின்ற மாணவர்கள் அனைவரும் ஓடி வந்து சிகண்டியைச்சுற்றி கூடினார்கள்.

"இளவரசே, தாங்கள் எவரிடம் நிலைவில்லை கற்றீர்கள்?" என்றார் ஸாரணர். "இப்போது, சற்றுமுன் தங்களிடம்" என்று சொன்ன சிகண்டி "நான் பயிற்சி செய்யவேண்டியிருக்கிறது. என் இலக்குகள் இதுவரை பிழைத்ததில்லை" என்றான். அவர்களிடம் விலகும்படி கைகாட்டியபடி அடுத்த அம்பை எடுத்தான்.

அதன்பின் அவன் ஒருகணமும் திரும்பவில்லை. ஒவ்வொரு அம்பாக எடுத்து தொடுக்கத் தொடங்கினான். அன்றுபகல் முழுக்க அவன் அதை மட்டுமே செய்துகொண்டிருந்தான். உணவுண்ணவில்லை, அமரவும் இல்லை.

மாலையில் சூரியன் அணைந்தபோது ஸாரணர் "இளவரசே, ஆயுதசாலையை மூடவிருக்கிறோம். தாங்கள் ஓய்வெடுங்கள்" என்றார். சிகண்டி அவரை திரும்பிப்பார்க்கவில்லை. "இளவரசே, நாங்கள்..." என ஸாரணர் தொடங்க "நீங்களெல்லாம் செல்லலாம். நான் இரவில் துயில்வதில்லை" என்றான் சிகண்டி.

சற்று திகைத்தபின்பு "ஆயுதசாலையை அந்தியில் மூடுவதென்பது மரபு. பூசகர்கள் வந்து ஆயுதங்களுக்குரிய தேவதைகளுக்கு குருதிபலி கொடுத்து பூசையிட்டு நடைமூடினால் உள்ளே அந்த தேவதைகள் வந்து பலிகொள்ளும் என்பார்கள்" என்றார். "நான் வெளியே சென்று பயிற்சி செய்கிறேன்" என வில்லையும் அம்புக்குவியலையும் கையில் எடுத்துக்கொண்டு சிகண்டி சொன்னான்.

நள்ளிரவில் ஸாரணர் ஆயுதசாலைக்கு முன்னாலிருந்த களத்துக்கு வந்து பார்த்தார். இருளில் சிகண்டி பயிற்சி செய்துகொண்டிருந்தான். அம்புகளைத் தீட்டுவதையும் அடுக்குவதையும் மட்டுமே அவன் ஓய்வாகக் கொள்கிறான் என்பதை அவர் புரிந்துகொண்டார். அவன் ஒரு மனிதனல்ல, மனிதவேடமிட்டு வந்த பிடாரி என்ற எண்ணம் அவருக்குள் உருவாகியது.

மறுநாள் சிகண்டி அம்பால் மரக்கிளைகளை வெட்டி வீழ்த்தினான். பறக்கும் அம்பை இன்னொரு அம்பால் துண்டித்தான். அவன் கையில் கரியவில் பெருங்காதல்கொண்ட பெதும்பைப்பெண் என நின்று வளைந்தது. அவன் யாழின் தந்தியைத் தொடும் சூதனின் மென்மையுடன் நாணைத்தொட்டபோது குகைவிட்டெழும் சிம்மம் போல அது உறுமியது. வில்குலைத்து நாணேற்றி அவன் அம்புவிடுவதை மீன் துள்ளி விழும் அசைவைப்போலவே காணமுடிந்தது.

ஏழுநாட்கள் சிகண்டி ஆயுதசாலையிலேயே வாழ்ந்தான். அங்கே சேவகர் கொண்டுவந்து அவன்முன் கொட்டிய உணவை உண்ணும் நேரமும், தனியாக அமர்ந்து தன்னுள் ஆழ்ந்து வான்நோக்கி வெறித்திருக்கும் கணங்களும் தவிர முழுப்பொழுதும் ஆயுதங்களுடன் இருந்தான். ஏழாம் நாள் அவன் ஸாரணரிடம் "நான் இனிமேல் தங்களிடம் கற்பதற்கு ஏதும் இருக்கிறதா ஸாரணரே?" என்றான்.

ஸாரணர் "இல்லை இளவரசே. இனிமேல் பாரதவர்ஷத்தின் எந்த ஆயுதசாலையிலும் எதையும் கற்கவேண்டியதில்லை. தங்களுக்கு ஆசிரியராக வில்வித்தையை மெய்ஞானமாக ஆக்கிக்கொண்ட ஒரு ஞானி மட்டுமே தேவை" என்றார். "அவர் பெயரைச் சொல்லுங்கள்" என்றான் சிகண்டி.

"இளவரசே, பிரஜாபதியான பிரசேதஸ் இயற்றி தன் மாணவர்களுக்குக் கற்பித்த பிரவேஸாஸ்திரபிரகாசம் என்ற நூலில் இருந்து வில்வித்தை

மானுடருக்கு வந்துசேர்ந்தது. அது ஐந்து உபவேதங்களில் ஒன்று. கிருஷ்ணயஜுர்வேதத்தின் கிளை" என்றார் ஸாரணர். "அந்த மரபில் வந்த ஆயிரம் தனுர்வேத ரிஷிகள் இன்றிருப்பதாக சொல்கிறார்கள். அவர்களில் இருவரே அனைவரும் அறிந்தவர்கள். பிராமண ரிஷியான பரசுராமன் இப்போது சதசிருங்கத்தில் தவம்செய்கிறார். அவரைக் காண்பது அரிது. ஷத்ரிய ரிஷியான அக்னிவேச மாமுனிவர் விஸ்வாமித்திரரின் வழிவந்தவர். அகத்தியரிடம் ஆயுதவித்தை கற்றவர். இப்போது கங்கைக்கரையில் தன் தவச்சாலையில் இருக்கிறார். அவரிடம்தான் தட்சிண பாஞ்சாலநாட்டின் பட்டத்து இளவரசரும் பிருஷதரின் மைந்தருமான யக்ஞசேனர் வில்வித்தை கற்கிறார்."

"அவரிடம் நானும் கற்கிறேன்" என்று சிகண்டி எழுந்தான். "இன்றே நானும் கிளம்பிச்செல்கிறேன்." ஸாரணர் அவன் பின்னால் வந்து "ஆனால் அக்னிவேசர் தங்களை ஏற்றுக்கொள்ள வாய்ப்பில்லை" என்றார். அவர் சொல்லவந்தது கண்களில் இருந்தது. சிகண்டி பன்றியின் உறுமல்போன்ற தாழ்ந்த குரலில் "ஏற்றுக்கொண்டாகவேண்டும்" என்றான்.

4

கங்கையின் கரையில் அக்னிபதம் என்னும் தன்னுடைய தவச்சாலையின் முன்பிருந்த ஆலமரத்தடியில் அமர்ந்து அக்னிவேசர் மாணவர்களுக்கு தனுர்வேதத்தின் கதையை சொன்னார். பிரஜாபதியான பிருதுவிற்கு அந்தர்த்தானன் என்றும் வாதி என்றும் இரு மைந்தர்கள் பிறந்தனர். கண்ணுக்குத்தெரியாமல் பெருவெளியில் வாழும் ஆற்றலின் வடிவம் அந்தர்த்தானன். வெளியில் ஒரு முடிவிலாக்கூந்தல் பெருக்காக விரவிக்கிடந்த சிகண்டினி என்னும் துணைவியில் அவனுக்கு மின்னலாக மகனொருவன் உதித்தான். அந்த மைந்தன் ஹாவிர்த்தானன் என்று அழைக்கப்பட்டான்.

விண்ணகத்தின் துகள்களையெல்லாம் அவியாக உண்டு வளர்ந்தெழுந்த ஹாவிர்த்தான பிரஜாபதி அக்கினிகுலத்தில் பிறந்தவளும் பன்னிரண்டாயிரம்கோடி யோஜனை நீளம்கொண்ட கதிராக விரிந்து பரந்தவளுமான தீஷணையை மணந்தான். விண்ணகப்பெருவெளியில் முளைத்தெழுந்த பொன்னிற தர்ப்பைபோல அவர்களில் பிராசீனபர்ஹிஸ் பிறந்தான். அவர்களுக்கு சுக்ரன், கயன், கிருஷ்ணன், விரஜன், அஜினன் என்னும் மேலும் ஐந்து மைந்தர்கள் பிறந்தனர். அவர்கள் பிரம்மாவின் இச்சைப்படி வெளியை படைப்பால் நிறைத்தனர்.

பிராசீனபர்ஹிஸ் ஊழித்தொடக்கத்தில் பூமியெங்கும் பரவியிருந்த நீலக்கடல்மேல் பொன்மேகம்போல பரவிக்கிடந்தான். சூரியன் கிழக்கே எழுந்ததும் பொன்னிறம் கொண்ட கடலில் இருந்து சுவர்ணை என்னும் தேவதை எழுந்து வந்ததை அவன் கண்டான். அவள்மேல் காதல்கொண்ட பிராசீனபர்ஹிஸ் பொலிவுபெற்றான். அவனுடைய ஒளிவெள்ளம் பொன்மழைக்கதிர்களாக சுவர்ணையின்மேல் விரிந்தது. அக்கதிர்கள் சுவர்ணையின் கருவில் பத்து மைந்தர்கள் ஆயினர். அந்த பத்துபேரும் பிரசேதஸ்கள் என்றழைக்கப்பட்டனர்.

பிராசீனபர்ஹிஸின் கதிர்கள் மண்ணில்பட்ட இடங்களிலிருந்து தர்ப்பையும் நாணல்களும் மூங்கில்களும் உருவாகி வந்தன. பிரஜாபதிகளான பத்து பிரசேதஸ்களும் அவற்றைக்கொண்டு தங்களுக்குள் விளையாடிக்கொண்டனர். அவர்களின் கைகளிலிருந்தும் கருத்தில் இருந்தும் தனுர்வேதம் உருவாகியது. அவர்களில் இளைய பிரஜாபதியான பிரசேதஸ் ஒருநாள் ஒரு மூங்கில் துளைவழியாக காற்றாக ஓடி விளையாடிக்கொண்டிருந்தபோது அவனையறியாமலேயே அவன் இளம் உதடுகளிலிருந்து தனுர்வேதம் பாடல்களாக ஒலித்தது.

அருகே தவத்தில் அமர்ந்திருந்த வேதரிஷியான பிரகஸ்பதி அதைக்கேட்டார். அவர் தன் கரையில்லா நினைவாற்றலால் அதை உள்வாங்கிப் பதித்துக்கொண்டார். பின்பு அதை ஆதிமொழியில் எட்டுலட்சம் பாடல்களில் பிரவேஸாஸ்திர பிரகாசம் என்னும் பெருநூலாக இயற்றி தன் மாணவர்களுக்கு சொல்லிக்கொடுத்தார். அவரது மாணவரான சுக்ரர் அதை வேதமொழியில் நான்குலட்சம் பாடல்களாக ஆக்கினார். அதை ஐந்து உபவேதங்களில் ஒன்று என வியாசர் வகுத்தார். கிருஷ்ணயஜுர்வேதத்தின் அங்கமாக நிலைநிறுத்தினார்.

'புல்நுனியால் புடவியையும் பிரம்மத்தையும் அறியும் கலையான தனுர்வேதம் காலப்போக்கில் மெல்லமெல்லச் சுருங்கி வெறும் வில்வித்தையாகியது. அதன் ஐந்தாயிரம் பாடல்கள் மட்டுமே இன்று எஞ்சியிருக்கின்றன. அதில் சஸ்திர பகுதியை நான் என் தந்தை பாரத்வாஜமுனிவரிடமிருந்து கற்றேன். அகத்தியமுனிவரிடமிருந்து நிசஸ்திரப்பகுதியையும் கற்றேன். இந்தமண்ணுலகில் அறத்தை நிலைநாட்டுவதற்கு சொல் முதல்தேவை. சொல்லுக்குத் துணையாக என்றுமிருப்பது வில். அதுவாழ்க!'

'ஓம்! ஓம்! ஓம்!' என்று சீடர்கள் முழங்கினர். அவர் தன்முன் இருந்த இளம் மாணவர்களை நோக்கிப் புன்னகை புரிந்தார். "இந்த புராணத்திலிருந்து இரண்டு வினாக்களை கேட்கிறேன்" என்றார். "பிராசீனபர்ஹிஸின் கதிர்கள் சுவர்ணையில் பிரசேதஸ்களாயின. மண்ணில் தர்ப்பையாயின. அப்படியென்றால் அவை பாதாளத்தில் எவையாக வளர்ந்தன? தேவருலகில் எப்படி முளைத்தன?" மாணவர்கள் ஒருவரை ஒருவர் பார்த்துக்கொண்டனர். அக்னிவேசர் "சொல்லத்தெரிந்தவர்கள் சொல்லலாம்" என்றார்.

மான்தோலாடை அணிந்து பிராமணர்களுக்குரியமுறையில் தோள்முடிச்சை இடப்பக்கமாகப் போட்டிருந்த, முன்மயிர் களைந்த இளைஞன் எழுந்து வணங்கி "ஆசிரியரை வணங்குகிறேன். பாதாள உலகில் நாகங்களின் செம்பொன்னிற நாக்குகளாக அவை மாறின. நாகங்களின் சரங்கள் நாக்குகளே. விண்ணுலகில் தேவர்களின்

பொன்னிறத் தலைமயிராக அவை மாறின" என்றான். அக்னிவேசர் புன்னகையுடன் "குருவருள் உனக்கு என்றும் உண்டு துரோணா" என்றார்.

அப்போது பாஞ்சாலத்தின் அரசத்தேர் வருவதை ஒரு மாணவன் ஓடிவந்து அக்னிவேசரைப் பணிந்து அறிவித்தான். "சோமகசேனர் நோயுற்றிருக்கிறார் என்றல்லவா அறிந்தேன்" என்றபடி எழுந்த அக்னிவேசர் தன்முன் புலித்தோலாடையை வலமுடிச்சாக அணிந்து நீள்மயிருடன் அமர்ந்திருந்த துருபதனாகிய யக்ஞசேனனிடம் "இளவரசே, உனது அரசிலிருந்து ஏதேனும் செய்தி வந்ததா?" என்றார். யக்ஞசேனன் பதற்றத்துடன் "இல்லை, நேற்றுமாலை அங்கிருந்து என் சேவகன் வந்தான். சிறியதந்தை நலத்துடனிருப்பதாகவே சொன்னான்" என்றான்.

தேர் வந்து நின்று அதிலிருந்து ஸாரணர் இறங்குவதை அக்னிவேசர் கண்டார். அவர் பின்னால் கனத்த கரிய உடலும் மார்பிலும் தோளிலும் விழுந்த நீண்ட முடியும் இடைசுற்றி மார்பை வளைத்த நீலப்பட்டாடையும் அணிந்த இளைஞன் இறங்குவதைக் கண்டு கூர்ந்து நோக்கியபடி நின்றார். அவர்கள் தவச்சாலை வளைப்பில் இறங்கி நேராக அவரை நோக்கி வந்தனர். அருகே நெருங்கியதும் அந்த இளைஞனிடமிருந்த வேறுபாட்டை அக்னிவேசர் புரிந்துகொண்டார். அவன் முலைகள் சிறுநொங்குபோல கனத்து உருண்டு நின்றன. கூந்தலிழை இரு முலைகள் நடுவே வழிந்தது. மீசையும் தாடியும் இணைந்து தேனீக்கூடு போல ஆகிவிட்டிருந்தன.

மேற்கொண்டு அவனை பாராமலிருக்கும்பொருட்டு அக்னிவேசர் பார்வையைத் திருப்பி தன் மாணவர்களைப் பார்த்தார். அவர்கள் கண்களில் எல்லாம் அருவருப்பும் ஏளனமும் தெரிந்தன. யக்ஞசேனன் கசப்புடன் தலைகுனிந்துகொண்டான். "யக்ஞசேனா, உன் சிறியதந்தையின் ஆயுதசாலை அதிபரல்லவா அது?" என்றார் அக்னிவேசர். "ஆம், ஆசிரியரே. அவர் பெயர் ஸாரணர்" என்றான் யக்ஞசேனன். "உடன் வருபவன் யார்?"

யக்ஞசேனன் தலைகுனிந்து "சென்ற வாரம் அவன் என் சிறியதந்தையை வந்து சந்தித்தான் என்று ஒற்றன் சொன்னான். அவனை பாஞ்சாலத்தின் இளவரசனாகவும் எனக்குத் தம்பியாகவும் உத்தர பாஞ்சால மன்னர் அறிவித்திருக்கிறார்."

ஒருவன் "அவனா அவளா?" என்றான். மற்ற மாணவர்கள் மெல்ல நகைத்தனர். "ஏளனம் தேவையில்லை" என்று அக்னிவேசர் உரத்தகுரலில் சொன்னார். "இளையவர்களே, படைப்பில் அழகு அழகற்றது, நல்லது கெட்டது, தேவையானது தேவையற்றது என்ற அனைத்துப்

பிரிவினைகளும் நாம் செய்துகொள்வதென்று அறியுங்கள். அதைச்செய்யும் ஒவ்வொருமுறையும் பிரம்மனிடம் மன்னிப்பு கோருங்கள். அவற்றை பிரம்மனின் விதி என எண்ணிக்கொள்ளும் மூடன் அந்த ஒவ்வொரு எண்ணத்துக்கும் என்றோ பதில்சொல்லக் கடமைப்பட்டவன்."

"அவனை உத்தரபாஞ்சாலத்தின் மீட்பனாக சோமகசேனர் நினைக்கிறார்" என்று யக்ஞசேனன் சொன்னான். "என்னை என் தந்தை தங்கள் குருகுலத்துக்கு அனுப்பியதுமே அவர் அச்சம் கொண்டிருந்தார். இப்போது என்னைத் தடுக்கும் ஆற்றலென அவனை நினைத்து அனுப்பியிருக்கிறார்" என்றான். அக்னிவேசர் "அவனை ஏன் இங்கே என்னிடம் அனுப்பியிருக்கிறார் உன் சிறியதந்தை?" என்றார். யக்ஞசேனன் பேசாமல் நின்றான்.

அருகே வந்த ஸாரணர் வணங்கி "பாரத்வாஜரின் குருகுலத் தோன்றலும் தனுர்வேதநாதருமாகிய அக்னிவேச முனிவரை வணங்குகிறேன்" என்றார். "இவர் எங்கள் இளவரசர், சிகண்டி என்று அழைக்கப்படுகிறார். உத்தர பாஞ்சாலத்தின் அனைத்து அரசத்தகுதிகளும் இவருக்கு எங்கள் மன்னரால் அளிக்கப்பட்டுள்ளன."

தலைவணங்கிய சிகண்டி "ஆசிரியருக்கு வணக்கம்" என்றான். அக்னிவேசர் சிகண்டியை கூர்ந்து சிலகணங்கள் நோக்கி "உன் பெயரையும் உடையையும் தவறாக அணிந்திருக்கிறாய் என நினைக்கிறேன்" என்றார். "மேலும் நான் உன் ஆசிரியனும் அல்ல."

சிகண்டி "நான் எப்படி இருக்கவேண்டுமென நானே முடிவெடுத்தேன்" என்றான். அக்னிவேசர் அவனை சிலகணங்கள் பார்த்துக்கொண்டிருந்தார். அவனை அவரால் புரிந்துகொள்ளமுடியவில்லை. "உன் தேவை என்ன?" என்றார். "நான் உங்கள் மாணவனாக ஆகவேண்டும். தனுர்வேதத்தை கற்றுத்தெளியவேண்டும்."

"இங்கே நான் ஆண்களான பிராமணர்களுக்கும் ஷத்ரியர்களுக்கும் மட்டுமே வில்வித்தை கற்றுத்தருகிறேன்" என்றார் அக்னிவேசர். "அவ்விரு வர்ணத்தவர் மட்டுமே முறைப்படி குருமுகத்தில் இருந்து ஆயுதவித்தை கற்கமுடியுமென்பது நூல்விதியாகும். வைசியர் தேவையென்றால் வில்வித்தை கற்ற ஷத்ரியனை தனக்குக் காவலாக அமைத்துக்கொள்ளலாம். சூத்திரர்கள் உயிராபத்து நேரவிருக்கையில் மட்டும் ஆயுதங்களை கையிலெடுக்கலாம் என்று சுக்ர ஸ்மிருதி வகுத்துள்ளது."

"அறிதலை மறுக்கும் உரிமை எவருக்கும் இல்லை" என்றான் சிகண்டி. "ஆம், அது உண்மை. ஆனால் நதி தடைகளால்தான் பாசனத்துக்கு வருகிறது. தடைகள் மூலமே சமூகமும் உருவாக்கப்படுகிறது. தடைகளை விதிக்காத சமூகம் என ஏதும் இப்புவியில் இல்லை. தடைகளின் விதங்கள்

மாறலாம், விதிகள் மாறுபடலாம், அவ்வளவுதான். தடைகளை மீறுதலே குற்றமென சமூகத்தால் கருதப்படுகிறது. குற்றங்களை தண்டிக்கும் அதிகாரத்தையே அரசு என்கின்றன நூல்கள்" என்றார் அக்னிவேசர்.

"அறிவை ஏன் தடுக்கவேண்டும்?" என்று சிகண்டி சினத்துடன் கேட்டான். "ஏனென்றால் அறிவு என்பது அதிகாரம். அதிகாரம் பொறுப்புகளுடன் பிணைக்கப்பட்டிருக்கவேண்டும். எப்பொறுப்பை ஒருவன் வகிக்கிறானோ அப்பொறுப்புக்குரிய அறிவு மட்டுமே அவனுக்கு அளிக்கப்படவேண்டும். பொறுப்புடன் இணையாத அதிகாரம் அழிவை உருவாக்கும். அதுவே சமூகத்தை உருவாக்கும் முறையாக உருவாகிவந்துள்ளது" என்றார் அக்னிவேசர்.

சிகண்டி சினத்துடன் தலையை அசைத்தபடி ஏதோ சொல்லவந்தான். "நீ அறிவுடையவன் என்று காண்கிறேன். இந்த வினாவுக்கு பதில் சொல். ஓர் அடர் கானகத்தில் ஐந்து திருடர்கள் பயணி ஒருவனைத் தாக்கி அவன் பொருளைத் திருடி அவன் மனைவியையும் குழந்தையையும் கவர்ந்துசெல்ல முயல்கிறார்கள். அப்போது அவ்வழியாக ஒருவர்பின் ஒருவராக ஒரு சூத்திரனும் வைசியனும் ஷத்ரியனும் பிராமணனும் வருகிறார்கள். அக்கொடுமையை கண்ணால் கண்டபின்னரும் ஐவரை தனியாக எதிர்க்கமுடியாதென என்ணி அஞ்சி அவர்கள் நால்வருமே உயிர்தப்பி ஓடிவிட்டனர். சுக்ர ஸ்மிருதியின்படி அந்நால்வருக்கும் மன்னன் அளிக்கவேண்டிய தண்டனை என்ன?"

சிகண்டி பேசாமல் பார்த்து நின்றான். "சூத்திரனை ஒருநாள் அரசனுக்கோ குலத்துக்கோ கொடையுழைப்புக்கு விதிக்கவேண்டும், அவ்வளவுதான். ஏனென்றால் வீரம் அவன் கடமையும் இயல்பும் அல்ல. வைசியனுடைய சொத்தில் நான்கில் ஒருபங்கை அரசுக்கோ குலத்துக்கோ பறிமுதல் செய்யவேண்டும். ஏனென்றால் அவன் தேடியசெல்வம் அறமுடையதாக இருக்க வாய்ப்பில்லை. அவன் அந்நால்வரையும் எதிர்த்திருக்கவேண்டும். தன் சொத்துக்கள் அனைத்தையும் அத்திருடர்களுக்கு அளிப்பதாகச் சொல்லி மன்றாடியிருக்கவேண்டும்" என்றார்.

"சிகண்டியே, சுக்ர ஸ்மிருதியின்படி அப்பிராமணன் அங்கே சென்று தர்ப்பையை கையில் பற்றியபடி அவர்களை தீச்சொல் இட்டிருக்கவேண்டும். அவன் நெறிமீறாதவன் என்றால் அச்சொல் எரியாகியிருக்கும். அது நிகழாமையால் அவனை ஒருவருடம் வேள்வி விலக்குக்கு தண்டிக்கவேண்டும். அவன் தன் நெறிகளில் நிற்கிறானா என அவன் ஆசிரியன் கண்காணித்துச் சொன்னபின்னரே விலக்கு நீக்கிக் கொள்ளப்படவேண்டும். ஆனால் ஷத்ரியனுக்கு என்ன தண்டனை தெரியுமா? அதுவே பாரதவர்ஷத்தின் அனைத்து நாடுகளிலும் இன்றும் கடைபிடிக்கப்படுகிறது."

அக்னிவேசர் சொன்னார், "அந்த ஷத்ரியன் அங்கேயே போரிட்டு மடிந்திருக்கவேண்டும். கையில் ஆயுதமில்லாவிட்டால் கற்களாலும் கைகளாலும் போரிட்டிருக்கவேண்டும். அநீதியின்முன் போரிட்டு உயிர்விடாதிருந்த பெருங்குற்றத்துக்காக அவனையும் அவனுடைய மொத்தக்குலத்தையும் அந்நாட்டு மன்னன் கொன்றுவிடவேண்டும். அக்குலத்தில் ஒருவன் அறம்பிழைக்கிறான் என்றால் அது அக்குலத்தின் குருதியில் இருக்கும் குணமேயாகும். அதை வாழவிடலாகாது. அக்குலத்தின் குருதியிலிருந்து பிறிதொரு குழந்தை மண்ணுக்கு வரக்கூடாது."

திகைத்து நின்ற சிகண்டியை நோக்கி அக்னிவேசர் "அந்தப்பொறுப்பு உனக்கு தேசத்தாலும் சமூகத்தாலும் மரபாலும் அளிக்கப்படாதபோது ஆயுதவித்தையை நீ கற்பது பொறுப்பற்ற அதிகாரம் என்றே பொருள். எந்த நெறிநூலுக்கும் நீ கட்டுப்பட்டவனல்ல. நீ ஆணுமல்ல பெண்ணுமல்ல. உன் கை வில் இச்சமூகத்துக்கோ தேசத்துக்கோ காவல் அல்ல. நீ மொத்த மனிதர்களுக்கும் எதிர்தரப்பாகக்கூட இருக்கலாம். உனக்குக் கற்றுக்கொடுக்கப்படும் வித்தையால் நாளை நாடும் குடிகளும் தொல்லைப்படலாம். ஆகவேதான் உனக்கு தனுர்வித்தை மறுக்கப்பட்டுள்ளது. விலகிச்செல்" என்றார்.

கண்கள் சற்றே விரிய உறுமலின் ஒலியில் சிகண்டி சொன்னான், "என் அன்னையின் சொல்லன்றி எனக்கு எக்கடமையும் இல்லை." "அப்படியென்றால் பாரதவர்ஷத்தில் எந்த குருகுலத்திலும் உனக்கு கல்விகிடைக்காது" என்றார் அக்னிவேசர். "என்னை நீங்கள் ஏற்க வேண்டும். அல்லது கொல்லவேண்டும்" சிகண்டி சொன்னான். "அதற்கு நான் மறுத்தால்?" என்றார் அக்னிவேசர்.

"அறைகூவும் எதிரியை எதிர்கொண்டேயாகவேண்டியவன் ஷத்ரியன். எடுங்கள் உங்கள் வில்லை" என்றான் சிகண்டி. நாணேற்றிய வில்லைத் தூக்கி சுண்டியபடி "இங்கே இப்போதே முடிவுசெய்வோம்."

அக்னிவேசர் வியப்புடன் "என்னிடம் போர்புரிய வருகிறாயா?" என்றார். "என்னுடன் போர்புரிய இன்று இப்பாரதத்தில் மூவரே உள்ளனர். பரத்வாஜரும் பரசுராமரும் பீஷ்மருமன்றி எவரும் என்முன் அரைக்கணம்கூட நிற்கமுடியாது" என்றார். "ஆம், அறிவேன். ஆனால் உங்களிடமிருந்து கற்கவில்லை என்றால் உங்கள் கைகளால் மடிவேன்" என்றான் சிகண்டி.

அக்னிவேசர் கைநீட்ட ஒரு மாணவன் வில்லை அவரிடம் அளித்தான். அம்பறாத்தூணியை தோளில்மாட்டிய மறுகணம் மெல்லிய பறவை சிறகடித்து எழுந்து அமர்வதுபோல அக்னிவேசர் பின்வாங்கி கால்நீட்டி மடிந்தார். நடனம்போல மெல்லிய கை பின்னால் பறந்து

வில்லின் நாணை பூங்கொடி போல வளைத்தது. நாணேறியதை வில் விடுபட்டதை எவரும் காணவில்லை. ஆடித்துண்டில் இருந்து ஒளிக்கதிர் எழுவதுபோல அவரிடமிருந்து கிளம்பிய அம்பு சிகண்டியின் குடுமியை வெட்டிவீசியது.

உரக்க உறுமியபடி நாணொலி விம்ம சிகண்டி திரும்ப அம்புகளால் அவரைத் தாக்கினான். அவனுடைய கனத்த கால்களில் அப்பகுதியின் புற்களும் வேர்களும் சிதைந்தன. கூழாங்கற்கள் சிதறிப் பறந்தன. ஆனால் அக்னிவேசர் நின்ற இடத்தில் அவர் சென்றபின் புற்கள் தென்றல்பட்டு மடிந்தவை போல மெல்ல நிமிர்ந்தன. அவரது அம்புகள் அவன் ஆடையைக் கிழித்து வீசின. அவன் தோளிலும் தொடையிலும் பாய்ந்து இறங்கி இறகுநடுங்கி நின்றன. ஆனால் அவன் சற்றும் திரும்பவில்லை. அவன் அம்புகள் அக்னிவேசரை உரசிச்சென்றன. அவருக்கு சுற்றும் மண்ணில் பாய்ந்து நின்றன. ஓர் அம்பு அவரது புஜத்தை கீறிச்சென்றது.

“போதும், போய்விடு. நான் உன்னைக்கொல்ல விரும்பவில்லை” என்றார் அக்னிவேசர். “இந்தப்போரில் இரு முடிவுகள்தான்” என்றபடி மூர்க்கமாக முன்னால் பாய்ந்தான் சிகண்டி. அவன் அம்புகள்பட்டு அருகில் நின்ற மரங்களின் கிளைகள் வெட்டுப்பட்டு விழுந்தன. பாறை ஒன்றை அறைந்த அம்பு நெருப்பெழ ஒலித்து உதிர்ந்தது. உறுமியபடி அவன் மேலும் மேலும் என முன்னால் பாய்ந்தான். அவன் மார்பைக் கீறிய அம்பு அவனை நிலத்தில் வீழ்த்தியது. அக்கணமே மேலும் மூர்க்கத்துடன் கூவியபடி நிலத்தை கையாலறைந்து அவன் எழுந்தான். அவன் வில்லை அக்னிவேசர் ஒடித்தார். அவன் கையில் வெறும் அம்புடன் அவரை நோக்கி பாய்ந்துவந்தான்.

அக்னிவேசர் தன் பிறையம்பை எடுத்து அவன் தலையை துண்டிப்பதற்காக எய்தார். அது நாண்விட்டெழுந்த அதேகணத்தில் மேலே நின்ற மரத்திலிருந்து உதிர்ந்த காய் அதில்பட்டு அதை திசைமாறச்செய்தது. தன் கழுத்தை மின்னலெனக் கடந்துசென்ற அந்த அம்பைக்கண்டு முகத்தில் சிறு சலனம்கூட இல்லாமல் அம்பை அவரை நோக்கி வீசினான் சிகண்டி.

அக்னிவேசர் கையைத் தூக்கியபடி நின்றார். “நில்! நீ இப்பாரதவர்ஷத்தின் மாபெரும் வீரர்களில் ஒருவனாகப்போகிறவன்” என்றார். “அத்துடன் உன்னை மகத்தான ஆசி ஒன்று காத்து நிற்கிறது.”

“அது என் அன்னையின் ஆசி. நான் அவள் ஆணைக்காகவே வாழ்கிறேன்” என்றான் சிகண்டி. அக்னிவேசர் அவனை கூர்ந்து நோக்கி “உனக்கு அனைத்து ஆசிகளையும் அளிக்கிறேன். உனக்கு என் தனுர்வித்தையை கற்பிக்கிறேன். ஆனால் எனக்கு நீ மூன்று உறுதிகளை அளிக்கவேண்டும்”

என்றார். சிகண்டி "நான் எந்த உறுதியையும் அளிக்கமுடியாது. தங்களுக்கு மட்டும் அல்ல, மண்ணில் எவருக்கும் நான் எச்சொல்லையும் கொடுக்கமாட்டேன். நான் ஒற்றை இலக்கை மட்டுமே கொண்டவன்" என்றான்.

அக்னிவேசர் தாடியை நீவியபடி மேலும் கூர்மையடைந்த கண்களுடன் "சரி, முறைப்படி நான் உன்னிடம் குருதட்சிணை கோரமுடியும்..." என்றார். சிகண்டி "அதையும் நான் அளிக்கமுடியாது. என் ஏழுபிறப்புகளும் என் அன்னைக்குரியவை" என்றான்.

அக்னிவேசர் "உன் அன்னை..." என்று சொல்லவந்த கணமே அனைத்தையும் புரிந்துகொண்டார். நடுங்கியபடி தன் இரு கைகளையும் விரித்தார். "குழந்தை, என் அருகே வா. என்னுடன் சேர்ந்து நில்!" என்றார். சிகண்டி அருகே வந்ததும் அவனை தன் மார்புடன் அணைத்துக்கொண்டார். "ரஜோகுணத்தை ஆள்பவன் ஷத்ரியன். நீ ஒவ்வொரு அணுவிலும் ஷத்ரியன். என் வித்தையெல்லாம் உன்னுடையது" என்று அவன் தலையில் கையை வைத்தார்.

கண்கள் கலங்க நடுங்கும் கையுடன் அக்னிவேசர் சொன்னார், "பிறரை வாழ்த்துவதுபோல செல்வம், போகம், மைந்தர், அரசு, புகழ், ஞானம், முக்தி எதையும் நீ அடையும்படி நான் வாழ்த்தமுடியாது என்பதை நான் அறிவேன் மகனே. உன் அன்னையின் பொருட்டு காலகால மடிப்புகள் தோறும் அவமதிப்பையும், வெறுப்பையும், பழியையும் மட்டுமே பெறுபவனாக வந்து நிற்கிறாய். மானுடனுக்கு பிரம்மம் இட்ட தளைகள் அனைத்தையும் கடந்தவன் நீ. கர்மத்தை யோகமாகக் கொண்ட ஞானியை தெய்வங்கள் அறியும். எளியவனாகிய இந்த ஆசிரியன் யுகபுருஷனாகிய உன்முன் பணிந்து உன்னை வாழ்த்துகிறேன் மகனே, நீ வெல்க!" என்றார்.

பகுதி எட்டு

வேங்கையின் தனிமை

1

இமயமலையடிவாரத்தில் அபாகா நதியில் சென்று சேர்ந்த பிரியதர்சினி என்னும் சிற்றாறின் அருகே ஒரு குடிலமைத்து பீஷ்மர் தங்கியிருந்தார். பதினேழு ஆண்டுகளுக்குமுன் அவர் அங்கே வந்த நாட்களில் அஸ்தினபுரியில் இருந்து ஒவ்வொருநாளும் காலையிலும் மாலையிலும் ஒரு தூதன் அன்றைய செய்தியுடன் அவரை நோக்கிக் கிளம்புவான். நான்குநாட்கள் பயணம் செய்து மண்ணும்புழுதியுமாக அவரை அவன் வந்தடைவான்.

காலை எழுந்ததும் வனத்தில் புகுந்து பிரியதர்சினியில் நீராடி சூரியனை வணங்கி வந்ததும் அவர்முன் செய்தி காத்திருக்கும். மாலையில் வழிபாடுகளை முடித்து துயிலச்செல்லும்போது மீண்டும் ஒருமுறை செய்திகளைக் கேட்டுக்கொள்வார். அவரது ஆணைகள் ஒவ்வொருநாளும் காலையிலும் மாலையிலும் அஸ்தினபுரிக்கு வந்துசேர்ந்தன. நடுவே உள்ள ஏழுநதிகள் வெட்டி விரித்துக்கிடத்திய தொலைவை தூதர்கள் மட்டுமே அறிந்திருந்தனர்.

பகல்முழுக்க பீஷ்மர் தனியாக அந்த அடர்காட்டுக்குள் அலைந்தார். புற்களை அம்புகளாக்கி உணவுக்கான வேட்டைகளை மட்டும் நிகழ்த்தினார். உடல்களைத்து விழப்போகும் கணம்வரை காட்டில் வாழ்ந்தபின் அந்திசாயும்போது திரும்பிவந்தார். அவரது உடலின் பொன்வண்ணம் மங்கி மண்நிறம் கொண்டது. தலைமுடிக்கற்றைகள் நரையோடின. கன்னங்கள் ஒட்டிய முகத்தில் இரு திரிகளாகத் தொங்கிய தாடி வெளுத்தது.

அவர் காட்டுக்குள் வந்த நாட்களில் அவருக்குள் இடைவிடாது ஓடிக்கொண்டிருந்த எண்ணங்கள் மெல்லமெல்ல அடங்கின. எண்ணச்சரடுகளை அறுத்து அவருக்குள் புகுந்து நிறைத்த காடு மேலும்

மேலும் அதிக நேரத்தை எடுத்துக்கொண்டது. பின்பு பலமணிநேரம் அவர் காட்டுமிருகம்போல ஐம்புலன்களாலும் காட்டை மட்டுமே அறிந்தபடி அதற்குள் இருந்தார். திரும்பிவந்து ஒற்றனைப்பார்த்து அவன் சொன்னசொற்களைக் கேட்கையில் நெடுநேரம் கழித்துத்தான் அச்சொற்கள் அவருக்குள் பொருளாக மாறின. அவன் பேசும்போது விழித்த கண்களுடன் அவர் அவனை வெறுமனே பார்த்திருந்தார்.

பின்னர் அவரிடமிருந்து அஸ்தினபுரிக்கு ஆணைகளேதும் செல்லாமலாயிற்று. நாளுக்கு ஒரு தூதன் வர ஆரம்பித்தான். பின்பு அவன் வாரத்துக்கொருமுறை வரலானான். கடைசியில் மாதம் ஒருமுறை மட்டும் அவன் வந்து தன் செய்தியை கரும்பாறையிடம் சொல்வதுபோல அவரிடம் சொல்லி ஒரு சொல்லைக்கூட திரும்பப் பெறாமல் மீளலானான். அஸ்தினபுரியும் அவரை மறந்தது என்று தோன்றியது. அவர் இறந்துவிட்டதைப்போலவே சூதர்கள் பாடினர்.

முன்பு அஸ்தினபுரியில் இருந்து அதிகாலையில் தன் சீடர்களிடம் மட்டும் விடைபெற்றுக்கொண்டு கிளம்பிய பீஷ்மர் நேராக கங்கநாட்டுக்குச் சென்றார். ஏழுவயதில் கங்கநாட்டிலிருந்து கிளம்பி வந்தபின் தன் பத்தொன்பதாம் வயதில்தான் அவர் மீண்டும் கங்கநாட்டுக்கு சென்றார். அது ஒரு படையெடுப்பு. சந்தனு கங்கர்களுக்கு அனுப்பிய எந்தச் செய்தியையும் அவர்கள் ஏற்கவில்லை. தேவவிரதனே அவர்களின் இளவரசன் என்றும், கங்கர்குலத்துக்கும் குருகுலத்துக்குமான உறவு அவன் வழியாக உறுதியாகிறது என்றும் சந்தனுவின் அமைச்சு எழுதிய திருமுகத்துக்கு தேவவிரதனை கங்கன் என ஏற்கமுடியாது என்று கங்கர்குடிச்சபை முடிவெடுத்திருப்பதாக கங்கர்களின் அரசனான தீர்த்திகன் மறுசெய்தி அனுப்பினான்.

அப்படியென்றால் கங்கர்களின் குலம் விதிக்கும் எந்தச் சோதனையையும் தேவவிரதனிடம் செய்துபார்க்கலாம் என்றும், கங்கைக்குள் பிறந்ததுமே நீந்தி கரைவந்த முதற்சோதனைமுதலே கங்கர்களில் அவனே முதல்வன் என்பது உறுதியாகிவிட்டது என்றும் சந்தனுவின் அமைச்சு பதிலளித்தது. கங்கர்குலத்தின் தூய்மை அவனால் கெட்டது என்றே கங்கர்குலம் கருதுவதாக பதில் வந்ததும் போர் ஒன்றே வழி என அமைச்சு முடிவெடுத்தது. ஆனால் மலையேறிச்சென்று கங்கர்களை வெல்வது அஸ்தினபுரியின் படைகளால் ஆகாதது என்றனர் தளகர்த்தர்கள்.

தேவவிரதன் எழுந்து "இப்படைகளை நான் வழிநடத்துகிறேன்" என்றான். "இளவரசே, வீரம் வேறு படைநடத்தல் வேறு" என்றார் தளகர்த்தரான பிரசேனர். "உங்களைத் தொடர்ந்துவரும் ஆயிரக்கணக்கான வீரர்களிடம் நீங்கள் நினைப்பதை சொல்வதற்கான பயிற்சியை நீங்கள் இன்னும் அடையவில்லை. அதுவே தளபதிக்கான கல்வி." தேவவிரதன் "நான்

என் படைகளில் அனைவருடைய உள்ளத்தையும் அறிந்திருக்கிறேன்” என்றான். சந்தனு “தளகர்த்தரே, இவ்வரசில் என் மைந்தனின் விருப்பம் இறைவனின் ஆணையாகும்” என்றார்.

ஆயிரம்பேர்கொண்ட படையுடன் கங்கைவழியாக ஏறிச்சென்ற தேவவிரதன் பன்னிரண்டாம் நாள் கங்கபுரியை அடைந்தான். கங்கையின் நான்காம் வளைவைத் தாண்டியதுமே கங்கர்களுக்கு அவர்களின் வருகை தெரிந்துவிடும் என்று அவன் அறிந்திருந்தான். ஒழுகிவரும் கங்கை வழியாகவோ கங்கைக்கரைக் காடுகளின் அடர்கொடிப்பின்னல்கள் வழியாகவோ கங்கபுரிக்குள் நுழைய முயல்வது கங்கர்களின் அம்புகள்முன் நெஞ்சு விரிப்பதற்கு நிகர். அவன் படைகள் கங்கைக்கரை காடுகளில் நுழைந்ததுமே விலகி மேற்காகச் சென்று முப்பது நாட்கள் மலையேறின. இமயச்சரிவில் ஏறி மூன்று மலைகளை தாண்டிச்சென்று மேகம் படர்ந்த மலைச்சரிவில் நின்றன.

முதல் மலையுச்சியில் நின்று கீழே நோக்கியபோது அடர்காட்டின் கொடிப்பின்னலுக்கு நடுவே கங்கபுரி வட்டமான தாலத்தில் அள்ளிவைத்த சிறிய சிமிழ்கள் போல் தெரிந்தது. கங்கர்கள் வட்டக்கூம்புகளாக வீடுகட்டும் வழக்கம் கொண்டவர்கள். தெருக்கள் ஒன்றுள் ஒன்றாக அமைந்த வட்டங்கள். நடுவே ஓங்கி நின்றிருந்த அரண்மனையின் முகடுமீது கங்கர்களின் துள்ளும் மீன் இலச்சினைகொண்ட கொடி பறந்துகொண்டிருந்தது. கங்கையில் இருந்து ஓர் ஓடை அதற்குள் சென்று மறுபக்கம் வெளிவந்து நகரை ஊடுருவிச்சென்றது.

நகரைச்சுற்றி பெரிய மரங்களை நாட்டி மரச்சட்டங்களைக் கொடுத்து இணைத்து உருவாக்கப்பட்ட கோட்டைமீது காவல்முகடுகளில் அம்புகளுடன் வீரர்கள் அமர்ந்திருந்தனர். யானைகள் முட்டினாலும் தாங்கும்படி உள்ளே பெரிய தடிகள் முட்டுக்கொடுக்கப்பட்டு சாய்ந்து ஊன்றி நிற்க அந்த மதில்சுவர் நூறு கால்கள் கொண்ட முதலை வளைந்து நிற்பதுபோல் தோன்றியது. மழைநீரில் கறுத்த மரங்களின்மீது ஒட்டுக்கொடிகள் படர்ந்து ஏறியிருந்தன.

கோட்டையின் கிழக்குத்திசையில் அதன் இருமுனைகளும் கங்கையில் இறங்கி மூழ்கி மறைந்தன. அங்கே கங்கை குலப்பெண் சன்னதம் கொண்டதுபோல பெரும்பாறைகளில் மோதிச்சிதறி வெண்கொந்தளிப்பாக சுழித்துச்சென்றது. அத்தனை உயரத்திலிருந்தபோதிலும் அங்கே கங்கை எழுப்பிய பேரோசையை கேட்கமுடிந்தது. தேவவிரதன் அருகே வந்து நின்ற ருத்ரசேனன் என்ற துணைத்தளபதி “யானைகளை எலும்புக்குவியல்களாக ஆக்கி கொண்டுசெல்லும் என்று தோன்றுகிறது” என்றார். தேவவிரதன் தலையை அசைத்தபின் “நாம் அவ்வழியாக மட்டுமே இந்நகருக்குள் நுழைய முடியும்” என்றான்.

திகைத்து நின்ற ருத்ரசேனனிடம் "கங்கபுரியை சுற்றி இருப்பது கொடிபின்னி அடர்ந்த அடர்காடு. அதில் கங்கர்கள் உருவாக்கிய வழிகளில் மட்டுமே நாம் நடமாட முடியும். கங்கர்களின் அம்புகள் மிகச்சிறியவை. புல்லால் ஆனவை. மரங்களின் இடுக்குகள் வழியாக அவற்றை மிக எளிதாக செலுத்தமுடியும். நமது வில்லாளிகள் வில்லை வளைக்கவே அங்கே இடமில்லை. வேலை எறிந்தால் கொடிகளில் கைபின்னிக்கொள்ளும்" என்றான். "கங்கைவழி வரலாம். ஆனால் விரைந்திறங்கும் தெப்பங்களில் அவர்கள் வல்லூறுகள் போல பாய்ந்து வருவார்கள். வரும்போதே குறிதவறாமல் அம்புகளை செலுத்துவார்கள்."

"ஆனால் இங்கிருந்து..." எனத் தொடங்கிய ருத்ரசேனனிடம் தேவவிரதன் கைகாட்டி "நான் சொல்வதை செய்யுங்கள்!" என்றான். தேவவிரதன் வழிகாட்ட நீரருகே வளர்ந்து மிதந்துகிடந்த கோரைப்புல்லைக் கொய்து தரையில் விரிக்கப்பட்ட கோரைப்புல்கயிறுகளில் பரப்பி மெல்லச்சுருட்டி தெப்பம்போல ஆக்கியபின் நடுவே கனத்த பாறையால் அடித்து அடித்து பள்ளம் செய்தபோது அது தெப்பமாகவும் படகாகவும் தெரிந்தது. அதை ஒருவீரன் தன் ஒற்றைக்கையால் தூக்கமுடிந்தது. ருத்ரசேனன் அது கவிழ்ந்தாலும் எளிதில் நீரில் மூழ்காது, பாறைகளில் முட்டினாலும் எளிதில் உடையாது என்று கண்டுகொண்டார்.

ஒருபடகில் இருவர் வீதம் ஏறிக்கொண்டனர். பீஷ்மன் மலையில் இருந்து செந்நிறமான ஒரு பெரும்பாறையைத் தூக்கி உருட்டிவரச்சொல்லி நீரோட்டத்தின் ஒரு சுழியில் போட்டான். அது நீரில் குருதிபோலக் கரைந்து இறகுபோல நீண்டு புடைவைபோல இழுபட்டுச் சென்றது. "இந்தச் செந்நிறம் வழியாகவே செல்லுங்கள். ஒருபோதும் இதைவிட்டு விலகவேண்டாம்" என்றான் பீஷ்மன். "படகின் நடுவே புல்லுக்குள் புதைந்து படுத்துக்கொள்ளுங்கள். தலையை தூக்காதீர்கள். ஆணைவரும்வரை எழுவதற்கு முயலாதீர்கள்" என்றான். ஒவ்வொருவரையும் படகுடன் வைத்து இறுக்கமாக நாரால் பிணைத்தனர்.

கங்கை அங்கே நாணம்கொண்ட பெண் போல மெல்ல சுழித்துக் கொண்டிருந்தது. அவர்கள் ஏறிக்கொண்டதும் படகுகள் மெல்ல சுழன்றபடி நீர்ப்பெருக்கை நோக்கிச் சென்றன. ஒரு பெரிய பாறையைத் தாண்டியதும் வெறிகொண்ட ஆயிரம் கைகள் படகுகளை அள்ளிப்பிடுங்கிக்கொண்டன. தூக்கி வீசியும் பிடித்தும் அம்மானமாடின. உள்ளே இருந்த வீரர்கள் கூச்சலிட்டு கண்களை மூடிக்கொண்டனர். பாறைகளில் முட்டி முட்டிச் சுழித்தும் சிறியபாறைகளில் குட்டிக்குதிரையென தாவியிறங்கியும் அவர்கள் சென்றனர். செல்லச்செல்ல வேகம் அதிகரித்து ஒரு தருணத்தில் அவர்கள் வானிலிருந்து விழுந்துகொண்டிருக்கும் உணர்வை அடைந்தனர்.

செந்நிறத்தாரையில் இருந்து விலகிச்சென்ற சில படகுகளை கங்கை சுழித்து உள்ளே இழுத்துக் கொண்டது. இரு படகுகள் பாறைகளில் முட்டியதும் கவிழ்ந்து உடைந்தன. அந்த வீரர்கள் அச்சமும் திகைப்பும் கொண்ட முகங்களுடன் கூவி மறுகணமே மறைந்தனர். நீரின் பேரோலத்தில் அவர்களின் கூச்சல்கள் மூழ்க, விழித்த கண்களாகவும் திறந்த வாயாகவும் மட்டுமே அவர்கள் தெரிந்து அணைந்தனர்.

கங்கபுரியின் வெண்நுரைக்கொந்தளிப்பு நோக்கி அம்புகள் போலச் சென்றன படகுகள். கங்கையில் மிதந்துசென்ற பெரிய பாழ்மரங்கள் அங்கே பாறைகளில் மோதி சிம்புகளாக காற்றில் சிதறித் தெறித்து மூழ்கின. நீர்நுரைச்சிதர்கள் எழுந்து வளைந்துவிழுந்த அலையின்மேல் காலையொளி கண்களை கூசவைக்கும்படி நெளிந்தது. மேகமென எழுந்த சாரலுக்குமேல் மழைவிற்கள் மின்னிக்கொண்டிருந்தன. படகுகளில் சில செந்நிறப்பாதையை விட்டுவிலகின. அவை அக்கணமே பாறைகளால் அறையப்பட்டு சிதர்களாயின. எஞ்சியவற்றை இருபெரும் பாறைகள் நடுவே இருந்த இடைவெளி திறந்த வாய் உறிஞ்சிக்கொள்வதுபோல இழுத்துக்கொண்டது.

ஒருவர்மேல் ஒருவராக அவ்விடைவெளியில் இருந்த கரையில் சென்று விழுந்தனர் வீரர்கள். அங்கே முழங்காலளவுக்கே நீர் இருந்தது. தேவவிரதன் இறங்கி தன் கொடியை ஆட்டியதும் அனைவரும் படகுகளை அவிழ்த்துவிட்டு கைகளில் வேல்களுடன் கங்கபுரியைநோக்கி பாய்ந்தனர். வேலும் வாளும் கங்கர்களுக்கு பழக்கமற்றவை. அவர்களின் விற்கள் நாணேற்றப்படுவதற்குள்ளேயே போர் முடிவுக்கு வந்தது. கங்கபுரிக்குள் நுழைந்த அஸ்தினபுரியின் படைகள் கங்கைநீர் அரண்மனைக்குச்செல்லும் ஓடைவழியாக விரைந்து கங்கமன்னன் ஓசைகளை கேட்கத் தொடங்குவதற்குள் உள்ளே நுழைந்து அவரை சிறையெடுத்தன.

குலமூத்தார் கூடிய அவையில் கங்கமன்னனின் அரியணைமேல் தன் உடைவாளை வைத்து அந்நகரை தேவவிரதன் கைப்பற்றினான். கங்கமன்னன் அஸ்தினபுரியின் ஜனபதமாக அமைவதாக அவனுடைய குல இலச்சினையைத் தொட்டு ஆணையிட்டான். உருவான நாள்முதல் தனியரசாக இருந்துவந்த கங்கபுரியின் வரலாறு முடிந்தது.

முதல்நாள் அஸ்தினபுரியின் வீரர்கள் அரண்மனைமுற்றத்தில் தங்கியிருந்தனர். அவர்கள் அரண்மனைக்குள் நுழையலாகாது என்று தேவவிரதன் ஆணையிட்டிருந்தான். கங்கபுரியின் அனைத்து வீடுகளிலும் வாயில்கள் மூடப்பட்டிருந்தன. வீரர்கள் கங்கையில் பிடித்த மீனையும் களஞ்சியத்தில் இருந்து எடுத்த புல்லரிசியையும் சேர்த்து சமைத்து உண்டு திறந்த வானின் கீழ் குளிரில் இரவைக் கழித்தனர்.

மறுநாள் காலை தேவவிரதன் கங்கைக்கரைக்குச் சென்றான். நீர் வந்து அறைந்துகொண்டிருந்த கங்கையில் கங்கர்களின் சிறுவர்கள் பாய்ந்து நீந்திச்சென்று பாறைகளில் ஏறி வழுக்கலில் சறுக்கி விளையாடினர். தோலாடை மட்டும் அணிந்தவனாக தேவவிரதன் நீரில் குதித்தான். கங்கையின் அலைகளில் ஏறி அலைவழியாகவே கரைக்கு வந்து நின்றான். ஆயிரம் தலையும் படமெடுத்த வெள்ளிநாகம் போலிருந்தது கங்கை. ஒரு படத்திலிருந்து இன்னொன்றுக்குத் தாவினான். கங்கையின் ஆயிரம் பறக்கும் நாவுகளுடன் சேர்ந்து பறந்து அவள் மடியில் விழுந்து எழுந்தான்.

சற்று நேரத்தில் கங்கர்குலத்துப்பெண்களும் குழந்தைகளும் முழுக்க கரையில் கூடிவிட்டனர். தேவவிரதன் கரைக்கு வந்ததும் குழந்தைகள் ஓடிச்சென்று அவனது கைகளை பற்றிக்கொண்டன. முதியபெண்கள் முகச்சுருக்கங்கள் மலர்ந்து விரிய வந்து அவன் தோள்களைத் தழுவினர். பெண்களின் கனிந்த கண்கள் அவனைச்சூழ்ந்தன. அன்றே கங்கர்குலம் தன் தலைமகனைக் கண்டுகொண்டது.

அன்றுமாலை கங்கர்களும் அஸ்தினபுரியின் வீரர்களும் குழுமி மகிழ்ந்த உண்டாட்டு நிகழ்ந்தது. அதன் ஒலிகள் வெளியே கங்கையின் இரைச்சலைமீறி எழுந்துகொண்டிருக்க தேவவிரதன் தீர்த்திகனிடம் பேசிக்கொண்டிருந்தான். மதுவுண்டு அமர்ந்திருந்த தீர்த்திகன் கங்கபுரியில் பன்னிரண்டு ஆண்டுகளில் என்னென்ன நிகழ்ந்தன என்று சொல்லிக்கொண்டிருந்தார். பன்னிரண்டு வயதான அவர் மகன் அர்த்திகன் அப்பால் கைகட்டி நின்றிருந்தான். தீர்த்திகன் சொன்ன ஒவ்வொரு சொல்லும் ருத்ரசேனனை திகைக்கச் செய்துகொண்டிருந்தன. ருத்ரசேனன் சொன்ன அனைத்தும் தீர்த்திகனை வியக்கவும் சிரிக்கவும் வைத்தன.

அவர்கள் பேசிக்கொள்வதை கேட்டபடி கண்களை சாளரம் வழியாகத் திருப்பி கங்கையை நோக்கியவண்ணம் தேவவிரதன் நின்றிருந்தான். அவன் எதையும் கேட்கவிரும்பவில்லை என்று முதலில் நினைத்த அர்த்திகன் அவன் எதையோ குறிப்பாக கேட்கவிரும்புகிறான் என்று பின்னர் ஊகித்தான். ருத்ரசேனன் தேவவிரதனின் அன்னையைப்பற்றி கேட்டபோது தேவவிரதனின் பிடரியில் மயிர்சிலிர்ப்பதுபோல அர்த்திகனுக்குத் தோன்றியது. ஆனால் அவன் திரும்பவோ உடலில் அசைவேதும் நிகழவோ இல்லை.

“அவளுடைய எட்டாவது பிள்ளை இவன். இவன் பிறந்ததுமே கங்கர்வழக்கப்படி நீரில் நீந்தி வந்துசேர்ந்தான். இவன் கரைநோக்கி வருவதைக் கண்டதும் பதைப்புடன் கரையில் நின்றிருந்த கங்காதேவி அலறியபடி திரும்பி தன் குடிலுக்கு ஓடிவிட்டாள்...” என்றான் தீர்த்திகன்.

“ஏன் என்று இன்றுவரை எங்களுக்குப் புரியவில்லை. குழந்தைக்கு முலையூட்ட மறுத்துவிட்டாள். குழந்தையை அவள்முன் காட்டியபோது திகைத்து அலறி கைகளால் தலைமயிரைப்பற்றியபடி பின்னகர்ந்து சுவரில் முட்டி நின்றுவிட்டாள்.”

அன்றே அவள் பித்தியானாள். குழந்தையை மட்டும் அல்ல, கங்கர்கள் எவரையுமே அவளுக்கு அடையாளம் தெரியவில்லை. எந்நேரமும் கண்கள் கலங்கி வழிய தலையை அசைத்தபடி தன் உடலிலேயே எதையோ தேடிக்கொண்டிருந்தாள். ஆடைகளுக்குள்ளும் கைகால்களுக்கு அடியிலும் மாறிமாறி தேடினாள். அவள் எதைத்தேடுகிறாள் என்று தெரியவில்லை. அங்கிருந்த அனைத்தையும் அவளுக்கு அளித்துப்பார்த்தனர். சினத்துடன் அவள் அவற்றை அள்ளி வீசினாள். அவள் பேசும் சொற்கள் பொருளுக்கு அப்பாலிருந்தன. நெளிந்து நெளிந்து வெகுதொலைவுக்குச் செல்லவிரும்பும் புழு எனத்தெரிந்தாள்.

பின்பொருமுறை கங்கைக்கரை மணலின் துளைக்குள் இருந்து ஆமைக்குஞ்சுகள் வெளிவருவதைக் கண்டாள். அவை சின்னஞ் சிறு கால்களால் தள்ளாடி விழுந்து எழுந்து கங்கையை நோக்கி ஓடிச்செல்வதை, கங்கை தன் இனிய சிறு கைகளை நீட்டி அவற்றை வரவேற்று அள்ளிக்கொள்வதைப் பார்த்தாள். அதன்பின் மணலைத் தோண்டி நோக்குவதே அவள் வாழ்க்கையாக இருந்தது. மணலுக்குள் அவள் விட்டுச்சென்ற எவற்றையோ தேடிக்கொண்டிருந்தாள். நான்கு வருடம் அவ்வாறு தேடியபின் தேடியபடியே உயிர்துறந்தாள்.

“அவள் கங்கையில் உயிர்விட்ட தன் ஏழு குழந்தைகளை தேடிக் கொண்டிருந்தாள் என்று மூதன்னையர் சொன்னார்கள்” என்றார் தீர்த்திகன். “எட்டாவது குழந்தை பிறந்தபின்புதான் ஏழு குழந்தைகளின் இறப்பை புரிந்துகொண்டாள் என்றார்கள்.”

ருத்ரசேனன் “இங்கே அவ்வாறு குழந்தைகள் இறப்பதேயில்லையா?” என்றார். “எங்கள் குழந்தைகள் கங்கையில் பிறப்பதெப்படி என்பதை கருவிலேயே கற்றவை. தன் கருவில் அவற்றை அக்குழந்தைகளுக்கு அவள் கற்றுக்கொடுத்திருக்கவில்லை என்றால் அது அவள் பிழையே” என்றார்.

தேவவிரதன் உடலில் சிறு அசைவும் கூடவில்லை என்பதை அவன் முதுகையே நோக்கி நின்ற அர்த்திகன் அறிந்தான். பின்பு அவன் திரும்பி அறைமூலையில் சாய்த்துவைக்கப்பட்டிருந்த தன் வில்லை எடுத்துக்கொண்டு வெளியே சென்றான். மரப்படிகளில் கனத்த காலடிகள் ஓசையிட அவன் செல்வதை மூவரும் கேட்டுக்கொண்டிருந்தனர். ருத்ரசேனன் “அவள் தன் மைந்தனை இறுதிவரை அறியவேயில்லையா?”

என்றார். தீர்த்திகன் "இல்லை, அவள் இறந்துபோன குழந்தைகளை மட்டுமே கண்டாள்" என்றார்.

கங்கைக்கரைக்குச் சென்று பாறைமுகப்பில் ஏறி அமர்ந்து தொலைதூரம் வரை அலையடித்துக்கிடந்த கங்கைவெளியையே நோக்கிக்கொண்டிருந்தான் தேவவிரதன். விழவுக்கொண்டாட்டம் முடிந்ததும் கங்கர்குலத்துச் சிறுவர்கள் ஓடிவந்து அலைகளின்மேல் ஏறிக்கொண்டனர். ஆமைக்குஞ்சுகள் போல அவர்கள் கங்கைநோக்கிச் செல்வதைக்கண்டு கரையில் நின்ற அஸ்தினபுரியின் வீரர்கள் கூச்சலிட்டனர். தேவவிரதன் எழுந்து நீருள் பாய்ந்து அதன் ஆழத்தை அடைந்து மூச்சிறுகவைக்கும் நீரின் அணைப்புக்குள் சென்றுகொண்டே இருந்தான்.

அதன்பின் தேவவிரதர் கங்கபுரிக்கு வரவில்லை. தீர்த்திகன் மறைந்தபின் அவர் மைந்தன் அர்த்திகன் மன்னனானான். சந்தனுவின் மறைவுக்குப் பின் தேவவிரதர் கங்கபுரியையே மறந்தவர் போலானார். கங்கபுரியின் குலமூத்தார் அரச அவைக்காக அஸ்தினபுரிக்கு வரும்போது தேவவிரதரை வந்து கண்டு மீனும் சிப்பியும் தேனும் அளித்துச்செல்வார்கள். அவர்களுடன் தனிப்பட்ட நெருக்கத்தை வைத்துக்கொள்ளலாகாது என்பதிலும், அவர்களுக்கு அரசில் சிறப்புரிமை அளிக்கப்படுகிறதென்னும் பேச்சு வரலாகாது என்பதிலும் பீஷ்மர் கவனம் கொண்டிருந்தார். அதை கங்கர்கள் உணர்ந்தபின் மிகவும் விலகிச்சென்றனர்.

அஸ்தினபுரி நீங்கியதும் அவருக்கு முதலில் எழுந்த எண்ணம் கங்கபுரிக்குச் செல்லவேண்டும் என்பதாகவே இருந்தது. கங்கபுரிக்கு படகுப்பாதையும் வண்டிப்பாதையும் அமைந்துவிட்டன என்று அவர் அறிந்திருந்தார். ஆனால் அந்த வண்டிப்பாதையில் நூலில் கோக்கப்பட்ட மணிகள் போல வண்டிகள் செல்லும் என அவர் நினைத்திருக்கவில்லை. சாலையின் இருமருங்கும் வணிகர்களின் தங்குமிடங்கள் அமைந்திருந்தன. அங்கே பொதிவண்டிகள் ஓரமாகக் கட்டப்பட்டிருக்க வணிகர்கள் உணவுண்டுகொண்டிருந்தனர். புல்பாய்விரித்து தூங்கிக்கொண்டிருந்தனர்.

கங்கபுரியின் படகுத்துறை பெரிய மரங்களை நதிக்குள் இறக்கி கட்டப்பட்டிருந்தது. நீரின் ஒழுக்கு குறைவான தெற்கு முனையில் அது அமைந்திருக்க மொத்த நகரமே மெல்லமெல்ல அதைநோக்கித் திரும்பியிருந்தது. கிழக்குப்பகுதியில் கங்கை வெறிகொண்டு அறைந்து நுரைத்த பாறைப்பகுதிகள் முழுமையாகவே கைவிடப்பட்டிருந்தன. அப்பகுதியில் நீர்ச்சிதர்கள் நகர்மேல் தெறிப்பதைத் தடுக்கும் பெரிய மரக்கோட்டை இருந்தது. கோட்டை மண்ணைக்கொண்டு அடித்தளம்

எழுப்பப்பட்டு உயரமாக கட்டப்பட்டிருந்தது. அதன்மேல் கங்கர்களின் மீன்கொடி பறந்துகொண்டிருந்தது.

படித்துறையில் எளிதில் மிதக்கும் மரங்களால் ஆன கட்டுமரங்கள் நின்றிருந்தன. கங்கையின் அப்பகுதியில் பெரியபடகுகள் அணுக முடியாதென்பதை பீஷ்மர் உணர்ந்தார். இன்னும் சிலவருடங்களில் கங்கர்கள் கீழே கங்கைபெருகிச்செல்லும் ரிஷிகேசத்திலோ கங்காத் வாரத்திலோ ஒரு பெரிய துறைமுகத்தை அமைத்தாகவேண்டும். அதற்காக அவர்கள் படைகொண்டு வந்து தாழ்நிலங்களை வென்றாகவேண்டும் என்று நினைத்துக்கொண்டார்.

அர்த்திகன் பீஷ்மரை வரவேற்று அரண்மனைக்கு அழைத்துச்சென்றான். அவரை அறிந்திருந்தவர்கள் சிலரே கங்கபுரியில் இருந்தனர். அவருக்கு கங்கர்குடி அவைகூடி தலைப்பாகை அணிவித்து மரியாதைசெய்தனர். அனைத்தையும் முறைப்படி நிகழ்த்துவதன் வழியாக அக்குடி அவரிடம் 'நீ வேறு' என்று சொல்லிக்கொண்டிருந்தது என அவர் நினைத்தார். முதியவர்கள் சிலர் இளைஞர்களுக்கு அவர் யார் என்பதை சொல்லிக் கொண்டிருந்தனர்.

இளைஞர் அனைவரும் மாறியிருந்தனர். கங்கர்களின் வழக்கமான மரவுரியாடை அணிந்தவர்கள் அவரைவிட முதியவர் சிலரே. சிலர் கலிங்கத்துப் பட்டாடைகூட அணிந்திருந்தனர். வேசரத்துப்பொன்னும் காந்தாரத்து மெல்லாடைகளும் அவையில் மின்னிக்கொண்டிருந்தன. அங்கே தான் கண்ட வேறுபாடென்ன என்பதை நெடுநேரம் கழித்தே பீஷ்மர் உணர்ந்தார். அந்த அவை நால்வருணங்களாகப் பிரிந்து அமர்ந்திருந்தது.

அன்று இரவில் அரண்மனையில் இருந்து கிளம்பி கங்கைக்கரைக்குச் சென்று அந்தப் பெரும்பாறைகளில் ஏறி மேலே சென்று கங்கையின் அலைக்கொந்தளிப்பை பார்த்துக்கொண்டு தேவவிரதர் அமர்ந்திருந்தார். மறுநாள் காலையே திரும்பிவிடவேண்டும் என எண்ணிக்கொண்டார். கங்கபுரி என அவர் அறிந்த ஒன்று அவரது நினைவுகளுக்குள் மட்டுமே எஞ்சியிருந்தது. ஆக்கி உண்ணும் காலம் கங்கபுரியைச் செரித்து முன்சென்றுவிட்டது. அப்பால் படகுத்துறையில் வணிகர்களின் படகுகள் எண்ணெய்ப்பந்தங்கள் எரிய நீரில் ஆடிக்கொண்டிருந்தன. பற்றிக்கொள்ளாத நெருப்பின் அலையடிப்பாக அந்த ஒளி தெரிந்தது.

மறுநாள் அவர் திரும்பிச்சென்றார். சாலைவழியாகச் சென்றவர் ஓர் இடத்தில் தேரை நிறுத்திவிட்டு அடர்ந்த காட்டுக்குள் புகுந்தார். வழியற்ற காட்டுக்குள் தன் உடலாலேயே வழியை உருவாக்கி நடந்துகொண்டிருந்தார். நாட்களும் மாதங்களுமாக சென்றுகொண்டிருந்தவர் பிரியதர்சினியின்

கரையை அடைந்ததும் நின்றார். அவ்வளவு மெதுவாக ஓடும் தெளிந்த ஆற்றை அவர் கண்டதே இல்லை. அடித்தளக்கூழாங்கற்கள் ஒவ்வொன்றும் மிக அருகே எனத்தெரிந்தன. மீன்கள் வானில் மிதப்பவை போலிருந்தன. ஒளியே நீராக நெளிந்த அந்த ஆற்றில் இருந்து கண்களைத் தூக்கவே அவரால் முடியவில்லை.

மாலைவரை நீரையே நோக்கியபடி அங்கேயே நின்றுகொண்டிருந்தார். அங்கே சந்தி கால வணக்கத்துக்காக வந்த சமயவான் என்னும் முனிவரிடம் அந்த ஆற்றின் பெயரென்ன என்று கேட்டார். "இவள் பிரியதர்சினி. பார்ப்பதற்கு அன்பானவள். ஏனெனில் நமக்கு அன்பானவற்றைக் காட்டுபவள். எனக்கு பிரம்மத்தைக் காட்டிக்கொண்டிருக்கிறாள்" என்றார் சமயவான்.

அவர் சென்றபின்னரும் அங்கேயே நின்றிருந்தார் பீஷ்மர். "எனக்கு அன்பானதென்ன?" என்று கேட்டுக்கொண்டார். புரியவில்லை. "நதியே நீ எனக்கு காட்டவிரும்புவதென்ன?" என்றார். நதி மெல்ல அலையடித்து பெருமூச்சுவிட்டது. அலைகள் அடங்கியபோது இலைபிரதிபலிப்புகள் மீண்டும் ஒன்றுகூடி தங்கள் வடிவை அடைந்தன. அவற்றின் நடுவே ஏழு குழந்தைகளை பீஷ்மர் கண்டார். கருவறைமூடிக் கொண்டவை. சிவந்த கொழுங்கால்களும் கைகளும் கன்னக்கதுப்புகளும் தெளிந்த கருவிழிகளும் கொண்டவை. அவை சிரித்துக்கொண்டிருந்தன.

"நீங்கள் கங்கையில் இருப்பீர்கள் என நினைத்தேன்" என்றார் பீஷ்மர். "நாங்கள் அங்கே இல்லை. அங்கே எவரும் எங்களை நினைப்பதில்லை." பீஷ்மர் "எங்கிருக்கிறீர்கள் தமையன்களே?" என்று கேட்டார். "வானில் எங்கள் பேருலகில். இங்கிருக்கும் ஒவ்வொருவருக்கும் ஒரு வரம் உண்டு. மண்ணில் எவரேனும் எங்களை ஆழ்ந்து நினைத்துக்கொண்டால் அவர்களைச் சென்று சேர எங்களால் முடியும்" என்றது மூத்ததான ஊர்மிகன். "ஆகவே நாங்கள் உன்னைச்சுற்றியே என்றும் இருந்து கொண்டிருக்கிறோம்" என்றது உத்தாலிகன்.

"அன்னை உங்களுடன்தான் இருக்கிறாளா?" என்றார் பீஷ்மர். "இல்லை தம்பி, அவள் அனலணையாமல் மறைந்தவர்களின் உலகில் இருக்கிறாள். அங்கே முடிவற்ற மணல்வெளி அவளுக்கு அளிக்கப்பட்டிருக்கிறது. அதை ஊழிக்காலம் வரை தோண்டித்தோண்டி அவள் எங்களைத் தேடுவாள்." தரங்கன் சொன்னது. "நாங்கள் அவளருகே சென்று காற்றாகவும் ஒளியாகவும் ஒலிகளாகவும் விளையாடுவோம்" என்றது ஆர்ணவன். கல்லோலனும் தரளனும் சிரித்தபடி "சிலசமயம் அவள் ஆடையைப்பற்றி இழுப்போம். அவளை கால்பின்னி விழச்செய்வோம்" என்றது.

“மூத்தவர்களே என்னை என்ன செய்யவிருக்கிறீர்கள்?” என்றார் பீஷ்மர். “ஒருபோதும் இன்னொரு மனித உயிர் உன்னை நெருங்கவிடமாட்டோம். உன் தனிமையை நாங்கள் நிரப்பிக்கொள்வோம்.” என்றது ஸ்ரோத்யன். “உன்வழியாகத்தானே நாங்கள் மண்ணில் விளையாடமுடியும்? நாங்கள் விளையாடாமல் விட்டுவந்த காலம் முழுக்க உன்னிடமல்லவா இருக்கிறது?” பீஷ்மர் பெருமூச்சுடன் “ஆம்” என்றார். “இளையோனே, நாம் எண்மர். எஞ்சியிருப்பது நமக்கென ஒரே உடல்” என்றது ஊர்மிகன்.

அதன்பின் அவர் அந்தச் சிறிய ஆற்றங்கரையிலேயே குடிலமைத்து அங்கேயே தங்கிக்கொண்டார். அந்நதிக்கரையிலும் அதைச்சூழ்ந்த காடுகளிலும் மலைக்காற்றுபோல பரவியவராக வாழ்ந்துகொண்டிருந்தார். அவரது தனிமை எட்டுமடங்கு அழுத்தம் கொண்டதாக இருந்தது. அவரது மௌனம் எட்டுமடங்கு குளிர்ந்திருந்தது. அவரது மூச்சுக்காற்றில் எட்டு உயிர்கள் வாழ்ந்தன.

2

கிருஷ்ணதுவைபாயனவியாசர் வந்து அரண்மனையில் தங்கியிருந்த நாட்களில் பீஷ்மர் அரண்மனைக்கு அருகிலேயே செல்லவில்லை. அப்போது அவர் அஸ்தினபுரிக்கு அருகே இருந்த குறுங்காட்டில் தன் மாணவர்களுடன் தங்கியிருந்தார். அவருக்கு ஒற்றர்கள் தகவல்களை அளித்துக்கொண்டே இருந்தனர். மூன்றாம் நாள் சிவை கண்விழித்துப் பார்த்தபோது மஞ்சத்தில் வியாசர் இல்லை என்று கண்டு அதை பேரரசியிடம் சென்று சொன்னாள். அவர்கள் வியாசரை மூன்றுநாட்கள் தேடினார்கள். அவர் நகர்நீங்கிச்சென்றதைக் கண்டதாக எல்லைப்புற ஒற்றன் ஒருவன் வந்து சொன்னதும் தேடுவதை விட்டுவிட்டார்கள்.

பீஷ்மர் சூதரிடம் வியாசர் பேரரசியிடம் சொன்னதென்ன என்று கேட்டுவரச்சொன்னார். வியாசர் அம்பிகை கண்களை மூடிவிட்டதாகவும் அம்பாலிகை வெளுத்துவிட்டதாகவும் சொன்னதாக சூதர் சொன்னார். பீஷ்மர் நிம்மதியிழந்து தலையை அசைத்தார். மூன்றாவதாக சிவை என்ற சூதர்குலப்பெண் வியாசருடன் இருந்ததாகவும் அவள் மட்டுமே நிலவை நோக்கியதாகவும் வியாசர் சொன்னதைக் கேட்டபோது அவர் தாடியை நீவும் கையை நிறுத்தி "அவள் யார்?" என்றார். "அவள் லோமஹர்ஷன் வழிவந்த சுபைக்கும் லோமசர் வழிந்த வந்த பீதருக்கும் பிறந்தவள்" என்றதும் புன்னகை புரிந்தார்.

அரசிகள் கருவுற்றசெய்தி அவருக்கு பிரியதர்சினியின் கரையில்தான் வந்து சேர்ந்தது. மருத்துவர்களையும் சூதர்களையும் வரவழைத்து அன்னையர் நலனை விசாரித்தார். அரசமருத்துவச்சியான ரோகிதை மூன்றுபேரின் கருவும் மூன்று வகை என்றாள். அம்பிகையின் கரு கரினிகர்ப்பம் என்றாள். "யானைமதத்தின் வாசனை அவளில் இருந்து எழுகிறது. வயிறு மிகவும் பெருத்து இடப்பக்கமாகச் சரிந்து இருக்கிறது. விலாவில் அணில்கோடுகள் போல சருமத்தில் வரிகள் உள்ளன. வயிற்றின்

எடை தாங்கமுடியாமல் அவள் இருகைகளையும் ஊன்றி எழுகிறாள். அவள் குதிகால்களில் நரம்புகள் புடைத்திருக்கின்றன. கால்களில் வீக்கமும் மூட்டில் வலியும் இருக்கிறது. அவள் வாயில் அமிலவாசனை வீசுகிறது.

"அவளுடைய முலைக்கண்கள் ஊமத்தைப்பூவின் குவளை போல மிகப்பெரிதாகி நீண்டிருக்கின்றன. இருமுலைகளும் பெருத்து அவற்றில் இடமுலை மிகப்பெரிதாகி விலகியிருக்கிறது. அவள் கண்கள் மஞ்சளோடி முகம் வெளுத்திருக்கிறது. கழுத்து கருமைகொண்டு உதடுகள் கனத்திருக்கின்றன. கன்னங்களிலும் உதடுகளுக்குக் கீழும் கரும்புள்ளிகள் உள்ளன. இமைகள் வீங்கி கண்களுக்குக் கீழே நிழல் விழுந்திருக்கிறது. முன்நெற்றி மயிர் உதிர்ந்துகொண்டிருக்கிறது. அவள் கனவுகளில் யானைகள் வந்துகொண்டிருக்கின்றன. மகாபலசாலியான ஆண்குழந்தையை அவள் பெறப்போவது உறுதி."

இரண்டாம் அரசி மிருகிகர்ப்பம் கொண்டிருக்கிறாள் என்றாள் ரோகிதை. அவள் உடலில் இருந்து கஸ்தூரி வாசனை வீசுகிறது. அவள் கலைமானைப்போல எப்போதும் திடுக்கிடும்தன்மையும், அடிக்கடி மயிர்கூச்செறிதலும் கொண்டிருக்கிறாள். அவள் வயிறு மிதமாகப் பருத்து வலப்பக்கமாக சரிந்திருக்கிறது. வலக்கையை ஊன்றி எழுகிறாள். வயிற்றருகே விலாவில் வெள்ளரிக்காயின் கோடுகள் போல வரிகள் விழுந்திருக்கின்றன. அவள் கால்கள் ஆம்பல்கள் போல குளிர்ந்திருக்கின்றன. அவள் வாய்க்குள் பசுந்தழைவாசனை வீசுகிறது.

"அம்பாலிகையின் வலதுமுலை பெரிதாகி சரிந்திருக்கிறது. காம்புகள் நீலோத்பலத்தின் புல்லிவட்டம்போல நீண்டிருக்கின்றன. கண்கள் வெளுத்து இமைகள் சற்று வீங்கியிருக்கின்றன. அவள் இரு காதுகளுக்குமேலும் தலைமயிர் உதிர்கிறது. அவள் மணிக்கட்டில் நீலநரம்புகள் தெரிகின்றன. அவள் மான்களையும் வெள்ளைநாரைகளையும் கனவுகாண்கிறாள். மென்மையான இயல்புகொண்ட அரசகுமாரனை அவள் பெறுவாள்.

"சூதர்குலத்து அரசி அகிகர்ப்பம் கொண்டிருக்கிறாள். அவளிடம் பசும்பாலின் வாசனை எழுகிறது. அவள் பசுவைப்போல அமைதி கொண்டவளாகவும் நீரோடிய நீலவிழிகளில் கனவுகள் நிறைந்தவளாகவும் இருக்கிறாள். அவள் வயிறு சற்றே பெருத்து முன்னால் சரிந்திருக்கிறது. விலாவில் புதுமழைக்குப்பின் மணல்தீற்றல் போல கோடுகள் தெரிகின்றன. முன்பக்கம் கையூன்றி எழுகிறாள். அவள் கைகளும் கால்களும் வேள்வி நடந்த நான்காம்நாள் வேள்விகுண்டத்துச் செங்கல் போல இளவெம்மை கொண்டிருக்கின்றன. அவள் வாயில் புனுகின் வாசனை எழுகிறது.

"சிவையின் இருமுலைகளும் சமமாக சரிந்துள்ளன. முலைக்கண்கள் நீலச்செண்பகம் போல நீண்டிருக்கின்றன. பசுவைப்போல எப்போதும்

ஒலிகளுக்குச் செவிகூர்ந்தபடி, சென்ற நினைவுகளை அசைபோட்டபடி படுத்திருக்கிறாள். கண்கள் செவ்வரியோடியிருக்கின்றன. அவள் உச்சிவகிட்டில் மயிர் உதிர்கிறது. மேலுதடு தடித்திருக்கிறது. அவள் சிவந்த தாமரைமலர்களை கனவுகாண்கிறாள். ஞானமுள்ள மைந்தனை அவள் பெறுவாள்."

ரோகிதை பரிசில் பெற்றுச்சென்றதும் பீஷ்மர் நிமித்திகர்களை அழைத்து அரசியர் மூவரின் கருநிமித்தங்களை கணித்து சொல்லச் சொன்னார். அம்பிகையின் பெயரைச்சொல்லி ஒருகல்மேல் இன்னொரு கல்லை வைத்தான் கவபாலன் என்ற நிமித்திகன். அது தெற்குநோக்கி விழுந்தது. தெற்கே ஓர் அன்னப்பறவை அடிவானில் பறந்துசென்றதைக் கண்டு கண்களைமூடினான். யமதிசையில் பறவை என தனக்குள் சொல்லிக்கொண்டான். அவன் உடல் மெல்ல நடுங்கத் தொடங்கியது. கைகள் வீணைத்தந்திகள்போல அதிர்ந்தன. உதடு இழுபட்டு கழுத்துத்தசைகள் சுருங்கி விரிந்தன. பின்பு அவன் சொல்ல ஆரம்பித்தான்.

"பீஷ்மரே, குலத்தாதையே வணக்கம். இக்கதையைக் கேட்டு உய்த்துணர் வீராக! விண்ணில் கந்தர்வ உலகில் முன்பு வாழ்ந்த திருதராஷ்டிரன் என்னும் பெயர்கொண்ட ஒரு மன்னன் வில்வித்தையில் வல்லவன் என்று புகழ்பெற்றிருந்தான். அவனுடைய கண்பார்வையை கந்தர்வர்களும் யட்சர்களும் தேவர்களும் புகழ்ந்தனர். அவனுடைய துணைவியான திருதி அவன் வில்திறன்மேல் பெரும் காதல் கொண்டிருந்தாள்.

"ஒருநாள் அவன் தன் மனைவியுடன் சித்ரதீர்த்தம் என்னும் குளக்கரையில் இளவெயிலும் இளங்காற்றும் முயங்குவதைக் கண்டு நின்றிருக்கையில் தன்னுடைய நூறு குஞ்சுகளுடன் ஓர் அன்னப்பறவை நீரில் மிதந்துகொண்டிருந்ததைக் கண்டான். திருதி காமத்தின் சொல் விளையாட்டுக்காக அவன் வில்வித்தையை பழித்துப்பேசி சிரித்தாள். திருதியிடம் தன் வில்திறனைக் காட்டவிரும்பிய திருதராஷ்டிரன் நீரில் அலையும் அன்னத்தின் பிம்பத்தை நோக்கிக் குறிபார்த்து நீள் கழுத்தைத்திருப்பி நூறு குஞ்சுகளையும் மாறி மாறி நோக்கி பேசிக்கொண்டிருந்த அதன் கண்களை மெல்லிய ஊசி போன்ற அம்பால் அடித்தான். அம்பு இடக்கண்ணில் புகுந்து வலக்கண் வழியாக வெளியேறியது.

"அந்த அன்னம் ஒரு கின்னரப்பெண். அது உண்மையில் கின்னர உலகத்து நீரில்தான் நீந்திக்கொண்டிருந்தது. கந்தர்வன் தடாகத்தின் மேலே பறவை என்று பார்த்தது அதன் நிழல். நீருக்குள் இருந்த நிழல்கள்தான் உண்மையில் அன்னமும் குஞ்சுகளும். அம்புபட்டு நிழல் கலைந்ததைக் கண்ட அன்னமும் குஞ்சுகளும் ஆழத்தில் மறைய மேலே அவற்றின்

நிழல்கள் மட்டும் விழியிழந்த அன்னையும் அவளைச்சுற்றி பதறிக்கூவிய குஞ்சுகளுமாக அலைமோதி மிதந்துகொண்டிருந்தன.

“அன்று தன் துணைவியுடன் கந்தர்வ உலகுக்குச் சென்ற திருதராஷ்டிரனுடன் அவன் நிழல் இல்லை என்பதை திருதி கண்டு சொன்னாள். அவன் திரும்பி அந்தத் தடாகத்தின் கரைக்கு வந்தான். அங்கே நீர்வெளியில் கருநிழல் ஒன்றை வெண்நிழல்கள் துரத்தித்துரத்திக் கொத்துவதைக் கண்டான். திகைத்து நின்ற அவன் கதறி ஓடிச்சென்று தன் குலகுருவான சுக்ரரிடம் என்ன செய்வதென்று கேட்டான். மண்ணில் பிறந்து உன் கடன் தீர்த்து மீள்வதுவரை உன் நிழல் இங்கே வதைபட்டுக்கொண்டுதான் இருக்கும் என்று அவர் சொன்னார்.”

கதை சொல்லிமுடித்தபின் கவபாலன் தளர்ந்து விழுந்தான். பீஷ்மர் தன் தலையை வருடியபடி சொற்கள் வெளிப்படாமல் அமர்ந்திருந்தார். கவபாலன் எழுந்து நீர் அருந்தியதும் பீஷ்மர் “இரண்டாவது நிமித்தத்தைச் சொல்” என்றார். நிமித்திகன் வைத்த கல் இம்முறை மேற்கு நோக்கி விழுந்தது. அவன் கண் தூக்கி நோக்கியபோது மாலைநேரத்தின் மங்கிய ஒளியில் கீற்றுநிலா செம்பட்டில் விழுந்த சங்குவளைக்கீற்று போல் தெரிந்தது.

மயல் எழுந்த நிமித்திகன் சொல்லலானான். “பீஷ்மபிதாமகரே, முன்னொரு காலத்தில் இந்திராவதி என்னும் ஆற்றின் கரையில் கௌரன் என்னும் சாதகப் பறவை தன் துணையுடன் வாழ்ந்து வந்தது. மழைநீரை வானிலிருந்து அருந்தும் சாதகப்பறவை பிற உயிர்கள் அறியாத ஆற்றிடைக்குறைக்குச் சென்று அங்குள்ள மரப்பொந்தில் முட்டையிடும் வழக்கம் கொண்டது. தந்தை அமைக்கும் மரப்பொந்துக்குள் சென்று அமரும் தாய்ப்பறவை உள்ளே முட்டையிட்டு இறகுகளால் பொத்தி அடைகாக்கும். ஆண்பறவை பறந்துசென்று இரைதேடிக்கொண்டுவந்து தன் துணைக்கு உணவூட்டும்.

“காட்டெருதின் கொம்புகளைப் பிணைத்ததுபோல் அலகுள்ள சாதகப்பறவையான கௌரன் தன் துணைவி சுப்ரை ஐந்து முட்டைகளுடன் மரப்பொந்துக்குள் முட்டைமீதமர்ந்து தவம் செய்யத்தொடங்கியதும் அதை உள்ளே வைத்து தன் உடற்பசையால் மூடியது. பின்பு காட்டுக்குள் சென்று உணவுகொண்டு வந்தது. நாற்பத்தொருநாட்கள் அவ்வாறு கௌரன் தன் மனைவிக்கு ஊட்டியது. ஒருநாளில் நூறுமுறை அது உணவுடன் வந்தது. கிடைக்கும் உணவில் ஏழில் ஒருபங்கை மட்டுமே அது உண்டது. மெலிந்து சிறகுகளை வீசும் வல்லமையை இழந்தபோதிலும் கௌரன் சோர்வுறவில்லை.

“ஒருநாள் வானில் உணவுதேடிச்சென்ற கௌரன் சிறகு ஓய்ந்து ஒரு மரத்தில் அமர்ந்திருக்கையில் ஒரு வேடன் அதை அம்பெய்து

வீழ்த்தினான். இறகுகள் முழுக்க உதிர்ந்து கருக்குழந்தைபோல ஆன சுப்ரை சிறகுகள் முளைக்காமல் புழுக்கள் போல நெளிந்த சிறு குஞ்சுகளுடன் மரப்பொந்தில் காத்திருந்தது. ஐந்து குஞ்சுகளும் தீராப்பெரும்பசியுடன் அன்னையை முட்டி உணவுக்காக குரலெழுப்பின. இரண்டுநாள் காத்திருந்தபின் சுப்ரை என்ன நடந்திருக்குமென புரிந்துகொண்டது.

"சுப்ரை தன் குஞ்சுகளிடம் சொன்னது, "குழந்தைகளே, இந்த ஆற்றிடைக் குறையில் இருந்து நாம் தப்ப ஒரேவழிதான் உள்ளது. நீங்கள் என்னை உண்ணுங்கள். முதலில் என் குருதியை குடியுங்கள். பின்பு என் கால்களை உண்ணுங்கள். அதன்பின் என் கைகளை. என் இதயத்தை கடைசியாக உண்ணுங்கள். உங்கள் சிறகுகள் வளர்ந்ததும் பறந்துசெல்லுங்கள். என்னை நீங்கள் சிறிதும் மிச்சம் வைக்கலாகாது.

"அன்னையின் ஆணைப்படி ஐந்து குஞ்சுகளும் அதனை உண்டன. அதன் குருதியை அவை குடித்து முடித்ததும் சுப்ரை வெளுத்து வெண்ணெய்போல ஆகியது. அவை அதன் கால்களையும் கைகளையும் உண்டன. கடைசியாக மெல்ல அதிர்ந்துகொண்டிருந்த இதயத்தை உண்டன. அன்னையை சற்றும் மிச்சமில்லாமல் உண்டு முடித்த அவை புதியசிறகுகளுடன் வானில் எழுந்து பறந்து சென்றன. அந்த ஐந்து குஞ்சுகளில் ஒன்றுக்கு மட்டும் அன்னையின் கடைசி ஆணை நினைவில் இருந்தது. அது திரும்பி வந்தது. அந்தப்பொந்தில் அன்னையின் வாசனை எஞ்சியிருப்பதை அதுமட்டும்தான் அறிந்தது. அதை எப்போதும் போக்கமுடியாதென்பதை புரிந்துகொண்டது.

"தேவருலகு நோக்கி ஒளிமிக்க சிறகுகளுடன் பறந்துகொண்டிருந்த சுப்ரையை மூதாதையரின் உலகில் கௌரன் சந்தித்தது. 'நான் உன் துணைவன்... என் சிறகுகள் ஏன் ஒளிபெறவில்லை?' என்று கேட்டது. 'நான் மண்ணில் தாய்மையின் பேரின்பத்தை அடைந்து முழுமைகொண்டேன். என் பிறவிக்கண்ணி அறுந்தது' என்றது சுப்ரை. 'ஆம், நான் என் இச்சை அறாமல் இறந்தேன்' என்றது கௌரன். 'நீ மண்ணில் மீண்டும் பிறந்து நான் பெற்ற முழுமையைப் பெறுவாய்' என சுப்ரை கௌரனை வாழ்த்தி விண் ஏகியது."

பீஷ்மர் நிம்மதியிழந்து எழுந்து சென்று விட்டார். நிமித்திகன் அங்கேயே இருந்தான். நெடுநேரம் கழித்து ஹரிசேனன் சென்று நிமித்திகனை அனுப்பிவிடலாமா என்று பீஷ்மரிடம் கேட்டான். பீஷ்மர் திரும்பிவந்து மூன்றாவது கருவின் நிமித்தத்தை சொல்லும்படி சொன்னார். இம்முறை கல் தென்மேற்காக விழுந்தது. கன்னித்திசையில் நிமித்திகன் கண்டது சாலமரமொன்றில் அடைகாத்துக்கொண்டிருந்த ஒரு காகத்தை. மயலில் அவன் மூன்றாவது கதையை சொன்னான்.

அந்தக்கதை புராணசம்ஹிதையில் உள்ளது என பீஷ்மர் அறிந்திருந்தார். மாண்டவ்யர் என்னும் முனிவர் கங்கையின் கரையில் ஒரு தவக்குடிலமைத்து தனித்துத் தங்கியிருந்தார். பேசாநோன்புகொண்டவர் அவர். அவரது தவக்குடில் கங்கைக்கரைக்காட்டுக்குள் இருந்தமையால் ஒருநாள் கொள்ளைப்பொருளுடன் தப்பிவந்த கொள்ளையர் சிலர் மழைக்காக அங்கே ஒதுங்கினர். பேசாநோன்புகொண்டிருந்த முனிவரைக் கண்டதும் அதையே தங்கள் இடமாகக் கொண்டனர். அங்கேயே தங்கள் பொருட்களை எல்லாம் புதைத்துவைக்கத் தொடங்கினர்.

ஒற்றர்கள் வழியாக கொள்ளையரின் இருப்பிடத்தை அறிந்த அரசனின் படைகள் வந்து அப்பகுதியை சூழ்ந்துகொண்டன. தவக்குடிலுக்குள் இருந்த மாண்டவ்யரிடம் படைத்தலைவன் "முனிவரே, இங்கே வந்த கொள்ளையர் எங்கே? அவர்களை நீர் அறிவீரா?" என்று கேட்டான். மாண்டவ்யர் ஒன்றும் பேசாமல் தன்னுள் தான் அடங்கி அமர்ந்திருந்தார். படைகள் அந்தக் குடிலை நன்கு தேடியபோது கொள்ளையர்களையும் கொள்ளையர் புதைத்த நிதியையும் கண்டுபிடித்தனர். மாண்டவ்யரையும் கொள்ளையர் என்று நினைத்த படைத்தலைவன் அவரையும் அந்தக் கொள்ளையருடன் சேர்த்து சூலங்களில் கழுவேற்றினான்.

உயிர்விட மனமில்லாதிருந்த மாண்டவ்யர் அந்த சூலத்திலேயே கடும் வலியுடன் வாழ்ந்தார். அவரது வலியை அறிந்த விண்ணில் வாழும் முனிவர்கள் பறவைக்கூட்டங்களாக வந்து அவரைச்சூழ்ந்து பேரொலி எழுப்பினர். காட்டில் பறவைகளின் வழக்கமில்லா ஒலி எழுவதைக் கேட்ட வேடர்கள் சென்று அரசனிடம் சொன்னார்கள். அரசன் வந்து பார்த்தபோது நாற்பத்தொரு நாட்களாகியும் மாண்டவ்யர் இறக்காமலிருப்பதைக் கண்டான். அவரை கீழே இறக்கியதும் அவர் இறந்தார். அவர் ஒரு முனிவரென அறிந்த அவன் அவருக்கு முறைப்படி நீத்தார்சடங்குகள் செய்தான்.

அதன் விளைவாக இறப்புலகை அடைந்த அவர் அங்கே இறப்புக்கரசனும் அறமுதல்வனுமாகிய யமனிடம் "கழுவில் ஏற்றும்படி நான் செய்த பிழை என்ன?" என்று கேட்டார். "இளவயதில் நீர் ஒரு தட்டாரப்பூச்சியின் வாலில் முள்ளைச்செலுத்தி விளையாடினீர்" என்றான் யமன். "அது என் சிறுவயதில் செய்த பிழை. அதற்கு இவ்வளவுபெரிய தண்டனை அறமீறலேயாகும்" என்றார் மாண்டவ்யர். "என் நெறி அதுவே" என தருமன் வாதிட்டான்.

மாண்டவ்யர் அங்கேயே நின்று தவம்செய்தார். தன் அறத்தால் முக்கண்முதல்வனை அங்கே வரவழைத்தார். அவனிடம் நீதி சொல்லும்படி கேட்டார். சிவன் "ஆம், நீர் சொன்னதே மெய். நெறிகளை அறியாத பருவத்தில் செய்யும் பிழைகள் பாவங்களாகா" என்று

உரைத்து மறைந்தான். “இன்று முதல் மண்ணுக்கும் விண்ணுக்கும் நான் புதுநெறியை வகுக்கிறேன்” என்றார் மாண்டவ்யர். பதினான்கு வயதுவரை குழந்தைகள் செய்யும் எச்செயலும் பாவமல்ல. அவை பெரியவர்களின் பிழைகளேயாகும்” என்றார். தருமனின் அரண்மனையின் நீதிமணி அதை ஏற்று மும்முறை முழங்கியது. “நான் செய்யாப்பிழைக்கு நீ என்னை தண்டித்தாய். நீ மண்ணில் பிறந்து இக்கடனைக் கழிப்பாய்!” என்றார் மாண்டவ்யர்.

நிதிபெற்று நிமித்திகன் மீண்டபின் பீஷ்மர் இரண்டுநாட்கள் தனக்குள் ஆழ்ந்திருந்தார். தன் எண்ணங்களை சுவடிகளில் குறித்து அவற்றை மூன்று மூங்கில் குழல்களில் அடைத்து சத்யவதிக்கு கொடுத்தனுப்பினார். ஒவ்வொரு குழந்தை பிறக்கும்போதும் அவற்றை உடைத்துப் பார்க்கும்படி குறிப்பு எழுதியிருந்தார். சத்யவதி அந்த மூங்கில் குழாய்களை தன் அறையிலேயே வைத்திருந்தாள். ஒவ்வொருநாளும் அவற்றைப்பார்த்து அவள் நிம்மதியிழந்தாள்.

முதல்குழந்தை இருள்நிலவு நாளில் பின்னிரவில் பிறந்தது. பன்றியைக் கவ்வி விழுங்கமுடியாமல் நெளிந்து இறக்கும் மலைப்பாம்பு போல நான்குநாட்கள் அன்னையை கதறித்துடிக்கச்செய்தது அது. எட்டுமருத்துவச்சிகள் கருவறை வாயிலை படிகக்கத்தியால் கிழித்து சுளைபிளந்து விதை எடுப்பதுபோல வெளியே எடுத்தனர். யானைக்குட்டிபோல கரியபேருடல் கொண்டிருந்த அக்குழந்தை விழியற்றதாக இருந்தது. முடியற்ற அதன் தலை பெரிய பாறாங்கல் போல தாதியின் கையில் கனத்தது. மருத்துவச்சியின் கை அதனருகே வந்ததும் அள்ளி இறுகப்பற்றிக்கொண்டு வாய்க்குள் கொண்டுசென்றது. அன்னைமுலை அளிக்கப்பட்டதும் பாம்பை விழுங்கும் பாம்புபோல முலைக்காம்பைக் கவ்வி உண்ணத் தொடங்கியது. அன்னையின் முழுக்குருதியையும் உண்டுவிடும் என்று சேடியர் நினைத்தனர்.

இரண்டாவது குழந்தை வளர்பிறை மூன்றாம் நாள் பிறந்தது. அன்னைக்கு வலியே எடுக்கவில்லை. உதிரமிழந்து வெளுத்திருந்த அவள் அரைத்துயிலில் இருக்கையில் திடீரென எழுமூச்சுவிட்டாள். சேடியர் குருதிமணம் அறிந்து ஓடிவருகையில் குழந்தை வெளிவரத்தொடங்கியிருப்பதைக் கண்டனர். மந்தாரமொட்டு போன்று வெளுத்துச் சிறுத்திருந்த குழந்தை உயிரற்றிருப்பதாகப்பட்டது. அதன் தலைமயிரும் வெண்ணிற நுரைபோன்றிருந்தது. சிறிய வாயைத்திறந்து பூனைக்குட்டி போல மென்குரலில் அழுததுமே அதன் மூச்சு ஒழுகிச்சென்று மெல்ல கையை மட்டும் அசைத்தது. தாதி அதைத்தூக்கியபோது அது மெல்ல முகம் சுளித்து அதிர்ந்தது. அன்னைமுலைக்காம்பை அதனருகே வைத்தபோது அது இருமுறை சப்பிவிட்டு அப்படியே தூங்கிவிட்டது.

மூன்றாம் குழந்தை முழுநிலவுநாளில் பிறந்தது. அன்னை வலிவந்ததும் அவளே வந்து பேற்றிச்சியை அழைத்துக்கொண்டு ஈற்றறைக்கு சென்றாள். ஒருநாழிகைக்குள் மூடியதாமரை மலரில் இருந்து வண்டு எழுவதுபோல அன்னையில் இருந்து கரியநிறமான குழந்தை வெளியே வந்தது. அதன் அழுகை மயில்குஞ்சின் அகவல்போல ஒலித்தது. அழகிய மலர்க்கைகளும் மாம்பூ போன்ற நகங்களும் கொண்டிருந்தது அது. அன்னையின் அருகே படுக்கச்செய்ததும் முலைக்காம்பைக் கவ்வி உண்ணத் தொடங்கியது. நீலத்தாமரையின் புல்லிபோலிருந்த அதன் கூந்தலை அன்னை குனிந்து மெல்ல முத்தமிட்டாள்.

மூன்று குழந்தைகளுக்கும் தந்தையின் இடத்தில் இருந்து சத்யவதியே ஜாதகர்மங்களை செய்தாள். பிறப்புச்சடங்குகளின் முதலாவதான வாக்மந்திரம் தொப்புள்கொடியை அறுப்பதற்கு முன்பு செய்யப்பட்டிருக்க வேண்டும். முதல்குழந்தை பிறக்கவிருக்கையில் சத்யவதி முதல்குழாயை திறந்து பார்த்தாள். முதல்குழந்தை நாடாளும் மன்னன் என்பதனால் அதை திருதராஷ்டிரன் என்று அழைப்பதாக அவர் குறிப்பிட்டிருந்தார். குழந்தையின் உரத்த அழுகுரல் கேட்டதும் அவள் உள்ளே சென்று பார்த்தபோது முதல்பார்வையிலேயே திடுக்கிட்டு பின்னகர்ந்தாள். குழந்தை பெரிய கருங்கல்சிலை போலிருந்தது. கண்களுக்குப்பதில் இரு சதைக்குழிகள் இருந்தன. அவை சேற்றுக்குமிழிகள் போல ததும்பி அசைந்தன.

தொப்புள்கொடியை அறுப்பதற்குள் முதல்மொழிச் சடங்கை செய்தாகவேண்டும் என்று மருத்துவச்சி சொன்னாள். சத்யவதி கண்களில் கண்ணீருடன் முன்னால் சென்று குழந்தையின் காதில் 'வாக்! வாக்! வாக்!' என சொல்லிறைவியை அனுப்பினாள். பொன்னையும் தேனையும் அஸ்தினபுரியின் கன்னிமூலையில் எடுத்த மண்ணின் ஒரு துளியையும் கலந்த நீரைத் தொட்டு குழந்தையின் நாவில் வைத்தாள். நாக்கில் மையம்கொண்டிருந்த குழந்தையின் உயிர் எழுந்து வந்து அந்தப் பொற்கரண்டியை கவ்விக்கொண்டது. அதை அப்படியே விட்டுவிட்டு சத்யவதி திரும்பி ஓடினாள்.

இரண்டாவது குழந்தை பால்நிறமாக இருக்கும் என்றும் ஆகவே அதற்கு பாண்டு என்று பெயரிடுவதாகவும் சொல்லியிருந்தார். சுவடியை வாசித்ததுமே சுருட்டி கையில் இறுகப்பற்றியபடி பற்கள் கிட்டித்தவளாக சத்யவதி நின்றிருந்தாள். அழுகுரல் கேட்கவில்லை. ஆனால் மருத்துவச்சி வெளியே வந்து குழந்தை பிறந்திருப்பதை சொன்னாள். குழந்தையை குனிந்து நோக்கிய சத்யவதி சிறிய ஆறுதலைத்தான் அடைந்தாள். சடங்குகளை உணர்ச்சியில்லாமல் செய்துவிட்டு திரும்பிச்சென்றாள்.

மூன்றாவது குழந்தை நீர்த்துளியென நிலையற்றிருப்பான் என்பதனால் விதுரன் என்று பெயரிட்டிருந்தார். துடிப்புடன் கைகால்களை வீசியபடி வாய்திறந்து அழுத விதுரனின் காதில் 'சொல், சொல், சொல்' என அவள் சொன்னபோது அவன் கைகால்களை அசையாமலாக்கி அதைக்கேட்டதைக் கண்டு அவள் வியந்தாள். அவன் நாவில் முதல் இனிமையைத் தொட்டு வைத்தபோது சிறிய நாக்கு தெரிய பறவைக்குஞ்சுபோல வாயைத்திறந்து சப்பினான். ஊக்கமற்ற மனநிலையில் இருந்த சத்யவதி அக்கணமே மலர்ந்து குழந்தையின் தலையிலும் நெளிந்த மென்பாதங்களிலும் முத்தமிட்டாள்.

தன் குடிலில் பீஷ்மர் அமர்ந்திருக்கையில் ஹரிசேனன் வந்து விதுரன் பிறந்த செய்தியை சொன்னான். அவன் முகம் பொலிவுபெற்றிருந்தது. முதலிரு குழந்தைகளும் நலமானவையாக இல்லை என்பது அஸ்தினபுரியைப் போலவே பீஷ்மரின் குடிலில் இருந்தவர்களையும் சோர்வுறச் செய்திருந்தது. "மூன்றாம் குழந்தை ஒளியுடன் இருக்கிறது என்றனர் ஆசிரியரே" என்றான் ஹரிசேனன். "ஆம், அப்படித்தான் இருக்கும். உடலும் உள்ளமும் தூய்மைகொண்டவன் அவன்" என்றார் பீஷ்மர்.

பின்பு தாழ்ந்த குரலில் "ஹரிசேனா, நலம் என்பது மகிழ்வை அளிக்கவேண்டும் என்பதில்லை. தன்னைச்சூழ்ந்துள்ள தீமையை அறிந்தும் சொல்லமுடியாதவராக இருந்தவர் மாண்டவ்யர். கழுவாணியில் அமர்ந்து வலியில் துடிக்கையிலும் நெஞ்சு அடங்காமையால் இறக்கமுடியாதவர்..." சொல்லவந்ததை முடிக்காமல் "...நலம் நிறையட்டும்!" என்று சொல்லிவிட்டு எழுந்து காட்டுக்குள் சென்றார்.

3

குழந்தைகள் பிறந்த பன்னிரண்டாம்நாள் பீஷ்மர் குறிப்பிட்டிருந்ததுபோல அவர்களுக்கு பெயர்கள் சூட்டப்பட்டன. நான்குமாதங்கள் முடிந்தபின்பு சூரியதரிசனச்சடங்கு நடந்தபோதுதான் பீஷ்மர் காட்டிலிருந்து அஸ்தினபுரிக்கு வந்தார். இரவெல்லாம் பயணம்செய்து விடியற்காலையில் அவர் தன் ஆயுதசாலைக்கு வந்து ஓய்வெடுக்காமலேயே நீராடச்சென்றார். அவருடன் ஹரிசேனன் மட்டும் இருந்தான். பீஷ்மர் மெல்ல சொற்களை இழந்துவருவதாக அவனுக்குப்பட்டது. காடு அவரை அஸ்தினபுரிக்கு அன்னியராக மாற்றிக்கொண்டிருக்கிறது என நினைத்துக்கொண்டான்.

அரண்மனையின் தென்மேற்கே இருந்த பித்ருமண்டபத்தில் சடங்குக்கு ஏற்பாடு செய்யப்பட்டிருந்தது. அஸ்தினபுரியின் பேரமைச்சர் யக்ஞசர்மர் அங்கே நின்றிருந்தார். அருகே தளகர்த்தர்களாகிய உக்ரசேனரும், சத்ருஞ்சயரும், வியாஹ்ரதத்தரும், களஞ்சியக் காப்பாளராகிய லிகிதரும், வரிகளுக்கு பொறுப்பாளராகிய சோமரும், ஆயுதசாலைக்கு அதிபராகிய தீர்க்கவ்யோமரும், எல்லைக்காவலர் தலைவரான விப்ரரும், யானைக்கொட்டடிக்கு அதிபராகிய வைராடரும் நின்றனர். அனைவரும் பீஷ்மரை வணங்கி வரவேற்றனர்.

இருள்விலகாத காலையில் தூண்களில் மாட்டப்பட்ட நெய்விளக்குகளின் ஒளியில் வெண்கலக்குமிழ்களும் பாத்திரங்களும் கண்விழிகளும் செந்நிறத்தில் மின்னிக்கொண்டிருந்தன. மண்டபத்தின் பலகைத்தரையில் ஐந்துவண்ணங்களில் கோலமிடப்பட்ட களத்தின்மேல் வைக்கப்பட்டிருந்த மலர்களும் நெய்யும் கலந்து எழுப்பிய வாசனை அதிகாலையின் குளிர்ந்த காற்றில் மேலும் அழுத்தம் கொண்டிருந்தது.

பீஷ்மர் அரண்மனையின் உபமண்டபத்திற்குச் சென்று அமர்ந்ததும் சேடியர் வந்து வாழ்த்து சொன்னார்கள். பேரரசி சத்யவதி

விழவுக்கு கிளம்பிக்கொண்டிருக்கிறார் என்றும் மூன்று அரசியரும் அணிசெய்துகொண்டிருக்கின்றனர் என்றும் தெரிவித்தனர். பீஷ்மர் குழந்தைகளை கொண்டுவரச் சொன்னார். சேடியர் மூன்று குழந்தைகளையும் கொண்டுவந்து அவரிடம் கொடுத்தனர். பாண்டு இருகைகளையும் இறுக மூடி தூங்கிக்கொண்டிருந்தான். திருதராஷ்டிரன் கண்குமிழிகள் அசைய கால்களை ஆவேசமாக உதைத்து எம்ப முயல்வதுபோல நெளிந்தான். விதுரன் கைப்பிடியில் சேடியின் பட்டு உடையை வைத்திருந்தான். பீஷ்மரைக் கண்டதும் அவன் கைகால்களை அசைத்தபோது அந்த மேலாடையும் சேர்ந்து அசைந்தது. இன்னும் பார்வையாகக் குவியாத அவன் சிறுவிழிகள் அங்கிருந்த நெய்ச்சுடர்களில் மாறிமாறி தாவிக்கொண்டிருந்தன.

பீஷ்மர் மூன்று குழந்தைகளையும் ஒரேசமயம் தன் கைகளில் வாங்கிக்கொண்டார். அவரது பெரிய கைகளுக்குள் அவை சின்னஞ் சிறு பாவைகள் போலிருந்தன. குனிந்து அவற்றின் சிறிய முகங்களையே பார்த்துக்கொண்டிருந்தார். திரைச்சீலைகள் காற்றிலாட அறை அமைதியாக இருந்தது. வெளியே காற்றில் ஒரு மரக்கிளை இன்னொன்றில் உரசும் ஒலி கேட்டது. ஒரு சேடி மெல்ல அசைய அவள் சங்குவளைகள் ஒலியெழுப்பின. வெளியே இருந்து சியாமை வந்து பீஷ்மரைக் கண்டதும் சற்று தயங்கினாள். அவளுடைய கனத்த காலடியோசையைக் கேட்டு பீஷ்மர் நிமிர்ந்தார்.

“பேரரசி எழுந்தருள்கிறார்கள்” என்றாள் சியாமை. பீஷ்மர் குழந்தைகளின் கால்களை தன் கண்களில் ஒற்றிவிட்டு திரும்பக்கொடுத்தார். எழுந்து குனிந்தமையால் தோளில் விழுந்துகிடந்த குழலை பின்னால் தள்ளிவிட்டு “செல்வோம்” என்றார். வெளியே எல்லைக்காவல் அமைச்சரான பலபத்ரர் வணங்கி “பூசைமுறைகள் தொடங்கவிருக்கின்றன பிதாமகரே” என்றார். பீஷ்மர் தலையசைத்தார்.

இளம்வைதிகர்கள் பூசைக்களம் அமைத்திருந்தனர். பெரிய தாம்பாளத்தில் அபராசி, அருகு, முயற்செவி, திருதாளி, சிறுகுறிஞ்சி, நிலப்பனை, கரிசலாங்கண்ணி, அமிர்தவல்லி, தீந்தணலி, உழிஞை என்னும் பத்து மூலிகைகள் வைக்கப்பட்டிருந்தன. அப்பால் முக்குணங்களின் வண்ணங்களும் கலந்த பன்னிரு மலர்கள் தனித்தனியாக இருந்தன. எண்மங்கலங்களான நெல், நாழி, ஆடி, குங்குமம், சந்தனம், அகல்விளக்கு, ஏடு, வெண்பட்டு ஆகியவற்றை ஒருக்கிக்கொண்டிருந்த இளைய வைதிகன் எழுந்து “அமுதவேளை நெருங்குகிறது ஆசிரியரே” என்றான்.

பெருஞ்சங்கம் முழங்க பல்லியம் ஆர்க்க முரசு மெல்ல அதிர்ந்து அடங்கியது. வேதியர் நிறைகலத்துடன் முன்னால் வர பின்னால் சூதர்கள் வர சத்யவதி வெண்பட்டாடை அணிந்து நடந்துவந்தாள்.

அதிகாலையின் கரையும்இருளில் அந்த வெண்மை ஒளிகொண்டிருந்தது. பீஷ்மர் எட்டடி முன்னால் சென்று சத்யவதியை வணங்கி முகமன் உரைத்தார். அமைச்சர்கள் ஒவ்வொருவராகச் சென்று வாழ்த்தி வணங்கினர். சத்யவதி பலபத்ரரிடம் "எங்கே அரசியர்?" என்றாள்.

சியாமை "வந்துகொண்டிருக்கிறார்கள்" என்றபின் உள்ளே சென்றாள். உள்ளே மணிச்சங்கங்கள் இருமுறை ஒலியெழுப்பின. முரசு முழங்கி அமைந்தது. கையில் குழந்தையுடன் அம்பிகை வெண்ணிற ஆடையுடன் படியிறங்கி வந்தாள். அவளைத்தொடர்ந்து அம்பாலிகை குழந்தையுடன் வந்தாள். அம்பிகை துயிலிழந்த கண்களுடன், இறுகிய முகத்துடன் சோர்ந்தவளாக தெரிந்தாள். வாயின் இருபக்கமும் அழுத்தமான கோடுகள் விழுந்து, கண்களுக்குக் கீழே கருவளையம் அமைந்து, அவள் மிக மூத்துவிட்டவளாகத் தோன்றினாள். அம்பாலிகை உடல் மெலிந்திருந்தாலும் உள்ளூர உவகையுடன் இருப்பதாகத் தோன்றியது. கடைசியாக சிவை வந்தாள். அவள் நடப்பதுபோலவே தெரியவில்லை. அவளை தேவதைகள் சுமந்துகொண்டு வந்தனர்.

துணைவைதிகர் களத்தில் பட்டுப்பாய்களை விரித்தனர். ஒருவர் "பேரரசியும் அரசிகளும் குழந்தைகளுடன் அமரலாம்" என்றார். அம்பிகையும் அம்பாலிகையும் அமர்ந்துகொண்டனர். மண்டபத்துக்கு வெளியே விரிக்கப்பட்ட பட்டுப்பாயில் சிவை தன் குழந்தையுடன் அமர்ந்துகொண்டாள். சத்யவதி சற்று நிலையிழந்திருப்பதை பீஷ்மர் கவனித்துக்கொண்டிருந்தார். அவள் பலபத்ரரை கையசைத்து அழைத்து ஏதோ கேட்டாள். பலபத்ரர் உள்ளே ஓடி சிலகணங்களில் அச்சமுற்றவராக திரும்பி வந்தார். அவர் சத்யவதியிடம் ஏதோ சொல்ல சத்யவதியின் முகம் சுருங்கியது. யக்ஞசர்மர் அருகே சென்று குனிந்தபின் அவரும் உள்ளே சென்றுவிட்டு அதேபோல மீண்டுவந்தார்.

பீஷ்மர் உடனே என்ன நடக்கிறது என்று புரிந்துகொண்டார். முதுவைதிகர் எழுவர் வந்து பிறப்புச்சடங்குகளைச் செய்யவேண்டுமென்பது மரபு. எழுவரும் மண்டபத்துக்கு வரவில்லை. அவர்கள் அப்பால் அவைமண்டபத்துக்குப் பின்னால் தூண்களின் அருகே கூடி நின்றிருந்தனர். என்ன நடக்கிறது என்று வினவுவதற்காக பீஷ்மர் மார்பில் கட்டியிருந்த கைகளைத் தாழ்த்தியபோது யக்ஞசர்மர் தன்னை நோக்கி வருவதைக் கண்டார். அவர் பெருமூச்சுடன் தன்னை எளிதாக்கிக்கொண்டார்.

யக்ஞசர்மர் வணங்கி "பிதாமகரே, இந்த அஸ்தினபுரி உங்கள் மடியில் தவழும் குழந்தை. இதன் நலனையே நாடுபவர் நீங்கள். இதை உணவூட்டிப் புரப்பவர். இதன் அன்னை. ஆகவே இதன் நோய்களையும் பிடிவாதங்களையும் குறும்புகளையும் அனைவரை விடவும் நீங்கள்

நன்கறிவீர்கள்” என்றார். பீஷ்மர் பேசாமல் கூர்ந்து நோக்கி நின்றார். “வைதிகர்கள் தாங்கள் இங்கிருப்பதை விரும்பவில்லை.”

ஒருகணத்திலும் சிறிய அளவில் பீஷ்மர் முகம் சிவந்து பின் மீண்டது. புன்னகையுடன் “ஏன்?” என்றார். “உங்கள்மீது காசிநாட்டு இளவரசியின் தீச்சொல் உள்ளது என்கிறார்கள். இந்த வைதிகச்செயலில் நீங்கள் பங்கெடுப்பது அறப்பிழை என்கிறார்கள்” என்ற யக்ஞசர்மர் வேகமாக “அவர்களுக்கு இந்த விழா ஓர் உகந்த தருணம். இதை பயன்படுத்திக்கொள்ள எண்ணுகிறார்கள். ஆனால் அவர்களை நாம் ஒன்றும் செய்யமுடியாது” என்றார்.

“பேரரசி என்ன சொல்கிறார்?” என்றார் பீஷ்மர். “பேரரசியின் ஆணைப்படித்தான் நான் பேசவந்தேன்...” என்றார் யக்ஞசர்மர். “தாங்கள் மீண்டும் சிலகாலம் வனம்புகுவது நல்லது என்று பேரரசி எண்ணுகிறார்.” பீஷ்மர் தாடியை நீவிவிட்டு “நான் இப்போது என்ன செய்யவேண்டும் என பேரரசி ஆணையிட்டார்?” என்றார். “தாங்கள் உடனே இங்கிருந்து சென்றுவிடவேண்டும் என்றும் பேரரசியே தங்களை மாலையில் சந்தித்து இதைப்பற்றி விவாதிப்பார் என்றும் சொன்னார்.”

அங்கிருந்த அத்தனை சருமங்களும் அந்த உரையாடலை கேட்டுக் கொண்டிருந்தன என்பதை பீஷ்மர் உணர்ந்தார். தலைநிமிர்ந்து நிதானமாக திரும்பிநடந்தார். அவர் முதுகுக்குப்பின் அத்தனை உடல்களும் இறுக்கமிழப்பதன் அசைவை அவரது சருமம் கேட்டது. அப்போதுதான் அவரை வெளியேற்ற அந்த அவையில் அனைவருமே விரும்பியிருந்தனர் என்பதை அவர் உணர்ந்தார். கீழ்வாயுவை வெளியேற்றும் உடலின் நிம்மதி என நினைத்துக்கொண்டதும் அவர் உதடுகள் மெல்லிய புன்னகையில் வளைந்தன.

பின்மதியத்தில் அவர் சத்யவதியை அந்தரமண்டபத்தில் சந்தித்தபோது அவள் ஓய்வாக நீளிருக்கையில் படுத்திருந்தாள். பீஷ்மர் உள்ளே சென்றதும் மேலாடையை எடுத்துப்போர்த்தியபடி அவரை முகமன் சொல்லி வரவேற்றாள். அஸ்தினபுரியின் ஆட்சிமைக் குறிப்புகளைப்பற்றி மட்டுமே பேசினாள். பீஷ்மர் அவள் கண்களை சந்தித்தபோது அவை குழந்தைக்கண்கள்போல தெளிந்திருக்கக் கண்டார். அதை எண்ணி அவர் அகம் வியந்தது.

விடைபெற்று எழும்போது “நான் காடேகவிருக்கிறேன்” என்றார் பீஷ்மர். சத்யவதி மிக இயல்பாக “உனக்குள் காடு உள்ளது மைந்தா. நீ நகரில் வாழ்பவனல்ல” என்றாள். “ஆனால் நீ உடனடியாகச் சென்றால் ஆட்சியில் இடர்கள் நிகழக்கூடும். நீ சிறிதுநாட்களுக்கு...” என அவள் சொல்லத்தொடங்கியதும் “அதற்குரியனவற்றை செய்துவிட்டேன்”

என்றார். சத்யவதி புன்னகையுடன் "நீ என்றுமே முன்னறிந்து நடப்பவன்" என்றாள்.

அன்று மாலையே பீஷ்மர் அஸ்தினபுரியை விட்டு நீங்கினார். நகரத்தெருக்களில் அவரது தேர் சென்றபோது மக்களின் நடத்தை மாறியிருப்பதை கண்நுனிகளால் கண்டார். அவர்கள் அவரது தேருக்கு பணிந்து வழிவிட்டனர். ஆனால் திமிறும் குழந்தையின் உடல்போல அவ்வசைவுகளில் ஒரு புறக்கணிப்பு வெளிப்பட்டது. பெண்கள் சாளரம் வழியாக அவரை நோக்கவில்லை. முதியவர்கள் குழந்தைகளை அழைத்து அவரை சுட்டிக்காட்டவில்லை. வீரர்களின் வேல்தாழ்த்துதலில்கூட அந்தக் கசப்பு வெளிப்பட்டது.

காற்றில் நழுவி பின்னால்செல்லும் பொன்பட்டு மேலாடை போல நகர் நீங்குகையில் அஸ்தினபுரியை உணர்வது அவர் வழக்கம். அன்று தோள்சுமையொன்று உதிர்ந்ததுபோல நினைத்துக்கொண்டார். நகரின் ஒலிகள் முழுமையாகவே மறைந்தபின்னர்தான் அவர் தன் உடல் இறுகி இருப்பதை, தாடை முறுகி உதடு கடிபட்டிருப்பதை உணர்ந்தார். பெருமூச்சுகள் வழியாக தன்னை தளர்த்திக்கொண்டார்.

அஸ்தினபுரியில் இருந்து வடமேற்காக சென்றுகொண்டிருந்தார் பீஷ்மர். தேர்ச்சாலை அவருக்குமுன்னால் நெளிந்து நெளிந்து வந்தபடியே இருந்தது. செம்புழுதி படிந்த மரங்களும் அரசாணைக்கல்வெட்டுகள் பொறிக்கப்பட்ட பாறைகளும் சுங்கச்சாவடிகளும் வந்தன. இரவேறியபின் குதிரைகள் மூச்சுவாங்கியபடி மெல்ல தளர்ந்தன. கடிவாளத்தை ஒருகையால் பற்றியபடி சாலையோரத்தை பார்த்துக்கொண்டே சென்றார். பெரியசத்திரங்களில் பந்தங்கள் எரிய மது அருந்திய பயணிகளின் உரத்த குரல்கள் கேட்டன. பெரியதோர் அரசமரத்தடியில் கட்டப்பட்டிருந்த சிறிய கல்மண்டபத்தில் அகல்விளக்கின் சுடரும் நிழல்களும் தெரிந்தன. ஒரு சூதனின் மெல்லிய கிணையொலி வந்தது.

பீஷ்மர் தேரை நிறுத்தி குதிரைகளை அவிழ்த்து காட்டுக்குள் விட்டார். காட்டுக்கொடியொன்றால் குழல்களைக் கட்டி பின்னால் விட்டுக்கொண்டு நடந்து அந்த மண்டபத்தை அடைந்தார். அங்கே எட்டுபேர் இருந்தனர். ஒருவர் கிழட்டு சூதர். பிறர் உடைமைகளற்ற நாடோடிகள். அவர்களின் மூட்டைகள் ஓரமாகக் கிடந்தன. அனைவரும் மதுவின் போதையில் இருந்தனர்.

"இதோ வருகிறார் பீஷ்மர், அஸ்தினபுரியின் கல்கோபுரம், அஹஹ்ஹஹ்ஹா!" என்று சூதர் நகைத்தார். போதையில் எச்சில் ஊறிய வாயை சப்புக்கொட்டியபடி "நெட்டைமனிதரே, நீர் பீஷ்மருக்கு என்ன உறவு என நான் அறியலாமா?" என்றார். பிறர் சிரித்தனர்.

சூதர் "பீஷ்மரின் தந்தை சந்தனு தன் ஆயுதத்தை வேறு இடங்களிலும் கூர்தீட்டியிருக்கலாமென இவர் காட்டுகிறார் அல்லவா?" என்றார். குடிகாரர்கள் சிரித்துக்கொண்டு அவரைப்பார்த்தனர்.

பீஷ்மர் மண்டபத்தின் கல்திண்ணையில் அமர்ந்துகொண்டார். "வீரரே, நீங்கள் குளிக்காமல் துயிலவிருக்கிறீர்கள். ஆகவே நீங்களும் எங்களைப்போல மகிழ்ச்சியான குடிகாரர் என நாங்கள் நினைக்கலாமா?" என்றான் ஓர் இளைஞன். "அவரைப்பார்த்தால் துயரமான குடிகாரர் என்று தோன்றுகிறதே" என்றான் இன்னொருவன். "அவர் முனை மழுங்கிய ஆயுதத்துடன் அலைபவராக இருக்கலாம்" என இருளில் இருந்து ஒருவன் சொன்னான். அனைவரும் சிரித்தனர்.

ஒரு கிழவன் எழுந்து மூங்கில் குவளையில் மதுவுடன் அருகே வந்தான். அழுகிய மதூகமலரின் நாற்றம் அதில் இருந்தது. "நீங்கள் இதை குடிக்கலாம் வீரரே. இது சிறந்த பெண்கழுதையின் சிறுநீரால் தயாரிக்கப்பட்டது" என்று நீட்டினான். அனைவரும் சிரிக்க ஒருவன் "அய்யய்யோ! கழுதையின் சிறுநீர்! அற்புதம்! கழுதையின் சிறுநீர்!" என்று பொங்கிப்பொங்கி சிரிக்கத் தொடங்கினான்.

பீஷ்மர் குவளையை வாங்கி "நலம் திகழட்டும்!" என்றபின் ஒரே மூச்சில் அதைக்குடித்தார். மதூகமலரை அழுகச்செய்து நீரில் கொதிக்கவைத்து எடுக்கப்படும் அந்த மது சிந்தனையின் அனைத்துச் சரடுகளையும் எண்ணெயில் நெளியும் மண்புழுக்களாக ஆக்கிவிடும் என பீஷ்மர் அறிந்திருந்தார்.

மதூகம் அவர் நாசியிலும் வாயிலும் நிறைந்தது. "இவர் சிறந்த குடிகாரர்... இவரது தந்தை கூர்தீட்டும்போது இந்த மஹுவாக் கள்ளை கண்டிப்பாக குடித்திருப்பார்" என்றான் ஒருவன். சூதர் "வீரரே, உயர்ந்த ஆமையிறைச்சியும் இங்கே இருக்கிறது. அதைத்தின்று மேலும் குடித்தால் நாம் போதையின் பெருக்கெடுப்பான யமுனையில் நீந்த முடியும்" என்றான். "காளிந்தியில் பிடிக்கப்பட்ட ஆமை இது... கன்னங்கரியது..." அப்பால் ஒருவன் "கழுதையின் சிறுநீர்! அருமை!" என எச்சில் வழிய சிரித்துக்கொண்டிருந்தான்.

ஆமையிறைச்சி நெடுநேரம் முன்னரே சுடப்பட்டிருந்தது. உதடுகளில் அதன் மென்கொழுப்பு ஒட்டி கடைவாயில் வழிந்தது. பீஷ்மர் மும்முறை இறைச்சியைத் தின்று மதூகமதுவை அருந்தினார். வாயில் பசைபோல ஏதோ ஊறி நிறைந்தது. கழுத்தில் தலையின் எடை அதிகரித்து வந்தது. கால்களை நீட்டிக்கொண்டு மண்டபத்தூணில் சாய்ந்தார். சூதர் "வீரரே என் பெயர் விடம்பன். நான் இந்த பாரதவர்ஷத்திலேயே ஞானியான ஒரே சூதன் என ஞானியான ஒரே சூதனால் கருதப்படுபவன். நான்

கங்கையின் மகனாகிய பீஷ்மரைப்பற்றி பாடிக்கொண்டிருந்தேன்" என்றார். பீஷ்மர் ஒரு பொன் நாணயத்தை எடுத்து சூதரிடம் வீசி "பாடுக!" என்றார்.

நாடோடிகள் திகைத்தனர். "பொன்நாணயம்! வீரரே, இது கையில் இருந்ததென்றால் நீங்கள் ஏன் பெரிய சத்திரங்களுக்கு செல்லக் கூடாது?" என்றான் ஒருவன். இன்னொருவன் "மூடா, பெரிய சத்திரங்களில் இருந்துதான் இந்தப் பொன் நாணயத்தையே இவர் கொண்டுவந்திருக்கிறார்" என்றான். "திருடியா?" என்றான் இன்னொருவன். "சேச்சே, வீரர்கள் திருடுவார்களா என்ன? அவர்கள் இறந்த உடல்களில் இருந்து நாணயங்களை எடுப்பார்கள்" என்றான்.

முதலில் கேட்டவன் மேலும் குழம்பி "இறந்த உடல்களை எங்கே கண்டுபிடிப்பார்கள்?" என்றான். "கண்டுபிடிப்பது கடினமல்ல. அவை அவர்களின் காலடியில் கிடக்கும்." முதலில் கேட்டவன் எழுந்துவிட்டான். "எப்படி?" என்றான். "டேய், கொல்லப்பட்ட பிணம் கொன்றவன் முன்னால்தானே விழும்?" அப்போதுதான் புரிந்துகொண்டு அவன் வெடித்துச் சிரித்தான். கீழே விழுந்து கிடந்தவன் "கழுதையின் சிறுநீர்! ஓ" என்று கண்ணீரும் மூக்குநீரும் வழிய சிரித்தான்.

விடம்பன் உரக்க "அமைதி! அமைதி பேரரசர்களே, அமைதி மாவீரர்களே! அமைதி!" என்றார். அவர்கள் கைகளைத்தூக்கி கூச்சலிட்டனர். "பீஷ்மரின் கதை கேளுங்கள். அவர் இந்த அஸ்தினபுரியை அவரே உருவாக்கும் ஆபத்துகளில் இருந்து காப்பாற்றும் பாதுகாவலர் அல்லவா? பிறரது குழந்தைகளுக்காக சொத்துசேர்க்கும் தந்தை அல்லவா?" ஹோஹோஹோ என்ற கூச்சல்களும் சிரிப்புகளும் எழுந்தன.

"பீஷ்மருக்குத் தேவையானது என்ன சான்றோரே? அவர் நம் நாட்டின் பிதாமகர். அவருக்குத் தேவையானது எள்ளும் தண்ணீரும். அவர்செய்த தியாகங்களுக்காக நாம் அவரை எள்ளால் ஆன மலைமீது ஏற்றி கங்கையில் மிதக்கவிடவேண்டும். ஓம் அவ்வாறே ஆகுக!" விடம்பன் ஏப்பம் விட்டு "அடேய், சுனகா எங்கே என் மஹுவா? எங்கே அவள்?" என்றார்.

அவன் மதுக்குவளையை கொடுத்ததும் ஒரே மிடறில் குடித்துவிட்டு "நாளை வெளியே போகும் சிறுநீருக்கும் இந்த மஹுவாவுக்கும் நடுவே உள்ள வேறுபாடு என்ன?" என்றார். "என்ன என்ன?" என்றனர் குடிகாரர்கள். "கவிதை! வாக்தேவி!" என்றார் சூதர். ஊஊஊ என நான்குபேர் ஊளையிட பிறர் சிரித்தனர்.

"அந்தக்காலத்திலே ராமன் என்று ஓர் அரசன் இருந்தான். வீட்டுப்பெண்ணை காட்டுக்குக் கூட்டிச்சென்று அரக்கனிடம்

அகப்படச்செய்தான். அந்தப்பிழையை சரிசெய்ய அவன் அகச்சான்று துடித்ததனால் அவன் அரக்ககுலத்தை அழித்தான். அவன் நாமம் வாழ்க!" குடிகாரர்கள் கைகளைத் தட்டினர். "அதன்பின் அரக்ககுலத்தை அழித்ததன் அகச்சான்றின் வலியால் அவன் அந்த மனைவியை மீண்டும் காட்டுக்கு அனுப்பினான். அவள் எரிபுகுந்தாள். அவள் எரிபுகுந்ததன் அகச்சான்றுத்துயர் தாளாமல் புழுவாகத் துடித்த அவன் அதைவெல்ல தன்னை விஷ்ணுவின் பிறவிவடிவம் என அறிவித்தான். அவன் வாழ்க!"

"ராமன் இக்ஷுவாகு குலத்தவன். அக்குலத்திலே மகாபிஷக் என்னும் மன்னன் ஒருவன் ஆண்டுகொண்டிருந்தான். அவன் ஆயிரம் அஸ்வமேத யாகங்களும் நூறு ராஜசூய யாகங்களும் செய்தான். எஞ்சிய நேரத்தில் பிள்ளைகளை பெற்றான். பிள்ளைகள் அவனுக்கு நீர்க்கடன் செய்து பிரம்மனின் உலகுக்கு அனுப்பினர். அவன் அங்கே ராஜரிஷியாக அமர்ந்திருந்தான். அவன் நெஞ்சமெல்லாம் வேள்விகளுக்கு செலவழித்த நேரத்தில் இன்னும் சற்று மகவுகளை பிறப்பித்திருக்கலாமோ என்னும் எண்ணம் நிறைந்திருந்தால் அது பிழையல்ல அல்லவா?"

"ஆம்! ஆம்! ஆம்!" என்றனர் குடிகாரர்கள். ஒருவன் மட்டும் "கழுதைச் சிறுநீர்! அய்யய்யோ!" என்று சிரித்து கண்ணீர் விட்டான். விடம்பன் "அப்போது அங்கே பிரம்மனைப்பார்க்க கங்கை வந்தாள். கங்கை மீது காற்றடிப்பது இயல்புதானே? அலைவிலகிய கங்கையில் சுழிகளிருப்பதை ஒரு மன்னன் பார்ப்பதில் என்ன பிழை? அந்தக்குற்றத்துக்காக அவனை பிரம்மன் நீ மண்ணில் சந்தனு என்னும் மன்னனாகப் பிறப்பாய் என்று தீச்சொல் விடுத்தார். அவ்வாறாக சந்தனு மஹுவா சுவையாக இருப்பதும் அறம் திகழ்வதுமான அஸ்தினபுரியில் மாமன்னர் பிரதீபரின் மைந்தனாகப் பிறந்தார். பாரதவர்ஷம் புளகம் கொண்டது. ஏனென்றால் போனவன் அவ்வளவு விரைவாக திரும்பிவருவான் என அது எதிர்பார்க்கவேயில்லை."

"ஒருபெண்ணை விரும்புபவனை தண்டிக்க சிறந்தவழி அந்தப் பெண்ணையே அவன் அடையும்படி செய்வது அல்லவா? பிரம்மனின் தீயாணைப்படி சந்தனு மண்ணில்பிறந்து கங்கையை மணக்க நேர்ந்தது. கங்கை விண்வழியாக மண்ணுக்கு வரும் வழியில் எட்டு வசுக்களும் எட்டு எல்லைக்கற்கள் போல வெளுத்து நிற்பதை கண்டாள். ஏன் இந்தக் கோலம் என்று கேட்டாள். கங்கையன்னையே நாங்கள் விண்ணக ஷத்ரியர்கள். பொழுதுபோகாத ஷத்ரியர்கள் பசுக்களைத் திருடுவது மண்ணிலும் விண்ணிலும் விதியல்லவா? ஆகவே நாங்கள் வசிட்டரின் பசுக்களை திருடினோம். அவர் நன்கு சிந்திக்காமல் எங்களை ஆற்றலிழக்கச் செய்துவிட்டார் என்றனர்." விடம்பன் பாடினார்.

“எங்களை நீயே கருவுற்று மனிதர்களாகப் பெற்றாயென்றால் நாங்கள் விரைவாக வல்லமையை மீளப்பெறுவோம் என்றனர் வசுக்கள். அவ்வாறே ஆகுக. நீங்கள் மண்ணில் நற்செயல்களைச் செய்து செய்நலம் ஈட்டி விண்ணகம் புகுங்கள் என்றாள் கங்கை. எட்டுவசுக்களில் மூத்தவர் பதறி அன்னையே எங்களை அறிந்தபின்னரும் இதைச்சொல்லலாமா? நாங்கள் அங்கே பிறந்தால் கைகால் மற்றும் உறுப்புக்கள் வெறுமனே இராத காரணத்தால் இன்னும் நாலைந்து பிறவிக்கான பழிகளையே ஈட்டிக்கொள்வோம். அப்படி எதையும் நாங்கள் செய்வதற்குள் எங்களை நீயே உனது நீரில் மூழ்கடித்து கொலைசெய்துவிடு என்றார். அவ்வண்ணமே செய்கிறேன் என்று அன்னை வாக்களித்தாள்.”

“மாமன்னர் பிரதீபர் கங்கைக்கரைக்கு வேட்டையாடச்சென்றபோது கங்கையன்னை ஒரு சிறுபெண்ணாகச் சென்று அவரது வலது தொடையில் அமர்ந்தாள். வலது தொடையில் அமர்பவள் மருமகளாகவே ஆகமுடியும் என்று அமைச்சர்கள் சொல்லிவிட்டதனால் மனம் வருந்திய பிரதீபர் தன் மகன் சந்தனுவுக்கே அவளை மணம் புரிந்துவைக்க முடிவெடுத்தார். அவர் மணக்கோரிக்கையை முன்வைத்தபோது கங்கை நான் என்ன செய்தாலும் உன் மைந்தன் ஏன் என்று கேட்கலாகாது என்று சொன்னாள். அன்றிலிருந்தே அக்கோரிக்கையை அனைத்து மணமகள்களும் முதல்நாளிரவில் முன்வைக்கும் நிலை மண்ணில் உருவாகியது என்றறிக! ஓம், அவ்விதி என்றும் அவ்வாறே ஆகுக!”

குடிகாரர்களில் இருவர் விழுந்து எச்சில்வழிய தூங்கிக்கொண்டிருந்தனர். நாலைந்துபேர் எங்கிருக்கிறார்கள் என்ற நிலையில் அமர்ந்திருக்க ஒருவன் மட்டும் ‘கழுதைச் சிறுநீர்’ என்று மெல்ல விசும்பி மூக்கைச் சிந்தி உதறினான்.

“கங்கையன்னை ஏழு வசுக்களை நீரில் மூழ்கடித்து கொன்றாள். அவர்கள் உடனடியாக பறந்து எழுந்து வானில் சென்று வேறு ஆநிரைகளுக்காக தேட ஆரம்பித்தனர். எட்டாவது வசு மட்டும் கங்கையில் மூழ்கடித்த அன்னையின் கையை கடித்துவிட்டான். கங்கை கையை உதறியதும் அவன் ஓடிப்போய் கரையில் நின்றுகொண்டான். அவன் ஜஹ்னு முனிவரின் புதல்வியும் தேவியுமான கங்கையைக் கடித்தமையால் தேவதம்ஸன் என்று அழைக்கப்பட்டான். பிற்பாடு அஸ்தினபுரியின் அரசாணையின்படி அந்தப்பெயர் தேவவிரதன் என்று ஆக்கப்பட்டது. முந்தைய பெயரை சொல்பவர்கள் பிந்தைய பெயரை ஆயிரம் முறை கூவியபடி கசையடியை பெற்றுக்கொள்ளவேண்டும் என்று வகுக்கப்பட்டது.”

விடம்பன் பீஷ்மரிடம் “ஆகவே மாவீரரே, சிறந்த பொன்நாணயங்களால் அணிசெய்யப்பட்ட தோல்பையை கொண்டவரே, மற்ற ஏழுவசுக்களும் வான்வெளியில் நின்று பரிதவித்து கூச்சலிட்டனர். அன்னையே, அவனை

அப்படி விட்டுவிடாதீர்கள். பாம்பின்காலை மற்ற ஏழு பாம்புகளும் அறியும். அவன் அங்கே என்னசெய்வான் என்று எங்களுக்குத் தெரியும் என்றனர். தேவி கவலைவேண்டாம், இப்பிறவியில் இவனுக்கு அரசு, காமம், மக்கள்பேறு மூன்றும் இருக்காது என்றாள். வசுக்கள் கடைசி வசுவை நோக்கி எள்ளி நகைத்தபடி மறைந்தனர். தன் கையைக் கடித்த மகனைநோக்கி கங்காதேவி 'நீ இப்பிறவியில் செய்வனவெல்லாம் தீங்காகக் கடவது' என்றாள். என்றபின் 'மஹாஞவாவை வாழ்த்துங்கள் மானுடரே' " என்றார்.

பின்பு விடம்பன் தொடர்ந்தார். "அந்த வசு அவளை வணங்கி அன்னையே நான் உயிர்தரிப்பதற்காகச் செய்த பிழையை பொறுத்தருள்க. நான் இங்கே பாவங்களைச் செய்தால் நீங்களே என்னை மீண்டும் மைந்தனாகப் பெற்று அப்பாவங்களைத் தீர்க்க அருள் புரியவேண்டும் என்றான். கங்காதேவி அந்தக்கோரிக்கையில் உள்ள இக்கட்டை உடனே புரிந்துகொண்டு சொல்மீட்சி அளித்தாள். நீ செய்யும் தீமைகளை முழுக்க நல்ல நோக்குடனயே செய்வாய். ஆகவே உனக்கு எப்பாவமும் சேராது, நீ பிறவியறுப்பாய் என்றாள்."

விடம்பன் பறையை ஓங்கி அறைந்து "சிறியவர்கள் தங்கள் சிறுமையாலும் பெரியவர்கள் தங்கள் பெருமையாலும் பிழைகளை செய்யவைக்கும் பெருங்கருணையை வாழ்த்துவோம். சிறியவர்களுக்கு சிறிய தண்டனைகளையும் பெரியவர்களுக்கு பெரியதண்டனையையும் வைத்திருக்கும் பெருநியதியை வணங்குவோம்... ஓம் ஓம் ஓம்!" எனப் பாடிமுடித்தார்.

அப்பால் ஒருவன் மட்டும் 'கழுதைச்சிறுநீர்!' என்று கண்ணீர்விட்டு அழுதுகொண்டிருக்க பிற அனைவருமே ஆங்காங்கே விழுந்து தூங்கிவிட்டனர். "வீரரே, இன்னொரு பொன் இருந்தால் நான் விசித்திரவீரியன் கதையை பாடுகிறேன்" என்று விடம்பன் ஆர்வமாக கேட்டார். "திரேதாயுகத்தில் ஆயினிப்பழத்தின் விதைகளை தன் முட்டைகள் என எண்ணி ஆயிரம் வருடம் அடைகாத்த நிர்வீர்யன் என்னும் ஒரு நாகம் இருந்தது. அது மறுபிறவியில் சந்திரகுலத்தில் அரசனாகப்பிறந்த கதை அது."

"தேவையில்லை சூதரே... இந்தக்கதையே சிறப்பாக இருந்தது" என்றார் பீஷ்மர். சூதர் எழுந்துசென்று சத்திரத்தின் எல்லா மூலைகளையும் ஆர்வமாகத் தேடினார். "முன்பு தேவர்கள் அமுதுண்டதுபோல கடைசித்துளியையும் அருந்திவிட்டனர்" என்றபின் "வீரரே, நான் இந்த சுளுந்துவிளக்கை அணைக்கலாமல்லவா?" என்றார்.

பீஷ்மர் தலையசைத்தார். சூதர் படுத்துக்கொண்டபின் அவர் எழுந்து வெளியே சென்று பனி பெய்துகொண்டிருந்த வெளியில் முற்றத்து

மென்மணலில் மல்லாந்து படுத்துக்கொண்டார். தன் முகம் புன்னகை செய்துகொண்டிருப்பதை உணர்ந்ததும் அவருக்கு சிரிப்பு வந்தது. விடம்பனின் ஒவ்வொரு வரியும் நினைப்புக்கு வர உதடுகளை இறுக மூடி ஓசையின்றி உடல்குலுங்க சிரித்தார்.

இரவெல்லாம் சிரித்துக்கொண்டிருந்தபின் கருக்கிருட்டில் எழுந்து சூதரின் அருகே சென்று நின்றார். தன் இடைக்கச்சையில் இருந்த அனைத்து பொன்நாணயங்களையும் எடுத்து விடம்பனின் காலடியில் வைத்துவிட்டு இருளில் கிளம்பிச் சென்றார். மேய்ந்த குதிரைகள் தேரருகே வந்து ஒற்றைக்கால்தூக்கி தூங்கிக்கொண்டு நின்றிருந்தன. அவரது ஓசைகேட்டு கண்களைத் திறந்த கபிலநிறப்புரவி பிடாரி குலைய அருகே வந்தது. அதன் கழுத்தைத் தடவியபின் அவர் தேரைப்பூட்டி ஏறிக்கொண்டார்.

4

சப்தசிந்து என்றழைக்கப்பட்ட ஏழுநதிகளான சுதுத்ரி, பருஷ்னி, அஸிக்னி, விதஸ்தா, விபஸ், குபா, சுஷோமா ஆகியவை இமயமலைச் சரிவிறங்கியபின் அடர்ந்த காட்டுக்குள் புதர்கள் அசையாமல் செல்லும் புலிக்குட்டிகள் போல ஒலியெழுப்பாமல் ஓடி அப்பால் விரிந்த நிலவெளிநோக்கி ஒளியுடன் எழுந்து கரைகளை தழுவிச்சென்றன. வண்டல்படிந்த அந்த நிலம் நெடுங்காலம் முன்னரே வயல்வெளியாக மாறி பசுங்கடலாக அலையடித்துக்கொண்டிருந்தது. அவற்றின் கரைகளில் வைக்கோல்கூரைகள் கொண்ட வீடுகள் தேனீக்கூட்டம்போலச் செறிந்து ரீங்கரித்துக்கொண்டிருந்த நூற்றுக்கணக்கான கிராமங்கள் அமைந்திருந்தன.

கங்கபுரியில் இருந்து கிளம்பிய பீஷ்மர் அக்கிராமங்கள் வழியாக அடையாளமில்லாத பயணியாக சென்றுகொண்டிருந்தார். கங்கைநிலத்தில் இருந்து செல்லும் பெரிய ராஜபாதை நூற்றுக்கணக்கான கிளைகளுடன் முடிவேயில்லாமல் நீளும் கொடிபோல சென்றது. அதில் செறிந்த காய்கள் போலிருந்தன கிராமங்கள். நதிகளை அடைந்ததும் பாதை சரிந்திறங்கி அலையடிக்கும் நீரில் படகுத்துறையாக மாறி கால்களூன்றி நின்றது. அங்கே அலைதளும்பும் நதியோரம் கொடிகள் பறக்க பெரும்படகுகள் பாய்மரங்கள் சுருக்கி நின்றிருந்தன. குதிரைகளும் தேர்களும் பொதிவண்டிகளும்கூட அவற்றில் ஏறிக்கொண்டன.

பாய்கள் விரித்துச்செல்லும் படகில் அசையாமல் நின்றபடி செல்லும் வெண்குதிரைக்கூட்டத்தைக் கண்டபோது விண்ணில் பறக்கும் இந்திரவாகனமாகிய ஏழுதலைகொண்ட உச்சைசிரவஸ் என்று பீஷ்மர் நினைத்துக்கொண்டார். இன்னொருபடகில் யானை ஏறியிருந்தது. துதிக்கையை வெண்தந்தங்களில் வழியவிட்டபடி படகை ஆட்டாமல் உடலையும் காதுகளையும் மெல்ல ஆட்டியபடி அது நின்றிருந்தது.

நதியில் செல்லும் மனிதர்களில் பெரும்பாலானவர்கள் கரைகளை நோக்க சிலர் மட்டும் நீரோட்டத்தைப் பார்த்தனர். கரைநோக்கியவர்கள் உரக்கப்பேசினர். நீரை நோக்கியவர்கள் தங்களுக்குள் மூழ்கியிருந்தனர்.

சுதுத்ரி நடுவே மணல்மேடுகளில் நாணல்புதர்கள் காற்றில் உலைந்தன. குட்டை மரங்கள் இருந்த ஆற்றிடைக்குறைகளில் வெண்நாரைகள் கிளைகளில் அமர்ந்தும் வானில் சிறகுவிரித்து எழுந்தும் மீண்டுவந்து அமைந்தும் உரக்க அகவியும் அழகூட்டின. நதிநீரில் தலைகீழாகத் தெரிந்த ஆற்றிடைக்குறைகளில் இருந்து வெண்நாரைகள் நீருக்குள் சிறகடித்து இறங்கி மறைந்தன. எப்போதாவது ஒரு பெரிய மீன் நீரில் மேலெழுந்து மறைந்தபோது பயணிகள் உரக்கக் குரலெழுப்பினர்.

அப்பால் இறங்கி ஈரமண் விரிந்த பாதையில் பீஷ்மர் நடந்தார். இருபக்கமும் நீரின் ஒலி கேட்டுக்கொண்டே இருந்தது. வயல்களில் கோதுமை நாற்பதுநாள் வளர்ச்சி பெற்று காற்றில் அலையடித்து நிற்க மழைமூடிய வானம் மிக அருகே என அதன்மீது படர்ந்திருந்தது. சிறிய கிளிகள் வயல்களிலிருந்து எழுந்து வரப்பில் நின்ற சிறிய மரங்களை நோக்கிச் சென்று அமர்ந்தபின் மீண்டும் எழுந்து சுழன்று சிறகடித்து வயல்நோக்கி இறங்கின. அக்கிளிகள் அமர்வதற்காகவே மரங்கள் நடப்பட்டிருக்கின்றன என்று சிறிது நேரம் கழித்தே பீஷ்மர் புரிந்துகொண்டார். ஓடை குளத்தைச் சென்றுசேர்வதுபோல ஒவ்வொரு பெரிய வரப்பும் ஒரு கிராமத்தைச் சென்றடைந்தது.

பெரும்பாலும் அனைத்தும் வேளிர்கிராமங்கள். சப்தசிந்துவில் கிராமங் களுக்கு சுற்றுவேலிகள் கிடையாது. சுற்றிச் சுழித்தோடும் ஆழமான நீரோடையே அரணாக அமைந்திருக்க அவற்றின்மேல் போடப்பட்ட மரப்பாலங்கள் ஊருக்குள் இட்டுச்சென்றன. அப்பகுதியின் மண் வண்டலால் ஆனது. நீர்பட்டால் சேறாகவும் உலர்ந்தால் மென்மணலாகவும் பொழியும் சந்தனநிறமான படிவு. அதன்மேல் மரத்தடிகளை நட்டு அவற்றின்மேல் பலகையிட்டு வீடுகளை எழுப்பியிருந்தனர். வீடுகளுக்கு அடியில் கோழிகளும் ஆடுகளும் நின்றிருந்தன.

வண்ணம் பூசப்பட்ட பலகைச்சுவர்களும் புற்கூரைகளும் கொண்ட வீட்டுக்கு முன்னால் நிறைகதிர்க்குலைகளால் அலங்காரம் செய்யப் பட்டிருந்தது. ஊர்மன்றுகூடும் அரசமரம் நடுவே அமைந்திருக்க சிறிய ஊர்க்கோயில்கள் நான்கு மூலைகளிலும் இருந்தன. அவற்றில் விஷ்ணுவும் சிவனும் கார்த்திகேயனும் கொற்றவையும் பூசனைகொண்டிருந்தனர். கற்களை அடுக்கி கூம்புக்கோபுரம் அமைத்து உள்ளே கல்பீடங்களில் சிறிய மண்சிலைகளாக தெய்வங்களை நிறுவியிருந்தனர். எல்லா கிராமங்களிலும் இந்திரனுக்கும் வராஹிக்கும் சிறிய கோயில்கள் இருப்பது சப்தசிந்துவின் வழக்கம். கிராமங்களின் நுழைவாயிலில்

கணபதியும் ஊருக்கு வெளியே வயலோரமாக அமங்கலவடிவு கொண்ட தமோதேவதையான ஜேஷ்டையும் ஆற்றங்கரை மயானத்தில் மரணவடிவமான உக்கிர சாமுண்டியும் பீடம்கொண்டிருந்தனர்.

சப்தசிந்து எருமைகளின் நாடு. நதிக்கரைகளிலும் வயல்களிலும் ஓடைகளிலும் எங்கும் கன்னங்கரிய எருமைகள் கூட்டம்கூட்டமாக மண்ணையே இருளாக்கின. ஊர்களைச்சுற்றிய ஓடைக்கரைகள் எங்கும் எருமைகள். இருள்படர்ந்தபின் அப்பகுதியில் செல்பவர்கள் மின்மினிக்கூட்டம்போல எருமைவிழிகள் மின்னுவதைக் கண்டார்கள். அவை மெல்ல உறுமியபடி தங்களுக்குள் பேசிக்கொண்டும், காட்சிகளைக் கண்டு தொங்கிய காதுகளை அசைத்தும், காதுகள் வழியாக வழிந்து வளைந்த கொம்புகளை மெல்லச்சரித்து அழகிய கருவிழிகளால் நோக்கியும் பெரும்பாலும் நீருக்குள்ளேயே கிடந்தன.

ஆடிமாதமாதலால் சப்தசிந்து முழுக்கவே மெல்லிய தூறல் விழுந்துகொண்டிருந்தது. அவ்வப்போது காற்று தெற்கே கூர்ஜரத்தில் இருந்து சீறிப்பாய்ந்து வடக்கு நோக்கிச் சென்றது. அதிலேறிய நீர்த்துளிகள் அம்புக்கூட்டங்களாக வீடுகளையும் மதில்சுவர்களையும் நீர்ப்பரப்பையும் தாக்கின. மழையில் நதிநீர்ப்பரப்பு நிறம்மாறி மெல்ல மறைந்தது. வானும் நீரும் ஒன்றாகின. மழைத்திரை விலகியதும் கரியநீர் வெளிவந்து ஒளியுடன் அலைபாய புதர்மரங்களில் இருந்து வெண்நாரைகள் சிறகுகளை உதறி வானில் எழுந்து மெல்லச்சுழன்றிறங்கின. நீர்மேல் சிறிய மழைக்குருவிகள் பாய்ந்து பாய்ந்து விளையாடிக்கொண்டிருந்தன. வயல் நடுவே நீர்தேங்கிய சிறுகுட்டைகளை மூடியிருந்த தாமரையிலைகளில் நீர்மணிகள் ஒளிபெற்றுச் சுடர்ந்தன. ஒரு காற்று கடந்துசென்றபோது அத்தனை இலைகளும் திரும்பிக்கொள்ள குட்டையே நிறம் மாறியது. தாமரைகள் செவ்விதழ் குலைந்து காற்றில் ஆடின.

குட்டையருகே குழலில் இருந்து நீர் சொட்டி உடலில் வழிய பீஷ்மர் நின்று வெறுமனே பார்த்துக்கொண்டிருந்தார். தாமரைக்கொடிகளுடன் நீர்ப்பாம்புகளும் கலந்திருந்தன. மீன்களைப்போல அவற்றின் தலைகளும் விழித்த கண்களும் நீர்மேல் தெரிய நீருக்குள் உடல்கள் அலையே உடலானதுபோல நெளிந்துகொண்டிருந்தன. குட்டையின் ஓரமாகச் சென்ற மண்பாதையின் இருபக்கமும் அருகம்புல் அடர்ந்து குதிரைப்பிடரிபோல சிலிர்த்து நின்றது. எருமைச்சாணி மழையில் கரைந்து பச்சையாக வழிந்திருக்க அதன்மேல் நடந்தபோது காலதிர்வில் தவளைகள் எம்பி நீர் நிறைந்து ஒளிபடர்ந்து கிடந்த வயல்களில் குதித்தன. ஒரு நீர்ப்பாம்பு வயலையே அலையிளகச்செய்தபடி சென்றது. ஏடு வழியாகச் செல்லும் எழுத்தாணி போல என பீஷ்மர் நினைத்துக் கொண்டார்.

நூற்றுக்கணக்கான எருமைகள் நீரில் கிடந்தும் மழை ஒழுக நின்றும் தலைதிருப்பி அவரை விழித்து நோக்கின. சில எருமைகள் கரிய மூக்கை நீட்டியபடி தலையைத் தூக்கி குரலெழுப்பி விசாரித்தன. மரத்தாலான பாலம் வழியாக நீர் சுழித்தோடிய ஓடையைக் கடந்து சிறிய கிராமத்தில் நுழைந்த பீஷ்மர் அதன் மூங்கில் தடுப்புக்குப் பின்னால் நின்று 'அதிதி' என்று மும்முறை குரல்கொடுத்தார். முதல் குடிலில் இருந்து வெளியே வந்த முதியவர் கைகூப்பியபடி "வருக... எங்கள் சிற்றூருக்கு ஆசி தருக" என்றார். பீஷ்மர் "நான் தேவவிரதன். நைஷ்டிக பிரம்மசாரி. கங்கைக்கரையில் இருந்து வருகிறேன்" என்றார். முதியவர் "எங்கள் குழந்தைகளும் கன்றுகளும் உங்களால் நலம்பெறுக" என்றார்.

ஓடையில் இறங்கி மணலைப்பூசி உடல்தேய்த்துக் குளித்தபின் அதிதிகளுக்காகக் கட்டப்பட்டிருந்த குடிலில் நுழைந்து ஈர உடைகளை மாற்றிக்கொண்ட பீஷ்மர் திண்ணையில் வந்து அமர்ந்துகொண்டார். வானிலிருந்து ஒளித்துருவல்களாக மென்மழை விழுந்துகொண்டே இருந்தது. அவ்வப்போது மேகத்திலிருந்து மெல்லிய உறுமல் கேட்டது. வீடுகளின் முற்றங்களில் மழையிலேயே காகங்கள் எழுந்து அமர்ந்து சிறகடிக்க, மழைத்திரைக்கு அப்பால் சில நாரைகள் பறந்து சென்றன. திண்ணைகளில் இருந்த வயதானவர்கள் மழையில் இறங்கி நீரில் அளைந்த குழந்தைகளை திரும்பத்திரும்ப மேலே அழைத்தனர்.

மாலை மெல்ல மெல்ல வந்தது. ஒளிபெற்ற நீர்வயல்கள் மேலும் ஒளிபெற, சூழ்ந்திருந்த புதர்கள் இருண்டன. பின்னர் வானத்தைவிட நீர்வெளி ஒளியுடன் தெரிந்தது. வயல்களில் இருந்து ஊர்க்குடிகள் ஒவ்வொருவராக வரத்தொடங்கினர். பெண்கள் மீன்களைப்பிடித்து நாணலில் கோத்துக் கொண்டுவந்தனர். சிலர் வயல்கீரைகளைப் பறித்து கழுவிக் கட்டி கையில் வைத்திருந்தனர். நாணல்களில் கோக்கப்பட்ட காய்கறிகள் சிலர் கையில் இருந்தன. ஆண்கள் வயல்களில் பிடித்த முயல்களையோ பறவைகளையோ நாரால் கட்டி தோளில் தொங்கவிட்டிருந்தனர். அனைவருமே ஓடைகளில் குளித்து உடலில் இருந்த சேற்றைக் களைந்து ஈர உடையுடன் வந்தனர். அவர்களுடன் வயல்களுக்குச் சென்ற நாய்கள் ஈரமுடியை சிலிர்த்துக்கொண்டு வால்சுழற்றியபடி பின்னால் வந்தன.

அவர்களைக் கண்டதும் ஊரைச்சூழ்ந்திருந்த எருமைக்கூட்டம் உரக்க குரலெழுப்பியது. சில எருமைகள் பின்னால் தொடர்ந்துவந்து மூங்கில் தடுப்புக்கு அப்பால் நெருக்கியடித்து நின்று வளைந்த கொம்புகள் கொண்ட தலைகளை உள்ளேவிட்டு மெல்ல அலறின. பெண்கள் அவற்றின் பளபளப்பான முதுகுகளில் கைகளால் ஓங்கி அறைந்து அவற்றை ஓரமாக விலக்கினர். பெண்கள் வந்ததும் வீடுகளிலிருந்து குழந்தைகள் கூச்சலிட்டபடி ஓடிச்சென்று அவர்களின் ஆடைகளைப்

பற்றிக்கொண்டு துள்ளிக்குதித்தன. அன்னையர் சிறு மகவுகளை அள்ளி தோளிலேற்றிக்கொண்டனர். திண்ணையில் அமர்ந்திருந்த முதியவர்கள் வந்து பெண்களிடமிருந்து கீரைக்கட்டுகளையும் மீன்களையும் காய்கறிகளையும் வாங்கிக்கொண்டனர். எங்கும் சிரிப்புகளும் கொஞ்சல்களும் ஒலித்தன.

சற்று நேரத்தில் வீட்டுக்கூரைகளின்மேல் புகை எழத்தொடங்கியது. இனிய ஊனுணவின் வாசனை கிராமத்தை நிறைத்தது. மெல்ல இருண்டு மறைந்த வானில் அவ்வப்போது மேகங்கள் ஒளியுடன் அதிர்ந்தன. மரங்கள் நிழல்களாக ஆக அப்பால் வயல்நீர்வெளி தீட்டப்பட்ட இரும்பு போல கருமையாக மின்னியது. தென்மேற்கு ஓரத்தில் வட்டவடிவமாகக் கட்டப்பட்டிருந்த தனிக்குடிலில் வாழ்ந்த குலப்பூசகர் இடையில் புலித்தோலாடை அணிந்து கையில் அகல்விளக்குடன் கோயில்களை நோக்கிச் சென்றார். முதியவர்கள் எழுந்து கோயில்முன் கூடினார்கள்.

பீஷ்மர் சென்று வணங்கிநின்றார். பூசகர் முதலில் வாயிற்கணபதிக்கு தீபமேற்றி தூபம்காட்டி பூசை செய்தார். பின்பு விஷ்ணுவுக்கும் சிவனுக்கும் வரிசையாக தீபமும் தூபமும் காட்டப்பட்டன. அதன்பின் ஒவ்வொரு வீட்டுத்திண்ணையிலும் மீன்நெய்விட்ட அகல்கள் சிற்றிதழ்ச் சுடர் விரித்து எரியத் தொடங்கின. ஈரமான முற்றங்களில் செவ்வொளி குங்குமம் போல சிந்திக்கிடந்தது. சேற்றில் பதிந்த பாதங்களில் ஊறிய நீரில் செவ்வொளியாலான தெய்வப்பாதங்கள் தெரிந்தன.

தன் அதிதிக்குடில் வாசலில் அமர்ந்திருந்த பீஷ்மருக்கு ஓர் இளம்பெண் பெரிய மரத்தாலத்தில் தாமரையிலையால் மூடிய உணவைக் கொண்டுவந்தாள். கரிய நெடிய உடல் கொண்ட இளம்பெண். சிறிய மூக்கில் சங்கு வளையல் போன்ற நகை அணிந்திருந்தாள். காதுகளிலும் கிளிஞ்சலால் ஆன குழைகள் தொங்கின. நீண்ட கழுத்தில் வண்ணக்கற்களைக் கோத்துச்செய்த மாலை. வயலில் இருந்து வந்தபின் அவள் அந்த ஆடையை அணிந்திருக்கவேண்டும். நாணல்நூலால் செய்யப்பட்ட செந்நிறமான அரையாடையிலும் முலைக் கச்சையிலும் கிளிஞ்சல்களும் வண்ணக்கற்களும் வைத்து தைக்கப்பட்டிருந்தன. இரு கைகளிலும் வெண்ணிறமான சங்கு வளையல்கள். அஸ்வமேதக்குதிரை அணிகளுடன் வேள்விமேடைக்கு வந்ததுபோலிருந்தாள்.

பீஷ்மர்முன் தாலத்தைத் திறந்து உணவை தாமரையிலைகளில் அவள் பரப்பி வைத்தாள். அனலில் சுட்ட வட்டமான கோதுமை அப்பங்களும், செம்பருப்பும் கீரையும் சேர்த்துச் சமைத்த கூட்டும் தீயில் சுட்டு உப்பும் காந்தாரத்து மிளகாயும் சேர்த்து நசுக்கிய வழுதுணங்காயாலான துவையலும் பரிமாறினாள். நீர்க்கோழியை தாமரையிலையில் பொதிந்து சேறுபூசி அடுப்பில் வைத்து சுட்டு எடுக்கப்பட்ட கோளம் சிவப்பான சிறிய

மண்கலம் போலிருந்தது. அதை கட்டையால் மெல்ல உடைத்தபோது தன் ஊன் நெய்யிலேயே பொரிந்த கோழியின் ஊன் வாசனை மனம் கவரும்படி எழுந்தது. இலையைப்பிரித்து கோழியை வெளியே எடுத்தாள். காந்தாரமிளகாயும் உப்பும் ஊன்நெய்யும் சேர்ந்து பரவிய கோழி கனிந்த வேர்ப்பலாவின் சுளைபோலிருந்தது.

பெரிய மண்கலத்தில் கொதிக்கும் நுரை எழுந்து விளிம்பில் படிந்த முறுகி வற்றிய எருமைப்பாலை ஊற்றி வலக்கைப்பக்கம் வைத்து "வில்வீரரே, தங்கள் உணவு" என்றாள். பீஷ்மர் புன்னகையுடன் "நான் வில்வீரர் என எப்படி தெரிந்துகொண்டாய்?" என்றார். "தங்கள் தோள்களில் நாண்பட்ட தழும்பு உள்ளது" என்றாள் அவள் சிரித்தபடி. "ஆனால் அதுகூடத் தேவையில்லை. எதையும் குறிபார்ப்பவராகவே நோக்குகிறீர்கள்."

சிரித்தபடி பீஷ்மர் ஊனையும் உணவையும் உண்டு பாலை அருந்தினார். "களைத்திருப்பீர்கள். ஓய்வுகொள்ளுங்கள்" என்று அவள் மரப்பட்டைகளை விரித்து அதன்மேல் மரவுரிமெத்தையை விரித்தாள். அதன்மேல் புல்நார்போர்வையையும் மென்மரத்தாலான தலையணையையும் வைத்தாள். தலையணைமீது சிறந்த நித்திரையை வரவழைக்கும் ஆமை முத்திரை இருந்தது. நெடுந்தொலைவு நடந்தே வந்த களைப்பால் பீஷ்மர் பலகையில் படுத்து போர்த்திக்கொண்டதுமே துயிலில் ஆழ்ந்துவிட்டார். வெளியே கிராமத்தினரின் பேச்சொலிகள் கேட்டுக்கொண்டிருந்தன.

அவர் சடலமாகப் படுத்திருக்க அவரைச்சூழ்ந்து குனிந்து நோக்கும் மனிதர்களைக் கண்டார். அவர்கள் அவர்மேல் நீரில்நீந்தியபடி அவரைப் பார்த்தனர். அனைவரும் மிகச்சிறிய மனிதர்கள். அவரது காலில் இருந்து தலைநோக்கியும் திரும்பவும் அவர்கள் பறந்தனர். ஒரு பெரும் கற்சிற்பம் போல அவர் படுத்திருந்தார். அவர்கள் தங்களுக்குள் பேசிக்கொள்ளும் ஒலி நீரலைகளில் கலைபட்டு கலைபட்டு கேட்டது. 'இவர்தான்' என்ற குரல். 'இவரா?' என்ற வியப்பு. 'உண்மையாகவே இறந்துவிட்டாரா?' 'ஏன்?' 'இறந்துவிட்டபின்னும் அவர் எப்படி நம்மை கண்களை திறந்து பார்க்கமுடியும்?' 'பார்க்கிறாரா என்ன?' 'ஆம்,பார்க்கிறார்! இதோ.' 'நான் இறந்துவிட்டேன்' என்று பீஷ்மர் சொன்னார். 'நான் இறந்து நெடுநாட்கள் ஆகின்றன. இங்கே தனியாக படுத்திருக்கிறேன்.' 'ஆனால் நீங்கள் இன்னும் மட்கவில்லை.' 'நான் மட்கப்போவதில்லை. என் உடல் பாறையாக மாறிவிட்டிருக்கிறது. என்னால் அசையமுடியாது. காலமுடிவுவரை இப்படியே நான் கிடக்கவேண்டியதுதான்.' தலைக்குமேல் அலையடித்துக்கொண்டிருந்த நீரில் முகங்கள் பெருகிக்கொண்டே இருந்தன. பெருங்கூட்டம் அவரை இமைக்கும் கண்களும் சிரிக்கும் பற்களுமாக பார்த்துக்கொண்டிருந்தது. ஒருவன் 'நீ ஏன் எங்கள் நீருக்குள் படுத்திருக்கிறாய்?' என்றான். 'ஏனென்றால் நான் உங்கள் மூதாதை. உங்கள்

பிதாமகன்.' அவர்கள் சிரித்தனர். 'மீன்களாகிய நாங்கள் மூதாதையரை உண்பவர்கள்' என்றான் ஒருவன். இன்னொருவன் 'உணவாக ஆகாத தந்தையால் என்ன பயன்?' என்றான்.

பீஷ்மர் காலையில் எழுந்தபோது விடியத் தொடங்கியிருந்தது. மென்மழை பெய்துகொண்டிருந்த ஒலி கிராமத்தை சூழ்ந்திருந்தது. சேவல்கள் வீட்டுக்கூரைகளில் நின்றுகொண்டு சிறகடித்துக் கூவ மரங்களில் காகங்கள் கலைந்து ஒலித்தன. தாலப்பனையோலையால் செய்யப்பட்ட தலைக்குடைகளை அணிந்தபடி பெண்கள் வேலைசெய்து கொண்டிருந்தனர். கிணற்றிலிருந்து நீர் அள்ளினர். முற்றத்தைக் கூட்டினர். விறகு கொண்டுசென்றனர். கிராமத்தை சமையல்புகை மேகம்போல மூடியிருந்தது. ஆங்காங்கே கைக்குழந்தைகள் வீரிட்டலறும் ஒலி கேட்டுக்கொண்டிருந்தது.

பீஷ்மர் நீரோடையில் குளித்துவிட்டு வந்து தன் குடிலின் திண்ணையில் பத்மாசனத்தில் அமர்ந்து கண்களை மூடிக்கொண்டார். காதுகள் வழியாக உள்ளே பொழிந்துகொண்டிருந்த ஒவ்வொரு ஒலியையும் தொட்டு அதை விலக்கினார். மெல்லமெல்ல முழுமையான அமைதியை அகம் கேட்க ஆரம்பித்தது. ஒலியின்மை இன்மையென ஆனபோது கேட்பவரும் மறைந்தார். வானில் பறந்த பறவை மறைந்து வானம் மட்டுமேயானது.

கண்விழித்தபோது முன்தினம் அவரை வரவேற்ற முதியவர் அருகே அமர்ந்திருப்பதைக் கண்டார். அவர் பச்சைநிறமான புல்நார்தலைப்பாகையை சுற்றிக்கட்டியிருப்பதைக் கண்டதும் அவர் முறைமைக்குட்பட்டு எதையோ பேசப்போகிறார் என்று பீஷ்மர் ஊகித்தார். "வீரரே, நான் தங்களிடம் பேசவேண்டும்" என அவர் முகமன்கள் இல்லாமல் தொடங்கினார். "நான் உங்களிடம் மணம்பேசவிருக்கிறேன்." அந்த அப்பட்டமான தன்மை பீஷ்மரை சிலகணங்கள் செயலிழக்கச்செய்தது.

"நேற்று தங்களுக்கு உணவளித்தவளின் பெயர் உர்வரை. எங்கள் குலத்திலேயே அழகான பெண். நான்குநாட்கள் துயிலாமல் கதிர் அறுக்கும்போதும் களைப்படையாதவள்... அவளை எங்கள் மூதன்னையரின் வடிவமாகவே எண்ணுகிறோம்" என்றார் கிழவர். "அவள் தங்களை விரும்புகிறாள். இன்றுகாலை வந்து என்னிடம் சொன்னாள். தாங்கள் அவளை மணந்துகொண்டு இங்கேயே தங்கவேண்டுமென ஊரின் தலைவரான நான் விழைகிறேன்."

பீஷ்மர் கைகூப்பி "மூத்தவரே, இந்த பாரதவர்ஷத்தில் எங்காவது நான் ஒரு குடும்பம் அமைத்து வாழவிரும்புவேன் என்றால் அது இங்குதான். ஆனால் இப்பிறவியில் எனக்கு அந்த நன்னிலை இல்லை. நான்

காமவிலக்கு நோன்பு கொள்வதாக என் தந்தைக்கு வாக்களித்திருக்கிறேன். அந்தப் பெண்ணிடம் சொல்லிவிடுங்கள்" என்றார். "அவள் தங்களுடன் எங்கு வேண்டுமானாலும் வருவதாகச் சொன்னாள்" என்றார் முதியவர். "ஆனால் நீங்கள் அவ்வாறு வாக்கு கொடுத்திருந்தால் மணம்புரியத் தேவையில்லை. மனிதர்கள் வாக்கால்தான் வாழ்கிறார்கள்."

அவர் சென்றபின்னர் பீஷ்மர் தன் சிறிய மான்தோல் மூட்டையை கட்டிக்கொண்டிருந்தபோது ஒரு சிறுமி அவருக்கு காலையுணவு கொண்டுவந்தாள். கோதுமைக்கஞ்சியும் வெல்லமிட்டுச் செய்த சிறுபயறுப் பாயசமும். அவர் உண்டு முடித்ததும் எழுந்து வெளியே வந்து அந்த அதிதிமந்திரத்தை வணங்கிவிட்டு நிமிர்ந்த தலையுடன் நடந்தார். கிராமவாயிலில் நின்றிருந்த முதியவர் "தங்கள் வாழ்த்துக்களை விட்டுச்செல்லுங்கள்" என்றார். "வழியுணவாக இதைக்கொள்க" என வறுத்த கோதுமைப்பொடியும் வெல்லமும் சேர்த்து உருட்டிய கவளங்கள் கொண்ட இலைப்பொதியை அளித்தார்.

வரப்பு வழியாக பீஷ்மர் தன் நீர்ப்பிம்பம் மட்டும் நெளிந்து நெளிந்து துணைவர நிதானமாக நடந்தார். மழைவிட்டு இளவெயில் பரவி நீர்வயல்கள் ஆடிப்பரப்புகள் போல கண்கூசும்படி ஒளிவிட்டன. அவற்றின்மேல் வெண்காளான்கள் பூத்துப்பரவியது போல கொக்குகள் அமர்ந்திருந்தன. முந்தையநாள் நின்றிருந்த குளத்தருகே வந்து பீஷ்மர் நின்றார். உடைதிருத்திக்கொண்ட பெண் போல காற்றில் உலைந்த இலை களை எல்லாம் மீண்டும் படியவைத்து தாமரைக்குளம் அமைதியாகக் கிடந்தது. நீர்ப்பாம்புகள் வால்தவிக்க அவரை ஏறிட்டு நோக்கின.

சிறுவரப்பு வழியாக அவரை நோக்கி உர்வரை வருவதை அவர் கண்டார். அவள் நிமிர்ந்த நடையுடன் வருவதைக் கண்டபோது நாணேற்றிய கரிய வில் என அவர் நினைத்துக்கொண்டார். அவள் அவர் அருகே வந்து கரிய ஈறுகளில் வெண்கிளிஞ்சல் பற்கள் தெரிய புன்னகைசெய்து "கிளம்பிவிட்டீர்கள் என்றார்கள்" என்றாள். "ஆம்" என்றார் பீஷ்மர். "நீ என்னை மன்னிக்கவேண்டும் பெண்ணே... என் வாக்கு அப்படி. உனக்கு அனைத்து நலன்களும் கிடைக்கட்டும்."

அவள் இமைகள் அரைக்கணம் சிட்டின் இறகுகள் என தாழ்ந்து மேலெழுந்தன. தெளிந்த விழிகளால் அவரை நோக்கி "நான் எனக்காக உங்களை மணம்புரிய விரும்பவில்லை" என்றாள். "நான் நேற்றிரவு ஒரு கனவுகண்டேன். எங்கள் ஊர்மூலையில் கோயில் கொண்டிருக்கும் வராஹியின் கருவறையில் இருந்து கனத்த உறுமலுடன் ஒரு பெரும் கரும்பன்றி வெளியே வந்தது. அது எங்கள் முற்றத்துக்கு வந்தபோது நீங்கள் அங்கே நின்றுகொண்டிருந்தீர்கள். உங்கள் கையில் வில்லோ வாளோ ஏதுமில்லை. அது உங்களை நோக்கிப் பாய்ந்து உங்கள் உடலை

மோதிச் சிதைத்தது. நீங்கள் குருதியில் மண்ணில் கிடந்தீர்கள். உங்கள் நெஞ்சைக்கிழித்து இதயத்தைக் கவ்வி எடுத்துத் தின்றபடி என்னை திரும்பிப்பார்த்தது. அதன் வாயில் இருந்த வளைந்த பற்களால் அது புன்னகைசெய்வதுபோல் தோன்றியது."

பீஷ்மர் மெல்லிய புன்னகை செய்தார். "பெரிய ஆபத்து உங்களை நோக்கி கிளம்பிவிட்டது. வராகம் தடுத்து நிறுத்தப்படவே முடியாதது என்பார்கள்" என்றாள் உர்வரை. "நான் உங்களை என்னுடன் சேர்த்துக்கொள்ள விரும்பினேன். என்னுடன் இருந்தால் நீங்கள் தப்பிவிடுவீர்கள் என நினைத்தேன்."

பீஷ்மர் புன்னகையுடன் "உன்னுடன் இருந்தால் நான் தப்பிவிடுவேன் என்று நானும் அறிவேன் பெண்ணே" என்றார். தலைகுனிந்து அவளுடைய விரிந்த கண்களை நோக்கி "பெண்ணின் அன்பைப்பெறாதவன் பிரம்மஞானத்தால் மட்டுமே அந்த இடத்தை நிறைத்துக்கொள்ளமுடியும். நான் இரண்டுக்கும் தகுதியற்றவன். பழிசூழ்ந்தவன்" என்று சொல்லி "மாமங்கலையாக இரு" என வாழ்த்திவிட்டு திரும்பிச்சென்றார்.

பகுதி ஒன்பது

ஆடியின் ஆழம்

1

“சினமின்றிப் போர்புரிய மனிதர்களால் இயலாது. சினமே போருக்கு பெரும் தடையும் ஆகும். இந்த முரண்பாட்டை வெல்வதற்காகவே எந்தப் போர்க்கலையும் உருவாக்கப்பட்டுள்ளது” என்றார் அக்னிவேசர். கங்கையின் கரையில் அரசமரத்தடியில் அமர்ந்து அவர் பாடம்சொல்லிக்கொண்டிருக்க எதிரே மாணவர்கள் அமர்ந்திருந்தனர். இடதுபக்கம் மாணவர்களுடன் சேராமல் தனியாக சிகண்டி அமர்ந்திருந்தான். மாணவர்களின் விழிகள் ஆசிரியரைநோக்கி விரிந்திருந்தன. மெல்லிய அகக்குரல்போல அவர் சொல்லிக்கொண்டிருந்தார்.

“சினத்தை வெல்லவே அனைத்துப் போர்க்கலைகளும் கற்றுக்கொடுக்கின்றன. சினம் என்பது அகத்தின் கொந்தளிப்பு. அகத்தின் கண்முன் தோற்றமே புறம். ஆகவே புறத்தை வெல்லுதல் அகத்தை வெல்லுதலேயாகும். புறத்தை வெல்ல புறத்தில் உள்ள ஏதேனும் ஒன்றைப் பற்றுக. அதில் புறவுலகம் அனைத்தையும் கொண்டுவந்து ஏற்றுக. கைக்குச் சிக்கும் ஒன்றில் அனைத்தையும் காண்பவன் மெல்ல அதுவே உலகமென்றாகிறான். அது அவன் கையில் நிற்கையில் மொத்தப் பருப்புடவியும் அவன் கையில் நிற்கிறது. அது வில்லாகலாம் வாளாகலாம். உளியாகலாம் முரசுக்கோலாகலாம்...

“செயல்மூலம் தன்னை வென்றவன் யோகி. அவன் உலகையும் வெல்வான். யோகியின் கையில் இருப்பது எதுவோ அதுவே இறுதியான ஆயுதம். அதுவே அவன் மந்திரம், அதை ஆள்வதே அவன் சாதகம். சொல் மூலம் அடையப்பெறும் எதையும் வில்மூலமும் அடையலாமென்றுணர்க. பரசுராமனும் பீஷ்மரும் வில்யோகிகள். இந்தத்தருணத்தில் அவர்களை வணங்குவோம்.”

கூடிநின்ற அனைவரும் 'ஆம்! ஆம்! ஆம்!' என்று சொல்லி குருவந்தன மந்திரம் சொன்னார்கள். சிகண்டியும் சொல்வதை அக்னிவேசர் கவனித்தார்.

"புறத்தை கட்டுப்படுத்தியவன் அதன் அகப்பிம்பமான அகத்தையும் கட்டுப்படுத்தியவனாவான். இருபுடை வல்லமைகொண்ட அவனையே ஸவ்யசாச்சி என்று தனுர்வேதம் போற்றுகிறது" என்றார் அக்னிவேசர். "ஒருகையால் உள்ளத்தையும் மறுகையால் உடலையும் கையாள்பவன் அவன். ஒருமுனையில் அம்பும் மறுமுனையில் இலக்கும் கொண்டவன். அவன் ஒருமுனையில் புடவியும் மறுமுனையில் பிரம்மமும் நிற்கக்காண்பான்."

அக்னிவேசர் எழுந்து தன் மாணவர்களுடன் காட்டுக்குள் சென்றார். அங்கே பாறை ஒன்றின் நடுவே சிறிய நீலநிறமான சுனை ஒன்று மான்விழி போல கிடந்தது. அதனருகே மரங்கள் ஏதுமில்லாததனால் அது அசைவற்ற நீலம் மட்டுமேயாக இருந்தது. அக்னிவேசர் அதனருகே சென்றார். 'உங்கள் விற்களையும் அம்புகளையும் எடுத்துக்கொள்ளுங்கள்!' என ஆணையிட்டார். அந்தச் சுனையைச்சுற்றி அவர்கள் நின்றுகொண்டார்கள். அக்னிவேசர் "இளைஞர்களே, எவன் ஆயுதத்தை கையில் எடுக்கிறானோ அவன் அக்கணமே தன் காமத்தையும் குரோதத்தையும் ஆசையையும் ஏந்திவிட்டான். இப்போது உங்கள் கையிலிருப்பது நீங்கள் யாரோ அதுதான். சிந்தனைகளாலும் பாவனைகளாலும் மறைக்கப்படாத உங்கள் ஆன்மாதான் உங்கள் வில். அந்த வில்லால் இந்த சுனையை தொடுங்கள்!"

முதல் சீடன் சுனையைத் தொட்டதும் அதிரும் பறையருகே வைக்கப்பட்ட யானத்து நீர்போல அதன் நீர்ப்பரப்பு அதிர்ந்தது. "அஸ்வசேனா, உன்னுள் நிறைந்திருக்கும் அலைகளை உணர்ந்தாயல்லவா?" என்றார் அக்னிவேசர். "உன் ஒவ்வொரு அம்பின்மீதும் வந்து மோதி அவற்றை குறிதவறச்செய்வது இந்த அலைகளே." அவர்கள் ஒவ்வொருவரும் தீண்டியபோது தடாகம் அதிர்ந்து அலைகிளப்பியது.

யக்ஞசேனன் தொட்டபோது வந்த அலைகளை நோக்கியபடி அக்னிவேசர் சொன்னார். "அவர்களுக்குள் இருப்பது ஆசை. உன்னுள் இருப்பது அச்சம். யாரை அஞ்சுகிறாய்?" யக்ஞசேனன் கண்களைத் தூக்கி "நீங்களறியாதது அல்ல ஆசிரியரே, என் தந்தை என்னையே நம்பியிருக்கிறார்" என்றான். அக்னிவேசர் புன்னகைத்து "பொறுப்புகள் அச்சமாக கனிகின்றன. அச்சம் வஞ்சகமாகிறது. வஞ்சகம் அனைத்து ஞானத்தையும் நஞ்சாக்கிவிடுகிறது" என்றார்.

துரோணரை அழைத்ததும் அவர் புன்னகை விரிந்த முகத்துடன் வந்து குனிந்து தன் வில்லால் அந்தச்சுனையை தொட்டார். அது அசைவற்று

ஆடிப்பரப்பு போலவே இருந்தது. வியப்பொலியுடன் அனைவரும் எட்டி அதைப்பார்த்தனர். அக்னிவேசர் முகம் மலர்ந்து “நன்று” என்றார். துரோணர் வில்லை எடுத்துக்கொண்டார். “உன் அகம் சலனமற்றிருக்கிறது. இவ்வித்தையால் நீ வெல்லவேண்டியதென வித்தை மட்டுமே உள்ளது” என்றார் அக்னிவேசர். “அந்த மரத்திலிருக்கும் காயை வீழ்த்து” என்று சுட்டிக்காட்டினார்.

துரோணர் வில்லை எடுத்து நிறுத்தி நாணை இழுத்தபோது அவரது பின்பக்கம் சுனை அதிரத்தொடங்கியது. அரைக்கணத்தில் அதை திரும்பிப் பார்த்தபின் துரோணர் அம்பை விட்டார். அந்தக்காயுடன் மரக்கிளை கீழே விழுந்தது. வில் தாழ்த்தி அவர் திரும்பி சுனையைப்பார்த்தார். பெருமூச்சுடன் அக்னிவேசரைப் பார்த்தார். “புரிகிறதல்லவா?” என்றார் அவர். துரோணர் தலைகுனிந்தார். “உன் ஆசை உன் வித்தைமேல் இருக்கிறது. மண்ணில் பிறந்த மாபெரும் வில்லாளிகளில் ஒருவனாக ஆகவேண்டுமென்ற கனவுடன் இருக்கிறாய். அக்கனவு உன்னுள் பதற்றத்தை நிறைக்கிறது. நீ நாணை இழுக்கையில் இங்குள்ள அத்தனை மாவீரர்களையும் போட்டியாளர்களாக நினைத்துக்கொள்கிறாய். உன்னுள் அலை எழுகிறது.”

அக்னிவேசர் சொன்னார். “துரோணா, வித்தையின் பொருட்டு மட்டுமான வித்தையே ஞானமாக கனியும். ஞானத்தை வெல்வதற்கான ஆசையேகூட வித்தைக்கு தடையே. வித்தையின் இன்பம், அதன் முழுமைக்கான தேடல், வித்தையாக நாமே ஆவதன் எளிமை மூன்றுமே வித்தையை முழுமையாக்கும் மூன்று மனநிலைகள். வேறெதுவும் கற்பவனின் அகத்தில் இருக்கக் கூடாது.” துரோணர் வணங்கினார். “நீ வெல்ல வேண்டிய எதிரி அதுவே. அதற்கென்றே வில்லை ஆள்வாயாக!”

கடைசியாக அக்னிவேசர் சிகண்டியை நோக்கித் திரும்பினார். வருக என மெல்ல தலையசைத்தார். அவன் கனத்த காலடிகளுடன் வந்து நின்றான். அவர் சுனையை நோக்கி கைகாட்டியதும் வில்நுனியால் தடாகத்தை தொடப்போனான். தீக்கோல் படுவதற்கு முன்னரே சருமம் கூசிக்கொள்வதுபோல நீர்ப்பரப்பு அதிரத் தொடங்கியது. வில் அதைத்தொட்டதும் உள்ளிருந்து ஊற்று குமிழியிடுவதுபோல சுனை கொப்பளிக்க ஆரம்பித்தது. சிகண்டி வில்லை எடுத்துக்கொண்டான்.

“உன்னுடைய பணி என்ன தெரியுமா?” என்றார் அக்னிவேசர். அருகே இருந்த பெரும் பாறை ஒன்றைச் சுட்டி “அந்தப்பாறையைத் தூளாக்கி நெற்றியில் விபூதியாக அணிந்துகொள் என்று சொல்வதைப்போல.” சிகண்டி அசைவில்லாத விழிகளுடன் நின்றான். “உன்னுள் மாபெரும் எதிரி ஒருவர் இருக்கிறார். நீ கற்பவை எல்லாம் அவருக்காகவே. உன்னுள் காமமும் மோகமும் இல்லை, குரோதம் கடலென நிறைந்திருக்கிறது.

அந்தக் குரோதத்தை நீ வெல்லாமல் உன்னால் மாபெரும் வில்லாளியாக முடியாது. மாபெரும் வில்லாளியாக ஆகாமல் உன்னால் அந்த எதிரியை கொல்லவும் முடியாது.”

சிகண்டி ஒன்றும் சொல்லவில்லை. அவனுடைய மதம்பரவிய பன்றிக் கண்களில் எந்த உணர்ச்சியும் வெளிப்படவில்லை. அக்னிவேசர் பிறரிடம் “நீங்கள் செல்லலாம்” என்றார். அவர்கள் வணங்கி விடைபெற்றதும் சிகண்டியின் பெரிய தோளில் தன் மெலிந்த கைகளை வைத்து “வா” என்றார். இருவரும் காட்டுக்குள் சென்ற ஒற்றையடிப்பாதையில் நடந்தனர். காற்று காட்டுக்குள் மழையொலியுடன் சென்றுகொண்டிருந்தது. அக்னிவேசர் சிகண்டியின் தோள்களை அழுந்தப்பற்றியிருந்தார்.

காடு திறந்து ஒரு மலைச்சரிவின் முனை வந்தது. வானம் வெகுதொலைவுக்கு கீழிறங்கியது. கீழே பாறைகள் நடுவே கங்கையின் ஓடை ஒன்று சிறிய வெண்ணிறச் சால்வைபோல கிடந்தது. அதனருகே நான்கு யானைகள் நின்றிருந்தன. அவற்றில் ஒன்று அவர்களின் வாசனையை பெற்றது. அது எழுப்பிய அதிர்வொலி மேலே கேட்டது. காட்டுக்குள் அதன் கூட்டத்தில் இன்னொரு யானை எதிர்க்குரல் எழுப்பியது.

“பீஷ்மரை நீ வெல்லவேண்டும் என்றால் நீ உன்னை வென்றாகவேண்டும் குழந்தை” என்றார் அக்னிவேசர். “நீ அவரை அஞ்சவில்லை. ஏனென்றால் நீ இறப்பையும் பழியையும் அஞ்சுபவனல்ல. ஆனால்...” அவன் கண்களை நோக்கி அக்னிவேசர் கேட்டார் “நீ நேற்று என்ன கனவு கண்டாய்?”

சிகண்டி கண்களைத் திருப்பியபடி “ஒரு சிறிய கிராமம். நீரோடைகளால் சூழப்பட்டது. மென்மழை அங்கு பெய்துகொண்டிருந்தது. நான் ஒரு சிறிய கூட்டுக்குள் இருப்பதாக உணர்ந்தேன். அங்கிருந்தபோது ஒருவனைப் பார்த்தேன். அவன் என் எதிரி என்று தெரிந்தது...”

“அவன் முகம் தெரிந்ததா?” என்றார் அக்னிவேசர். “இல்லை. நான் பார்த்தது அவனுடைய மார்பை மட்டுமே. அப்போதுதான் நான் ஒரு கரிய பன்றியாக இருப்பதை உணர்ந்தேன். உறுமியபடி பாய்ந்து சென்றேன். மலையிலிருந்து இறங்கும் கரும்பாறைபோல. அவன் மார்பை முட்டி அந்தவேகத்திலேயே தோலையும் தசையையும் கிழித்து எலும்புகளை உடைத்து சிதைந்த மாமிசத்திலிருந்து அவன் இதயத்தைக் கவ்வி பிய்த்து எடுத்தேன். செந்தாமரை மொட்டு போலிருந்தது. மெல்ல அதிர்ந்துகொண்டிருந்தது. வெம்மையான குருதி அதிலிருந்து வழிந்தது. அதை என் வாயிலிட்டு மென்று உண்டேன். அப்போது ஒரு மூச்சொலி கேட்டு திரும்பிப்பார்த்தேன். சங்குவளையல்களும் கிளிஞ்சல்மாலையும் அணிந்த கரிய பெண் ஒருத்தி என்னை நோக்கிக் கொண்டு நின்றிருந்தாள். அக்கணமே நான் விழித்துக்கொண்டேன்.”

“எவ்வளவு வெறி... இந்த வெறி ஒவ்வொரு கணமும் உன் விரல்களில் இருக்கையில் உன் அம்புகள் எப்படி இலக்கை அடையும்?” என்றார் அக்னிவேசர். “இவ்வுலக வாழ்க்கை ஒரு விளையாட்டு. அதை அறிந்தவன் சிறந்த ஆட்டத்தை ஆடுகிறான்.” சிகண்டி “நான் என்ன செய்யவேண்டும் ஆசிரியரே?” என்றான். “ஒரே வழிதான் உள்ளது. நீ இன்னும் பீஷ்மரை அறியவில்லை. ஒருவன் நன்கறிந்திருக்கவேண்டியது தன் எதிரியைப்பற்றித்தான். எதிரி நம்முடைய ஆடிப்பிம்பம் போல.”

சிகண்டி கூர்ந்து கேட்டு அமைதியாக நின்றான். “நீ கிளம்பிச்செல். பீஷ்மரை முழுமையாக தெரிந்துகொள். அவரது நண்பர்களிடமும் எதிரிகளிடமும் பேசு. சூதர்களிடமும் நிமித்திகர்களிடமும் கேட்டுத்தெரிந்துகொள். அவரது உள்ளும் புறமும் உனக்குத் தெரியவேண்டும். அவரது அகத்தில் ஓடும் எண்ணங்கள் அப்படியே உன் அகத்திலும் ஓடவேண்டும். களத்தில் அவருக்கு முன் நீ நிற்கும்போது அவரது ஆடிப்பாவை போலவே தெரியவேண்டும். இளைஞனே, தன் ஆடிப்பாவையிடம் மட்டுமே மனிதர்கள் தோற்கிறார்கள்.”

“ஆம், அதைச்செய்கிறேன்” என்றான் சிகண்டி. “அவ்வாறு தெரிந்து கொள்ளும்போது உன் சினம் ஆறும். சினம் ஆறியபின் நீ அவரை கொல்ல வேண்டாமென்று முடிவெடுக்கக் கூடும். அவரை உன் தந்தையாகக்கூட ஏற்கக்கூடும்.” சிகண்டியின் கண்களில் மிகச்சிறிதாக ஓர் அதிர்வு வந்துசென்றது. “நீ அவர் மகன்” என்றார் அக்னிவேசர். சிகண்டி திகைத்து நோக்கினான். அக்னிவேசர் தனக்குள் ஆழ்ந்தவராகச் சொன்னார். “கருவுறுதல் என்றால் என்ன? காமத்தால்தான் கருவுறவேண்டுமா, கடும் சினத்தால் கருவுறலாகாதா? உடலால்தான் கருவுறவேண்டுமா, உள்ளத்தால் கருவுறலாகாதா?”

சிகண்டி நின்றுவிட்டான். சற்று முன்னே சென்ற அக்னிவேசர் அவன் தன்னைத் தொடரவில்லை என்பதை உணர்ந்து நின்று திரும்பிப்பார்த்தார். “நீ உன் அன்னையின் அடங்காப்பெருஞ்சினம் உடலெனப்பிறந்தவன். அவள் மைந்தன். அம்மைந்தனைப் பிறப்பித்தவர் பீஷ்மர் என்பதனால் அவர் உன் தந்தையேதான்.” புன்னகையுடன் “தந்தையைக் கொல்ல விழையும் கணம் ஒன்று எல்லா மைந்தர் நெஞ்சுக்குள்ளும் ஓடிச்செல்லும். நீ அக்கணமே காலமாக ஆகிய மைந்தன், அவ்வளவுதான்” என்றார்.

“அவரை முழுதறியும்போது நீ அவர் பாதங்களைத் தொட்டு ஆசிபெறக்கூடும்.” சிகண்டியிடமிருந்து பன்றியின் உறுமல் வெளிப்பட்டது. அக்னிவேசர் புன்னகையுடன் “தந்தையர் அனைவருக்கும் இருமுகம். ஒன்று கொலை இன்னொன்று ஆசி. நீ கொலைமுகத்தை மட்டும் கண்டிருக்கிறாய். பெரும்பாலான அன்னையர் அதையே மைந்தருக்கு அளிக்கிறார்கள். தானும் தந்தையாக ஆகி தந்தையை இழந்தபின்பு மட்டுமே மைந்தர்கள் தந்தையின் ஆசியை உணர்கிறார்கள்” என்றார்.

சிகண்டியின் மதவிழிகளை நோக்கி மேலும் விரிந்த சிரிப்புடன் "மைந்தரிலும் இருமுகங்கள் உண்டு. தந்தையைக் கொல்லவும் தந்தையாக வாழவும் வருபவன் மைந்தன். தன்னைக் கொன்று தன் காட்டை கைப்பற்ற வந்தது மகவு என்று அறியாத வேங்கை இல்லை" என்றார் அக்னிவேசர். "சிகண்டியே, தந்தை மைந்தன் விளையாட்டுதான் இப்புவியில் நிகழும் உயிர்நடனங்களிலேயே அழகியது, மகத்தானது. அதைப்புரிந்துகொள்பவன் அனைத்தையும் புரிந்துகொள்கிறான். ஏனென்றால் பிரம்மமும் புடவியும் ஆடும் லீலையும் அதைப்போன்றதே. பரமாத்மனும் ஜீவாத்மனும் கொண்டுள்ள உறவும் அதற்கு நிகரானதே."

அக்னிவேசர் நடந்தபோது சிகண்டி பின்னால் நடந்தான். "கேள் இளைஞனே, முன்பு கௌதம குலத்தில் உதித்த ஆருணி என்னும் முனிவர் இருந்தார். கடும்தவத்தால் அவர் ஞானமடைந்து உத்தாலகர் என்று பெயர் பெற்றார். அவருடைய மைந்தன் ஸ்வேதகேது. தந்தையிடமிருந்து நூல்களைக் கற்றபின் ஏழு குருகுலங்களுக்குச் சென்று வேதவேதாங்கங்களையும் ஆறுதரிசனங்களையும் ஆறுமதங்களையும் மூன்று தத்துவங்களையும் கற்றபின் திரும்பிவந்தான். தந்தையைக் கண்டு தந்தையே உங்களுக்கு மெய்ஞானத்தில் எந்த ஐயமிருப்பினும் என்னிடம் கேட்டு தெளிவுகொள்ளுங்கள் என்று சொன்னான்.

"மைந்தனின் ஆணவத்தைக் கண்டு உத்தாலகர் வருந்தினார். அவன் ஆணவத்தை அடக்கினாலன்றி அவனால் ஞானத்தைக் கடந்து விவேகத்தை அடையமுடியாதென்பதை உணர்ந்து பிரம்மஞானத்தைக் கொண்டு மட்டுமே விளக்கிவிடக்கூடிய வினாவைக் கேட்டார். எவற்றை அறியமுடியுமோ அவற்றையெல்லாம் அறிந்துவிட்டாய். எதை அறியமுடியாதோ அதை அறிந்துவிட்டாயா? ஸ்வேதகேது பதிலின்றி திகைத்துவிட்டான். தந்தையின் காலடியைப் பணிந்து தன் ஆணவத்தைப் பொறுத்தருள வேண்டினான். அவர் அந்த மெய்ஞானத்தை ஓர் அகச்சொற்றொடராக அவனுக்கு அளித்தார்." அக்னிவேசர் மிகமெல்ல அந்த மந்திரத்தைச் சொன்னார் "அது நீயே."

அக்னிவேசர் புன்னகையுடன் "சிகண்டியே, அந்தப் பதிலை ஆருணியாகிய உத்தாலகர் தன் மைந்தன் ஸ்வேதகேதுவை மடியில் வைத்து முன்பொருமுறை சொன்னதுண்டு. அது நீயே என. அன்று மைந்தன் என்ன கேட்டிருப்பான்? அவன் சுட்டிக்காட்டி வினவிய முதல்வினா தந்தையை நோக்கி நீ யாரென்பதாகத்தானே இருக்கமுடியும்? அதற்கான பதில் 'மைந்தா நானே நீ' என்பதன்றி வேறெப்படி இருக்கமுடியும்?"

சிகண்டி சிறிய கண்களால் பார்த்து நின்றான். அக்னிவேசர் சொன்னார். "ஆனால் தந்தையர் அதை உணர்வதற்கு ஞானம் கனியும் ஒரு புள்ளி தேவையாகிறது. நான் நான் என்றெழுந்த மனமும் எனது எனது என

விரிந்த கைகளும் குறுகிச்சுருங்கும் ஒரு பருவம்... குருதிகுளிர்ந்தபின் தன் வற்றிய கைகளால் மைந்தனைப் பற்றும்போது அந்த மாபெரும் திரை அறுந்துவிழக் காண்கிறான் மனிதன். மகனே நானே நீ என்கிறான். அனேகமாக அவன் அதைச்சொல்லி முடிப்பதற்குள் எமன் அவன் உயிரைக் கைப்பற்றியிருப்பான்."

மீண்டும் கங்கையின் விளிம்பை அடைந்ததும் அக்னிவேசர் சொன்னார். "செல். உன் தந்தையை அறி. அதன்பின் உன் இலக்கை முழுமைசெய்!" அவன் தலையில் கைவைத்து "சாந்தோக்கிய உபநிடதத்தின் அழியாத அறிவின் ஒளியே உனக்கும் அகச்சொற்றொடராகட்டும். நீ வாழ்நாளெல்லாம் உன் அகத்தில் ஏற்றி தவம் செய்யவேண்டிய அணுக்கமந்திரம் அது." மெல்ல உறுதியாக அக்னிவேசர் உபநிடத மந்திரத்தைச் சொன்னார். "அது நீயே!"

சிகண்டி அதை கைகூப்பி ஏற்றுக்கொண்டான். திரும்பிப்பார்க்காமல் அக்னிவேசர் காட்டுக்குள் சென்று மறைந்தார். சிகண்டி கங்கையை நோக்கியபடி நெடுநேரம் நின்றுகொண்டிருந்தான். கூந்தலிழைகள் மட்டும் பறக்க, ஒரு தசைகூட அசையாமல் பகலும் இரவும் நிற்கும் வல்லமை அவனுக்கிருந்தது. அவனுள் அகம் ஆயிரம்கோடிக் காதம் விரைவதன் விளைவு அது. அவன் மிரண்ட காட்டுக் குதிரைமேல் ஏறமுயல்பவன் போல அந்தச் சொல்லில் ஏற முயன்றான். 'அது நீயே!'

இருள் படர்ந்து விழிக்காடு மறைந்து செவிக்காடாகியது. 'தத்வமசி' என்ற சொல் அவனைச் சூழ்ந்திருந்தது. இருளாக, மின்மினிகளாக, விழியொளிகளாக, காற்றாக, இலையோசையாக, விண்மீன்களாக, பால்வழியாக, முடிவின்மையாக.

மறுநாள் காலைவரை அங்கேயே அவன் நின்றிருந்தான். கங்கைநோக்கிச் சென்றுகொண்டிருந்த காற்று கங்கையில் இருந்து இனிய நீராவி வாசனையுடன் எழத்தொடங்கியது. அவனைத்தாண்டி எட்டு யானைகள் கொண்ட ஒரு கூட்டம் சென்றது. அதன் தலைவி அவனை பகலில் முகர்ந்ததை அடையாளம் கண்டுகொண்டு தன் தோழிகளுக்குச் சொன்னது. நடுவே சென்ற சிறிய குட்டி ஆர்வத்துடன் தன் சிறிய துதிக்கையைத் தூக்கியபடி சிகண்டியை நோக்கி வர அதன் அன்னை அதன் பின்பக்கம் துதிக்கையால் தட்டி முன்னால் செலுத்தியது.

புதருக்குள் இருந்த பன்றிக்கூட்டம் ஒன்று அவனைநோக்கி வந்தது. அவற்றின் மணிக்கண்கள் இருளில் ஒளிவிட்டன. மூச்சொலிகளும் வாயின் ஆவிவாசனையும் காற்றில் வந்தன. அவை சென்றபின் ஒரு முதுபன்றி மட்டும் அவனை நோக்கி வந்து அவன்முன் நின்றது. இருட்டில் கரைந்து நின்ற அது தன் சிறிய கண்களால் அவனை நோக்கியது.

முன்னங்காலால் தரையை இருமுறை சுரண்டிவிட்டு அங்கேயே படுத்துக்கொண்டு அவனை கவனித்தது. விடியலின் முதல் வெளிச்சம் கீழ்வானில் தெரியத் தொடங்கியதும் எழுந்து குறியவாலைச் சுழற்றியபடி புதருக்குள் மறைந்தது.

சிகண்டி காலையில் கங்கையில் நீராடியபின் தன் குடிலை அடைந்தான். புலித்தோலில் தன் ஆடைகளை சுருட்டிக் கட்டிக்கொண்டு வில்லையும் அம்புகளையும் தோளில் அணிந்துகொண்டு குனிந்த தலையுடன் இறங்கி நடந்தான். அப்பால் அதிகாலை வகுப்புக்காக அக்னிவேசரின் குடிலுக்கு முன்னால் மாணவர்கள் நின்றிருந்தனர். அவர்கள் அவனைப் பார்த்தனர். எவரும் அவனை நோக்கி வரவில்லை. அவர்கள் அவனை நோக்கிய பார்வை மனிதனை நோக்கியதாக எப்போதுமே இருந்ததில்லை. மிருகமொன்றைப் பார்க்கும் பார்வை பின்பு தீயதேவதை ஒன்றைப் பார்ப்பதாக மாறியிருந்தது. சிகண்டி அவரது குடிலை வணங்கிவிட்டு தேர்ச்சாலை நோக்கிச் சென்றான்.

மரப்பட்டைக்கதவைத் திறந்து அக்னிவேசர் வெளியே வந்தார். சிகண்டி செல்வதைப் பார்த்து “அவனை அழையுங்கள்” என்றார். அடுத்தகணம் துரோணரின் அம்பு பறந்து வந்து சிகண்டியின்முன் விழுந்து தைத்து ஆடியது. அவன் திரும்பிப்பார்த்ததும் அக்னிவேசர் அவனை நோக்கி வந்தார். அவன் திரும்பி அவரை நோக்கிச் சென்றான். அவர்கள் இருவரும் ஓங்கி நின்றிருந்த வகுள மரத்தடியில் சந்தித்தனர். நரம்பு புடைத்த கைபோல விரல்களால் மண்ணைப்பற்றி மேலே அடர்ந்த இலைக்குவையுடன் நின்ற மரம் காற்றில் சலசலத்தது.

அக்னிவேசர் “நான் நேற்றிரவு துயிலவில்லை” என்றார். “அதிகாலையில் தான் நான் உன்னிடம் ஒன்றைக் கேட்டிருக்கவேண்டும் என்ற எண்ணம் வந்தது.” சிகண்டி வெறும் பார்வையாக நின்றான். “சொல், நீ கண்ட அந்தக் கனவில் வந்த கிளிஞ்சல்மாலையணிந்த கிராமத்துப்பெண் எப்படி இருந்தாள்?” சிகண்டி பார்வையை விலக்கி சில கணங்கள் நின்றான். அவன் கை நாணை நெருட சிறு ஒலி எழுந்தது. பின்பு “என் அன்னை அம்பாதேவியைப்போல” என்றான்.

“நினைத்தேன்” என்றபின் அக்னிவேசர் “உன் தேடல் முழுமையடை யட்டும்!” என்று வாழ்த்திவிட்டு திரும்பிச்சென்றார். சிறிய பறவை காற்றில் தாவிச்செல்வது போலச் சென்ற அவரைப் பார்த்தபின் சிகண்டி திரும்பிநடந்தான்.

2

சித்ராவதியில் இருந்து கிளம்பிய சிகண்டி ஐம்பதுநாட்கள் நதிகளையும் கோதுமை வயல்களையும் தாண்டி திரிகர்த்தர்கள் ஆண்ட ஹம்ஸபுரம் வந்துசேர்ந்தான். பசுங்கடல் வயல்கள், நீலமொழுகிய நதிகள், மக்கள் செறிந்த கிராமங்களைத்தாண்டி வந்துகொண்டிருந்த நாட்களில் ஒருமுறைகூட அவன் எவரிடமும் பேசவில்லை. அவனைக் கண்டதுமே கிராமங்களில் தலைமக்கள் எழுந்துவந்து வணங்கி ஊருக்குள் அழைத்துச் சென்றனர். அவனை வராஹியின் ஆலயமுகப்பில் அமரச்செய்து ஊனுணவளித்தனர். அவன் கைகாட்டியதும் படகுக்காரர்கள் வந்து பணிந்து அவனை ஏற்றிக்கொண்டனர். உடம்பெங்கும் சேறுபடிந்திருக்க, தலை புழுதியில் காய்ந்த புல்லாக ஆகியிருக்க அவன் நகர்ந்துசெல்லும் சிறு மண்குன்றுபோலிருந்தான். உறுமலே அவன் மொழியாக இருந்தது.

அஷிக்னி நதிக்கரையில் இருந்த காசியபபுரத்தைச்சுற்றி வண்டல்படிந்த வயல்வெளி பரவியிருந்தது. முற்றத்தொடங்கிய கோதுமைக்கதிர்கள் அடர்நீலநிறத் தாள்களுடன் செறிந்து நின்றன. வயல்வெளிகளை ஊடுபாவாக வெட்டிச்சென்ற வாய்க்கால்களின் நீரின் ஒலியும் சதுப்புகளில் படுத்திருந்த எருமைகளின் முகரியொலியும் நீர்ப்பறவைகளின் சிறகோசைகளும் அந்நிலத்தின் மொழியாக ஒலித்துக்கொண்டிருந்தன. வெயில்பரவிய வயல்வெளிக்கு நடுவே வணிகப்பாதையில் அஷிக்னி நோக்கிச் சென்ற பொதிவண்டிகள் நீரில் மிதப்பவை போல் தெரிந்தன. அவற்றைத்தொடர்ந்து சென்ற சிகண்டி அஷிக்னியின் கரையை அடைந்தான்.

அஷிக்னியில் பாய்விரித்த படகுகள் சிறகசையாமல் மிதக்கும் பருந்துகள் போல அசையாத பாய்களுடன் தெற்குநோக்கிச் சென்றுகொண்டிருந்தன. மீன்பிடிப்பவர்களின் தோணிகள் மெல்ல அலைகளில் எழுந்தமர்ந்து நிற்க

அவ்வப்போது அவற்றிலிருந்து தவளை நாக்குநீட்டுவதுபோல வலைகள் எழுந்து நீரில் பரவி விழுந்தன. அலைகள் மோதிக்கொண்டிருந்த அஷிக்னியின் கரையை உறுதியாக கல்லடுக்கிக் கட்டியிருந்தனர். கல்லடுக்குகளின் பொந்துகளுக்குள் புகுந்த நீர் எண்ணிஎண்ணிச் சிரிப்பதுபோல ஒலியெழுப்பியது.

நதிக்கரைமேலேயே வண்டிப்பாதை அமைந்திருந்தது. வண்டிகளின் பின்னால்சென்ற சிகண்டி தூரத்தில் ஹம்ஸபுரத்தின் கோட்டையைக் கண்டான். மலைப்பாறைகளை நீர்வழியாகவே உருட்டிவந்து ஏற்றி யானைகளைக்கொண்டு அடுக்கி உருவாக்கப்பட்ட உயரமான அடித்தளம் மீது சிறிய உருளைக்கற்களைக்கொண்டு கட்டப்பட்ட அந்தக்கோட்டை மழையில் கறுக்காத மஞ்சள்நிறமான கல்லடுக்குகளுடன் செதில்கள் நிறைந்த சாரைப்பாம்பு போல தோற்றமளித்தது. அதன்மேல் மரத்தாலான காவல்கோபுரங்களில் வெண்பட்டில் செந்நிறமாகத் தீட்டப்பட்ட சூரியனின் சின்னம் இருந்தது.

கோட்டைக்கு முன்பக்கம் மிகப்பெரிய படகுத்துறை இருந்தது. அதன் இருபக்கமும் வண்டிப்பாதைகள் வந்து இணைந்தன. நதியில் வடக்கிலிருந்தும் தெற்கிலிருந்தும் வந்த படகுகளும் இருபக்கச் சாலைகளும் சந்திக்கும் நான்மையமாக இருந்தது அந்தத் துறை. நதியில் அலைகளில் எழுந்து விழுந்து நெருங்கி வந்த படகுகள் பாய்களைச் சுருட்டியபடி அணுகி பெரிய துறையை சேர்ந்தபோது கரையிலிருந்து கூச்சல் எழுந்தது. கயிறுகளை வீசி படகுகளை பிடித்துக்கட்டுபவர்களும் படகிலிருந்த துடுப்புக்காரர்களும் மாறி மாறி கூவிக்கொண்டனர். கயிற்றைப் பிடித்து இழுப்பவர்கள் உரக்கப்பாடினர். நெருங்கி வந்த படகு கரையில் இருந்த பெரிய மூங்கில்சுருள்களில் மோதி அதிர்வை இழந்து மெல்ல அமைதியடைந்தது.

படகுத்துறைக்கு அருகிலேயே மரக்கூரை போடப்பட்ட பண்டகசாலைகள் வரிசையாக நின்றன. நூற்றுக்கணக்கான வண்டிகள் அங்கே சுமைகளை ஏற்றிக்கொண்டும் இறக்கிக்கொண்டும் நின்றன. உயரமற்ற பெருங்களர்வா மரங்கள் பரவிநின்ற கோட்டைமுற்றம் முழுக்க வண்டிமாடுகள் நின்று கோதுமைவைக்கோலை மென்றுகொண்டிருக்க அவற்றின் கழுத்துமணிகள் சேர்ந்து ஒற்றை முழக்கமாகக் கேட்டன. மீன்மெழுகு பூசப்பட்ட கரியகூரைகொண்ட கூண்டுவண்டிகள் வெயிலில் வளைவுகள் மின்ன நுகம் ஊன்றி நின்றிருந்தன. தலைப்பாகைகளை அவிழ்த்துவிட்ட வணிகர்கள் மரத்தடிகளில் பாய்கள் விரித்து படுத்தபடியும் கழஞ்சும் தாயமும் விளையாடியபடியும் இருந்தனர்.

வெயிலுக்கு கண்கள்கூச சிகண்டி கோட்டையை ஏறிட்டுப் பார்த்தான். பின்பு உள்ளே நுழைந்த அவனை நோக்கி வந்த வீரன் ஒருவன்

முகத்தில் இழிவுச்சிரிப்புடன் "நீ எப்படி ஆயுதம் ஏந்தியிருக்கிறாய்? யார் உனக்கு ஆயுதமளித்தது?" என்றபடி சிகண்டியின் வில்லை பிடிக்கவந்தான். அவனுடைய இருகால்கள் நடுவே தன் காலைக்கொடுத்து ஒற்றைக்கையால் தூக்கிச் சுழற்றி வீசிவிட்டு சிகண்டி முன்னால் நடந்தான். புழுதியில் விழுந்தவன் எழுந்து ஆவேசமாக தன் வேலை எடுக்க, மேலே இருந்த தலைவன் அவர்களின் மொழியில் ஏதோ சொல்ல அவன் வேலைத்தாழ்த்தினான்.

சிகண்டியை நோக்கி வந்த தலைவன் "வீரரே, இந்நகரில் எவருக்கும் அனுமதி உண்டு. ஆனால் ஷத்ரியர்கள் அல்லாதவர்கள் ஆயுதமேந்த அனுமதி இல்லை" என்றான். சிகண்டி "எந்த ஷத்ரியனாவது என் ஆயுதத்தை பிடுங்க முடியும் என்றால் அதைச்செய்யலாம்" என்றான். தலைவன் சிகண்டியின் கண்களைக் கூர்ந்து சில கணங்கள் நோக்கினான். "வீரரே, இனி இந்நகருக்குள் செல்வது தங்கள் விருப்பம். தங்களை எந்த ஷத்ரியன் கொன்றாலும் இந்நகரம் அதை அனுமதிக்கும்" என்றான். சிகண்டி ஒன்றும் பேசாமல் உள்ளே சென்றான்.

மொத்தநகரமும் களிமண் நிறத்தில் இருந்ததை சிகண்டி கண்டான். உயரமில்லாத சிறிய சதுரவடிவ கட்டடங்கள். அஷிக்னியின் களிமண்ணைக் குழைத்துக் கட்டப்பட்டவை. கூரைகள் சாய்வாக இல்லாமல் சதுரமாக இருந்ததனால் அவை விதவிதமாக அடுக்கப்பட்ட பெட்டிகள் என்ற பிரமையை அளித்தன. சீரான நேர்கோடுபோல் சென்ற அகன்றசாலைகளில் பெரும்பாலும் கோவேறு கழுதைகளில்தான் மக்கள் பயணம் செய்தனர். கழுதைகள் சிறிய பொதிகளுடன் சென்றன. அவையும் புழுதி நிறமாகவே இருந்தன. ஆனால் அதற்கு மாறாக மக்கள் சிவப்பு நீலம் பச்சை மஞ்சள் நிறங்களில் உடையணிந்து பெரிய பூக்கள் போல நடமாடினர். ஆண்கள் வண்ண உடைகள் அணிவதை சிகண்டி அங்குதான் முதல்முறையாகப் பார்த்தான்.

பல பகுதிகளாக பிரிந்துபிரிந்து சென்ற நகரமெங்கும் மக்கள் நெரிசலிட்டுக்கொண்டு நடமாடினர். நகரில் ஏன் அந்த நெரிசல் என்று சிகண்டி சற்று நேரம் கழித்து உணர்ந்தான். ஹம்ஸநகரம் அப்பகுதியில் இருந்த முக்கியமான வணிக மையம். அஷிக்னி நதியின் கரையில் இருந்த அத்தனை விவசாய கிராமங்களுக்கும் அப்பால் வறண்ட மலையடுக்குகளுக்குள் அமைந்திருந்த பல்லாயிரம் சிற்றூர்களுக்கும் அது ஒன்றே வெளியுலகம். அங்கே வாய்திறந்து விழிவிரிய நோக்கியபடி முண்டிக்கொண்டிருந்தவர்களில் பெரும்பாலானவர்கள் அங்கு வாழ்பவர்கள் அல்ல என்று தெரிந்தது.

நகரின் நடுவே வலப்பக்கம் அஷிக்னிக்கரையில் இருந்து எடுக்கப்பட்ட உருளைக்கற்களைக்கொண்டு கட்டப்பட்ட சிறிய உள்கோட்டை

இருந்தது. அதற்கப்பால் ஏழடுக்கு அரண்மனையும் சமதளக் கூரையுடன் ஒரு மண்திட்டு போல எழுந்து தெரிந்தது. அதன் சாளரங்களில் மட்டும் செம்பட்டுத்திரைச்சீலைகள் ஆடின. கோட்டைக்கு முன்னால் தேர்கள் சில நின்றன. காவல்வீரர்கள் மேலே ஒளிரும் ஈட்டியுடன் நின்றிருந்தனர். பெரிய முரசின் தோல்பரப்பில் பட்ட வெயில் கண்ணை அரைக்கணம் கூசச்செய்தது. இடப்பக்கம் சென்ற சாலை உயர்குடிகளின் சிறிய அரண்மனைகள் இருந்த பகுதியை நோக்கிச் சென்றது. நேர் முன்னால் உயர்ந்த முகடுடன் தெரிந்தது சூரியதேவனின் ஆலயம்.

சிகண்டி அந்தக் கோயிலைப்பார்த்தபடி சாலையில் நின்றான். பெரிய பாறைகளைக் குவித்து உருவாக்கப்பட்ட செயற்கைக் குன்றுக்குமேல் இருந்தது அந்த ஆலயம். குன்றின் மேல் ஏறிச்சென்ற பெரிய படிக்கட்டுகளால் மேலிருந்த கட்டடத்தின் காலடியில் கொண்டுசென்று சேர்க்கப்பட்ட மனிதர்கள் கைவிரல்கள் அளவேயுள்ள சிறிய பாவைகளாக அசைந்தனர். அவர்களின் தலைக்குமேல் பேருருவமாக எழுந்து நின்றன சுதையாலான ஏழு வெண்குதிரைகள். பெருங்கடல் அலை ஒன்று அறைவதற்கு முந்தைய கணத்தில் உறைந்ததுபோல, மலைச்சரிவில் இறங்கிய நதி நிலைத்தது போல, அவை வேகமே அசைவின்மைகொண்டது போல விழித்த கண்களும் திறந்த வாயும் கடிவாளத்தால் இழுக்கப்பட்டு விதவிதமாகத் திரும்பிய நீள்கழுத்துகளுமாக துள்ளி நின்றன. அவற்றின் கனத்த குளம்புகள் அங்கிருந்த மனிதர்களின் தலைக்குமேல் நீட்டி நின்றன.

அவற்றின் பிடரிமயிரின் வண்ணங்கள் வேறுபட்டன. ஊதா, செந்நீலம், நீலம், பச்சை, மஞ்சள், பொன்னிறம், சிவப்பு நிறங்களில் தழல்போல நீண்டு நெடுந்தூரம் பின்பக்கம் பறந்த பிடரிமயிரை மட்டும் மரத்தால் செய்திருந்தனர். குதிரைகளுக்குப் பின்னால் சுதையாலான பெரிய ஆலயத்தின் கூரை வெண்கலத் தகடுகளாலானது. மதியவெயிலில் பொன்னிறமாக அது ஒளிர்ந்தது. அதன் கீழே சுதைச்சுவர் இளஞ் சிவப்பு நிறமாகவும் வட்டமாகத் திறந்திருந்த வாயில் செந்நிறமாகவும் இருந்தது. சாலையிலிருந்து பார்த்தபோது பொன்னிறமான மேகங்களை மணிமுடியாக அணிந்து சூரியவட்டம் ஏழுகுதிரைகளில் வருவதுபோலிருந்தது அக்கோயில்.

சிகண்டி படிகளில் ஏறி மேலே சென்றான். அவனுடைய மண்படிந்த உடலைக்கண்ட மக்கள் அஞ்சி விலகி சுருங்கிய கண்களால் பார்த்தனர். தங்களுக்குள் கிசுகிசுவென பேசி பிறருக்கு சுட்டிக்காட்டினர். கோயிலைச் சுற்றி இருந்த பெரிய வட்டப்பாதையில் அண்ணாந்து சிலைகளைப் பார்த்துக்கொண்டிருந்தவர்கள் அவனைக்கண்டதும் அஞ்சி சிறிய கூச்சலுடன் விலகினர். கோயிலின் சுவர்களிலும் கூரைச்சரிவிலும் சுதையாலும் மரத்தாலும் செய்யப்பட்ட சிலைகள் நிறைந்திருந்தன.

இதமான வண்ணங்கள் பூசப்பட்ட அழகிய சிலைகளின் கண்கள் நீலநிறமான சிப்பிகளால் அமைக்கப்பட்டு மெல்லிய ஒளியுடன் பார்ப்பவர்களின் கண்களை சந்தித்தன. உதடுகள் உயிரசைவு கொண்டு எக்கணமும் பேசமுற்படுபவை போலிருந்தன.

வலப்பக்கச் சுவரில் இருந்த பெரிய சிற்பத்தொகை காசியப பிரஜாபதிக்கு அதிதிதேவியில் சூரியன் பிறப்பதைக் காட்டியது. காசியபரின் வெண்ணிறத் தலைமயிர் விரிந்து மேகங்களாக பரவியிருந்தது. அந்த மேகங்களில் முனிவர்களும் தேவர்களும் அமர்ந்திருந்தனர். அவரது தலைக்குமேல் குனிந்துநோக்கி அருள்புரிந்தபடி பிரம்மனும் விஷ்ணுவும் பறந்துகொண்டிருந்தனர். காசியபரின் தாடி அருவிபோல வெண்ணிறமாகக் கொட்டி கீழே வழிந்து இரண்டு பக்கமும் அலைகளாக ஓடிக்கொண்டிருக்க அதில் நாகங்களும் மீன்களும் நீந்தின. அவரது உடல் பொன்னிறமானதாக இருந்தது.

அவர் அருகே இருந்த தட்சனின் மகளாகிய அதிதிதேவி பெண்ணின் தலையும் தோள்களும் மார்பகங்களும் கொண்டிருந்தாள். இடைக்குக் கீழே கரிய சுருள்களாக அவளுடைய பாம்புடல் விரிந்திருக்க அதன் மேல்தான் காசியபர் அமர்ந்திருந்தார். ஒரு கையால் அவள் இடையைத் தழுவி மறுகையை விரித்து அதில் நீர்க்குடம் வைத்திருந்தார். அதிதியின் ஒரு கையில் தழல் இருந்தது. மறுகையில் அவள் குழந்தையான சூரியனை வைத்திருந்தாள். செந்தழல்மகுடம் அணிந்த பொன்னிற உடலுடன் சூரியக்குழந்தை ஒரு கையால் ஒளிச்சின்னமும் மறு கையால் அருள்சின்னமும் காட்டி புன்னகை செய்தது.

அதிதியின் மைந்தர்களான பன்னிரண்டு ஆதித்யர்களும் அவர்களுக்கு இருபக்கமும் ஒளிமுத்திரையும் தழல்முடியுமாக நின்றனர். அவர்கள் காலடியில் அதிதிபெற்ற பன்னிரு ருத்ரர்களும் நீலநிறமான உடலும் பறக்கும் செந்தழல் உடல்களுமாக வீற்றிருக்க மேலே எட்டு வசுக்களும் வெண்ணிற உடலும் நீலநிறமான கூந்தலுமாக பறந்துகொண்டிருந்தனர்.

ஆலயத்தின் பின்பக்கச் சுவரில் சூரியன் பன்னிரு கைகளுடன் அர்க்க வடிவில் செதுக்கப்பட்டிருந்தான். ஏழுவண்ணம் கொண்ட ஏழு குதிரைகள் அவன் தேரை இழுத்தன. அது செந்தழல்வடிவமாக இருந்தது. தேர்முனையில் தேரோட்டியான அருணன் அமர்ந்திருந்தான். சூரியனின் பன்னிரண்டு கைகளில் கீழ் வலக்கை அஞ்சல் முத்திரையும் கீழ் இடக்கை அருளல் முத்திரையும் கொண்டிருந்தது. மேல் இருகைகளில் மலர்ந்த தாமரைகள் இருந்தன. மற்ற கைகளில் வஜ்ரம், பாசம், அங்குசம், கதை, தனு, சக்கரம், கட்கம், மழு ஆகிய ஆயுதங்கள் இருந்தன.

இடப்பக்கச் சுவரில் சூரியனின் மித்ர வடிவச் சிலை இருந்தது. ஒளி விடும் பொற்றாமரை மீது பச்சைநிறமான உடலுடன் வலது மடியில்

பொன்னிறமான சம்ஞாதேவியும் இடது மடியில் நீலநிறமான சாயாதேவியுமாக செந்தழல் முடி சூடி மித்ரன் அமர்ந்திருந்தான். ஒளிதேவி பெற்ற மைந்தர்களான மனு, யமன், யமி ஆகிய குழந்தைகள் அவளுடைய காலடியில் அமர்ந்திருந்தனர். நிழல்தேவி பெற்ற சனைஞ் சரன், மனு, தபதி என்னும் மூன்று குழந்தைகள் அவள் காலடியில் அமர்ந்திருந்தனர்.

கருவறை முன்னால் வந்து சிகண்டி நின்றான். உள்ளே பழமையான ஒரு பட்டைக்கல் நாட்டப்பட்டிருந்தது. அதில் மிகமழுங்கலான புடைப்புச் சிற்பமாக சூரியனின் சிலை இருந்தது. இரு கைகளிலும் தாமரைகளுடன் அவன் பன்றிமீது அமர்ந்திருந்தான். இருபக்கமும் தொங்கிய வெண்கல விளக்குகளில் நெய்ச்சுடர்கள் மலர்க்கொத்துக்கள் போல அடர்ந்திருக்க கருமையாக ஒளிவிட்ட அச்சிலைக்கு செந்நிற, பொன்னிற, வெண்ணிற மாலைகள் சூட்டப்பட்டிருந்தன. பூசகர்கள் மூவர் உள்ளே அமர்ந்து வேதமந்திரங்களால் சூரியனை துதித்துக்கொண்டிருந்தனர்.

சிகண்டி அங்கே சிலகணங்கள் மட்டும் நின்றான். அவன் கண்கள் வராகத்தைத்தான் பார்த்தன. கல்லின் இருட்டுக்குள் இருந்து அது எழுவதுபோலிருந்தது. இருளுக்குள் சூரியன் அதை மிதித்துத் தாழ்த்துவது போலவும் அதன்மேல் பீடம்கொண்டு அமர்ந்திருப்பதுபோலவும் ஒரேசமயம் எண்ணச்செய்தது.

சிகண்டி திரும்பி படிகளில் இறங்கி கீழே வந்தான். விரிந்த சாலை இருபக்கமும் பெரியமுற்றங்களை நோக்கிச் சென்றது. அம்முற்றங்கள் சந்தையாகவும் கேளிக்கையிடங்களாகவும் ஒரேசமயம் திகழ்ந்தன. தோளோடு தோள்முட்டியபடி மக்கள் அங்கே கூச்சலிட்டுக் கொண்டிருந்தனர். விதவிதமான பொருட்களை குவித்துப் போட்டு சிறுவணிகர்கள் விற்றுக்கொண்டிருந்தனர். கனத்த கட்டிகளாக அடுப்புக் கரிதான் அதிகமும் விற்கப்பட்டது. அவர்கள் அங்கே அதிகமும் நுகரும் அப்பொருள் வெளியே மலைகளில் இருந்துதான் வரவேண்டும் என சிகண்டி நினைத்தான்.

விதவிதமான தோல்கள் ஆடைகளாக மாற்றப்படாதவை, மரவுரிநார்கள், புல்நார்கள், கையால் பின்னப்பட்ட ஆடைகள், மீனிறகுகள், உலோக ஆயுதங்கள், சுறாமீன்பற்களாலான கத்திகள், பலவகையான மூலிகைவேர்கள், வண்ணப்பொருட்கள், மரத்தில் செதுக்கப்பட்ட பாவைகள். கூவியும் சிரித்தும் வசைபாடியும் அவற்றை வாங்கிக்கொண்டிருந்தவர்கள் நடுவே குரங்குகளை கயிற்றிலும் கோலிலும் தாவச்செய்து வித்தைகாட்டினர் சிலர். ஒரு வட்டத்துக்குள் வெண்குதிரை ஒன்று வாலைச்சுழற்றியபடி தலைப்பாகைக்காரனின் மத்தளத்தின் தாளத்துக்கு ஏற்ப நடனமிட்டது.

பெரிய கூட்டம் கூடிநின்ற இடத்தில் சிறிய கண்களும் வெண்களிமண் குடம் போன்ற முகமும் கொண்ட பீதர் இனத்து வீரன் ஒருவன் அம்புகளால் வித்தை காட்டிக்கொண்டிருந்தான். மேலே ஒரு கயிற்றில் கட்டப்பட்டு காற்றில் ஆடிக்கொண்டிருந்த பனையோலையால் ஆன கிளிகளை சிறிய அம்புகளால் சிதறடித்தான். "அறைகூவல்... அறைகூவல்... அந்த நீலக்கிளியை ஏழு அம்புகளுக்குள் சிதறடிப்பேன். என்னால் முடியாதென்பவர்கள் பந்தயம் வைக்கலாம்..." என்றான். அவன் தாடி பாறையின் தொங்கும் வேர்க்கொத்து போல நீளமாக தொங்கியது.

இருபது வெள்ளி நாணயங்கள் பந்தயமாக கீழே விரிக்கப்பட்டிருந்த மான் தோலில் விழுந்தன. சிகண்டி தன் வில்லின் நாணை மெல்லச் சுண்டினான். அனைவரும் திரும்பிப்பார்த்தனர். "ஒரே அம்பால் அந்தக் கிளியை நான் வீழ்த்துகிறேன். இந்த நாணயத்தை நான் எடுத்துக்கொள்ளலாமா?" என்றான். கூட்டம் கூக்குரலெழுப்பி அவனை ஆதரித்தது. சிகண்டி முன்னால் சென்று, அவர்கள் என்ன நடக்கிறது என்று பார்ப்பதற்குள் அந்தக்கிளியை தன் அம்பால் சிதறடித்தான். கூட்டம் களிவெறிகொண்டு கூச்சலிட்டது. இருகைகளையும் வீசி எம்பிக்குதித்தது. வெள்ளிநாணயங்கள் மீன்கள் துள்ளுவதுபோல வந்து மான்தோலில் விழுந்தன.

சிகண்டி அந்த பீதர் இன வீரனிடம் "இருபது நாணயங்கள் எனக்குப் போதும்" என்றபின் குனிந்து எடுத்துக்கொண்டான். எஞ்சிய நாணயங் களைப் பொறுக்கியபடி அவன் "வீரரே, நீர் பரசுராமரின் மாணவரா?" என்றான். சிகண்டி பேசாமாலிருந்தான். "அல்லது பீஷ்மரின் மாணவர், இல்லையா?" சிகண்டி பதில் சொல்லாமல் சென்றான். பீதன் பின்னால் வந்து "அக்னிவேசரின் மாணவர், ஐயமே இல்லை" என்றான். சிகண்டி திரும்பிப்பார்க்காமல் நடந்தான். "வீரரே, என் பெயர் ஜிங் சாங். ஷாங் மன்னர்களின் குடிமகன். யாங் பள்ளியிலும் த்ஸு பள்ளியிலும் வில்வித்தை பயின்றவன். நான் அக்னிவேசரை வணங்கியதாக சொல்லுங்கள்."

தெருவில் சிகண்டி நடந்தபோது ஓர் ஒல்லியான பிராமணன் பின்னால் ஓடி வந்தான். "நான் கஸ்யப கோத்திரத்தவனான அக்னிவர்ணன் வீரரே. இங்கே வரும் மலைமக்களுக்கு நான் இந்நகரத்தைப்பற்றி சொல்கிறேன்... நான் உங்களுக்கு அரிய தகவல்களை சொல்லமுடியும்." சிகண்டி திரும்பிப்பார்க்காமல் சென்றான். "நீங்கள் ஆண் என்றால் நான் சிறந்த பரத்தையரின் வீடுகளைப்பற்றிக்கூட சொல்வேன். பிராமணனை மதிப்பவர்கள் அவர்கள். அவர்களைப்பற்றி நான் கவிதைகள்கூட எழுதியிருக்கிறேன். நீங்கள் விரும்பினால் இப்போதே பாடிக்காட்டுகிறேன்."

விடாது சிகண்டியை பின்தொடர்ந்தபடி "திரிகர்த்தர்கள் ஆளும் இந்த நாடு திரிகர்த்தம் என்றழைக்கப்படுகிறது. காசியபகுலத்தில் பிறந்தவர்கள்

எங்கள் அரசர்கள். இவர்களின் குலம் வடக்கே மலைகளுக்குள் சைத்ரபீடம் என்னும் கிராமத்தை ஆண்டுவந்தது. அதைச்சேர்ந்த விராடன் என்ற அரசர் அஷிக்னி நதியில் படகில் வரும்போது இந்தக் கரையில் ஆயிரக்கணக்கான அன்னப்பறவைகளை கண்டார். இது புனிதமான மண் என்று உணர்ந்து இங்கே அவரது நகரத்தை அமைத்தார். அன்றுமுதல் இது ஹம்சநகரம் என அழைக்கப்பட்டது" என்றான்.

தலையை அசைத்தபடி சிகண்டி நடந்தான். "ஸமுகியும் ஜனமுகியும் பேசும் மக்கள் இங்கே வாழ்கிறார்கள். தேவமொழியின் அபபிரம்சமான மூலத்வனி என்னும் மொழியை இங்குள்ள உயர்குடியினர் பேசுகிறார்கள். இது காசியபர் திரேதாயுகத்தில் உருவாக்கிய நகரத்தின் மாதிரியில் அமைக்கப்பட்டிருப்பதனால் இதை காசியபநகரம் என்கிறார்கள். இதற்கு சம்பாபுரி என்றும் வேகபுரி என்றும் பெயர்கள் உண்டு. இங்குள்ள சூரியக்கோயில் எங்கள் முதல் மன்னராகிய விராடரால் அமைக்கப்பட்டது. ஏனென்றால் இது சூரியன் தன் உக்கிரமான செங்கோலை ஊன்றி சற்றே இளைப்பாறிச்செல்லும் இடம். ஆகவே இதை மூலஸ்தானநகரி என்றும் அழைப்பதுண்டு... மேலும்..."

சிகண்டி கையை அசைத்து அவனிடம் செல்லும்படி சொன்னான். "இருபது வெள்ளியை வைத்திருக்கும் கொடைவள்ளலான நீங்கள் அப்படிச் சொல்வது அழகல்ல. நான் மனைவிகளும் குழந்தைகளும் உடைய பிராமணன். அதேசமயம் பசுக்களும் வேத அதிகாரமும் இல்லாதவன்." சிகண்டி அவனைப் பார்த்தபோது அவன் பார்வையை விலக்கி சற்றே நெளிந்து "அத்துடன் மது அருந்துபவனும்கூட" என்றான். சிகண்டி மெல்லிய உறுமலால் அவனை தன்னைத் தொடரும்படிச் சொல்லி நடந்தான்.

"என் பெயர் ஸுக்திகன். நாங்கள் மீன் உண்ணும் பிராமணர் என்பதனால் எங்களுக்கு வைதிக அதிகாரம் இல்லை. வைதிகபிராமணர்கள் வருடத்துக்கு ஒருமுறை மட்டும் சண்டிபூசை செய்யும்போது மீன் உண்கிறார்கள். நாங்கள் அனைவருமே தெற்கே கூர்ஜரத்தில் கடலோரமாக வாழ்ந்தவர்கள். அங்கே மீன் மட்டும்தான் கிடைக்கும். என்பெயரேகூட சிப்பி என்றுதான் பொருள்படுகிறது..." என்றபடி அவன் பின்னால் வந்தான்.

"சிறந்த மதுவை உங்களுக்கு வாங்கித்தருவது என் பொறுப்பு வீரரே" என்றான் ஸுக்திகன். "இங்கே மலையோரத்து மக்கள் ஹந்தா என்ற மதுவை காய்ச்சுகிறார்கள். அரிசிக்கஞ்சியில் பதினேழுவகையான மூலிகைகள் அடங்கிய மாத்திரைகளைப்போட்டு ஏழுநாட்கள் புதைத்துவைத்து எடுக்கிறார்கள்" என்றான். "உண்மையில் இதிலுள்ள முக்கியமான மூலிகையை அஹிஃபீனா என்று மருத்துவர்கள் சொல்கிறார்கள்.

பாம்பின்எச்சில் என்று பொருள். சிறிய குட்டையான செடி. அதை வறண்ட மலைச்சரிவுகளில் வளர்க்கிறார்கள். அதன் இலைகள் பூ கனி எல்லாமே நஞ்சு. நினைவை மறக்கச்செய்யும். அதை உடலில் செலுத்தியபின் நம் கையை நாமே வாளால் அறுத்துக்கொள்ளலாம். வலியே இருக்காது. அதன் இலைகளைத்தான் இந்த மதுவிலே போடுகிறார்கள்."

பெரிய பாதையில் இருந்து இறங்கிச்சென்ற இடுங்கிய படிகள் ஓர் ஓடைக்குள் சென்று சேர்ந்தன. அதன் வழியாகத்தான் நகரின் கழிவுநீர் முழுக்க நதியைநோக்கிச் சென்றுகொண்டிருந்தது. நகருக்குள் புதைக்கப்பட்ட மண்குழாய்கள் வழியாகச் சேர்ந்த நீர் கருமையாக நாற்றத்துடன் சரிவுகளில் நுரைத்தபடி சென்றது. அந்த நீர்வழி நடமாடும் வழியாகவும் இருந்தது. அதன் கிளை ஒன்று ஒரு மரவீட்டுக்குள் சென்றது. அதை நெருங்கும்போதே உரத்த பேச்சொலிகளும் குழறல்களும் சிரிப்புகளும் கேட்டன.

மரவீட்டுக்கு முன்பு கற்களிலும் தரையிலுமாக பலர் அமர்ந்து குடித்துக்கொண்டிருந்தனர். சிகண்டியைக் கண்டதும் நாலைந்துபேர் எழுந்துவந்தனர். அவனுடைய உடலை கூர்ந்து நோக்கிய ஒருவன் "நீ நபும்சகம்தானே?" என்றான். சிகண்டி உறுமல் ஒலி எழுப்பி அவனைத் தள்ளிவிட்டு அங்கே சென்று அமர்ந்தான். ஸ்ரௌத்திகன் அங்கு பெரிய மரக்குடுவையில் புளித்து நுரைத்துக்கொண்டிருந்த வெண் திரவத்தை சுரைக்கொப்பரை அகப்பையால் அள்ளி விதவிதமான கொப்பரைக் குவளைகளில் பரிமாறிக்கொண்டிருந்தவனிடம் "அண்ணா இவர் நம்மில் ஒருவர். ஆனால் இருபது வெள்ளி நாணயங்களுக்கு சொந்தக்காரர். இவரை மகிழ்விக்கவேண்டியது நம் பொறுப்பு" என்றான்.

ஒற்றைக்கண் கொண்டிருந்த அந்தக் கரிய பேருடல் மனிதன் மஞ் சள்நிறப் பற்களைக் காட்டி நகைத்துக்கொண்டு "முதலில் ஒரு குவளை அருந்தச்சொல் பிராமணனே, அதன்பின் இருபது வெள்ளிக்கும் குடிப்பார். வெளியே சென்று மேலும் இருபது வெள்ளிக்காக கொள்ளை அடிப்பார்" என்றான். கூடி நின்ற அனைவரும் சிரித்தனர். இருவர் எழுந்து சிகண்டியை நெருங்கி ஆவலுடன் நின்றனர். சிகண்டி மொத்த நாணயத்தையும் எடுத்து அவன்முன் வைத்து "மது" என்றான். கூட்டம் உரக்கக் கூச்சலிட்டது. அனைவருமே குவளைகளுடன் நெருங்கி வந்தனர்.

கடும்புளிப்புடனும் மூலிகைநெடியுடனும் இருந்தது அது. "வீரரே, இதற்கு கொலைகாரன் என்ற பெயர் வந்தது ஏன் தெரியுமா?" என்றான் ஸ்ரௌத்திகன். சிகண்டி தலைகுனிந்தபடி குடித்தபடியே இருந்தான். அவனைச்சுற்றி பேச்சொலிகளும் சிரிப்பொலியும் முழங்கின. சற்றுநேரத்தில் அத்தனை

குரல்களும் நீருக்குமேலே ஒலிப்பதுபோலவும் அழுத்தம் மிக்க ஆழத்தில் அவன் மூழ்கி அமர்ந்திருப்பதாகவும் தோன்றியது.

ஸுக்திகன் அவனை குனிந்து நோக்கி ஏதோ கேட்டான். சிகண்டி உறுமினான். அவன் மீண்டும் இருமுறை கேட்டபின்புதான் அவனுக்கு அச்சொற்கள் புரிந்தன. "நீங்கள் உங்கள் எதிரியை தேடிச்செல்கிறீர்கள். அவனைக் கொல்வதாக வஞ்சினம் உரைத்திருக்கிறீர்கள் என்று சொன்னேன்... நான் சொல்வது உண்மையா இல்லையா?" என்றான் ஸுக்திகன். சிகண்டி உறுமலுடன் மீண்டும் குடித்தான். "ஆம் என்கிறார்!" என்றான் ஸுக்திகன்.

"வீரரே, நீங்கள் எங்கு செல்லவேண்டும்?" என்று ஒருவன் குனிந்து கேட்டான். சிவந்து எரிந்த கண்களால் சிகண்டி நிமிர்ந்து நோக்கி "என் எதிரி பாரதவர்ஷத்தின் மாபெரும் வீரர். அவரை ஒருவர் ஒரே ஒருமுறை வென்றிருக்கிறார். அவரைத் தேடிச்செல்கிறேன். என் எதிரியைப்பற்றி அவர்தான் எனக்கு சொல்லமுடியும்" என்றான். "யார் அவர்?" என்று நாலைந்துபேர் குனிந்தனர். "சிபிநாட்டின் பிதாமகராகிய அவர் பெயர் பால்ஹிகர்" என்றான் சிகண்டி.

3

ஸென்யாத்ரி, போம்போனம், துங்கானம் என்னும் மூன்று வறண்ட பாறைச்சிகரங்களுக்குள் இருந்த சின்னஞ்சிறு சிபிநாடு தகிக்கும் வெயிலுக்காகவே அறியப்பட்டிருந்தது. ஆகவே அங்கே அனைத்து வணிகர்களும் செல்வதில்லை. சிபிநாட்டுக்கும் அதற்கு அப்பாலிருந்த காந்தாரத்தின் பாலைநிலத்துக்கும் செல்பவர்கள் பாலைவணிகர்கள் மட்டுமே. அவர்கள் பிற வணிகர்களுடன் இணைவதில்லை. அவர்களின் மொழியும் உடையும் உணவும் அனைத்தும் வேறுபட்டவை. வெயிலில் வெந்து சுட்டசட்டிபோன்ற செந்நிறமாக ஆகிவிட்ட முகமும் அடர்ந்த கரிய தாடியும் கொண்ட அவர்கள் கனத்த தாழ்குரலில் பேசினர். அனைவருமே இடுப்பில் வைத்திருந்த கூரிய வாள்களை எப்போதும் எடுக்க சித்தமானவர்களாக இருந்தனர்.

ஹம்சபுரியில் இருந்து கிளம்பிய ஒரு வணிகக்குழுவுடன் சிகண்டி இணைந்து கொண்டான். அவனுடைய வில்திறனுக்காக நாள் ஒன்றுக்கு பத்துவெள்ளி கூலிக்கு அவர்கள் அமர்த்திக்கொண்டனர். நூறு அத்திரிகளில் தானியங்கள், துணிகள், ஆயுதங்கள், வெண்கலப் பாத்திரங்கள், உலர்ந்த மீன் போன்ற பொருட்கள் பெரிய எருமைத் தோல்மூட்டைகளில் கட்டி ஏற்றப்பட்டிருந்தன. அவர்கள் மாலையில்தான் ஹம்ஸபுரியைவிட்டுக் கிளம்பினர். கிளம்புவதற்குமுன் இருபது எருமைத்தோல் பைகளில் நீர் நிறைத்து அவற்றை கழுதைகள்மேல் ஏற்றிக்கொண்டனர். உலர்ந்த பழங்களும் மரப்பலகை போன்றிருந்த அப்பங்களும் தூளாக்கப்பட்ட கோதுமை மாவும் நான்கு கழுதைகள்மேல் ஏற்றப்பட்டன. பொதிகள் ஏற்றிய மிருகங்கள் நடுவே செல்ல அவற்றைச் சூழ்ந்து வில்களும் வாள்களுமாக அவர்கள் சென்றனர்.

மொத்தம் நூறுபேர் இருந்தனர். ஐம்பது அத்திரிகள் அவர்கள் பயணம் செய்வதற்கானவை. ஐம்பதுபேர் நடக்கவேண்டும். களைத்தபின்

நடப்பவர்கள் அத்திரிகளுக்கு மாறிக்கொள்ளலாம். இருளில் விளக்குகள் ஏதுமில்லாமல் அவர்கள் நடந்தபோது எருமைத்தோல்களாலான அவர்களின் காலணிகள் தரையில் பரவியிருந்த சரளைக்கற்கள்மேல்பட்டு ஒலியெழுப்பின. பின்னிரவுக்குள் அவர்கள் ஹம்சபுரியின் நீர் நிறைந்த வயல்வெளிகளை தாண்டிவிட்டிருந்தனர். மண்ணில் நீர் குறைந்ததை காதுமடல்களில் மோதிய காற்று காட்டியது. சற்றுநேரத்தில் மூக்குத் துளைகள் வறண்டு எரியத்தொடங்கின. காதுமடல்களும் உதடுகளும் உலர்ந்து காந்தலெடுத்தன. விரிந்த மண்ணில் ஓடும் காற்றின் ஓசை கயிற்றை காற்றில் சுழற்றுவதுபோல கேட்டது.

மிகவிடியற்காலையிலேயே நிலத்தின்மேல் வானின் வெளிச்சம் பரவத்தொடங்கியது. புழுதியாலானதுபோன்ற வானில் சாம்பலால் மூடப்பட்ட கனல் போல சூரியன் தெரியத்தொடங்கியதும் மண் செம்பொன்னிறமாக திறந்துகொண்டது. ஏற்ற இறக்கமே இல்லாமல் வானம்வரை சென்று தொடுவான்கோட்டில் முடிந்த சமநிலத்தில் பச்சைநிறமான கோழிகள் சமமான இடைவெளிகளில் தூவல் குறுக்கி அடைகாத்து அமர்ந்திருப்பதுபோல நீரற்ற சிறிய இலைகள் கொண்ட முட்புதர்ச்செடிகள் நின்றன. சூரியன் வலிமைபெற்று மேகங்களை எரிக்கத் தொடங்கியபோது பாலைநிலம் மேலும் பொன்னிறம் கொண்டது. அப்பால் மேற்கே செந்நிறவிதானமாக கீழிறங்கிய வானின் நுனியில் நான்கு அடுக்குகளாக மலைச்சிகரங்கள் தெரிந்தன.

வணிகர்களில் ஒருவன் 'ஸென்' என்று அதைச் சுட்டிக்காட்டி சொன்னான். "அந்த மூன்று சிகரங்களுக்கு நடுவே உள்ளது சிபிநாடு." சிகண்டி நிமிர்ந்து அந்த மலைகளைப் பார்த்தான். அவை ஒன்றுக்குப்பின் ஒன்றாக வெவ்வேறு வண்ண அழுத்தங்களில் பளிங்குப்புட்டிக்கு அப்பால் பளிங்குப்புட்டியை வைத்ததுபோல் தெரிந்தன. மேலும் செல்லச்செல்ல அவற்றின் வடிவம் தெளிவடைந்தபடியே வந்தது. மரங்கள் அற்ற மொட்டைப்பாறைகளை அள்ளிக்குவித்தது போன்ற மலைகள். அவற்றின் மடம்புகளும் வளைவுகளும் காற்றில் கரைந்து எஞ்சியவை போலிருந்தன.

விடியற்காலையில் புதர்ச்செடிகள்மேல் பனியின் ஈரம் துளித்து நின்றிருந்தது. முட்களில் ஒளிரும் நீர்மணிகள் தெரிந்தன. தூரத்தில் நான்கு பிங்கலநிற பாலைவனக்கழுதைகள் குஞ்சிவால்களை சுழற்றியபடி அந்த முட்செடிகளை மேய்ந்துகொண்டிருந்தன. அவற்றுக்கருகே பறவைக்கூட்டம் ஒன்று சிறுகாற்றில் சுழன்று படியும் சருகுக்குவியல் போல பறந்தது. புதர்ச்செடிகளை நெருங்கும்போதெல்லாம் அவற்றுக்குள் இருந்து சிறிய பறவைகள் சிறகடித்தெழுந்தன.

முதல்பார்வையில் உயிரற்று விரிந்துகிடந்த பாலைநிலம் கூர்ந்து பார்க்கும் தோறும் உயிர்களைக் காட்டியது. தரையின் பொன்னிறமான புழுதியில்

சிறிய குழிகளுக்குள் இருந்து பலவகையான பூச்சிகள் எட்டிப்பார்த்து காலடிகேட்டு உள்ளே தலையை இழுத்துக்கொண்டன. புழுதியில் சிறிய வட்டக்குவியங்களை அமைத்திருந்த பூச்சிகளும் பாறையிடுக்குகளில் மென்புழுதியை திரட்டிவைத்திருந்த பூச்சிகளும் அங்கே ஒரு பெரிய வாழ்க்கை நிகழ்ந்துகொண்டிருப்பதைக் காட்டின. பெரிய கற்களின் அடியில் சிறிய எலிகளின் மணிக்கண்கள் தெரிந்து மறைந்தன. ஒரு பாம்பு புழுதியை அளைந்தபடி வால் சுழற்றி கல்லிடுக்கில் சென்ற பின்பும் கண்களில் நெளிவை எஞ்சச்செய்தது.

பாறை இடுக்கு ஒன்றில் உடும்பு ஒன்றை ஒருவன் சுட்டிக்காட்டினான். கல்லால் ஆன உடல்கொண்டதுபோலிருந்த அது அவன் அருகே நெருங்கியதும் செதில்களை விரித்து தீ எரிவதுபோல ஒலியெழுப்பி நடுங்கியது. சிறிய கண்களை கீழிருந்து மேலாக மூடித்திறந்தபடி கால்களை விரைத்துத் தூக்கி வாலை வளைத்து அவனைநோக்கி ஓடிவந்தது. அதன் நாக்கு வெளிவந்து பறந்தது. அவன் தன் கையில் இருந்த கவைக்கோலால் அதைப் பிடித்து தரையுடன் அழுத்திக்கொண்டு வாளால் அதன் தலையை வெட்டிவீழ்த்தினான். பின்பு அதை எடுத்து அப்படியே வாயில் வைத்து குருதியை குடிக்கத்தொடங்கினான்.

வாயில் குருதியைத் துடைத்தபடி கையில் தொங்கிய உடும்புடன் அருகே வந்த அவன் “இந்தப்பாலையில் வயிற்றில் புண் ஏற்பட்டுவிடுகிறது. உடும்பின் சாறு புண்ணை ஆற்றும்” என்றான். சிகண்டி ஒன்றும் சொல்லாமல் பார்வையை திருப்பிக்கொண்டான். “இங்கே லாஷ்கரர்களும் லிந்தர்களும் வெறும் பாறைகளில் வாழ்கிறார்கள். அவர்களுக்கு பெரும்பாலும் இந்த உடும்புதான் உணவு... உடும்புநீர் குடித்தால் இரண்டுநாட்கள் வரை உணவில்லாமல் வாழ்ந்துவிடமுடியும்.” அவன் அதை உரித்து வாளால் சிறு துண்டுகளாக வெட்டினான். அனைவருக்கும் ஒருதுண்டு வீதம் அளித்தான். அவர்கள் அந்தத் துண்டுகளை வாயிலிட்டு மெல்லத் தொடங்கினர்.

மிகவிரைவிலேயே வெயில் வெளுத்து பாலைநிலம் கண்கூசும்படி மின்னத்தொடங்கியது. புழுதியை அள்ளிவந்த காற்று அவர்கள் கண்கள்மேலும் உதடுகள்மேலும் அதை வீசியபடி கடந்து சென்றது. செம்புழுதி தூண் போல எழுந்து மெல்லச்சுழன்றபடி சாய்ந்து சென்றது. தொலைதூரத்தில் புழுதிக்காற்று புகைபோல எழுந்து செல்ல அந்த மண் கொதிக்கும் நீர்ப்பரப்பு என்று தோன்றியது.

பசிய குறுமரங்கள் அடர்ந்த ஒரு குறுங்காடு தெரிந்ததும் அவர்கள் தங்கள் மலைதெய்வத்தை துதித்து குரலெழுப்பினர். தொலைவிலிருந்து பார்க்கையில் யாரோ விட்டுச்சென்ற கம்பளி ஆடை போலத்தெரிந்த காடு நெருங்கியதும் குட்டை மரங்களான ஸாமியும் பிலுவும் கரிரும்

அடர்ந்த சிறிய சோலையாக ஆகியது. அந்த மரங்களின் இலைகளுக்கு நிகராகவே பறவைகளும் இருப்பதுபோல ஒலி எழுந்தது. உள்ளே நுழைந்தபோது தலைக்குமேல் ஒரு நகரமே ஒலியெழுப்புவதுபோல பறவைகள் எழுந்து கலைந்தன.

மரங்கள் நடுவே ஓர் ஆழமான சிறிய குட்டையில் கலங்கிய நீர் இருந்தது. பெரிய யானம் போலிருந்த வட்டமான குட்டையில் நீரைச்சுற்றி சந்தனக்களிம்பு போல சேறு படிந்திருக்க, நீரும் சந்தனநிறமாகவே இருந்தது. சேற்றில் பலவகையான மிருகங்களும் பறவைகளும் நீர் அருந்தியதன் காலடித்தடங்கள் படிந்திருந்தன. அத்திரிகளும் கழுதைகளும் சுமைகளை இறக்கிக் கொண்டதும் முட்டிமோதி குட்டையில் இறங்கி நீர் குடிக்கத்தொடங்கின. வைத்த வாயை எடுக்காமல் உறிஞ்சிவிட்டு பெருமூச்சுடன் நிமிர்ந்து மீசைமுடிகளில் இருந்து நீர் சொட்ட காதுகளை அடித்துக்கொண்டன. கழுத்தைத் திருப்பி நீரை வாயிலிருந்து முதுகிலும் விலாவிலும் தெளித்துக்கொண்டன.

ஒவ்வொருவருக்கும் உணவும் தோல்பையில் நீரும் வழங்கப்பட்டது. சிகண்டி அப்பத்தை நீரில் நனைத்து உண்டுவிட்டு தோல்பையை வாயில்வைத்து நீரை துளித்துளியாகக் குடித்தான். தோல்பையுடன் சென்று சோலையின் விளிம்பில் அடர்ந்து நின்ற ஸாமிமரத்தின் அடியில் மென்மணலில் படுத்துக்கொண்டான். அண்ணாந்து நோக்கியபோது மேலே மரக்கிளைகள் முழுக்க பாக்குக்குலைகள் போல சிறிய சாம்பல்நிறச் சிட்டுகள் கிளைதாழச் செறிந்திருக்கக் கண்டான். அவை ஓயாது இடம்மாறியபடி ஒலியெழுப்பி சிறகடித்துக்கொண்டே இருந்தன. அப்பால் பாலைநிலம் வெயிலில் நனைந்து வெந்து ஆவியெழுப்பிக்கொண்டிருந்தது. மேலே மேகத்துளிகூட இல்லாத வானம் ஒளிப்பரப்பாக இருந்தது.

பகல் முழுக்க அங்கே தங்கி மாலையில் வெயில்தாழ்ந்தபின் அவர்கள் கிளம்பினர். காற்றில் மண்ணின் வாசனை காய்ச்சப்பட்ட உலோகத்தின் மணம்போல எழுந்துவந்து வறுத்த உணவுகளின் நினைவை எழுப்பியது. சூரியன் மேகமே இல்லாத புழுதிவண்ண வானில் மூழ்கி மறைந்த பின்னரும் மண்ணில் நல்ல ஒளி மிச்சமிருந்தது. அத்திரிகள் கால்களில் பாதையை வைத்திருந்தன. அவை வரிசையாக சென்றுகொண்டிருந்தன. ஓடையில் நீர் ஓடுவதுபோல அவற்றை மீறியே அவை செல்வதாகத் தோன்றியது.

செங்குத்தாக மண்ணாலான மலைவிளிம்பு ஒன்று வந்தது. கையால் வழித்துவிட்டது போன்ற அதன் மடிப்புகளில் செந்நிறமான மண்பாளங்கள் பிளந்து விழப்போகின்றவை போல நின்றன. மாமிசத்தாலான மலை. கீழே முன்பு எப்போதோ விழுந்தவை செவ்வோட்டுத் தகடுகளாக உடைந்து

கிடந்தன. மலைவிளிம்பை நெருங்கியபோதுதான் அந்தத் தகடுகள் ஒவ்வொன்றும் இடுப்புயரம் கனமானவை என்று தெரிந்தது.

செம்மண்மலை விளிம்பில் இருந்த சிறிய வடுபோன்ற பாதையில் ஏறி மேலே செல்லும்போதுதான் அங்கு ஏன் வண்டிகளில் எவரும் வருவதில்லை என சிகண்டி புரிந்துகொண்டான். மேலே ஏறியதும் திரும்பிப்பார்த்தபோது கண்ணுக்கெட்டும் தொலைவுவரை பாலைநிலம் மிதமான வெளிச்சத்தில் பச்சைநிறத்தில் நூல்வேலைப்பாடுகள் செய்த பொன்னிறப் பட்டுபோல விரிந்து கிடப்பதை காணமுடிந்தது. ஸென்யாத்ரியும் போம்போனமும் துங்கானமும் தெளிவாக மேற்கை முழுமையாக வளைத்து நின்றன. அவற்றின் மடம்புகளில் மணல் பொழிந்து உருவான கூம்புகளை காணமுடிந்தது.

இரவு எழுந்தபோது வானம் பல்லாயிரம்கோடி விண்மீன்களுடன் கரும்பட்டுக்கூரையாக மிக அருகே வந்து விரிந்துகிடந்தது. கையை வீசி விண்மீன்களை அள்ளிவிடலாமென்று தோன்றியது. விண்மீன்கள் இளஞ்சிவப்பு நிறத்தில் சிறிய கனல் உருளைகளாக இருளில் மிதந்து நின்றன. அவர்களின் காலடி ஓசைகள் இருட்டுக்குள் நின்ற பாறைகளில் எங்கெங்கோ எதிரொலித்து அவர்களிடமே திரும்பி வந்தன. அருகே சோலைகள் சற்று அதிகரித்திருப்பது ஓசைகளில் தெரிந்தது. பல இடங்களில் ஓநாய்களின் ஊளைகள் கேட்டன.

நான்காம் நாள் அதிகாலையில் அவர்களின் குழு சைப்யபுரியை சென்றடைந்தது. அகன்ற நிலத்தின் நடுவே நாரி ஆறு வெளிறிய மணல்படுகையாகக் கிடந்தது. சிறியஓடை போல நீர் ஓடியது. ஆற்றின் இருபக்கங்களிலும் மேய்ச்சல் நிலங்கள் வந்தன. கொம்புகளற்ற வெண்ணிறமான பசுக்களை மேய்ப்பவர்களும் குள்ளமான கொம்புசுருண்ட ஆடுகளை மேய்ப்பவர்களும் களிமண்ணை அள்ளிப்போர்த்தியதுபோல தோளைச்சுற்றிய மரவுரியாடையும் தலையில் முண்டாசுச்சுற்றுமாக செம்புழுதி படிந்து திரித்திரியாக தொங்கிய தாடியுடன் சுருங்கிய கண்களால் நோக்கி நின்றனர்.

தொலைவிலேயே சைப்யர்களின் உயரமான கோட்டை தெரிந்தது. செங்குத்தாக எழுந்த ஒரு பெரிய மண்பாறை மீது அந்நகரம் எழுப்பப்பட்டிருந்தது. பாறையின் விளிம்பிலேயே எழுந்த அதே நிறமான உயரமற்ற கோட்டையின்மேல் காவலரண்களில் வீரர்கள் இருந்தனர். அவர்கள் நெருங்கியதும் கோட்டைமேல் எரியம்பு எழுந்தது. பாறைக்குக் கீழே இருந்த காவல்குகையில் இருந்து ஐந்து குதிரைவீரர்கள் அவர்களை நோக்கிச் செம்புழுதியைக் கிளப்பியபடி வந்தனர். அவர்கள் தங்கள் இலச்சினைகளைக் காட்டியதும் திரும்ப கோட்டையை நோக்கி எரியம்பு ஒன்றை அனுப்பினர்.

சிகண்டி அந்தக்கோட்டையை பார்த்துக்கொண்டே சென்றான். அருகே செல்லச்செல்லத்தான் அந்தக்கோட்டையின் அமைப்பு அவனுக்குப் புரிந்தது. முதலில் அதை ஒரு மாபெரும் மண்கோட்டை என்றுதான் அவன் புரிந்துகொண்டான். நெருங்கியபோதுதான் இரண்டுயானைகளின் உயரம்கொண்ட மண்பாறைமேடுமீது கோட்டை இருப்பதை உணர்ந்தான். அந்தப்பாறை கண்பார்வைக்கு களிமண்ணாகவும் கையால் தொட்டபோது பாறையாகவும் இருந்தது. அதைக் குடைந்து அதனுள் நுழைவதற்கான பாதையை அமைத்திருந்தனர். சரிந்து சென்ற குதிரைப்பாதையும் இருபக்கமும் படிகளும் பாறைக்குள்ளேயே நுழைந்து மேலே சென்று எழுந்தன. அப்பாதைகளின் இருபக்கமும் காவல்வீரர்கள் அமர்ந்திருக்கும் சதுரவடிவ அறைகள் செதுக்கப்பட்டிருந்தன.

மேலே ஏறியதுமே சிகண்டி அந்நகரின் அமைப்பைக் கண்டு வியந்து நின்றுவிட்டான். பெரிய மண்பானைகளைக் கவிழ்த்து வைத்தது போலவோ மண்குவியல்கள் போலவோ தெரிந்தன அந்நகரின் அனைத்துக் கட்டடங்களும். அவற்றின் உருளைக்கூம்பு முகடுகளின் மண்குழைவுச்சரிவில் காற்று பட்டு உருவான வடுக்கள் பரவியிருந்தன. அவை பல அடுக்குகள் கொண்டவை என்பது அவற்றின் கீழ்த்தளத்துப் பெருவாயில்களுக்குமேல் அடுக்கடுக்காக எழுந்த சாளரங்களில் இருந்து தெரிந்தது. இருபத்தெட்டு பெரிய கட்டடங்கள் தவிர கவிழ்ந்தகோப்பைகள் போல நூற்றுக்கணக்கான சிறிய கட்டடங்கள் இருந்தன. கட்டடங்களுக்கு முன்னால் சில இடங்களில் காட்டுமரங்களால் தூண்கள் அமைத்து தோல்கூரைகளை இழுத்துக்கட்டி பந்தலிட்டிருந்தனர்.

மாலை வேளையில் நகரம் முழுக்க மனிதர்களின் அசைவுகள் நிறைந்திருந்தன. அனைத்துச் சாளரங்களிலும் மனிதர்கள் தெரிந்தனர். கீழே வீதிகளில் வணிகர்கள் பொருட்களை குவித்துப்போட்டு விற்றுக்கொண்டிருந்தனர். அவர்களில் பெரும்பாலானவர்கள் சுற்றிலும் இருக்கும் மலையடுக்குகளில் இருந்து வேட்டைப்பொருட்களுடன் வந்த வேடர்கள். தோள்களில் சிறிய விற்களும் அம்பறாத்தூணிகளும் அணிந்து தலையில் மரவுரித்தலைப்பாகை சுற்றி தங்கள்முன் பந்தல்கால்கள் போல நடப்பட்ட குச்சிகளில் கொன்ற கீரிகள், முயல்கள், உடும்புகள் போன்றவற்றை கட்டித் தொங்கவிட்டு அமர்ந்திருந்தனர். பொறி வைத்துப்பிடிக்கப்பட்ட மலைஎலி அணில் போன்ற சிறிய உயிரினங்கள் மூக்குவழியாக கோக்கப்பட்ட நார்களால் கட்டப்பட்டு உயிருடன் எம்பி எம்பி விழுந்துகொண்டிருந்தன.

செம்மண்நிறமான கனத்த ஆடைகளை பல சுற்றுகளாக அணிந்து கூந்தலையும் மறைத்திருந்த சைப்யபுரியின் பெண்கள் குனிந்து அவற்றை பேரம்பேசி வாங்கினர். உலரவைக்கப்பட்ட காய்கறிகளும் பழங்களும், பலவகையான கொட்டைகளும், உலர்ந்த மீன்களும், புகையிடப்பட்டு

கறுத்த மாமிசமும், வெல்லக்கட்டிகளும்தான் அதிகமாக விற்கப்பட்டன. அவிழ்த்துவிடப்பட்ட கழுதைகள் சந்தைநடுவிலேயே மனிதர்களை மண்டையால் முட்டி விலக்கி வழி உண்டாக்கிக்கொண்டு சென்றன.

ஒரு வணிகனுக்குமுன் பெரிய வெண்கற்களாக குவிக்கப்பட்டிருந்த உப்பை சிகண்டி கண்டான். காந்தாரத்தின் பாலையில் அவை தோண்டி எடுக்கப்படுகின்றன என்றான் வணிகன். சிலர் அவற்றை கோடரிகளால் வெட்டி சிறு துண்டுகளாக ஆக்கிக்கொண்டிருந்தனர். மண்பானைகளும் யானங்களும் மரத்தாலான கரண்டிகளும் விற்குமிடங்களில் எல்லாம் பெண்களே வாங்கிக்கொண்டிருந்தனர். ஆயுதங்கள் விற்கும் இடங்களில் மட்டும்தான் பெரிய மரவுரித் தலைப்பாகை அணிந்து பெரிய மீசைகளும் கனத்த தாடிகளும் கொண்ட ஆண்கள் தென்பட்டனர். கத்திகளை வீசிநோக்கியும் அம்புகளை கூர்நோக்கியும் வாங்கிக்கொண்டிருந்தனர். எண்ணியிராமல் இருவர் சிரித்துக்கொண்டு வாள்களை வீசி போர்செய்யத் தொடங்கினர்.

வணிகர்களிடம் விடைபெற்று சிகண்டி அரண்மனை நோக்கிச் சென்றான். அரண்மனை அருகே சென்றதும்தான் அது மண்ணால் கட்டப்பட்டதல்ல, மண்நிறமான மென்பாறையைக் குடைந்து உருவாக்கப்பட்ட கட்டடம் என அவனுக்குப் புரிந்தது. வாயிற்காவலனிடம் அவன் தன் கச்சையில் இருந்து உத்தரபாஞ்சாலத்தின் அரச இலச்சினையை எடுத்துக் காட்டியதும் அவன் தலைவணங்கினான். பால்ஹிகரை பார்க்கவேண்டும் என்று சிகண்டி சொன்னான். காவலர்கள் கண்களுக்குள் பார்த்துக்கொண்டு "அவரையா?" என்றனர். ஒருவீரன் "அவரை எப்படி தங்களுக்குத்தெரியும்?" என்றான். "சூதர்கதைகளில் அவரைப்பற்றி கேட்டிருக்கிறேன்." அவர்களில் ஒருவன் "அவரைச் சந்திக்க எவரும் செல்வதில்லை" என்றான்.

"நான் அவரைப் பார்ப்பதற்காகவே வந்தேன்" என்றான் சிகண்டி. காவல்வீரன் "மன்னிக்கவும் வீரரே, அவர் எவரையும் சந்திக்க விரும்புவதில்லை" என்றான். "நான் அவரைப்பார்க்க பாஞ்சாலத்தில் இருந்து வந்திருப்பதாகச் சொல்லுங்கள்!" என்றான் சிகண்டி. வீரன் தலைவணங்கிவிட்டு உள்ளே சென்றான். சற்றுநேரம் கழித்து திரும்பி வந்து "மன்னிக்கவும். அவர் உகந்த நிலையில் இல்லை. அவர் தங்களை சந்தித்தால்கூட ஏதும் பேசமுடியாது" என்றான்.

சிகண்டி "என்னை அவரிடம் இட்டுச்செல்லமுடியுமா? நான் அவரிடம் ஓரிரு சொற்கள் பேசுகிறேன். என்னைச் சந்திக்க அவர் விரும்பவில்லை என்றால் திரும்பிவிடுகிறேன்" என்றான். காவல்வீரன் தயங்கிவிட்டு தன் தலைவனிடம் சென்று சொன்னான். நூற்றுவர்த் தலைவன் எழுந்து சிகண்டியிடம் வந்து மீண்டும் அனைத்தையும் விசாரித்தபின்பு "வீரரே, சைப்யபுரியின் பிதாமகர் பால்ஹிகர் எவரையும் சந்திப்பதில்லை.

ஆனால் நீங்கள் நெடுந்தொலைவில் இருந்து வந்திருக்கிறீர்கள். ஆகவே அனுமதிக்கிறேன்” என்றான்.

அவன் பின்னால் சிகண்டி நடந்தான். அந்தக் கட்டடம் படிகள் வழியாக மேலே எந்த அளவுக்குச் செல்கிறதோ அதேயளவுக்கு அடியிலும் இறங்குவதை அவன் வியப்புடன் அறிந்தான். களிமண்பாறையில் குடைந்த படிக்கட்டுகள் மடிந்து மடிந்து இறங்கிச் சென்றன. சுவரில் வெட்டப்பட்ட பிறைகளில் நெய்விளக்குகள் சுடரசையாமல் எரிந்துகொண்டிருந்தன. அவர்களின் காலடிஓசை கீழே எங்கோ எதிரொலித்து வேறு எவரோ இறங்கிச்செல்வதுபோல கேட்டது.

முதல் அடுக்கில் நிறைய அறைகள் ஒன்றில் இருந்து இன்னொன்றாகப் பிரிந்து சென்றன. அவற்றில் எல்லாம் வெளிச்சமும் மனிதர்களின் குரலும் இருந்தன. இரண்டாவது அடுக்கிலும் அதன் கீழே மூன்றாவது அடுக்கிலும் வெளிக்காற்று உள்ளே வரும் சாளரங்கள் இருப்பதை உணரமுடிந்தது. நான்காவது அடுக்கில் காற்று மூன்றாவது அடுக்கிலிருந்து இறங்கித்தான் வரவேண்டியிருந்தது. மெல்லிய தூசியின் வாசனை காற்றில் இருந்தது. அசையாத காற்றில் மட்டுமே படியும் மென்புழுதி சுவர்களின் ஓரங்களில் படிந்திருந்ததை சிகண்டி கண்டான்.

முதல் மூன்று அடுக்கிலும் இருந்த செய்நேர்த்தி இல்லாமல் வளைபோல வட்டமாகவே அந்த இடைநாழி குடையப்பட்டிருந்தது. அறைகளின் வாயில்களும் வட்டமாக இருந்தன. அங்கே பாறையாலான சுவர்கள் கரடுமுரடாக கையில் தட்டுப்பட்டன. குறுகலான, ஒழுங்கற்ற படிகளில் சரியாக கால்வைக்கவில்லை என்றால் தவறிவிடும் என்று தோன்றியது. இடைநாழியில் ஓர் இடத்தில் மேலிருந்து கரும்பாறை நீட்டிக்கொண்டிருந்தது.

சிகண்டி மண்ணுக்குள் புதைந்துவிட்ட உணர்வை அடைந்தான். ஒருநகரமே தலைக்குமேல் இருப்பது எப்போதும் நினைவில் இருந்துகொண்டிருந்தது. நான்காம் அடுக்கில் அதிக அறைகள் இருக்கவில்லை. இடைநாழியில் இருந்து பிரிந்த உள்ளறை ஒன்றில் மட்டுமே விளக்கொளி தெரிந்தது. வீரன் சற்று பின்னடைந்து “உள்ளே இருக்கிறார்” என்றான். “இங்கா?” என்றான் சிகண்டி. “ஆம், பிதாமகர் சென்ற இருபதாண்டுகாலமாக இந்த அறைக்குள்தான் வாழ்கிறார்” என்றான் தலைவன். “அவர் வெளியே செல்வதேயில்லை...”

“ஏன்?” என்றான் சிகண்டி. “அவருக்கு சூரிய ஒளி உகக்கவில்லை...” சிகண்டியின் கண்களைப் பார்த்துவிட்டு “அவர் உடல்நிலையில் சிக்கலேதும் இல்லை. அவருக்கு சூரிய ஒளி பிடிப்பதில்லை. இங்கே இருக்கும்போது மட்டுமே அமைதியை உணர்கிறார்” என்றான். “உள்ளே

சென்று பேசுங்கள். அவரிடம் அதிகமாக எவரும் பேசுவதில்லை. அவர் எவரிடமும் பேசவிரும்புவதுமில்லை."

சிகண்டி அந்த அறைக்குள் எட்டிப்பார்த்தான். சாளரங்களே இல்லாத அறை. நான்கு மூலைகளும் மழுங்கி வட்டமாக ஆன நீள்சதுர வடிவில் மண்நிறத்தில் இருந்த அவ்வறை தன் வெம்மையால் ஓர் இரைப்பைக்குள் இருப்பதுபோல உணரச்செய்தது. சுவருடன் சேர்த்து செதுக்கப்பட்டிருந்த கல்லால் ஆன மஞ்சத்தில் இரு கைமுட்டுகளையும் முழங்கால்மேல் வைத்து தலைகுனிந்து அமர்ந்திருந்த முதியவர் பேருடலுடன் பூதம் போலிருந்தார். அக்கணமே எழப்போகிறவர் போல இருந்தாலும் அவர் நெடுநேரமாக அமர்ந்திருப்பதுபோலவும் தோன்றியது.

சிகண்டி தொண்டையைக் கனைத்து ஒலி எழுப்பினான். அவர் அதைக் கேட்கவில்லை போல தெரிந்தது. மீண்டும் ஒலி எழுப்பியபின்பு "பிதாமகருக்கு வணக்கம்" என்றான். அவர் திரும்பி அவனைப்பார்த்தார். மனிதனைப் பார்க்கும் பாவனையே இல்லாத கண்கள். பின்பு எழுந்து கைகளை விரித்து தொங்கவிட்டுக்கொண்டு நின்றார். சிகண்டியின் தலைக்குமேல் அவரது தோள்கள் இருந்தன. இடையில் அணிந்திருந்த பழைய தோலாடை தவிர உடைகள் இல்லாத உடல். தலையிலும் முகத்திலும் எங்கும் முடியே இருக்கவில்லை. சுடாத களிமண்ணால் செய்யப்பட்ட வாயிற்பூதம் போலிருந்தார். செம்மண்நிறச் சருமம் முழுக்க உலர்ந்த களிமண்ணின் விரிசல்கள் போல தோல் சுருங்கிப்படர்ந்திருந்தது. கன்றுக்குட்டிபோல கழுத்தின் தசைகள் சுருங்கி தொங்கின.

அவனை குனிந்துபார்த்து "யார் நீ?" என்றார். அவன் சொல்ல ஆரம்பிப்பதற்குள் அவனை தன் பெரிய விரல்களால் சுட்டி "உன்னை நான் முன்னரே பார்த்திருக்கிறேன்" என்றார். அவரது மிகப்பெரிய கைகள்தான் அவரது அனைத்து அசைவுகளையும் விந்தையானவையாக ஆக்கி அவரை மனிதரல்ல என நினைக்கச்செய்தன என்று சிகண்டி உணர்ந்தான். அக்கைகளை என்ன செய்வதென்றறியாதவர் போலிருந்தார். யானையின் துதிக்கை போல அவை துழாவிக்கொண்டே இருந்தன. ஒன்றுடன் ஒன்று பின்னிக்கொண்டன. தோள்களில் ஓடிய பெரிய நரம்பு காட்டுமரத்தில் சுற்றிப்படிந்து கனத்த கொடிபோல தெரிந்தது.

சிகண்டி வணங்கி "பிதாமகரே, என் பெயர் சிகண்டி. நீங்கள் என்னைப் பார்த்திருக்க வாய்ப்பில்லை. நான் இந்நகருக்கு இப்போதுதான் வருகிறேன்" என்றான். "இல்லை, நான் உன்னை பார்த்திருக்கிறேன்" என்று அவர் சொன்னார். அவரது குரல் யானையின் உறுமல்போல முழக்கம் கொண்டதாக இருந்தது. "எங்கே என்று சொல்லத் தெரியவில்லை... ஆனால் நான் உன்னை பார்த்திருக்கிறேன்." சிகண்டி "நான் உத்தரபாஞ்சாலத்தில் இருந்து வருகிறேன்" என்றான்.

சிந்தனை முள்முனையில் தவிப்பதன் வலியை அவரது கண்களில் காணமுடிந்தது. “இல்லை… நீ… உன்னை எனக்குத்தெரியும்” என்றார். அவரது இமைகள் விரிந்தன. இமைகளிலும் முடியே இல்லை என்பதை சிகண்டி கண்டான். “ஆம், நான் உன்னை நேரில் பார்த்ததில்லை. ஆனால் வேறு எங்கோ பார்த்தேன். நீ…” பெரிய சுட்டுவிரலைக் காட்டி “உன் பெயர் என்ன சொன்னாய்?” என்றார். “சிகண்டி.” அவர் தலையை அசைத்து “கேள்விப்படாத பெயர்” என்றார். திரும்பி தன் மஞ்சத்துக்குச் செல்ல இரண்டடி வைத்தவர் நிலையற்றவராக திரும்பிவந்தார்.

கனத்த பெரிய கையால் வெற்றுத் தலையை நீவியபடி “ஆம்… நான் உன்னைப் பார்த்தேன்… ஒரு மாயக்காட்சியில் பார்த்தேன். நீ பீஷ்மனை கொல்லப்போகிறாய்” என்றார். மனக்கிளர்ச்சியுடன் கைகளை விரித்தபின் திரும்பிச் சென்று அந்த மஞ்சத்தில் போடப்பட்ட புலித்தோலில் அமர்ந்தபடி “ஆம்… நீதான்… என்னால் தெளிவாகவே உன்னை நினைவுகூரமுடிகிறது. இருபதாண்டுகளுக்குமுன் நான் உன்னைப்பார்த்தேன்” என்றார். “நீ பீஷ்மனின் கொலைகாரன்.”

4

சிகண்டி பால்ஹிகரின் அருகே சென்று அவர் காலடியில் தரையில் அமர்ந்துகொண்டான். "பிதாமகரே, தாங்கள் சொன்னது சரியே. நான் பீஷ்மரைக் கொல்வதற்காக வஞ்சினம் உரைத்தவன். என் பிறப்பே அதற்காகத்தான்" என்றான். "சூதர்களிடம் நான் பீஷ்மரின் முழுக்கதையையும் கேட்டுத்தெரிந்துகொண்டேன். சித்ராவதியில் கல்லோலர் என்னும் சூதர் நீங்கள் பீஷ்மரை வென்றகதையை சொன்னார். பீஷ்மரை பரசுராமர்கூட வென்றதில்லை. அவரை வென்றவர் நீங்கள் மட்டுமே என்று கல்லோலர் சொன்னார். ஆகவேதான் உங்களைத் தேடிவந்தேன்."

பால்ஹிகர் இரு கைகளையும் தூக்கி எதையோ சொல்ல முனைந்தார். சொற்களைத் தேடுபவர்போல தலையை அசைத்தார். முதுமையால் தளர்ந்த கீழ்த்தாடை பசு அசைபோடுவதுபோல அசைந்தது. அவரது வாய்க்குள் இருந்த நாலைந்து மஞ்சள்நிறமான பற்கள் ஒன்றுடன் ஒன்று உரசிக்கொண்டு அவர் வாயைமூடியபோது உதடுகளை அழுத்தின. அவரது கண்விழிகள் மீன்கள் திளைக்கும் மலைச்சுனை போல சலனம் கொண்டது. "ஆம்" என்றார். "நெடுநாட்களாகின்றன... நான் அவனை வென்றேன். அல்லது நாங்கள் இருவரும் வெல்லவில்லை. அல்லது இருவருமே தோற்றோம்... என்ன நடந்தது என்று என்னால் இப்போது சொல்லமுடியவில்லை" என்றார்.

"பிதாமகரே, நீங்கள் பீஷ்மரைத் தேடி அஸ்தினபுரிக்கு வந்தீர்கள். நீங்களிருவரும் ஒருவரையொருவர் போருக்கு அழைத்தீர்கள். குருக்ஷேத்ரத்தில் உங்கள் போர் நிகழ்ந்தது. போர் குறித்த செய்தியைக் கேட்டு எட்டு சூதர்கள் குருக்ஷேத்ரத்துக்கு வந்திருந்தனர். அவர்களில் திரிபகன் என்னும் சூதரின் மைந்தர்தான் என்னிடம் அதைச் சொன்ன

கல்லோலர்” என்றான் சிகண்டி. பால்ஹிகர் ஆம் என்பது போல தலையை அசைத்தார். உதடுகள் துருத்த கழுத்தின் தசைத்தொங்கல்கள் அதிர்ந்து இழுபட தன் நினைவுகளை மீட்டெடுக்க முயன்றார்.

அவர் முகம் மலர்ந்தது. அவனிடம் ஏதோ மந்தணம் பகிர்பவர் போல புன்னகை புரிந்தார். “உன் பெயர் என்ன?” சிகண்டி “உத்தரபாஞ் சாலத்தைச் சேர்ந்த சோமகசேனரின் மைந்தனான என்பெயர் சிகண்டி” என்றான். “ஆம், நான் உன்னை பார்த்திருக்கிறேன். நேரில் அல்ல. வேறு எங்கோ” என்றார் அவர். “நீ பீஷ்மனைக் கொல்பவன்... தெரிந்துகொள்.” சிகண்டி “பிதாமகரே, நீங்கள் முன்பு பீஷ்மரைக் கொல்வதற்காக அஸ்தினபுரிக்கு வந்தீர்கள்” என்றான்.

“ஆம், நான் பீஷ்மனைக் கொல்வதற்காக அஸ்தினபுரிக்கு வந்தேன்...” என்றார். அவருக்குள் தன்னிச்சையாக நினைவுகள் பெருகத்தொடங்கின. “இருபதாண்டுகளுக்கு முன்பு ஒருநாள் இங்கே ஒரு சூதன் வந்தான். இங்கு கங்கைக்கரையிலிருந்து சூதர்கள் அதிகமாக வருவதில்லை. இது வறண்டநாடு. மதிக்கப்படாத மக்கள் வாழும் பகுதி. இங்கே நாரி என்ற ஒரே ஆறுதான் ஓடுகிறது. அதைக்கொண்டு நாங்கள் கொஞ்சம் கோதுமையை விளைவிக்கிறோம். மாடுகளை மேய்க்கிறோம். எங்கள் குடிமக்கள் பெரும்பாலும் வறண்டமலைகளில் வேட்டையாடுபவர்கள். ஆயிரமாண்டுகளாக நாங்கள் மலைக்குடிகளான லாஷ்கரர்களுடன் போரிட்டுக்கொண்டே இருக்கிறோம்.”

வெண்கற்கள் போன்ற கண்களால் பால்ஹிகர் அவனைப் பார்த்தார். “எங்களுக்கு வரலாறே இல்லை. நூற்றைம்பதாண்டுகளுக்கு முன்பு என் தாய் சுனந்தையை அஸ்தினபுரியின் பிரதீபர் படைகொண்டுவந்து மணந்துசென்றதனால் மட்டுமே நாங்கள் சூதர்களின் பாடல்களில் ஒற்றைவரியாக இடம்பெறுகிறோம். எங்கள் வரலாறு அதுதான். வியப்புதான் இல்லையா? அங்கே ஆரியவர்த்தத்தின் நடுவில் கங்கையின் மடியில் பாரதவர்ஷத்தின் தலைமைநகரமான அஸ்தினபுரியை ஆள்வது எங்கள் ரத்தம்... உடும்பையும் எலியையும் பச்சைமாமிசமாகவே உண்ணக்கூடிய மலைவேடர்களின் தோன்றல்கள்... அஹ்ஹஹ்ஹா!”

அந்தச் சிரிப்பு முதல்முறையாக அவர் மனச்சமநிலையுடன் இல்லை என்ற மனப்பதிவை உருவாக்கியது. “பாவம் சுனந்தை... என்னால் அவளை பார்க்கமுடிகிறது. இங்கே எங்கள் பெண்களுக்கு அந்தப்புரமும் இற்செறிப்பும் இல்லை. பொட்டல்வெளியில் மாடுமேய்ப்பார்கள். நாரி ஆற்றில் மீன்பிடிப்பார்கள். மலைகளில் வேட்டைக்குச் செல்பவர்களும் உண்டு. மண்ணும் புழுதியும் வெயிலும் சேர்ந்துதான் எங்கள் பெண்களை அழகிகளாக ஆக்குகின்றன. நான் அஸ்தினபுரியின் பெண்களை பார்த்திருக்கிறேன். அவர்கள் காளான் போலிருக்கிறார்கள். மெலிந்து

வெளுத்து. வீரர்கள் ஒருபோதும் அந்த அந்தப்புரத்து குழிமுயல்களை காதலிக்க முடியாது.

“கடைசியில் பிரதீபர் அவளை அடைந்தார். காத்திருந்து அடைந்த மனைவி என்பதனாலேயே அவள் காலடியில் கிடந்தார். அஸ்தினபுரியின் களஞ்சியத்தின் நவமணிக்குவியலே அவள் காலடியில் கிடந்தது என்றனர். புரூரவஸின் செங்கோலையும் ஹஸ்தியின் வெண்குடையையும் குருவின் மணிமுடியையும் அவள் நினைத்தால் காலால் எற்றி விளையாடலாம் என்று சூதர்கள் பாடினர்.” பற்களைக் காட்டி சிரித்தபடி பால்ஹிகர் சொன்னார், “ஆனால் அவள் இந்தப்பாலைவெளியின் வெயிலுக்காக ஏங்கியிருப்பாள். எந்த ரத்தினத்தின் ஒளியும் இதற்கு நிகரல்ல என்று உணர்ந்திருப்பாள். ஆம். அதனால்தான் அவள் ஏங்கி மெலிந்து அழிந்தாள். கோடைகால நதிபோல அவள் மெலிந்து வற்றி மறைந்தாள் என்று அஸ்தினபுரியின் சூதர்கள் பாடி கேட்டிருக்கிறேன்.”

“இங்கே ஒரு சூதன் வந்தான் என்றேன்… இல்லையா?” என்றார் பால்ஹிகர். நிலையற்ற வெள்விழிகள் தன்னைப் பார்ப்பவையாகத் தெரியவில்லை சிகண்டிக்கு. “அந்தச் சூதன் ஏன் வந்தான்? தெரியவில்லை. ஆனால் எப்படியோ அவர்கள் வந்துவிடுகிறார்கள். நான் அவன் பாடுவதை இந்த நகர்மன்றில் பார்த்தேன். அவன் அஸ்தினபுரியில் இருந்து வந்திருக்கிறான் என்று தெரிந்ததும் பெருங்கூட்டம் அவனைச் சுற்றி நின்றது. நான் அருகே சென்று கூட்டத்துக்குப்பின்னால் நின்று அவன் பாட்டைக் கேட்டேன். அவன் பிரதீபரைப்பற்றி பாடினான். என்னையும் என் தமையன் தேவாபியையும் பற்றி பாடினான். சந்தனுவின் வெற்றிகளையும் கொடைத்திறனையும் அவன் ஆட்சியில் அறம்பொலியும் மகத்துவத்தையும் புகழ்ந்தான். சந்தனு கங்காதேவியிடம் பெற்ற தேவவிரதனைப்பற்றி சொன்னான். அப்போது மட்டும் அவன் குரல் மேலெழுந்தது. கிணையை மீட்டியபடி எழுந்து நின்று பாரதவர்ஷத்தின் ஈடிணையற்ற வீரன் அவன் என்றான்.”

பால்ஹிகர் புன்னகையுடன் “அப்போது நான் வந்து நாற்பதாண்டுகாலம் தாண்டிவிட்டிருந்தது. என் தமையன் தேவாபி அரசிழந்து துறவு பூண்டு காடு சென்றபின் அஸ்தினபுரியில் இருந்து தன்னந்தனியாகக் கிளம்பி வணிகர்களுடன் நடந்து இங்கே வந்துசேர்ந்தேன். அதற்குமுன் நான் இங்கே வந்ததேயில்லை. அரசி சுனந்தை எப்போதும் அஸ்தினபுரம் விட்டு இவ்வளவு தொலைவுக்கு வரும் நிலையில் இருக்கவில்லை. நாங்களும் வந்ததில்லை. என் தமையனின் உடல்நிலையும் பயணத்துக்கு உகந்தது அல்ல. பிரதீபர் என் தாயை கவர்ந்துசென்றபின் அஸ்தினபுரிக்கு என் நாடு கப்பம் கட்டிவந்தது. சந்தனு ஆட்சிக்குவந்ததும் அதை நிறுத்திக்கொண்டார்கள். அதன்பின் எங்களுக்கும் கங்கைக்கரைக்கும் எந்தத் தொடர்பும் இருக்கவில்லை.

“இங்கே என் மாமன் சைலபாகு ஆட்சி செய்துவந்தார். நான் வந்ததும் என்னை என் தாயின்குலம் அள்ளி அணைத்துக்கொண்டது. இங்கே அதிகாரம் இல்லை. ஆகவே அரசியல் இல்லை. அரசமரியாதைகளும் அவைமுறைமைகளும் இல்லை. நான் இங்கே காட்டுமிருகத்தின் கட்டற்ற சுதந்திரத்துடன் வாழ்ந்தேன். வேட்டையும் குடியும். இரவும் பகலும் மலைகளில் அம்பும் வில்லுமாக தனித்து அலைந்துகொண்டிருந்தேன். ஸென்யாத்ரியும், போம்போனமும், துங்கானமும் எனக்கு என் உள்ளங்கைகளைப்போல தெரிந்தவை. நான் மெதுவாக என் இளமைப்பருவத்தை, என் தமையனை, அவன் வழியாக நான் அடைந்த அவமதிப்பை அனைத்தையும் மறந்துவிட்டேன். நான் அஸ்தினபுரியின் பிரதீபரின் மைந்தன் என்று சொல்லிக்கொள்வதில்லை. எங்கள் குலமரபுப்படி தாயின் பெயரையே சொல்வேன்.

“ஆனால் அன்று ஊர்மன்றின் விழவுக்கூட்டத்தில் தேவவிரதன் பெயரை அந்தச் சூதன் சொன்னதும் என்னுள் ஏனோ கடும் குரோதம் எழுந்தது. அப்படியே அந்தச் சூதனை தூக்கி சுவரோடு சேர்த்துப்பிடித்து தேவவிரதன் என்னைவிட வலிமையானவனா என்று கேட்டேன். அவன் ஆம் என்று சொன்னான். அங்கிருந்த அனைவருமே திகைத்து என்னை நோக்கினர். அவனை அப்படியே போட்டுவிட்டு அந்த சதுக்கத்தில் இருந்து நேராக அஸ்தினபுரிக்கு கிளம்பிவிட்டேன். ஐம்பதுநாட்கள் கழித்து அஸ்தினபுரிக்குச் சென்று சேர்ந்தேன். செல்லும் வழியெல்லாம் அஸ்தினபுரியின் கதைகளைக் கேட்டுக்கொண்டிருந்தேன். அணுகும்தோறும் காட்சி தெளிவாவதுபோல கதைகளும் தெளிவடைந்துகொண்டிருந்தன. எங்களூருக்கு வந்த சூதன் பல ஆண்டுகளுக்கு முன்னரே அஸ்தினபுரியைவிட்டு கிளம்பியவன்.

“அஸ்தினபுரிக்கு நான் வந்தபோது சந்தனு முதுமையின் நோய்ப்படுக்கையில் இருந்தான். நான் அவனைப்பார்க்கச் செல்லவில்லை. குருஷேத்ரத்திற்குச் சென்று தங்கி ஒரு சூதனை அழைத்து தேவவிரதனிடம் நான் யாரென்று சொல்லி அவனை நான் துவந்தயுத்தத்துக்கு அழைப்பதாகத் தெரிவிக்கும்படி ஆணையிட்டு அனுப்பினேன். அறைகூவல் என்னுடையதாகையால் ஆயுதத்தை அவனே தேர்ந்தெடுக்கும்படி சொன்னேன். அவன் என்னிடம் ஆயுதத்தை தேர்ந்தெடுக்கும்படி சொல்லி அனுப்பினான். நான் கதாயுதத்தை தேர்ந்தெடுத்தேன். என்னுடைய தோள்வலிமைக்கு நிகராக நான் இன்னொருவனை பார்த்ததில்லை.

“தீர்மானிக்கப்பட்ட நேரத்தில் குருஷேத்ரத்தில் நாங்கள் சந்தித்தோம். அவன் தன் கதையுடன் அணிகள் ஏதுமின்றி தனியாக வந்திருந்தான். சூதர்களை வரச்சொன்னது நான்தான். அவனை நான் கொல்வதை அவர்கள் பாடவேண்டுமென நினைத்தேன். களத்தில்தான் நான் முதன்முறையாக பீஷ்மனை பார்த்தேன். என்னைவிட உயரமான

ஒருவனை அப்போதுதான் நான் பார்க்கிறேன். ஆனால் அவன் தோள்களும் கைகளும் என்னுடையவை போல பெரியவை அல்ல. அவன் இடை மிகச்சிறியது. அவனால் என் கதைவீச்சை அதிகநேரம் தாங்கமுடியாதென்று நினைத்தேன். அவனுக்கு முப்பது வயதிருக்கும் அப்போது. ஆனால் தாடியில் நரையிழைகள் தெரியத் தொடங்கியிருந்தன. கண்கள் முதியவர்களுக்குரியவை.

“அவன் என்னை நோக்கி வந்து என்முன் பணிந்து வணங்கினான். சிறியதந்தையே என்னை வாழ்த்துங்கள். உங்கள் பாதம் பணிகிறேன் என்றான். என் வாழ்த்து உன்னைக் கொன்றபின்னர்தான். அதற்காகவே நான் சிபிநாட்டிலிருந்து வந்திருக்கிறேன், உன் கதையை எடு என்றேன். அவன் மீண்டும் வணங்கிவிட்டு தன் கதையை என் காலைநோக்கி தாழ்த்தினான். நான் என் கதையுடன் கால்விரல்களையும் பாதங்களையும் சேர்த்து சமபத நிலையில் நின்று கதையை மட்டும் முன்னால் நீட்டினேன். அதன் பொருளை அவன் புரிந்துகொண்டான். அவனால் என்னை அசைக்கக்கூட முடியாதென்று நான் அவனுக்கு சொல்கிறேன் என்று.

“பதிலுக்கு அவன் முழங்கால்களை நான்கு கை அகலத்துக்கு விரித்து அன்னம்போல மடக்கி இடை தாழ்த்தி வைசாக நிலையில் நின்றான். என் விசையை அவன் முழு எடையாலும்தான் எதிர்கொள்ளவேண்டும் என்று புரிந்துகொண்டவன்போல. அவன் கண்கள் என் கண்களை மட்டுமே பார்த்தன. ஒருகணமாவது என் கதையை அல்லது தோள்களை அவன் பார்க்கிறானா என்று நான் கூர்ந்து நோக்கினேன். மிருகங்கள் மட்டுமே போரில் அவ்வளவு முழுமையான கவனம்கொண்ட கண்களுடன் இருப்பதைக் கண்டிருக்கிறேன்.

“நான் மிக எளிதாக அவனை வீழ்த்தலாமென நினைத்து கதையைச் சுழற்றி கடல் அலை எழுந்து விழுவதுபோன்ற ஆஹதவீச்சில் அடித்தேன். ஆனால் முதல் அடியை அவன் தடுத்தபோதே தெரிந்துவிட்டது அவனை என்னால் எளிதில் வெல்லமுடியாதென்று. வழக்கமாக கதைவீரர்கள் செய்வது போல அவன் என் அடியை கீழிருந்து தடுத்து அதன் விசையை தன் கதையிலோ தோளிலோ ஏற்றுக்கொள்ளவில்லை. கதையின் குமிழுக்கு மிகக்கீழே என் கைப்பிடிக்கு அருகில் அவன் கதையின் குமிழ் என்னை தடுத்தது. ஹம்ஸமர்த்த முறைப்படி அன்னங்கள் கழுத்தை பின்னிக்கொள்வதுபோல எங்கள் கதைகள் இணைந்தன. அவன் மெல்ல அவ்விசையை திசைமாற்றி என்னை தடுமாறச்செய்தான்.

“இளைஞனே, உன்னைப்பார்த்தால் கதை உன் ஆயுதமல்ல என்று தெரிகிறது. சுழலும் கதையின் ஆற்றல் உச்சகட்டமாக வெளிப்படும் இடமும் உண்டு. மிகக்குறைவாக வெளிப்படும் இடமும் உண்டு என்பதை தெரிந்துகொள். அவன் கதை என் வீச்சை எப்போதும் மிகக்குறைந்த விசைகொண்ட

முனையில்தான் சந்தித்தது. ஒவ்வொருமுறையும் அவன் கதை என் கதையை திசைமாற்ற மட்டுமே செய்தது. அதற்கு என் விசையையே அது பயன்படுத்தியது. எங்கள் போரை வலிமைக்கும் திறமைக்குமான மோதல் என்று சொல்லலாம். போர் விரைவில் முடியாதென்று தெரிந்துவிட்டது. அவனை களைப்படையச் செய்யாமல் நான் வெல்லமுடியாது. நான் களைப்படைந்த நினைவே எனக்கில்லை.

"நாங்கள் பகல் முழுக்க போர்செய்தோம். மாலை மயங்கியபின் போரிடும் வழக்கமில்லை. ஆனால் நான் அவனை ஓய்வெடுக்கச் செய்ய விரும்பவில்லை. ஆகவே விடாமல் போரை தொடர்ந்தோம். மறுநாள் காலையிலும் போர் நடந்தது. இருவரும் துலாக்கோல்தட்டுகள் போலிருந்தோம். நடுமுள் அசையாமல் நிலைத்து நின்றது. இடப்பக்கம் குனிந்து வாமனமிதமாகவும் வலப்பக்கம் குனிந்து தட்சிணமிதமாகவும் மாறி மாறி முடிவில்லாது தாக்கிக் கொண்டிருந்தோம். ஒரு போரல்ல அது நடனம் என்று எனக்கு உள்ளூரத் தோன்றியது.

"நான் உள்ளுக்குள் திகைத்திருந்தேன். அந்தப்போர் ஒருபோதும் முடியாதென தோன்றியது. சமவல்லமைகொண்ட போர் என்று சொல்கிறோம். ஆனால் உண்மையில் அப்படி ஒன்றில்லை. எந்தப்போரிலும் ஒரு தரப்பு சற்றேனும் விஞ்சியிருக்கும். காலம் நீளநீள அந்த வேறுபாடு வளரும். இறுதியில் வெற்றியை நிகழ்த்துவது அந்த வேறுபாடுதான். முதல்முறையாக அந்த வேறுபாடு அணுவேனும் இல்லாத போரை உணர்ந்தேன். அதற்கேற்றதுபோல எங்கள் இருவர் கதைகளும் ஒரேசமயம் உடைந்தன. நான் வெறும் கையால் அவனை அடித்தேன். அவன் என் அடியைத் தடுத்து என் கைகளை பற்றிக்கொண்டான்.

"நான்குதோள்களும் பின்னிக்கொண்டு கால்கள் ஒன்றையொன்று மறித்து நாங்கள் அசைவிழந்து நின்ற கணத்தில் நான் ஒரு விந்தையான உணர்வை அடைந்து மெய்சிலிர்த்தேன். அறியாமல் என் பிடியை நான் விடப்போகும் கணத்தில் அவனும் என்னை திகைப்புடன் பார்ப்பதை கண்டேன். அவன் கண்கள் விரிந்த கணத்தில் கையின் விசை சற்று நெகிழக்கண்டு அப்படியே அவனை நான் தூக்கி அடித்தேன். மண்ணில் விழுந்த அவன்மேல்குனிந்து அவன் கண்களை பார்த்துக்கொண்டு நின்றேன். விதிப்படி நான் அவனை கொல்லவேண்டும். ஆனால், என்னால் கையை அசைக்கமுடியவில்லை. நானும் அவனும் ஒன்றையே உணர்ந்துகொண்டு ஒருவரை ஒருவர் பார்த்துக்கொண்டு நின்றோம்."

சிகண்டி மெல்ல அசைந்து "எதை?" என்றான். பால்ஹிகர் உரக்க "எனக்கு அவனும் அவனுக்கு நானும் ஆடிப்பிம்பங்கள் என்பதை" என்றார். "ஒருவயதுவரை குழந்தைகளுக்கு ஆடியை காட்டலாகாது என்று சொல்வார்கள்... மனிதர்கள் எப்போதுமே ஆடியை

பார்க்காமலிருக்கலாம். ஆடியின் ஆழம் அறிந்தவனின் செயல்கள் நின்றுவிடுகின்றன. அனைத்தும் கேலிக்கூத்தாகிவிடுகின்றன. அன்று அவன் கண்களைப்பார்த்த நான் இதோ இருபதாண்டுகாலமாக இந்தச் சிறு அறையில் அமர்ந்திருக்கிறேன்."

சிகண்டி அவரையே வெறித்தபடி அமர்ந்திருந்தான். பால்ஹிகர் எழுந்து தன் கனத்த கைகளை கூட்டிப்பிடித்துக்கொண்டு அறைக்குள் நடந்தார். "அங்கிருந்து நான் திரும்பி நடந்தேன். அவன் திகைப்பு மாறாத கண்களுடன் என் பின்னால் நிற்பதை உணர்ந்தேன். திரும்பி அவனை நோக்கி, 'மூடா, உன் தோளிலிருந்து உன் உடன்பிறந்தவர்களை இறக்கி வை' என்று கூவ வேண்டுமென நினைத்தேன். ஆனால் சொல்லவில்லை. ஏனென்றால்..." அவர் முகத்தில் வெறுப்புநிறைந்த சிரிப்பு ஒன்று வந்தது. "...ஏனென்றால் நான் அப்போதும் என் தமையனை இறக்கி வைத்திருக்கவில்லை." தன் தோளில் ஓங்கித் தட்டி பால்ஹிகர் சொன்னார், "இப்போதும் இறக்கிவைக்கவில்லை... இதோ இங்கே அவன் இருக்கிறான். மிக மெலிந்தவன். உயிர்பிரிந்து கொண்டிருப்பவன் போல அதிர்ந்துகொண்டிருப்பவன்."

சிரித்துக்கொண்டு அவர் எழுந்தார். "தேவாபிகள், பால்ஹிகன்கள்... ஆடி தன் பிம்பங்களை பெருக்கிக் கொண்டே செல்கிறது... நான் என்ன செய்யமுடியும்? நான் அவனை ஏன் இறக்கிவைக்கவில்லை தெரியுமா?" கண்களில் பித்தின் ஒளியுடன் பால்ஹிகர் சொன்னார். "ஏனென்றால் நான் ஓர் ஆடிப்பிம்பம். எனக்கு முன்னாலிருந்த ஓர் ஆடிப்பிம்பத்தின் நிழல்தான் நான். அது இன்னும் இறக்கி வைக்கவில்லை... அது ஏன் இறக்கிவைக்கவில்லை என்றால் அதற்குமுன் இருந்த ஆடிப்பிம்பம் இறக்கி வைக்கவில்லை. ஆடிப்பிம்பங்களால் கோடிகோடியாக பெருகத்தான் முடியும். அவை தாங்களாக எதையும் செய்துகொள்ளமுடியாது. எவ்வளவு பரிதாபம். எத்தனை பெரிய பொறி..."

சொற்கள் அவரில் இருந்து கட்டில்லாமல் வந்தன. "ஆடிப்பிம்பங்கள்... பரிதாபத்துக்குரியவை அவை. ஆடிப்பிம்பங்களுக்கு வண்ணங்களும் வடிவங்களும் உண்டு. அசைவும் உயிரும் உண்டு. கண்களில் ஒளியுண்டு, குரலுண்டு. அனைத்தும் உண்டு. ஆனால் அவற்றால் தங்களைத் தாங்களே நடத்திக்கொள்ளமுடியாது... அவற்றை நிகழ்த்துபவன் அவற்றுக்கு முன்னால் நிற்கிறான். அவனை அவை ஒன்றும் செய்யமுடியாது. ஆடிக்கு அப்பால் நின்று வெறித்துப் பார்க்கத்தான் முடியும். நான் அவனை ஒன்றும் செய்யவில்லை தெரியுமா? அவன் என் பிம்பமா இல்லை என் மூலமா என எப்படி தெரிந்துகொள்வேன்? அவன் என் மூலமென்றால் அவன் அழியும்போது நானும் அழிந்துவிடுவேன் அல்லவா?" அவர் கண்களில் பித்து ஏறி ஏறி வந்தது. "நீ பீஷ்மனிடம் சொல், அவன் வெறும் பிம்பம் என்று."

சிகண்டி "பிதாமகரே, நீங்கள் எங்கே என்னை பார்த்தீர்கள்?" என்றான். அவன் குரலை அவர் கேட்கவில்லை. அவன் அங்கிருப்பதே அவருக்குத் தெரியவில்லை என்று தோன்றியது. "ஆடிப்பிம்பங்களுக்குள் சிக்கிக்கொண்டவனைப்போல மூடன் யார்? மூடனல்ல, இழிபிறவி. பித்தன். முடிவற்றது ஆடியின் ஆழம். ஆடியின் சுழலில் இருந்து அவன் தப்பமுடியாது, ஏனென்றால் நான் தப்பவில்லை. இந்த கல்குகைக்குள் நான் என் தனிமையை தின்றுகொண்டிருக்கிறேன். அவன் தன் கல்குகைக்குள் இருக்கிறான். அவனிடம் சொல், அவனுக்கு விடுதலை இல்லை என்று. அவன் ஆடிப்பிம்பம் என்று..." அவர் தரையை கையால் அறைந்து சிரித்தார். "ஆடிகளின் மாயம்! அஹஹ்ஹஹா! ஆடிகளை நாம் உடைக்கமுடியாது. ஏனென்றால் நம்மை நாம் உடைக்கமுடியாது."

வாசலில் தோன்றிய நூற்றுவர்தலைவன் சிகண்டியிடம் விலகி வந்துவிடும்படி சைகை காட்டினான். சிகண்டி பொறு என்று கண்களைக் காட்டி "பிதாமகரே, என்னை எங்கே பார்த்தீர்கள்?" என்றான். "நாகசூதனிடம். அவன்பெயர் தண்டகன். அவன் யானநீரின் ஆடியில் உன்னை எனக்குக் காட்டினான். நான் தேவவிரதனை கொல்லமுடியாது என்றான். ஏனென்றால் அவன் என் ஆடிப்பிம்பம். ஆடி எவர் கைக்கும் சிக்காதது. ஆனால் நீ அவனைக் கொல்வாய் என்றான். ஏன் தெரியுமா?" அவர் தாக்கவருபவர் போல இரு கைகளையும் விரித்துக்கொண்டு அருகே வந்தார். "ஏன் தெரியுமா? நீ அவன் நிழல்." முற்றிலும் சித்தம் பிறழ்ந்தவர்களால் மட்டுமே முடியக்கூடிய வகையில் அவர் சிரிக்கத்தொடங்கினார். இரைவிழுங்கும் பாம்புபோல கண்கள் பிதுங்கி வாய் திறந்து பற்கள் தெரிய அதிர்ந்து கூவி நகைத்தார்.

நூற்றுவன் "வீரரே, இனி அவரை கட்டுப்படுத்துவது கடினம்" என்றான். "வந்துவிடுங்கள்..." சிகண்டி பின்பக்கமாக நடந்து மெல்ல வெளியே வந்தான். "அவர் அந்த அறைக்குள் இருந்து வெளியே வரமாட்டார்" என்றான் நூற்றுவன். பின்பக்கம் பால்ஹிகர் வந்து அறைவாசலில் இருகைகளையும் விரித்து ஊன்றியபடி நின்றார். அவரது மாபெரும் மார்பும் தோள்களும் அந்த வாயிலை முழுமையாகவே தசையால் நிறைத்து மூடின.

"ஆடிப்பிம்பத்திற்குள் என்னை கட்டிப்போட்டவனை நான் அறிவேன். அவன் பெயர் பீமசேனன்... நான் அவனுடைய ஆடிப்பிம்பம். அவனும் என்னைப்போன்றே பெரிய தோள்களில் உடன்பிறந்தவனைத் தூக்கிக் கொண்டு செல்வதைக் கண்டேன். அவன் செய்ய இயலாததை இங்கே நான் செய்யமுடியாது. மூடன், முழுமூடன்..." எண்ணியிருக்காமல் எழுந்த பெருஞ்சினத்துடன் "அவன் என்னை ஆடியில் தள்ளிவிட்டிருக்கிறான்... என்னை அவனுடைய வெற்றுப் பிம்பமாக ஆக்கிவிட்டான்..." என்று கூவியபடி ஓங்கி பாறைச் சுவரை அறைந்தார்.

சிகண்டியும் நூற்றுவனும் படிகளை அடைந்தனர். அவர் அங்கே நின்றபடி "அவனிடம் சொல்... அவன் பெயர் பீமசேனன். அவனிடம் சொல்" என்று கூவினார். "நிழலும் ஆடிபோலவே முடிவில்லாதது. ஆடியை விட்டு விலகுபவன் ஆடிக்குள் மூழ்கி மறைகிறான். ஆடியை அணுகுபவன் தன்னுடன் தான் மோதிக்கொள்கிறான்..." சிரிப்பொலியுடன் "நிழலை வெல்ல ஒரே வழி நிழலுக்குள் புகுந்துவிடுவதுதான்... நில்... அங்கேயே நில்!"

படிகளில் ஏறும்போதும் அவரது குரல் கேட்டுக்கொண்டிருந்தது. "அவர் பொதுவாக எவரையும் தாக்குவதில்லை. ஆனால் இருமுறை இருவரை அடித்திருக்கிறார். அக்கணமே அவர்கள் தலையுடைந்து இறந்தார்கள்" என்றான்.

சிகண்டி அரண்மனையை விட்டு வெளிவந்து நின்றான். மொட்டைக் குன்றுகள் போன்ற கட்டடங்கள் சாளரங்களில் விளக்கொளிகள் சிவந்த கண்கள் போல திறந்திருக்க அவனைச் சூழ்ந்திருந்தன. நகரம் முழுமையாகவே அடங்கிவிட்டிருந்தது. வணிகர்கள் கட்டிய கூடாரங்களில் தோல்கூரைகளை மூச்சுவிடும் மிருகங்களின் வயிறுபோல எழுந்தமரச் செய்தபடி காற்று கடந்துசென்றது.

5

தண்டகர் என்ற நாகசூதர் சொன்னார். “வீரரே, பருந்துகளுக்கு தொலைப்பார்வையையும் எலிகளுக்கு அண்மைப்பார்வையையும் அளித்த அன்னைநாகங்களை வாழ்த்துங்கள். பார்வையின் எல்லையை மீறியவர்கள் தங்களை இழக்கிறார்கள். அவர்கள் மீண்டுவருவதற்கு பாதைகள் இல்லை.” அவர்முன் அமர்ந்திருந்த பீஷ்மர் “திரும்புவதற்கு பாதையில்லாமல் பயணம் செய்பவர்களே வீரர்கள் எனப்படுகிறார்கள்” என்றார். “ஆம், அவர்கள் ஒவ்வொரு தலைமுறையிலும் பிறந்து வந்துகொண்டே இருக்கிறார்கள்” என்றார் தண்டகர்.

“வீரரே, முடிவின்மையை உணராத எவரும் இப்பூமியில் இல்லை. மண்ணிலும் விண்ணிலும் மனிதனின் அறிதல் வழியாக ஒவ்வொரு கணமும் முடிவின்மையே ஓடிச்செல்கிறது. முடிவின்மையை தேவைக்கேற்பவும் வசதிக்கேற்பவும் வெட்டியெடுத்த காலத்திலும் மண்ணிலும்தான் மானுடர் வாழ்ந்துகொண்டிருக்கிறார்கள். முடிவின்மையின் எளிமையை உணர்ந்தவனே விடுதலை பெறுகிறான். அந்த அறிவை தாளமுடியாதவன் பேதலிக்கிறான்...” தண்டகர் சொன்னார். “அதை நீங்கள் இந்த யானத்து நீரில் பார்க்கவேண்டியதில்லை. ஒரு கைப்பிடி கூழாங்கற்களில் காணலாம். ஒரு மரத்தின் இலைகளில் பார்க்கலாம். பார்க்கத்தெரிந்தவன் உள்ளங்கையை விரித்தே உணர்ந்துகொள்ளலாம்.

“அனந்தம் என்று பெயருள்ள இந்த யானம் நாகர்களின் முழுமுதல் தெய்வமான அனந்தனின் நஞ்சு என்று என் முன்னோர் சொல்வதுண்டு. முடிவின்மையின் ஒருதுளிச்சுழி இது. இதற்கு முப்பிரிக்காலம் இல்லை. மூன்றுகாலம் என்பது அனந்தன் எளியவர்களாகிய நமக்களிக்கும் ஒரு தோற்றமேயாகும். இந்தத் துளியில் நேற்றும் நாளையும் இன்றும் ஒன்றுடன் ஒன்று பொருந்தி ஒன்றை ஒன்று நிரப்பி ஒன்றேயாகி நின்றிருக்கின்றன.

ஜாக்ரத்தும் ஸ்வப்னமும் சுஷுப்தியும் ஒன்றேயாகிய புள்ளி இது. இதைக்கேளுங்கள் நீங்கள் யார் என்று இது சொல்லும்."

முதுநாகர் யானத்தை மெல்லத்தட்டினார். அதன் விளிம்புகள் அதிர்ந்து கரியநிறமான தைலத்தில் அலைகளை எழுப்பின. அவர் அந்த அலைகளையே நோக்கியிருந்தபோது மெல்ல அவை அடங்கின. தைலத்தில் பீஷ்மர் தன் முகத்தையே பார்த்துக்கொண்டிருந்தார். மெதுவாக அலைகள் ஒன்றுடன் ஒன்று இணைந்து ஒன்றுக்குள் ஒன்றென அமைந்து சுருங்கி வட்டத்தின் மையத்தில் புள்ளியாகி மறைந்தபோது அங்கே ஒரு முகம் தெரிந்தது. அவர் அறிந்திராத ஒரு மனிதர்.

தண்டகர் குனிந்து அந்த முகத்தைப் பார்த்தார். "இவர் யாரென்று நீங்கள் அறிவீர்களா?" என்று பீஷ்மர் கேட்டார். "அன்னை நாகங்கள் அறியாத எவரும் மண்ணில் இல்லை" என்றார் தண்டகர். "சந்திரகுலத்தில் பிறந்தவரும் நகுஷனின் மைந்தனுமான யயாதி இவர்." பீஷ்மர் திடுக்கிட்டபோது கருந்திரவம் அதிர்ந்து அந்த முகம் கலைந்தது. "யார்?" என்று அச்சத்துடன் கேட்டார். "உங்கள் குலமூதாதையான யயாதி."

"நான் என்னையல்லவா பார்க்க விரும்பினேன்?" என்றார் பீஷ்மர். "ஆம், நீங்கள் கேட்டவினாவுக்கு நாகரசம் அளித்த பதில் அது." பீஷ்மர் சினத்துடன் "இல்லை, இது ஏதோ மாயம்... இது ஏமாற்றுவித்தை" என்றார். "வீரரே, இது மாயை என்று நான் முன்னரே சொல்லிவிட்டேன். நீங்கள் உங்கள் கேள்வியைப்போலவே பதிலையும் உங்களுக்குள் இருந்துதான் எடுத்தீர்கள்..." என்றார் தண்டகர். பீஷ்மர் சினத்துடன் எழுந்து "இல்லை... இது வெறும் மாயம்..." என்று சொல்லிவிட்டு தன் மேலாடையை தோளில் சுற்றிக்கொண்டு நின்றார். "அவர் முகமா இது?" என நாகரிடம் கேட்டார்.

"ஆம். அப்படித்தான் நாகரசம் சொல்கிறது." "என்னைப்போன்றே இருக்கிறார். அவருடைய அதே முகமா எனக்கு?" தண்டகர் புன்னகை செய்தார். "அவரது கதையை நான் கேள்விப்பட்டிருக்கிறேன்... பரிதாபத்துக்குரிய மூதாதை. அவரா நான்?" தண்டகர் மேலும் புன்னகை செய்தார். பீஷ்மர் மீண்டும் அமர்ந்துகொண்டார். "நாகரே சொல்லுங்கள், அவரது வாழ்க்கையைப்பற்றி நாகம் சொல்லும் கதையை சொல்லுங்கள்!"

தண்டகர் புன்னகையுடன் கண்மூடி அமர்ந்தார். பிடரியில் வழிந்திருந்த அவரது கூந்தல் வழியாக இளங்காற்று வழிந்தோடி அதை பின்னுக்குத் தள்ளியது. கண்களைத் திறந்தபோது அவரது விழிவட்டம் மாறியிருப்பதை பீஷ்மர் கண்டார். நீலமணிக்கண்கள். இமைக்காதவை. "அத்ரி சந்திரன் புதன் புரூரவஸ் ஆயுஷ் நகுஷன் என வரும் குலவரிசையில் யயாதி

பிறந்தார்" என தண்டகர் கனத்தகுரலில் நாகர்களுக்குரிய நீண்ட மெட்டில் பாடத் தொடங்கினார்.

நகுஷனுக்கும் அசோகசுந்தரிக்கும் பிறந்தவர்கள் அறுவர். யதி, யயாதி, சம்யாதி, யாயாதி, யயதி, துருவன். நகுஷனுக்குப்பின் சந்திரகுலத்துக்கு மன்னனாக யார் வரவேண்டும் என்று ஜனபதங்களின் தலைவர்கள் மாமுனிவரான விசுவாமித்திரரிடம் கேட்டனர். தர்மதேவன் எவரை தேர்ந்தெடுக்கிறானோ அவனே சந்திரகுலத்தின் மன்னனாகவேண்டும் என்றார் விசுவாமித்திரர். அதன்படி மக்கள் தலைவர்கள் ஆறு இளவரசர்களிடமும் சென்று அவர்களில் யார் தர்மதேவனை தனக்கு ஆதரவு அளிப்பதற்காக கூட்டிவருகிறானோ அவனை அரசனாக ஏற்றுக்கொள்வதாக சொன்னார்கள்.

ஆறு இளவரசர்களும் கடும் நோன்பு நோற்றனர். தவத்தால் அனைத்தையும் துறந்து எளிமையானார்கள். இலவம்பஞ்சு விதையைச் சுமந்து செல்வதுபோல அவர்களின் தவம் அவர்களைக் கொண்டுசென்றது. அவர்கள் தர்மதேவனைத் தேடி தெற்குநோக்கிச் சென்றனர். தர்மதேவனை நோக்கிச் சென்ற பாதையில் முதலில் நீராலான நதி ஒன்று ஓடியது. அது தன்னை தக்கையாக மாற்றிக்கொள்ளமுடியாதிருந்த துருவனை மூழ்கடித்தது. இரண்டாவதாக ஓடிய நதி நெருப்பாலானது. அங்கே தன்னை கல்லாக மாற்றிக்கொள்ளாமலிருந்த யயதி எரிந்துபோனான். மூன்றாவது நதி காற்றாலானது. அங்கே சருகாக இருந்த யாயாதி பறந்து போனான். நான்காவது நதி புதைசேறாலானது. அங்கே தன்னை சருகாக மாற்றிக்கொள்ளாமலிருந்த சம்யாதி புதைந்துபோனான். ஐந்தாவது நதி வானத்தாலானது. அங்கே மேகமாக தன்னை மாற்றிக்கொள்ளாமலிருந்த யதி கரைந்து போனான்.

யயாதி மட்டும் தர்மதேவனின் சன்னிதியை அடைந்து தனக்கு ஆதரவளிக்கும்படி கோரினான். தர்மதேவன் அவன் தவத்தைப் பாராட்டி நேரில்வருவதற்கு ஒப்புக்கொண்டார். குடிமக்கள்சபையில் ஆறு இளவரசர்களின் பெயர்கள் ஆறு ஓலைகளில் எழுதப்பட்டு ஆறு தூண்களில் தொங்கவிடப்பட்டன. அங்கே அவிழ்த்துவிடப்பட்ட காரான் எருமை யயாதியின் பெயர் எழுதிய ஓலையை தன் வாயால் கவ்வியது. யயாதி சந்திரகுலத்தின் அரசனாக ஆனான்.

நாற்பத்தொன்பதாண்டுகாலம் சந்திரபுரியை ஆட்சிசெய்த யயாதி அறச்செல்வனென்று விண்ணிலும் மண்ணிலும் அறியப்பட்டிருந்தான். அணுவிடை பிறழா நெறிகொண்ட அவன் இந்திரனுக்கு நிகரானவனாக ஆனமையால் தன் அரியணை ஆடியதை அறிந்த இந்திரன் தன் சாரதியான மாதலியிடம் யயாதியை தன் அவைக்கு கொண்டுவரும்படி சொன்னான். ஆட்சியை முடித்துக்கொண்டு இந்திரபோகங்கள் அனைத்தையும்

துய்த்து மகிழும்படி மாதலி யயாதியை ஆசைகாட்டினான். அறமே என் பேரின்பம் என்று யயாதி பதில் சொன்னான்.

இந்திரனின் ஆணைப்படி ஏழு கந்தர்வர்களும் ஏழு கந்தர்வகன்னியரும் சூதரும் விறலியருமாக மாறி யயாதியின் அவைக்கு வந்தனர். விஷ்ணுவின் வராகாவதாரம் என்னும் நாட்டியநாடகத்தை அவர்கள் அவன் அவையில் ஆடினர். எல்லையில்லாத வெண்மேகமாகிய காசியப பிரஜாபதியில் பொன்னிறப்பேரொளியை கண்களாகக்கொண்டு பிறந்த ஹிரண்யாக்ஷன் என்னும் அரக்கன் விண்வெளியில் வெண்பசுவெனச் சென்றுகொண்டிருந்த பூமாதேவியை ஒரு சிறு பந்தெனக் கைப்பற்றி விண்ணகநீர்ப்பெருவெளியின் அடியில் எங்கோ கொண்டு ஒளித்து வைத்ததை அவர்கள் நடித்தனர்.

எங்கும் நீரொளியலைகள் ததும்ப பூமியன்னையைத் தேடிய தேவர்கள் திருமாலிடம் முறையிட்டனர். விஷ்ணு மதம்திகழ் சிறுகண்ணும் கொம்புப்பல்லும் நீள்காதுமாக பன்றியுருக் கொண்டு பிறந்தார். பன்றிமுகமுடியணிந்த கந்தர்வநடிகன் மேடையில் வெளியை அகழ்ந்து அகழ்ந்து செல்வதை நடிப்பதைக் கண்டு தன் அரியணையில் அமர்ந்திருந்த யயாதி தீவிரமான உள்ளக்கிளர்ச்சியை அடைந்தார். ககனநீர்வெளியை, பின் அதனடியின் இருள்வெளியை பன்றி துழாவித்துழாவிச் சென்றது. இருளுக்கு அடியில் திகழ்ந்த இன்மையையும் தன் பற்கொம்பால் கிழித்தது.

தன்னையறியாமலேயே இரு கைகளையும் நெஞ்சோடு சேர்த்து மெல்ல அதிர்ந்தபடி யயாதி அமர்ந்திருந்தார். மேடையில் விரிக்கப்பட்டிருந்த ஏழுவண்ண கம்பளங்களை ஒவ்வொன்றாக விலக்கி அகழ்ந்துசென்றான் சூதன். நீலம், பசுமை, பொன்மஞ்சள், செம்மை, செம்பழுப்பு, வெண்மை, கருமை. கருமையின் திரையைக் கிழித்து உள்ளிருந்து செம்பொன்னிறமான பூமியை அவன் அள்ளி எடுத்தான். அந்த இளம் விறலி பொன்னிறம் பொலிந்த வெற்றுடல் கொண்டிருந்தாள். கருவறை திறந்து வரும் குழந்தை போல, உறையிலிருந்து எழும் வாள்போல அவள் மெல்ல எழுந்துவந்தபோது முதியமன்னர் காமத்தின் உச்சிநுனியில் அவர் நின்றிருப்பதை உணர்ந்தார்.

இருகைகளிலும் வெண்தாமரைகளுடன் எழுந்து வந்த விறலியை வராகமுகம் கொண்ட நடனசூதன் அள்ளி தன் இடதுதொடைமேல் ஏற்றி தோள்மேல் அமரச்செய்துகொண்டான். மறுபக்கம் இடக்கை அவள் இடையை சுற்றியிருக்க வலக்கை தொடைமேல் படிந்திருக்க பேருருத்தோற்றம் காட்டி நின்றான். அவன்பின் வந்து நின்ற பாணன் இருதோள்களிலும் சங்குசக்கரமேந்திய மேலிருகைகளை காட்டினான். தண்ணுமையும் முழவும் உச்சவேகம் கொண்டன. பெருமுரசும் சங்கமும்

முழங்கி அமைந்தன. அவையோர் கைகூப்பி 'நாராயணா' என்று கூவக்கேட்டபின்புதான் யயாதி தன்னிலை அறிந்தான்.

அன்றுமுதல் யயாதி அகழ்ந்தெடுக்கப்பட்ட காமம் கொண்டவனானான். வெல்லப்பட்டவையும் விலக்கப்பட்டவையும் புதைக்கப்பட்டவையும் அழிக்கப்பட்டவையும் அனைத்தும் புதிதென எழுந்துவந்தன. பெண்ணில் பெண்ணுக்கு அப்பாலுள்ளவற்றைத் தேடுபவனின் காமம் நிறைவையே அறியாதது. நிறைவின்மையோ முடிவயற்றது. மண்ணில் முளைத்தவற்றையெல்லாம் உண்டுமுடித்த யானை, முளைக்காது புதைந்துகிடக்கும் கோடானுகோடி விதைகளை உள்ளத்தால் உண்ணத் தொடங்கியது. உண்ண உண்ணப்பசிக்கும் தீராவிருந்து என்பர் காமத்தை.

வீரரே, காமம் பெண்ணுடலில் இல்லை. பெண்ணுடலில் காமத்தைக் கண்டடையும் ஆண்விழிகளிலும் அது இல்லை. விழிகளை இயக்கும் நெஞ்சகத்திலும் காமம் இல்லை. காமம் பூமிக்குள் ஆழத்தில் நெருப்பாக உள்ளது. அதன் பெயர் வைஸ்வாநரன். 'நான் பெருகுவதாக' என்னும் அதன் விழைவே காமம். தன் வாலை தானே சுவைத்துண்ணும் பெருநாகமே காமம்.

எரிதலே காமம், அதன் கரிநிழலே மூப்பு. ஒளியோ அதன் கனவு. யயாதியின் காமத்தை அறிந்து ஜரை என்னும் அரக்கியும் மதனன் என்னும் தேவனும் அவனுக்கு இருபுறமும் அறியாமல் பின்தொடர்ந்துகொண்டிருந்தனர். காமத்தின் காய்ச்சலில் அன்றாடச் செயல்களெல்லாம் பிறழ்ந்த யயாதி குளித்துவருகையில் கால்நுனியில் ஈரம் பட்டிருக்கவில்லை. அதன் வழியாக ஜரை அவர்மேல் படர்ந்து அவர் கூந்தலையும் தாடியையும் நரைக்கச் செய்தாள். அவர் முகமெங்கும் சுருக்கங்களை நிரப்பினாள். அவர் முதுகை வளைத்து கைகால்களை கோணலாக்கி பற்களை உதிரச்செய்தாள். அவர் கண்கள் பஞ்சடைந்தன. நாக்கு தளர்ந்தது. தசைகள் தொய்ந்தன.

நோய்கொண்டு தளர்ந்த அவர்விட்ட பெருமூச்சு வழியாக மதனன் அவருள் குடியேறினான். அவன் அவருக்குள் கனவுகளை நிறைத்தான். அவரைச்சுற்றிய உலகை நிறமும் வாசனையும் அற்றதாக ஆக்கினான். இசையை ஓசையாகவும் உணவை ஜடமாகவும் மாற்றினான். அனைத்து சொற்களில் இருந்தும் பொருளை நழுவச்செய்தான். அவன் கவர்ந்துகொண்ட அனைத்தையும் அவரது கனவுகளில் அள்ளிப்பரப்பி அங்கே அவரை வாழச்செய்தான். ஒவ்வொரு நாளும் யயாதி மரணத்தை நோக்கிச் சென்றுகொண்டிருந்தார்.

அந்நாளில் ஒரு மருத்துவனைப் பார்ப்பதற்காக யயாதி காட்டுக்குச் சென்றபோது அங்கே அழகிய நீரோடைக்கரையில் பேரழகி ஒருத்தியை

கண்டார். முன்பொருநாள் தன்னுள் இருந்து அகழ்ந்தெடுத்த பெண் அவளே என்றறிந்தார். அவளையே ஆயிரம் உடல்கள் வழியாகத் தேடினார் என உணர்ந்தார். அவள்பெயர் அஸ்ருபிந்துமதி என்று அவளருகே நின்றிருந்த விசாலை என்னும் தோழி சொன்னாள்.

காமனின் துணைவியான ரதியின் மகள் அவள் என்றாள் விசாலை. முன்பு காமனை சிவன் நெற்றிக்கண் திறந்து எரித்தழித்தபோது கணவனை இழந்த ரதி கண்ணீர்விட்டழுதாள். அக்கண்ணீர்த்துளியில் இருந்து பிறந்தவள் அவள். அதுவரை தான் இழந்தது என்ன என்று யயாதிக்குத் தெரிந்தது. பெருந்துயர் கலவா பேரழகென்பது இல்லை. அவள்முன் சென்று கைகூப்பி தன்னை ஏற்றுக்கொள்ளும்படி கோரினார் யயாதி.

அஸ்ருபிந்துமதி அவரை ஏற்க சித்தமானாள். ஆனால் அவர் தன் முதுமையை வேறு எவருக்கேனும் அளித்து இளமையை மீட்டுக்கொண்டு வந்தால்மட்டுமே அவரை ஏற்கமுடியும் என்றாள். யயாதி தன் அரண்மனைக்குத் திரும்பி தன்னுடைய நான்கு மைந்தர்களையும் அழைத்து ஐம்பதாண்டுகாலம் தன்முதுமையை ஏற்றுக்கொள்ளும்படி கோரினார். யதுவும் துர்வசுவும் திருஹ்யூவும் அதை ஏற்கமறுத்துவிட்டனர். மண்ணாசையால் தன்னை மறுத்த யதுவுக்கு அரசு அமையாதென்று யயாதி தீச்சொல் விடுத்தார். பிள்ளைகள்மேல் கொண்ட அன்பால் மறுத்த துர்வசுவின் குலம் அறுபடுமென சொன்னார். செல்வத்தின் மீதான ஆசையால் மறுத்த திருஹ்யூ அனைத்தையும் இழந்து ஆற்றுநீரில் செல்வான் என்றார்.

நான்காவது மைந்தன் புரு தந்தையின் முதுமையை ஏற்றுக்கொண்டான். காமத்தை முழுதுணர்ந்து மீண்டுவருக என்று தந்தைக்கு கனிந்து ஆசியளித்து தான் முதியவனாக ஆனான். இளமையை அடைந்த யயாதி காடுசென்று அஸ்ருபிந்துமதியைக் கண்டு அவளை தன் நாயகியாக ஏற்றுக்கொண்டார். வீரரே, ஆயிரம் பெண்களை ஒரு பெண்ணில் அடைபவனே காமத்தை அறிகிறான்.

ஐம்பதாண்டு காலத்துக்குப்பின் அஸ்ருபிந்துமதி தன் இயல்புருக்கொண்டு விண்ணகம் சென்றபின் யயாதி சந்திரபுரிக்கு திரும்பிவந்தார். தன் முதுமையை ஏந்தியிருந்த மைந்தனிடம் சென்றார். “மகனே, நீ அனைத்து நிறைவையும் அடைவாய். நான் காமத்தை முழுதுணர்ந்து மீண்டுவிட்டேன். என் முதுமையை பெற்றுக்கொள்கிறேன்” என்றார். புரு தன்னில் திகழ்ந்த முதுமையை தந்தைக்கு திருப்பிக்கொடுத்து தன் இளமையை பெற்றுக்கொண்டான்.

“மகனே, நீ உன் இளமையைக்கொண்டு உன் காமத்தை நிறைவுகொள்ளச் செய்” என்று யயாதி சொன்னபோது புரு கைகூப்பி “தந்தையே, அந்த முதுமைக்குள் இருந்தபடி நான் காமத்தின் முழுமையை

அறிந்துகொண்டேன். இளமையைக்கொண்டு வெற்றியையும் புகழையும் அகவிடுதலையையும் மட்டுமே இனி நாடுவேன்" என்று சொன்னான். அக்கணமே தன் முதுமைக்குள் இருந்த யயாதி காமத்தின் நிறைவின்மையை மீண்டும் அறியத் தொடங்கினார்.

தண்டகரின் இமையாவிழிகளை நோக்கி அமர்ந்திருந்த பீஷ்மர் பெருமூச்சுடன் அசைந்தார். அவர் பாட்டை நிறுத்திவிட்டு தன்னுடைய சிறு முழவை மெல்ல மீட்டிக்கொண்டிருந்தார். பீஷ்மர் நெடுநேரம் கழித்து "தண்டகரே, யயாதி நிறைவை எப்படி அடைந்தார்?" என்றார். தண்டகர் "யயாதி மனித உடல்நீங்கி விண்ணகம் சென்றார். அவர் செய்த அறத்தால் அங்கு அவர் தேவருலகில் அமர்த்தப்பட்டார். ஆனால் மண்ணில் அறிந்த நிறைவின்மையை அவர் விண்ணிலும் அறிந்தார். வீரரே, உள்ளூர நிறைவின்மையை அறிபவர்கள் பொய்யாக அகந்தையைக் காட்டுவார்கள்" என்றார்.

விண்ணுலகில் யயாதியின் அகந்தையைக் கண்டு பொறுமையிழந்த பிரம்மன் அவரைப் பழித்து மண்ணுக்குத் தள்ளினார். விண்ணிலிருந்து தலைகீழாக மண்ணுக்குச் சரிந்து விழுந்த யயாதி நைமிசாரண்ய வனத்தில் பிரதர்தனர், வசுமனஸ், சிபி, அஷ்டகர் என்னும் நான்கு மன்னர்கள் செய்துகொண்டிருந்த பூதயாகத்தின் நெருப்பில் வந்து விழுந்தார். நெருப்பில் தோன்றிய யயாதியிடம் அவர்கள் அவர் யாரென்று கேட்டனர். அவர் தன் துயரத்தைச் சொன்னபோது யாகத்தின் அவிபாகத்தை அவருக்கு அளிப்பதாக அவர்கள் சொன்னார்கள்.

யயாதி "மன்னர்களே, தேவனாக ஆகாத நான் அவி பெறமுடியாது. தந்தையர் தங்கள் தோன்றல்களின் மூலம் மட்டுமே விண்ணேற முடியும்" என்றார். யயாதியை மீட்கக்கூடியவர் யாரென்று அம்மன்னர்கள் வேள்விநெருப்பில் பார்த்தனர். அவர்கள் யயாதிக்கு அஸ்ருபிந்துமதியில் பிறந்த மாதவி என்ற மகள் இருப்பதை அறிந்து அவளை அழைத்துவந்தனர். மாதவி வனத்தில் விசாலையால் வளர்க்கப்பட்டுவந்தாள்.

வேள்விநெருப்பில் நின்று தழலாடிக்கொண்டிருந்த யயாதி அஸ்ருபிந்துமதியின் பேரழகுத்தோற்றமென நடந்து வந்த மாதவியை கண்டார். விழியே ஆன்மாவாக மாற அவளைப் பார்த்து நின்றார். அவள் நெருங்கி வர வர அவர் கண்ணீருடன் கைகூப்பினார். அவரது ஆன்மா நிறைவடைந்து மீண்டும் விண்ணகம் சென்று மறைந்தது.

பீஷ்மர் தலைகுனிந்து சிந்தனையில் ஆழ்ந்து அமர்ந்திருந்தார். சிறுமுழவை மெல்ல விரலால் வருடிக்கொண்டிருந்த தண்டகர் "அறியவேண்டுவனவெல்லாம் நான் சொன்னவற்றில் உள்ளன வீரரே" என்றார். "ஆம்" என்றபடி பீஷ்மர் எழுந்துகொண்டார். "தந்தையின்

முதுமையை பெற்றுக்கொண்ட புருவின் முகமாக என் முகமிருக்கும் என நினைத்திருந்தேன்” என்றபின் சிரித்துக்கொண்டு “அந்த முகம் எவருடையது என்று இப்போது எண்ணிக்கொண்டேன்” என்றார்.

“இன்று பிரம்மமுகூர்த்தம் ஆகிவிட்டது. நாளை வாருங்கள்””என்றார் தண்டகர். “தேவையில்லை, எனக்கு அது தெரியும்” என்றபின் பீஷ்மர் மெல்ல சிரித்தார். கைகூப்பி தண்டகரை வணங்கிவிட்டு “வருகிறேன் தண்டகரே. அஸ்தினபுரியில் உங்களைப்பற்றி சூதர்கள் சொன்னார்கள். சப்தசிந்துவையும் கடந்து நான் உங்களைப் பார்க்கவந்தது என்னை அறிவதற்காகவே” என்றார்.

6

பாலையில் இரவில் வானம் மட்டுமே இருந்தது. இருளில் நடக்கையில் வானில் நீந்தும் உணர்வெழுந்தது. ஆனால் மண்ணை மட்டுமே பார்த்து சிறிது நடந்தால் மண்ணில் ஓர் ஒளி இருப்பதை காணமுடிந்தது. புதர்க்கூட்டங்களெல்லாம் இருள்குவைகளாக ஆகி பாதை மங்கித்தெரிந்தது. பீஷ்மர் அனிச்சையாக நின்றார். மெல்லிய ஒளியுடன் ஒரு நாகம் நெளிந்து சென்றது. பெருமூச்சுடன் பொருளில்லாது ஓடிய எண்ணங்களில் இருந்து விடுபட்டு இடுப்பில் கைகளை வைத்துக்கொண்டு சுற்றிலும் பார்த்தார்.

நீர்வளம் மிக்க மண்ணில் பிறந்து வளர்ந்த எவருக்கும் பாலையைப் பார்க்கையில் வரும் எண்ணங்கள்தான் முதல்முறையாக அந்த வெற்றுநிலவிரிவைப் பார்க்கையில் அவருக்கும் எழுந்தன. கல்லில் செதுக்கப்பட்ட பறைவாத்தியத்தை பார்ப்பதுபோல. ஓவியத்தில் வரையப்பட்ட உணவைப்போல. பயனற்றது, உரையாட மறுப்பது, அணுகமுடியாதது. பிறிதொரு குலம் வணங்கும் கனியாத தெய்வம்.

அலையலையாக காற்று மண்ணில் படிந்திருக்க வெந்த வாசனையை எழுப்பியபடி பொன்னிறத்தில் பரவி தொடுவான்கோட்டில் வளைந்துகிடந்த நிலத்தைப் பார்த்தபோது ஏன் மனதை துயரம் வந்து மூடுகிறதென்று அவருக்குத் தெரியவில்லை. அறிந்தவை எல்லாம் பொருளிழந்து நம்பியவை எல்லாம் சாரமிழந்து அகம் வெறுமைகொண்டது. மண் மட்டுமே எஞ்ச அவர் இல்லாததுபோலத் தோன்றியது. வணிகக்கூட்டத்துடன் நடந்தபோது மெல்ல எதிர்ப்பக்கமாகச் சுழன்ற மண் பெருஞ்சுழி ஒன்று என மயங்கச்செய்தது.

பின்பு அவர் களைத்து ஒரு பிலு மரத்தடியில் அமர்ந்து ஏதோ எண்ணங்களுடன் கையில் அந்த மண்ணை அள்ளி மெதுவாக

உதிர்த்தபின் கைவெள்ளையை பார்த்தபோது சிறிய விதைகள் ஒட்டியிருப்பதைக் கண்டார். குனிந்து அந்த மண்ணை அள்ளி அது முழுக்க விதைகள் நிறைந்திருப்பதை அறிந்து வியந்தார். நிமிர்ந்து கண் தொடும் தொலைவுவரை பரந்திருந்த மண்ணைப்பார்த்தபோது அது ஒரு பெரும் விதைக்களஞ்சியம் என்ற எண்ணம் வந்தது. என்றேனும் வடவை நெருப்பு சினந்து மண்ணிலுள்ள அனைத்துத் தாவரங்களும் அழிந்துபோய்விட்டால் பிரஜாபதியான பிருது வருணனின் அருளுடன் அந்தப் பாலைமண்ணில் இருந்தே புவியை மீட்டுவிடமுடியும்.

ஆனால் அது வேறு புவியாக இருக்கும். முற்றிலும் வேறு மரங்கள் வேறு செடிகள் வேறு உயிர்கள் வேறு விதிகள் கொண்ட புவி. பாலைநிலம் என்பது ஒரு மாபெரும் நிகழ்தகவு. இன்னும் நிகழாத கனவு. யுகங்களின் அமைதியுடன் காத்திருக்கும் ஒரு புதிய வாழ்வு. எழுந்து நின்று அந்தமண்ணைப் பார்த்தபோது திகைப்பு அதிகரித்துக்கொண்டே சென்றது. உறங்கும் காடுகள். நுண்வடிவத் தாவரப்பெருவெளி. மண்மகளின் சுஷுப்தி. அந்தப் பொன்னிற மண்மீது கால்களை வைத்தபோது உள்ளங்கால் பதறியது.

ஐம்பதுநாட்களுக்குள் பாலைநிலத்திலேயே பிறந்து வளர்ந்த ஒரு மிருகமாகிவிட்டார். காற்றுவீசும் திசையில் இருந்து வரப்போகும் மணல்புயலை உய்த்தறிய முடிந்தது. வாசனையைக் கொண்டு நீர் இருக்குமிடத்துக்கு செல்ல முடிந்தது. அவரை அணுகிய பாலைவன உடும்பு தன் சிறு கண்களை நீர்நிரம்பும் பளிங்குமணிக் குடுவைகள் போல இமைத்து கூர்ந்து நோக்கியபின் அவசரமில்லாமல் கடந்து சென்றது. அவர் உடலிலும் தலையிலும் பாலைவனத்து மென்மணல் படிந்து அவர் அம்மண்ணில் படுத்தால் பத்து காலடி தொலைவில் அவரை எவருமே பார்க்கமுடியாதென்று ஆனது.

இருளில் பாலைநிலம் மெல்ல மறைந்து ஒலிகளாகவும் வாசனையாகவும் மாறிவிட்டிருந்தது. அது பின்வாங்கிப்பின்வாங்கி சுற்றிலும் வளைந்து சூழ்ந்திருந்த தொடுவானில் மறைகிறது என்று அவர் முதலில் நினைத்தார். அந்தியில் தொடுவானம் ஒரு செந்நிறமான கோடாக நெடுநேரம் அலையடித்துக்கொண்டிருக்கும். பின்பு பாலை இருளுக்கும் இருளுக்குமான வேறுபாடாக ஆகும். மெல்ல கண்பழகியதும் தொலைவு என ஏதுமில்லாமல் செங்குத்தாக சூழ்ந்திருக்கும் சாம்பல்நிறப் பரப்பாக பாலைநிலம் உருமாறும்.

பின்னர் அவர் அறிந்தார், பாலைநிலம் அவருக்குள்தான் சுருண்டு சுருங்கி அடர்ந்து ஒரு ரசப்புள்ளியாக மாறிச் சென்று அமைகிறது என்று. எந்த இருளில் கண்களை மூடினாலும் பொன்னுருகிப் பரந்த பெருவெளியைப் பார்த்துவிடமுடியும். அங்கே துயிலும் விதைகளில்

ஒரு விதைபோல சென்றுகொண்டிருக்கும் மண்மூடிய நெடியமனிதனை பார்த்துவிடமுடியும். தனிமையில் அவன் அடையும் சுதந்திரத்தை. அவன் முகத்தில் நிறைந்திருக்கும் புன்னகையை.

பீஷ்மர் கால் ஓய்ந்து ஒரு மரத்தடியில் அமர்ந்தார். இடையில் இருந்த நீர்க்கொப்பரையை எடுத்து உதடுகளையும் வாயையும் மட்டும் நனைத்துக்கொண்டார். மணலில் மெல்லப் படுத்து கைகால்களை நீட்டிக்கொண்டார். இரு தோள்களில் இருந்தும் எடை மண்ணுக்கு இறங்குவதை உணர்ந்தார். சூதர் சொன்னது நினைவுக்கு வந்தது. "அகலமான தோள்கள் கொண்டவர் நீங்கள், வீரரே. இருபத்தைந்தாண்டு காலமாக அவற்றில் தம்பியரை சுமந்து வருகிறீர்கள்." பீஷ்மர் புன்னகை செய்தபோது சூதர் சிரித்துக்கொண்டு "சுமைகளால் வடிவமைக்கப்பட்ட உடல்கொண்டவர்கள் பின்பு சுமைகளை இறக்கவே முடியாது" என்றார்.

அவர் என்ன சொல்லப்போகிறார் என உணர்ந்தவர்போல பீஷ்மர் போதும் என்று கைகாட்டினார். ஆனால் அவர் எவராலும் கட்டுப் படுத்தப்படக்கூடியவர் அல்ல என்று தெரிந்தது. "உங்கள் இருதோள்களும் ஒழிவதே இல்லை வீரரே. விழியற்றவனையும் நிறமற்றவனையும் தூக்கிக்கொள்ளலாம்..." அவரே அதில் மகிழ்ந்து "ஆகா என்ன ஓர் அரிய நகைச்சுவை. விழியற்றவனுக்கு கண்களில் நிறங்கள் இல்லை. விழியிருப்பவனுக்கு உடலில் நிறங்கள் இல்லை... ஆகாகா!" இருகைகளையும் ஒன்றுடன் ஒன்று ஓங்கி அறைந்தபடி பீஷ்மர் எழுந்துவிட்டார்.

"என்னை கொல்லப்போகிறீர்களா?" என்று இமையாவிழிகளுடன் நாகசூதர் கேட்டார். பீஷ்மர் திகைப்புடன் கைகளைத் தொங்கவிட்டார். "எத்தனை காலமாக நாகங்களைக் கொல்ல ஷத்ரியர் முயன்று வருகிறார்கள் வீரரே? ஷத்ரியகுலத்தின் கடைசிக்கனவே அதுதானோ?" பீஷ்மர் "உங்களுடைய தட்சிணையை நான் அளித்துவிட்டேன்" என்று சொல்லி திரும்பி நடந்தார்.

முதுநாகர் பின்னால் ஓசையிட்டுச் சிரித்தார். "நாகநஞ்சில் தன்னை அறிய என்னைத் தேடிவந்தவன் நீயல்லவா? நாகங்கள் உன்னைத்தேடிவரும்... உங்கள் குலத்தையே தேடிவருவோம்... ஷத்ரிய இனத்தையே நாங்கள் சுருட்டிக்கவ்வி விழுங்குவோம்..." அப்பால் நடந்துசென்ற பீஷ்மர் கால்கள் தளர்ந்தவர் போல நின்றார். திரும்பி நாகரின் மின்னும் கண்மணிகளை பார்த்தார். நாகருக்குப்பின்னால் இருண்ட சர்ப்பங்களின் நெளிவை பார்க்கமுடிந்தது. அது விழிமயக்கா என எண்ணியகணம் அங்கே இருள் மட்டும் தொங்கிக்கிடந்தது.

"நல்லூழினால் நீயும் அப்போது வாழ்வாய். நானோ அழியாதவன். அங்கே வந்து உன்னை சந்திக்கிறேன்" என்றார் நாகர். பீஷ்மர் மிக அடங்கி

அவருக்குள் என ஒலித்த குரலில் “எங்கே?” என்றார். “படுகளத்தில்... வேறெங்கே?” நாகரின் சிரிப்பு ஊன் கிழித்து உண்ணும் கழுதைப்புலிகளின் எக்காளம் போல ஒலித்தது. பீஷ்மரின் கைகள் செயலிழந்து தொங்கின. தலைகுனிந்தவராக நடந்து விலகினார்.

அவர் எழப்போனபோது தொலைவில் ஒரு காலடி ஓசை கேட்டது. காதுக்குக் கேட்பதற்குள்ளாகவே நிலத்தில் படிந்திருந்த உடலுக்கு அது கேட்டது. அவர் எழுந்து அமர்ந்து தன் கையை நீட்டி அருகே நின்றிருந்த முட்புதரிலிருந்து ஒரே ஒரு நீளமான முள்ளை ஒடித்துக்கொண்டு பார்த்தார். பாலையின்மீது மெல்லிய தடம்போல கிடந்த காலடிப்பாதையில் அப்பால் ஒருவன் வருவது தெரிந்தது. அவனுடைய காலடியோசை கனத்ததாகவும் சீராகவும் இருந்ததிலிருந்து அவன் போர்வீரன் என்பதும் எடைமிக்கவன் என்பதும் தெரிந்தது.

நெருங்கி வந்தவன் அவரைக் கண்டுகொண்டான். ஆனால் ஒருகணம்கூட அவனுடைய காலடிகள் தயங்கவில்லை. அவன் கைகள் வில்லைநோக்கிச் செல்லவுமில்லை. அதே வேகத்தில் அவரைநோக்கி வந்தவனின் கண்கள் மட்டும் ஒளிகொண்டு அருகே நெருங்கின. கூந்தல் காற்றில் பறந்துகொண்டிருந்தது. காதுகளில் மெல்ல ஒளிமின்னும் குண்டலங்கள் அவன் ஷத்ரியன் என்று காட்டின. அருகே வந்ததும் அவன் முலைகளையும் இடையையும் பார்த்த பீஷ்மர் அவன் யார் என்று புரிந்துகொண்டார். புன்னகையுடன் தன் கையில் இருந்த முள்ளை கீழே வீசினார்.

“வணங்குகிறேன் வீரரே” என்றபடி சிகண்டி அருகே வந்தான். “உத்தரபாஞ்சாலத்தைச் சேர்ந்த என் பெயர் சிகண்டி. நான் மூலத்தான நகரிக்கு சென்று கொண்டிருக்கிறேன்.” பீஷ்மர் “நலம்பெறுவாயாக!” என்றார். “என் பெயர் வாகுகன். நான் திருவிடநாட்டைச் சேர்ந்த ஷத்ரியன். கான்புகுந்தபின் புறநாட்டுப் பயணத்தில் இருக்கிறேன்.” சிகண்டி “நான் தங்களுடன் பயணம் செய்யலாமல்லவா?” என்றான். “ஆம், பாலைவனம் போல அன்னியர்களை நண்பர்களாக ஆக்கும் இடம் வேறில்லை” என்றார் பீஷ்மர்.

அவர்கள் நடக்கத் தொடங்கினர். “தாங்கள் துறவுபூண்டுவிட்டீர்களா?” என்றான் சிகண்டி. “ஆம், எது மெய்யான நாடோ அதைத் தேடுகிறேன். எது நிலையான அரியணையோ அதை அடைய விரும்புகிறேன்” என்றார் பீஷ்மர். சிகண்டி சிரித்து “தாங்களும் ரிஷியாக அறியப்படப் போகிறீர்கள்” என்றான். “பாரதவர்ஷத்தில் ரிஷியாக ஆசைப்படாத எவருமே இல்லை என நினைக்கிறேன்.”

பீஷ்மர் சிரித்துக்கொண்டு “நீயும்தான் இல்லையா?” என்றார். “இல்லை வீரரே. ஒருவேளை இந்த பாரதவர்ஷத்திலேயே ரிஷியாக விரும்பாத

முதல் மனிதன் நான் என நினைக்கிறேன்" என்றபின் இருளில் ஆவிநாற்றம் வீச வாய்திறந்து "என்னை நீங்கள் மனிதன் என ஒப்புக்கொள்வீர்கள் என்றால்" என்றான். பீஷ்மர் பதில் சொல்லாமல் நடந்தார். சிகண்டி "வீரரே, நீங்கள் அஸ்தினபுரியின் பிதாமகரான பீஷ்மரை அறிவீர்களா?" என்றான்.

"பாரதவர்ஷத்தில் உள்ள ஒவ்வொருவரும் அறிந்ததை மட்டுமே நானும் அறிவேன்" என்றார் பீஷ்மர். "அப்படியென்றால் நீங்கள் அவரால் கவர்ந்துவரப்பட்டு புறக்கணிக்கப்பட்டு கொற்றவைக்கோலம் கொண்டு மறைந்த அம்பாதேவியை அறிந்திருப்பீர்கள்." பீஷ்மர் "ஆம்" என்றார். சிகண்டி "அவர் என் அன்னை. ஆகவே நான் அவரேதான்" என்றான். "என் வாழ்க்கையின் ஒவ்வொரு கணத்துக்கும் ஒன்றே இலக்கு." சிகண்டியின் குரல் இருளில் மிக அருகே மிக மெல்லியதாக ஒலித்தது. "பீஷ்மரின் நெஞ்சைப் பிளந்து அவர் இதயத்தைப் பிய்த்து என் கையில் எடுப்பது. அது என் அன்னை எனக்கிட்ட ஆணை!" அவன் மூச்சுக்கும் மட்கிய மாமிசத்தின் வெம்மையான வாசனை இருந்தது.

"நீ அதற்கு அனைத்து தனுர்வேதத்தையும் கற்று கரைகடக்க வேண்டுமே.." என்றார் பீஷ்மர். "ஆம், ஆகவேதான் நான் பாரத்வாஜரின் மாணவரான அக்னிவேசரிடம் மாணவனாகச் சேர்ந்தேன்" என்றான் சிகண்டி. "அவரிடம் நான் தொடக்கப் பாடங்களை கற்றுக்கொண்டேன். பயிற்சியின்போது என்னுள் பீஷ்மர் மீதான சினம் நிறைந்திருப்பதைக் கண்டு அவர் என்னை பீஷ்மரை நன்கறிந்துவரும்படி ஆணையிட்டு அனுப்பினார். ஆகவேதான் நான் இப்பயணத்தை தொடங்கினேன்."

பீஷ்மர் "இங்கே எதற்காக வந்தாய்?" என்றார். "நான் தண்டகர் என்னும் நாகசூதரைப் பார்ப்பதற்காக இங்கே வந்தேன்." சிகண்டி சொன்னான். பீஷ்மர் வெறுமனே திரும்பிப்பார்த்தார். "நான் யாரென அவர் சொல்வார் என்று கேள்விப்பட்டேன். நான் யாரென அறிவது என் எதிரியை அறிவதன் முதல் படி என்றார்கள். ஆகவே சைப்ய நாட்டுக்குச் சென்று அங்கிருந்து இங்கே வந்தேன்."

"நாகசூதர் நீதான் சிகண்டி என்று சொல்லியிருப்பார் இல்லையா?" என்றார் பீஷ்மர். சிகண்டி அந்தச்சிரிப்பை உணராமல் தலையை அசைத்தான். தனக்குள் சொல்லிக்கொள்பவன் போல "நான் அவரது யானத்தில் நெளிந்த கருநீல நீரைப் பார்த்தேன். அலையடங்கியதும் அதில் தெரிந்த என் முகம் மறைந்து அஸ்தினபுரியின் பீஷ்மரின் முகம் தெரிந்தது" என்றான்.

காற்றில் பறந்த மேலாடையை அள்ளி உடலுடன் சுற்றியபடி "அவர்தான் உன் எதிரியா?" என்றார் பீஷ்மர். அச்செயல்மூலம் அவர் தன்னை முழுமையாகவே மறைத்துக்கொண்டார். "கனவிலும் விழிப்பிலும்

எதிரியை எண்ணுபவன் அவனாகவே ஆகிவிடுவதில் என்ன வியப்பு?" என்றார் பீஷ்மர். "நான் அவராக ஆகவில்லை வீரரே. அவரும் நானும் ஒன்றே என உணர்ந்தேன்" என்றான் சிகண்டி.

பீஷ்மர் "அதுவும் முற்றெதிரிகள் உணரும் ஞானமே" என்றார். சிகண்டி அதை வாங்கிக்கொள்ளாமல் "நான் கண்டது பீஷ்மரின் இளவயது முகம்" என்றான். "நான் கூர்ந்து பார்ப்பதற்குள் அது மறைந்தது. பீஷ்மரின் வயது பதினேழு. அப்போதுதான் தந்தைக்குச் செய்த ஆணையால் தன்னையும் என்னைப்போல உள்ளத்தால் அவர் ஆக்கிக்கொண்டார்." பீஷ்மர் நின்று "உன்னைப் போலவா?" என்றார்.

"ஆம். நானும் அவரும் உருவும் நிழலும்போல என்று நாகர் சொன்னார். அல்லது ஒன்றின் இரு நிழல்கள் போல. அவர் செய்ததைத்தான் நானும் செய்தேன்" என்றான் சிகண்டி. "அவரில்லாமல் நான் இல்லை. அவர் ஒரு நதி என்றால் அதில் இருந்து அள்ளி எடுக்கப்பட்ட ஒரு கை நீர்தான் நான்." சிகண்டி சிலகணங்கள் சிந்தித்தபின் "வீரரே, ஒரு பெரும்பத்தினி கங்கையில் ஒரு பிடி நீரை அள்ளி வீசி கங்கைமேல் தீச்சொல்லிட்டால் என்ன ஆகும்? கங்கைநீர் கங்கையை அழிக்குமா?"

பீஷ்மர் புன்னகையுடன் "தெய்வங்களும் தேவரும் முனிவரும் மூவேதியரும் பத்தினியரும் பழிசுமந்தோரும் தீச்சொல்லிடும் உரிமைகொண்டவர்கள் என்று நூல்கள் சொல்கின்றன" என்றார். சிகண்டி அவர் சொற்களை ஊன்றிக் கேட்டதாகத் தெரியவில்லை. "அழித்தாகவேண்டும். இல்லையேல் புல்லும்புழுவும் நம்பிவாழும் பேரறம் ஒன்று வழுவுகிறது. அதன்பின் இவ்வுலகமில்லை. இவ்வுலகின் அவியேற்றுவாழும் விண்ணகங்களும் இல்லை" என தனக்குள் போல சொல்லிக்கொண்டான்.

"பீஷ்மரைப் பார்த்ததும் உன் சினம் தணிந்துவிட்டதா?" என்று பீஷ்மர் கேட்டார். "ஆம், என் முகமாக அவரைப் பார்த்த அக்கணத்திலேயே நான் அவர்மேல் பேரன்புகொண்டுவிட்டேன். அவர் உடலில் ஒரு கை அல்லது விரல் மட்டுமே நான்" என்றான். "நாகர் என்னிடம் சொன்னார், அவரைச் சந்திக்கும் முதற்கணம் அவர் பாதங்களைத் தொட்டு வணங்குவேன் என்று. அவருக்கும் எனக்குமிடையே இருப்பது என் அன்னையின் பெருங்காதல் என்று அவர் சொன்னார்."

பீஷ்மர் ஒன்றும் சொல்லாமல் இருளில் நடந்தார். "ஆனால், அவரைக் கொல்லவேண்டுமென்ற என் இலக்கு இன்னும் துல்லியமாகியிருக்கிறது. சினத்தால் அல்ல, வேகத்தாலும் அல்ல. நான் இருக்கிறேன் என்பதனாலேயே நான் அவரைக் கொல்வதும் இருக்கிறது. அந்த இச்சை மட்டுமே நான். பிறிதொன்றில்லை."

பீஷ்மர் பெருமூச்சுவிட்டார். "ஆம், அதுவே முறையாகும்" என்றார். சிகண்டி "வீரரே, நான் உங்களிடம் இவற்றையெல்லாம் சொன்னதற்குக் காரணம் ஒன்றே. தாங்கள் அகத்தியரின் மாணவர் என்று நினைக்கிறேன்" என்றான். பீஷ்மர் "எப்படி அறிந்தாய்?" என்றார். "தாங்கள் தனுர்வித்தையில் தேறியவர் என நான் தொலைவிலேயே கண்டுகொண்டேன்."

பீஷ்மர் "ம்?" என்றார். "என் விழிகள் இருளில் பகலைப்போலவே தெளிவாகப் பார்க்கக்கூடியவை. நான் வரும் ஒலியைக் கேட்டதுமே நீங்கள் கைநீட்டி அருகே இருந்த முள் ஒன்றை பிடுங்கிக் கொண்டீர்கள் என்பதைக் கண்டேன். உங்களிடம் வேறு ஆயுதமே இல்லை" என்றான் சிகண்டி.

பீஷ்மர் "நன்கு கவனிக்கிறாய்" என்று சொன்னார். "வருவது வழிதவறி பாலைக்குவந்த மதம்கொண்ட வேழமாக இருக்கலாம். நச்சுவில்லேந்திய மலைக்கள்வனாக இருக்கலாம். உங்கள் முதல் எதிரியாகக்கூட இருக்கலாம். ஆனால் நீங்கள் ஒரு முள்ளைமட்டும்தான் எடுத்துக்கொண்டீர்கள். அப்படியென்றால் நீங்கள் வல்கிதாஸ்திர வித்தை கற்றவர். ஒரு சிறுமுள்ளையே அம்பாகப் பயன்படுத்தக்கூடியவர். ஒரு முள்தைத்தாலே மனிதனை செயலிழக்கச்செய்யும் ஆயிரத்தெட்டு சக்திபிந்துக்களைப்பற்றி அறிந்தவர்."

பீஷ்மர் "ஆம்" என்றார். சிகண்டி நின்று கைகூப்பி "நான் அதை உங்களிடமிருந்து கற்க விழைகிறேன் குருநாதரே. என்னை தங்கள் மாணவராக ஏற்றுக்கொள்ளவேண்டும்" என்றான். "அதன்பொருட்டே தங்களிடம் என்னைப்பற்றி அனைத்தையும் சொன்னேன்." பீஷ்மர் "இளைஞனே, நான் எவரையும் மாணவனாக ஏற்கும் நிலையில் இல்லை. அனைத்தையும் துறந்து காட்டுக்கு வந்துவிட்டவன் நான்" என்றார்.

"வனம்புகுந்தபின் சீடர்களை ஏற்கக்கூடாது என்று நெறிநூல்கள் சொல்கின்றன என நானும் அறிவேன் குருநாதரே. ஆனால் அந்நெறிகளை மீறி தாங்கள் எனக்கு தங்கள் ஞானத்தை அருளவேண்டும். வல்கிதாஸ்திரம் அகத்தியரின் குருமரபினருக்கு மட்டுமே தெரியும். தாங்கள் திருவிடத்தவர் என்பதனால் அதை கற்றிருக்கிறீர்கள். இப்புவியிலுள்ள அனைத்து போர்வித்தைகளையும் நான் கற்றாகவேண்டும். ஏனென்றால் நான் கொல்லப்போகும் வீரர் எவற்றையெல்லாம் அறிவாரென எவருக்குமே தெரியாது."

"நான் எதன்பொருட்டு உன்னை மாணவனாக ஏற்கவேண்டும்?" என்றார் பீஷ்மர். சிகண்டி உளவேகத்தால் சற்று கழுத்தை முன்னால் நீட்டி பன்றி உறுமும் ஒலியில் "என் அன்னைக்காக. அவள் நெஞ்சின் அழலுக்கு நீதி வேண்டுமென நீங்கள் நினைத்தால்..." என்றான். "உங்கள் நெஞ்

சத்தைத் தொட்டு அங்கே வாழும் நீதிதேவனிடம் கேட்டு முடிவெடுங்கள் குருநாதரே!"

பீஷ்மர் இருளுக்குள் இருள் போல நின்ற அவனைப் பார்த்துக்கொண்டு சில கணங்கள் நின்றார். தலையை அசைத்துக்கொண்டு "ஆம், நீ சொல்வதில் சாரமுள்ளது" என்றார். வானத்தை அண்ணாந்து நோக்கி துருவனைப் பார்த்தபின் "காசிநாட்டரசி அம்பையின் மைந்தனும் பாஞ்சால இளவரசனும் வழுவா நெறிகொண்டவனுமாகிய சிகண்டி எனும் உனக்கு நானறிந்தவற்றிலேயே நுண்ணிய போர்வித்தைகள் அனைத்தையும் இன்று கற்பிக்கிறேன். அவை மந்திரவடிவில் உள்ளன. உன் கற்பனையாலும் பயிற்சியாலும் அவற்றை கைவித்தையாக ஆக்கிக்கொள்ளமுடியும்" என்றார். சிகண்டி தலைவணங்கினான்.

"என்னை வணங்கி வடமீன் நோக்கி அமர்வாயாக!" என்றார் பீஷ்மர். சிகண்டி அவர் பாதங்களை வணங்கியபோது அவனுடைய புழுதிபடிந்த தலையில் கைவைத்து "வீரனே, நீ உன் இலக்கை அடைவாய். அடைந்தபின் ஒருகணமும் வருந்தமாட்டாய். வீரர்களுக்குரிய விண்ணுலகையும் அடைவாய்" என்று வாழ்த்தினார்.

பகுதி பத்து

வாழிருள்

1

ஆடி மாதம் வளர்பிறை ஐந்தாம்நாள் ஜனமேஜயனின் சர்ப்பசத்ரவேள்வி முடிந்து ஒருவருடம் நிறைவுற்றபோது ஆஸ்திகன் வேசரநாட்டில் கிருஷ்ணை நதிக்கரையில் புஷ்கரவனத்தில் தன் குலத்தினரின் கிராமத்திற்குள் நுழைந்தான். அவனுடைய வருகையை முன்னரே நெருப்பில் கண்டிருந்த மானசாதேவி குடில்முற்றத்தில் நாகபடக்கோலம் அமைத்து அதன்நடுவே நீலநிறமான பூக்களால் தளமிட்டு ஏழுதிரியிட்ட விளக்கேற்றி வைத்து அவனுக்காகக் காத்திருந்தாள். அவன் குலத்தைச் சேர்ந்த அன்னையரும் முதியவரும் அவனைக்காத்து ஊர்மன்றில் கூடியிருந்தனர். ஓங்கிய ஆலமரத்தின் மீதேறி அமர்ந்து சில சிறுவர்கள் கிருஷ்ணையின் நீர்ப்பரப்பை பார்த்துக்கொண்டிருந்தனர்.

கிருஷ்ணையின் மறுபக்கம் நகருக்குச் செல்லும் பாதை தொடங்கியது. அதற்கு இப்பால் புஷ்கரவனத்துக்குள் நாகர்களின் பன்னிரண்டு ஊர்கள் மட்டுமே இருந்தன. நாகர்குலத்தவர் மட்டுமே அந்தத்துறையில் படகோட்ட ஒப்புதல் இருந்தது. நாகர்களல்லாத எவரும் அங்கே நதியைத் தாண்டுவதில்லை. பாறைகள் நிறைந்த அப்பகுதியில் மென்மரத்தைக் குடைந்து செய்யப்பட்ட நாகர்களின் படகுகளன்றி பிற நீரிலிறங்கவும் முடியாது.

சாலையின் மறுபக்கம் நான்குநாகர்களின் படகுகளும் காத்திருந்தன. காலையில் சந்தைக்குச் சென்ற நாகர்கள் மாலையில் திரும்புவதுவரை பொதுவாக அப்பகுதியில் படகுகள் கிருஷ்ணையில் இறங்குவதில்லை. பயணிகளும் இருப்பதில்லை. கரையில் நின்றிருந்த மருதமரத்தின் அடியில் படகுகளை நீரிலிறங்கிய வேரில் கட்டிவிட்டு நாகர்கள் அமர்ந்திருந்தனர். வெண்கல்கோபுரம் போல எழுந்து நின்றிருந்த மருதத்தின் வேர்கள்மேல் அமர்ந்திருந்த முதியவர் இருவர் கண்கள் சுருக்கி தங்கள் எண்ணங்களுக்குள்

மூழ்கியிருந்தனர். இருவர் இளைஞர்கள். தூரத்தில் தெரியும் அசைவுகளை நோக்கிக்கொண்டு அவர்கள் அமைதியாக நின்றனர்.

சற்றுநேரத்தில் புதர்களுக்கு அப்பால் ஆஸ்திகன் தெரிந்தான். இளைஞர்கள் இருவரும் எழுச்சிக் கூச்சலிட்டபோது முதியவர்கள் எழுந்துகொண்டனர். ஓர் இளைஞன் நேராக தன் படகைநோக்கி ஓடி அதை இழுத்து வழியருகே வைத்து “இதுதான்... இந்தப் படகுதான்” என்றான். முதியவர் புன்னகையுடன் “ஒரு படகே போதும். ஒருவர் நான்கு படகுகளில் ஏறமுடியாது” என்றார்.

ஆஸ்திகன் சடைமுடிகள் இருபக்கமும் தோள்வரை தொங்க செம்மண்போல வெயில்பட்டுப் பழுத்த முகமும் புழுதிபடிந்த உடலுமாக வந்தான். அவன் சென்றபோது இருந்தவையில் அந்த விழிகள் மட்டுமே அப்படியே மீண்டன. அவனைக் கண்டதும் நான்கு படகோட்டிகளும் கைகூப்பி வணங்கி நின்றனர். ஆஸ்திகன் நெருங்கி வந்ததும் முதியவர் இருவரும் அவன் காலடியில் விழுந்து வணங்கினர். அதைக்கண்டபின் இளைஞர்கள் ஓடிவந்து அவனைப் பணிந்தனர். அவன் காலடியில் பணிபவர்களை தன்னிலிருந்து கீழானவர்களாக எண்ணும் மனநிலையை கடந்துவிட்டிருந்தமையால் அவ்வணக்கங்களுக்கு முற்றிலும் உரிய முனிவனாக இருந்தான். அவர்களை தலைதொட்டு ஆசியளித்தான்.

முதியவர் “எங்கள் குடில்களுக்கு மீண்டு வரும் ஆஸ்திகமுனிவரை நாகர்குலம் வணங்குகிறது” என்று முகமன் சொல்லி படகுக்குக் கொண்டுசென்றார். ஆஸ்திகன் ஏறியபடகு கிருஷ்ணையில் மிதந்ததும் அப்பால் ஆலமரத்து உச்சியில் இருந்த சிறுவர்கள் உரக்கக் கூச்சலிட்டனர். சிலர் இறங்கி கிருஷ்ணை நதிக்கரை நோக்கி ஓடத்தொடங்கினர்.

கிருஷ்ணை அங்கே மலையிடுக்கு போல மண் குழிந்து உருவான பள்ளத்துக்குள் நீலப்பெருக்காக ஓடிக்கொண்டிருந்தது. மரங்கள் அடர்ந்த சரிவில் வேர்களையே படிகளாகக்கொண்டு அவர்கள் மேலேறி வந்தனர். அவர்கள் வரும் வழியெங்கும் கொன்றைமலர்கள் பொன் விரித்திருந்தன. அரசமரத்தின் இலைகள் கேளா மந்திரத்தில் துடித்தன.

முதுபெண்டிர் ஊர்மன்றிலும் வேலிமுகப்பிலும் கூடி நின்றனர். சிலர் மானசாதேவி வெளியே வருகிறாளா என்று பார்த்தனர். அவள் இல்லமுகப்பில் ஏழுதிரியிட்ட மண்ணகல் விளக்குகள் சுடருடன் நின்றன. ஆஸ்திகன் சிறுவர்களும் நாகர்குலத்து மூத்தாரும் புடைசூழ வேலிமுகப்பை அடைந்ததும் பெண்கள் குலவையிட்டனர். முதுநாகினி கமுகுப்பாளைத் தாலத்தில் நிறைத்த புதுமுயலின் குருதியால் அவனுக்கு மங்கல உழிவு எடுத்தபின் அந்தக்குருதியை தென்மேற்குநோக்கி மரணத்தின் தேவர்களுக்கு பலியாக வீசினாள். அவன் நெற்றியில் புதுமஞ்சள் சாந்து தொட்டு தொடுகுறியிட்டு அழைத்துவந்தார்கள்.

குடில்முன்னால் ஆஸ்திகன் வந்தபோது உள்ளிருந்து கையில் ஒரு மண்பானையுடன் மானசாதேவி வெளியே வந்தாள். ஆஸ்திகன் அவளைப் பார்த்தபடி வாயிலில் நின்றான். "மகனே, இதற்குள் உனக்காக நான் வைத்திருந்த அப்பங்கள் உள்ளன. இவற்றை உண்டுவிட்டு உள்ளே வா" என்று அவள் சொன்னாள். அந்தக் கலத்தை தன் கையில் வாங்கிய ஆஸ்திகன் அதைத்திறந்து உள்ளே இருந்து கரிய தழல்போல கணத்தில் எழுந்த ராஜநாகத்தின் குழவியை அதே கணத்தில் கழுத்தைப்பற்றித் தூக்கினான். அதை தன் கழுத்தில் ஆரமாகப் போட்டுக்கொண்டு உள்ளே இருந்த ஊமைத்தைப்பூவின் சாறும் நாகநஞ்சும் கலந்து சுடப்பட்ட மூன்று அப்பங்களையும் உண்டான்.

"அன்னையே, உங்கள் மைந்தன் இன்னும் நஞ்சிழக்காத நாகனே" என்று அவன் சொன்னதும் மானசாதேவி முகம் மலர்ந்து "இது உன் இல்லம். உள்ளே வருக" என்றாள். ஆஸ்திகன் குடிலுக்குள் நுழைந்ததும் அவன் குலம் ஆனந்தக் கூச்சலிட்டது. மூதன்னையர் குலவையிட்டனர். ஆஸ்திகன் அன்று கிருஷ்ணையில் நீராடி தன் சடையையும் மரவுரியையும் களைந்தபின் முயல்தோலால் ஆன ஆடையையும் ஜாதிக்காய் குண்டலத்தையும் அணிந்து தலையில் நீலச்செண்பக மலர்களையும் சூடிக்கொண்டான்.

ஆஸ்திகன் தன் இல்லத்தில் சாணிமெழுகிய தரையில் அமர்ந்து அன்னை அளித்த புல்லரிசிக்கூழையும் சுட்ட மீனையும் உண்டான். அதன்பின் அன்னை விரித்த கோரைப்பாயில் படுத்து அவள் மடியில் தலைவைத்துத் துயின்றான். அவன் அன்னை அவனுடைய மெல்லிய கைகளையும் வெயிலில் வெந்திருந்த காதுகளையும் கன்னங்களையும் வருடியபடி மயிலிறகு விசிறியால் மெல்ல வீசிக்கொண்டு அவனையே நோக்கியிருந்தாள்.

அன்றுமாலை ஊர்மன்றில் நாகர் குலத்தின் பன்னிரண்டு ஊர்களில் வாழும் மக்களும் கூடினர். பசுஞ்சாணி மெழுகிய மன்றுமேடையில் புலித்தோலாடையும் நெற்றியில் நாகபட முத்திரையிட்ட முடியுமாக அமர்ந்த முதியநாகர்கள் முதுநாகினிகள் பரிமாறிய தேன்சேர்த்து புளிக்கவைக்கப்பட்ட கடுங்கள்ளை குடுவைகளில் இருந்து அருந்தினர். கூடியிருந்த சிறுவர்கள் பூசலிட்டு பேசி சிரித்துக்கொண்டு கிழங்குகளை சுட்டமீன் சேர்த்துத் தின்றனர். ஆஸ்திகன் தன் அன்னையுடன் வந்து மன்றமர்ந்ததும் வாழ்த்தொலிகள் எழுந்தன.

முதுநாகர் எழுந்து அனைவரையும் வணங்கினார். "விண்ணகமாக விரிந்த ஆதிநாகத்தை வணங்குகிறேன். அழியாத நாகங்களையும் அவர்களை ஆக்கிய முதல் அன்னை கத்ருவையும் வணங்குகிறேன். ஒருவருடம் முன்பு இத்தினத்தில் அஸ்தினபுரியின் வேள்விக்கூடத்தில் நம் குலத்தின்

இறுதிவெற்றியை நிகழ்த்தியவர் நம் குலத்தோன்றல் ஆஸ்திக முனிவர். இது ஆடிமாத ஐந்தாம் வளர்பிறைநாள். இனி இந்நாள் நாகர்குலத்தின் விழவுநாளாக அமைவதாக! இதை நாகபஞ்சமி என்று நாகர்களின் வழித்தோன்றல்கள் கொண்டாடுவதாக!" என்றார்.

அங்கிருந்த அனைவரும் தங்கள் கைகளைத் தூக்கி அதை ஆதரித்தனர். நாகர்குலத்தலைவர்கள் தங்கள் கோல்களைத் தூக்கி மும்முறை "ஆம் ஆம் ஆம்" என்றனர். முதுநாகர் "ஆதிப்பெருநாகங்கள் மண்ணில் வாழ்ந்த மனிதர்களை கூடிப்பெற்ற ஆயிரத்து எட்டு பெருங்குலங்கள் பாரதவர்ஷத்தில் உள்ளன. அவற்றில் முதுபெருங்குலமான நம்மை செஞ்சு குடியினர் என்றழைக்கிறார்கள். நாம் வாழும் இந்த மலை புனிதமானது. தவம்செய்யாதவர் இங்கே காலடிவைக்கமுடியாது. ஆகவே இது முனிவர்களால் ஸ்ரீசைலம் என்று அழைக்கப்படுகிறது."

"பெருந்தவத்தாரான ஜரத்காரு முனிவர் தனக்குகந்த துணைவியைத் தேடி இங்கு வந்தார். இந்த ஸ்ரீசைலத்தின் கரையில், கிருஷ்ணை நதிக்கரையில் அவர் நம் குலத்துப்பெண்ணை மணந்து ஆஸ்திக முனிவரின் பிறப்புக்குக் காரணமாக ஆனார். அப்பிறவிக்கான நோக்கமென்ன என்பது இன்று நமக்கு தெளிவாகியிருக்கிறது. நாகர்களே, நம் குலம் பெருமைகொண்டது. இம்மண்ணில் நாகர்குலம் வாழும்வரை நம் பெருமை வாழும்." அனைவரும் சேர்ந்து குரலெழுப்பினர்.

"ஜரத்காருவின் துணைவியாகிய நம் குலத்து தவப்பெண் மானசாதேவி நாகங்களின் தலைவனான நாகபூஷணனை எண்ணி தவம்செய்து அவன் வரம் பெற்றவள். அவன் வாழும் கைலாசத்துக்குச் சென்று மீண்டவள். அவளை பாதாளநாகமான வாசுகி தன் சோதரியாக ஏற்றுக்கொண்டார். ஜனமேஜயமன்னரின் வேள்வியில் பாதாளநாகங்கள் அழியத்தொடங்கியபோது இங்கே அவரே வந்து தன் தங்கையிடம் அவள் மகனை அனுப்பும்படி ஆணையிட்டார். மண்ணைப்பிளந்து மாபெரும் கரும்பனை போல வாசுகி எழுந்த வழி இன்னும் நம் வனத்தில் திறந்திருக்கிறது. அந்த அஹோபிலத்தை நாம் இன்று நம் ஆலயமாக வணங்குகிறோம். அதனுள் செல்லும் கரிய இருள் நிறைந்த பாதைவழியாக பாதாளநாகங்களுக்கு நம் பலிகளை அளிக்கிறோம்."

"நாகர்களே, ஜனமேஜயன் என்னும் எளிய மன்னர் ஏன் பாதாள வல்லமைகளாகிய நாகங்களை அழிக்கமுடிந்தது?" என்று முதுநாகர் கேட்டார். "நாகங்கள்மீது அவர்கள் மூதன்னை கத்ருவின் தீச்சொல் ஒன்றிருக்கிறது நாகர்களே. நாககுலத்தவராகிய நம்மனைவர்மீதும் அந்தத் தீச்சொல் உள்ளது." முதுநாகர் சொல்லத்தொடங்கினார்.

முதற்றாதை தட்சகரின் மகளும் பெருந்தாதை கஸ்யபரின் மனைவியுமான அன்னை கத்ரு விண்ணையும் மண்ணையும் ஆயிரத்தெட்டு முறை

சுற்றிக்கிடக்கும் மாபெரும் கருநாகம். அவள் கண்கள் தண்ணொளியும் குளிரொளியும் ஆயின. அவள் நாக்கு நெருப்பாக மாறியது. அவள் மூச்சு வானை நிறைக்கும் பெரும் புயல்களாகியது. அவள் தோலின் செதில்களே விண்ணகத்தின் மேகத்திரள்களாயின. அவள் சருமத்தின் ஒளிப்புள்ளிகளே முடிவற்ற விண்மீன் தொகைகளாக ஆயின. அவள் அசைவே புடவியின் செயலாக இருந்தது. அவளுடைய எண்ணங்களே இறைவல்லமை என இங்கு அறியப்படலாயிற்று. அவள் வாழ்க!

ஊழிமுதல்காலத்தில் அன்னை ஆயிரம் மகவுகளை முட்டையிட்டுப் பெற்றாள். அவை அழியாத நாகங்களாக மாறி மூவுலகையும் நிறைத்தன. அந்நாளில் ஒருமுறை மூதன்னை கத்ரு விண்ணில் நெடுந்தொலைவில் ஒரு சின்னஞ்சிறிய ஒளிப்புள்ளிபோல நகர்ந்துசென்ற இந்திரனின் புரவியான உச்சைசிரவஸின் பேரொலியை கேட்டாள். அவளுடைய உடன்பிறந்தாளும் வெண்ணிறம் கொண்ட நாகமுமாகிய அன்னை வினதையிடம் அது என்ன என்று வினவினாள். “பேரொலி எழுப்பும் அதன் பெயர் உச்சைசிரவஸ். இந்திரனின் வாகனமாகிய அது இந்திரநீலம், கருநீலம், நீலம், பச்சை, மஞ்சள், பொன், சிவப்பு நிறங்களில் அமைந்த தலைகளுடன் விண்ணில் பறந்துசெல்கிறது” என்று வினதை பதில் சொன்னாள்.

“அதன் வால் என்ன நிறம்?” என்று அன்னை கத்ரு கேட்டாள். “அதன் வால் வெண்ணிற ஒளியாலானது” என்று வினதை பதில் சொன்னாள். “ஒளியில் இருந்து வண்ணங்கள் எப்படி வரமுடியும்? இருட்டே முழுமுதன்மையானது. வண்ணங்களை உருவாக்கும் முடிவற்ற ஆழம் கொண்டது. அங்கிருந்தே புவிசமைக்கும் ஏழு வண்ணங்களும் வருகின்றன” என்றாள் மூதன்னை கத்ரு. அதை பார்த்துவிடுவோம் என அவர்கள் இருவரும் முடிவெடுத்தனர். அப்போட்டியில் வென்றவருக்கு தோற்றவர் அடிமையாக இருக்கவேண்டுமென வஞ்சினம் கூறினர்.

உச்சைசிரவஸ் விண்ணாளும் பேரொளிக்கதிர். அதன் ஏழுவண்ணங்களும் இன்மையில் இருந்தே எழுந்தன. அதை ஒளியாகக் காணும் கண்கள் வினதைக்கும், இருளாகக் காணும் கண்கள் அன்னை கத்ருவுக்கும் முடிவிலா புடவிகளை வைத்து விளையாடும் முதற்றாதையால் அளிக்கப்பட்டிருந்தன. அங்கே வாலென ஏதுமில்லை என உணர்ந்த அன்னை தன் ஆயிரம் மைந்தர்களிடமும் அங்கே சென்று வாலாகத் தொங்கும்படி ஆணையிட்டாள். அவர்களில் விண்ணில் வாழ்ந்த நாகங்கள் அன்றி பிற அனைத்தும் அதைச்செய்ய மறுத்துவிட்டன. “அன்னையே நாங்கள் மும்முறை மண்ணைக்கொத்தி உண்மைக்குக் கட்டுப்பட்டவர்கள் என்று ஆணையிட்டிருக்கிறோம். நாங்கள் பொய்யை சொல்லமுடியாது” என்றன.

விண்ணக நாகங்கள் கார்க்கோடகன் என்னும் நாகத்தின் தலைமையில் அன்னையிடம் “அன்னையே நன்றுதீது உண்மைபொய் என்னும் இருமைகளுக்கு அப்பால் உள்ளது அன்னையின் சொல். உன் ஆணையை நிறைவேற்றுவோம்” என்றன. அவ்வண்ணமே அவை பறந்துசென்று விண்ணில் நீந்தி உச்சைசிரவஸின் வாலாக மாறி பல்லாயிரம் கோடி யோஜனை தொலைவுக்கு இருள்தீற்றலாக நீண்டு கிடந்தன.

உச்சைசிரவஸை பார்ப்பதற்காக மூதன்னையர் இருவரும் அது செல்லும் வானகத்தின் மூலைக்குப் பறந்து சென்றனர். விண்மீன்கொப்புளங்கள் சிதறும் பால்திரைகளால் ஆன விண்கடலைத் தாண்டிச்சென்றனர். விண்நதிகள் பிறந்து சென்றுமடியும் அந்தப் பெருங்கடலுக்குள்தான் ஊழிமுடிவில் அனைத்தையும் அழித்து தானும் எஞ்சாது சிவன் கைகளுக்குள் மறையும் வடவைத்தீ உறைகிறது. அதன் அலைகளையே தெய்வங்களும் இன்றுவரை கண்டிருக்கிறார்கள். அதை அசைவிலாது கண்டது ஆதிநாகம் மட்டுமே. அது வாழ்க!

அப்பெருங்கடல்மேல் பறந்தபடி மூதன்னையர் கத்ருவும் வினதையும் உச்சைசிரவஸ் வான்திரையைக் கிழிக்கும் பேரொலியுடன் செல்வதைக் கண்டனர். அதன் வால் கருமையாக இருப்பதைக் கண்ட வினதை கண்ணீருடன் பந்தயத்தில் தோற்றதாக ஒப்புக்கொண்டாள். ஆயிரம் கோடி வருடம் தமக்கைக்கு அடிமையாக இருப்பதாக அவள் உறுதி சொன்னாள். அன்னையரின் அலகிலா விளையாட்டின் இன்னொரு ஆடல் தொடங்கியது.

நாகர்களே, தன் சொல்லைக் கேட்காத பிள்ளைகளை கத்ரு சினந்து நோக்கினாள். “நன்றும் தீதுமென இங்குள அனைத்துமே அன்னையின் மாயங்களே என்றறியாத மூடர்கள் நீங்கள். நன்றை தேர்வுசெய்ததன் வழியாக நீங்கள் உங்கள் ஆணவத்தையே முன்வைத்தீர்கள். நான் என நீங்கள் உணரும்போதெல்லாம் அந்த ஆணவம் உங்களில் படமாக விரிவதாக! ஆணவத்தின் முகங்களாகிய காமமும் குரோதமும் மோகமும் உங்கள் இயல்புகளாகுக! பறக்கும் திறனை நீங்கள் இழப்பீர்கள். தவழ்ந்து செல்லும் வேகம் மட்டுமே கொண்டவர்களாவீர்கள். உங்களுக்குரியதென நீங்கள் கொண்டுள்ள அறத்தால் என்றென்றும் கட்டுண்டவர்களாவீர்கள். எவனொருவன் காமகுரோதமோகங்களை முற்றழிக்க முயல்கிறானோ அவன்முன் உங்கள் ஆற்றல்களையெல்லாம் இழப்பீர்கள். உங்கள் தனியறத்தால் இழுக்கப்பட்டவர்களாக நீங்களே சென்று அவன் வளர்க்கும் வேள்விநெருப்பில் வெந்து அழிவீர்கள்” என்று அன்னை தீச்சொல்லிட்டாள்.

“நாகர்குலமக்களே, நாமும் நம் காமகுரோதமோகங்களால் கட்டுண்டவர்களாக இருக்கிறோம். நாமும் நமது அறத்தின் அடிமைகளாக வாழ்கிறோம்.

மூதன்னையின் தீச்சொல் நம்மையும் யுகங்கள்தோறும் தொடர்கிறது” முதுநாகர் சொன்னார். “அன்று அந்தத் தீச்சொல் கேட்டு நடுங்கி நின்ற மைந்தர்களை நோக்கி முதற்றாதை கஸ்யபர் சொன்னார். “மைந்தர்களே நீங்கள் அழியமாட்டீர்கள். புடவி என ஒன்று உள்ளவரை நீங்களும் இருப்பீர்கள். எந்தப்பேரழிவிலும் எஞ்சியிருக்கும் ஒருதுளியில் இருந்து நீங்கள் முழுமையாகவே மீண்டும் பிறந்தெழுவீர்கள்.”

“அவ்வாறே இன்று ஜனமேஜயன் வேள்வியில் பெருநாகங்கள் எரிந்தழிந்தன. நம்குலத்தின் சொல்லால் அவர்களில் மண்ணாளும் பெருநாகமான தட்சன் மீட்கப்பட்டார். அவரிலிருந்து அழியாநாகங்களின் தோன்றல்கள் பிறப்பர். நிழலில் இருந்து நிழல் உருவாவது போல அவர்கள் பெருகி மண்ணையும் பாதாளத்தையும் நிறைப்பர். ஆம் அவ்வாறே ஆகுக!” முதுநாகர் சொல்லி முடித்ததும் நாகர்கள் தங்கள் நாகபடம் எழுந்த யோகதண்டுகளைத் தூக்கி ‘ஆம்! ஆம்! ஆம்’ என ஒலியெழுப்பினர்.

நாகங்களுக்கான பூசனை தொடங்கியது. மன்றுமேடையில் பதிட்டை செய்யப்பட்டிருந்த நாகச்சிலைகளுக்கு மஞ்சள்பூசி நீலமலர்மாலைகள் அணிவித்து கமுகுப்பூ சாமரம் அமைத்து பூசகர் பூசை செய்தனர். இரண்டு பெரிய யானங்களில் நீலநீர் நிறைத்து விலக்கிவைத்து அவற்றை நாகவிழிகள் என்று உருவகித்து பூசையிட்டனர். நாகசூதர் இருவர் முன்வந்து நந்துனியை மீட்டி நாகங்களின் கதைகளைப் பாடத்தொடங்கினர். பாடல் விசையேறியபோது அவர்கள் நடுவே அமர்ந்திருந்த மானசாதேவியின் உடலில் நாகநெளிவு உருவாகியது. அவள் கண்கள் இமையாவிழிகளாக ஆயின. அவள் மூச்சு சர்ப்பச்சீறலாகியது.

“காலகனின் மகளாகிய நான் மானசாதேவி. ஜகல்கௌரி, சித்தயோகினி, நாகபாகினி. எந்தை தட்சன் உயிர் பெற்றான். வளர்கின்றன நாகங்கள். செழிக்கின்றது கீழுலகம்” என அவள் சீறும் குரலில் சொன்னாள். இரு தாலங்களிலும் இருந்த நீலநீர் பாம்புவிழிகளாக மாறுவதை நாகர்கள் கண்டனர். நந்துனியும் துடியும் முழங்க அவர்கள் கைகூப்பினர்.

2

வான்வெளிப் பெருக்கு சுழித்துச்செல்லும் புள்ளி ஒன்றில் நுழைந்து இருள்வெளியான பாதாளத்தை அடைந்த தட்சனும் தட்சகியும் அங்கே அவர்கள் மட்டுமே இருக்கக் கண்டனர். இருண்ட பாதாளம் ஆறுதிசையும் திறந்து பெரும்பாழ் எனக்கிடந்தது. அதன் நடுவே நாகங்கள் வெளியேறி மறைந்த இருட்சுழி சுழிப்பதன் அசைவையே ஒளியாக்கியபடி தெரிந்தது. அப்புள்ளியை மையமாக்கி சுழன்ற பாதாளத்தின் நடுவே சென்று நின்ற தட்சன் 'நான்' என எண்ணிக்கொண்டதும் அவனுடைய தலை ஆயிரம் கிளைகளாகப் பிரிந்து படமெடுத்தது. ஆயிரம் படங்களின் விசையால் அவன் உடல் முறுகி நெளிந்தது.

அவனருகே சென்று நின்ற தட்சகியான பிரசூதி 'நானும்' என்றாள். அவளுடைய உடலிலும் ஆயிரம் தலைகள் படமெடுத்தெழுந்தன. அவனுடன் அவள் இருளும் இருளும் முயங்குவதுபோல இணைந்து கொண்டாள். இருத்தல் என்னும் தட்சனும் பிறப்பு என்னும் பிரசூதியும் இணைந்தபோது இருட்டு கருக்கொண்டது. திசையழிந்து பரந்த கருமையின் வல்லமைகள் முழுக்க அவர்களிடம் வந்து குவிந்தன. அடியின்மையின் மேலின்மையின் வலமின்மையின் இடமின்மையின் முன்பின்மையின் பின்பின்மையின் இன்மையின் மையத்தில் ஒன்பது யோகங்களாக அவர்கள் ஒன்றாயினர்.

முதல் யோகம் திருஷ்டம் எனப்பட்டது. தட்சனின் ஈராயிரம் விழிகள் தட்சகியின் ஈராயிரம் விழிகளை இமைக்காமல் நோக்கின. கண்மணிகளில் கண்மணிகள் பிரதிபலித்த ஈராயிரம் முடிவின்மைகளில் அவர்கள் பிறந்து இறந்து பிறந்து தங்களை கண்டறிந்துகொண்டே இருந்தனர். ஒருவர் இன்னொருவருக்கு மறைத்துவைத்தவற்றை பேருவகையுடன் முதலில் கண்டுகொண்டனர். தாங்கள் தங்களிடமே மறைத்துக்கொண்டதை

பின்னர் கண்டுகொண்டனர். கண்டுகொள்வதற்கேதுமில்லை என்று அறிந்தபின் காண்பவர்கள் இல்லாமல், காணப்படுபவரும் இல்லாமல், கண்களும் இல்லாமல் நின்றுகொண்டிருந்தனர்.

இரண்டாம் யோகம் சுவாசம். தட்சனின் மூச்சுக்காற்று சீறி அவள்மேல் பட்டது. அதில் அவன் உயிரின் வெம்மையும் வாசனையும் இருந்தது. உடலுக்குள் அடைபட்ட உயிரின் தனிமையும் வேட்கையும் நிறைந்திருந்தது. அவளுடைய மூச்சு அந்த மூச்சுக்காற்றை சந்தித்தது. மூச்சுகள் இணைந்த இருவரும் விம்மி படம் அசைத்து எழுந்தனர். மூச்சிலிருந்து மூச்சுக்கு அவர்களின் உயிர்கள் தங்களை பரிமாறிக்கொண்டன.

மூன்றாம் யோகம் சும்பனம். தட்சன் முதலில் தன் பிளவுண்ட நாக்கின் நுனியால் தட்சகியின் நாக்கின் நுனியைத் தீண்டினான். பல்லாயிரம் கோடி யோஜனைதூரம் நீண்ட பெரும் சிலிர்ப்பு ஒன்று அவளுடைய உடலில் ஓடியது. இருளுக்குள் அவள் நீளுடல் இருளுடன் இறுகி நெகிழ்ந்து வளைந்து சுழித்து அலைகளாகியது. பின்பு ஆயிரம் நாவுகள் ஆயிரம் நாவுகளைத் தீண்டின. ஈராயிரம் நாவுகள் ஒன்றை ஒன்று தழுவித்தழுவி இறுக்கி கரைத்தழிக்க முயன்றன. இரண்டு பெருநாகங்கள் ஈராயிரம் சிறுசெந்நாக்குகளாக மட்டும் இருந்தன.

நான்காம் யோகம் தம்ஸம். தட்சன் தன் நச்சுப்பல்லால் மெல்ல தட்சகியின் உடலை கவ்வினான். நஞ்சேறிய அவளுடல் வெறிகொண்டு எழுந்து உடனே தளர்ந்து வளைவுகளை இழந்து இருளில் துவண்டது. அவளுடலின் முடிவில்லாத வளைவுகளில் அவன் பற்கள் பதிந்துசென்றன. பின்பு அவள் திரும்பி வளைந்து அவனுடலில் தன் பற்களைப் பதித்தாள். உண்பதும் உண்ணப்படுவதுமாக இரு பேருடல்களும் ஒன்றை ஒன்று அறிந்தன.

ஐந்தாம் யோகம் ஸ்பர்சம். அடியின்மையின் கடைசி நுனியில் தட்சனின் நுனிவால் துடிதுடித்து வளைந்தது. பல்லாயிரம் கோடி யோஜனைதூரம் அது நெளிந்து வளைந்து இருள்வானில் ஊசலாடியது. பின்பு அதன் நுனியின்நுனி தட்சகியின் வாலின் நுனியின் நுனியை மெல்லத் தொட்டது. அந்தத்தொடுகையில் அது தன்னை அறிந்தது. இரு நுனிகளும் முத்தமிட்டு முத்தமிட்டு விளையாடின. தழுவிக்கொண்டன. விலகிக்கொண்டன. விலகும்போது தழுவலையும் தழுவும்போது விலகலையும் அறிந்தன.

ஆறாம் யோகம் ஆலிங்கனம். இரு பேருடல்களும் புயலை புயல் சந்தித்ததுபோல ஒன்றோடொன்று மோதின. இரு பாதாள இருள்நதிகள் முயங்கியது போல் தழுவின. சுற்றிவளைத்து இறுகியபோது இருவர் உடலுக்குள்ளும் எலும்புகள் இறுகி நொறுங்கின. தசைகள் சுருங்கி அதிர்ந்தன. இறுக்கத்தின் உச்சியில் வெறியுடன் விலகி இரு உடல்களும்

பேரொலியுடன் அடித்துக்கொண்டன. தலைகள் கவ்வியிருக்க இரு உடல்களும் இரு திசைகளில் நகர்ந்து கோடானுகோடி இடிகள் சேர்ந்தொலித்ததுபோல அறைந்துகொண்டன. அந்த அதிர்வில் மேலே மண்ணுலகில் பூமி பிளந்து சுவாலை எழுந்தது. மலையுச்சியின் பெரும்பாறைகள் சரிந்திறங்கின.

ஏழாம் யோகம் மந்திரணம். தழுவலின் உச்சியில் இருவரும் அசைவிழந்தபோது தட்சன் அவள் காதில் மெல்லிய காதல்சொற்களை சொல்லத்தொடங்கினான். அக்கணத்தில் பிறந்துவந்த மொழியாலான சொற்கள் அவை. அவன் சொல்லி அவள் கேட்டதுமே அம்மொழி இறந்து காற்றில் மறைந்தது. ஒவ்வொரு சொல்லுக்கும் ஒரு மொழி அவ்வாறு உருவாகி மறைந்துகொண்டிருந்தது. தன் அனைத்துச் சொற்களையும் சொல்லிமுடித்தபின்பு சொல்லில்லாமல் நின்ற தட்சன் சொல்லாக மாறாத தன் அகத்தை முடிவிலியென உணர்ந்து பெருமூச்சுவிட்டான். அவளோ அவனுடைய இறுதிச் சொற்களையும் கேட்டவளாக அப்பெருமூச்சை எதிரொலித்தாள்.

எட்டாம் யோகம் போகம். பாதாளத்தின் இருளில் இரு பெரு நாகங்களும் ஒன்றுடன் ஒன்று கலந்தன. தட்சன் தட்சகிக்குள்ளும் தட்சகி தட்சனுக்குள்ளும் புகுந்துகொண்டனர். அக்கணத்தில் பதினான்குலகங்களிலும் இணைந்த ஆண்களும் பெண்களுமான அனைத்துயிர்களிலும் அவர்களின் ஆசி வந்து நிறைந்தது. தட்சகிக்குள் வாழ்ந்த கோடானுகோடி நாகக்குழந்தைகள் மகிழ்ந்தெழுந்து அவள் உடலெங்கும் புளகமாக நிறைந்து குதூகலித்தன.

ஒன்பதாம் யோகம் லயம். இருவரும் தங்கள் முழுமைக்குத் திரும்பியபோது முழுமையான அசைவின்மை உருவாகியது. பாதாள இருளில் அவர்கள் இருப்பதை அவர்கள் மட்டுமே அறிந்திருந்தனர். இருவரின் வால்நுனிகளும் மெல்ல தொட்டுக்கொண்டிருக்க தட்சனின் தலைகள் கிழக்கிலும் தட்சகியின் தலைகள் மேற்கிலும் கிடந்தன. அவர்கள் இரு முழுமைகளாக இருந்தனர். முழுமைக்குள் முழுமை நிறைந்திருந்தது.

பின்பு அவர்கள் கண்விழித்தபோது தங்களைச் சுற்றி பாதாளம் மீண்டும் முளைத்திருப்பதைக் கண்டனர். வாசுகியின் குலத்தில் பிறந்த கோடிசன், மானசன், பூர்ணன், சலன், பாலன், ஹலீமகன், பிச்சலன், கௌணபன், சக்ரன், காலவேகன், பிரகாலனன், ஹிரண்யபாஹு, சரணன், சக்ஷகன், காலதந்தகன் ஆகிய பெருநாகங்கள் பிறந்து வானுக்கு அப்பால் நின்ற பேராலமரத்தின் விழுதுகள் போல ஆடின. தட்சனின் குலத்தைச் சேர்ந்த புச்சாண்டகன், மண்டலகன், பிண்டசேக்தா, ரபேணகன், உச்சிகன், சரபன், பங்கன், பில்லதேஜஸ், விரோஹணன், சிலி, சலகரன், மூகன், சுகுமாரன், பிரவேபனன், முத்கரன், சிசுரோமான், சுரோமன், மஹாகனு

போன்ற மாநாகங்கள் காட்டுக்கு அடியில் நிறைந்த வேர்ப்பரப்பு போல செறிந்தாடின.

ஐராவத குலத்தில் உதித்த பாராவதன், பாரியாத்ரன், பாண்டாரன், ஹரிணன், கிருசன், விஹங்கன், சரபன், மோதன், பிரமோதன், ஸம்ஹதாபனன் போன்ற பொன்னிறநாகங்கள் விராட வடிவம்கொண்ட சிவனின் சடைக்கற்றைகள் என நெளிந்தாடின. கௌரவ்ய குலத்தில் அவதரித்த ஏரகன், குண்டலன், வேணி, வேணீஸ்கந்தன், குமாரகன், காகுகன், ஸ்ருங்கபேரன், தூர்த்தகன், பிராதன், ராதகன் போன்ற நாகங்கள் விண்வெளி நீர்வெளிமேல் ஏவிய கோடி அம்புகள் போல எழுந்தன.

திருதராஷ்டிர குலத்தில் பிறந்த சங்குகர்ணன், பிடாரகன், குடாரமுகன், சேசகன், பூர்ணாங்கதன், பூர்ணமுகன், பிரஹாசன், சகுனி, தரி, அமாஹடன், காமடகன், சுசேஷணன், மானசன், அவ்யபன், அஷ்டாவக்ரன், கோமலகன், ஸ்வசனன், மௌனவேபகன், பைரவன், முண்டவேதாங்கன், பிசங்கன், உதபாரான், இஷபன், வேகவான், பிண்டாரகன், மகாரஹனு, ரக்தாங்கதன், சர்வசாரங்கன், சம்ருத்தன், படவாசகன், வராஹகன், வீரணகன், சுசித்ரன், சித்ரவேகிகன், பராசரன், தருணகன், மணி, ஸ்கந்தன், ஆருணி ஆகிய நாகங்கள் முடிவிலியைத் துழாவும் இருளின் விரல்கள் என வானில் நெளிந்தன.

பாதாளத்தில் இருந்து இருள் பெருநதிகளாகக் கிளம்பியது. விண்ணின் ஒளியுடன் கலந்து பின்னி பெருவெளியை நெய்தது. நிழல்களாக உயிர்களைத் தொடர்ந்தது. கனவுகளாக உயிரில் கனத்தது. இச்சையாக எண்ணங்களில் நிறைந்தது. செயல்களாக உடலில் ததும்பியது. சிருஷ்டியாக எங்கும் பரவியது. ஒளியை சிறுமகவாக தன் மடியில் அள்ளிவைத்து கூந்தல் சரியக் குனிந்து முத்தமிட்டுப் புன்னகைசெய்தது.

சொல் விளக்கம்

அவுணர்	–	அசுரர்
அவிப்பொருள்	–	ஹவிஸ்
அமாத்யர்	–	அமைச்சர்
அரசிலை	–	அரசமர இலை. அந்த வடிவில் இடைநகைகள் செய்வதுண்டு.
அத்திரி	–	கோவேறுகழுதை
அம்மானமாடின	–	சிறிய பந்துகளை தூக்கிப்பிடித்து ஆடும் ஆட்டம்.
அந்தரீயம்	–	கீழாடை, உடைமேல் கட்டும் மெல்லிய ஆடை.
அழல்	–	தீயின் கதிர்.
ஆதுர சாலை	–	மருத்துவமனை
ஆதி தெய்வீகம்	–	தெய்வத்தால் நிகழ்வது.
ஆற்றிடைக்குறை	–	ஆற்றுநடுவே உள்ள மணல்திட்டு.
இமிழ	–	முழக்கமுள்ள ஒலி.
இழியும்	–	இறங்கி வழியும்.
இயக்கன்	–	யக்ஷன்
இளிவரல்	–	ஏளனம், அங்கதம்.
இற்செறிப்பு	–	பருவம் வந்த பெண்கள் மணமாகும்வரை வீட்டுக்குள்ளேயே இருப்பது.
உழத்தி	–	உழவன் மனைவி.
உத்தரீயம்	–	மேலாடை
உதகச் செயல்கள்	–	இறுதிக்கடன்கள்
உலைந்த	–	மெல்ல அசைந்த
உண்டாட்டு	–	உணவுண்டு மகிழும் விழா, போருக்குப்பின் நிகழும் பெரு விருந்து.

ஊர்மன்று – ஊர் சாவடி

ஐம்பத்தாறு தேசங்கள் – ஆரியவர்த்தம் எனப்பட்ட நாடு ஐம்பத்தாறு நாடுகளாக பிரிக்கப்பட்டிருந்தது.

கங்காத்வாரம் – கங்கையின் வாசல், ரிஷிகேசம்.

கங்காளி – கங்காளம் என்னும் கருவியை மீட்டும் காளி.

கவந்த – கபந்த

கரந்த – மறைந்த

கார்மிகர்கள் – வேள்வி செய்பவர்கள்.

காளகூட விஷம் – ஆலகாலம். ஊழிமுடிவில் எழும் நஞ்சு.

காஞ்சனம் – பொன். இங்கே ஒரு மணியின் பெயர்.

காகபட்சம் – காககிச்சிறகு, கூந்தலின் ஒரு முறை.

காங்கேயர் – கங்கையின் மைந்தர்.

கிளைக்கவர் – கிளை V வடிவில் பிரியும் இடம்.

கிணைத்தோல் – பறையின் தோல்.

கிணைப்பறை – கையால் வாசிக்கப்படும் சிறிய பறை.

கிருஷ்ணமிருகம் – புள்ளிமான்

குறியவால் – குறுகிய வால்.

கொம்பரக்கு – பெண் பூச்சிகளின் உடலிலிருந்து பிசின் போன்ற திரவம் சுரந்து மரக் கிளைகளில் படிகிறது. இது ஒரு செ.மீ. கனத்துக்குப் படியும். இக்கிளையை வெட்டியெடுத்து அவற்றில் உள்ள அரக்கைச் சுரண்டி எடுப்பார்கள். இதுவே 'கொம்பரக்கு' எனப்படும். பின் அதனை கொதிக்கும் நீரில் போட்டு அதிலுள்ள அசுத்தங்களை அகற்றுவார்கள். இவ்வாறு சுத்தம் செய்த அரக்கு 'மணியரக்கு' எனப்படுகிறது. மணியரக்கை மேலும் தூய்மைப்படுத்தி தகடு வடிவில் தயாரிப்பார்கள். இது 'தகடரக்கு' என்று அழைக்கப்படுகிறது.

சகடம் – சக்கரம்

சிபிநாடு – பாகிஸ்தானில் உள்ள சிபி மாவட்டம்.

சிதர் – நுணுக்கமான சிதறல்கள், துருவல்கள்.

சூரியபுத்திரி – சூரியன்மகள்

சேக்கை – மெத்தை

சேடன் – ஆதிசேடன், நாகம்.

தளகர்த்தர்கள் – தளபதிகள்

தலைக்கோல்	–	கலைக்குழுவில் முதலில் வருபவர் ஏந்தியிருக்கும் கோல். சூதரின் முதல்வன் வைத்திருக்கும் கோல்.
தண்ணுமை	–	சிறிய முழவு. சட்டிபோன்றது.
தாலம்	–	தாம்பாளம்
தாலப்பொலி	–	தாம்பாளத்தில் வைக்கப்பட்ட மங்கலப்பொருட்கள்.
திரயம்பிகை	–	முக்கண் கொண்டவள், கொற்றவை.
துடிப்பறை	–	நடுவே ஒடுங்கிய பறை. வேகமான தாளத்திற்குரியது. உடுக்கையைவிட பெரியது.
துளித்து	–	துளியிட்டு
துவந்தயுத்தம்	–	ஒற்றைக்கொற்றை போர்.
தூங்கானம்	–	மலைச்சிகரங்களின் பெயர்.
தூவி	–	இறகு
தேற்றைகள்	–	கோரைப்பற்கள்
நந்துனி	–	வீணை போன்ற கம்பிவாத்தியம்.
நுகம்	–	மாடுகள், குதிரைகள் கட்டப்படும் வண்டியின் முகப்புத்தடி.
நூற்றுவர்த் தலைவன்	–	நூறு படைவீரர்களின் தலைவன்.
நிமித்திகர்	–	புறக்குறிகளைக்கொண்டு வருவது உரைப்பவர்கள்.
நிலவாய்	–	வாய் குறுகலான பெரிய பாத்திரம்.
நீர்த்துமி	–	மெல்லிய துளி.
பண்டி	–	வயிறு, வயிறி.
பகவா	–	துறவுக்கும் ஞானத்துக்குமான கொடி. காவிநிறக் கொடி.
பதிட்டை	–	பிரதிஷ்டை
படுகளக்காளி	–	போர்க்களக்காளி, குருதிகுடிக்க வரும் காளி
பலாசம்	–	ஒரு மரம் [செம்முருக்கு], யாகத்துக்கான விறகாக பயன்படுபவது.
பாணன்	–	பாடி அலையும் பாடகர், குலப்பாடகர்கள், வீரக்கதைப்பாடகர்கள்.
பாய்கலை	–	மறிமான், கொற்றவையின் வாகனம்.
பிறவிநூல்	–	ஜாதகம்
பிரஜாபதி	–	தன்னிலிருந்து படைப்பை உருவாக்கும் ஓர் ஆதி விசை அல்லது ஆதி இருப்பு.

பினாகம் தமருகம்	–	பாம்பும் உடுக்கும்
பீதன்	–	மஞ்சள்நிறமானவன், சீனன், திபெத் லடாக் பகுதியினன்.
புளகம்	–	புல்லரிப்பு
புளகமணிதல்	–	புல்லரித்தல்
புணை	–	தெப்பம்
புடைவை	–	சேலை
புடவி	–	பிரபஞ்சம்
புவர் லோகம்	–	மூதாதையர் வாழும் விண்ணுலகம்.
பூதயாகம்	–	உலகியல் நன்மைக்காகச் செய்யப்படும் யாகம்.
பேருரு	–	விஸ்வரூபம், பிரம்மாண்டமான.
பேற்றிச்சி	–	பிரசவம் பார்ப்பவள்.
மகாமரியாதம்	–	பெரிய கோட்டை.
மருகி	–	மருமகள்
மடம்பு	–	பாறைகளின் மடிப்புகள் குடைவுகள்.
மயல்	–	மயங்குதல், மயக்கம்.
மன்று	–	மன்றம்
மஞ்சல்	–	துணியால் ஆன பல்லக்கு. தூளிப்பல்லக்கு.
மகாபிரஸ்தானம்	–	பாண்டவர்கள் கடைசியாகத் துறவறம் பூண்டு காடு புகுந்த நிகழ்ச்சி.
முதற்றாதை	–	முதல்தாதை
மூலத்தான நகரி	–	பாகிஸ்தானின் முல்தான்.
மோம்போனம்	–	மலைச்சிகரங்களின் பெயர்.
யானம்	–	வாயகன்ற பாத்திரம், ஊர்தி.
ரிக்விக்குகள்	–	வேதம் ஓதி வேள்வி செய்பவர்.
லதாமண்டபம்	–	மலர்மாளிகை
வசு	–	ஒருவகைதேவர்கள். எட்டுபேர் என்பதனால் அஷ்டவசுக்கள். தர்மதேவனுக்கு வசு என்னும் மனைவியில் பிறந்தவர்கள்.
வடவை	–	ஊழித்தீ
வனம்புகுதல்	–	வானப்பிரஸ்தம்
வாளி	–	அம்பு
வாஜிகல்பம்	–	விந்துவைப் பெருக்கும் மருத்துவம்.

வினைவலர்	–	சேவகர்
விந்தியனை	–	விந்தியமலை
விடகாரி	–	நஞ்சை முறிக்கும் மருத்துவன்.
வியாழவட்டம்	–	12 ஆண்டுகள். வியாழன் கிரகம் சுற்றிவரும் காலம்.
விழவு	–	விழா
விறலியர்	–	பாணனின் மனைவி. பாடி ஆடி கதைசொல்பவள்.
வினாக்களம்	–	பிரஸ்னமண்டலம், ஜோதிடத்துக்கானது.
வெண்கலை	–	வெள்ளை உடை, கலைமகள்.
ஜனபதம்	–	மக்கள்வாழும் நிலப்பகுதி. சிறியசமூகக்கட்டமைப்பு. ஆரியவர்த்தம் 16 ஜனபதங்களாக வேதகாலத்தில் பிரிக்கப்பட்டிருந்தது.
ஜாதகர்மங்கள்	–	பிறப்புச் சடங்குகள்.
ஸ்தாபத்ய சாஸ்திரம்	–	கட்டடங்களை அமைக்கும் அறிவியல்.
ஸ்தாபத்யம்	–	கட்டடம் அமைக்கும் சிற்பக்கலை.
ஸ்தானகர்	–	அமைச்சகச் செயலர்.
ஸென்யாத்ரி	–	மலைச்சிகரங்களின் பெயர்.

ஜெயமோகனின் பிற புத்தகங்கள்

நாவல்கள்

ரப்பர்

விஷ்ணுபுரம்

பின்தொடரும் நிழலின் குரல்

கன்யாகுமரி

காடு

அனல்காற்று

இரவு

கன்னிநிலம்

வெள்ளையானை

கொற்றவை

சிறுகதைத் தொகுப்பு

திசைகளின் நடுவே

மண்

ஆயிரங்கால் மண்டபம்

கூந்தல்

ஜெயமோகன் சிறுகதைகள்

ஜெயமோகன் குறுநாவல்கள்

ஊமைச்செந்நாய்

அறம்

ஈராறுகால்கொண்டெழும் புரவி

வெண்கடல்

ஆன்மிகம்/தத்துவம்

இந்திய ஞானம்

சிலுவையின் பெயரால்

இந்துமதம் சில விவாதங்கள்

அரசியல்

சாட்சிமொழி

இன்றைய காந்தி

பண்பாடு/வரலாறு

பண்படுதல்

தன்னுரைகள்

எதிர்முகம்

கொடுங்கோளூர் கண்ணகி (மொழியாக்கம்)

வாழ்க்கை வரலாறு

சுரா: நினைவின் நதியில்

முன்சுவடுகள்

கமண்டல நதி

லோகி (லோகிததாஸ் நினைவு)

கடைத்தெருவின் கலைஞன் (ஆ. மாதவன் பற்றி)

இலக்கிய அறிமுகம்

சங்கச் சித்திரங்கள்

மேற்குச்சாளரம் (மேலை இலக்கிய அறிமுகம்)

கண்ணீரைப் பின்தொடர்தல் (22 இந்தியநாவல்கள்)

பொன்னிறப்பாதை

விதிசமைப்பவர்கள்

சொல்முகம்

எழுதும் கலை

இலக்கிய விமர்சனம்

ஆழ்நதியைத் தேடி

நவீனத்துவத்துக்குப் பின் தமிழ் கவிதை - தேவதேவனை முன்வைத்து

உள்ளுணர்வின் தடத்தில் (கவிதை விமர்சனம்)

இலக்கிய முன்னோடிகள் வரிசை ஏழு நூல்கள்

முதற்சுவடு

கனவுகள் இலட்சியங்கள்

சென்றதும் நின்றதும்

மண்ணும் மரபும்

அமர்தல் அலைதல்

நவீனத்துவத்தின் முகங்கள்

கரிப்பும் சிரிப்பும்

ஈழ இலக்கியம் ஒரு விமர்சனப்பார்வை

புதியகாலம் (இலக்கிய விமர்சனம்)

பூக்கும் கருவேலம் பூமணியின் படைப்புலகம்

ஒளியாலானது தேவதேவனின் புனைவுலகம்

எழுதியவனைக் கண்டுபிடித்தல்

இலக்கியவிவாதக் கட்டுரைகள்

அனுபவம்

நிகழ்தல் – அனுபவக்குறிப்புகள்

இன்று பெற்றவை (நாட்குறிப்புகள்)

ஜெ. சைதன்யாவின் சிந்தனை மரபு

நாளும்பொழுதும் (அனுபவக்குறிப்புகள்)

இவர்கள் இருந்தார்கள் (நினைவுக்குறிப்புகள்)

நாடகம்

வடக்கு முகம்

பயணம்

புல்வெளிதேசம் (ஆஸ்திரேலிய பயணக்கட்டுரை)

மொழிபெயர்ப்பு

தற்கால மலையாளக் கவிதைகள்

இன்றைய மலையாளக் கவிதைகள்

சமகால மலையாளக் கவிதைகள்

தொகைநூல்கள்

அசோகமித்திரன் (அறுபதாண்டு நிறைவுவிழா மலர்)

சுந்தர ராமசாமி (அறுபதாண்டு நிறைவுவிழா மலர்)

இலக்கிய உரையாடல்கள்

மலையாளம்

நெடும்பாதையோரம்

உறவிடங்கள்

நூறு சிம்ஹாசனங்கள்

பொது

நலம் (ஆரோக்கியக் கட்டுரைகள்)

வெண்முரசு (மகாபாரதம் நாவல் வடிவில்)

முதற்கனல்

மழைப்பாடல்

வண்ணக்கடல்

நீலம்

பிரயாகை

www.ingramcontent.com/pod-product-compliance
Lightning Source LLC
LaVergne TN
LVHW100616051026
849519LV00001B/32
* 9 7 8 9 3 8 4 1 4 9 0 9 3 *